கந்தர்வன் சிறுகதைகள்

கந்தர்வன்

ரிதம் வெளியீடு

கந்தர்வன் சிறுகதைகள்
கந்தர்வன் ©

Kandharvan Sirukadhaigal
Kandharvan ©

1st Edition: March 2023
2nd Edition: December 2024
Pages: 552   Price: Rs. 550
ISBN: 978-93-93724-72-4

Publishing Editor
T. Senthil Kumar

Published by:
Rhythm Veliyeedu
New No.58, Old No.26/1, 1st Floor,
Alandur Road, Saidapet,
Chennai - 600 015, Tamil Nadu, INDIA
Ph : (044) 2381 0888, 84285 12481
E-mail : senthil@rhythmbooks.in
Web : www.rhythmbooksonline.com

Book Layout & Cover Design
Visual Vinodh - 9500149822

கந்தர்வன் (1944 – 2004)

க. நாகலிங்கம் என்பது கந்தர்வன் அவர்களின் இயற்பெயர். கவிஞர், எழுத்தாளர், விமர்சகர், பேச்சாளர். இராமநாதபுரம் மாவட்டம் சிக்கல் என்கிற கிராமத்தில் 1944 ஆம் ஆண்டுப் பிறந்தவர். இவரது தந்தையார் கணேசன், விடுதலைப் போராட்ட வீரர். 1983 ஆம் ஆண்டு வேலை மாறுதலால் புதுக்கோட்டைக்கு வந்தவர், இவ்வூரைச் சொந்த ஊராக மாற்றிக்கொண்டார்.

வளரும் படைப்பாளர்களைத் தம்பி எனத் தட்டிக் கொடுத்து வளர்த்தெடுத்தவர். இளம் வயதில் 1968ல் அரசுப் பணியில் சேர்ந்தார். ஆனால், அவசர பிரகடனம் காலத்தில் பத்தொன்பது மாதங்கள் வேலை இழந்து பின்னர் வேலையில் சேர்ந்தவர். அரசு வருவாய்த் துறையில் மாவட்ட கருவூல அதிகாரியாகப் பணியாற்றிப் பணிநிறைவு பெற்றார். அரசு ஊழியர் சங்கத்தின் மாவட்டத் தலைவராகவும், மாநில பொறுப்புகளிலும் அங்கம் வகித்தவர். தீவிர இடதுசாரியாக, தொழிற்சங்கவாதியாகத் திகழ்ந்தவர்.

'மக்கள் எழுத்தாளர் சங்கம்' தோன்ற காரணமானவர்களில் ஒருவர். பிறகு இச்சங்கம் 'தமிழ்நாடு முற்போக்கு எழுத்தாளர் சங்கம்' என்றானது. இச்சங்கத்தின் மாநில துணைத் தலைவராகச் செயலாற்றினார். பேசுவதைப் போல எழுதவும் எழுதுவதைப் போலப் பேசவும் செய்தவர்.

'லா.ச. ராவுடன் ஓர் அழுத்தமான உரையாடல்', 'வரலாறு சொல்லும் தமிழ் எழுத்தாளர் மாநாடு' இவ்விரு கட்டுரைகள் இவரது தொடக்கக் கால எழுத்துகள். கண்ணதாசன் இலக்கிய இதழில் விமர்சனக் கட்டுரைகள்

எழுதத் தொடங்கியவர். தான் எழுதிய கவிதைகள், சிறுகதைகள், குறுநாவல் என்று தன் எழுத்துகளை முற்போக்கு பார்வையில் விரித்துக்கொண்டவர். இவ்விதழின் ஆசிரியர் இராம. கண்ணப்பன் ஆலோசனையினால் அப்போது அவர் வாசித்த திருலோகசீதாராம் எழுதிய 'கந்தர்வ கானம்' நூலின் ஒரு பாத்திரமான கந்தர்வன் என்கிற பெயரைத் தன் புனைப்பெயராகச் சூடிக்கொண்டவர்.

தாமரை, சுபமங்களா, ஆனந்தவிகடன், செம்மலர் இதழ்களில் தொடர்ந்து எழுதினார். கிழிசல்கள், மீசைகள், சிறைகள், கந்தர்வன் கவிதைகள் ஆகியவை இவரது கவிதைத் தொகுப்புகள். சாசனம், பூவுக்குக் கீழே, கொம்பன், ஒவ்வொரு கல்லாய், அப்பாவும் மகனும், தண்ணீர் முதலியவை இவரது சிறுகதைத் தொகுப்புகள். கேள்விகள், விசாரணை இவரது புகழ்பெற்ற வீதி நாடகங்கள்.

இவரது முதல் சிறுகதை சனிப்பிணம், மூடநம்பிக்கையை நகையாடும் மிகச் சிறந்த சிறுகதை; தாமரை இதழில் பிரசுரமானது. இவரது மைதானத்து மரங்கள், இலக்கியச் சிந்தனை விருது பெற்ற சிறுகதை. மேலும் இக்கதை பன்னிரெண்டாம் பாடப் புத்தகத்தில் இடம் பெற்றது. இவரது மொத்தப் படைப்புகளையும் அங்கீகரிக்கும் பொருட்டு 'கந்தர்வன் படைப்புலகம்' என்கிற நூலை சாகித்ய அகாடமி வெளியிட்டுக் கௌரவித்தது.

இவரது 'காவடி' என்கிற குறுநாவல் சுபமங்களா இதழில் பிரசுரமானது. இவருக்கு நாவல் எழுத வேண்டும், என்கிற ஆசை இருந்தது. பணி நிறைவுக்குப் பிறகு அந்த ஆசையை நிறைவேற்றிக்கொள்ள முனைந்தார். உடல் நலக் குறைவால் அந்த ஆசை நிறைவேறாமல் போய்விட்டது. இவரது கடைசிக் கதை கூட்டாஞ்சோறு இதழில் வெளியானது. இவர் எழுதியவற்றில் 'சீவன்' மிக முக்கியமான சிறுகதை.

~

உள்ளே...

1. சீவன் 7
2. காடுவரை 16
3. கதை 28
4. பூவுக்குக் கீழே 38
5. தினம் ஒரு பாண்டியன் எக்ஸ்பிரஸ் 47
6. தனித்தனியாய் தாகம் 56
7. அடுத்தது 62
8. மங்கலநாதர் 72
9. மைதானத்து மரங்கள் 82
10. அரண்மனை நாய் 90
11. தூக்கம் 98
12. தான் 106
13. திரு வேறு 117
14. விதிகளுக்கப்பால்... 126
15. சனிப்பிணம் 134
16. இரண்டாவது ஷிப்ட் 141
17. சாசனம் 148
18. ஒரு பொழுதாயினும் 155
19. மழை பெய்தும்... 163
20. பக்கிரி 170
21. தன்னோடு 179
22. சிம்மாசனம் 185
23. துண்டு 193
24. கிரகச்சாரம் 200
25. சவடால் 210
26. ஒவ்வொரு கல்லாய்... 218
27. காடு 225
28. காந்தாரி 234
29. தராசு 242
30. ஒரு இடந்தேடி 250

#		பக்கம்
31.	வைபோகமே	261
32.	எங்கெங்கும் அம்மாக்கள்	269
33.	ஆம்பிளை	279
34.	அதிசயம்	289
35.	தலைவர்	295
36.	கதை தேசம்	304
37.	தெரியாமலே	314
38.	காளிப்புள்ளெ	321
39.	யாரோ ஒருவர்	332
40.	தண்ணீர்	341
41.	கவரி	349
42.	பைமாஷ்	357
43.	உயிர்	366
44.	ஒரு சீட்டுக்காரனுக்காக	375
45.	கொம்பன்	383
46.	மணியாடர்	391
47.	அனுமர் காத்திருக்கிறார்	397
48.	வேண்டுதல்	403
49.	பழையன கழிதலும்...	412
50.	அப்பாவும் அம்மாவும்	418
51.	தாத்தாவும் பாட்டியும்	426
52.	பத்தினி ஓலம்	434
53.	பேசுகிறேன்	442
54.	கல்லாதது	449
55.	பதினாறு பெரியகருப்பன்	457
56.	ஈரம்	465
57.	இலக்குகள்	474
58.	பொய்விதிகள்	483
59.	காவடி	494
60.	வெள்ளைப் பேய்	534
61.	அவரும் பாவம்...	545

சீவன்

கூழுப் பிள்ளைக்கு ஒரு வாரமாகவே மனது சரியாயில்லை. விரட்டி விரட்டிப் பார்த்தும் இந்தக் கிறுக்குப் பிச்சைக்காரன் மறுபடி மறுபடி கோயிலடியில் வந்து படுத்துக்கொள்கிறான். நிற்கவே பயப்படவேண்டும். அந்த இடத்தில் போய் இவன் நீட்டி நிமிர்ந்து படுத்துக்கொள்கிறான்.

ஊருக்கு வெளியே அத்துவானமாய்ப் பரவிக்கிடக்கிறது அந்தப் பொட்டல். நடுவில் ஆகாயத்திற்கு வளர்ந்த ஒற்றை அரசமரம். அதன் கீழ் ஆயுதபாணியாய் முனியசாமி சிலையும் அருகில் கடல் போல் கிடக்கும் ஊருணியின் நீரும் யாருக்கும் அச்சத்தை ஏற்படுத்தும்.

அந்தப் பெரிய பொட்டலுக்கு யாரும் 'வேறு' காரியங்களுக்குச் சென்றதில்லை. எதற்காகவும் யாரும் அரசமரத்தின் ஒரு கொழுந்தைக்கூடப் பறித்ததில்லை. சாமி கண்ணெதிரே உள்ள பத்தடி நிலத்தில் யார் காலும் பட்டதில்லை. கைதான் படும்; எடுத்து நெற்றியில் பூச.

இந்த ஊரும் சுற்றுவட்டாரங்களும் முனியசாமி மேல் எவளவோ பயமும் பக்தியுமாயிருந்து வருவது இந்தக் கிறுக்குப் பிச்சைக்காரனுக்குப் புரியமாட்டேன்கிறது. சட்டை வேட்டியெல்லாம் கிழிந்து நாறி சீலைப்பேன் பத்திய பயல் பயமில்லாமல் அங்கே போய்ப் படுப்பதும் பொட்டலில் அங்கிங்கென்றில்லாமல் எங்கும் போவதும் வருவதும் நடக்கக் கூடியதில்லை. எல்லாம் இந்த இளவட்டப் பயல்கள் சேர்ந்துகொடுத்த இடம்.

ஒரு மாதத்திற்கு முன் எங்கேயோ கிடந்து இந்த ஊருக்கு வந்துசேர்ந்தான் கிறுக்கன். வெயில் வந்து வெகுநேரத்திற்குப் பின் கோயிலடியிலிருந்து எழுந்து ஊருக்குள் வருவான்.

அலுமினியத் தட்டெடுத்து வீடு வீடாய்க் கஞ்சி கேட்பான். 'கஞ்சி' என்று ஒரு சத்தம் போட்டுவிட்டு வாசலில் உட்கார்ந்துவிடுவான். கஞ்சி ஊற்றவேண்டும்; அப்புறம்தான் எழுந்திருப்பான். ரொம்ப வீடுகளில் அந்நேரத்திற்குக் கஞ்சி இருக்காது. நீராரத் தண்ணீரை சொரசொரவென்று ஊற்றிப் பொம்பிளைகள் அவனை ஏமாற்றுவார்கள். தட்டில் என்ன விழுந்தது என்பதைப் பார்த்தறியத் தெரியாது. தட்டில் என்னமாவது விழுந்ததும் எழுந்து அடுத்த வீட்டிற்குப் போவான். 'கஞ்சி' என்று சொல்லிக்கொண்டே மறுபடியும் உட்கார்ந்துவிடுவான்.

கையில் என்ன கொடுத்தாலும் வாங்குவதில்லை. எல்லாம் தட்டில்தான் போடவேண்டும். ஒருநாள் கந்துப்பிள்ளை வீட்டிற்கு டவுனிலிருந்து விருந்தாளிகள் வந்ததால் இட்லி சுட்டுக்கொண்டிருந்த வேளை; கிறுக்கன் 'கஞ்சி' என்று வந்து உட்கார்ந்துவிட்டான். கந்துப்பிள்ளை சம்சாரம் இருந்தால் குடுக்கக்கூடிய பொம்பிளை. ரெண்டு இட்லியைச் சட்டினியில் பெரட்டி எடுத்துவந்தது. கிறுக்கன் முன்னாலிருந்த தட்டில் அநேக பொம்பிளைகள் ஏமாற்றி ஏமாற்றி நிறைய நீராரத் தண்ணீரை ஊற்றியிருந்தார்கள் போல; தட்டில் தண்ணீர் அலை அடித்தது. கந்துப்பிள்ளை சம்சாரம் ரெண்டு இட்லிகளையும் கிறுக்கன் முகத்திற்கு நேரே நீட்டியது. கிறுக்கன் கையை நீட்டவில்லை; தட்டைக் காண்பித்தான். கந்துப்பிள்ளை சம்சாரத்திற்குச் சங்கடமாய் போய்விட்டது.

"கையிலே வாங்கிக்க. பொம்பிள்ளைகளுக்கு ஓம் மேலே எரக்கம் பொத்துகிட்டு வந்து ஊருணித் தண்ணிய ஊத்தி விட்டிருக்காக" என்றது.

மறுபடியும் கிறுக்கன் தட்டைக் காண்பித்து விட்டுப் பேசாமல் உட்கார்ந்து விட்டான். கந்துப்பிள்ளை சம்சாரம் ஒன்றும் தோன்றாமல் கொண்டுவந்த ரெண்டு இட்லிகளையும் தட்டுத் தண்ணீருக்குள் போட்டுவிட்டுப் போனது. சட்னியில் ஒட்டியிருந்த கடுகும் இட்லிகளும் நீராரத் தண்ணீரில் மிதந்தன.

தட்டு நிறைந்ததும் கோயிலடிக்கு நடக்கையில் இளவட்டக் கூட்டம் கிறுக்கனை வழிமறிக்கும். ஓர் ஆள் பீடி கொடுக்கும். கிறுக்கன் கையால் வாங்க மாட்டான், தட்டில் போடவேண்டும். நீராரத் தண்ணீரில் பீடி அசிங்கமாய் மிதக்கும். எடுத்துத் துடைத்துக் காதில் சொருகிக்கொள்வான். சமயத்தில் காயவைத்து மடியிலிருந்து தீப்பெட்டி எடுத்துப் பற்றவைப்பான்.

ஒரு நாள் மடியிலிருந்து தீப்பெட்டியை எடுத்தான். குச்சியில்லை. இளவட்டங்களைப் பார்த்தான். ஓர் ஆள் தீப்பெட்டியை அவன் கைக்கு நேரே நீட்டி 'இதையாச்சுங் கையிலே வாங்கிக்க' என்றான்.

கிறுக்கன் கையை நீட்டவில்லை. தட்டை நீட்டினான். தீப்பெட்டி நீராரத் தண்ணீரில் மிதந்தது. சட்டென்று எடுத்து ரெண்டு ஓரங்களையும் தேய்த்துவிட்டுப் பற்றவைத்தான். இளவட்டங்கள் என்னென்னவோ செய்து பார்த்தும் கிறுக்கனின் கை நீளவில்லை, தட்டுத்தான் நீண்டது.

கிறுக்கனுக்கு நாற்பது வயதிற்கு மேல் இருக்கும். பேச்சு கொஞ்சம்தான். அதுவும் முன்பின்னாய்க் குழறிக் குழறி வரும். கிட்ட வந்தால் ஏழூரு நாத்தம் நாறும், ஒரு நாள் இளவட்டங்களும் ஊர் ஆளிகளுமாய் சுற்றித் தெகத்திக் கொண்டுபோய் ஊரணிக்குள் முங்கிவிட்டார்கள். ஒரு முங்கோடு தண்ணீரிலிருந்து வெளியே வந்து ஈரத்தோடு தரையில் உட்கார்ந்தான். கிழிந்த சட்டையையும் வேட்டியையும் களையச் சொல்லி எவ்வளவு சொல்லியும் கேட்கவில்லை. அப்புறம் யாரும் அவனைக் குளிக்க வைக்கவில்லை.

இருட்டு நேரத்தில் கோயில் பக்கமாய் நடந்துசெல்ல எளகின மனசுக்காரன் எவனாலும் முடியாது. இருட்டில் முனி நடமாடத் தொடங்கிவிடும். யார் எதிர்ப்பட்டாலும் திரும்ப நின்று பிடறியில் அடிக்கும். ரத்தம் ரத்தமாய்க் கக்கிச் சாவான். பொம்பிளைகள் ராத்திரிகளில் ஒக்காந்து ஊர்க்கதை உலகக் கதைகளையெல்லாம் பேசுவார்கள்; ஒரு பேச்சாவது முனியசாமி மகிமையைப் பற்றிப் பேசாமல் மகாநாடுகள் முடிவதில்லை. வாய் பார்க்கவரும் நண்டு சுண்டுகளுக்கு அவைகளைக் கேட்டு நெஞ்சுக் குலை நடுங்கும்.

ஒருசமயம் பண்ணந்தையிலிருந்து ஒரு நடுவயது ஆள் மொட்டைவண்டி நிறைய நெல்லை ஏற்றிக்கொண்டு இந்த ஊருக்கு வந்துகொண்டிருந்தான். கோயில் பாதையில் முனி நடமாட்டம் இருக்கும் என்பதைத் தெரியாத ஆள் அண்டை அசலில் உண்டா? சாவடிப் பாதையில் வண்டியை ஒட்டிக்கொண்டு போயிருக்கலாம். சுத்துப்பாதையில் போவானேன் என்று கோயில் பாதையில் ஒட்டிக்கொண்டு வந்தான். கோயில் நெருங்க அருவமா ஏதேதோ தென்படவும் ஆளுக்கு அடிவயிறு கலங்க ஆரம்பித்துவிட்டது. வெரட்டிக்கொண்டு ஓடிவிடலாம் என்று மாட்டு வாலை முறுக்கியிருக்கிறான். நாலு கால் பாய்ச்சலில் வண்டி வந்துகொண்டிருக்கிறது.

ஒரு சொடக்குப் போடும் நேரத்தில் கோயிலைத் தாண்டிவிடலாம். ஆனால் திடீரென்று இரண்டு மாடுகளும் எதையோ பார்த்து மிரண்டு திமிரிப் பூட்டாங் கயிற்றை அறுத்துக்கொண்டு தறிகெட்டு ஊருணிப் பக்கம் ஓடின. வண்டிக்காரன் ஏறிட்டுப் பார்த்தான். மேக்கால் அந்தரத்தில் நிற்கிறது. வண்டியிலிருந்து இறங்கியிருக்கிறான். என்ன பார்த்தானோ ஏது பார்த்தானோ, முழிச்சது முழிச்சபடி வாயிலிருந்து கட்டி கட்டியை ரத்தம் கக்கிக்கிடந்தான்.

கீழ்வீட்டு வள்ளி அம்மாச்சி கண்ணால் பார்த்தது இது. ஒரு நாள் காளாங்கரைப் பக்கம் வெறகு பொறைக்கப் போயிட்டு வரும்போது பொழுது அடையத் தொடங்கிவிட்டது. 'இன்னுந்தான் இருட்டலையே; பொழுது மசமசவென்ற நேரந்தானே; கோயில் பாதையிலே போய்விடலாம்' என்று ஓட்டமும் நடையுமாய் தலையில் விறகுக் கட்டோடு வந்து கொண்டிருந்தாராம். கோயிலுக்கு நேரா வரும்போது 'கறுப்பா' என்னமோ ஒண்ணு வழியை மறைத்திருக்கிறது. இது முனியய்யாதான் என்று வள்ளி அம்மாச்சிக்கு அனுமானம். கும்பிடக்கூடக் கை வரவில்லை. கும்பிட்டிருந்தால் ஒருவேளை அது தன் பாதையில் போயிருக்கும்.

கும்பிடுவோமென்று கையைத் தூக்கினால் கை இரும்பாய்க் கனக்கிறது. எதிரே அது மலைபோல் நிற்கிறது. ஒரு பாக்குக் கடிக்கிற நேரம்தான். சடாலென்று தலை குப்புற விழுந்துவிட்டது அம்மாச்சி. கோயில் காரியமாய் வந்த கூழப்பிள்ளைதான் தூக்கி நிறுத்தி விபூதி பூசிக் கூட்டிவந்தார். பத்து நாள் படுக்கையில் கிடந்து சௌகரியம் ஆனது.

சுருள் காத்து எப்போதாவது சுழற்றிச் சுழற்றி அடிக்கும். புள்ளைகளை அந்தப் பக்கம் போக்கூடாதென்று பொம்பிளைகள் பிடித்து வீட்டிற்குள் நிறுத்திவிடுவார்கள். முனியய்யா வேட்டைக்குப் போய்விட்டுத் திரும்பிவருகிறார் என்று மெதுவான குரலில் சொல்வார்கள்.

மழை 'சோ' வென்று கொட்டும். முனியய்யா எச்சி துப்புகிறார் என்பார்கள் பொம்பிளைகள்.

நடுச்சாமத்தில் தெருத் தெருவாய் நாய்கள் ஓங்கிக் குலைக்கும். திண்ணையில் படுத்துத் தூங்கிக்கொண்டிருப்பார்கள். தூக்கி வாரிப்போட்டு எழுந்து பார்ப்பார்கள். ஆள் நடமாட்டம் இருக்காது முனியய்யாதான் காவல் சுற்றுவருகிறார் என்று சொல்லிக்கொண்டு படுப்பார்கள்.

சின்னஞ் சிறிசுகள் இவற்றைக் கேட்டுக் கேட்டு உடம்பெல்லாம் பயத்தோடு தூங்குவார்கள். அநேகமான பிள்ளைகளின் சொப்பனங்களில் முனியய்யா வானத்திற்கும் பூமிக்கும் கன்னகரேலென்று பெரிய வாய்திறந்து பெரிய பெரிய அரிவாள்களுடன் வருவார். உச்சமான நேரங்களில் முழித்துக்கொள்வார்கள். வெளியில் போய் ஒதுங்கிவிட்டு வர அம்மாக்களை எழுப்பி அழுவார்கள்.

அப்படிப்பட்ட துடியான தெய்வம் கூழுப்பிள்ளை குடும்பம் ஒன்றிற்குத்தான் கட்டுப்பட்டது என்பது எல்லோருக்கும் தெரிந்த விஷயம் கூழுப்பிள்ளையின் வசம்ச பெயரே முனியசாமிதான்.

பரம்பரை பரம்பரையாக அவர்களுக்குப் புஞ்செய் அதிகம். ஆய்க்குடிக் காட்டில் பாதி அவர்களுக்குத்தான். கேப்பைதான் காடு முழுவதிலும் அதிகமாய்க் கண்டு முதலாகும். அநேகமாய் இரண்டு வேளையாவது அவர்கள் வீட்டில் கூழ்தான். இது பழக்கத்தில் ஆகிக் கல்யாண வீடுகளில் வடை பாயாசத்தோடு சாப்பிட்டுவிட்டு வந்தால் கூட வீட்டிற்கு வந்ததும் ஒரு கட்டிக் கூழைக் கரைத்துக் குடித்தால்தான் அந்த வீட்டு ஆள்களுக்கு வயிறு நிறைந்தது போலிருக்கும். ஊரிலேயே அவர்கள் வீட்டு ஆள்களுக்கு மட்டும் நெஞ்சுக்குக் கீழே பானையைச் சாத்தி வைத்ததுபோல் வயிறு இருக்கும். வெகு ஆள்கள் இந்த அதிசயங்களைப் பார்த்துவிட்டுத்தான் கூழுப்பிள்ளை வீடு என்று கூப்பிட ஆரம்பித்தார்கள். ஆனால் யார் என்ன பெயர் வைத்துக் கூப்பிட்டாலும் அவர் பத்திரங்களில் முனியசாமி என்றுதான் எழுதுக் கூட்டிக் கையெழுத்துப் போடுவார்.

முனியசாமியை இங்கே கொண்டுவந்ததே அவர்கள் வீடுதான். கூழுப்பிள்ளையின் தாத்தனுக்குத் தாத்தனுக்குத் தாத்தன் வேட்டையில் மிச்சமான பிரியம் உள்ளவராம். வேட்டையாடிக்கொண்டே போனவர் காட்டுக்குள் பாதை மாறி ஆப்பனூர்க் காட்டுக்கே போய்விட்டாராம். இருட்டில் சுற்றிச் சுற்றி வந்திருக்கிறார். நெருக்கமான காட்டில் வழி புலப்படவில்லை. பசியும் களைப்புமாய் நட்ட நடுக்காட்டில் விழுந்து தூங்கிக்கொண்டிருக்கிறார். பளபளவென்று பொழுது விடியும் நேரத்தில் யாரோ தன்னைத் தொட்டுப் பெயர் சொல்லிக் கூப்பிட்டதுபோல் தோன்றி எழுந்திருந்தார். அப்போதுதான் முனியய்யா அவர் கண்ணுக்குத் தென்பட்டிருக்கிறார்.

மனுஷன் மாதிரியும் இருந்திருக்கிறது. சாமி மாதிரியும் இருந்திருக்கிறது. கண்ணைக் கசக்கிவிட்டுக்கொண்டு தன் கையிலேயே

கந்தர்வன் சிறுகதைகள் 11

கிள்ளிப் பார்த்திருக்கிறார். உத்துப்பார்த்ததில் வந்த உருவத்தின் கால் பூமியில் படவில்லை என்பதைத் தெரிந்துகொண்டார்.

"என்ன பாக்கிறெ. ஏம் பேரு முனியய்யா. காட்டில் அலைஞ்சு அலைஞ்சு சோர்ந்து வருது. இனி எனக்குன்னு ஒரு எடமும் சனமும் வேணும். என்னை ஒரு பச்சைப் பானையில் அடைச்சி ஒன் ஊருக்குக் கொண்டு போ. ஒன் ஊருக்கு ஒரு கொறையும் வராமப் பாத்துக்கிறேன்"னு சொன்னதாம்.

பச்சைப் பானையைத் தலையில் வைத்துக்கொண்டு நடந்து வந்துகொண்டேயிருந்தாராம் அந்த ஆள். பொழுது சாய்கிற நேரம், ஊருணிக்கு நேரே இந்தப் பொட்டலுக்குள் வரும்போது பானைக்குள்ளிருந்து முனியசாமி 'எனக்குத் தண்ணி தவிக்குது. எறக்கிவிடு' என்றதாம். எறக்கி வைத்துவிட்டு ஊருணிக்குள் போய்த் துண்டை தண்ணீரில் நனைத்து எடுத்துவந்து பானைக்குள் பிழிந்து ஊற்றினாராம். தண்ணீரைக் குடித்ததும் முனியசாமி கேட்டதாம் "அந்தா தெரியுதே அதுதானே ஒன் ஊர்"? ஆமா என்றாராம் இந்த ஆள்.

அப்போது முனியசாமி சொன்னதாம், "என்னை இங்கேயே விட்டுவிடு. என் கோலத்தில் எனக்கு ஒரு சிலை வை என் சிலைக்குப் பின்னால் எனக்கொரு அரசமரக் கன்றை ஊன்றி வை. அந்த அரசமரம்தான் எனக்குக் குடையும் கோபுரமும். பின்னால் என் மகிமை தெரிந்து யாரும் எனக்குக் கூரை போட்டுக் கோபுரம் கட்டிப் பிரகாரம் கூட்ட வேண்டாம். நான் நாடு காடெல்லாம் சுற்றித் திரிய வேண்டும். எனக்கு உண்டான பூசை காரியங்களுக்கு நீயும் உன் வம்சமும்தான் பொறுப்பு ஒனக்கும் உன் வம்சத்திற்கும் இனி ஒரு குறையும் இல்லை".

அதன்படி நட்டு வளர்ந்துதான் அந்தப் பெரிய மரம்; வைத்துக் கும்பிடுவதுதான் அந்தப் பெரிய சிலை.

முனியய்யாவின் மகிமை வர வர அக்கம் பக்கமெல்லாம் பரவி தூர தூரத்து நகரங்களிலிருந்தெல்லாம் ஆட்கள் வந்து வழிபட ஆரம்பித்தார்கள் இருபத்தாறு கிராமங்கள் கூடி முனியய்யாவிற்கு எருதுகட்டு எடுத்தார்கள்: மதுக்குடம் தூக்கினார்கள். பொங்கல் வைப்பதும் ஆடு வெட்டுவதும் ஒவ்வொரு சனிக்கிழமையிலும் அமளிப்பட்டு வந்தது. கூழுப்பிள்ளை வம்சத்திற்கும் ஊருக்குள் இதனால் ஒரு மரியாதை இருந்து வந்தது.

ஆனால் கொஞ்ச காலமாகவே நிலைமைகள் ஒழுங்காயில்லை. ஊருக்குள் பஸ் வந்துவிட்டது. பிள்ளைகள் டவுனுக்குப் போய்

படிக்க ஆரம்பித்துவிட்டார்கள். படித்த வெடலைகள் முன்பெல்லாம் மதுரை மெட்ராஸ் என்று வேலைக்குப் போய்க்கொண்டிருந்தார்கள். இப்போது படிக்கிறவர்களுக்கு எந்த எந்த ஊர்ப் ஊர்ப் பக்கமும் வேலை கிடைக்கவில்லையாம், வேலை கிடைக்கவில்லையென்றால் என்ன? பேசாமல் அவன் அப்பன் பாட்டன் இருந்து போல் இருந்து பேசினது போல் பேசி அனுபவித்தது போல் அனுபவித்துச் சாகவேண்டியதுதானே. இப்போது திரிகிற பயல்களுக்கு உடம்பெல்லாம் கிருத்துருவம் எல்லாச் சாதிக்காரப் பயல்களும் சேர்ந்து சங்கம் வைக்கிறான்களாம்.

தொலையட்டும். இந்தப் பயல்கள் சிகரெட் குடிக்கவும் பீடி குடிக்கவும் இந்த ஊரில் ஒதுக்கமாய் ஒரு இடம் கூடவா இல்லாமல் போய்விட்டது? முனியய்யா கோயில் முன்னால் அரசமரத்தடிக் காத்தில் பீடி குடித்தால்தான் பய புள்ளைகளுக்கு சொர்க்கம் தெரியிறதாம்.

கோயில் அரசமரத்தின் அடிமண், மழை அரிப்பில் பெயர்ந்து கிடந்ததைப் பார்க்க கூழுப்பிள்ளை ஒரு நாள் மத்தியானம் கோயில் பக்கம் போனார். இந்த வெட்டிச் சோற்றுக் கூட்டம் மரநிழலில் ராஜாக்கள் மாதிரி உட்கார்ந்திருந்தது. ஒரு கையில் பிடி என்ன மறு கையில் புஸ்தகமென்ன. உலகத்தையே பிடிக்கப் போவதுபோல் சவடால் பேச்சுகளென்ன. பக்கத்தில் தட்டை மட்டுத்தான் நீட்டுவேங்கிற கிறுக்கன் வேறு சீலைப்பேன் பத்தி போய் குறட்டை விட்டுத் தூங்கிக்கொண்டிருக்கிறான். கூழுப்பிள்ளைக்குக் கோபம் வந்தால் சாமி வந்துவிடும். "நாத்தப் பயல்களா. இதை என்ன சாமின்னு நெனைச்சு இங்கே ஒக்காந்து காலித்தனம் பண்றீங்க? அடேய்... அடேய் இது துடியான தெய்வம்டா கண் அவிஞ்சு போகும்டா ஓடுங்கடா" என்றார்.

பட்டாளம் நகரவில்லை. பீடிகளை மறைத்துக்கொண்டு மரியாதையாய் உட்கார்ந்து அவரைப் பார்த்துச் சிரித்தது.

சிரிக்கச் சிரிக்க கூழுப்பிள்ளை கொப்பளித்துப் போனார். "முனியய்யாவையாடா எளப்பமா நெனக்கிறீய மரியாதையாச் சொல்றேன் ஓடிப்போயிருங்க திங்கற வாய்க்கு இனிமே சோறு கெடைக்காது."

பாண்டியாபிள்ளை மகன் பதில் சொல்றான். "எங்களுக்குச் சோறு கெடைக்காமப் போறதிருக்கட்டும். ஓங்களுக்கு ரொம்ப வேண்டியவர்தானே முனியய்யா. ஏன் இன்னும் கூழாக் குடிக்கிறீய? ஒங்களுக்குச் சோறு தரவே ஏழு தலைமொறைக்கும் இதாலெ

முடியலெ, எங்க சோத்தைத்தானா பறிச்சிரும்? ஆய்க்குடியிலெ, மழை பெய்ஞ்சிருக்கு. ஏரைக் கட்டிக்கிட்டு உழகப் போங்க மாமா. அப்பத்தான் கூழாவது ஒழுங்காகக் கெடைக்கும்."

கூழுப்பிள்ளைக்கு உடம்பெல்லாம் கொதிக்க ஆரம்பித்தது. பயல்களை விட்டுவிட்டுப் பக்கத்தில் குறட்டை விட்டுத் தூங்கிக்கொண்டிருந்த கிறுக்கனைப் பார்த்தார். பல்லை நற நறவெனக் கடித்துக்கொண்டே ஒரு சுள்ளியை எடுத்து அதனை இன்ன இடமென்று பாராமல் விளாச ஆரம்பித்தார்.

இப்போதும் அந்தப் பாண்டியாப் பிள்ளை மகன்தான் வந்து கையைப் பிடித்துக்கொள்கிறான். பெரிய மனுஷன் மாதிரி அழுத்தமாய்ச் சொன்னான். "அனாவசியமா அசலூர்க்காரனை அடிக்காதீய"

பிடித்த கையை உதறிவிட்டுக் கிறுக்கனின் அழுக்கு மூட்டை தகர டப்பா எல்லாவற்றையும் எடுத்து, கூழுப்பிள்ளை மூலைக்கு ஒன்றாயெறிந்தார். "இந்தக் கிறுக்கன் இனிமேல இங்கே வந்து படுத்தால் ஒண்ணு முனியய்யா அடிக்கோணும். இல்லெ நான் இவனைக் கொலை பண்ணணும்" என்று சொல்லிக்கொண்டே கை காலை வேகம் வேகமாய் உதறிக்கொண்டு நடந்தார்.

பயல்களோடு நேரடியாக இதற்குமேல் மோதினால் ஊருக்குள் பிரச்சனைகள் வந்துவிடும் என்று கிறுக்கன் மேல் எல்லாவற்றையும் காட்டிவிட்டுப்போனார்.

தூக்கம் கலைந்துபோய், கிறுக்கன் அழுக்கு மூட்டையையும் தகர டப்பாவையும் அலுமினியத் தட்டையும் எடுத்துவந்து தலைமாட்டில் வைத்துக்கொண்டு மறுபடி தூங்க ஆரம்பித்தான். அதுவரை நடந்ததை அப்போதே ஒரு கொட்டாவி விட்டு முடித்துக் குறட்டையும் விட்டபோது 'வெட்டிச் சோறுகள்' ரசித்து சிரித்துவிட்டுக் கிளம்பின.

மறு மறு நாட்களில் வழக்கம்போல் கிறுக்கன் 'கஞ்சீ' என்று வீட்டு வாசல்களுக்கு வருவதும், மற்ற நேரமெல்லாம் முனியய்யா கோயில் அரசமரத்தடியில் தூங்குவதும் நிற்கவில்லை. இளவட்டங்கள் அவனிடம் கூழுப்பிள்ளை பற்றி வேடிக்கையாய் எதாவது கேட்டால் சம்பந்தமில்லாமல் பேசிவிட்டு ஓடிவிடுகிறான். கூழுப்பிள்ளை மட்டும் கையில் கம்போடு அவனை விரட்டி விரட்டிப் பார்த்தார். ஆனால் அவன் வேறு இடத்தில் படுப்பதாக இல்லை; வேறு ஊருக்கும் போவதாக இல்லை.

ஒரு நாள் சாயங்காலம் வடக்கு பக்கமாயிருந்து காற்று பலமாய் ஊருக்குள் வீச ஆரம்பித்தது. முதலில் யாருக்கும் அது

பெரியதாய் தோன்றவில்லை. நேரம் ஆக ஆக காற்று உக்கிரம் அடைந்தது. பிரி போட்டுக் கட்டிய வைக்கோல் படப்புகளும் கூரைகளிலிருந்து ஓலைகளும் லேசாய்ப் பறக்கப் பார்த்தன. வைக்கோல் படப்புக்கு மேல் காற்றுக்கு அணைவாய் வாசல் கல்லைத் தூக்கி ஏற்றிக்கொண்டிருந்தார் கூழுப்பிள்ளை.

கிரந்தையிலிருந்து கோயில் பாதை வழியாய்க் காற்றில் அல்லாடி வந்த ஓர் ஆள் தலைவிரி கோலமாய் அந்நேரம் கத்திக்கொண்டு தெருவில் போனார். "காத்துக்குக் கோயில் அரசமரம் வேரோடு ஆடுது. கீழே அந்தக் கிறுக்கன் படுத்திருக்கான். காத்திலே மரம் விழுந்தால் சாமி என்ன ஆகுமோ. ஆள் என்ன ஆவானோ? எனக்குக் கிட்டப் போகப் பயமாயிருந்திச்சு ரோட்டிலே பாத்துட்டு ஓடியாறேன்."

ஏத்திக்கொண்டிருந்த வாசல் கல்லைக் கீழே போட்டுவிட்டுக் கூழுப்பிள்ளை தார்ப் பாச்சாகக் கட்டிக்கொண்டு கோயிலைப் பார்த்து ஓடினார். அவர் ஓடுவதைப் பார்த்துப் பின்னால் ஆட்கள் திரண்டு காற்றுக்கு மீறி ஓடிவந்தார்கள்.

கோயிலுக்கு சமீபத்தில் முதலில் கூழுப்பிள்ளைதான் வந்துகொண்டிருந்தார். அத்துவானப் பொட்டலில் காற்றை மறிக்க ஒரு சுவரில்லை. கோயிலடி அரசமரத்தைத் தவிர ஒரு செடி கொடியுமில்லை. அரசமரம் வில்லாய் வளைந்து ஆடியது. வேர்ப் பக்கங்கள் விரிந்து வெளியே வந்து கொண்டிருந்தன.

கூழுப்பிள்ளை கண்ணாலேயே பார்த்தார். அந்தக் கிறுக்கன் அப்போதுதான் தூக்கத்திலிருந்து எழுந்து அழுக்கு மூட்டையையும் தகர டப்பாவையும் அலுமினியத் தட்டையும் தூக்கிக்கொண்டு மரத்தடியை விட்டு இருபது அடி நடந்திருப்பான். சட சடவென்று அரசமரம் வேரோடு தூரோடு முனியசாமி சிலை மேல் விழுந்தது. கூழுப்பிள்ளை கிட்டவந்து பதற பதற பார்க்கிறார். சின்னச் சின்னக் கற்களாய்ச் சிலை பரவிக்கிடந்தது. ஊர் ஜனம் கூடிவிட்டது. கூழுப் பிள்ளைக்குக் கண்கள் பொங்கி வந்தன. "கிறுக்கன் தப்பிச்சுட்டான் சாமி போயிருச்சே".

இப்போதும் பாண்டியாப் பிள்ளை மகன்தான் பதில் சொன்னான். "அவன்கிட்ட சீவன் இருந்துச்சு. காத்து ஒறைக்கவும் எந்திரிச்சு நடந்திட்டான்."

காடுவரை

பிணத்தின் மீது விழுந்து பெஞ்சமின் கதறிக்கொண்டிருந்தான். விஜயலெட்சுமி இன்று காலை பதினொரு மணிக்குப் போய்விட்டாள்.

பெஞ்சமின் நிறை மஞ்சளில் சிவப்பு ரேக்குகளுடன் இருப்பான். மீசையில்லாத முகம், கால்களில் காந்தி செருப்புகள். இரண்டிற்கும் நடுவிலுள்ள நிறங்களில் கண்ணைக் குத்தாத பேண்ட், ஷர்ட், சைக்கிள் ஓட்டத் தெரியாது; வேகமாக நடக்கவும் வராது, மாலையில் கைலிகட்டி ஸ்லாக் போட்டு நடக்கையில் பிராமணன் பட்டு வேஷ்டி கட்டி சட்டை போட்டு வருவதுபோல் துல்லிய அழகில் இருக்கும்.

பெஞ்சமின் திருச்சி ரெயில்வே காலனியிலிருந்து கலெக்டர் ஆபீஸ் வேலைக்கு வந்த ஒரு ஆங்கிலோ இந்தியன்.

விஜயலெட்சுமி நிறை சிவப்பில் மஞ்சள் ரேக்குகளுடன் இருந்தாள். பளபளவென்ற முகம். கால்களில் குதி உயர் செருப்புகள், பளிச்சென்ற நிறங்களில் கண்ணைக் குத்தும்படி புடவை ஜாக்கெட் விறுவிறுவென்ற நடை. கலகலப்பாய்ப் பேசுவாள், உடைகள் பறக்க சைக்கிளில் விர் விர் என்று வருவாள்; போவாள். மாலையில் முழு கவனோடு கம்பி கிராதிக்கப்பால் அடுக்களையில் நிற்கும் அவளைப் பார்க்கையில் ஒரு ஆங்கிலோ இந்தியப் பெண் போல் இருக்கும்.

விஜயலெட்சுமி ஸ்ரீரங்கத்திலிருந்து கலெக்டர் ஆபீஸ் வேலைக்கு வந்த ஐயங்கார் பெண்.

பெஞ்சமின் அலுவலகத்தில் ஒருநாளைக்கு எத்தனை வார்த்தைகள் பேசினான் என்பதை சாதாரணமாக எண்ணிவிடலாம். வார்த்தைகள் ரொம்பவும் மெதுவாக வரும். இதனால் அவன் என்ன மொழியில் பேசினான் என்பதை சட்டென்று உணர்ந்துகொள்ள முடியாது.

உண்மையில் எல்லோரும் பேசும் தமிழில்தான் அவனும் பேசினான். அவனைப் பொறுத்தவரை பேசுவதென்பது கடைசிபட்சம்; தவிர்க்கமுடியாதபோது ஒன்றிரண்டு வார்த்தை பேசுவதோடு சரி.

வருவாய்த் துறையின் சட்டத்திட்டங்கள் விதிகளில் அவன் நிபுணன் என்று மாவட்டம் முழுதும் பெயர் வாங்கியிருந்தான். நிலவரிச் சலுகை, மேல் முறையீடுகள், சட்டம் ஒழுங்கு போன்ற மிகவும் முக்கியம் வாய்ந்த சீட்டுகளில்தான் அவனை எப்போதும் உட்கார்த்தி வைப்பார்கள். பத்து நாளைக்கு ஒருமுறை அலுவலகம் சம்பந்தமாய் சென்னைக்குப் போய்வந்துகொண்டிருப்பான். பப்ளிக் பிராஸிக்யூட்டருடன் டிஸ்கஷன், ஹைகோர்ட்டில் ஃபைல் சமர்ப்பிப்பது போன்ற காரியங்கள் பெஞ்சமின் லீவில் இருந்தால் வாய்தா வாங்கப்படும். பெஞ்சமின்தான் அவற்றை நூறு சதம் சரியாய்ச் செய்வான்.

பி.ஏ கூப்பிட்டனுப்பினால் பெஞ்சமின் உள்ளே நுழைவான். குட்மார்னிங் சொன்னது போலிருக்கும். கை மேலே வந்து வணங்கியது போலிருக்கும். வார்த்தை, கை இரண்டையும் கண்டுபிடிப்பதற்குள் மறைந்துவிடும். ஒரு மணிநேரம் பி.ஏ இவனோடு ஒரு ஃபைலை வைத்துக்கொண்டு டிஸ்கஷன் நடத்துவார். பெஞ்சமின் சம்பந்தப்பட்ட அத்தனை விவரங்களையும் சொல்லி முடிப்பான். கேட்டுக்கொண்டிருந்தவர் பதினாலாயிரம் வார்த்தைகள் பேசியிருப்பார். சொல்லிக்கொண்டிருந்தவன் நூறு வார்த்தைகளில் நிறுத்தியிருப்பான், விஜயலெட்சுமி டைப் மெஷின் முன்னால் உட்கார்ந்திருப்பாள். கண்கள் கடிதத்தின் மேலும் டைப் எழுத்துகள் மேலும் போகும். கைகள் மெஷினை வெளுத்துக் கட்டிக்கொண்டிருக்கும். வாய் அதே வேகத்தில் பேசிக்கட்டிக் கொண்டிருக்கும். ஃபேர் காப்பிக்காக அடித்துத் திருத்தி, கொலை கொலையாய் வரும் ட்ராப்ட்களை டைப்பிஸ்ட் பெண்கள் வக்கணை வக்கணையாய்ப் பேசிக்கொண்டே அடிப்பார்கள்.

பெஞ்சமினின் ட்ராப்ட்களும் ஃபேர்காப்பிக்காக வரும். அவன் கையெழுத்து முத்துக்களைச் சேர்த்தது போல் ஒளிரும். பக்கம் பக்கமா எழுதமாட்டான். எது வேண்டுமோ அதுமட்டும் எழுதப்பட்டிருக்கும். அவன் எழுதியதற்கு மேல் சூப்பிரெண்ட் ஒரு வார்த்தை சேர்த்திருப்பார், பி.ஏ. அது அனாவசியமென்று அடித்திருப்பார். சிலவற்றில் பி.ஏ. எதையாவது சேர்த்திருப்பார்; கலெக்டர் அது அனாவசியமென்று அடித்திருப்பார். ஆக பெஞ்சமின் எழுதிய வாசகம் ஒரு பிறழ்ச்சியில்லாமல் டைப்பிற்கு வந்து சேரும்.

பெஞ்சமினுக்கு மேல் உட்கார்ந்திருப்பவர்கள் பெஞ்சமினை சரிபார்க்கவில்லை, பெஞ்சமினிடம் கற்றுக்கொள்கிறார்கள் என்று விஜயலெட்சுமி நினைத்து சிரித்துக்கொள்வாள்.

இவ்வளவிருந்தும் கலெக்டர் ஆபீஸ் பெண்களில் ஒருவர்கூட பெஞ்சமின் பார்ப்பதற்கு ஆண்பிள்ளை என்று நினைத்து லேசாய்க்கூட அவன்முன் புன்னகைத்ததில்லை. அவன் ஆண்பிள்ளை என்றாலும் ஆங்கிலோ இந்தியன் என்ற நினைவே பெண்களை வேறு வேறு பக்கத்திற்குத் துரத்தியது. அலுவலகத்தில் அவன் ஸ்தானம் எவ்வளவு உயர்ந்திருந்தாலும் அவன் பிறந்துவந்த இனப் பழக்கங்களுக்கு வெருண்டுபோய், பெண்கள் அவனிடம் மரியாதை காட்டிவிட்டு விலகிக்கொண்டார்கள்.

விஜயலெட்சுமிக்கு மட்டும் வித்தியாசமான குணம். பெயரே தெரியாத காய் புதிதாய் வந்து மார்கெட்டில் கிடக்கும். பச்சுபச்சென்று முறுக்கு முறுக்குக் காய்களாய் மின்னும். என்னவோ ஏதோ என்று அம்மா வாங்கமாட்டாள்; விஜயலெட்சுமியின் கண்ணும் மனதும் அந்தக் காய்களுக்கருகில் போய்க் காந்தங்களாகிவிடும். இதைக் கூட்டு வைப்பதா, பொரியல் செய்வதா என்று கடைக்காரனிடம் கேட்பாள். "பெங்களூர் பக்கம் இதைப் பொரியல் செய்கிறார்கள்; திருவனந்தபுரத்தில் கூட்டு வைக்கிறார்கள்" என்பான் கடைக்காரன்.

மறுபடி அம்மா வேண்டாமென்பாள், விஜயலெட்சுமிக்குப் பசுமையும் அழகுமாய்க் கிடக்கும் அந்தக் காய்களைப் பார்த்து நாக்கில் நீர் ஊறும் அரை கிலோவாவது அம்மாவை வாங்கவைத்துவிடுவாள்.

புதுசு என்று அவள் எதற்கும் பயந்ததில்லை. புது டிரஸ் புது ஊர், புது ஆட்கள் எல்லாம் அவளுக்கு ரொம்பப் பிடிக்கும்.

திருச்சி ஜங்ஷனிலிருந்து புதுக்கோட்டைக்கு ஆபீஸ் நேர ரயிலில் தினசரி ஒரு பட்டாளம் ஏறும். இரண்டு மணிநேரம் பயணம். ஜன்னல் ஓரத்தில் பெஞ்சமின் உட்கார்ந்திருப்பான். கிழங்கள் மகன் வேலை, மகள் கல்யாணம் பற்றிப் பேசிக்கொண்டு வருவார்கள். நடுவயசுகள் முந்திய நாள் ஆபீஸ் விவகாரங்களை அள்ளிவிட்டுக்கொண்டு வருவார்கள். ஆபீஸ் புதுசுகள் அரசாங்க சட்டவிதிகளின்படி தாங்கள் நீளநீளமாய் ட்ராப்ட்கள் எழுதியது பற்றித் தம்பட்டம் அடிப்பார்கள். புதிய சினிமா பற்றி, புதிய புடவை, பத்திரிகையில் வந்த புதிய கதைப் பற்றி விஜயலெட்சுமி இரண்டு கரையும் நிறைந்து ஓடும் ஆற்றுத் தண்ணீர் போல் சலசலவென்று பேசிக்கொண்டிருப்பாள். பெஞ்சமின் எதுவும் பேசமாட்டான். ஏற்கனவே படித்ததற்கான அடையாளம் தெரியும். சின்ன சின்னக்

கசங்கோளோடு 'எக்ஸ்பிரஸ்' மடித்தபடி கையில் இருக்கும். யாராவது கேட்பார்கள்; கொடுத்துவிட்டு ஜன்னல் வழியாய் வெளியே பார்க்கத் துவங்கிவிடுவான். விஜயலெட்சுமி ஜன்னலைப் பார்க்கும்போதெல்லாம் பெஞ்சமினையும் பார்த்தாள். பெஞ்சமின் வழியாக மண்ணையும், மரத்தையும் பார்த்துக்கொண்டிருந்தான். விஜயலெட்சுமியோடு ஏராளமான ஆண்கள் ரயிலில் வலியப் பேசினார்கள். எல்லார் கூடவும் விஜயலெட்சுமி ஏராளமாய்ப் பேசுவாள். ஆனால் பார்வை மட்டும் வர வர பெஞ்சமின் மீதே விழுந்துகொண்டிருந்தது. பெஞ்சமின் எப்போதாவது ஜன்னலிலிருந்து பார்வையை விலக்குவான். விஜயலெட்சுமி பளிச்சென்று ஆயிரம் அழகுகளோடு உட்கார்ந்திருப்பாள்.

தன்னைத் திரும்பிக்கூடப் பார்க்கத் தோணாத அந்த ஆண்பிள்ளையின் மீது அவளுக்குக் கோபம் தோன்றியதோ, வஞ்சம் வந்ததோ. இது இரண்டும் இல்லாவிட்டால் இப்படியும் ஓர் ஆண்பிள்ளை ரயிலில் உட்கார்ந்து ஜன்னலைப் பார்ப்பது. ஆபிசில் உட்கார்ந்து ஃபைல்களைப் பார்ப்பது என்று என்னவோ போல் கிடக்கிறானே என்பதால் பரிவு வந்ததோ. அடிக்கடி பெஞ்சமினின் செக்ஷனுக்குப் போய்வர ஆரம்பித்தாள். ரயிலில் தினமும் அவனிடம், 'எக்ஸ்பிரஸ்' கேட்டு வாங்கினாள்.

ஆபிஸ் ஆண்கள் எல்லோருக்கும் பற்கள் ஆரோக்கியமாயில்லை என்று விஜயலெட்சுமி மற்ற டைப்பிஸ்ட் பெண்களிடம் சிரித்துக்கொண்டே சொல்வதுண்டு. எல்லா ஆண்களும் அவள் முன் பல்லைக்காட்டி இருக்கிறார்கள். அவள்முன் வாயைக் கூடத் திறக்காத பெஞ்சமின் முன் அவள் பற்கள் அடிக்கடி தெரிய ஆரம்பித்தன.

பெஞ்சமினுக்கு முதலில் இதெல்லாம் ஆச்சரியமாயிருந்தது. ஞாயிற்றுக்கிழமைகளில் சர்ச்சிற்கு ஏராளமாய் இவன் இனத்துப் பெண்கள் வருவார்கள். இளவயசுப் பையன்கள் விதம் விதமாய் உடை உடுத்தி ஒரேயடியாய் இறுக்கிப் பிடித்தபடி, தொளதொளவென்று தரையைப் பரவியபடி வருவார்கள். உற்றுப்பார்க்கும்படி ஒவ்வொரு பெண்ணும் உடுத்திவரும்.

இவன் எப்போதும் அணியும் இரண்டுங்கெட்டான் நிறத்தில் உடுத்தி, காந்தி செருப்புகளில் போயிருப்பான். பிரார்த்தனை முடிந்ததும் காம்பவுண்டுக்குள்ளும் சாலை ஓரங்களிலும் மரத்தடிகளிலும் ஆண்பிள்ளைகள் அளந்துவிடுவார்கள். அவைகளைக் காதுகளால் கேட்டால் போதாதென்று பெண்பிள்ளைகள் வாய்களைத் திறந்து கேட்பார்கள். கைகோத்து நடப்பார்கள். அந்த ஆண்கள்

சொல்லும் அற்ப சொற்ப விஷயங்களுக்கெல்லாம் பெண்பிள்ளைகள் குலுங்கிக் குலுங்கிச் சிரிப்பார்கள். அந்த ஆண்களில் யாரும் நிலவரிச் சட்டங்கள், மாவட்ட சட்டம் ஒழுங்கு இவற்றில் நிபுணர்களல்ல. இருந்தும் அவர்கள் அளந்துவிட்டார்கள்.

பொய்களை நினைத்துக்கொண்டும், பொய்களைப் பேசிக்கொண்டும் செல்பவர்களே காதலிக்கிறார்கள் என்று பலரையும் பார்த்து இவன் ஒரு முடிவிற்கு வந்திருந்தான்.

அதிகமாய் அலட்டிக்கொள்பவர்களுக்கே காதல் கீதெலல்லாம் சாத்தியம் என்று நினைத்துக்கொண்டிருந்தான். தன்னுடைய குணங்களைக்கொண்டு தன் இனத்தில் ஒரு பங்கரைப் பெண்ணைக் கூடத் தன்னால் கவரமுடியாது என்பது எப்போதும் அவன் எண்ணமாயிருந்தது. இப்போது விஜயலெட்சுமி சிரித்ததும் அவனுக்குள் கிடந்த என்னென்னவெல்லாமோ ஒன்றுசேர ஆரம்பித்தன.

ஆரம்பத்தில் ரெவினியூ இலாகாவின் பிரிஸ்ட்டிஜோடுதான் விஜயலெட்சுமியைக் காதலிக்கத் தொடங்கினான். சளாபுளா பேச்சு கிடையாது. சாயங்கால உலா கிடையாது; ஒரு கணப்பார்வையில், ஒரு சிறு நெருக்கத்தில் காதலைக் காண்பித்தான். நாளாக ஆக அவை வடிவம் மாறின. விஜயலெட்சுமி இவனை போதைப்படுத்தினாள்; ஆகாயத்திற்கும் பூமிக்கும் தீமூட்டினாள்.

ஒரு நாள் இங்கிலீஷில் அவளைப் பற்றி ஒரு கவிதை எழுதினான். அப்புறம் அப்புறம் அநேக கவிதைகளை எழுதிக்குவித்தான்.

தேவதையே
உன் விரல்களைத் தேடி
நான் தவித்திருக்க
இரும்பாலான இயந்திரத்தை
ஏன் இப்போது
ஸ்பரிசிக்கிறாய்?
ரோஜாப்பூவிற்கு
டைப் மிஷின் முன்னால்
என்ன வேலையோ?
என் இதயம் அல்லவா
அது இருக்க வேண்டிய இடம்!

இப்படி ஏராளமாய் பேப்பர்களில் எழுதி ட்ராயரில் அழுக்கினான். மிகுந்த நெருக்கத்திற்குப் பிறகு ஒரு நாள் அள்ளி அவற்றை

விஜயலெட்சுமியிடம் கொடுத்தான் இதற்காக விஜயலெட்சுமி நாலு வருஷங்கள் காத்திருந்தாள்.

பெஞ்சமினின் இங்கிலீஷ் கவிதைகளை வாங்கி வைத்துக் கொண்டு இரவெல்லாம் படித்தாள். அதிகமான வார்த்தைகளுக்கு டிக்ஷனரியிலிருந்துதான் அர்த்தம் தெரிந்தாள். மறுநாள் கொண்டுவந்து மேசையில் பரப்பி வைத்துக்கொண்டு ஒவ்வொன்றாக டைப் அடித்தாள். அன்று ஃபேர் காப்பிக்காக அவள் பங்கிற்கு வந்த ட்ராப்களையெல்லாம் பக்கத்துப் பக்கத்துப் பெண்களிடம் தள்ளிவிட்டாள். பொறுத்துப் பொறுத்துப் பார்த்துவிட்டு பக்கத்துப் பெண்கள் என்ன டைப் ஆகிறதென்று எட்டிப் பார்த்தார்கள். அவர்களுக்குக் கொஞ்சம்தான் புரிந்தது, யூகம் அதிகமாயிருந்தது. புரிந்த கொஞ்சத்தையும் அதிக யூகத்தையும் காண்டன், தெரு, திண்ணை, ரயிலடி, பஸ்டாண்டு என எங்கும். ஊதிவிட்டார்கள்.

விஜயலெட்சுமி இதைப் பேசுகிறவர்களோடு மல்லுக்கு நிற்கவில்லை. குழந்தைகளைப் பார்ப்பதுபோல் அவர்களைப் பார்த்தாள். ஸ்டேஷனில் இறங்கி சைக்கிள் ஏறி விர் விர் என்று எல்லோர்க்கும் முன் பறந்துகொண்டு சென்றவள், சைக்கிளை உருட்டிக்கொண்டு பெஞ்சமினுடன் பேசிக்கொண்டும் சிரித்துக்கொண்டும் நடந்தே ஆபீஸ் வந்தாள். ஆகக் கடைசியாய் ஆபீஸ் வருவது விஜயலெட்சுமி என்றானது; கூட பெஞ்சமின்.

ஆபீஸ் வேலைகளிலேயே வெகுகாலமாய் வறண்டுபோயிருந்த பெஞ்சமினுக்கு ஒரு ஜீவநதி கரையோரத்தில் திடீரென்று வந்துபோலாயிற்று. பால்ய காலம், படித்த காலம் எல்லாம் மறந்துபோய் தான் பிறந்திருப்பதே இப்போதுதான் என்று எண்ண ஆரம்பித்தான். விஜயலெட்சுமி பேசினால், சைகை காட்டினால் அவனுக்கு சட்டென்று புரிந்தது. ஆபீஸ் ஃபைல்களிலிருந்த எழுத்துகள், அடுத்த நபர்கள் பேசியவை இவையெல்லாம் புரிய ஒவ்வொரு தடவையும் அவனுக்கு வெகுநேரமாயிற்று. செடிகள், பூக்கள், வானம் இவையெல்லாம் திடீரென்று அவனுக்கு வசீகரமாய்த் தோன்றின. தூக்கத்தின் நடுவே அவன் நிறைய ஷேக்ஸ்பியர் பேசுவதாய் அம்மா விடிந்ததும் சொன்னாள்.

மஞ்சளாயிருக்கும் ஒரு பையனோடு விஜயலெட்சுமி அலைகிறாள் என்று கேள்விப்பட்டதும் அவள் அம்மா ஜாடைமாடையாக அவளிடம் அதைப் பற்றிப் பேசிப்பார்த்தாள். ஏதாவது பிராமண பையனாயிருப்பான் என்று எச்சரிப்பில் கொஞ்சம் அசட்டையிருந்தது. அவன் ஒரு ஆங்கிலோ இந்தியன் என்று

தெரிந்ததும் கடைசித் தம்பிகூட வரிந்து கட்டிக்கொண்டு சண்டைக்கு வந்தான். விஜயலெட்சுமி எதிர்ச் சண்டைக்கு நிற்கவில்லை. சிரித்தும் ஜோக்கடித்தும் சமாளிக்கப் பார்த்தாள்.

பெஞ்சமினின் அம்மா பெஞ்சமினைக் கொச்சையான இங்கிலீஷில் கண்டபடி திட்டினாள். இரவு எட்டு மணிக்கு சாராயக்கடைக்கு அம்மா ஆள் அனுப்பும்போது அவன் வீட்டைவிட்டு வெளியே கிளம்பினான். இல்லையென்றால் குடித்ததும் சட்டையைக் கிழிக்க வருவாள். ராத்திரி அகால நேரங்களில் விஜயலெட்சுமி வீடு இருக்கும் ஸ்ரீரங்கம் அக்கராகாரப் பகுதிகளில் அலைந்துதிரிந்தான். இவன் அலைந்து திரிந்த ஆயிரம் தடவைகளில் விஜயலெட்சுமி எப்போதாவது ஒருமுறை ரேழியில் அரைகுறையாய் உருவம் தெரிய வீட்டிற்குள் புழங்கியிருப்பாள். ஒருமுறை மின்னல் போல் வாசல் நடைப்பக்கம் தெரிந்தாள். இவன் அந்த நேரங்களில் ஆடிப்போவான். அன்றைக்கு சாயங்காலம் வரை ஆபீஸில் பார்த்ததுே. இருட்டி வெகுநேரம் வரை ரயிலடியில் பேசியது எல்லாம் பத்து வருஷத்திற்கு முன் நடந்ததுபோல் தெரியும்.

அவனுக்கு வீட்டிற்குள் படுக்கப் பிடிக்கவில்லை. அந்த காலத்து கேம்ப் கட்டில் ஒரு மூலையில் சுற்றிக்கட்டி வைக்கப்பட்டிருந்ததை தூசி தட்டி எடுத்துவந்து வெளியே போட்டான். இரவு வெகுநேரம் வரை நட்சத்திரங்களை எண்ணினான். பொதி பொதியாய் மேகம் ஏன் அலைகிறது என்று யோசித்தான். விஜயலெட்சுமியை நட்சத்திரமாக்கினான்; தன்னை மேகமாக்கினான். தொடர்ந்து நடுச்சாமம் வரை கற்பனையும் பெருமூச்சுமாய்க் கிடந்தான்.

காலையில் ரயில் வரும் நேரத்திற்கு ஒரு மணி முன்பாகப் போய் ஸ்டேஷனில் காத்திருந்தான். எதையாவது வெறித்துக்கொண்டு ஐந்து நிமிடம், பத்து நிமிடம் என்று பார்த்துக்கொண்டேயிருந்தான். ஆயிரக்கணக்கான ஆண்டுகளாய்ப் பற்றி வந்துகொண்டிருக்கும் இந்தக் கிறுக்கு, லட்சத்தில் ஒருவருக்குத்தான் இவ்வளவு தீவிரமாய்ப் பிடித்துக்கொள்கிறது. பெஞ்சமின் அந்த ஒருவனாகத் திரிந்தான்.

பெஞ்சமினின் நண்பர்கள் கச்சை கட்டிக்கொண்டு உதவிக்கு வந்தார்கள். ஆபீஸ் போவதாய் ரயிலேறி வந்த விஜயலெட்சுமியும், பெஞ்சமினும் ஒருநாள் நேராய் ரிஜிஸ்டரர் ஆபீசிற்குள் நுழைந்தார்கள். ஆபீஸிலிருந்து ஒரு பட்டாளம் வந்து நான், நீயென்று போட்டி போட்டுக்கொண்டு சாட்சி கையெழுத்துகளைப் போட்டது. குடித்தனம், தேனிலவு எல்லாம் காலனி வீட்டில்தான்.

விஜயலெட்சுமிக்கு நேற்று ராத்திரி ஒருமணி சுமாரில் இடுப்பு வலித்தது. பெஞ்சமின் காலனியிலிருந்து ஒரு மைல் நடந்துபோய் சைக்கிள் ரிக்ஷாவை அழைத்துவந்தான். பெண்கள் ஆஸ்பத்திரிப் பிரசவ வார்டில் ஒன்றரை மணிக்கு விஜயலெட்சுமி சேர்க்கப்பட்டாள்.

இன்று பகல் பன்னிரண்டு மணிக்கு ஆஸ்பத்திரி ஆம்புலன்ஸிலிருந்து விஜயலெட்சுமியின் பிரேதம் காலனியில் இறங்கியது. பெஞ்சமின் கதறிக் கதறி விழுந்து கொண்டிருந்தான்.

பிரேதம் வீட்டு ஹாலில் கிடத்தப்பட்டிருந்தது. குழந்தையை எடுக்கமுடியவில்லை. வயிறு ஊதியிருந்தது. 'இன்னும் பத்து நிமிஷம் தூங்கிவிட்டு எழுந்துவிடுவேன்' என்பது போல் விஜயலெட்சுமி படுத்திருந்தாள். நூறு பெண்களின் தைரியத்தை ஒரே பெண் கொண்டிருந்தாள். நூறு வாய்ப்பேச்சை ஒரு வாயில் அவசரம் அவசரமாய்ப் பேசிவிட்டு வாயை மூடிக்கொண்டாள்.

மரணம் சகஜமானது; ஆனால் திடுக்கென்று பிடித்து நிறுத்தும் ஆச்சரியம்.

ஸ்டவ்களை அணைக்கவில்லை: கதவுகளைப் பூட்டவில்லை: பெண்கள் அலறி அடித்துக்கொண்டு ஓடினார்கள். அரக்கப் பறக்க பெஞ்சமினின் வீட்டிற்குள் நுழைவதும் முந்தானையில் கண்களைத் துடைத்துக்கொண்டு வெளியே வருவதுமாயிருந்தார்கள். கிருஷ்ணமூர்த்தி அம்மா வாயிலும் வயிற்றிலும் அடித்துக்கொண்டு மூலையில் ஓவென்று அழுதுகொண்டிருந்தாள். கிருஷ்ணமூர்த்தியும் பெஞ்சமினும் ரொம்ப நெருக்கம். முந்தா நாள் விஜயலெட்சுமி கிருஷ்ணமூர்த்தி அம்மாவிடம் மாங்காய் ஊறுகாய் கேட்டு வந்தாள். வெறும் ஊறுகாய் தரமாட்டேன். எங்காத்துல நீ சாப்பிட்டு ஒரு மாசத்துக்கு மேலாச்சு. ஒக்கார், ஒக்கார்' என்று வயிற்றுப் பிள்ளைக்காரிக்குப் பக்கத்தில் உட்கார்ந்து பரிமாறினாள். அதையெல்லாம் சொல்லிச் சொல்லி அழுதுகொண்டிருந்தாள்.

பெஞ்சமின் அரைப் பைத்தியமாய் விஜயலெட்சுமியின் உடலைக் கொஞ்சிக்கொண்டும், அழுதுகொண்டுமிருந்தான்.

வீட்டிற்கு வெளியே கூட்டம் ஆபீஸ் ஆள்கள் அதிகரித்துக் கொண்டிருந்தது. பெஞ்சமினின் செக்ஷூன் சூப்பரெண்ட் வந்தார். நாலைந்து தாசில்தார்கள் வந்தார்கள். 'கலெக்டர் வருவார்' என்று வந்தவர்கள் மத்தியில் சர்ச்சையும், சந்தேகமும் கிளம்பியது. அனுபவமான ஓர் ஆள் சர்ச்சைக்கு முற்றுப்புள்ளி வைத்தார், "டிபுடி கலெக்டர் ரேங்கில் செத்தால்தான் கலெக்டர் வருவார். செத்தது.

ஆஃப்டர் ஆல் ஒரு டைப்பிஸ்ட். உங்கள் யாருக்கும் சந்தேகம் வேண்டாம்; கலெக்டர் வரமாட்டார்."

சங்கத்திலிருந்து நாலைந்து பேர் வந்து ஒரு பெரிய ரோஜாப்பூ மாலையை வைத்துவிட்டு மௌனமாய் நின்றுவிட்டு வெளியே வந்தார்கள் செயலாளர் ஐநூறு ரூபாய் கொண்டுவந்திருந்தார். யாரிடம் கொடுப்பது என்று தெரியவில்லை. விக்கலும் அழுகையுமாய் நின்றவர்களிடம் பேச்சுக் கொடுத்துப் பார்த்தார். ஒன்றும் புலப்பட்டு வரவில்லை தானே நின்று எல்லாவற்றையும் கவனிக்க வேண்டியுள்ளது என்று தெரிந்ததும் மளமளவென்று வேலைகளை ஆரம்பித்தார். சங்கத்தின் மற்ற முக்கிய ஆட்களோடு பேசிவிட்டு சொந்தக்காரர்களின் முகவரிகளை வாங்க பெஞ்சமினிடம் போனார்.

பெஞ்சமின் "என் விஜயாவிற்கு ஒடிக்கோலன் வாங்கி வாருங்கள். என் விஜயாவிற்கு சென்ட் வாங்கி வாருங்கள், என் விஜயாவிற்கு ம்யுசிக் போடுங்கள்" என்று இங்கிலீஷில் சொல்லிக்கொண்டிருந்தான். செயலாளரைத் திரும்பிப்பார்க்கவில்லை. பேனாவையும் பேப்பரையும் வைத்துக்கொண்டு அவன் பக்கத்தில் உட்கார்ந்து மெல்ல மெல்லப் பேசி பெஞ்சமின் அம்மா, விஜயலெட்சுமி அப்பா வீட்டு முகவரிகளைச் செயலாளர் சிரமப்பட்டு வாங்கி வந்தார். தந்திகள் கொடுக்க ஆளனுப்பினார்.

அடுத்து மயானத்திற்கு ஆள் சொல்லிவிட வேண்டும். எந்த மயானத்தில் ஏற்பாடு பண்ணுவது என்பதில் செயலாளர் குழம்பிப் போனார். பெஞ்சமினிடம் மெல்ல வந்தார்.

பெஞ்சமின் "உனக்கு மேரிவிஜயா என்று பெயர் வைத்தேனே. கிறிஸ்து ஏன் உன்னை இவ்வளவு அவசரமாயெடுத்துக் கொண்டார்? என் அன்பே சொல் என் கண்ணே சொல்" என்று இங்கிலீஷில் அழுதுகொண்டிருந்தான்.

செயலாளர் வெளியே வந்தார். பொருளாளரை அழைத்து, "ஆர்.ஸி.சர்ச் முறைப்படிதான் அடக்கம் நடக்க வேண்டும் போலிருக்கிறது. நீ 'சர்ச்'சுக்குப் போய் என்னென்ன செய்ய வேண்டுமென்று கேட்டு வா" என்று அனுப்பினார்.

இந்தச் சத்தம் காதில் விழுந்ததோ, இல்லையோ உள்ளே மூலையில் அழுதுகொண்டிருந்த கிருஷ்ணமூர்த்தி அம்மாவுக்கு குமட்டிக்கொண்டு வந்தது. வெளியே வந்து கிருஷ்ணமூர்த்தியை அழைத்தாள், "ஏண்டா ஸ்ரீரங்கத்திலே விசேஷமான குடும்பம்டா இவ குடும்பம். உசிராயிருந்தப்பத்தான் அலங்கோலமாப் போனா.

இப்போ பொணத்தையும் கொண்டுபோய் சர்ச்சிலெ வெச்சி அலங்கோலமாக்கணுமாடா" என்று அழுதுகொண்டே கேட்டாள்.

"அதெல்லாம் அவா அவா இஷ்டம். நீ போய் ஒன் வேலையைப் பாரு" என்று கிருஷ்ணமூர்த்தி கத்தினான்.

"நான் போறேனப்பா. எனக்கு இதையெல்லாம் பார்க்க சகிக்காது. நான் போறேனப்பா நான் போறேனப்பா" என்று சொல்லிக்கொண்டே அடுத்த ப்ளாக்கில் இருந்த அவள் வீட்டிற்குப் போனாள். விஜயலெட்சுமிக்கு ரொம்ப வேண்டியவர்களென்று இப்போது பெஞ்சமினைத் தவிர வேறு யாரும் பிணத்தருகில் இல்லை. பெண்கள் வருவதும் சற்றுநேரம் உட்கார்வதும், வெளியே போய் மரத்தடிகளில் கூடி நின்று பேசுவதுமாயிருந்தார்கள்.

ஐந்து மணி இருக்கும் ஒரு ஆட்டோ வந்து நின்றது. இரண்டு பெண்கள் தலைநிறைய பூ வைத்து பவுடர் பூச்சுக் கலையாமல் வந்துஇறங்கினார்கள். விஜயலெட்சுமி அம்மாவும் விஜயலெட்சுமி தங்கையுமாம். உள்ளேயிருந்த பெண்கள் வருவது யாரென்று தெரிந்ததும் துக்கம் தொண்டை அடைக்க விம்மத் தொடங்கினார்கள். வந்த இருவர் முகங்களிலும் பெரிய மாதிரி கவலை இல்லை.

"நீ ரெண்டு வருஷத்துக்கு முந்தியே செத்துப் போயிட்டெடி. இப்பத்தான் எல்லோருக்கும் தெரிஞ்சிருக்கு," என்று அம்மாக்காரி சத்தம் போட்டாள். தங்கைக்காரி உட்காரக்கூட இல்லை. "இங்கே டெலிபோன் எக்ஸ்சேஞ் எங்கே இருக்கு?. என் அண்ணாவுக்கு ஃபோன் பண்ணணும்" என்று கேட்டுக்கொண்டே வெளியே வந்துவிட்டாள்.

அம்மாக்காரி சிறிதுநேரம் உடலருகில் உட்கார்ந்தாள். வெளியேயிருந்து சின்ன மகள் கூப்பிடும் சத்தம் கேட்டதும் உதட்டை ஒருமுறை கடித்துவிட்டுக்கொண்டே வெளியே வந்தாள். ஆட்டோ காத்திருந்தது. இருவரும் ஏறிப்போய் விட்டார்கள்.

மரத்தடியில் கூடிநின்ற பெண்கள் அம்மாக்காரியும் மகள்காரியும் வந்த பவிசையும், போன பவிசையும் பற்றிப் பேசிக்கொண்டிருந்தார்கள். வீட்டை விட்டு வெளியே வந்தாளே விஜயலெட்சுமி, மறுபடி அவள் வீட்டிற்குள் போகவில்லையே தவிர இப்போது வந்த தங்கைக்காரி மாதா மாதம் சம்பளம் நாளன்று வந்து விஜயலெட்சுமியிடம் நூறு இருநூறென்று பற்றிக்கொள்ளாமல் போனதில்லையாம். விஜயலெட்சுமியோடு கொஞ்சம் நெருங்கி பழகிய பெண் ஒருத்தி சொல்லிக்கொண்டிருந்தாள்.

கந்தர்வன் சிறுகதைகள்   25

ஆறு மணியாயிற்று. இன்னும் பெஞ்சமின் வீட்டிலிருந்து ஆள் யாரும் வரவில்லை. செத்தது ரெட்டை உயிர்கள். வயிறு வீங்கி உயரமாகிக்கொண்டிருந்தது. பிணத்தின் மூக்கிலிருந்து ரத்தம் வழிந்தது. பெஞ்சின் பஞ்சை எடுத்து அடைத்தான்; எறும்புகளை விரட்டினான்; கர்ச்சிப்பால் விசிறிவிட்டான்; தனியாய் அழுதுகொண்டிருந்தான்.

பாதிரியாருக்கு ஆள் போய் சொல்லிவிட்டு வந்தார். வண்டிக்கு ஏற்பாடு செய்தாகிவிட்டது. தச்சர் வந்து அளவெடுத்துப் பெட்டி செய்துகொண்டிருந்தார். மரப்பிளாச்சுகளில் சிலுவை ஒன்று தயாராகிக் கொண்டிருந்தது. சங்கத்து ஆட்கள் அங்கும், இங்கும் அலைந்து கொண்டிருந்தார்கள்.

வெளியே இருந்த ஆட்களுக்கு நேரம் கஷ்டப்பட்டுக் கழிந்து கொண்டிருந்தது. பொறுமை மெல்ல மெல்லக் கரைத்துக்கொண்டிருந்தது. பொழுதும் நன்றாக இருட்டிவந்து கொண்டிருந்தது. உள்ளே பிணத்தின் வயிறு எந்த நேரமும் சேதமாகிவிடலாம் என்ற நிலைமைக்கு ஊதிக்கொண்டு போனது. பெஞ்சமின் வீட்டிலிருந்து இன்னும் ஆட்கள் வரவில்லை. பிணம் மயானத்திற்குப் போகும் முன்பே கிருஷ்ணமூர்த்தி அம்மா குளித்துவிட்டு மடியாகிவிட்டாள்.

"விஜயான்னா எனக்கு உசிராச்சே; விஜயான்னா எனக்கு கரும்பாச்சே; அவளைப் பாக்காமெ எனக்கு ஒரு நாளும் தூக்கம் வராதே" என்று ஆரம்பத்தில் புலம்பியவள், பெட்டி செய்வதையும் சிலுவை செய்வதையும் சகிக்க முடியாமல் விஜயலெட்சுமியின் பிணம் என்னவாவது ஆகட்டும் என்று குளித்துமுடித்து ஃபேனுக்கடியில் தலையை உலர்த்திக்கொண்டிருந்தாள்.

ஒன்பது மணிக்கு இரண்டு ஆங்கிலோ இந்தியர்கள் ஒரு ரிக்ஷாவில் வந்துஇறங்கினார்கள். பெஞ்சமினின் அண்ணனும், தம்பியுமாம். 'வேர் இஸ் மம்மி? வேர் இஸ் மம்மி?' என்று அவர்களைப் பார்த்து கத்தி அழுதான் பெஞ்சமின். 'அம்மா வராமல் விஜயாவை அனுப்ப மாட்டேன்' என்று விஜயாவின் உடலைக் கட்டிப்பிடித்து கொண்டான்.

பெஞ்சமின் அம்மா ஏன் வரவில்லை என்று யாருக்கும் புரியவில்லை. வந்தவர்களை வெளியே அழைத்துப்போய் எவ்வளவோ கேட்டுப் பார்த்தும் ஒழுங்காய் ஒரு பதிலில்லை. செயலாளர் ஒரு டாக்ஸி கொண்டுவரச் சொன்னார். பொருளாளரையும் பெஞ்சமினின் அண்ணனையும் அதில் ஏற்றினார். "போக ஒரு மணி நேரம் வர ஒரு மணி நேரம். பதினொரு மணிக்குள் அம்மாவைக் கூட்டிக்கொண்டு

வந்துவிடுங்கள். பாதிரியார் சர்ச்சிலேயே படுத்திருப்பார். பன்னிரண்டு மணிக்குள் அடக்கம் நடந்தாக வேண்டும். சீக்கிரம் வண்டியைக் கிளப்பு" என்று தள்ளிவிட்டார்.

ஒரு பெட்ரோமாக்ஸ் விளக்கு மங்குவதும் பிரகாசமாவதுமாய் வெளியே எரிந்துகொண்டிருந்தது. மதியம் இருந்த கூட்டத்தில் கால்வாசி பேர் பெஞ்சுகளிலும், சாலையிலும் தூங்கி வழிந்தார்கள்.

பெஞ்சமின் மட்டும் விஜயலெட்சுமியின் உடலோடு தனிமையில் பேசிக்கொண்டிருந்தான். நடுநடுவே உடலில், கன்னத்தில் வாயில் முத்தமிட்டுக்கொண்டே அழுதான். அவனைத் தணிக்க யாராலும் முடியவில்லை.

காலனியில் எல்லோர் வீடுகளிலும் விளக்குகள் எரிந்து கொண்டிருந்தன. கிருஷ்ணமூர்த்தி வீடு மட்டும் இருளோவென்று கிடந்தது. "மாமி படுத்திருப்பாள்" என்று பெண்கள் கிசுகிசுத்தார்கள்.

பன்னிரண்டு மணி சுமாருக்கு போன டாக்சி வந்து இரண்டு வயதான கிழவிகள், இரண்டு நடுத்தர வயதுப் பெண்கள் கவுன்களோடு, மூன்று ஆண்கள் பூட்ஸ் கால்களோடு இறங்கினார்கள்.

எல்லோர் வாய்களிலும் சாராயவாடை. இங்கிலீஷில் கத்திக்கொண்டு, ஆடிக்கொண்டு அழுதுகொண்டு ஒரே கலாட்டா.

ஒருவழியாய் விஜயலெட்சுமியின் உடலைப் பெட்டியில் வைத்து வண்டியிலேற்றும் பொழுது மரங்களில் அடைந்திருந்த பறவைகள் எழுந்து சத்தம் கொடுத்துக் கொண்டிருந்தன.

வந்திறங்கிய ஆங்கிலோ இந்தியர்களின் வாய் சாராய வாடை மயானமெங்கும் நிறைந்திருந்தது. பெட்டியைத் இறக்கி முடியதும் ஒரு ஆங்கிலோ இந்தியர் அழுதுகொண்டே சிகரெட் பெட்டியைத் திறந்தார். மூன்று, நான்கு பேர் பெஞ்சமின் சொந்தக்காரர்கள் விம்மல்களுக்கிடையே சிகரெட்களைப் பற்றவைத்தார்கள். ஒருவன் சிலுவையை வாங்கி பிணமேட்டில் ஏறினான். நிறைந்த போதையில் தள்ளாடினான். சிலுவையின் இரண்டு பக்கங்களையும் பிடித்து அழுத்தி ஊன்றப்போனான். சிலுவையின் ஒரு கை ஒடிந்து விழுந்தது. பெஞ்சமின் மேலும் அழுது விழுந்தான்.

காலனி ஆட்கள் வீடு வந்துசேர வெகுநேரமாகி விட்டது. கிருஷ்ணமூர்த்தி வீட்டிற்குப் போய்க் கதவைத் தட்டினான், கிருஷ்ணமூர்த்தி அம்மா நிறை தூக்கத்திலிருந்து வந்து கதவைத் திறந்தாள்.

கதை

மரியம்மா டீச்சர் வீடு ஒன்றுதான் இந்த ஊரிலேயே வேதக்கார வீடு. டீச்சருக்கு இது ஒன்றும் சொந்த ஊரில்லை. பக்கமாயிருக்கும் கிடாரத்திலிருந்து பெரிய ஸாரும் மரியம்மா டீச்சரும் புருஷன் பெஞ்சாதியாய் இங்கு வேலைக்கு வந்தவர்கள்தான். கிடாரம் ஊரே வேதக்கார ஊராம். பெரிய ஸாருக்கு அவ்வளவாய் வேதக்கார வழக்கமெல்லாம் பிடிக்காது, இந்த ஆள்களா உள்ள ஊரில் பள்ளிக்கூடம் நடத்தவேண்டியிருந்ததாலோ என்னவோ ஸார் ரொம்ப நீக்குப் போக்காயிருப்பார். ஆனால் இந்த மரியம்மா டீச்சர்தான் மூச்சுக்கு முன்னூறு முறை 'கர்த்தரே கர்த்தரே' என்று சொல்லிக்கொண்டு கிடக்கும்.

பள்ளிக்கூடத்தில் இன்னொரு ஸார் சின்ன ஸார். இந்து ஆள்தான். ஆனால் ஒரு மூலைக்கு ஒதுங்கிவிட்டவர். பள்ளிக்கூடத்தில் பெரிய ஸாருக்கும் மேல் மரியம்மா டீச்சரின் சத்தம்தான் ஹோ ஹோ வென்று கேட்கும்.

அடிக்கடி ஓர் ஆள் வெள்ளைக் கவுன் போட்டு எந்த ஊரிலிருந்தோ மரியம்மா டீச்சர் வீட்டிற்கு வருவார். ஊர்ப் புள்ளைகள் எல்லாம் அதிசயமாய் அவரைப் பார்த்துக்கொண்டே பின்னால் நடந்துவருங்கள். புள்ளைகள் கிளப்பிவிடும் புழுதிக்கு மத்தியில் அவர் நடந்துவருவதைப் பார்க்க மரியம்மா டீச்சர் ரொம்ப அவமானப்படும். புள்ளைகள் மேல் கோபங்கொண்டு கத்தும். அவரை வீட்டில் வைத்து ரொம்ப உபசரிக்கும். பெரிய ஸார் ஏதாவது ஒப்புக்கு அவரிடம் பேசிவிட்டுப் போவார்.

மரியம்மா டீச்சர் வீடு மாதிரி இந்த ஊரிலேயே ஒரு வீடும் இல்லை. பூப்பூவாய்ப் போட்ட திரை தொங்கும். உள்ளே முக்காலியில் காகிதப்பூ சொருகி ஒரு ஜாடி இருக்கும். பாசிகளைக் கோந்தில் ஒட்டிப் படம் தொங்கும். வீடு பூராவிலும் ஒரு மாதிரி

வாசனை இருக்கும். ஒன்னொண்ணும் வித்தியாசந்தான் மரியம்மா டீச்சர் வீட்டில்.

தீபாவளி அன்றைக்கு இந்த ஊரிலேயே மரியம்மா டீச்சர் வீடு ஒன்றில்தான் கருப்பட்டி தோசை சுட மாட்டார்கள். புள்ளைகளின் இம்சை பொறுக்கமாட்டாமல் பொம்பிளைகள் தீபாவளிப் பலகாரம் கொண்டுபோய் மரியம்மா டீச்சரிடம் கொடுப்பார்கள். சிரித்துக்கொண்டே வாங்கி வாங்கி அதை வீட்டு மூலையில் வைத்துக்கொள்ளும். கையால் கூட அந்தப் பலகாரங்களைத் தொடாது. அரை ஆள் உயரத்திற்கு ஒரு நாய் வளர்க்கும். அதற்கும் கூட அந்தப் பலகாரங்களைப் போடாது. காச்சு மூச்சென்று பல சாதி பிச்சைக்காரர்கள் தீபாவளி அன்றைக்குத் தகர டின்களோடும் அலுமினியத் தட்டுக்களோடும் வருவார்கள். அப்படியே தூக்கி அந்த ஆள்களிடம் கொட்டிவிடும். சாமி கும்பிடும்போது இந்த பலகாரங்களையும் வைத்துக் கும்பிட்டுத்தான் பொம்பிளைகள் கொண்டுவந்திருப்பார்களாம். மரியம்மா டீச்சரிடம் கிடந்து வளர்வதால் அந்த வீட்டு நாய்க்குச் கூட தோஷம் வரக்கூடாதாம்.

பள்ளிக்கு வருகையில் புள்ளைகளும் தாய் தகப்பன்களும் காப்பரிசி தேங்காய் எல்லாம் கொண்டுவருவார்கள். பெரிய ஸார் புள்ளை கையைப் பிடித்து ஓம் என்று எழுதவைப்பார். புள்ளைகள் எல்லாம் எழுந்து நின்று கைத்தலம் நிறைகனி என்று பாடும்கள். பாடி முடித்ததும் புள்ளையைப் பெத்த தகப்பன் இடுப்பில் துண்டு கட்டிக் குனிந்து சின்ன ஸாரிடமும் மரியம்மா டீச்சரிடமும் காப்பரிசியைக் கொடுப்பார். சின்ன ஸார் வாயெல்லாம் பல்லாக வாங்கிக்கொள்வார். ஒரு குத்தை அள்ளிப் போட்டுக்கொண்டே மிச்சத்தைப் பொட்டணம் கட்டிக்கொள்வார். மரியம்மா டீச்சர் மட்டும் வாங்கிப் பக்கத்தில் வைத்துக்கொள்ளும். பள்ளிக்கூடத்தில் விடப்பட்ட பிள்ளை காரை பெயர்ந்து கிடக்கும் பள்ளிக்கூடக் கட்டிடத்தையும் புள்ளைகள் கூட்டத்தையும் வாத்திமார்க் கைப்பிரம்பையும் பார்த்துவிட்டு வெறித்துக்கொண்டு அழுது அழுது மூக்கெல்லாம் சளியோடு நிற்கும். அதன் கைகளிலிருந்து தகப்பன் தன் கையைப் பிய்த்து எடுத்துக்கொண்டு 'புள்ளைக்கு இனிமே நீங்கதான் பொறுப்பு' என்று வாத்திமாரிடம் சொல்லிவிட்டுப் புறப்பட்டுப் போனதும் மரியம்மா டீச்சர் சட்டாம் புள்ளையைக் கூப்பிடும். காப்பரிசியை எடுத்து எல்லாப் புள்ளைகளுக்கும் கொடுத்துவிடச் சொல்லும். சாமி கும்பிட்ட அரிசியானதால் விரலால்கூட அதைத் தொடாது மரியம்மா டீச்சர்.

கந்தர்வன் சிறுகதைகள் 29

மரியம்மா டீச்சருக்கு ஒரே ஒரு மகன். முந்தி இந்தப் பள்ளிக் கூடத்தில்தான் படித்துக்கொண்டிருந்தான். அப்புறம் பெரிய படிப்பு படிக்க ராமநாதபுரம் போய்விட்டான். அதிலிருந்து டீச்சருக்குப் பெரிய குறை. இந்தப் பள்ளிக்கூடம் பூராவிலும் ஒரு புள்ளைகூட வேதக்காரப் புள்ளை இல்லையே என்று ஓயாமல் வாய்விட்டுச் சொல்லிக்கொண்டிருக்கும்.

ஒரு சனிக்கிழமை மத்தியானம் இருக்கும். அன்றைக்கு பள்ளிக்கூடம்தான். புள்ளைகள் எல்லாம் பசி மயக்கத்திலிருந்தார்கள். அப்போது மரியம்மா டீச்சர், எல்லாப் புள்ளைகளையும் கூட்டி வைத்துக்கொண்டு சொன்னது. "நாளைக்கு மத்தியானம் யார் யாருக்கு இஷ்டமோ அவுகள்லாம் பள்ளிக்கூடத்துக்கு வந்தா நல்ல நல்ல கதையெல்லாம் சொல்வேன். யார் யாரெல்லாம் ஒழுங்கா கதை கேக்க வர்றாகளோ அவுகளுக்கெல்லாம் கிறுஸ்துமஸுக்கு மொத நாள் நல்ல நல்ல பிரைஸ் கொடுப்பேன். எல்லா ஞாயித்துக்கிழமையிலும் கதை கேக்க வர்றெங்கிற புள்ளைக மட்டும் கையை உயத்துங்".

ஞாயித்துக்கிழமை கதை மத்தியான வெயிலில்தான் புள்ளைகளுக்கு ஏராளமான சோலிகள். கிழடுகளிடமிருந்து பொடிமட்டையை அபேஸ் செய்துகொண்டு வந்து கம்பும் கையுமாய் அலைந்து புதர்களில் ஒதுங்கும் ஒணானை அடித்து அதன் வாய் தலையெல்லாம் பொடியைத் தூவி அது தலைசுற்றிப் பேயாடுவதைப் பேயாடுவதைப் பார்ப்பதைவிடவும் சந்தோசம் வேறெதிலும் இருப்பதில்லை. வீட்டிலிருந்து மிளகாய் உப்புத் திருடி நுணுக்கி வைத்துக்கொண்டு புளிய மரத்திலேறி பிஞ்சு பிஞ்சுக் கொறடுகளாய்ப் பறித்துவந்து நாக்குப் பொத்துப் போகும் வரை தொட்டுத் தொட்டுத் தின்பதில் உள்ள ருசி வேறெதிலும் இருப்பதில்லை.

மரியம்மா டீச்சர் யார் யார் ஞாயித்துக்கிழமை கதை கேக்க வருவீர்கள் என்று கேட்டதும் எல்லாப் புள்ளைகளுக்கும் இந்தச் சொகங்களும் ருசிகளும் ஞாபகத்தில் வந்து கம்மென்று இருந்தன. டீச்சர் ஒரிரு முறை அடட்டியதும் திருதிருவென்று முழித்தன. மரியம்மா டீச்சருக்குப் பக்கத்தில் நின்ற புள்ளைகளில் ஒண்ணு ரெண்டு, டீச்சர் முகத்தைப் பார்த்தபடியே கைகளைத் தூக்கியதும் நெறையக் கைகள் பிரைஸ் கேட்டு உயர்ந்து நின்றன.

மறுநாள் ஞாயித்துக்கிழமை மத்தியானம் பள்ளிக்கூட மைதான மெல்லாம். வெயிலில் மொறுமொறுத்துக் கொண்டிருக்கையில் மரியம்மா டீச்சர் பவுடர் பூசி பச்சுப் பச்சென்று பள்ளிக்கூடத்திற்குள் வந்தது. இருபது புள்ளைகள் வரை வந்திருந்தன. பள்ளிக்கூடம்

இல்லாத நாளில் பள்ளிக்கூடத்திற்கு வந்து எல்லா வகுப்புகளும் ஓவென்று வெறிச்சோடிக்கிடந்ததைப் பார்த்த கிளுகிளுப்பிலும் என்னென்ன வெல்லாமோ கதைகளைக் கேட்கப் போகிறோம், என்ற உற்சாகத்திலும் புள்ளைகள் காச்சுமூச்சென்று கத்திக்கொண்டு கிடந்தன. மரியம்மா டீச்சர் செருப்பைக் கழற்றிக்கொண்டே முகம் பூராவும் சிரிப்பாய் பிள்ளைகளைப் பார்த்தது.

பள்ளிக்கூடத்திற்குப் பின்புறத்தில் தோட்டத்திற்குப் பக்கத்தில் ஒரு தாழ்வாரம் உண்டு. தோட்டத்து வேப்பமரம் அந்த வகுப்பறைமேல் வளைந்து படர்ந்து கிடக்கும். எப்படி ஒறைக்கும் வெயிலுக்கும் அந்த இடம் மட்டும் சிலுசிலுவென்றிருக்கும் மரியம்மா டீச்சர் புள்ளைகளையெல்லாம் கூட்டிக்கொண்டு அங்கே போனது. அஞ்சாப்பு சட்டாம்பிள்ளை போய் ஒரு நாற்காலியை கொண்டுவந்து போட்டான். அன்றைக்கே பிரேஸ் வாங்கப் போவதுபோல் புள்ளைகள் எல்லாம் அடக்க சடக்கமாய் உட்கார்ந்துகொண்டன.

மரியம்மா டீச்சர் நாற்காலியில் உட்கார்ந்துகொண்டு சொன்னது: "இன்றைக்கு வந்திருக்கும் புள்ளைகள்தான் ரொம்ப நல்ல புள்ளைகள். நீங்கள் விரும்பியவைகளைக் கர்த்தர் கொடுப்பார். இன்றைக்கிலிருந்து நீங்களெல்லாம் கர்த்தரின் புள்ளைகள். நமக்கு வேண்டியவைகளையெல்லாம் நாம் கர்த்தரிடம் கேட்போம். எல்லோரும் மண்டியிடுங்கள்" என்று கூறிக்கொண்டே மரியம்மா டீச்சர் நாற்காலியிலிருந்து எழுந்து முழுங்காலை மடித்து இரண்டு கைகளையும் ஏந்திக்கொண்டு பேச ஆரம்பித்தது.

மரியம்மா டீச்சர் கைகளை ஏந்திக்கொண்டு மண்டி போட்டதைப் பார்த்த புள்ளைகளுக்கு முதலில் ஒன்றுமே புரியவில்லை. டீச்சரே பிரேஸ் கேட்டு யார் முன்னாலேயோ மன்றாடுவது போல் முதலில் தெரிந்தாலும் எல்லாப் புள்ளைகளும் திருதிருவென்று முழித்தன. முதலில் அஞ்சாப்பு சட்டாம்பிள்ளைதான் மண்டிபோட்டு டீச்சரைப் போலவே கைகளை விரித்து பிரேஸ் கேட்டான். அந்தப் பயல் இருந்த கோலத்தைப் பார்க்கப் பார்க்க புள்ளைகளுக்கு சிரிப்பு பொத்துக்கொண்டு வந்தது. தனக்குத்தானே பேசிக்கொண்டிருந்த டீச்சர் திடுமென்று கண்ணைத் திறந்து எல்லோரையும் மண்டியிடும்படி சைகை காட்டியது. பக்கத்து பக்கத்துப் புள்ளைகளைப் பார்த்துக்கொண்டே சிரிப்புகளை அடக்கியபடி இடித்துக்கொண்டும் தடுமாறிக்கொண்டும் மண்டிபோட்டன.

டீச்சர் சொன்னதையெல்லாம் புள்ளைகள் திக்கித் திக்கி ஒப்பித்துக்கொண்டே போயின. எங்கள் ஊரில் நல்ல மழை பெய்ய

வேண்டும் கர்த்தரே என்றதும் புள்ளைகளை உசுப்பிவிட்டது போலிருந்தது. இரண்டு வருஷமாய் ஊரில் மழையில்லை. வயற்காடெல்லாம் பாளம் பாளமாய் வெடித்துக் கிடந்தன. முனிசாமி கோவிலுக்கு எருகட்டு நடத்திப் பார்த்தும் மழைச் சோறெடுத்துப் பார்த்தும் சப்பாணி கோவிலில் சாமி கும்பிட்டுப் பார்த்தும் இன்னும் மழை பெய்யவில்லை. "வேற சாமி எதுனாச்சும் மழை குடுத்தா தேவலைதானே" என்று நினைத்து புள்ளைகள் மழை வரம் கேட்ட வாக்கியத்தை திக்காமல் சொல்லின. "மூன்றாம் வகுப்பு பாண்டிக்கு உடம்பு சொஸ்தமாக வேண்டும் கர்த்தரே" என்று டீச்சர் சொன்னதும் புள்ளைகள் உருக்கமாகிவிட்டன.

பாண்டி நன்றாகப் படிப்பான் மரியம்மா டீச்சர் வீட்டிற்கு அடுத்த வீடுதான் பாண்டி வீடு. இழுப்பு வந்து உடம்பெல்லாம் வெளிறிப்போய் மணிக்கட்டில் மஞ்சள் துணிக்கட்டி போட்டிருக்கிறார்கள். ராத்திரிக்கு ராத்திரி பாண்டி வீட்டில் கோடாங்கிச் சத்தம் கேட்கும். பாண்டி அப்பாவும் அம்மாவும் கஞ்சித்தண்ணி குடிப்பதில்லை. பாண்டிக்காகப் பதினெட்டு கோயில்களுக்கு வெதப்புக் கொடுத்துக்கொண்டு திரிகிறார்கள்.

அதுவரை டீச்சர் சொன்னதையெல்லாம் திருப்பிச் சொல்லிக் கொண்டிருந்தபோது கூச்சமும் சிரிப்புமாய் சொல்லிவந்த புள்ளைகள் மழையைப் பற்றியும் பாண்டியைப் பற்றியும் டீச்சர் ஏக்கத்தோடு சொன்னதும் புள்ளைகளுக்கு கூச்சம் போய் இயல்பாகச் சொல்ல ஆரம்பித்தார்கள். அப்புறம் என்னவெல்லாமோ சொல்லிவிட்டு மரியம்மா டீச்சர் ஆமென் என்றது. எல்லாப் புள்ளைகளும் சத்தம் போட்டு 'ஆமென்' என்றன. டீச்சர் கண்ணைத் திறந்து எல்லோரையும் உட்காரச் சொல்லி சைகையும் காட்டிவிட்டு எழுந்து நாற்காலியில் உட்கார்ந்து கொண்டது.

'ஒங்களுக்கெல்லாம் கதை கேக்க ஆசையாயிருக்கில்லை' என்று டீச்சர் கேட்டதும் 'ஆமா டீச்சர்' என்று குப்பென்று பிள்ளைகள் கத்தின. மரியம்மா டீச்சர் கதை சொல்லத் தொடங்கியது.

பெத்தலகேம் என்ற இடத்தில் யேசுவானவர் பிறந்த கதையை அது சொல்லிவந்தபோது புள்ளைகள் வாயில் ஈ போவது கூடத் தெரியாமல் கேட்டுக்கொண்டிருந்தன. மரியம்மா டீச்சர் அம்மா ஆடு இலை ஈ எல்லாம் சொல்லிக் கொடுக்கும்போது மரக்கட்டை மாதிரி முகம் இருக்கும். சரியாகத் திருப்பிச் சொல்லாத புள்ளைகளுக்குப் பிரப்பம்பழம் கொடுக்கும். முகமெல்லாம் வெடுவெடுவென மாறும். பெத்லகேமில் யேசுவானவர் பிறந்த

கதையைச் சொல்லும்போது மரியம்மா டீச்சரின் முகமெல்லாம் அருளோடியிருந்தது. ஏற்றம் இறக்கங்களோடு கைகளை ஆட்டி நீட்டி உருகிப்போய்க் கதை சொல்லிவந்தது. தீர்க்கதரிசிகள், மேய்ப்பவர்கள், தேவதூதர்கள் எல்லாம் கதையில் வந்தார்கள். புள்ளைகளுக்கு இதெல்லாம் அரைகுறையாய்ப் புரிந்தாலும் இதுவரை கேட்காத மாதிரியில் இருந்ததால் மயங்கிப்போய்க் கேட்டுக்கொண்டிருந்தன. வால்நட்சத்திரம் ஆகாயத்திலிருந்து இறங்கிவந்து வழிகாட்டிக்கொண்டே போனதை டீச்சர் சொன்னபோது புள்ளைகளுக்குப் பறந்துபோவது போல் தோன்றியது. சொக்கிப்போய்க் கிடந்தன. வால்நட்சத்திரம் ஆகாயத்திலில்லாமல் பூமியிலுமில்லாமல் நடுவால ஆள்களுக்கு முன்னாலேயே போன சங்கதியும் வேப்பமரக் காத்தும் சேர்ந்த ஓர் அசங்க மசங்களில் நாலஞ்சு புள்ளைகள் ஒறங்கியே விட்டார்கள்.

பழைய கஞ்சி குடிச்ச கேரில் புள்ளைகள் யாராவது வகுப்பில் ஒறங்கி விழுந்தால் டீச்சர் பின்னங்கையை நீட்டச் சொல்லி பிரம்பால் அடிக்கும். கதை சொல்லி வரும்போது மட்டும் ஒறங்கிய புள்ளைகளைப் பார்த்து 'ராசுக்கு அரைச்சாமம் ஆச்சு. எழுப்புங்கடா' என்று சிரிப்பும் கனைப்புமாய்ச் சொன்ன மரியம்மா டீச்சர் வேறு ஆளாய் மாறிவந்து உட்கார்ந்து இருப்பதுபோல் தெரிந்தது. டீச்சரிடம் இந்த மாதிரி ஆதரவான பேச்சுகளைக் கேட்பதற்காகவேனும் ஓயாமல் டீச்சர் கதை சொல்லிக் கொண்டிருக்க வேண்டும் போல நெனைப்பு தட்டியது புள்ளைகளுக்கு யேசுவானவர் மேல் புள்ளைகளுக்கு முதல் நாளே பிரியம் வந்துவிட்டது. 'அவரு மாட்டுத் தொழுவத்துல பொறந்து கிடந்தபோது ஒன்னை மாதிரி, என்னை மாதிரி கறுப்பாவரா இருந்தாரு: வெள்ளை வெளேர்னு பொறந்திருந்தாரு. அவரு மொகம் பூரா தேஜஸ் அடிச்சது'ன்னு டீச்சர் சொன்னதும் அததுக்கும் அவரைப் பத்தி ஒரு மரியாதை வந்துவிட்டது. டீச்சர் வீட்டுக்குப் பள்ளிக்கூட சாவி வாங்கப்போகும் புள்ளைகள் நெறைய பேர் வீட்டில் தொங்கும் காலண்டரைப் பார்த்திருந்தன. சுற்றிக் காட்டாளுகளாய் நிற்க ஒரு குழந்தை தொழுவத்தில் கிடந்தது காலண்டர் படத்தில். அதன் முகத்தைச் சுற்றி நட்சத்திரம் மாதிரி ஜொலிக்கும். புள்ளைகள் அதையும் சேர்த்து நினைத்ததில் யேசுவும் உண்மையில் ஒரு சாமிதான் என்று ஒருவழிவாய் யோசித்துக்கொண்டே கதை கேட்டார்கள்.

கோடைக்காலம் போய் காத்துக்காலம் வந்தது. ஞாயித்துக்கிழமை மத்தியானங்களில் பள்ளிக்கூட மைதானம் புழுதிக் காலத்தில் அல்லாடியது. தாழ்வாரத்தில் படர்ந்திருந்த வேப்பமரக்

கிளைகள் பேய்களைப்போல் தலைவிரித்தாடின. தூசி வந்துவிடும் போதெல்லாம் புள்ளைகள் கண்களைத் துடைத்து விட்டுக்கொண்டே யேசுவானவரின் மகிமைகளைக் கேட்டன. கொஞ்சமாயிருந்த அப்பங்களின் மேல் யேசுவானவர் கையை வைத்தார். அப்பங்கள் ரொம்பவாய் வந்தன. சீக்காளிகளின் மேல் அவர் கையை வைத்தார். அப்புறம் அந்த ஆட்கள் மேல் சீக்கே இல்லை. மரியம்மா டீச்சர் இதையெல்லாம் சொல்லிவரும்போது அசலா அங்கேயே அதெல்லாம் நடப்பது போலிருந்தது புள்ளைகளுக்கு, மூணாப்பு பாண்டிக்கு உடம்பு குணமாக வேண்டி புள்ளைகள் தொடர்ந்து ஜெபம் செய்தார்கள். அந்த வருஷம் நல்ல மழை பெய்யவேண்டுமென்று ஜெபம் முடியும் முன் கேட்டார்கள்.

ஒரு ஞாயித்துக்கிழமை மரியம்மா டீச்சர் கதை சொல்லிக்கொண்டிருந்தது. ரொம்ப அமைதியாய் புள்ளைகள் கதை கேட்டுக்கொண்டிருந்தார்கள். ஊரே அமைதியாயிருந்தது. திடீரென்று 'கூ கொள்ளை' என்ற சத்தம் வந்தது. புள்ளைகள் யாருக்கும் கட்டுப்படாமல் சத்தம் வந்த பக்கமாய் ஓடினார்கள். மூணாப்பு பாண்டி செத்துப்போயிருந்தான். புள்ளைகளுக்கு எல்லாச் சாமிகள் மேலும் சந்தேகம் வந்தது. ரொம்ப யோசிப்பதற்குள் அடுத்த ஞாயித்துக்கிழமை வந்துவிட்டது. டீச்சர் கொடுக்கப் போகும் பிரைஸ்கள் கூடவே தோன்றி விதம்விதமான கற்பனைகளைத் தூண்ட புள்ளைகள் மறுபடியும் கதை கேட்க வந்தார்கள்.

காத்துக்காலம் அடங்கி அடைமழைக் காலம் வந்தது. பள்ளிக்கூடத்து மைதானம் சொதசொதவென்று கிடந்தது. தாழ்வாரத்து வேப்பமரக் கிளைகள் மழையில் வாங்கிய தண்ணி முத்துக்களைச் சடசடவென்று உதிர்ந்துவிட்டன. புள்ளைகள் குளிருக்கு அடங்கி உட்கார்ந்து யேசு சாமியின் அற்புதங்களை அனுபவித்துக் கேட்டன. வானம் முடிக்கொண்டு பனியும் மப்புமாயிருந்த ஒரு ஞாயித்துக்கிழமை மத்தியானத்தில் மரியம்மா டீச்சர் புள்ளைகளுக்கெல்லாம் பிரைஸ்கள் கொடுத்தது அழகழகான பொம்மைகள், படம் வரையிற நோட்டுகள், கலர் கலராய் பென்சில்கள், சின்ன சின்ன டப்பாக்கள் எல்லாம் கொடுத்தது. இந்த ஊரில் வேதக்கோயில் இல்லை. அதனால மரியம்மா டீச்சர் வருகிற வாரம் கிறிஸ்துமஸுக்குக் கிடாரத்திற்குப் போய்விடும். புள்ளைகளுக்கு கிறிஸ்மஸ் என்கிற வார்த்தையே குளிரும் மழையும் பிரைஸுமாய்க் குதூகலதைத் தந்தது. பிரைஸ்களை வாங்கிப் பக்கத்தில் வைத்துக்கொண்டு மண்டி போட்டுக் கண்களை மூடிக்கொண்டு தாங்களாகவே ஜெபம் செய்தன. ஜெபம் முடிந்து

கண்களை முழித்து முதலில் பிரைஸ்களையே ஆவலோடு பார்த்துக் கைகளில் எடுத்து வைத்துக்கொண்டன.

கூச்ச நாச்சமில்லாமல் பக்தி சிரத்தையோடு புள்ளைகள் ஜெபம் செய்யத் தொடங்கிவிட்டன. கதைக்கு வராமல் ஊரணிப் பக்கமும் ஒணான்கள் பின்னாலும் திரிந்த பயல்கள் கதை கேட்கப்போய் பிரைஸ் வாங்கிவந்த பயல்களை 'ஆமென் பயலே வாடா' என்று நக்கல் பண்ணியபோதும் இந்தப் புள்ளைகள் பண்ணவில்லை. ஊரிலேயே இந்தப் புள்ளைகள் மட்டும் ஒரு தினுசாய் நடந்துபோனார்கள்.

அந்த வருஷம் ஊரில் நல்ல மழை பெய்து வயல் வரப்பெல்லாம் பச்சை வீசியது. புள்ளைகள் கால்களில் சேறு அப்பியது. பூட்ஸ் போட்டு நடக்கிறேன் பாரு என்று சேறு அப்பிய கால்களோடு லெப்ட் ரைட் என்று கத்திக்கொண்டே சொத் சொத்தென்று நடந்தன. "நாங்க ஜெபிச்சதினால்தான் ஊருக்கு மழை வந்திச்சு" என்று மரியம்மா டீச்சர் சொன்னதை புள்ளைகள் ஆத்தாமாரிடம் சொல்லின. "ஜெபிச்சுப் பார்த்தியலே ஏண்டா மூணாப்பு பாண்டி செத்தான்?" என்று ஒணான் அடிக்கிற பயல்கள் எதிர்; கேள்வி கேட்டார்கள். கல்லுச்சாமிக் கும்பிடுகிற பயல்கள் என்றும் கர்த்தர் சாமியைக் கும்பிடுற பயல்கள் என்றும் பிரிந்து கொண்டார்கள்.

இந்தப் புள்ளைகள் வேற வேற சாமிகளை கும்பிடுவதைக் கொஞ்சம் கொஞ்சமாய் குறைத்துக்கொண்டே வந்தன. இதற்கு முன்பெல்லாம் ஊருணியில் குளித்தால் ஈரச்சட்டையை முழங்கையில் போட்டுக்கொண்டு கீழ்ப்படியில் நின்று முனியசாமி கோயிலைப் பார்த்து ஒரு கும்பிடு போட்டுவிட்டு அடிமண்ணை நெற்றியில் வைத்துக்கொள்வார்கள். கண்மாய்க்குக் குளிக்கப் போனாலே உலகம்மாளுக்குக் கும்பிடு போட்டுவிட்டு வருவார்கள். மரியம்மா டீச்சரிடம் கதை கதையாய் கேட்ட பின்பு ஊருணி முனியசாமி கோவிலையும் கண்மாய்க்கரை உலகம்மா கோயிலையும் பிடரி வழியாகப் பார்த்து நடையைக் கட்டினார்கள்.

மரியம்மா டீச்சரின் வீட்டில் மட்டும்தான் ஊரிலேயே தினமும் காலையில் இட்டிலி சுட்டுச் சாப்பிடுவார்கள். மத்தியானத்தில் குழம்பு சோறும் அந்த வீட்டில்தான். வண்ணான் வீட்டில் துவைத்து இஸ்திரி போட்டுவரும் சேலையை கட்டிக்கொண்டுதான் தினமும் மரியம்மா டீச்சர் பள்ளிக்கூடம் வரும். பெரிய ஸாரையும் அழுக்குச் சட்டையெல்லாம் போடவிடாது. அவரும் எப்போதும் இஸ்திரி போட்ட சட்டை வேட்டியோடுதான் பள்ளிக்கூடம் போவார். மரியம்மா டீச்சர் மகன் ராமநாதபுரத்தில் ஹாஸ்டலில் தங்கிப்

படித்தான். கால் பரிட்சை அரைப் பரிட்சை லீவுகளில் ஊருக்கு வரும்போது அவன் போட்டிருக்கும் அரை ட்ரவுசர் சட்டைகளைப் பார்த்து புள்ளைகளுக்கு அவன் மேல் ஒரு மரியாதை வரும். அளவாய்க் கச்சிதமாய் அவன் உடுத்தி வருவான். பொடிமட்டை மாயாண்டி டெயிலரிடம் தைத்தால் ட்ரவுசர் என்ன சட்டையென்ன எல்லாமே பொந்தா பொந்தாவென்று கவுனைப் போல கிடக்கும். மரியம்மா டீச்சர் மகனுக்கு எல்லாமே ராமநாதபுரத்தில் தைப்பதுதான்.

மரியம்மா டீச்சர் வீட்டுப் பழக்கவழக்கங்களை நெருக்கத்தில் பார்த்த புள்ளைகளுக்கு காலையில் இட்லி, மத்தியாளம் குழம்பு சோறு, ராத்திரியில் குழம்பு சோறு, அளவாய்த் தைத்து இஸ்திரி போட்ட ட்ரவுசர் சட்டை இவைகள் மேல் சொல்லமுடியாத ஆசை வந்துவிட்டது. மரியம்மா டீச்சர் கர்த்தர் சாமியை கும்புடுவதால்தான் இத்தனையும் அந்த வீட்டிற்கு மட்டும் கிடைக்கின்றன என்று புள்ளைகள் பேசிக்கொண்டன.

தரவைக் காடுகளில் மாடு மேய்க்கும்போது உள்ள தனிமையிலும் உச்சிவெயிலில் நடவிற்கு நாற்று விளிம்பும் வலுவான வேலை செய்யும்போது உள்ள ஆற்றாமையிலும் வாமடையில் தண்ணீர் பாய்வதை வரப்பில் உட்கார்ந்து காவல் காக்கும்போது வரும் வெறுமையிலும் களத்துமேட்டில் பிணையல் மாட்டோடு சுற்றிச் சுற்றி வரும் யாந்திரத்திலும் சோவென்று ஊற்றிக்கொண்டிருக்கும் மழை நேரத்தில் குதுகுதுப்பிலும் இந்தப் பிள்ளைகள், "கர்த்தரே எனக்குக் காலையில் சுடச்சுட இட்லி வேண்டும். மத்தியானமும் ராத்திரியும் குழம்பு சோறு வேண்டும், ராமநாதபுரம் டெய்லர் தைக்கும் ட்ரவுசர் சட்டை வேண்டும் ஆமென்" என்று ஜெபம் செய்தார்கள்.

ஜெபித்து முடிந்ததும் அந்தப் புள்ளைகள் காலையில் இட்லி சாப்பிட்டுவிட்டு ராமநாதபுரம் டெய்லர் அளவாய்த் தைத்த கலர் கலரான ட்ரவுசர் சட்டை அணிந்து டக்டக்கென்று தெருக்களில் நடப்பது போலவும் மத்தியானச் சாப்பாட்டிற்குப் பள்ளிக்கூடத்திற்குத் தட்டுகளேந்தி வரிசையில் நிற்காமல் தங்கள் தங்கள் வீடுகளுக்குள் அதிகாரமாய் நுழைந்தது போலவும், சோப்பு போட்டு முகம் கழுவுவது போலவும் பவுடர் போட்டு வெளியே போவது போலவும், வெறு நம்பிக்கையுடன் கற்பனை செய்தார்கள்.

திண்ணைகளில் படுக்கைகளை விரித்ததும் உறங்கப் போகுமுன்பு புள்ளைகள் படுக்கைகள் மீது மண்டியிட்டு ஜெபம் செய்தன. காலையில் படுக்கையிலிருந்து எழுந்ததும் கண்களைக்

சுருக்கிவிட்டுக் கொண்ட மறுநொடியே ஜெபம் செய்தன. சாமி கும்பிட்டுவிட்டுப் படுப்பதும் சாமி கும்பிட்டுவிட்டு எழுந்திருப்பதும் பற்றி ஆத்தா அப்பன்களுக்கு ரொம்ப பெருமை. கூப்பிட்ட குரலுக்கு பிள்ளைகள் உடனே ஏனென்று கேட்டு விடுவதில்லை. இரண்டு மூன்று தடவைகள் கூப்பிட்ட பிறகுதான் மறுகுரல் கொடுத்தார்கள். அவர்கள் எப்போதும் வேறெங்கோ சஞ்சரித்துக் கொண்டிருந்தார்கள்.

மரியம்மா டீச்சர் கால் தரையில் படாமல் நடந்தது. அதுக்கு அவ்வளவு சந்தோசம். "வேதக்கார வீடு இலலையின்னா என்ன? வேதக்கார புள்ளைக நெறைய ஆயிருச்சே'னு மரியம்மா டீச்சருக்கு நெனச்சு நெனச்சு சந்தோசம்.

பெரிய சாா் மேசைமேல் ஒருநாள் மரியம்மா டீச்சர் ஒரு உண்டியலைக் கொண்டுவந்து வைத்தது. யேசு முகக்காந்தியோடு உள்ள ஒரு படம் அதில் ஒட்டப்பட்டிருந்தது. "யேசு ராஜா வருகிறார்" என்று அதில் அழகாக எழுதியிருந்தது. பள்ளிக்குப் புள்ளைகளைச் சேர்க்கும்போதும் அஞ்சாப்பு முடிஞ்ச புள்ளைகளுக்கு ரிக்காடுவீட் கேட்டு வரும்போதும் அதில் காணிக்கை போடவேண்டுமென்று பெரிய சாருக்கும் புள்ளைகளுக்குமாய் சேர்த்து சொல்லிவிட்டது. கீழ்த்தெருவில் ராமு தேவர் ரொம்ப நொடித்துப்போய் மனை இடத்தை விற்க வந்ததை "வேதக்கோயில் கட்டத் தருவார்களா?" என்று கேட்டு மரியம்மா டீச்சர் ஆள்மேல் ஆளாய் அனுப்பிக்கொண்டிருந்தது.

புள்ளைகள் இட்லிக்கும் குழம்பு சோறுக்கும் ராமநாதபுரத்தில் அளவாய்த் தைக்கும் ட்ரவுசர் சட்டைகளுக்கும் கர்த்தரே என்று ஆரம்பித்து ஆமென் என்று முடித்து வயல்காடுகளையும் வாமடைகளையும் வெறித்துப் பார்த்துக்கொண்டு திரிந்தன.

~

பூவுக்குக் கீழே

நகரம் ஒரு திசையில் முடிகின்ற இடத்திற்குச் சற்றுத்தள்ளி வந்ததும் சைக்கிளை விட்டு இறங்கினான். ஒரு மரத்தடியில் சைக்கிளை நிறுத்திப் பூட்டிவிட்டுக் கையில் பையோடு சாலை ஓரமாக நடந்தான். முதல் நாள் திருச்சிக்குப் பஸ்ஸில் போகும்போது இந்த இடத்தில்தான் அந்தப் பூவைப் பார்த்திருந்தான். மேலே சிவப்பு கீழே மஞ்சள். ஒரே பூவில் இரண்டு நிறங்கள் சமபரிமாணத்தில் வேகமாய்ப் பறந்த பஸ்ஸில் அந்தப் பூவை ஒரு வினாடிக்கும் குறைவான நேரத்தில்தான் பார்க்கமுடிந்தது. பூ இன்னும் கண்ணிற்குள் அப்படியே நின்றது. இடத்தை அப்போதே அடையாளமிட்டு மனத்தில் வைத்துக்கொண்டான்.

வலது ஓரமாய்ப் பாறை தெரிந்தது. பாறைக்குப் பத்தடி தூரத்தில் போத்துப் போத்தாய்ப் புதர்கள் மண்டிய இடம் ஒன்றில்தான் பூவைப் பார்த்த ஞாபகம். பாறையை நோக்கி நடந்தான். சாலைக்கு இருபுறங்களிலும் வெளிர் பச்சை நிறத்தில் கடலைச் செடிகள் கொடி விட்டிருந்தன. அடர்ந்து படர்ந்து பரந்த கடலாய்க் கிடந்தன கடலைச் செடிகள். ஒரு தரம் இவன் பக்கமாய்க் காற்றுக்குச் சரிந்து வளைந்தன கொடிகள். மறுதரம் கொஞ்சம் சாய்ந்து காற்றடித்தபோது திரும்பி வளைந்து கொடி மேல் கொடி சாய்ந்து திசை மாறி ஆடின. செடிகளுக்கும் கொடிகளுக்கும் காற்றுத்தான் கேப்டன் என்று நினைப்பு வந்தது. பாறையைத் தாண்டி நடந்தபோது ஆவல் பறந்தது. பத்தடிக்கு அப்பால் நடந்ததும் பூ கண்ணில் படவில்லை. இவனுக்குக் கொஞ்சம் பதற்றம் வந்தது. வரும்போதே சரியாகப் பார்க்கவில்லையோ என்று சந்தேகம். பார்வை கூர்மையில்லாமல் தனக்கு அசுலப் பார்வையாயிருக்கிறதென்று எண்ணி வருத்தப்பட்டான். கணக்கில் இவன் சுரத்தில்லாதவன். கணக்கில் கெட்டிக்காரர்கள் இப்படி எதையாவது தேடும்போது

தன்னைப்போல் ஏமாறமாட்டார்கள்; குறியாய்ப் பார்த்துவிடுவார்கள் என்று எண்ணினான். பார்வையை வலிய கூர்மைப்படுத்திக்கொண்டு மேலும் நடந்தான்.

சாலையை ஒரு புதர் முனையில் பளீரென்று அந்த பூ தெரிந்தது. இவனுக்குக் கை வேர்த்துவிட்டது. கண்கள் லேசாய் நடுங்கின. விட்டுப் பள்ளத்தில் இறங்கினான். காட்டுச் செடிகள் அடங்காமல் வளர்ந்திருந்தன. புதருக்குள் நின்று பார்த்தான், ஓரத்தில் ஒதுங்கி நின்று பார்த்தான், தொட்டான். பூ மிது மிது வென்றிருந்தது. நெஞ்சு தனியாய்ப் பறப்பது போலிருந்தது. தன்னை யாராவது பார்க்கிறார்களாவென்று சுற்றிப் பார்த்தான். சாலையும் புளிய மரங்களும் கடலைக்காடும் அனாமத்தாய்க் கிடந்தன.

பூவுக்குக் கீழ் செடியைப் பார்த்தான். அகலமாய் குட்டையாய் கத்திரிவெட்டில் இலைகள். குத்துச் செடி அளவிற்கு உயரம். பூக்காத காலத்தில் செடியும் அழகாயிருக்கும். அதேபோன்ற செடியை அங்கும் இங்கும் தேடினான். கொஞ்சம் தள்ளி சின்னதாய் ஒரு செடி நீர்முள்ளிக் கொத்திற்குப் பக்கத்தில் இருந்தது. வாளிப்பான செடி. இரண்டு நாள் மழையில் பூமி நனைந்து ஈரமாயிருந்தது. அருகில் போய்ப் பதமாய் அந்தச் சிறு செடியைப் பிடுங்கினான். செடியைப் பிடுங்கிய இடத்திலிருந்து ஈரமண்ணை அள்ளிப் பாதிப்பைக்கு நிரப்பிக்கொண்டான் பிடுங்கிய செடியைப் பைக்குள் போட்டான். பூத்த செடியையும் பூவையும் ஒருமுறை நன்றாகப் பார்த்துவிட்டு சாலைக்கு ஏறினான். ரொம்ப குதூகலமாயிருக்கும்போது பாடும் பாட்டை அவன் உதடுகள் பாடியது அவனுக்குத் தெரியவில்லை.

சைக்கிளில் வீட்டிற்கு வரும்போது இருட்டத் தொடங்கிவிட்டது. பையிலிருந்து செடியை வெளியிலெடுத்ததும் மனைவி கேலி பேசினாள். "அடுத்த விருந்தாளி வந்தாச்சாக்கும்?" பேண்டையும் சட்டையையும் களைந்துவிட்டு லுங்கியைக் கட்டிக்கொண்டான். பாத்ரூமுக்குப் பக்கத்தில் கிடந்த மண்வெட்டியை எடுத்துக்கொண்டு வாசலுக்கு வந்தான். விதவிதமாய் வளர்ந்த செடிகளுக்கு மத்தியில் புதிய நபருக்கேற்ற இடத்தைத் தேடினான். காம்பவுண்டு உள்சுவருக்குச் சற்றுத்தள்ளி வாசலுக்கு நேராய்க் கொஞ்ச இடம் இருந்தது.

மண்வெட்டியால் குழி வெட்டினான். வெளியில் போய்க் கொஞ்சம் மணல்கொண்டு வந்தான். குழிக்குள் மணலைப் பரப்பினான். அதன் மேல் தோண்டிய மண்ணில் கொஞ்சத்தைச்

கந்தர்வன் சிறுகதைகள் 39

சிதறினான். மேலாகச் செடியைப் பிடுங்கிய இடத்தில் தோண்டிய மண்ணைப் பையிலிருந்து கொட்டினான்.

செடியைப் பதமாகக் குழியில் வைத்தான். வேர் மடிந்துவிடாமல் நிறுத்தி, கட்டிக் கல் இல்லாமல் மண்ணை அள்ளி மெது மெதுவாய்ப் போட்டான். மீதியுள்ள மண்ணைச் செடிக்கு வட்டமாக உயர்த்தி அரண் கட்டினான். ஈரமண் எல்லா வேலைகளுக்கும் ரொம்பத் தோதாயிருந்தது. பூவாளியில் தண்ணீர் கொண்டுவந்து செடியின் தலை இலையிலிருந்து கீழ் இலைவரை குளிரக் குளிர ஊற்றினான். தண்ணீர் ஊற்றியதில் செடி கொஞ்சம் சாய்ந்ததைச் சரிபடுத்தினான். பூவாளியைப் பக்கத்தில் வைத்துவிட்டு வெகுநேரம் அந்தச் செடியையே பார்த்துக்கொண்டிருந்தான். மனைவி உள்ளே குழந்தைக்குப் பாடம் சொல்லிக்கொண்டிருந்தாள். தொந்தரவில்லை. இன்னும் வெகுநேரம் பார்த்துக்கொண்டிருக்கலாம். பொழுதுதான் நன்றாக இருட்டிவிட்டது. உள்ளே போனான்.

ஆபீஸ் சிநேகிதன் சீனிவாசன் இவனைத் தேடிவந்தான். பேசினான். மனைவி என்னென்னவோ கேட்டாள். பதில் சொன்னான். குழந்தை காலைக் கட்டிக்கொண்டு சிரித்தது. இவனும் சிரித்தான். அரைமணி கழித்து வாசல் விளக்கைப் போட்டுவிட்டு வந்து செடியை ஊன்றிக் கவனித்துப் பார்த்துவிட்டுப் போனான்.

தேங்காயில்லையென்றாள். செடியைப் பார்த்துக்கொண்டே சைக்கிளை எடுத்துக்கொண்டு கடைக்குப் போனான். தேங்காய் வாங்கிக்கொண்டு திரும்பும்போது வேண்டுமென்றே செடியைப் பார்க்கவில்லை. திரும்பிவந்து ஆற அமரப் பார்க்க வேண்டுமென்று அடக்கிக்கொண்டான்.

சாப்பிடும்போது "மத்தியானம் தெருவில் இந்த அப்பளத்தை வாங்கினேன். எப்படி இருக்கு?" என்றாள். நல்லாயிருக்கு என்றான். அவளும் போட்டுக்கொண்டு சாப்பிடும்போது "ஐய்யோ அப்பளத்திலே மடி அடிக்குதே. நல்லா ஏமாத்திப்புட்டாள் ஓங்களுக்கு நாக்கு செத்துப்போச்சா?" என்றாள். 'விடு கழுதையை' என்று சொல்லிக்கொண்டே கழுவிய கையை டவலில் அழுத்தி அழுத்தித் துடைத்தான். பாத்திரம் கழுவி முடியும் வரை தொந்தரவில்லை.

வாசல் விளக்கைப் போட்டான். வெளிச்சம் போதாதென்று பீரோவிலிருந்து டார்ச்சை எடுத்துக்கொண்டு செடியருகில் வந்தான். டார்ச் வெளிச்சத்தில் செடி மயங்கியது. அவன் கணக்குப் போட்டான். செடியை நட்டு மூன்று மணி நேரமாகிவிட்டது. செடி வாடவில்லை.

ஆனால் காட்டில் பிடுங்கிய போதிருந்த செழிப்பில் கொஞ்சம் குறைவிருந்தது.

செடி இப்போது தரைக்கு மேல் ஒரு சாண் உயரத்தில் தானிருந்தது. இவன் மறுபடி கணக்குப் போட்டான். இது குத்துச்செடியாய் வளர எப்படியும் ஒரு மாதமாகலாம். அப்புறம்தான் பூக்கும். மஞ்சளும் சிவப்பும் சமபரிமாணத்தில் ஒரு சின்னப் பேழையைப் போல் கண்ணை அசத்தும். இந்தச் செடி பூக்கின்ற தினத்தில் இவள் வாசலுக்குக் கோலம் போடவேண்டியதில்லை. இந்த வீடும் வாசலும் தெருவும் ஒரு சின்ன அதிசயத்தைப் பார்க்கும். பூ பத்து நாட்களுக்கு வாடாது. அந்த இரவுகளிலும் பகல்களிலும் இந்தப் பூவிற்காக எந்தெந்த காட்டிலிருந்து என்னென்ன வண்டுகள் வருமோ?

"மணி பத்தாச்சு" உள்ளே இருந்து குரல் வந்தது. கைலியை மடித்துக் கொண்டு உள்ளே போனான்.

இவன் உலகம் பூராவையும் சுற்றி வரவேண்டுமென்று அடிக்கடி நினைப்பான் உலகத் தெருக்களிலும் பூங்காக்களிலும் காடுகளிலும் வேர்விட்டுக் கிளைவிட்டுப் பூத்துச் சொரியும் எல்லா மரங்களையும் செடிகளையும் பார்த்துத் தீர்த்துவிட வேண்டுமென்று கனவு கண்டுகொண்டேயிருந்தான். இங்கிலீஷ் சினிமாக்கள் பார்க்கும்போது காமிரா வீட்டைவிட்டு ஸ்டுடியோவை விட்டு எப்போது சாலைகளுக்கு, ஆற்றங்கரைகளுக்கு வரும் என்று கையைப் பிசைந்துகொண்டு உட்கார்ந்திருப்பான். இங்கேயெல்லாம் பார்க்கமுடியாத செடிகளையும் மரங்களையும் பூக்களையும் பார்க்கத்தான்.

சின்ன வயதில் எல்லாப் பையன்களையும் போல் இவனும் பாடப்புத்தகங்களை எடுத்துக்கொண்டு மனப்பாடம் பண்ணவென்று ஏரிக்கரை, காடு மரத்தடி என்று போயிருக்கிறான். அப்படியான ஒரு நாளிலாவது ஒரு வரியும் படித்ததில்லை. விரித்த புத்தகத்தை மூடிவிட்டு மரத்தையே பார்ப்பான்; செடிகளையே பார்ப்பான். காட்டு வாசனையில் சொக்கிப்போய் கனவு காண்பான்.

ஒரு நாள் உக்கிரமாய் வெயிலடித்துக் கொண்டிருந்த உச்சிவேளை. கையில் பாடப்புத்தகம். மரத்தடியில் குளு குளுவென்ற நிழலில் உட்கார்ந்திருந்தவனுக்குத் திடீரென்று அந்த மரம் பரிதாபமாய்த் தெரிந்தது. இவ்வளவு வெயிலையும் தலையில் வாங்கிக்கொண்டு ஏமாளித்தனமாய் எனக்கு நிழலைக் கொடுக்கிறதே என்று

எண்ணினான். அப்புறம் மலரும் இவனுக்கு பதில் சொல்வதாய் நினைத்துத் தானே சொல்லிக்கொண்டான்.

நான் ஒன்றும் ஏமாளியல்ல. இப்போதுதான் சூரிய ஒளியை வாங்கி ஒளிச்சேர்க்கை செய்கிறேன். சுறுசுறுப்பாய் உணவு தயாரிக்கிறேன். நான் வேண்டாமென்று கீழே விட்ட நிழலில் நீதான் சோம்பேறித்தனமாய் விழுந்து கிடக்கிறாய்.

இப்படி அவனும் மரமும், அவனும் செடிகளும் பரீட்சைக்கு படிக்கவேண்டிய அவசரமான நேரங்களில் அதிக நேரம் பேசிக் கொண்டிருந்தார்கள்.

புராணக் கதைகளை நிறையப் படிப்பான். அவற்றில் வருகிற தபோவனம், பர்ணசாலை இதிலெல்லாம் இவனுக்கு ரொம்ப மயக்கம். கல்லூரியில் படிக்கும்போது மூன்றாம் வீட்டு நீரஜாவை அவளுக்குத் தெரிந்துவிடாமல் வெகு நாளாய்க் காதலித்தான் நீரஜா இவனைப் பார்த்து எப்போது சிரித்தாலும் சரி, அடுத்து பத்தாவது நிமிஷம் சைக்கிளில் ஏறி ஒரு தோப்பிற்குள் போய் உட்கார்ந்து கொள்வான். தன்னை ஒரு ரிஷியாக்குவான். நீரஜாவை ரிஷி பத்தினியாக்குவான். ஓர் அடர்ந்த கானகத்தை உண்டாக்குவான். ஜிலுஜிலுவென்று ஒரு நதியை ஓடவிடுவான் நதிக்கரையில் சுத்தமாய் ஒரு பர்ணசாலையைக் கட்டுவான். வீட்டில் தொங்கிய ரவிவர்மா ஓவியங்களில் வருவதுபோல் நீரஜு நீராடிவிட்டு குடத்தில் நீர் மொண்டு வருவதைப் பார்ப்பான். நீரஜாவிற்காகக் காடெங்கும் போய் காய்கள் சுனிகள் கிழங்குகள் பறித்து வருவான். இப்படியே நினைத்துக் கிறங்கிக் கிடந்து வீடு சேர்ந்திருக்கிறான். அவள் ஒரு இஞ்சினியருக்கு மனைவியாகிப் பம்பாய் போனதும்தான் அந்தக் காடும் பரணசாலையும், கனவும் நின்றது.

பக்கத்துக் கிராமத்தில் அப்பாவின் நண்பர் ஒரு முஸ்லீம். அவர்கள் வீட்டுக் கல்யாணத்திற்குப் போகையில் அப்பா இவனையும் அழைத்துக்கொண்டு போனார். ட்ரவுசர் போட்ட சின்னப் பையன், கல்யாணம் ராத்திரியில்; விடிய விடிய சாப்பாடு. விடிய விடிய சினிமா பாட்டு. விடிய விடிய ஊர்வலம், சடங்குகள், மல்லிகைப்பூ மலேயா செண்ட் வாசனை ஊர் முழுவதும்.

வீட்டு வாசலில் ஒரு வேப்பமரம். ஒரு முருங்கை மரம். ஒவ்வொரு மரத்திற்குப் பக்கத்திலும் ஒரு மூங்கில் கம்பத்தை நட்டு ஒவ்வொரு பெட்ரோமாக்ஸ் லைட்டைக் கட்டியிருந்தார்கள். பெட்ரோமாக்ஸ் வெளிச்சத்தில் வேப்ப இலைகளும் முருங்கை இலைகளும் கண்ணில் பால் ஊற்றிக்கொண்டிருந்தன.

திண்ணையில் உட்கார்ந்து விடிய விடிய அந்த அதிசயத்தைப் பார்த்துக்கொண்டிருந்தான். கண்கொள்ளாக் காட்சியென்றால் அது பெட்ரோமாக்ஸ் வெளிச்சத்திலாடும் வேப்பங்கிளைகளும் முருங்கை இலைகளும்தான் என்று இப்போதும் நினைத்துக் கொண்டிருக்கிறான்.

இவனும் பி.எஸ்.ஸி பாட்டனியில் சீட் கிடைத்தபோது வேண்டாமென்று பி.ஏ., வரலாறு எடுத்துப் படித்தான். அப்பாவுக்கு அதனால் இவன் மீது ஏகக் கோபம். இலைகளை வெட்டுவதும் பாடம் பண்ணுவதும் சகிக்க முடியாதவைகளாகத் தோன்றின. எம்.ஏ.விலும் வரலாறையே எடுத்துப் படித்தான்.

எங்காவது நாலைந்து மரங்களும் செடிகளும் அடர்ந்து இருளாயிருக்கும் இடம் தெரிந்தால் மனசு துள்ளிப் பாயும். உள்ளே நுழைந்து சருகளை ஒதுக்குவான். பாம்பு பல்லிக்குப் பயப்படும் குணம் சிறு வயதிலிருந்தே இல்லை. அங்கே போய் உட்கார்ந்துகொண்டு ராஜாக்கள் காலம் மூதாதையர் காலம் சிம்பன்ஸி காலத்திற்கெல்லாம் போய்வருவான்.

மரங்கள் செடிகள் எதுவும் காற்றைத் தவிர வேறு கழிவுப் பொருள்களை வெளியிடுவதில்லை மனிதர்களும் மிருகங்களும் இதில் அதிகமாக வாழ்கிறார்கள் என்று அடிக்கடி நினைப்பான்.

வேலை கிடைக்காமல் திரிந்தபோதுதான் செடிகளைக் கொண்டுவந்து வாசலிலும் கொல்லையிலும் ஊன்றி வைக்க ஆரம்பித்தான். அப்பாவின் சிநேகிதர்கள் வீட்டிற்கு வரும்போது 'பையன் வேலை தேடுறானா?' என்று கேட்கையில் அப்பா சொல்வார். "அவர் வேலை ஒண்ணுந் தேடுறதா காணோம். செடிகளைத் தேடிக்கிட்டுத் திரிகிறார்."

ஒருதடவை சிநேகிதனோடு ஊட்டிக்குப் போனான். அவ்வளவு செடிகளையும் பார்த்துவிட்டுக் கண்கள் தொட்டிலாடின. சொப்பனங்களில் வந்த பல செடிகள் ஊட்டியில் இருந்தன.

பங்களாக்களின் முன்னால் நூறு வகை செடிகள் மென்மையான நிறங்களில் முரட்டு நிறங்களில் பல வண்ணங்கள் ஒரே செடியில். கண்கள் அரை இஞ்ச் அகலமாகி விட்டன. பல பங்களா வாசல்களில் பிச்சைக்காரனைப்போல் நின்று செடிகளை யாசகம் கேட்டான். யாரும் தரவில்லை.

அப்புறம் அவன் எந்த பங்களா முன்பும் போய் நிற்கவில்லை. யாரும் கவனிக்காத காட்டுப் பக்கம் ரம்மியான பூக்களைப் பார்த்து அந்தச் செடிகளையும் காட்டுக் கொடிகளையும் கொண்டுவந்து வாசலில் வளர்க்க ஆரம்பித்தான். ஒவ்வொரு செடியிலும் ஒரு

விநோதம். ஒரு விசேடம் இருப்பதாகப்பட்டது. அவன் வீட்டு வாசலும் கொல்லையும் ரொம்ப சின்ன இடங்கள். அவன் ஆசைப்படி தோட்டம் வளர்க்க உலகம் போன்ற ஒரு பெரிய இடம் தேவைப்பட்டது. கஷ்டப்பட்டு அடக்கிக்கொண்டான்.

ஒருநாள் கள்ளிச் செடியைக் கொண்டுவந்து குழி வெட்டி மணல் பரப்பிச் செடியை ஊன்றித் தண்ணீர் ஊற்றிக்கொண்டிருந்த நேரம் அப்பா வந்துவிட்டார். "கள்ளியைக்கொண்டு வந்து வீட்டு வாசலில் நடலாமா! இதையெல்லாம் பைத்தியந்தான் செய்யும்?" என்று சொல்லிக்கொண்டே பிடுங்கி வெகுதூரத்தில் கொண்டுபோய்ப் போட்டுவிட்டு வந்தார்.

மரங்களும் செடிகளும் தாயைப்போல. அப்பாவைப்போல அரக்கத்தனமான ஆண் இனமே தாவரங்களில் இல்லை. எல்லாம் பெண் இனம்; வாஞ்சை மிகுந்த இனம். அப்பா திவசம் முடிந்த மறுநாள் ஓர் அழகான கள்ளிச் செடியைக் கொண்டுவந்து வாசலில் நட்டான்.

பால்காரன் மணியடிக்கிற ஓசை தூக்க நடுவில் கேட்டது. அவள் எழுந்து போய்க் கதவைத் திறக்கும் ஓசையும் தொடர்ந்து கேட்டது. சுரீலென்று ஞாபகம் வந்து எழுந்தான். முகத்தைக் கழுவிக்கொண்டு வாசலுக்கு வந்தான். பொழுது விடிந்துகொண்டிருந்தது. காம்பவுண்டுக்கப்பால் லேசாய்ப் பனிமூட்டம்.

இவன் செடியருகில் போய்க் குத்துக்காலிட்டு உட்கார்ந்திருந்தான். செடி வாடவில்லை. ரொம்ப செழிப்பாகவும் இல்லை. அரணில் சிமெண்ட் பூசியது போல் ஈரமண் படிந்திருந்தது. நடுவில் ஒரு சின்னக் குழியுடன். உள்ளே போய் பூவாளியில் தண்ணீர் கொண்டுவந்து ஊற்றினான். மறுபடியும் குத்துக்கால் வைத்துக்கொண்டு செடியையே பார்த்துக்கொண்டிருந்தான்.

காப்பியை எடுத்துக்கொண்டு அவள் செடியருகில் வந்தாள். காப்பியை உறிஞ்சிக்கொண்டே செடியைப் பார்த்தான். தண்டை, குழியை, ஈரச் சொதசொதப்பை, இலைகளில் ஒட்டியும் ஒட்டாமலும் உருண்ட நீர் திவலைகளைப் பார்த்துக்கொண்டேயிருந்தான். வெகுநேரம் கழித்து பூவாளியை எடுத்துக் கொண்டுபோய் நீர் எடுத்து மற்ற செடிகளுக்கு ஊற்றினான்.

மார்க்கெட்டிற்குப் போகையில் ஒருமுறை, வரும்போது ஒருமுறை செடியைப் பார்த்தான். ஆபீஸுக்குக் கிளம்பையில் நின்று நன்றாய்ப் பார்த்தான். இந்தச் செடிக்கு சோதனை நேரம் இனிமேல்தான். பகல் முழுவதும் அடிக்கப்போகிற வெயிலுக்குத்

தாக்குப்பிடித்து விட்டால் பிழைத்துக்கொள்ளும். 'மகளே உன் சமத்து' என்று மனத்திற்குள் சொல்லிக்கொண்டான். குழந்தை டாட்டா சொல்லியபோது இவன் செடிக்கும் சேர்த்து சொல்லிவிட்டு ஆபீஸுக்குப் புறப்பட்டான்.

அன்று பகல் முழுதும் ஆபீஸ் வேலைகளைப் பார்த்துக்கொண்டிருந்த நேரங்களில் மனசு சலனப்பட்டுக் கொண்டேயிருந்தது. கேன்டீனுக்குப் போக வெளியில் வந்தபோது வெயில் சுள்ளென்று அடித்தது. இன்றைக்கென்று வெயில் ரொம்ப அதிகமாயிருக்கின்றதென்று நினைத்தான். மீதிப்பட்ட வேலைகளைக் கட்டிப் போட்டுவிட்டு ஐந்தரை மணிக்கு சைக்கிளில் பறந்து போனான். செடி லேசாய் வாடியிருந்தது. ஆனால் பிழைத்துக்கொள்ளும் என்று தோன்றியது. பக்கத்தில் உட்கார்ந்து வெகுநேரம் பார்த்துக்கொண்டிருந்தான்.

மூன்றாம் நாள் வாட்டமெல்லாம் போய் மதமதவென்று தெரிந்தது செடி. இலைகளில் பச்சை பிடிக்க ஆரம்பித்திருந்தது. காலை மாலை இரவு என்று செடியருகில் உட்கார்ந்திருந்தான்.

ஒரு வாரம் கழித்து ஒருநாள் இவன் ஆபீஸிலிருந்து வரும்பொழுது இரண்டு வீடு தள்ளி ஒரு மாடு சாணிபோட்டு விட்டுப்போனது. கொஞ்சம் ஒரு மாதிரியாகத் தானிருந்தது. என்றாலும் குனிந்து ஒரு கையில் சாணத்தை அள்ளிக்கொண்டு வந்தான். 'தெருவில் எத்தனை பேர் பார்த்தார்களோ?' என்று மனைவி கத்தி கோபித்தாள்.

சாணத்தைக் குழி நிறையப் போட்டுத் தண்ணீர் ஊற்றினான் பதினைந்து நாளில் செடி இவன் முழங்காலுக்கு வளர்ந்துவிட்டது. தெருக்கோடியிலிருந்து ஒரு பையில் குப்பை அள்ளி வந்து செடிக்குக் கொட்டினான்.

ஒரு நாள் சாமத்தில் திடீரென்று பேய் மழை பெய்தது. காற்று மாறி மாறி அடித்தது. மனைவி அவசரம் அவசரமாய் ஜன்னல் கதவுகளைச் சாத்தப்போனாள். இவன் வாசல் கதவைத் திறந்துகொண்டு வராந்தாவிற்கு வந்தான். டார்ச்சை அடித்து செடியைப் பார்த்தான். வளைந்து கொடுக்கவும் முடியாமல் நிமிர்ந்து நிற்கவும் முடியாமல் பரிதாபமாகத் தள்ளாடியது. உள்ளே ஓடி கடப்பாரையைத் தூக்கிக் கொண்டுவந்து செடிக்கு சற்று தூரத்தில் ஊன்றினான். நனைந்துகொண்டே ஒரு கயிற்றால் கட்டிவிட்டான். "பைத்தியம் பிடித்து போதாதுன்னு ஜலதோஷமும் பிடிக்கப்போகுது" என்று அவள் திண்ணையில் நின்று கேலி பேசினாள்.

மறுநாள் காலையில் எழுந்து பார்த்தபோது செடி, படு உற்சாகமாய்த் தலையை ஆட்டிக்கொண்டு நின்றது. கடப்பாரையை உருவி எடுத்து உள்ளே போட்டான். காலைக் காப்பியைத் தினமும் செடியிடம் உட்கார்ந்துதான் குடித்தான். குப்பை, சாணத்தால் பாதியும் இவன் பார்வையால் பாதியுமாய்ச் செடி வளர்ந்து இவன் தொடை உயரத்திற்கு வந்தது.

ஒருநாள் காலையில் வந்து உட்கார்ந்தபோது செடியில் சின்னதாய் என்னவோ மாற்றம் தெரிவது போலிருந்தது. உற்றுப்பார்த்தான். ஒரு மொட்டு. காப்பி அன்று ரொம்ப ருசியாயிருந்தது.

மொட்டு மில்லிமீட்டர் மில்லிமீட்டராய் வளர்ந்து கொண்டிருந்தது. காப்பியின் ருசியும் கூடிக்கொண்டே போனது.

அன்று ஞாயிற்றுக்கிழமை. அவள் குழந்தையுடன் முதல் நாள் அம்மா வீட்டிற்குப் போயிருந்தாள். சாவதானமாக எழுந்து முகம் கழுவிக்கொண்டு வாசலுக்கு வந்தான். பளீரென்று ஜொலித்தது பூ. மஞ்சளும் சிவப்பும் சமபரிமாணத்தில் கண் கூசியது. உடம்பு சற்று நடுங்கியது. அருகில் நின்று பார்க்கப் பார்க்கக் கண் குளிர்ந்து வந்தது. வெகுநேரம் நின்றான். பார்த்துக்கொண்டிருக்கும்போது இவனுக்குத் தோன்றியது. "இவ்வளவு நேரம் பார்த்தும் செடி கண்ணில் படவில்லை. பூதான் கண்ணுக்குத் தெரிந்தது; கண்ணில் நின்றது. பூவுக்கு கீழே செடியும், செடிக்கு கீழே நானும் திடீரென்று காணாமற்போனோம்" பார்வையைத் திருப்பி உள்ளே போனான்.

சட்டையைப் போட்டுக்கொண்டு சைக்கிளையும் பையையும் எடுத்து வெளியில் வைத்து வீட்டைப் பூட்டினான். மனைவி அம்மா வீட்டிலிருந்து வருகிற நேரம். சாவியை அடுத்த வீட்டில் கொடுத்தான். தஞ்சாவூர் சாலையில் வெள்ளைப் பூச்செடி ஒன்றை ஒரு வாரத்திற்கு முன்பு பார்த்து வைத்திருந்தது ஞாபகத்திற்கு வந்தது. சைக்கிளில் ஏறிப் பறந்தான்.

கனத்த வெயிலில் இவன் பையில் செடியோடும் செடியிருந்த மண்ணோடும் சைக்கிளை விட்டு இறங்கையில் மனைவி கேலி பேசினாள். "அடுத்த விருந்தாளி வந்தாச்சா?"

தினம் ஒரு பாண்டியன் எக்ஸ்பிரஸ்

கதவு தட்டும் ஓசை கேட்டதும் அண்ணாச்சி அரைத் தூக்கத்தில் குரல் கொடுத்தார். "மணி... வண்டி வந்திருச்சு போல ஆள் யாருன்னு பாரு."

வராத்தாவில் தூங்கிக்கொண்டிருந்த மணி சட்டையில்லாத உடம்பில் நெஞ்சுவரை கைலியை இழுத்துச் சுற்றிக்கொண்டு போய்க் கதவைத் திறத்தான். கையில் பையுடன் ஒரு நடுத்தர வயதுக்காரர் வாசலில் நின்றுகொண்டிருந்தார். பொழுது ஏறக்குறைய விடிந்துகொண்டிருந்தது.

"பாண்டியன் வந்திருச்சா?" என்று வந்தவரை கேட்டான். அவர் தலையை அசைத்து "ஆமா" என்று சொல்லும்போது மணி கதவைத் திறந்துகொண்டிருந்தான்.

அவரை இதற்குமுன் மணி பார்த்ததில்லை என்றாலும், அந்த வீட்டிற்கு வருகிறவர்கள் அநேகமாக பாண்டியன் எக்ஸ்பிரஸிலதான் வருவார்கள். அண்ணாச்சி ஊர்ப் பக்கமிருந்து சென்னைக்கு வருகிறவர்களுக்கு பாண்டியன் எக்ஸ்பிரஸ்தான் பிடிக்கும். தோதுங்கூட.

வந்த ஆள் முகத்தில் கவலை, பரபரப்பு. சட்டை வேட்டியில் பிரயாணக் கசங்கல்கள். "அண்ணாச்சி இருக்காங்கல்ல?" என்று படபடப்புடன் கேட்டார். மணி கொட்டாவி விட்டுக்கொண்டே "பயப்படாதீங்க அண்ணாச்சி இங்கெதான் இருக்கார், தூங்கறார்" என்றான்.

வந்தவர் மிகுந்த கவனத்தோடு வீட்டிற்குள் நுழைந்தார். ஹால் முழுக்க சுவர்களில் வண்ண வண்ணப் புகைப்படங்கள். மறைந்த தலைவர்கள் முதல் இன்றுள்ள மந்திரிகள் வரை அண்ணாச்சி தோள் மேல் கைபோட்டு நின்றார்கள். ஒரு படத்தில் அண்ணாச்சி ஒரு

மந்திரிக்குப் பொன்னாடை போர்த்துகிறார். இன்னொரு படத்தில் மந்திரியே அண்ணாச்சிக்கு மாலை போடுகிறார்.

அண்ணாச்சிக்கு வாசித்துக் கொடுத்த வரவேற்புப் பத்திரங்கள் தங்க அச்சில் சாண் அகலத் தங்கநிற ஃப்ரேம்களுக்குள் ஆள் உயரத்தில் மாட்டப்பட்டிருந்தன. அதிகாலை அமைதியில் இவற்றைப் பார்க்கப் பார்க்க வந்தவருக்கு அண்ணாச்சியைப் பற்றி ஊர்ப்பக்கம் பேசிக்கொள்வது சரிதானென்று தோன்றியது. ஏற்கெனவே இருந்த மரியாதையோடு சின்ன பயமும் வந்தது. திருப்தியுடன் அண்ணாச்சி படுத்திருந்த அறைக்குள் நுழைந்தார்.

அரசியலில் அண்ணாச்சி வெகுகாலத்து ஆள். எந்தக் கட்சியிலிருந்தாலும் அண்ணாச்சிக்கு ஆள்பலம் அதிகம். அவர் சொன்னால் கேக்க என்று கூட்டம் கூட்டமாய் அவர் ஜாதி ஆள்களும் கொத்துக் கொத்தாய்ப் பல கிராமங்களும் உண்டு. அண்ணாச்சி கையில் தூண்டில் கம்பு மாறும். தூண்டில் முள் மாறாது. அவர் எப்போதோ எம்.எல்.ஏ. ஆகி மந்திரியாகி இருக்கவேண்டியவர்.

"அண்ணாச்சி ரொம்ப வெவரமானவருதான். ஆனா கெடச்ச பிடியை நறுக்குனு பிடிச்சிக்கத் தெரியலை, ஒரு கூட்டம் புதுசா கெளம்பி மேலே வந்துரும் போலத் தெரிஞ்சா லாபமோ நஷ்டமோ ஓடிப்போயி மொதல்ல நின்னுறணும்ல. இவரு நிதானிச்சுப் போயி நிற்கிறதுக்குள்ளே முன்னே போன ஆளு ஒடியாந்து அண்ணாச்சி ஒங்க சப்போட்லதான் நான் எம்.எல்.ஏ. ஆகணும், மந்திரியாகணும்ணு வருது. ரொம்ப பெருமையா நின்ன எடத்திலேயே கெடக்காரு அண்ணாச்சி" என்பான் மணி.

ஆனால் மெட்ராசில் எந்த வேலையானாலும் அண்ணாச்சியைப் பார்த்தால் முடித்துக் கொடுப்பாரென்பது மதுரைக்கு மேற்கில் பிரபல்யமான செய்தி. எம்.எல்.ஏக்களும் மந்திரிகளும் அண்ணாச்சி சொல்லைத் தட்ட மாட்டார்கள் என்பது அந்தப் பக்கத்தில் உள்ள பெரிய ஆள்கள் மத்தியில் ஆழமான நம்பிக்கை.

மதுரைப் பக்கத்தில் அண்ணாச்சி அரசியல் பண்ணிக்கொண்டிருந்த போது மாதத்தில் ஏழெட்டுத் தடவைகள் யாரையாவது கூட்டிக் கொண்டு மெட்ராஸ் வந்து மந்திரிகளைப் பார்த்து பல மாதிரி காரியங்களை முடித்துக்கொண்டிருந்தார். ஊரிலிருந்து மதுரைக்கு வருவது; மதுரையில் ரயிலேறி மெட்ராஸ் போவது; லாட்ஜில் சிலசமயம் தொடர்ந்து ஒரு வாரம் இரண்டு வாரமென்று தங்குவது; திரும்பி ஊர்போய்ச் சேர்வதெல்லாம் ஒரு கட்டத்தில் அண்ணாச்சிக்கு அலுப்பைத் தந்துவிட்டது. மெட்ராசிலேயே வீடெடுத்துத் தங்கிவிட்டார்; கூட மணி துணைக்கு.

குடும்பத்தை கிராமத்திலேயே விட்டுவிட்டார். அண்ணாச்சியின் பழக்கவழக்கங்களுக்கு, பெண்டாட்டி பிள்ளைகள் பக்கத்திலிருப்பது சரிப்பட்டு வராது. பணம் காசு அனுப்புவது; பத்தில் கூடி எட்டில் கூடிப் போய்ப் பார்த்துவிட்டு வருவதோடு உறவுகளை நிறுத்திக்கொண்டார்.

ஊர்ப்பக்கம் செல்வாக்கும் அரசியலுமாயிருந்தபோது தொண்டர்களும் ஜாதிக்காரர்களும் எல்லாத் தலைவர்களையும் அழைப்பது போலவே இவரையும் 'அண்ணே அண்ணே' என்றுதான் கூப்பிட்டார்கள். ஒரு தடவை யாரோ ஒரு விவரமில்லா ஆள் 'அண்ணே' என்று தெனவட்டமாக நாலு பேர் முன்னால் கூப்பிட்டுவிட்டான். இவருக்கு சுளீரென்று கோபம் வந்து கூடியிருந்த ஆள்கள் முன்னால் பொரிந்துவிட்டார். "இங்கே பாரு உருண்டை உருண்டையா மொகங்களை வைச்சுக்கிட்டு ஒரே மாதிரி மீசைகளை வைச்சுக்கிட்டு ஒரே மாதிரி துண்டுகளைப் போட்டுக்கிட்டு ஒருத்தனுக் கொருத்தன் போயி அண்ணே வித்தியாசந் தெரியாமத் திரியிரவன்களைப் எண்ணெண்ணு சொல்லு. நான் அப்படியான ஆளில்லை. கூப்பிடணும்னா அன்பா மரியாதையா அண்ணாச்சின்னு கூப்பிடு, அதுதான் கேக்க நல்லாயிருக்கு".

அதற்கப்புறம் எல்லோரும் பெரிய பதவிகளில் உள்ளவர்கள் வரை தட்டுத்தடுமாறி அண்ணாச்சி என்று கூப்பிட ஆரம்பித்தனர். இப்போது புதிதாய்ப் பழகுகிற ஆள்களுக்கு அண்ணாச்சிதான் இவர் பெயர்.

வந்தவர் அண்ணாச்சி படுக்கைக்குப் பக்கத்தில் வந்து உட்கார்ந்தார்; கூட மணி. இப்போது மணி கையிலையைச் சரியாகக் கட்டி சட்டை போட்டு சகிதமாக வந்துநின்றான். அண்ணாச்சிக்குத் தூக்கம் கலைந்துவிட்டது என்றாலும், கண்ணைத் திறக்காமல் படுத்திருந்தார்.

அவருக்கு ரொம்பத் திருப்தி. பொழுது சரியாகத்தான் விடிந்திருக்கிறது. மதுரையில் முதல் நாள் புறப்பட்ட பாண்டியன் எக்ஸ்பிரஸ் அவர் பங்கிற்கான ஆளை வழக்கம்போல கொண்டுவந்து சேர்த்துவிட்டது. திருப்தியும் சந்தோஷமுமாய்க் கண்ணைத் திறக்க முயன்றார். உடனே திறக்க முடியவில்லை. கண் எரிச்சல் அதிகமாயிருந்தது. சிரமப்பட்டு விழித்தார்.

வந்தவர் கையிரண்டையும் கூப்பி அண்ணாச்சியைக் கும்பிட்டார். அண்ணாச்சி பாதிக் கும்பிடோடு நிறுத்தி, "அடே! காசியா? என்ன உம்புட்டு தூரம்?" என்றார்.

கண் எரிச்சல் தாங்கமுடியவில்லை. வந்தவர் பதில் சொல்லுமுன், "மணி செம்புல தண்ணி கொண்டாடா" என்றார்; வந்தவரைப் பற்றி அவ்வளவாய் அலட்டிக் கொள்ளாதது மாதிரியும் இருக்க வேண்டும்.

காசி வந்த காரியத்தை மெதுவாகச் சொல்லத் தொடங்கினார். கேட்டுக்கொண்ட அண்ணாச்சி முகம் கழுவித் துடைத்தார். "மணி, மூணு காப்பி வாங்கியாடா. ரொம்ப தூரத்திலிருந்து வராத ஆளு வந்திருக்கான்."

மணி பிளாஸ்கோடு வந்தான். அண்ணாச்சி காசெடுக்கக் கிளம்பும்போது காசி சட்டென்று அண்ணாச்சியை அமுக்கி உட்கார வைத்துவிட்டுப் பையிலிருந்து . ஒரு ஐந்து ரூபாய் நோட்டை எடுத்து மணியிடம் கொடுத்தார். மணி கிளம்பிப் போனதும் மறுபடி வந்த வேலையைப் பற்றி விஸ்தாரமாய்ச் சொல்லிக்கொண்டிருந்தார்.

மணி வந்து காப்பியை ஊற்றி இரண்டு பேருக்கும் கொடுத்தான்; காப்பியைக் குடித்துக்கொண்டே கேட்டு முடிந்ததும், "இது ஓடனேயே பாக்கவேண்டிய சங்கதியா இருக்கு. நீ பத்து நாளு முந்தியே வந்திருக்கணும் காசி. நம்ம பக்கத்தாளுகளுக்குக் கத்தி கண்ணுலே ஓடனேயே சுதாரிக்கத் தெரியாது. கழுத்துக்கு வந்ததும்தான் அண்ணாச்சி ஞாபகம் வருது. சரி சரி மந்திரிய பாத்து கலெக்டருக்கு, போன் சொல்லிருவோம்" என்றார்.

"அண்ணாச்சினு வந்துட்டேன். வெறுங் கையாப் போனா நான் தோளிலே துண்டுப் போட்டு ரோட்டுலெ நடக்க முடியாது" என்றார் காசி.

"சரி, அதுதான் எல்லாத்தையும் சொல்லிட்டியே கௌம்பற வேலையைப் பாரு. மந்திரிய வீட்டிலேயே பாத்திருவோம். அரை மணியிலே குளிச்சுட்டு ரெடியாயிரணும்,"

காசிக்கு வந்த வேலை பாதிக்கும் மேல் முடிந்த திருப்தி. எழுந்து அவசரம் அவசரமாகக் காலை வேலைகளைக் கவனிக்க ஆரம்பித்தார். அண்ணாச்சிக்குக் கண் எரிச்சல் இன்னும் அடங்கவில்லை. பல் விளக்கிக்கொண்டே. "மணி மந்திரிய பார்க்கப் புறப்படுணும் சட்டை வேட்டி இருக்கா பாரு" என்றார்.

மணி பெட்டியைத் திறந்து பார்த்துவிட்டு ஒரு சீட்டுடன் வந்தான். காசி குளித்துவிட்டு வந்து ஈரத்துண்டோடு நின்றுகொண்டிருந்தார்.

"முந்தாநாள் அர்ஜெண்டிலெ போட்டதை வாங்கியாந்துறேன்" என்றான் மணி.

அண்ணாச்சி பிரஷோடு ரூபாயெடுக்கப் பெட்டியருகில் போனார். "நீங்க இருங்க" என்று அண்ணாச்சியைப் பிடித்து நிறுத்திவிட்டு லாண்டரி சீட்டை வாங்கிப் பார்த்துவிட்டு பன்னிரண்டு ரூபாய் கொடுத்தார்.

அரைமணி நேரத்தில் அண்ணாச்சி டெரிகாட்டன் வேஷ்டி மஞ்சளில் சில்க் ஜிப்பா பவுடர் முகத்தோடு கமகமவென்று வாசம் கிளம்ப வாசலுக்கு வந்துவிட்டார். முழுநீளத்தில் வெள்ளைத் துவாலைத் துண்டு ஒன்று தோளில். கையில் ஆகப்பெரிசாக ஒரு டைரி. டைரிக்குள் மடித்து மடித்து ஏராளமாய்க் காகிதங்கள். அந்தா இந்தா என்று மணியும் வெள்ளையும் சுள்ளையுமாய்க் கிளம்பினான். காசி ரிக்கார்டுகளைப் பைக்குள்ளிருந்து பதனமாயெடுத்து பிளாஸ்டிக் பையில் போட்டு எடுத்துக்கொண்டு கிளம்பிவந்தார்.

மணி ஓடிப்போய் டாக்ஸியோடு வந்து முன்கதவைத் திறந்துவிட்டான். அண்ணாச்சி உட்கார்ந்து சாய்சீட்டின் மேற்பரப்பில் கைபோட்டு விரல்களால் தாளம் போட்டு ஆயிரம் கார்களுக்குச் சொந்தக்காரனைப் போல் அலட்சியமாய் உட்கார்ந்தார். காசியும் மணியும் பின்னால் உட்கார்ந்தார்கள்;

"உடுப்பிக்குப் போ" என்றார் அண்ணாச்சி டாக்ஸி டிரைவரிடம். "சாப்பிட்டு, மந்திரி வீட்டுக்கெல்லாம் போகணும், சாயங்காலம் வரை ஒங்க டாக்ஸிதான்" என்றான் மணி.

அண்ணாச்சி பக்கத்தில் உட்கார்ந்து டிபன் சாப்பிட்டுக்கொண்டே காசி வந்த காரியத்திற்கு மேலும் மேலும் அழுத்தங் கொடுத்துப் பேசிக்கொண்டேயிருந்தார். எதிரில் உட்கார்ந்து நாலு பிளேட்களுக்கு மேல் காலி செய்துகொண்டிருந்த மணியைப் பார்த்தவாறு காசி சொல்வதைக் கேட்டுக்கொண்டிருந்தார்.

தட்டில் பில் வந்ததும் காசி ஒரு எந்தரம் போல ரூபாய் நோட்டுகளை எடுத்து வைத்துவிட்டு அண்ணாச்சியின் வேகத்திற்கு ஈடுகொடுத்து ஓடிவந்து டாக்ஸியில் ஏறிக்கொண்டார்.

மந்திரி வீட்டுக் காம்பவுண்டு ஒரு பெரிய விளையாட்டு மைதானம் போலிருந்தது டாக்ஸிகளும் கார்களும் ஆட்டோக்களும் ஒரு ராஜ வைபவத்திற்கு வந்தவைபோல நிறைந்திருந்தன. காசிக்கு லேசான கிலி, கூடவே ஒரு சந்தோஷம் 'அண்ணாச்சி மாதிரி நமக்கும் ஒரு ஆளு இல்லைனா இம்புட்டுப் பேரோடு போட்டி போட்டு உள்ளே போய் மந்திரிகளைப் பார்க்கமுடியுமா' என்று நினைத்துக்கொண்டார்.

அங்கு வந்துபோன ஆள்களுக்குக் குறைவில்லாமல் அண்ணாச்சி போட்டிருந்த ஜிப்பா, கட்டியிருந்த வேட்டி, முகக் கம்பீரம் பற்றியெல்லாம் காசிக்கு ரொம்ப பெருமையாயிருந்தது. அடுத்த தடவை அண்ணாச்சி ஊருக்கு வரும்போது ரொம்ப மரியாதை தெரியும்படியாக ஏதாவது அண்ணாச்சிக்குச் செய்யவேண்டுமென்று தோன்றியது.

பி.ஏ.வைத் தாண்டி சோபாக்களிலும் பெஞ்சுகளிலும் உட்கார்ந் திருக்கும் பெரிய பெரிய அதிகாரிகளையும் பிரமுகர்களையும் தாண்டிக்கொண்டு அண்ணாச்சி மந்திரி வந்து உட்காரும் அறைக்கு முன்னால் போய் நின்றுகொண்டார். பி.ஏ. பியூன், வேலைக்காரன் எல்லோரும் அண்ணாச்சியைப் பார்த்து கும்பிட்டது காசியை உச்சிக்குக் கொண்டுபோய்விட்டது. மந்திரி வந்து உட்கார்ந்து கொஞ்ச நேரத்திற்கெல்லாம் நாலைந்து பேருக்குப் பின்னால் அண்ணாச்சி உள்ளே நுழைந்துவிட்டார் காசியுடன்.

மந்திரி அண்ணாச்சியைப் பார்த்து ஒரு முழுகும்பிடு போட்டார். அண்ணாச்சி அதைவிடப் பெரிய கும்பிடாய்ப் போட்டுவிட்டு மந்திரிக்கு எதிரில் உட்கார்ந்து மளமள வென்று ஊரப்பக்கத்து நிலைமைகள், மந்திரியின் சுற்றுப்பயண விவரங்கள், முதல் நாள் மாலை பேப்பரில் வந்த மந்திரியின் அறிக்கை பற்றியெல்லாம் ஒரு சிநேகிதருடன் பேசுவது போலப் பேசினார்.

கடைசியாய்க் காசி சம்பந்தமாய் வந்த விஷயத்தைப் விஷயத்தைப் பற்றிச் சுருக்கமாய்ச் சொன்னார்.

"கலெக்டர்ட்ட சொல்லணும். அவ்வளவுதானே... சொல்லிட்டாப் போச்சு" என்றார் மந்திரி.

காசி உணர்ச்சி வசப்பட்டு நேரடியாக மந்திரியிடம் அந்த விஷயத்திற்கு அழுத்தங்கொடுத்துத் திடீரென்று பேச முயன்றபோது, "அதுதான் நான் சொல்லிட்டன்ல. அமைச்சரும் போன் பண்றேன்னுட்டார்ல. அப்புறம் என்ன?" என்று காசியைத் தடுத்துவிட்டார்.

திரும்பி மந்திரியிடம் "நம்ம ஊர் ஆளுகளுக்குக் காரியம் முடியணும்கிற அக்கறை பாதிதான். அமைச்சர்ட்ட ஆதியோடந்தமாப் பேசணுங்கிற ஆசைதான் ரொம்ப. சுத்த வெவரங்கெட்ட ஆளுகய்யா, அப்ப நான் வரட்டா" என்ற சொல்லிவிட்டுப் பெரிய கும்பிடாய்ப் போட்டுக் காசியை அழைத்துக்கொண்டு வெளியில் வந்தார். எல்லாம் ஐந்து நிமிடங்களுக்குள்.

'அண்ணாச்சி மகாகெட்டி. மந்திரிக்கு நேரம் எவ்வளவு முக்கியம். அவர் வேலைகள் எவ்வளவு என்பதையெல்லாம் நன்றாகத் தெரிந்து வைத்திருக்கிறார்; அதற்கேற்றாற்போல நடந்துகொள்கிறார். இல்லையென்றால் அடிகொரு தரம் வந்துபோயிருக்க முடியுமா' என்று காசி நினைத்துக்கொண்டார்.

பி.ஏ யிடம் மந்திரியைப் பார்த்தது. பேசியது பற்றி அண்ணாச்சி விரிவாகச் சொன்னார்.

"காசி, முழு வெவரங்களையும் சுருக்கமா எழுதி ஸார்ட்ட குடு" என்றார். காசி சிரத்தையா ரிக்கார்டுகளைப் பார்த்து விவரங்களை எழுதிக் கொடுத்தார். பியூன், வேலைக்காரன், பி.ஏ. எல்லோரிடமும் அண்ணாச்சி காந்தச் சிரிப்பும் கும்பிடுமாய் விடைபெற்றுக் காம்பவுண்டுக்கு வந்தார்.

காம்பவுண்டுக்குள் நின்ற டாக்ஸிகளின் டிரைவர்களில் ரொம்ப பேர் அண்ணாச்சியைப் பார்த்து மரியாதையுடன் இறங்கி நின்று கும்பிட்டார்கள். அண்ணாச்சி கும்பிட்டதும் கும்பிடாதது மாதிரி கையை லேசாய்த் தூக்கி, தூக்கிய வேகத்தில் கீழே தாழ்த்திவிட்டு டாக்ஸியில் ஏறினார்.

வெயில் ஏறிக்கொண்டிருந்தது. அண்ணாச்சிக்கு சட்டை நனைந்து திட்டுத் திட்டாய் உடம்பில் ஒட்ட ஆரம்பித்தது. டாக்ஸியை ஓரத்துப் பெட்டிக்கடை அருகில் நிறுத்தச் சொன்னார். மணி ஓடிப்போய் சோடா எலுமிச்சம்பழம் உப்பு போட்டு இரண்டு கிளாஸ்கள் நிறையக் கொண்டுவந்து அண்ணாச்சியிடமும் காசியிடமும் கொடுத்தான். காசி ஒரு கையில் சோடா கிளாஸை வாங்கிக்கொண்டே மறு கையில் பையிலிருந்து ரூபாய் நோட்டை எடுத்து மணியிடம் கொடுத்தார்.

டாக்ஸியை பீச் ரோட்டில் விடச்சொன்னார் அண்ணாச்சி. கோட்டைக்குப் போய் யார் யாரையோ பார்த்தார். டைரியிலிருந்து காகிதங்களை எடுத்துப் பார்த்து மாடிகளில் ஏறி இறங்கி ஒவ்வொரு இடமாய் நின்று பேசிவிட்டு வந்தார். சேப்பாக்கத்தில் நாலைந்து ஆபீஸ்களுக்குள் போனார். மௌண்ட் ரோட்டில் இரண்டு ஆபீஸ்களுக்குப் போனார்.

போன இடங்களிலெல்லாம் அண்ணாச்சி ஜிப்பா பையில் கைவிடும் முன்பு காசி ஐந்து பத்து ஐம்பது நூறென்று ஆள்முகம் தரம் பார்த்து கொடுத்துக்கொண்டே வந்தார். அண்ணாச்சிக்கு வேர்வை பெருகிக்கொண்டே வந்தது. இரண்டு தடவை டைரியைக் காசியிடம் கொடுத்துவிட்டு சின்னத் துவாலையைப் பிழிந்துவிட்டார்.

கந்தர்வன் சிறுகதைகள் 53

பகல் ரெண்டு மணி ஆனபோது அண்ணாச்சி டாக்ஸியை வீட்டிற்கு விடச்சொன்னார். வீட்டு வாசலில் இறங்கியதும் அண்ணாச்சி வராந்தாவிலேயே சட்டையைக் கழற்ற ஆரம்பித்தார். கையியைக் கட்டிக்கொண்டு வேஷ்டியை அவிழ்த்துப் போட்டார். காசி பெரிய பெரிய நோட்டுகளாகப் பையிலிருந்து எண்ணி எடுத்துக் காலையிலிருந்து சென்னையில் வலம்வந்த டாக்ஸி கணக்கை முடித்தார்.

உள்ளே நுழையும்போது அண்ணாச்சி. "மணி இந்தத் துணிகளை அர்ஜண்டிலே போட்டுட்டு வா" என்றார். அண்ணாச்சி அன்று காலை முதல் மதியம் வரை போட்டிருந்த சட்டை வேஷ்டி, பனியன், அண்டர்வேயர் ஆகியவைகளை அள்ளிக்கொண்டு மணி லாண்டரிக்கு போனான்.

ஃபேனை போட்டுக்கொண்டு அண்ணாச்சி ரொம்ப திருப்தியாகவும் கலகலப்பாகவும் வெற்று உடம்போடு நாற்காலியில் அமர்ந்தார். காசி மெல்ல அண்ணாச்சியிடம் "சாப்பாடு வாங்கிட்டு வரச் சொல்லலாமா, போய் சாப்பிட்டு வந்திரலாமா?" என்றார்.

"சாப்பாடு, கெடக்கட்டும் விடு, மெட்ராஸ் எப்படி இருக்கு காசி? அண்ணாச்சிக்கு மெட்ராஸ் காசி படுதா? ரொம்ப கூரான ஆளுகளாச்சே. மதுரைப் பக்கத்தாளுக, கூரோட சொல்லு" என்றார் அண்ணாச்சி.

"அதையெல்லாம் மொகத்துக்கு நேராகச் சொல்லக்கூடாது. இருந்தாலும் அண்ணாச்சி கேட்டாலே சொல்றேன், மெட்ராஸை நீங்க மிதிச்சுக்கிட்டிருக்கீக" சொல்லிவிட்டு திரும்பினார் காசி.

மணி வந்துவிட்டான். காசி தொடர்ந்தார். "மணி அப்படீன்னா என்ன அர்த்தம் தெரியுமா, மெட்ராஸ் அண்ணாச்சி காலடியிலே கெடக்கு."

அண்ணாச்சி சப்தமில்லாமல் சிரித்துக்கொண்டார். கால்களை இன்னும் கொஞ்சம் நீட்டி ஆட்டிக்கொண்டிருந்தார். திடீரென்று "மணி, காசி நம்ம வீட்டுக்கு இப்பத்தான் மொதல் தடவையா வந்திருக்கான். பொட்டியிலே பணம் எடுத்துக்கிட்டுப் போயி மருந்து வாங்கிட்டு வா" என்றார் அண்ணாச்சி.

காசிக்கு இந்த சேதிகள் எல்லாம் ஓரளவு தெரியும். மருந்து என்றால் விஸ்கி என்பது பெரியவர்கள் கொடுத்த அர்த்தம். பெட்டியைத் தேடிப்போன மணியின் கையைப் பிடித்து நிறுத்தி பையிலிருந்து ஒரு நூறு ரூபாய் நோட்டைக் கொடுத்து "அண்ணாச்சிக்குப் பிடித்தமானதாப் பார்த்து வாங்கிட்டு வாங்க" என்றார்.

பொழுது அடைகிற நேரத்தில் எல்லோருக்கும் விழிப்பு வந்துவிட்டது. காசிதான் ரொம்ப அலங்கோலமாய்க் கிடந்த ஆள். மணி தட்டி எழுப்பிக் காசியை நிற்கவைத்தான்.

"பாண்டியன் எக்ஸ்பிரசைப் பிடிச்சு இன்னைக்கே ஊருக்குப் போகணும்னு சொன்யேளே" என்றான்.

எல்லார் கண்களிலும் எரிச்சல், கங்குகளைப் போல் கண்கள் சிவந்து கிடந்தன. காசி பையில் துணிமணிகளைச் சுருட்டி வைத்தார். மணியைக் கூப்பிட்டார். பையிலிருந்து ஒரு நூறு ரூபாய் நோட்டை எடுத்துக் கொடுத்தார். "ராத்திரிக்கு அண்ணாச்சிக்கு வேண்டியதைக் கேட்டு வாங்கிக் குடுத்துருங்க மணி. நான் இருந்து செய்யணும். எதிரி வீட்டு வாசலுக்கு வந்துட்டான். அதனாலெதான் இப்பவே கௌம்ப வேண்டியிருக்கு" என்றார்.

அண்ணாச்சி இருட்டிற்குள் உட்கார்ந்திருப்பது போல் கண்ணை இடுக்கி உட்கார்ந்திருந்தார்.

"அண்ணாச்சி நாளைக்கு மறுபடி ஒருவாட்டி மந்திரியைப் பார்த்து கலெக்டருக்கு போன் பண்ணியாச்சான்னு பாத்திரணும். நான் அண்ணாச்சியை இன்னிக்கு ரொம்ப தொந்தரவு பண்ணிட்டேன். வர்றேன் அண்ணாச்சி" என்று சொல்லிக்கொண்டே பையிலிருந்து பத்து நூறு ரூபாய் நோட்டுக்களை எடுத்து மேசை மேல் வைத்தார். மணியிடம், "மணி நான் ரூபாயை இப்படி வைக்கவும் அண்ணாச்சி ஒரு மாதிரி கோவமாப் பாக்கிறாக. வேறொண்ணுமில்லெ. நாளைக்கு என் சம்பந்தமா வேலையிருக்குல்ல, போகவர செலவுக்குத்தான்."

அண்ணாச்சி அசட்டையாய்ப் பார்த்தார். காசி மணியிடம் அவசரப் பட்டார். "மணி ஒரு ஆட்டோ புடிங்க, இப்ப புறப்பட்டாத்தான் பாண்டியனைப் பிடிக்கமுடியும்."

மதுரையிலிருந்து அன்று மாலை சென்னையை நோக்கி நோக்கி ஒரு பாண்டியன் எக்ஸ்கிரஸ் கிளம்பிக்கொண்டிருந்தது. கவலையும் பதற்றமுமாய் ஒருவர் உட்கார்ந்து விரல்கள் நடுங்க சிகரெட் பிடித்துக்கொண்டிருந்தார். பக்கத்து பிரயாணி அந்த ஆளிடம் 'எதுவரை?' என்றார். அந்த ஆள் பதில் சொன்னார்.

"மெட்ராஸுக்குத்தான். நம்ம அண்ணாச்சி அங்கெ இருக்கார். ஒரு முக்கியமான வேலை சம்பந்தமா அவரைப் பார்க்கப் போயிக்கிட்டிருக்கேன்."

தனித்தனியாய் தாகம்

சூரியன் மொட்டைமாடிக்கு இறங்கி வந்துநிற்பது போலிருக்கிறது. வெயிலின் உக்கிரம். தார் உருகிச் சாலை கொளகொளவென்று கிடக்கிறது. காம்பவுண்டிற்குள் நிற்கும் நெட்டிலிங்கம், வாழை, மா, கொய்யா, மரங்கள் அக்கினியில் குளிக்கின்றன. தோட்டத்தில் இன்று பூத்த பூக்களைத் தொட்டால் சுடுமோ என்னமோ?

பத்து மணிக்கு கரண்ட் போய்விட்டது. ஹாலில், தாத்தாவின் ஓரத்து அறையில் இந்தப் படிப்பாதையில் காலனி முழுதும் ஃபேன் சத்தம் நின்றுவிட்டது. தாத்தா கோபத்தோடு சர்க்காரைத் திட்டிக்கொண்டே கட்டிலை விட்டெழுந்து ஈஸிச்சேரோடு மாமரத்தடிக்கு நகர்கிறார். இனி மூன்று மணிக்குத்தான் கரண்ட் வரும். அதுவரை எப்படி உயிரோடிருப்பது என்று வீட்டில் எல்லோருக்கும் தினம் அச்சம் வந்துவிடுகிறது.

கேஸ் அடுப்பில் இந்த வெயிலுக்கிதமாக எதையும் செய்து சாப்பிட முடியாது. சமையற்காரன், வேலைக்காரன், வீட்டிற்குப் போட்ட ஆபீஸ் பியூன் யாராலும் மூன்று மணிவரை பிரயோஜனமில்லை. ஃப்ரிட்ஜில் எரிந்துகொண்டிருந்த சிவப்பு விளக்கும் பொசுக்கென்று அணைந்துவிட்டது.

கல்லூரி விடுமுறையில் கதைப்புத்தகமும் கையுமாய் இந்தப் படிப்பறையில் உட்கார்ந்தால் கண்காட்சிக்கு மேல் கண்காட்சி. விடுமுறையில் வீட்டைவிட்டு வெளியே போகக் கூடாதென்று அம்மா கறாராய் உத்தரவு போட்டுவிட்டாள். இந்தக் காலனிக்குள்ளேதான் இவன் சிநேகிதர்கள் ரகு, குமார், பரத், பெஞ்சமின் எல்லோரும் இருக்கிறார்கள். ரகு.. ஜட்ஜ் மகன். குமார்.. காண்ட்ராக்டர் மகன், பரத்.. டாக்டர் மகன். பெஞ்சமின்.. வக்கீல் மகன். ஆனால் யார் வீட்டிற்கும் போகக் கூடாது. எல்லோரையும் பொறுக்கிகள் என்கிறாள் அம்மா. இப்போதைக்கு இந்த ஜன்னல்தான் உலகம்.

இந்த அறைக்கு இரண்டு ஜன்னல்கள். இந்த ஜன்னல்கள் வழியாக இத்தினி இத்தினியாய்க் காற்று வருகிறது. கோடையைக் கருதி இருபது ஜன்னல்களாவது வைத்திருக்கலாம்.

அம்மா ஹாலில் இரைந்து கத்திக்கொண்டிருக்கிறாள். ஒரு டஜன் முட்டை வாங்கிவரச் சொன்னாளாம். வேலைக்காரன் அரை டஜன் முட்டை வாங்கிட்டானாம். கொஞ்சம் ஓய்ந்தது போலிருந்தது. மறுபடி சமையற்காரனைக் காய்ச்சிக்கொண்டிருந்தாள். உருளைக்கிழங்கைப் பெரிது பெரிதாய் நறுக்குகிறானாம்.

ஃபேன் நின்றதும் அம்மாவிற்கு ஒரு வேலையும் ஓடாது. சோபாவில் உட்கார்ந்து நிட்டிங் போடமுடியவில்லை. சின்ன கைவிசிறியால் வீசிக்கொள்கிறாள். அம்மாவின் பெரிய உடம்பின் மேல் சின்னக் குழந்தை வாயால் ஊதுவது போல் காற்று விழுகிறது. கை வலிக்கத் துவங்கினால் அம்மா வேலைக்காரனையோ சமையல்காரனையோ வையத் துவங்கிவிடுவாள்.

ஜன்னல் வழியாக அனல் வந்து விழுகிறது. மைதானம் தாண்டி கானல் அலைகள் நெளிந்தோடுகின்றன. நெடுஞ்சாலையில் ஒற்றையாய்க் கீற்றுக்கொட்டகையோடு டீக்கடை நிற்கிறது. இந்தக் காலனி பங்களாக்களின் சுகமான நிறங்களுக்கும் அந்த டீக்கடை நிறத்திற்கும் சம்பந்தமேயில்லை; டீக்கடையில் எல்லாமே மக்கிய நிறங்கள். கூரை, டிரம், பலகாரத் தட்டு, டம்ளர்கள் எல்லாமே அழுக்குப் பிடித்துக் கிடக்கிறது.

இரவு முழுக்க டீக்கடை விளக்கு எரியும். பரீட்சைக்காக விழித்துப் படித்துக்கொண்டிருக்கையில் கூட காலார நெடுஞ்சாலை வரை நடந்துபோய் அந்த டீக்கடையில் ஒரு டீ குடித்துவர அம்மா விடமாட்டாள்.

ஃப்ளாஸ்கில் காப்பி போட்டு வைத்துவிடுவாள். நெடுஞ்சாலையில் போகிற வருகிற வாகனங்களை நம்பித்தான் இந்த டீக்கடை நிற்கிறது.

டீக்கடை, வாசலில் பழைய டிரம்மில் கலங்கலாய்க் கிணற்றுத் தண்ணீர் இருக்கும். கை கழுவவும் அந்தத் தண்ணீர்தான். குடிக்கவும் அந்தத் தண்ணீர்தான். டீ போடவும் அந்தத் தண்ணீர்தான். காலனிவாசிகள் விரலால் தொடமுடியாத பலகாரங்கள் ஈ மொய்த்துத் தட்டுகளில் இருக்கும். எல்லாம் மைதாமா கடலைமா மட்ட எண்ணைப் பலகாரங்கள். பகல் வரத் தாமதமானாலும் பசி வந்து வீட்டில் செய்துதர ஆளில்லை என்றாலும் அந்த டீக்கடை யார்

கந்தர்வன் சிறுகதைகள் 57

ஞாபகத்திற்கும் வராது. சத்தம் போடாமல் நிற்கும் பிச்சைக்காரனைப் போல் இந்தக் காலனிக்கு அந்த டீக்கடை.

சமையலறைக்குப் போய் இரண்டு தடவை தண்ணீர் குடித்தாகிவிட்டது. ஃபிரிட்ஜைத் திறந்து தண்ணீர் குடிக்க இவனுக்கு ஆசை. இந்த வெயிலுக்கு குளிர்நீர் ஜலதோஷம் கொடுக்கும். தொண்டை கட்டும். அம்மா ஒருமுறை படிப்பறைக்கு வந்தாள். ஜன்னல் வழியாகச் சாலையில் எதையோ தேடிவிட்டுப் போனாள்.

வாகனங்கள் சில டீக்கடை வாசலில் நிற்கின்றன; சிலர் டிரம்மிலிருந்து அந்தக் கலங்கல் தண்ணீரை அள்ளி அள்ளிக் குடிக்கிறார்கள். சிலர் குடித்துவிட்டு காறித் துப்புகிறார்கள். புழு எதுவும் கிடந்ததோ என்னவோ? சில டிரைவர், கண்டக்டர்கள் டீ கிளாஸ்களுடன் நிற்கின்றார்கள். எந்தக் காலத்தில் என்ன செய்வதென்ற பிரக்ஞை இல்லை. உடம்புக்கு மேலேயும் உள்ளேயும் அனலை அப்பிக்கொண்டு அனலை விழுங்குகிறார்கள்.

அம்மாவின் சத்தம் மறுபடி சமையலறையிலிருந்து கேட்கிறது. "பீரோவைத் தொட்டா சுடுகிறது சரி. இந்த எலுமிச்சம்பழம் கூட சுடுதே ராமா. பிழியாதே. இப்ப சர்பத் வேணாம். இன்னுங் கொஞ்ச நேரத்திலெ இளநீர்க்காரன் வந்துருவான்."

அம்மா இளநீரை அமிர்தம் என்பாள். அமிர்தத்தையும் கடைந்தால் என்ன வருமென்று புராணங்கள் சொல்லவில்லையாம். அமிர்தத்தைக் கடைந்து கடைந்து ஒரு பொருள் செய்தால் அது வெண்பருப்புள்ள தேங்காயாம். அருங்கோடையில் ஒருநாளில் வெளியாகிற அவ்வளவு வேர்வையையும் ஓர் இளநீர் ஈடு செய்துவிடுமாம். அம்மா இளநீரைப்பற்றி இன்னும் என்னென்னவோ சொல்வாள். விஞ்ஞானம் இளநீருக்கீடாக இன்னும் ஒரு குளிர்பானத்தைத் தயாரிக்கவில்லை என்று அப்பா சொல்வார்.

இளநீர் வண்டி வருகிற நேரம் தாண்டிக்கொண்டிருக்கிறது. தினமும் பதினொரு மணி அடிக்கும்போது அந்தக் கிழவனின் இரட்டை மாட்டுவண்டி இந்தப் பங்களா வாசலில் நிற்கும். எதிரில் உள்ள வாகை மரத்தடியில் மாடுகளை அவிழ்ப்பான். பங்களாக்களிலிருந்து வேலைக்காரர்கள் அழகழகான பாத்திரங்களோடு பின்னால் வர பங்களா பெண்மணிகள் ஆரோக்கியமாய் நடந்து முன்னால் வருவார்கள்.

அந்தக் கிழவன் வடக்கே வெகுதூரத்தில் ஒரு செம்மண் தோப்பிலிருந்து தினமும் வண்டி நிறைய இளநீர் கொண்டுவருகிறான்.

ஓர் அமிர்தக் கடலை அவன் அனாயசமாக வண்டியிலேற்றி வந்து காலனிவாசிகளின் தொண்டைகளில் இறக்குகிறான்.

அம்மாவின் சத்தம் மறுபடி ஹாலிலிருந்து வெக்கையிலடிபட்ட பறவையின் ஆதுரக் குரலாய் ஒலிக்கிறது. "ராமா இளநீர்க்காரனை என்னடா இன்னும் காணோம்?. போய் வெளியே நின்னு பாரு வாரானான்னு." அம்மாவின் நாக்கிற்குப் பழச்சாறு, சர்பத் எல்லாமே இப்போதைக்கு சாக்கடை. அவளுக்கு அமிர்தம் வேண்டும்.

மணி பதினொண்ணரை ஆகிறது. வெயில் பேரிரைச்சலோடு பூமியை விழுங்கப் பார்க்கிறது. அனல் தெறிக்கும் நெடுஞ்சாலையில் வாகனங்கள் வெயிலைப் பின்னுக்குத் தள்ளிவிட வேண்டுமென்ற வெறியில் ஆளாய்ப் பறக்கின்றன.

நெடுஞ்சாலையில் டீக்கடைக்கப்பால் வெகுதொலைவில் ஒரு புள்ளி ஆடுகிறது. வர வர பெரிதாகிறது. இளநீர் வண்டிதான் மாடுகளும் வண்டியும் அந்த நரைத்த கிழவனும் தெரிகிறார்கள். வாசலிலிருந்து ராமன் எந்த உணர்ச்சியுமில்லாமல் சொல்கிறான். "அம்மா இளநீர் வண்டிக்காரன் வந்துட்டான்."

வண்டியை வெகுவேகமாக ஓட்டி வந்திருக்கிறான் கிழவன். தினமும் வரும்போது டீக்கடைக்கருகில் நின்று விட்டுத்தான் வண்டி வரும். இன்று அங்கே கூட நிற்கவில்லை. மாட்டு வாலை முறுக்கி சாட்டையிலடித்து நாலுக்கால் பாய்ச்சலில் வண்டியை ஓட்டி வரும்போது இவன் கம்பியை ஒட்டி நின்று கவனித்தான்.

வண்டி நிறைய இளநீர்க் காய்கள், மேலே பச்சு பச்சென்று இரண்டு தென்னை ஓலைகள், காய்களின் மேல் குப்புற விழுந்து கைகால் பரப்பி வெயில் படாமல் போர்த்திக் கிடக்கின்றன. ஓலைகளும் காய்களும் பச்சைதான்; வேறு வேறு பச்சைகள், இந்த வண்டி, குலை குலையாய்க் காய்கள். எண்ணை பூசியது போல் தகதகக்கும் பசிய ஓலைகள். வெளேரென்ற வெயிலில் சின்ன ஓயசிஸ்.

இந்தக் காலனிக்காரர்களுக்கு எல்லாம் நேரப்படி நடக்கவேண்டும். இன்று காலதாமதமாகி விட்டது. பதினொரு மணிக்கு ஆபீஸ் பியூனிடம் தூக்கில் இளநீரும் வழுக்கைத் தேங்காயும் போட்டு அம்மா கொடுத்தனுப்பியிருக்க வேண்டும். 11.10 க்கெல்லாம் அது ஆபீஸ் போய்ச் சேர்ந்திருக்க வேண்டும். தாத்தா பத்து மணியிலிருந்து இளநீரை நினைத்துக்கொண்டே மாமரத்தடியில் ஈசிச்சேரில் ஆடிக்கொண்டிருக்கிறார்.

தாமமாய் வந்ததில் கிழவனுக்குப் பதற்றம், கூச்சம். வண்டியை நிறுத்தி மாடுகளை அவிழ்த்துக் கட்டினான். உடம்பெல்லாம் வேர்த்து

ஆராய் ஓடியது. சட்டையில்லாத உடம்பு வெகுநேரத்திற்குப் பின் இப்போதுதான் மரநிழலைப் பார்க்கிறது. தலையில் கட்டியிருந்த துண்டை அவிழ்த்துப் பரபரவென்று முகத்தைக் கன்னத் தோல் பியந்து போகும்படி துடைத்தான்.

வண்டிக்குப் பின்னால் போய்த் தென்னை ஓலைகளைத் தூக்கி மரத்தடியில் போட்டான். மேலாற்போலிருந்த இளநீர்க்காய் ஒன்றின் மீது கொத்தி வைத்திருந்த அரிவாளை எடுத்தான். அரிவாளின் மற்ற பகுதி இரும்பாலும் வெட்டும் நுனி வெள்ளியாலும் செய்ததுபோல் பளபளவென்றிருந்தது. பெண்களும் வேலைக்காரர்களும் ஒரு சின்ன முற்றுகை நடத்திக்கொண்டிருந்தனர். அவசரம் பலர் முகங்களிலிருந்தது. காலதாமதம் எல்லாக் குற்றங்களையும் விடக் கொடியது இந்தக் காலனியில்.

இந்த வீட்டிற்கு முன் வண்டி நிற்பதால் அம்மாதான் எப்போதும் முதலில் வாங்குவாள். ராமன் பாத்திரத்தோடு அம்மா பின்னால் ஒரு பூனைக்குட்டி போல் நின்றான். கிழவன் வண்டி மேலேறி இளநீர்க் குலைகளை அள்ளிக் கீழே கிடந்த ஓலைகளின் மீது போட்டான். அம்மா குலைகளின் மீது நோட்டம் விட்டு ஒரு குலையைத் தேர்ந்தெடுத்து விரலால் சுட்டிக்காட்டினாள்.

கிழவன் பந்தைத் தூக்குவது போல் முதற்காயை எடுத்து இடது கையில் தாங்கி அரிவாளை வீசினான். அரிவாள் நுனி பச்சை இளநீர்க்காய் மேல் வெண்ணையில் விழுவது போல் சிரமமில்லாமல் விழுந்தது. மூன்று வீச்சுகளில் காயின் வாய் வந்துவிடுகிறது. பளீர் வெள்ளையில் மல்லாந்து துண்டு பத்தைகள் தரையில் விழுந்தன. ஆறு காய்களை வெட்டியபின் அம்மா ரூபாய் நோட்டை நீட்டினாள்.

கிழவன் அரிவாளைக் காயில் கொத்திவிட்டு மடியை அவிழ்த்து வேஷ்டி நுனியில் பை செய்து சொருகிகொண்டு ரூபாய் நோட்டை வாங்கி அதில் போட்டான். மீதியை அப்புறம் வாங்கிக்கொள்வதாகச் சொல்லி அம்மா புறப்பட்டாள். ராமன் பாத்திரத்தை இரண்டு கைகளிலும் பிடித்துக்கொண்டு அம்மா பின்னால் நடந்தான். மிதுமிது வென்ற வழுக்கையும் இளநீருமாய்ப் பாத்திரம் ராமனின் கைகளில் அலைந்தது.

அடுத்த பங்களா அம்மாள் குலைகளைத் தள்ளித் தள்ளிப் பார்த்து ஒரு குலையைக் காட்டினாள். கிழவன் காய்களை அரியத் துவங்கினான். வேர்வை தலையிலிருந்து காதோரம் வந்து நெஞ்சு வயிறெல்லாம் தாண்டி வேஷ்டி நுனிப்பையிலுள்ள ரூபாய் நோட்டுகளை நனைத்தது. காய் மீதோ பாத்திரத்திலோ வேர்வை

தெறித்துவிடாமலிருக்க கிழவன் ஜாக்கிரதையாக கை நீளும் வரையுள்ள தூரத்தில் வைத்தே காய்களை வெட்டினான்.

ராமன் ஒரு பளிங்குக் கிண்ணத்தில் தோசை போன்ற இளந்தேங்காயும் கிளாஸில் இளநீரும் கொண்டுவந்தான். இந்த இளநீரின் ருசி, தேங்காயின் மிருது ஒவென்ற வெயிலை மெள்ளத் தள்ளிவிடுகிறது.

வாசலில் அடுத்த பெண் வந்தபோது கிழவன் அரிவாளை ஒரு காயில் கொத்தி வைத்துவிட்டுத் துண்டை எடுத்துத் தலை முதல் வயிறு வரை தோல் பிய்ந்து போகும்படி அழுத்தித் துடைத்தான்.

வரிசையாய் ஒவ்வொருவரும் குலைகளைக் காண்பிப்பதும் வெட்டித் தள்ளுவதுமாய் வெகுநேரம் ஆகிவிட்டது. கிழவன் இதுவரை பத்து தடவைக்கு மேல் துண்டால் வேர்வையைத் துடைத்திருப்பான். அவனுக்கு நாக்கு வறண்டு வந்தது. காய்ந்த உதட்டை தடவிக்கொண்டான். எதிரிலும் பக்கங்களிலுமிருந்த பங்களாக்களைப் பார்த்தான். உச்சிவெயிலில் பங்களாக்கள் கண்ணைக் குத்தும் பிரகாசத்தோடும் பளபளப்போடும் ஜொலித்தன. பயமும் பிரமிப்புமாய்க் கிழவன் பார்வையைத் தாழ்த்திக்கொண்டான்.

ஒவ்வொருவராய் வந்துகொண்டிருந்தார்கள். இன்னும் கிழவன் உட்காரவில்லை. கால்கள் சிலசமயம் பிடிப்பற்று ஆடின. மறுபடி மறுபடி வறண்ட நாக்கில் வேர்வை ருசிபட்டு முகஞ்சுளித்தான்.

அம்மா அரைமணி அரைமணி இடைவெளிவிட்டு இளநீர் அருந்தினாள். மெல்லிய தேங்காய் தின்றாள். தாத்தா இரண்டு முறை மாமரத்தடியிலிருந்து வந்து இளநீரைக் கேட்டு வாங்கிக் குடித்தார். ஆபீஸ் பியூன் தூக்கில் இளநீரை வாங்கிக்கொண்டு அப்போதே பறந்துபோய்விட்டான். பாத்திரத்தில் கொஞ்சம்தான் இளநீர் இருந்துபோலும். அம்மா ராமனைக் கூப்பிட்டாள். "ராமா அந்தப் பாத்திரத்தை எடுத்துட்டு வா. இன்னும் ரெண்டு காய் வெட்டச் சொல்லலாம்."

ராமன் பாத்திரத்தோடு பின்னால் வர அம்மா வெயிலில் வாடி வாசலுக்கு வந்தாள். கிழவனைக் காணோம்.

வண்டியிலும் கீழே கிடந்த ஓலை மேலும் குலை குலையாய்ச் காய்கள் பச்சுப் பச்சென்று கிடந்தன. அந்தப் பக்கம் இந்தப் பக்கம் பார்த்துவிட்டு அம்மா டீக்கடைப் பக்கம் பார்த்தாள். கிழவன் டீக்கடை டிரம்மிலிருந்து கலங்கல் தண்ணீர் ஒரு செம்பு நிறைய அள்ளி மடமடவென்று குடித்துவிட்டு ஓடி வந்துகொண்டிருந்தான்.

~

கந்தர்வன் சிறுகதைகள் 61

அடுத்தது

விடிவதற்கு வெகு நேரம் முன்பே பிள்ளைகள் எழுந்துவிட்டார்கள். அம்மா காபி போட்டுக்கொண்டிருந்தாள். அவள் கூட சுறு சுறுப்பாயிருப்பது போலிருந்தது. அருணாசலம் இன்னும் தூங்கிக் கொண்டிருந்தார். அப்பாவை எழுப்பப் பிள்ளைகளுக்குப் பயம். அவரும் எழுந்துவந்து தங்களோடு வாசலில் நிற்க வேண்டுமென்று பிள்ளைகளுக்கு ஆசை அப்பாவுக்கு எப்போது கோபம் வருமென்று யாராலும் சொல்லமுடியாது.

பிள்ளைகள் தெருக்கோடியையே பார்த்துக்கொண்டிருந்தார்கள். ஒரு ஆட்டோ தூரத்துத் தெருக்கோடிக்குள் நுழைந்து தெருவின் அறுபது வீடுகளையும் தாண்டி இந்த வீட்டு வாசலுக்கு வந்து நிற்கவேண்டும். பிள்ளைகளின் கனவு அதற்குள்ளிருந்து இறங்க வேண்டும். இன்னும் அருணாசலம் தூங்கிக்கொண்டிருந்தார்.

பிள்ளைகள் வைத்த கண் வாங்காமல் தெருக்கோடியையே பார்த்துக்கொண்டிருந்தார்கள். அம்மாவும் வாசலில் ஏதேதோ வேலைகளிருப்பது போல் வந்துநின்று தெருக்கோடியைப் பார்த்தும் பார்க்காததும்போல் பார்வையிட்டுவிட்டுப் போய் வந்துகொண்டிருந்தாள்.

தெருக்கோடியில் சைக்கிள்கள் தெரிந்தன. இரண்டு லாரிகள் வத்தன. ஒரு அம்பாஸடர் கார் வந்தது. இன்னும் ஆட்டோவைக் காணோம். பார்த்துக்கொண்டே இருக்கையில் அப்பாவும் தூங்கி எழுந்து வந்து பிள்ளைகளுடன் நின்றுகொண்டிருந்தார். அவர் கண்களும் தெருக்கோடிக்குப் போய் திரும்பிக்கொண்டிருந்தன.

பிள்ளைகளின் ஒரு வருட நச்சரிப்பு ஒரு டி.வி. வாங்கச் சொல்லி. அருணாசலம் விலையைக் கேட்டுவிட்டு ஆரம்பத்திலேயே இது தோதுபடாது என்று சொல்லிவிட்டார். அரசாங்க ஆபீசில்

அவர் ஒரு சூப்பிரண்ட், சம்பள பில்லில் பாதி அட்வான்ஸ்களுக்குப் போனது போகப் பாதியைக் கையில் வாங்குகிறவர்.

அரசாங்க ஊழியர்கள் அந்தந்த அட்வான்ஸை வாங்கி அதற்குப் பயன்படுத்திவிட முடியாது. ஒன்றில் விழுந்த பள்ளத்தில் இன்னொன்றை வாங்கிக் கொட்டுவார்கள். புதிய பள்ளம் எப்போதும் வீட்டு வாசலில் தடுக்கும். உள்ளேயும், திண்ணையிலிருந்து கொல்லை வரை, பூராவும் பள்ளங்களாய் உள்ள வீடுகள் ஏராளம்.

அருணாசலத்திடம் அரசாங்க ஊழியர்களிடத்தில் இல்லாத அபூர்வமான பழக்கமுண்டு. யாரிடமும் போய் கடன் வாங்கமாட்டார். இரண்டொரு தடவை கிளார்க்குகளிடம் கடன் கேட்டு இல்லையென்று சொன்னதும் குறுகிப்போய்க் கடன் கேட்பதை நிறுத்திவிட்டார். அவர் தலைக்கு மேலே மட்டும் சுற்றும் ஃபேன், காற்று வர உதவும்; இருபது தேதிக்கு மேல் மனைவியும் பிள்ளைகளும் கொண்டுவந்து நிறுத்தும் செலவுகளின்போது மேலே பார்த்துக்கொண்டிருக்கவும் உதவும்.

ஒரு வருடம் முன்பு ஆறு வீடு தள்ளியிருக்கும் வக்கீல் வீட்டில் டி.வி. வாங்கினார்கள். அதற்கப்பால் பதினைந்து வீடு தள்ளி ஒரு வீட்டில் டி.வி. இப்படி அந்தப் பெரிய தெருவில் ஏழு டி.விக்கள் எண்பத்தெட்டு வீடுகள் சாயங்காலம் ஆனது. இந்தப் பக்கம் ஆறு வீட்டு மக்களும் அந்தப் பக்கத்து எட்டு வீட்டு மக்களும் பச்சைப் பாலகன் உட்பட வக்கீல் வீட்டில் முண்டியடித்து உட்காரும். இதில் அருணாசலம் வீட்டுப் பிள்ளைகளும் அடக்கம்.

அருணாசலம் மனைவி பி.யு.சி. படித்தவள். அருணாசலத்திடமிருந்து வந்ததோ அவள் பிறந்த வீட்டிலிருந்து வந்ததோ, கொஞ்சம் பிரிஸ்டீஜ் பார்க்கிற பெண்.

வக்கீல் மனைவி, அருணாசலம் வீட்டு வழியாகத்தான் தினமும் மார்க்கெட்டிற்குப் போவாள். போகும்போதும் வரும்போதும் அவள் பார்வை விழுகிற மாதிரி அருணாசலம் மனைவி வாசலில் நிற்பாள், 'டி. வி. பார்க்க வாங்களேன்' என்று ஒரு முறையாவது வக்கீல் மனைவி சொல்லவேண்டும். அப்புறம் போய் டி.வி. பார்க்கவேண்டும் என்பதில் பிடிவாதமாயிருந்தாள்.

என்ன ஞாபகத்திலோ ஒரு நாள் வக்கீல் மனைவி இவள் நினைத்து வைத்திருந்த வார்த்தைகளை அப்படியே போகிறபோக்கில் சொல்லி விட்டாள் "டிவி பார்க்க வாருங்களேன்" என்று.

அன்றைக்கு சாயங்காலம் பிள்ளைகளோடு இவளும் வக்கீல் வீட்டிற்கு டி.வி. பார்க்க ரொம்ப உற்சாகமாய்ப் போனாள். அன்றைக்கு

ஞாயிற்றுக்கிழமை. தமிழ் சினிமா. இவள் பிள்ளைகளோடு வக்கீல் வீட்டு காம்பவுண்டுக்குள் நுழையவும் கூட்டம் கட்டுமீறிப் போனதால் வக்கீல் மனைவியே வந்து வாசல் கதவை இழுத்துப் பூட்டவும் சரியாக இருந்தது.

வக்கீல் திண்ணையிலிருந்து வீட்டுக்குள் நுழைய வெகு பாடுபட்டுக் கொண்டிருந்தார். அவர் கூட இவளையும் பிள்ளைகளையும் "வாங்க" என்று ஒரு வார்த்தை கூப்பிடவில்லை. பத்து வருஷங்களுக்கு முன்னால் ஒருநாள் மாமியார் "போடி" என்றபோது நடுங்கிய மாதிரி உடம்பு நடுங்கியது. இனி யார் வீட்டிற்கும் ஒசியில் டி.வி. பார்க்கப் போவதில்லை என்ற சபதத்துடன் பிள்ளைகளை அடக்கி இழுத்துக்கொண்டு வந்துசேர்ந்தாள்.

வந்த நேரம் அருணாசலம் காலையில் வந்த ஆங்கில தினசரியைப் படித்துக்கொண்டிருந்தார். வக்கீல் வீட்டு காம்பவுண்டில் மோதிவிட்டுப் பிள்ளைகளோடு ஆத்திரமும் அவமானமுமாய் திரும்பியவளுக்கு அவர் கால்மேல் கால்போட்டு ஆங்கில தினசரியைப் படித்துக்கொண்டிருந்ததைப் பார்த்ததும் இன்னும் வந்துவிட்டது. அவர் முகத்தையே பார்க்கப் பிடிகவில்லை.

ஏமாற்றமும் ஏக்கமுமாய் நின்ற பிள்ளைகளிடம் கத்தினாள். "இனி யார் வீட்டுக்காவது ஒசியில் டி.வி. பார்க்கப் போறேன்னு கெளம்பினிய காலை முறிச்சிப்புடுவேன். ஒசியிலே யாரு வீட்டுக்காவது சோறு தின்னப் போறோமா? அந்த ரோசம் இதுக்கும் வேணும் போயி உக்காந்து பாடத்தை எடுத்துப் படிங்கடி. ஆபீஸிலே ரோசம், கௌரவம், வீட்டிலெ யாரு எங்கே போயி, என்ன என்ன அவமானப்பட்டா என்ன?"

அருணாசலம் பேப்பரை மூடிவைத்துவிட்டு வெகுநேரம் சிந்தனை பண்ணினார், அவருக்கு ஒரு வழியும் தெரியவில்லை. ஒரு வார்த்தையும் வரவில்லை.

அவர் மனைவியும் இதைப்பற்றி யோசனை மேல் யோசனை செய்துபார்த்தாள். கழுத்தில் ஒரே ஒரு சங்கிலி, அதுவும் தாலிசெயின், அதையும் கழற்றிவிட்டு மஞ்சள் கயிறோடு நாலு இடம் போகமுடியாது. ஒரு வீட்டு லட்சணத்தை அந்தப் பெண்ணின் கழுத்திலும் கையிலும் பார்த்துக் கணித்துவிடும் உலகம். தவிரவும் மஞ்சள் கயிறோடு உட்கார்ந்து பார்க்கிற டி.வியில் என்ன சினிமா ஓடினாலும் கழுத்து செயின் கழன்று ஓடுவதுதான் தெரியும்.

தம்பி ஞாபகத்தில் வந்தான். சென்னையில் அவனுக்கும் சர்க்கார் வேலை. வேலைக்குப் போய் நாலு வருஷமாகிறது.

கல்யாணம் இந்தா அந்தா என்று நடக்கவேண்டிய நேரம். ஒரு சனி ஞாயிறுக்கு வந்தவனை வீடே வளைத்தது. முதலில் பிள்ளைகள்தான் ஆரம்பித்தார்கள். அவள் கறாராய்க் கேட்டாள். "நாளைக்குக் கல்யாணம் ஆகிவிட்டால் உன்பாடு உனக்கு. என் பாடு எனக்கு.என் பிள்ளைகளுக்கு இதுவரை நீ என்ன செஞ்சே? பெரிசாவெல்லாம் வேணாம். உன்னாலெ முடிஞ்ச அளவு போதும். ஒரு சின்ன டி.வி. யாவது வாங்கி அனுப்பு,"

இரண்டு நாள் விருந்து, அன்பு, உபதேசம், கட்டளை, பயமுறுத்தலுக்குப் பின் ஒரு டி.வி. வாங்கி அனுப்புவதாக ஒத்துக்கொண்டு ரெயிலேறினான் தம்பி. அதிலிருந்து பிள்ளைகள் மாற்றி அம்மா, அம்மா மாற்றிப் பிள்ளைகளென்று சென்னைக்கு மூன்று மாதங்கள் விதம் விதமாய் கடிதம் எழுதினார்கள்.

சாவகாசமாக ஒருநாள் வந்த சென்னை மாமாவின் கடிதத்தைப் பிள்ளைகள் ஏழெட்டுத் தடவை படித்துவிட்டார்கள்.

'யாராவது சென்னைக்கு வரும் ஆளிடம் கடிதம் கொடுத்தனுப்பவும். டி.வி. வாங்கி அனுப்பிவைக்கிறேன்' என்று கடிதம் கடைசியில் முடிந்திருந்தது.

அருணாசலம் ஆபீசுக்குப் போய் ரொம்ப நாளாய் பெண்டிங்கிலிருந்த ஒரு ஃபைலைத் தூசி தட்டி எடுத்தெழுதினார்.

வெகுநாளாகவே இதற்கான உத்தரவு வராமலே இருந்துவருகிறது. இதனை என்னவென்றறியவும் முடிந்தால் உத்தரவு வாங்கி வரவும் சீனியர் உதவியாளர் திரு. குமாரசாமியைச் சென்னையிலுள்ள தலைமை அலுவலகத்திற்கு அனுப்பிவைக்கலாம் அன்று மாலைக்குள் அதிகாரியின் ஒப்புதலையும் வாங்கினார்.

குமாரசாமி சென்னையிலிருந்து இறங்கி இப்போது ஆட்டோவில் வரவேண்டிய நேரம். பிள்ளைகள் பாடப்புத்தகங்களை எடுக்கவில்லை. அக்கம்பக்கம் பார்க்கவில்லை. தெருவையே பார்த்துக்கொண்டு நின்றன.

திடீரென்று தெருமுனையில் ஆட்டோ. பிள்ளைகள் கை தட்ட ஆரம்பித்தன. அம்மா வெளியில் வந்து பிள்ளைகளின் பின்னால் நின்றாள். அறுபது வீடுகளையும் நொடிகளில் தாண்டி வீட்டு வாசலில் நின்றது ஆட்டோ குமாரசாமியின் நரைத்த தலை தெரிந்தது. அவர் காலடியில் ஒரு பெரிய அட்டைப்பெட்டி.

குடும்பம் பூராவும் ஆட்டோவைச் சுற்றி. பத்து வீட்டு வாசல்களிலும் ஆள்கள். எல்லோர் கண்களும் அட்டைப்பெட்டி மேல் "கீழே போட்டுராம பத்திரமா பத்திரமா" என்று அவன்

கந்தர்வன் சிறுகதைகள் 65

சொல்லிக்கொண்டே பின்னால் வர, அருணாசலமும் குமாரசாமியும் பெட்டியைத் தூக்கிக்கொண்டு வீட்டுக்குள் போனார்கள்.

"ஆட்டோவுக்கு எவ்வளவாச்சுனு பார்த்து நீங்களே குடுங்க" என்று அவள் அருணாசலத்தை அதட்டினாள். வெளியில் போய் ரூபாய் கொடுத்துவிட்டு வருவதற்குள் பிள்ளைகள் அட்டைப்பெட்டியைத் திறக்கச் சொல்லிப் பறந்தன.

வெளியிலிருந்து உள்ளே நுழையும்போது குமாரசாமியிடம் அருணாசலம் திரும்பத் திரும்பக் கேட்டார். "ஆண்ட்டனாவையும் சேத்தே வாங்கித்தரச் சொல்லிவிட்டார்னு சொன்னியளா இல்லை மறந்திட்டியளா?"

குமாரசாமி சொன்னார். "நூறு தடவை கேட்டிருப்பேன் உங்க மச்சினன்ட்ட ஆண்ட்டனாவையும் சேத்தே வாங்கிட்டு வரச் சொன்னாரேன்னு, இதை வாங்கவே ஏழு பேர் கால்ல விழுந்திருக்கேன். எட்டாவதா ஒரு ஆளு எனக்கு மெட்ராஸ்ல இல்லேன்னு சொல்லுங்கன்னுட்டார்."

அருணாசலத்திற்குத் திடீரென்று ஒரு சின்ன அதிர்ச்சி ஆண்ட்டனா பை இதெல்லாம் வாங்குவதென்றால் இருநூறு முந்நூறு வேண்டுமேயென்று. பிள்ளைகள் ஒரு பாவமும் அறியாமல் துள்ளிக்கொண்டிருந்தன. எல்லாரும் சுற்றி நிற்க மேசை மேல் வைத்திருந்த அட்டைப்பெட்டியை அருணாசலம் பிரித்துப் பிடித்தார். குமாரசாமி கைகளை உள்ளுக்குள் கொடுத்து மெல்ல மெல்லத் தூக்கி வெளியில் வைத்தார்.

சின்னதுதான். கறுப்பு வெள்ளைதான். ஆனால் டி.வி. யை வைத்த கண் வாங்காமல் பார்ப்பதும் தொட்டுப் பார்க்கிற பிள்ளைகளை 'அழுக்காக்காதே' என்று அதட்டுகிற சத்தமும் காச்மூச்சென்று கேட்டது.

குமாரசாமி ஃபைல் சம்பந்தமாய் ஹெட் ஆபீஸில் சொன்ன பதிலை அருணாசலத்திடம் சொல்ல ஆரம்பித்தார். நாற்காலியில் உட்கார்ந்து தீவிர யோசனைக்குப் போய்விட்ட சூப்பிரெண்ட் மனைவி குமாரசாமிக்கு ரொம்ப அன்புடன் தானே கொண்டுவந்து காபி கொடுத்தாள். குமாரசாமி கிளம்பிப்போன பின்னும் வெகுநேரம் அருணாசலம் சிந்தனையிலேயே இருந்தார்.

"நாளைக்கு எங்க வீட்டுக்கு டி.வி. வரப்போகுது" என்று நேற்று பூராவும் சுற்றியுள்ள வீடுகளில் பிள்ளைகள் வாயடித்திருந்தன. அவர் மனைவியும், "ஒருத்தர் வீட்டுக்குப் போயி ஒசியிலெ பார்க்கிற பழக்கம் என்ன பழக்கம்? நாளைக்கு எங்க வீட்டுக்கு

மெட்ராஸிலிருந்து வருது" என்று அக்கம்பக்கத்துப் பெண்களிடம் சொல்லியிருந்தாள்.

வீடே அருணாசலத்தை சூழ்ந்துகொண்டது, "இன்னைக்கு சாயங்காலத்துக்குள்ளே ஆண்டனா வாங்கி வச்சிருங்கப்பா" என்றாள் மூத்த பெண், "மத்தியானமே வந்து வேலை ஆரம்பிச்சாத்தான் சாயங்காலத்துக்குப் படம் தெரியும்" என்றாள் இரண்டாவது மகள். வீட்டு நிலை தெரிந்த மனைவி, "அவன் சக்திக்கு மீறி இதை வாங்கி அனுப்பியிருக்கிறான். இல்லைனா நாம இருக்கிற நிலைமைக்கு சொப்பனத்திலே கூட இந்தப் பெட்டி வந்து மேஜையிலே உட்கார்ந்திருக்காது. கீழ் மூணாம் வீதியிலே ஆண்டனா கட்டறவன் இருக்கானாம். போய்ப் பாருங்க' என்றாள்.

"டி.வி. வாங்கி அனுப்பிச்ச ஒந்தம்பிக்கு ஒரு ஆண்டனாவும் வாங்கி அனுப்பணுங்கிற பொறுப்பில்லை. ஒனக்கு வாய்க் கொழுப்பு" என்று தொண்டை வரை வந்தது அருணாசலத்திற்கு. பல காரணங்களால் அப்படிச் சொல்ல வேண்டாமென்று நிறுத்திக்கொண்டார்.

ஆபீசுக்குக் கிளம்பும்போது மூத்த மகள் வாசலுக்கு ஓடிவந்தாள். "அப்பா ரெண்டு ஆண்டனா கட்டணும். சிலோனுக்கு ஒண்ணு, மெட்ராசுக்கு ஒண்ணு" என்றாள். வாசலில் கால் தடுக்கியது. சமாளித்து நடந்தார்.

டேபிள்கிளாத் பளபளவென்று விரித்துக் கிடந்தது. தலைக்கு மேல் ஓடும் ஃபேன் காற்று ஜில்லென்று வீசியது. அருணாசலம் முன்னெப்போதுமில்லாமல் அடங்கி நாற்காலிக்குள் கிடந்தார். ஃபைவைப் பிரித்துப் படிக்க முயற்சி பண்ணினார். மனசு ஃபைல் தாண்டி ஆபீஸ் தாண்டி, வீட்டு மேசைமேல் வெறுமனே உட்கார்ந்திருந்த டி.வி.மேலேயே போனது.

சாயங்காலம் ஆண்டனா கட்டுகிற ஆளை பியூன் கூட்டி வத்தான். பிள்ளைகள் துள்ள ஆரம்பித்தன. ஆண்டனாக்காரர் மொட்டை மாடிக்கு ஏறிப் பார்த்துவிட்டு வந்தார்.

"வீட்டு ஒயரம் ரொம்ப கம்மி பைப் நீளமாக வைக்கணும் வயரும் ரொம்ப மீட்டருக்கு வாங்கணும். பூஸ்டர் இருக்குல்ல?" என்றார், அருணாசலத்திற்குத் திக்கென்றது. டி.வி.யோடு டி.வியைப் பயன்படுத்தும் முறைகளைப் பற்றி ஆங்கிலத்தில் பளபளவென்று அச்சிட்டு ஒரு கையகராதி அட்டைப் பெட்டிக்குள் கிடந்தது. அதைப் படித்துவிட்டு அந்த ஆளிடம் தமிழாக்கி சொன்னார்

'உங்களது இந்த உயர்ந்த வகை டி.வி.க்கு பூஸ்ட்டர் வாங்கிப் பணத்தை வீணாக்காதீர்கள். பூஸ்ட்டர் இல்லாமலே இது பிரமாதமாக இயக்கும்.'

ஆண்ட்டனாக்காரர் ஒரு புன்சிரிப்பு சிரித்துச் சொன்னார்.

"அதெல்லாம் மெட்ராசுக்குள்ளே வைக்கிற டி.வி.க்குத்தான். இங்கே பூஸ்ட்டர் இல்லாம ஒரு கோடு கூடத் தெரியாது. அப்புறம் ஓங்க இஷ்டம். ஆண்ட்டனா மட்டும் கட்டணும்னா கட்டிட்டுப் போகிறேன், இருநூறு ரூபாய் வரை வரும், ரெண்டு ஆண்ட்டனா கட்டணும்னா முன்னூத்தம்பது ரூபாயாகும். படம் ஓடணும்னா பூஸ்ட்டர் வாங்குங்க. பூஸ்ட்டர், நானூறு ரூபா. எல்லாம் சேர்ந்து எழுநத்தாம்பது எண்ணூறு ரூபாய் வரும்."

அருணாசலம் கலங்கிவிட்டார். மனைவி முகத்தை நாலைந்து தடவை. பிள்ளைகள் முகத்தை இரண்டொரு தடவை ஓர் உணர்ச்சியில்லாமல் பார்த்தார். கடைசியாய்ச் சொன்னார்.

"நாளைக்கு சொல்லிவிடுறேன். நீங்க ரெண்டு நாளைக்கு உள்ளூரிலெதானே இருப்பீய?".

டி.வி.வாங்குகிற வீடுகளில்லாத அனுபவம் ஆண்ட்டனாக்காரருக்கு ஒன்றுஞ் சொல்லாமல் போய்விட்டார். எங்கே போகலாம், யாரை கேட்கலாம் என்று யோசித்து யோசித்து வரும்போது ராத்திரி ஒன்பது மணியாகி விட்டது.

பிள்ளைகள் சோர்ந்துபோய் உறங்கிவிட்டார்கள். மனைவி சாப்பிடக் கூப்பிட்டாள். மரியாதையில்லாமல் கூப்பிட்டது போல் அவருக்குப்பட்டது. "நாளைக்கு என்னமாச்சும் ஏற்பாடு பண்ணிறலாம்" என்று மனைவிக்கு சமாதானம் சொல்லிக்கொண்டே சாப்பிடப் போனார். அவள் பதில் பேசாதது வேறு இவருக்கு அவமானமாகப்பட்டது.

காலையில் ஆபீஸ் போனதும் குமாரசாமியைக் கூப்பிட்டார். அவர் ஒண்ணு ரெண்டுக்கெல்லாம் கஷ்டப்படுகிறவரென்று தெரியும். என்றாலும் அவரிடமிருந்துதான் ஆரம்பிக்க வேண்டும். அல்லது அவர் மூலமாகத்தான் ஏற்பாடு செய்யவேண்டும்.

"ஸார் யானை வாங்கியாச்சு. இன்னும் அங்குசம் வாங்கலை எங்க வீட்டிலெ, தெரியும்லெ" என்றார்.

குமாரசாமி ஒரு குமிழ்ச் சிரிப்புடன் கேட்டார்.

"யானை வெலையிலெ பாதியாம்ல அங்குசம் வெலை கேள்விப்பட்டேன்."

அருணாசலம் நேரடியாய் விஷயத்திற்கு வந்தார். "ஒரு ஆயிரம் ரூபா எங்கேயாச்சும் புரட்டமுடியுமான்னு பாருங்களேன்."

"நேத்து சாயங்காலம் ஒரு அஞ்சு ரூபாய்க்கு சீட். சீட்டா அலைஞ்சதைப் பார்த்திட்டு ஆயிரம்னு ஒரு போடு போடுறியேளே ஸார்."

அருணாசலம் குமாரசாமியை இன்னும் பக்கத்தில் வரும்படி சைகை காட்டினார்.

"ரெண்டு வட்டி மூணு வட்டினு தர்றாங்களாம். எனக்கு ஆள்களைத் தெரியாது. நீங்கள்தான் பாத்து வாங்கிக் கொடுக்கணும். அடுத்த மாசம் இருபத்தஞ்சாம் தேதி ஜி.பி.எஃப்.டி.யு வாங்கிக் கட்டிறலாம்." குமாரசாமி யோசித்தார். இரண்டொரு இடங்கள் ஞாபகத்திற்கு வந்தன.

"பார்க்கிறேன். நாளைக்குப் பேசுவோம்" என்று சொல்லிவிட்டு சீட்டிற்குப் போய்விட்டார்.

அன்றுமாலை அருணாசலம் வீட்டிற்குப் போனதும் பிள்ளைகள் சுற்றி வளைத்துக்கொண்டன. "இன்னைக்காவது ஆண்ட்டனா வந்துருமா அப்பா?" என்றன. அருணாசலத்தில் முகத்தைப் பார்த்ததும் தீர்மானிக்கிற குணம் அவர் மனைவிக்கு முகம் ஒழுங்காயில்லை என்றதும் சமையலறைக்குப் போய்விட்டாள்.

ஒன்றும் தெரியாதது போல் உட்கார்ந்திருக்கும் ஒரு மேதையைப் போல டி.வி.மேசை மேல் உட்கார்ந்திருந்தது. கோடி அதிசயங்கள் உள்ளே கிடந்தன. அவற்றை வெளியே கொண்டுவர ஒரு சமர்த்தான அப்பா இல்லையே என்று பிள்ளைகள் டி.வி.யைச் சுற்றி சுற்றி வந்துவிட்டு உறங்கிப் போய்விட்டன.

மறுநாள் ஆபீஸ் போனதும் குமாரசாமியை வெகு அவசரமாய் கூப்பிட்டு "என்ன ஆச்சு?" என்றார்.

"ஒரு வாரம் ஆகும். குடுத்த பணமெல்லாம் திரும்ப வரலைங்கிறாரு. மூணு வட்டி பிடிச்சது போக மிச்சம் கையிலே வரும் "என்றார்.

அருணாசலம் குமாரசாமியைத் தாண்டி அன்று சாயங்காலம் சுற்றி யார் யாரையோ பார்த்தார். ஒன்றும் பெயரவில்லை. பிள்ளைகளைப் பார்க்கப் பாவமாயிருந்தது. மனைவியின் முகம் பயமாயிருந்தது. எல்லாவற்றையும்விட 'என்னை என்ன செய்ய உத்தேசம்?' என்று கேட்டுக்கொண்டு மேசை மேல் உட்கார்ந்திருக்கும் டி.வி. அவரை இம்சை பண்ணியது.

கந்தர்வன் சிறுகதைகள்

காலையில் படுக்கையை விட்டு எழுந்ததும் நெஞ்சு திக்கென்று ஒரு விநாடி நின்றது. எங்கோ நடுக்காட்டில் தன்னந்தனியாய் நிற்பது போல் பிரமை.. பழகியவர்கள் நெருங்கியவர்கள் மீதெல்லாம் கோபம் கோபமாய் வந்தது.

சுற்றியுள்ள வீட்டுப்பிள்ளைகள் வாசல் கதவில் சாய்ந்துகொண்டு உள்ளே மேசை மேல் வைக்கப்பட்டிருக்கும் வெற்று டி.வி.யைப் பார்ப்பதும், "இன்னிக்கு சாயங்காலம் படம் ஓடுமா?" என்று அருணாசலத்தின் பிள்ளைகளிடம் விசாரிப்பதும் காதில் நெருப்புத் துண்டுகளாய் விழுந்தன.

அடிக்கடி அவருக்கு ரோஷம் வந்தது. காரணமில்லாமல் கோபம் வந்தது. பேசாமல் உட்கார்ந்திருக்கும் டி.வி.மேல் ஆத்திரம் வந்தது.

குடியிருக்கும் வீட்டுச் சொந்தக்காரர் அடுத்த தெருவிலிருந்தார். ஏழெட்டு வீடுகள் ஊர் பூராவும் அவருக்கு. அன்று சாயங்காலம் அவரைப் போய்ப் பார்த்தார். மறுபடியும் அவமானம்தான்.

"நூறு இருநூறு என்றால் பரவாயில்லை. ஆயிரம் பெரிய தொகையாச்சே", என்றதும், தலையைத் தொங்கப் போட்டுத் திரும்பினார்.

குமாரசாமியைக் கூப்பிட்டு நச்சரிக்க ஆரம்பித்தார். தான் படும் மானக்கேட்டை அப்படி அப்படியே சொன்னார். குமாரசாமிக்கு வயது இவ்வளவு ஆகியிருக்கிறதே தவிர நளினமாய் எதையும் புரிந்துகொள்கிற ஆளில்லை.

"இன்னும் ஒரு வாரங்கழிச்சு ஓங்க டி.வி. வந்ததா நெனைச்சுக்கச் சொல்லுங்க ஓங்கெ வீட்டிலெ" என்கிறார்.

நடுவில் ஒருநாள் இருட்டி வெகுநேரம் கழித்து வீட்டிற்குள் நுழையும்போது வீட்டுக்கு வந்திருந்த பக்கத்து வீட்டுப் பெண்களிடம் மனைவி சொல்லிக்கொண்டிருந்தாள்.

"திருச்சிக்குப் போனாத்தான் நல்ல ஆண்ட்டனா வாங்கலாமாம். இவருக்கு ஆபீஸிலே நெறைய வேலை. ரெண்டு நாள் சுழிச்சுத்தான் போகட்டுமே இப்ப என்ன அவசரம்."

குமாரசாமி சொல்லியிருந்த கெடுவுக்கு இன்னும் இரண்டு நாள் இருந்தது. ரோஷப்படவும் அவமானத்தை மறைக்கவும் அவளுக்குத் தெரிந்த அளவுகூடத் தனக்குத் தெரியவில்லையே என்று நொந்துகொண்டார்.

ஒருவழியாய் அன்னைக்கு குமாரசாமி வட்டிப் பணம் கழித்து மீதியைக் கொண்டுவந்து கொடுத்தார். அரைநாள்

லீவு போட்டுவிட்டுத் தானே, கீழ் மூணாம் வீதிக்குப்போய் ஆண்டனாக்காரரைக் கூட்டிக்கொண்டு ஆண்டனா, பைப், பூஸ்ட்டரெல்லாம் வாங்கி ரிக்ஷாவில் கொண்டுவந்து இறக்கினார்.

மாடியிலேறி ஆண்டனாவைக் கட்டிமுடிக்க இருட்டிவிட்டது. பெட்டிக்கு எதிரில் வாயெல்லாம் பல்லாகப் பிள்ளைகள் சந்தோஷத்தை அடக்கியும் அடக்காமலும் மனைவி. சாதித்துவிட்ட பெருமையில் அருணாசலம். வயர்களைப் பின்களில் கோர்த்து டி.வி. பெட்டியில் சேர்த்து சுவிட்சைப் போட்டார் ஆண்டனாகாரர்.

பளீரென்று முதலில் ஒரு விளம்பரப் படம். ஒரு பெண்ணின் குரல் சகல மென்மைகளோடும் கேட்டது. "நீங்கள் முன்னேறுகிறீர்கள் என்றால் உங்கள் வீட்டில் ஒரு ஃபிரிட்ஜ் இருக்கிறதென்று அர்த்தம்."

ஓர் அழகான ஃபிரிட்ஜ் திரையில்.

~

மங்கலநாதர்

மாமா இவ்வளவு பக்தியாய் முன்னெல்லாம் இருந்ததில்லை. சரசு கல்யாணத்திற்குப் பின்னால் ரொம்ப மாறிவிட்டார். வழுக்கை விழுந்த இடம் வரை விபூதிப்பட்டை அடித்து குங்குமப் பொட்டு வைத்துக்கொண்டு 'மங்கலநாதர் மங்கலநாதர்' என்று அடிக்கொரு தடவை சாமி பெயரை சொல்லிக்கொண்டிருக்கிறார்.

சரசு மாமாவுக்கு மூத்த பெண், அடுத்தது மீனாச்சி. அப்புறம் ஈஸ்வரி. கடைசியாய் லெச்சுமி. நாலும் பெண்களாய்ப் போனதில் மாமாவுக்கு ரொம்ப வருத்தம். என்னைக் கண்டால் எரிச்சல் கடைக்குட்டி லெட்சுமிக்கு இரண்டு வயது இளையவன் நான். ஒவ்வொரு பெண்ணாய் நினைத்து ஊர் ஊராய் மாப்பிள்ளை பார்த்துக்கொண்டு, மனசுக்குள் கணக்குகளாய்ப் போட்டுக்கொண்டு திரிகிறார் மாமா. ஓசியிலும் உரிமையிலும் வந்து சேரவேண்டிய மாப்பிள்ளை காலதாமதமாய்ப் பிறந்துவிட்டேனென்று என்னைப் பார்க்கும்போதெல்லாம் நெறுநெறுவென்று வரும் மாமாவுக்கு.

சரசைப் பெண் பார்க்க வந்ததிலிருந்து கல்யாணம் முடித்து மாப்பிள்ளையும் பெண்ணும் வில்வண்டியில் புறப்பட்டுப் போனவரை அப்படியே இன்னும் மனசில் கலர் கலராய்த் தெரிகிறது.

கல்யாணத்திற்கு ஒரு மாதமிருக்கையில் மாமா வேட்டியை இழுத்துக் கோவணங் கட்டிக்கொண்டு மச்சுக்குள் ஏறினார். பண்ணையாள் கருங்கன். மேலவீட்டு ராமசாமி சித்தப்பா, அத்தை அம்மா, லெச்சுமி எல்லோரும் சாக்குகளை வைத்துக்கொண்டு நின்றார்கள்.

மாமா கடகம் கடகமாய் மச்சிலிருந்து நெல்லைக் கொட்டிக் கொண்டேயிருந்தார். பட்டாசாலை முழுவதும் உத்திரத்திலிருந்து சிமிண்டுத் தரை வரை நெல் தூசி பனி மூட்டம் போல் அடைத்தது.

நெல் வாசனை சொகமாக இருந்தது. சாக்கு நிறைய நிறைய, கோணுசியை வாயில் கவ்வியபடி வந்து சணலைக் கோத்துத் தைத்துப் போட்டான் கருங்கன்.

மூட்டைகளை அடுக்கிக்கொண்டே வந்தார்கள்.

அத்தை அம்மாவிடம், "அத்தாச்சி பாருங்க போதுமான்னு" என்று அடிக்கடி கேட்டுக்கொண்டிருந்தது. அம்மா: ஒரொரு சமயம் ஒரொரு விதமாய்ப் பதில் சொன்னது, "செழுவனுராள்கள் அவ்வளவு பேரும் வந்தாங்கன்னாலே இது பத்தாது. அப்புறம் ஏழுருச் சனமிருக்கு. அதுக்கும் மேலே உள்ளூர்லே ஆறு தெரு அம்பது சாதி மனுச இருக்கு. நீ அள்ளு அண்ணே. இன்னும் பாதிக்கே அள்ளலையே" என்று ஒரு சமயம் சொன்னதும் அத்தை ஒரு பெருமூச்சை சிறுசிறு மூச்சுகளாக விட்டது.

மூட்டைகளை அடுக்கி வரும்போது மனசுக்குள் ஒவ்வொரு மூட்டையாய் எண்ணிக்கொண்டே வந்தவன் இருபது என்று சத்தம் போட்டுச் சொல்லிவிட்டேன். அத்தை என்னைப் பார்த்து முறைத்தது. மாமாவுக்கும் காதில் விழுந்தது போல் "அவனை எங்கிட்டாச்சும் தொலைஞ்சி போகச்சொல்லு" என்று கத்தினார்.

"ஒன்னைக் கார்வார் பாக்கச் சொல்லி இங்கு யார் கூப்பிட்டா?" என்று அம்மா அடிக்க வந்தது.

வெகுநேரம் கழித்து மாமா மச்சுக்குள்ளிருந்து வெறுங் கடத்தை எறிந்துவிட்டு சத்தம் போட்டார் "இனி சண்டுதான் தேறும்."

அடுத்த நாலு நாளும் பொழுது விடியுமுன் மாமா ராமசாமி சித்தப்பாவைக் கூட்டிக்கொண்டு ஊருணி முக்கிற்குப் போய்விடுவார். வெயில் வரும்போது ஒரு விறகு வண்டியோடு வந்துசேர்வார்கள். விறகு வண்டி அசைந்து அணைந்து வரும். இந்தப் பக்க மாட்டோரம் ராமசாமி சித்தப்பா, அந்தப் பக்க மாட்டோரம் மாமா. மாறி மாறி விலை கேட்டதில் அரைப் பைத்தியமாகி விறகு வண்டிக்காரன் வருவான்.

மாமா பெட்டியிலிருந்து பணம் எடுத்து பத்து தடவை எண்ணுவார். பதினொராவது தடவையாய் ராமசாமி சித்தப்பா எண்ணி விறகு வண்டிக்காரனிடம் கொடுப்பார். 'கொறையிதே' என்று வண்டிக்காரன் சொல்ல, மறுபடி வாக்குவாதங்கள் நடக்கும். முனியசாமி தாத்தா வந்து மாமாவிடம் பேசி வண்டிக்காரனிடம் பேசி ஒரு அஞ்சு ரூபாய் நோட்டை மாமாவிடமிருந்து பறித்து வண்டிக்காரனிடம் கொடுப்பார்.

கந்தர்வன் சிறுகதைகள் 73

வண்டியைத் தள்ளிக்கொண்டு போய் தொழுவத்தருகில் நிறுத்தி மேக்காலைத் தூக்கி மெல்ல மெல்ல ஆகாயத்திற்குக் கொண்டுபோய் வண்டிக்காரர் தொங்கிக் கீழே குதிப்பார். விறகு சரசரவென்று இறங்கும். வண்டி 'ஆ' வென்று கையைத் தூக்கி நிற்கும், பைதாக்களை நாலு பேர் தள்ளிக்கொண்டே போகப் போக மிச்ச மீசாடி விறகுக் கட்டைகளும் தரையில் விழும்.

நாலு வண்டி விறகு, தொழுவத்தை அடைத்து மாடுகளை வெளியே தள்ளிவிட்டது. கட்டாந்தரையில்தான் மாடுகளுக்கு ஒரு மாதமும் படுக்கை இருக்கை எல்லாம்.

சிலுவை வடிவத்தில் கருங்கன் வரியையாய் எட்டு அடுப்புகள் வெட்டினான். அத்தை ஊர் பூராவும் ஓடி ஓடி தேக்சாக்களையும் அண்டாக்களையும் வாங்கிவந்தது. கூட லெச்சுமி சிருக் சிருக்கென்று திரிந்தது. நெல் அவியல் வாசனை வயற்காடு வரை பரவியது.

நெல் அவிக்க, ஆளாட்ட, அரைக்க, புடைக்க என்று ஆறு பொம்பிளைகள் கூலிக்கு; சொந்தக்காரப் பொம்பிளைகள் எட்டு பேர். ஒரு பெரிய கூட்டம். மூன்று வேளையும் மாமா வீட்டு ஆள்பத்தியில் சாப்பாட்டிற்கு உட்கார்ந்தது. எப்போது போனாலும் மாமா வீட்டில் பந்தி நடந்துகொண்டே இருந்தது.

ராத்திரி பகலாய் மாமா மஞ்சள் தடவிய கல்யாணப் பத்திரிகைகளை எடுத்துக்கொண்டு ஊர் ஊராய் போய் வந்துகொண்டிருந்தார். சரசு அந்த நாள்களில் புதுப் புதுச் சேலையாய்க் கட்டி அந்தி சந்தி இரண்டு வேளையும் தலையில் பூ வைத்து சந்தோஷத்தை அடக்கமுடியாமல் அடக்கிக்கொண்டு வீட்டிற்குள் திரிந்தது.

ஒரு வாரம் இருக்கும்போது உள்ளூரில் ஒரு வீடு இல்லாமல் தாம்பாளமும் பத்திரிகையுமாய் அலைத்தார். "ஈசாக் சவுண்ட் சர்வீசில் ஸ்பீக்கர் செட்டுக்கு இன்னும் சொல்லலியா"? என்று லெச்சுமி இரண்டு தடவை அத்தையிடம் கேட்ட பிறகு மாமா போய் அட்வான்ஸ் கொடுத்துவிட்டு வந்தார்.

கோயில் மேளத்திற்குச் சொல்வதற்காக மாமா நடுவில் ஒருநாள் உத்தரகோச மங்கைக்குப் போய்விட்டு வந்தார். அங்கே போய்விட்டு வந்ததிலிருந்து மாமா மாறி மாறிப் பேசினார். "கல்யாணச் செலவு கண்டமேனிக்குப் போகுது" என்று புலம்பத் தொடங்கிவிட்டார்.

கல்யாணம் முடியும் வரை ரொம்ப தடவை அதே மாதிரி சொல்லிக் கொண்டிருந்தார்.

கல்யாணத்திற்கு முதல் நாள் காலை ராமநாதபுரத்திலிருந்து ஒரு வண்டி நிறைய ஐந்தாறு மூட்டைகளில் காய்கறிகளும் தேங்காய்களும் வந்திறங்கின. பெரிய பெரிய தூண்களைப் போலிருந்த நாலு வாழை இலைக்கட்டுகளை வண்டியிலிருந்து இறக்கிப் போட்டான் கருங்கன்.

கட்டுகளை அவிழ்த்துப் பரப்பிய வாழை இலைகளின் வாசமும் உதறிப் போட்டிருந்த கறிவேப்பிலை மணமும் வீடு பூராவும் அலைந்தது.

அன்று சாயங்காலம் முனியசாமி தாத்தா வந்து ஒரு குட்டிச் சாக்கில் இருபத்தாறு தேங்காய்களைச் சுண்டிப் பார்த்து எண்ணிப் போட்டார். ஊரைச் சுற்றி ஏராளமான மூலைகளில் இருபத்தாறு சாமிகள். உள்ளூரில் கல்யாணமென்றால் இந்த இருபத்தாறு சாமிகளுக்கும் முதல் நாள் சிதறுகாய் அடிக்க வேண்டும். எல்லாச் சாமிகளும் அரைக்கல் கால்கல்லில் நட்டிருக்கும். காத்தான் காளையென்று அத்தனை சாமி பேரும் இடமும் முனியசாமி தாத்தா மாதிரி வயசான ஆள்களுக்கு மட்டும்தான் தெரியும். அவர் மூட்டையோடு கிளம்ப வானரக் கூட்டம்போல் பிள்ளைகள் சிதறுகாய் பொறுக்கப் பின்னால் படையெடுத்தன. தேங்காயெண்ணிக்கை திடீரென்று வெகுவாகக் குறைந்தது வீட்டில்.

ஸ்பீக்கர் செட் வந்ததும் சரசு ரெண்டு தடவை கண்ணாடி முன்னால் நின்றுவிட்டு வந்தது. பொழுது இருட்டும் நேரத்தில் உத்திரகோச மங்கையிலிருந்து மேள செட் வந்திறங்கியது. மாமா வாத்தியக்காரர்களை ரொம்ப உபசரித்துக்கொண்டிருந்தார்.

மூன்று அண்டாக்களில் சாதம் வெந்துகொண்டிருந்தது. சமையற் காரர்கள் சுறுசுறுவென்று கொல்லையில் வெட்டிய அடுப்புகளின் பக்கம் நின்றார்கள். சுற்றுவட்டாரங்களிலிருந்து பையும் பெட்டியுமாய் குடும்பம் குடும்பமாக வர ஆரம்பித்தது ஜனம்.

ராத்திரி பந்தி ஆரம்பித்தபோது பந்தலிலிருந்து முதல் மேளச் சத்தம் கேட்டது. சரசு அறை வீட்டிற்குள் உடம்பு புல்லரிக்க பயமும் சந்தோஷமுமாய் நின்றுகொண்டிருந்தது.

ஒவ்வொரு பந்தியாய் முடிய ராத்திரி வெகுநேரமாகிவிட்டது. வீட்டில் எங்கு திரும்பினாலும் சாம்பார் வாசனையும் வாழையிலை வாசமும், நடுராத்திரியெல்லாம் ஆட்கள் ஆட்கள் வந்துகொண்டே இருந்தார்கள். தெருவில் எல்லார் வீட்டு திண்ணைகளிலும் விருந்தாளிகள் படுத்துக் கொண்டும் கதை பேசிக்கொண்டும் இருந்தார்கள்.

கந்தர்வன் சிறுகதைகள் 75

பந்தலில் பெட்ரோமாக்ஸ் விளக்கை இறக்கிக் காற்றடித்துக் கொண்டிருந்தார் ஓர் ஆள். மாண்டில் வெறிப்பதும் அடங்குவதும் வேடிக்கையாயிருந்தது. மாமா அவதி துவதியாய் எங்கிருந்தோ வந்தவர் "போய் அம்மாவைக் கூட்டிக்கிட்டு வா, ஜல்தியா போ" என்றார்.

ஆள் ரொம்ப சோர்வாக இருந்தார். காலைப் பலகாரம் பொங்கல். சமையற்காரர்கள் அண்டாக்களில் பொங்கலும் சாம்பாரும் பண்ண ஆயத்தம் பண்ணிக்கொண்டிருந்த நேரம். அம்மா அங்கேதான் நின்றுகொண்டிருந்தது.

அம்மாவும் நானும் பட்டாசாலையைத் தாண்டியபோது கருங்கன் அரிசி மூட்டையைத் தூக்கிகொண்டு கொல்லை சமையற்கட்டுக்குப் போனான். அம்மா போனதும் மாமா மேல் துண்டால் ஒரு தடவை முகத்தைத் துடைத்துக்கொண்டார்.

"செலவு கையை மீறிப் போய்க்கிட்டிருக்கு. என்ன செய்யறதின்னே தெரியலை" என்றார்.

அம்மா கழுத்திலிருந்து சங்கிலியைக் கழற்றி ஒரு பந்துபோல் சுருட்டி மாமாவிடம் கொடுத்தது. மாமா மறுத்து என்னவோ சொன்னார். மாமா கையில் சங்கிலியைத் திணித்துவிட்டு அம்மா விடுவிடுவென்று உள்ளே போய்விட்டது.

விடியற்காலையில் ஸ்பீக்கர் செட்டிலிருந்து பாட்டும் மேளச் சத்தமும் ஊர் முழுக்க் கேட்டது. ஏழு மணிக்குப் பந்தி. சாப்பிட உட்கார்ந்த ஆட்களும் குழந்தைகளும் இலை போடும் ஆளிடம் பெரிய இலைகளாகப் போடும்படி கேட்டார்கள். மூன்று தடவை நான்கு தடவை வரை பொங்கல் வைக்கச் சொல்லி கேட்கும் சப்தங்கள் வந்துகொண்டே இருந்தன.

மாப்பிள்ளை அழைப்பு, பெண் அழைப்பு, திருப்பூட்டு மஞ்சக் காப்பு என்று மத்தியானம் வரை கல்யாணம் நடந்துமுடிந்தது. சரசு அவ்வளவு நேரமும் குனிந்த தலை நிமிராமலே உட்கார்ந்திருந்தது.

இடையில் ஒரு தடவை 'சமையல் கட்டுக்குப்போய் நாலு மஞ்சள் துண்டு வாங்கிட்டு வா' என்றது அம்மா. சமையல் கட்டு கோலாகலமாயிருந்தது.

இருபது பேருக்கு மேல் நின்று சாதம் வெந்த அண்டாக்களையும் தேக்சாக்களையும் இறக்கி புது ஓலைப்பாய்களில் கொட்டி பரப்பினார்கள். புது ஓலை, ஈரமும் சூடும் பட்டு விசேசமாய் மணத்தது. ஓர் ஆள் உயரத்தில் அரை ஊருணித் தண்ணீர் கொள்கிற மாதிரி இருந்த பாயாச தேக்சாவப் பதினைந்து பேர் துணிகளைப்

பிடித்து இறக்கிக்கொண்டிருந்தார்கள். ராமசாமி சித்தப்பா மாமாவிடம் சொல்லிக்கொண்டிருந்தார். "கூட்டம் எக்கொள்ளைப்பா. இன்னும் ரெண்டு அரிசி மூட்டைகளை அவுத்துத் தண்ணியிலே போடச் சொல்லு,"

பெண்ணையும் மாப்பிள்ளையையும் அறைவீட்டில் விட்டுப் பால் பழம் சாப்பிடச் சொல்லிப் பெண்கள் சுற்றி கேலி பேசி சிரித்துக்கொண்டிருந்தார்கள். வெளியே இலைகளைப் போட்டு மதியச் சாப்பாட்டுப் பந்தி ஆரம்பமானது.

தெருபூராவும் பந்தல், பந்தல் முழுவதும் பந்தி மூன்று வரிசைகளில் மாற்று விரித்துப் பந்தி வேறாவேறா என்று நடந்துகொண்டிருந்தது.

பெண்கள் பிள்ளைகளை அள்ளிக்கொண்டும் இழுத்து கொண்டும் முதற் பந்தயில் இடம்பிடிக்க ஓடிவந்தார்கள். இலை போடுவதற்குள் 'இங்கெ இன்னும் எலை வரலை' என்று அவளுகள் சத்தம் ஊரில் யார் வீட்டிலாவது கல்யாணமென்றால்தான் மத்தியானத்தில் சோறும் குழம்பும். இல்லையென்றால் பொழுது சாய ஒருவேளை மட்டும் சோறும் குழம்பும் சாப்பிடும் ஊர். சரசு கல்யாணத் தேதி கல்யாண வேலைகள், மாப்பிள்ளை பற்றியெல்லாம் விசாரித்த பெரும்பாலோர் இந்த மத்தியான சோறையும், குழம்பையும் சேர்த்து மனத்தில்கொண்டு விசாரித்ததும் உண்மை.

பெரும் பெரும் கடகங்களின் சோற்றை அள்ளித் தோள்களில் தூக்கிவந்து இறக்கினார்கள் இளவட்டங்கள். கடகங்களிலிருந்து ஓலைப்பெட்டிகளில் அள்ளி சோற்றை இலைகளில் கொட்டினார்கள். பின்னாலேயே கால்படி பிடிக்கும் பெரிய பெரிய அகப்பைகளில் சாம்பாரை ஊற்றிக்கொண்டே வந்தார்கள் ஜனங்கள் சோற்றைக் குவித்து நடுவில் குளம் கட்டினார்கள். சாம்பாரை முடிந்தவரை குளங்களில் நிரப்பிப் பிசைந்தும் பிசையாமலும் அள்ளியும் உருட்டியும் விழுங்கிக்கொண்டு இருந்தார்கள்.

வெளியூர் ஜனமும் உள்ளூர் ஜனமுமாய் இன்னும் ஏராளமான பேர் பந்தலுக்கு வெளியே அடுத்தடுத்த பந்திகளுக்காகக் காத்துக் கொண்டிருந்தார்கள். பாயாசம் ஊற்றிக்கொண்டிருந்தார்கள். 'இன்னும் கொஞ்சம் இன்னும் கொஞ்சம்' என்று பாயாசம் ஊற்றச் சொல்லி ஆள்கள் இம்சை பண்ணிக் கொண்டிருந்தார்கள்.

ஊரில் ஒரு வீடு பாக்கியில்லாமலும் பட்டிதொட்டி பதினெட்டு கிராமமும் சரசு கல்யாணத்தில் உட்கார்ந்து சாப்பிட்டது. பொழுது இருட்டும்போது வண்ணா மாற்றுக் கொடுத்தவள், மாப்பிள்ளைக்குக்

கந்தர்வன் சிறுகதைகள் 77

கிராப் வெட்டியவர் என்று நார்ப்பெட்டிகளில் சோறும் சட்டிகளில் சாம்பாரும் வாங்கிப் போய்க்கொண்டிருந்தார்கள்.

சரசு கல்யாணம் முடிந்து மறுமாதம் மாமா உத்திரகோச மங்கைக்குப் போய்வந்தார். வந்ததும் ஒரு மஞ்சள் பைக்குள்ளிருந்து காகிதப் பொட்டலத்தைப் பிரித்து எல்லோருக்கும் விபூதி கொடுத்துவிட்டு மீதி திருநீறைத் திண்ணை மாடத்தில் வைத்தார். அப்புறம் ராமநாதபுரத்திற்குப் போய் வரும்போதெல்லாம் உத்திரகோச மங்கையில் இறங்கி சாமி தரிசனம் பண்ணிவிட்டுத்தான் வருவார். ஒரு நாள் முனியசாமித் தாத்தாவிடம் திண்ணையில் உட்கார்ந்து சொன்னார்.

"மாமா அந்தக் கோபுரத்துக்குக் கீழே நிக்கிறப்பத்தான் மனுசன் எவ்வளவு சின்ன ஆளுன்னு தெரியுது, நேத்து நான் போயி கர்ப்பக்கிரகத்திலே நிக்கிறேன். தீபாராதனை ஆகுது, சுத்தீ தெய்வீக வாசனை, மணிச்சத்தம் எங்கேயோ வேற ஒலகத்திலெ அடிக்கிற மாதிரி. பூ விழுகிற சத்தம் மாதிரி மெல்ல கேக்குது. அப்ப என்ன அறியாம நெனைச்சேன், மங்கலநாதர் சாமிக்கு எங்குடும்பம் இண்ணைக்கிலெர்ந்து அடிமை. இனி, என் வீட்டு எந்த மங்கலக்காரியமும் ஒன் சன்னிதானத்திலெதான் நடக்கணும்"

ஒரு வருஷங் கழித்து மீனாச்சிக்குக் கல்யாணம், மாப்பிள்ளை பணிவாசல். மாமா வீட்டிற்கு வீடு பத்திரிகை கொடுக்கும்போது சொன்னார்.

"உத்திரகோச மங்கைலெ கொண்டுபோயி கல்யாணத்தை வச்சுட்டானேன்னு மலைக்காதெ ஆத்தா. யார் யாரு கல்யாணத்துக்கு வாரியளோ எல்லாரும் வாங்க. நாலு வண்டி பூட்டிப் போகுது. ஒரு வண்டியிலெ அரிசி தவசி ஏத்தினாலும் மத்த மூணு வண்டியிலெ எல்லாரும் ஏறிவரலாம் வாங்க."

மாமா வீட்டு வண்டி ஒன்று. வேண்டிய வீட்டு வண்டிகள் மூன்று. நாலு வண்டிகளும் நாலு ஜோடி மாடுகளும் மீனாச்சி கல்யாணத்திற்கு முதல் நாள் பொழுதிருக்க வந்துநின்றன. நாலு ஜோடி மாடுகள் நிற்பதைப் பார்க்க கூட்டம். ஈ கடிக்கும்போதெல்லாம் மாடுகள் உதறின. உதறும் ஒவ்வொரு அசைவுக்கும் மாடுகளின் கழுத்து மணியோசை மாறி மாறி ஊரை அழைத்தது..

பொட்டலில் வைக்கோலைக் குவியலாய்ப் போட்டுக் கொளுத்தினான் கருங்கன். ஜிவ்வென்று எரிந்து அடங்கி மேலே கருக்கும் உள்ளே தீயுமாய்க் கிடந்தது. ஒரு கொட்டாங்குச்சியில், விளக்கெண்ணை வாங்கி கருக்கைச் சுடச்சுட அள்ளி அதில் போட்டுக்

குழப்பினான். எல்லா வண்டிக்காரர்களும் சேர்ந்து ஒவ்வொரு வண்டியாய் சாவியை எடுத்து பைதாவை நகர்த்தி அச்சில் மசகை அப்பினார்கள். கூடியிருந்த பிள்ளைகளுக்கு இதுவே ஒரு வைபவம் போலிருந்தது.

நாலு வண்டிகளுக்குள்ளும் வைக்கோல் பரப்பி மேலே ஜமக்காளங்கள் விரித்து மெத்தை போலாக்கிக் கொண்டிருந்தார்கள். மாமா வீட்டு வண்டியில் ஒரு மூட்டை அரிசியைக் கொண்டுவந்து போட்டான் கருங்கன்.

மாடுகளை அவிழ்த்து வண்டிகளில் பூட்டியபோது நிலா நாராயணப்பிள்ளை வீட்டு வேப்பமரத்திற்கு மேல்வானத்தில் தெரிந்தது. மாமா வீட்டு வண்டியில் கல்யாணப் பெண் மீனாச்சியை அம்மாவும் அத்தையும் கூட்டிவந்து ஏற்றினார்கள். முன் வண்டி ராமநாதன் வண்டி, சுளிக்காளைகள். அதில் ஏற என்னை அம்மா விடவில்லை. விரட்டிக்கொண்டு வந்து தன் பக்கத்திலேயே மாமா வீட்டு வண்டியில் உட்கார்த்தி வைத்தது. கலியாணத்திற்கு வரவேண்டிய கூட்டம் வண்டி வண்டியாய் மோதியது. பைதாவில்தான் ஆள் உட்காரவில்லை. அப்பிக்கொண்டு உட்கார்ந்தார்கள்.

கல்யாணத்திற்குப் புறப்பட்டுப் பெட்டிகளிலிருந்து சலவை உடுத்தி வந்தவர்கள், கல்யாணத்திற்குப் போகப்போவதையும் பற்றி ஒரு மாதமாய் திண்ணையில் உட்கார்ந்து பேசிக்கொண்டிருந்தவர்கள் பலருக்கும் வண்டிகளில் இடம்கிடைக்காத கோபம் வண்டிகள் புறப்பட்டுப் போகும்போது சௌந்தரஞ் சின்னம்மா தெருவில் நின்று கத்தியது.

"ஆனாலும் இந்த ராமநாதனுக்கு இம்புட்டுத் திமிரு கூடாது. இன்னொருத்தர் கல்யாணத்துக்கு இவன் என்ன சட்டாம்பிள்ளை. எறங்கு எறங்குனு ஏறக்கி விட்டுட்டுப் போறான்."

ஊர் தாண்டிக் காட்டுப் பள்ளிவாசல் வரும்போது நாலு வண்டிகளுக்கும் போட்டி வந்துவிட்டது. வைக்கோல் வாசனை கமகமவென்று மணத்தது. லேஸ்லேஸாய் வைக்கோல் குத்தியது. நாற்கால் பாய்ச்சலில் மாடுகள் பறக்கையில் தலை அடிக்கொரு தரம் கூட்டில் தட்டி வலித்தது.

முந்தின வண்டிக்காரர்கள் பிந்தின வண்டிகளைக் கடக்கையில் கைதட்டிச் சிரித்தார்கள். வழியெல்லாம் வண்டிகளில் சிரிப்பும் கனைப்பும் "அம்மாவும் அத்தையும் கல்யாணப் பொண்ணு போற வண்டி இது கருங்கன். நிதானம் நிதானம்" என்று இழுத்துப்

கந்தர்வன் சிறுகதைகள்

பிடித்துவிட்டார்கள். இல்லாவிட்டால் ராமநாதன் வண்டியை முந்தியிருப்பான் கருங்கன்.

இதம்பாடல் வந்தது ஞாபகமிருந்தது. வண்டி வாசனையும் வேகச் சுகமும் அம்மா மடியில் சுழலவிட்டது. "எறங்கு எறங்கு" என்று அம்மா சத்தங்கொடுத்து எழுப்பி விட்டதும் பார்த்தால் ஒரு பெரிய கட்டிடத்தின் வாசலில் வண்டிகள் நின்றுகொண்டிருந்தன.

"உத்திரகோச மங்கை வந்துருச்சுடா எறங்கு". என்றது அம்மா வண்டியோடு நிலாவும் உத்திரகோச மங்கைக்கு வந்திருந்தது.

பெரிய சத்திரம். திண்ணைகள் இரண்டும் பெரிய ஒப்படிக் களங்கள் வாசலில் நிறுத்தி லெச்சுமி தூரத்திலிருந்த கோவில் கோபுரத்தைக் காட்டியது. 'யம்மாடியோவ்' என்றேன் உயரத்தைப் பார்த்துவிட்டு.

நானும் லெச்சுமியும் சத்திரம் பூராவையும் சுற்றிவந்தோம். ஓர் அறையில் ஒரு மூட்டை அரிசியும் கைகளில் அள்ளி விடுகிற மாதிரி காய்கறிகளும் பரப்பி இருந்தது. ஒரு சின்னக் கட்டிலிருந்து இலைகள் பிரிந்து கிடந்தன.

பணிவாசலிலிருந்து மாப்பிள்ளை வீட்டு வண்டிகள் மூன்று வந்திறங்கின. செழுவானூரிலிருந்து சரசு வீட்டுக்காரர்கள் ஒரு வண்டியில் வந்திருந்தார்கள். கொஞ்ச நேரம் அங்குமிங்கும் பேச்சு சத்தம் வந்து அடங்கியது.

அதிகாலையில் எழுந்து எல்லோரும் குளிக்கப் போனார்கள். மாமா 'சீக்கிரம் சீக்கிரம்' என்று சத்தம் கொடுத்துக்கொண்டு உற்சாகமாய்த் திரிந்தார். வெயில் வந்து கொஞ்ச நேரத்திற்கெல்லாம் பந்திக்கு ஆள்களைக் கூப்பிட்டார் மாமா நீளமாய் ஒரு வரிசையில் ஆண்களும் மறுவரிசையில் பெண்களும் பிள்ளைகளும் உட்கார்ந்தார்கள். படபடப்பாய் எந்த சத்தமும் கேட்கவில்லை. முண்டியடித்து யாரும் பந்திக்கு ஓடி வரவில்லை. சிலர் வேண்டுமென்றே சத்தம் போட்டுப் பேசிப் பார்த்தார்கள். சத்திரந் தாண்டி தெருவுக்கு அதெல்லாம் கேட்கவில்லை.

மேளதாளத்தோடு பெண்ணையும் மாப்பிள்ளையையும் அழைத்துக் கொண்டு கோவில் வரை ஊர்வலம். எங்கள் ஊரில் பாதி இருக்கும் கோவில். கண் மூடிக் கண் திறப்பதற்குள் சந்நிதியில் நிறுத்தி சுல்யாணம் நடந்துவிட்டது. தோராதனையின்போது மாமா கண்ணீர் விட்டு உருகி மங்கலநாதரைக் கும்பிட்டுக் கொண்டிருந்தார்.

சத்திரம் திரும்பி பதினொரு மணிக்கெல்லாம் மாமா மதியச் சாப்பாட்டிற்கு அழைத்தார். ஒரு மணி நேரத்தில் ஒரே பந்தியில்

சாப்பாடு முடிந்தது. தெருபூராவும் ஊர் பூராவும் சாம்பார் வாசனை இல்லை. வாழை இலை வாசம் திண்ணைக்குக் கூடத் தெரியவில்லை.

ஊருக்குக் கிளம்ப வண்டி பூட்டி நிற்கும்போது மாமாவுடன் ராமசாமி சித்தப்பா நின்றார். கருங்கன் மீந்துபோன பாதி அரிசி மூட்டையை வண்டியில் கொண்டுவந்து போட்டான். அந்தப் பாதி அரிசி மூட்டையைப் பார்த்துக்கொண்டே ராமசாமி சித்தப்பா மாமாவிடம் சொன்னார்.

"என் குடும்பமும் இன்னைக்கிலெர்ந்து மங்கலநாதருக்கு அடிமை. இனி என் மக்கள் கல்யாணங்களெல்லாம் அவன் சந்நிதியிலே நடக்கும்."

~

மைதானத்து மரங்கள்

இவன் வீட்டைவிட்டுத் திரும்பி நடந்தால் நூறடி தூரத்திலிருக்கிறது அந்த மைதானம். ஊரின் ஒரு கோடிக்கு ஒதுங்கிவிட்ட இவன் வீட்டிற்கு ஒரே மரியாதை, அது அந்த மைதானத்திற்கு அருகிலிருக்கிறது என்பதுதான். புதியவர்கள் யாரும் இவனிடம் வீட்டு முகவரி கேட்கும்போது இவன் இந்த மைதானத்தை அடையாளங் காட்டித்தான் சொல்லிக்கொள்வான். உலகத்தின் பெரிய பெரிய வாழ்க்கையிலிருந்தும் பெரிய பெரிய சம்பவங்களிலிருந்தும் இவன் ஒதுங்கி, ஒடுங்கியிருப்பது போல இந்த வீடும் நிசப்தத்தை திண்ணையில் விரித்துக்கொண்டு ஒடுங்கி ஒதுங்கிப்போயிருந்தது. அந்தப் பெரிய மைதானத்திற்கருகில் உள்ள வீடு என்பதால் மைதானின் கம்பீரம் லேசாய் வீட்டில் படிந்து இவன் குரலில் சில சமயங்களில் வெளிப்படும்.

அம்மா கூடப்போய்ப் பெண்கள் துறையில் குளிக்க வெட்கப்பட்டு அவளோடு சண்டை போட்டு இவன் தன்னோடு சேர்த்து குஞ்சு குளுவான்களோடு ஊருணிக்குக் குளிக்கப் புறப்பட்ட காலத்திலிருந்து இந்த மைதானத்தோடு இவனுக்கு ரகசிய சம்பந்தம் உண்டு. அப்பா கை அம்மா கைகளை உதறிவிட்டு இவன் தானே நடக்கத் துவங்கி கைகளை வீசி நடந்துவந்ததே அருகிலிருந்த இந்த மைதானத்திற்குத்தான். அப்போதிலிருந்து இந்த மைதானந்தான் இவனுக்கு ஆதரவு.

மதுரை செல்லும் சாலையின் ஓரத்தில் மைதானம் பரந்து கிடந்தது. மைதானத்தின் சிறப்பு அதன் பரப்பளவினால் வந்ததல்ல. அதன் இவ்வளவு மகிமைக்கும் காரணம் அதன் கிழக்கு மேற்கு ஓரங்களில் ஆஜானுபாகுவாய்க் கிளைகள் விரித்து நிற்கும் அந்தப் பெரிய பெரிய மரங்கள்தான். அவற்றை சாதாரணமாய் மரங்கள் என்றழைப்பதே சிறுமைப்படுத்தியதாகிவிடும் நெடுநெடுவென்று

வளர்ந்து வீடுகள் போல் தூர்கட்டி மைதானத்து ஓரங்களைக் கரு கருவென்று இருள் போர்த்திக்கொண்டு பூவும் பிஞ்சும் காயும் பழங்களுமாய் நிற்கும் அந்தப் புளிய மரங்களை விருட்சங்கள் என்றுதான் யதார்த்தமாய்ச் சொல்லவேண்டும்.

ஊர் நடுவே உயர்நிலைப் பள்ளியின் சொந்த விளையாட்டு மைதானம் இது. அந்தப் பள்ளியின் முற்றத்திலேயே ஒரு சிறிய மைதானமும் உண்டு. இடை இடையே வரும் விளையாட்டுப் பீரியட்களில் மட்டுமே அந்தச் சிறிய மைதானத்தில் விளையாட்டு நடக்கும். ஒரு வகுப்பிற்கு மதிய இடைவேளைக்கு முந்திய கடைசி பீரியட், விளையாட்டு பீரியடாக இருந்தாலோ அல்லது மாலையில் கடைசி பீரியடாக இருந்தாலோ பையன்கள் பள்ளியிலிருந்து வரிசையாய் நடந்துவந்து இந்தப் பெரிய மைதானத்தில்தான் விளையாட வேண்டும். விளையாடி முடித்து உடற்பயிற்சி கல்வி ஆசிரியர் கழுத்தில் தொங்கும் பிகிலை ஊதி வீடுகளுக்கு விரட்டும்போது எல்லா மாணவர்களும் ஊருக்குள் இருக்கும் தங்கள் வீடுகளுக்கு அலுப்புடன் நடப்பார்கள். மதிய இடைவேளையாக இருந்தால் அவசரமாய் ஓடுவார்கள். இவனுக்கு அப்போதெல்லாம் ரொம்ப பெருமையாயிருக்கும். இவன் வீடு இதோ நாலு பாகத்தில் இருக்கிறது.

இவன் மட்டும் ஆற அமர ஒவ்வொரு மரமாய் ஓடி ஓடித் தொட்டு விட்டு மைதானம் காலியானதும் ஒண்டியாய் நின்று இங்குள்ள எல்லாமே இவன் கவனிப்பில், மேற்பார்வையில் நடப்பது போல் காலி மைதானத்தை ஒருமுறை பார்த்துவிட்டு வீட்டிற்குப் போவான்.

வெயில் தணிந்ததும் அப்போது புழக்கத்திலிருக்கும் கிட்டியோ பம்பரமோ கோலியோ எடுத்துக்கொண்டு மறுபடியும் மைதானத்திற்கு வருவான். ஆங்காங்கிருந்து ஒரு ஜமா வந்து சேர்த்துவிடும். குழுக்களாகப் பிரிந்து விளையாட்டுத் துவங்கும். விளையாட்டின்போது எவ்வளவு கத்தினாலும் சத்தம் மைதானத்தை விட்டு வெளியே போகாது. மைதானமே சப்தங்களை விழுங்கிவிடும். இரண்டு பேர் மூன்று பேராக இளவட்டங்களும் வயசாளிகளும் வந்து மரநிழல்களில் உட்கார்ந்து ஊர்க் கதைகளைப் பேசுவார்கள். தனியாட்களாய்க் கண்ணிலுள்ள சோகத்தையெல்லாம் மைதானத்தில் பாய்ச்சிக்கொண்டு குத்துப்பார்வைகளோடு சிலர் உட்கார்ந்திருப்பார்கள்.

கந்தர்வன் சிறுகதைகள் 83

சாலையைத் தாண்டி பச்சைக் காடாய்க் கிடக்கும் வயல் ஓரங்களில் மாடு மேய்க்க வரும் சிறிசுகள் முறை போட்டுக்கொண்டு சிலர் மாடுகளைப் பார்த்துக்கொண்டு மைதான மரப் பாதங்களில் வீடமைத்து ஆடுபுலி, தாயம் எல்லாம் ஆடுவார்கள். கந்தலும் பரட்டை தலையுமாய் அவர்கள் ஓர் ஒதுங்கிப்போன மரத்தடியை எப்போதைக்குமாய் எடுத்துக்கொண்டார்கள். எவ்வளவோ காலம் ஆயிற்று அவர்கள் அந்த மாத்தடியை எடுத்துக்கொண்டு. காடு மாறிப் பொழப்பு மாறி எவ்வளவோ பேர் போய்விட்டார்கள். எண்ணிக்கையில் குறைவுபடாமல் புதிது புதிதாகவும் வருகிறார்கள். கந்தலும் பரட்டையும் மாறவில்லை. அவர்கள் பிடித்துக்கொண்டிருந்த மரத்தையும் மாற்றிக்கொள்ளவில்லை. விடிகாலைப் பொழுதில் கூட்டிப் பெருக்கிப் பளிச்சென்றிருக்கும் வீட்டு முற்றம்போல் எல்லாக் காலத்திலும் அந்த மரத்தடி மட்டும் சுத்தமாயிருக்கும். அடுத்தடுத்த மரத்தடிகளில் வெள்ளையுஞ் சுள்ளையுமாய் உட்கார்ந்து பேசிக் கொண்டிருப்பவர்களிடம் அஞ்சிக்கொண்டே விளையாடும் அந்த மாடு மேய்ப்பிகள் சப்தக் குறைவோடுதான் சம்பாஷித்துக் கொள்வார்கள்.

கொஞ்சகாலம் முன்பு வரை இளவட்டங்கள் கூட்டமாக வந்து கேந்திரமான மரத்தடிகளில் உட்காருவார்கள். கண்டகண்ட பெண்களைப் பற்றியெல்லாம் அவர்கள் கதையளந்து கொண்டிருப்பார்கள். அவர்களுக்கெல்லாம் கல்யாணம் முடிந்து மனைவிகளுக்குக் கட்டுப்பட்டு வீடுகளில் முடங்கியிருப்பார்கள் போலும். அந்த முகங்களில் ஒன்றிரண்டைத் தவிர அநேகம் பேரை இப்போதெல்லாம் இந்த மரத்தடிகளில் காணமுடிவதில்லை. இப்போது வரும் இளவட்டங்கள் வந்து உட்கார்ந்தவுடன் அமர்க்களமாய்ப் பேசத் துவங்கினாலும் நேரம் ஆக ஆக சோகங்களையே பரிமாறிக் கொள்கிறார்கள். தூரத்துப் பட்டணங்களும் கைநிறையச் சம்பளம் வரும் உத்தியோகங்களும் நாதஸ்வரம் முழங்கக் கல்யாண ஊர்வலங்களும் அவர்களின் ஏக்கங்கள் போலும். அவர்கள் ஒவ்வொரு நாளும் விட்டுச் செல்லும் பெருமூச்சுகள் மரத்தடிகளைத் தாண்டி மைதானமெங்கும் விரிந்து செல்லும்.

இவன் சிறுபிள்ளையாயிருந்தபோது மைதானத்து மரத்தடிகளில் அதிகமாய் உட்கார்ந்ததேயில்லை. இவனைக் கவர்ச்சித்ததெல்லாம் சூரியனை நேராகப் பார்த்துக் கிடந்த அந்த மைதான வெளிதான். மரத்தடி என்பது உட்காருபவர்களுக்குண்டானது. இவனால் அந்த வயதில் வாலைச் சுருட்டிக்கொண்டு ஐந்து நிமிடங்கள் கூடத் தொடர்ந்து ஓர் இடத்தில் உட்காரமுடியாது.

மைதான வெளியிலென்றால் ஆடிக்கொண்டேயிருக்கலாம். ஓடிக்கொண்டேயிருக்கலாம்.

ஒவ்வொரு சமயம் விளையாட்டு உச்சத்திலிருக்கையில் மரத்தடியிலிருந்து 'அப்படிப் போடுரா சபாசு' என்று உற்சாகக் குரல்கள் சிறுவர்களை எட்டும். அந்த நாட்களில் அவர்களின் அடுத்தடுத்த ஏவல் குரல்களுக்காகவும் உற்சாக ஒலிகளுக்காகவும் ஆட்டம் தூள்படும். இறங்கு வெயில் மஞ்சள் வெயில் லேசிருட்டு என்ற பொழுது மாற்றங்கள் ஆட்ட மும்முரத்தில் புத்திக்கு உறைக்காது. இருட்டு சுனமாகிக் கனமாகிக் அடித்த கிட்டிப்பிள்ளையைத் தேடமுடியாமல் போனாலும் உருண்ட கோலிகளைக் குனிந்து குனிந்து கண்களை இடுக்கி இடுக்கிப் பார்த்தும் கண்டுபிடிக்க முடியாமல் போனாலும் ஆட்டத்தை மாற்றி வேறு விளையாட்டில் முனைவார்கள். கடைசியாய் ஓடிவருவது தெரியாமல் முட்டி மோதி எதிரே வருபவனைப் பெயர் மாற்றிக் கூப்பிட்டு எல்லோரும் அதற்காக ஓவென்று சிரித்து அந்தச் சிரிப்புகளிலும் அயர்ச்சி வந்து அப்புறந்தான் அந்த மைதான வெளியில் ஆட்டபாட்டங்கள் முடியும்.

இவன் எட்டாம் வகுப்பு படிக்கையில்தான் முதன்முறையாக மைதான வெளியிலிருந்து ஒதுங்கி மரத்தடியில் உட்கார்ந்தான். அன்று அவன் காலையில் பள்ளிக்கூடம் போய் இறைவணக்கம் முடிந்து வரிசையில் வந்து வகுப்பில் உட்கார்ந்தான். ஆங்கிலம்தான் முதல் பீரியட். ஆங்கில ஆசிரியர்தான் வகுப்பாசிரியர். வெள்ளை பேண்ட்டும் வெள்ளை சட்டையும் வெள்ளை மனசுமாய் மிகுந்த கவர்ச்சியோடியிருப்பார். வகுப்பிற்குள் நுழையும்போதே ஒரு காகிதத்தைக் கொண்டுவந்தார். அவர் முகத்தில் கவலை நிறைந்திருந்தது. நாற்காலியில் உட்காரு முன்பே அதைப் பார்த்துப் படிக்க ஆரம்பித்தார். வகுப்பை விட்டு வெளியேற வேண்டும். பீஸ் கட்டி ரசீது வாங்கிச் கொண்டுதான் உள்ளே வரவேண்டும். இந்த வகுப்பில் "இன்னும் பீஸ் கட்டாதவர்கள் ராகவன் முத்து" அடுத்தடுத்த பெயர்கள் அவன் காதில் விழவில்லை. முத்து முத்து முத்து என்றுதான் எல்லாமே இவன் காதில் விழுந்தன.

அம்மாதான் வீட்டிலிருப்பாள். அப்பா வேலைக்குப் போயிருப்பார். ஆதீன ஆபீஸ் நாற்காலியைத் தேய்த்துக்கொண்டு உட்கார்ந்திருந்தார். பத்து நாளாய் பன்னிப் பன்னிச் சொல்லியும் இந்தா தாரேன் அந்தா தாரேன் என்று சொல்லிக்கொண்டே தினமும் விடுகிறார். அம்மாவோடு சண்டை போட்டுப் புண்ணியமில்லை. அஞ்சறைப் பெட்டியைத் தடவிப் பார்த்துவிட்டு மஞ்சள் சீரகம் இல்லையென்றாலும் சீசாவைப் பார்த்துவிட்டு எண்ணெய்

கந்தர்வன் சிறுகதைகள் 85

இல்லையென்றாலும் தம்பி தங்கைகள் நேரங்கெட்ட நேரத்தில் பசிக்கிறது என்றாலும் "என்னைக் கொண்டுக்கிட்டு சீக்கிரம் போயிரு ஈஸ்வரா" என்றுதான். குரலெடுப்பாள். அவளிடம் இப்போது போய் பீஸ் கட்டப் பணம் கேட்டால் அவள் மறுபடி ஒருமுறை 'என்னைக் கொண்டுகிட்டு சீக்கிரம் போயிரு ஈஸ்வரா' என்று குரலெடுப்பதைத் தவிர பீஸ் கட்டச் சொல்லிக் கொடுக்க அவளிடம் எதுவும் இருக்காது. அலுவலகத்திற்குப் போய் அப்பாவைக் கேட்கலாமென்றால் எரிந்து விழுவதைத் தவிர அவரும் உடனடியாக எதையும் ஏற்பாடு செய்துவிட மாட்டார்.

அவன் அன்றுதான் மைதான வெளியை மறந்துவிட்டு மரத்தடியில் உட்கார்ந்து மைதானத்தை வெறித்து நோக்கினான். ஆங்காங்கு சில மரத்தடிகளில் அந்த வெயில் நேரத்தில் ஒன்றிரண்டு பேர் உட்கார்ந்திருந்தார்கள். உளைச்சல் தாளாமல்தான் வருகிறார்கள் என்பது அவனுக்கு அருவலாய்ப்பட்டது. வகுப்பில் பட்ட அவமானம் இவன் உடலை நடுக்கியது. இவனால் செய்யக்கூடியது அப்போதைக்கு வேறெதுவுமிருப்பதாக அவனுக்குத் தோன்றவில்லை. வகுப்பை விட்டு வெளியே வருகையில் மாணவர்கள் இரக்கத்தோடு பார்த்த பார்வைகள் இன்னும் இவன் உடல் முழுவதும் ஈக்களாய், எறும்புகளாய் மொய்த்துக் கிடந்தன. உக்கிப்போய் உட்கார்ந்திருந்தான். சாலைகளும் மைதான வெளியும் ஊர் முழுதும் வெயிலின் உக்கிரத்தில் கொப்பளித்துக் கொண்டிருக்கையில் உடல் நடுங்கி இவன் உட்கார்ந்த இந்த மரத்தடி மட்டும் இளங்காற்றுச் சிறுசிறுப்பும் இதமான நிழலுமாய் குளுகுளுவென்றிருந்தது. நெடுநேரம் அப்படியே சிலையாயிருந்தான். இந்தச் சிறுசிலுப்புப் குளுமையும் இவனின் மனப்பாரத்தை லேஸ் லேசாய்க் கரைத்து விட்டன. இவன் மரத்தடியிலிருந்து எழுந்தபோது குழப்பமும் நடுக்கமும் குறைந்திருந்தன.

இதன்பின் மைதான வெளியில் இவன் குறைவாகவே விளையாடினான். ஒவ்வொன்றாய் இவனைத் தாக்கிய ஒவ்வொரு அடிக்கும் மரத்தடியே இவனுக்கு மருத்துவமனையானது. படித்து முடித்துவிட்டு வேலை கிடைக்காமல் சில வருஷங்கள் எல்லாப் பொழுதுகளிலும் இவன் இந்த மரத்தடிகளிலேயே ரணங்களோடு கிடந்து எழுந்தான். இவன் தகப்பனார் காலமானதும் பண்டார சந்நிதிகள் காலில் விழுந்து ஆதீனத்திலேயே ஆகக் குறைந்த சம்பளத்தில் நாற்காலி தேய்க்கும் வேலையை வாங்கினான்.

கல்யாணமாகி பிள்ளைகள் வந்து கூடவே தம்பி தங்கைகள் என்று இவன் சுமை அதிகரித்து இவன் ஒரு பழைய செல்லரித்துப்போன

கப்பலாய் மாறிப்போனான். மனைவி பிள்ளைகள், தம்பி, தங்கைகள் எல்லோருடைய தேவைகளுக்காகவும் நடக்கும் போராட்டங்கள் இவனை எதிரியாக்கியே நடந்தன. அப்போதும் இவன் அந்தச் சிலுசிலுவென்றும் குளுகுளுவென்று மிருந்த மரத்தடிகளிலேயே மருந்து வாங்கி தேய்த்துவிட்டான்.

இந்த தேவைகளுக்காகவும் வேறு எதெதற்காகவுமோ ஊரில் எப்போதும் ஊர்வலங்கள் கூட்டங்களெல்லாம் நடக்கின்றன. அடிதடி ரகளையெல்லாம் நடக்கின்றன. இவனுக்கு அதிலெல்லாம் நாட்டமில்லை. சின்னச் சின்ன இலைகள் கூடி இவனுக்கென்றே அமைத்தது போன்ற அந்த மரப்பந்தலின் கீழ் இவன் தன் அவலங்களையும் துக்கங்களையும் மறைத்துக்கொண்டான். அக்கம் பக்கத்தில் சொல்வார்கள். முத்துக்கு இந்த மைதானத்திலே பாதியாவது பள்ளிக்கூடக்காரக குடுத்திரணும். அனுபவ பாத்தியதைனு வந்தா பள்ளிக்கூடப் புள்ளைகளைவிட இவன்தான் ரொம்ப இதை அனுபவிச்சிட்டான்.

இவன் மனைவி உக்கிரமான சண்டைகளுக்குப் பின் ஒவ்வொரு சமயம் இப்படிச் சொல்வாள், "ஆச்சு எல்லாஞ் சொல்லி நானும் நாக்கைப் புடுங்கிக்கிட்டு சாகுறாப்பலே கேட்டுப்புட்டாளேன்னு ரோசம் வந்து நாலு பேருகிட்ட போயி பாத்தடிச்சி செய்வோம்னு நல்ல ஆம்பிள்ளையினா தோணனும். இங்க அதெல்லாம் தோணாது. சண்டை ஆச்சுனா சாமியார் மாதிரி மரத்தடிக்கு ஓடிறது. இருட்டினதும் சம்சாரின்னு ஞாபகம் வந்து இந்தக் கூட்டுக்குள்ள வந்து மொடங்கிக்கிறது. இப்படி வெவஸ்தை கெட்டுப் போயித் திரியிறதுக்கு பதிலா அந்த மரத்துகள்ள ஒண்ணுல தூக்குப் போட்டுத் தொங்கலாம்".

இப்படிக் கேட்டவுடன் இவனுக்குக் கை பரபரவென்று வரும். முகமும் கண்களும் நடுங்கிச் சிவந்து அவளை இழுத்து நாலு சாத்துச் சாத்திவிட்டு மரத்தடிக்குப் போய்வருவான்.

அன்று இவன் அலுவலகத்திலிருந்து சீக்கிரமாகவே வந்துவிட்டான். கடைசி பையன் அழுதுகொண்டிருந்தான். அவனைச் சமாதானப் படுத்திக் கையில் பிடித்துக்கொண்டு பொழுது இருட்டும் வேளையில் அவன் மைதானத்திற்குள் நுழைந்தபோது கண்ட நிகழ்ச்சியில் அதிர்ந்துபோய் அப்படியே நின்றுவிட்டான். மைதானமெங்கும் நின்ற பதினைந்து இருபது மரங்களில் ஏழெட்டு வெட்டப்பட்டு சாலை வர விழுந்து புரண்டு கிடந்தன. சர்ப்பஸ்திரிகள் சாய்ந்து மல்லாக்க விழுந்து கிடப்பதுபோல் அவை

கிடந்து இவனைப் பரிதவிக்க வைத்தன. கோடாரிகளோடும் ரம்பங்களோடும் ஏராளமான ஆட்கள் விழுந்து கிடந்த மரங்களைச் சுற்றி நின்றுகொண்டிருந்தனர். லாரிகளில் செங்கற்கள் வந்து மைதானத்தின் பல இடங்களில் இறக்கிக் கொண்டிருந்தனர்.

இவனைப் போலவே அங்கே தினமும் வரும் பலரும் கவலைபடித்த கண்களோடு இவனுக்கு முன்னமேயே அங்கு வந்து நின்று மேலும் கவலையாகி நிற்பதைப் பார்த்தான். மாடு மேய்க்கும் சிறுசுகள் கந்தல்களோடும் பரட்டையோடும் கன்னங்களில் கையை வைத்து வேதனையோடு வேடிக்கை பார்த்தன.

மெதுவாய்ப் போய் ஒருவரிடம் இவன் கேட்டான். "என்ன ஆச்சு? ஏன் இப்படித் திடீர்னு எல்லாத்தையும் வெட்டுறாக?" கொப்பும் கொலையுமாய்க் கிடந்த அந்தப் பச்சைப் பூதங்களைப் பார்த்துப் பெருமூச்சு விட்டபடி அவர் சொன்னார் "கனா முனா இந்த இடத்தைப் பள்ளிக்கூடக்காரக கிட்டேயிருந்து வாங்கிப்புட்டாக. இதற்குப் பதிலா பள்ளிக்கூடத்துக்குப் பக்கத்துலே உள்ள அவரு வீட்டுக் காலி இடத்தைக் கொடுத்திட்டாராம். இதிலே சினிமா கொட்டகை கட்டப்போறாக. கதவு நெலைக்கெல்லாம் இந்த மரங்கதான்."

மைதானம் அலங்கோலமாகிவிட்டது. வெட்டுப்பட்ட மரங்களிலிருந்து வந்த பச்சை கவிச்சியும் மரவாசனையும் காற்று முழுதும் வியாபித்துக் கிடந்தது.

இன்னும் வெட்டப்படாத மரங்களைச் சுற்றித் தூரைத் தோண்டுவதும் வெட்டுப்பட்ட மரங்களை ரம்பங்களால் அறுப்பதுவும் மும்முரமாய் நடந்துகொண்டிருந்தன. இரண்டு மூன்று பெட்ரோமாக்ஸ் விளக்குகள் வந்து இறங்கிக் கொண்டிருந்தன. பகிரங்கமாய் அங்கு கொலைகள் நடந்து கொண்டிருப்பதாகவே இவனுக்குப் பட்டது. பாதம் முதல் தலைவரை உலுக்கியது. இவன் கவலைகளை இனி யார் வாங்குவார்கள்? மரங்கள் மழையை வருவிக்கும் என்று இவனுக்குத் தெரியும். இந்த மரக் கொலைகள் இவன் கண்களிலும் அப்படியே மழையை வரவழைத்துவிட்டன. எல்லா அடிகளையும் வாங்கிக்கொண்டு இவன் உன்மத்தன் போல் இந்த மரத்தடிகளில் உட்கார்ந்திருந்தானே தவிர ஒரு நாளும் கண்ணீர் விட்டு அழுததில்லை. அன்றைக்கு முதன்முறையாகப் பொருமி பொருமி அழுதான். கைப்பிடியில் சிக்கி நின்ற குழந்தை ஒன்றும் புரியாமல் தகப்பனின் கேவலைக் கண்டு அதுவும் ஓவென்று மைதானமெங்கும் கேட்கும்படி அழுதது.

இருட்டி வெகுநேரம் கழித்து வீட்டிற்கு வந்தான். உள்ளே நுழைந்ததும் மனைவி சொன்னாள். "இனிமேலாச்சும் ஊருலெ ஒவ்வொருத்தரும். நம்மளைப் போல கஷ்டப்படுறாகன்னு நடந்து திரிஞ்சு பாருங்க."

மறுநாள் பொழுது சாய்ந்த வேளையில் இவன் மைதான ஓரச் சாலை வழியாக ஊருக்குள் தன்னையொத்த ஜனங்களைத் தேடிப்பார்க்க முதன்முறையாய்க் கையை வீசி நடந்துகொண்டிருந்தான். மைதானத்தை ஒட்டிய ஓரங்களில் கண்டும் முண்டுமாய்த் துண்டுபட்ட மரங்கள் உயிரற்றுக் கிடந்தன. இவன் உயிரோடு அவைகளைத் தாண்டித் தாண்டி நடந்தான். எப்போது மில்லாமல் அவன் முகம் அந்த வேளையில் தெளிவோடிருந்தது.

~

அரண்மனை நாய்

காலுக்குப் பக்கத்தில் நின்றுகொண்டு யாரோ இம்சை செய்வது போலிருந்தது. புரண்டு படுக்கையில் நெஞ்சைப் பிராண்டுவதுபோல் சத்தம் கேட்டது. தூக்கக் கலக்கத்தில் நெஞ்சைத் தொட்டுப் பார்த்தான். எதுவும் தட்டுப்படவில்லை. தூக்கம் கலைந்துகொண்டே வந்தது.

எழுந்து பாயில் அரைகுறையாய் சப்பனம் போட்டு உட்கார்ந்தான். திண்ணையைச் சுற்றி இருட்டாயிருந்தது. பட்டியல் கதவைத் தாண்டித் தெரு கண்ணுக்குத் தெரியவில்லை. ஒரு நிமிடம் கழித்து தூக்கத்தில் கேட்ட சத்தம் வாசலிலிருந்து மறுபடி வந்தது. பிராண்டல் சத்தம் கூடவே ஈஸ்வரத்தில் முனகல்.

தலையணையடியிலிருந்து தீப்பெட்டியை எடுத்து ஒரு குச்சியில் வெளிச்சத்தைக் கொண்டுவந்து பட்டியலைத் திறந்து பார்த்தான். அதிசயமாயிருந்தது. வாசலில் அரண்மனை நாய் பரிதாபமாய் முனகிக்கொண்டும் பிராண்டிக்கொண்டும் கிடந்தது. உள்ளே போய் விளக்கை ஏற்றி எடுத்துக்கொண்டு வந்தான். முனகலும் அரற்றலும் கண் நிறைய நீருமாய் வாயோரம் மண் அப்பிப் படுமோசமாய்க் கிடந்தது.

கொஞ்சம் தள்ளி சாலையில் இன்னும் ஜனங்கள் போய்க் கொண்டிருந்தார்கள். சாயங்காலம் ஏழு மணிக்கு மஹாராஜாவின் உடலை அடக்கம் செய்துவிட்டுக் கிளம்பிய ஜனம் இன்னும் கிராமங்களுக்கு போய்க்கொண்டிருக்கிறது. மஹாராஜாவின் உடம்பை ஒருநாள் பூராவும் அரண்மனையில் வைத்திருந்தார்கள். இவன் ஒரு முழத்தில் மாலை வாங்கிக்கொண்டு வரிசையில் போனபோது இந்த நாய் ஒடுங்கிப்போய் அழுதுகொண்டு காலடியில் கிடந்தது. இவனைப் பார்த்தபோது லேசாய் வால் ஆடியதாக ஒரு சின்ன ஞாபகம்.

அரண்மனை வாசல் தாண்டி சாலைக்கு சமீபமாய் மஹாராஜாவிற்குச் சொந்தமான ஓர் இடம் சும்மா கிடந்தது. நாற்பது வயது வரை என்னென்னவோ பிழைப்புப் பிழைத்துவிட்டு ஒரு கதியும் இல்லாமல் கிடந்தான் இவன். அப்பா அரண்மனையில் சேவகம் செய்ததும் அரண்மனைக்குச் சொந்தமான அந்த இடம் சும்மா கிடப்பதும் சேர்ந்து ஒருநாள் காலையில் ஞாபகத்திற்கு வந்தது.

அன்று மஹாராஜா சென்னையிலிருந்து வந்திருந்தார். கூடம் மாடம் மதில்கள் விதானமெல்லாம் காரை பெயர்ந்து கிடந்தன. பழைய குதிரை லாயம் நொறுங்கித் துள்களாய்த் தெரிந்தது. மேற்சுவர்களில் ஆலஞ்செடிகள் வேர்விட்டுச் செழித்து அரண்மனையை அலங்கோலமாய்ப் பிளந்துகொண்டிருந்தன. உள்ளே சபா மண்டபத்திற்கு மேல் நூலாம்படை கருநிறத்திற்கு வந்து கொடி ஊசலாடியது. மூன்றாங்கட்டில் சுவரோரமாய்க் கிடந்த பல்லக்கு அழுக்குமூடி செல்லரித்துக் கிடந்தது.

ஐந்தாங்கட்டில் மஹாராஜா பழைய சிம்மாசனத்தில் உட்கார்ந்திருந்தார். ஊர்ப் பெரியவர்கள் அட்ரஸ் இல்லாமற்போன நாலைந்து பேர் தரையில் உட்கார்ந்து மஹாராஜாவிடம் கதையளந்து கொண்டிருந்தார்கள். உட்கார்ந்திருந்த எல்லோரும் டீக்கடையில் கடன் சொல்லித் திட்டு வாங்கும் ஆட்கள்.

மஹாராஜாவிற்குப் பெரிய மீசை. கனமான உடம்பு. பூப்போட்ட ஜிப்பாவிற்கு மேல் கழுத்திலிருந்து வயிறு வரை தொங்கும் ஒரு பெரிய தங்கச்சங்கிலியும் உள்ளங்கை அகலத்தில் ஒரு பதக்கமும் அசைந்துகொண்டிருந்தது. காலடியில் இந்த நாய் இவனைக் கண்டதும் அது எழுந்த வேகமும் குரைத்த சத்தமும் இப்போது நினைக்கையில் உச்சியில் சுள்ளென்று தெறிக்கிறது.

அகலநீளத்தில் அரைமாடு, பாய்ச்சல் பார்க்கையில் புலி, சுறு சுறுவென்று மஹாராஜா சைகை காட்டியதும் விசுவாசம் மேலோங்க அடங்கி ஒடுங்கிய நேரத்தில்தான் நாய்.

மஹாராஜாவுக்கு வாரிசு இல்லை. சென்னையில் தனியாக வாழ்ந்தார். எப்போதாவது, ஊருக்கு வந்து சொத்துகளை விற்றுப் பணத்தோடு போவார். அவர் வரும்போது நாய் மட்டும் துணையாக வரும்.

அரண்மனைக்கு வெளியே ஒரு சின்னப் பெட்டிக்கடை வைத்துக்கொள்ள மஹாராஜா சம்மதம் தந்தார். இந்த இரண்டு வருஷத்தில் ஒரே ஒருமுறை மஹாராஜா வந்தார். அவர் அரண்மனையில் தங்கியிருந்த பத்து நாளும் அரண்மனை சேவகன்

காலையில் சங்கிலியைப் பிடித்துக்கொண்டு நாயோடு இரண்டு மைல் ஓடுவான்.

கடையைத் தாண்டி நாய் ஓடும்போது ராஜகளை நாலாபுறமும் சிந்தும். அரண்மனை தனக்கு வாழ்வு கொடுத்த நன்றியில் ஒரு நாள் ஓட்டம் முடிந்து தாய் திரும்பி வருகையில் ஜாடிகளிலிருந்து இரண்டு சாரைகள் இரண்டு பிஸ்கட்டுகளை எடுத்தான். தாரிவிருந்து இரண்டு பழங்களைப் பிய்த்தான். ஒரு தட்டில் வைத்து நாய்க்கு முன்னால் நீட்டினான்.

அரண்மனை சேவகன் கத்தினான். "பொறை திங்கிற நாயா திங்கிற இது? தள்ளுப்பா" தட்டைப் பார்த்து ஒரு முறைப்பு முறைத்து பயங்கரமாய்க் குரைத்தது. பாயவந்தை சேவகன் இழுத்துப் பிடித்து நிறுத்திவிட்டான்.

சிம்னி விளக்கைத் தூக்கிப் பார்த்தான், நாயின் கண் நிறையக் கண்ணீர். தலையைக் கூடத் தூக்கமுடியவில்லை. மஹாராஜா இறந்த சோகத்தில் இப்படிக் கிடக்கிறது என்று முதலில் நினைத்தான். முக்கலும் முனகலும் பிராண்டலும் ஒரு தினுசிலிருக்கவே 'பசியாயிருக்குமோ?' என்று நினைத்தான்.

உள்ளேபோய் மனைவியை எழுப்பிக் கூட்டிவந்து காட்டினான்.

"அநியாயமாவுல இருக்கு" என்றாள் நாயைப் பார்த்துவிட்டு. அரண்மனையிலிருந்து வந்ததை சொல்கிறாளா, பரிதாபமாய்க் கிடப்பதைச் சொல்கிறாளா என்று அவனுக்குப் புரியவில்லை.

பெண்ணின் சொல்லுக்குச் சரியான அர்த்தம் சொன்ன ஆண் உலகத்திலில்லை என்று அவன் தகப்பன். அடிக்கடி சொல்லியிருக்கிறான். அரண்மனைப் பழக்கங்களினால் பெரிய பேச்சு பேச தெரிந்தவன் தகப்பன்.

"பசியாயிருக்குமோ?" என்றான் விலகிநின்ற மனைவியிடம். வெளிச்சம் இருந்தாலே அவள் முகத்தைப் பார்த்து என்ன நினைக்கிறாள் என்று அறியமுடியாது. இருட்டு வேறு. சற்றுநேரம் நாயைப் பார்த்துக்கொண்டே நின்றவள் சொன்னாள். "நடுராத்திரியிலே நல்ல கூத்து."

வீட்டிற்குள் போகத் திரும்பினாள். சிம்னியோடு இவனும் பின்னாலேயே போனான். தண்ணீர் ஊற்றிய சோற்றைப் பிழிந்து ஒரு சட்டியில் போட்டாள். சுண்ட வைத்திருந்த கருவாட்டுக் குழம்பை ஊற்றிப் பிசைந்தாள். வாசலில் கொண்டுவந்து நாய்க்கு முன்னால் வைத்தாள்.

நாய் மெல்ல எழுந்து மோப்பம் பிடித்தது. சற்று யோசித்தது. திணறியது. அப்புறம் நாக்கை நீட்டி தின்ன ஆரம்பித்தது. சோற்றுக்கு முன்னால் நீளமாய் ஓடிவந்த நாக்கைப் பார்க்கையில் அதுதான் நாய்க்குக் கைபோல இருந்தது.

ஒரு பருக்கை பாக்கியில்லை. குண்டாவில் தண்ணீர் கொண்டுவந்து வைத்தான். தின்று குடித்ததும் உடம்பை நெளித்துக்கொண்டு இவன் காலடியில் நின்று வாலை ஆட்டியது. காலைச் சுற்றிச் சுற்றி வந்தது. வால் ஆடிக்கொண்டே இருந்தது. உள்ளே ஒரு பிள்ளை தூக்கத்தில் அழுத சத்தம் கேட்டு மனைவி வீட்டிற்குள் போனாள்.

திண்ணை மேல் சிம்னியை வைத்து வாசல்படியில் உட்கார்ந்தான். ஆச்சரியமாய் இருந்தது. மறுபடி மறுபடி நாயைப் பார்த்தான். அரண்மனை நாய் பெட்டிக் கடைக்காரன் காலைச் சுற்றி வந்து வாலை ஆட்டுவதாவது? நம்பமுடியவில்லை. அடுத்து என்ன செய்வதென்றும் தெரியவில்லை விடியட்டும் பார்க்கலாம் என்று சொல்லிக்கொண்டான்.

ராத்திரி பொழுதுக்கு நாயை எங்கே விடுவதென்ற யோசனை வந்தது. வெளியே படுக்கவைக்க மனசில்லை. நாயை வீட்டிற்குள் படுக்கவிட என்னவோ போலிருந்தது. நினைத்தபடியும் செய்துவிட முடியாது. ஆயிரம் பேச்சுப் பேச அவள் ஒருத்தி இருக்கிறாள். யோசிக்க யோசிக்க சிக்கல் மேல் சிக்கலாய் விழுந்துகொண்டிருந்தது. எரிச்சல் வந்து நினைத்தான். அரண்மனையிலிருந்து ராத்திரி வேளைகளில் மஹாராஜா வைப்பாட்டிகளுக்கு பணவரத்தையும் வைரத்தையும் வைடூரியத்தையும் கொடுத்தார். எனக்கு இந்நேரத்தில் அரண்மனையிலிருந்து ஒரு நாயா வரவேண்டும்?.

கடைசியில் கதவைத் திறந்து திண்ணையில் படுக்கவிட்டான். நாய்க்குப் பிடிக்கவில்லை. சுகமாக அவன் பாயில் அவனுக்குப் பக்கத்தில் படுக்க வந்தது. என்ன இருந்தாலும் நாய். கூச்சமும் அருவருப்புமாயிருந்தது. ராத்திரி ஒரு பொட்டுத் தூக்கமில்லை. காலையில் எழுந்ததும் நாயை சொடக்குப் போட்டுக் கூட்டிக்கொண்டே அரண்மனைக்கு நடந்தான்.

காரியஸ்தர் பழைய ரிக்கார்டுகளைக் கிளறிக்கொண்டிருந்தார். நாய் ராத்திரி பசியோடு வீட்டிற்கு வந்ததை சொன்னான். கிளறுவதை நிறுத்திவிட்டுக் காரியஸ்தர் இவனை வெற்றுப் பார்வையாய் பார்த்தார்.

"இந்த நாயை ஒப்புக்கிறாங்க" என்றான்.

காரியஸ்தர் அதே வெற்றுப்பார்வையோடு நாயை ஒருமுறை பார்த்தார். அது இவன் காலைச் சுற்றிவந்து வாலை ஆட்டியது.

"இதைக் கட்டித் தெனம் அம்பது ரூபாய் செலவழிக்க மஹாராஜா இல்லையேப்பா. ஓங்கிட்ட பிரியமா வந்திருச்சு. மஹாராஜா கொடுத்துதுன்னு நீயே வச்சிக்க" என்று சொல்லிவிட்டுத் திரும்பிக் கொண்டார்.

ஒன்றும் தோன்றாமல் வீட்டிற்கு நடந்தான். கூடவே நாயும் காலைச் சுற்றிக்கொண்டும் வாலை ஆட்டிக்கொண்டும் ஓடிவந்தது.

வாசலுக்கு வந்ததும் நிதானமாய் நின்று வீட்டைப் பார்த்தான். உடைந்த ஓடுகள், பட்டியலடைத்த திண்ணை. உள்ளே கொடியில் பழசும் பட்டையுமாய் ஐந்தாறு துணிமணிகள், பெயிண்ட் உதிர்ந்து அழுக்குப்பட்ட ஒரு டிரங் பெட்டி, நாலைந்து எவர்சில்வர் பாத்திரங்களோடு அடுப்படியில் கிடந்த அலுமினியச் சட்டி பானைகள்.

இதைக் காவல் காக்க ராஜ களையோடு தினம் ஐம்பது ரூபாய் செலவில் ஒரு நாயா என்று தனக்குள் கிண்டினான். அப்புறம் அவனுக்கு ஞாபகம் வந்தது. மஹாராஜாக்களும் முதலாளிகளும் காவல் காக்க மட்டுமல்லாமல் பிரியத்திற்காகவும் செல்லத்திற்காகவும் நாய் வளர்க்கிறார்கள்.

'உள்ள இரண்டு பிள்ளைகளிடமும் பெண்டாட்டியிடமுமே பிரியம் செலுத்தப் பொழுதில்லை. நாயிடம் பிரியம் காட்ட நாம் என்ன மஹாராஜாவா முதலாளியா?' என்று நினைத்தான். ஒரே குழப்பமாயிருந்தது. இப்படி இவன் ஒவ்வொன்றாய் நினைத்துக் குழம்பிக்கொண்டிருக்கையில் நாய் காலைச் சுற்றித் துள்ளியது. வாலை ஆட்டியது.

தூக்கத்திலிருந்து எழுந்த பிள்ளைகள் வாசலில் நாயைப் பார்த்துவிட்டுக் குதியாட்டம் போட்டன. தொட்டு விளையாடின. தெருஜனங்கள் கூடிவிட்டார்கள். நாயைப் பார்ப்பது கூட அவர்களுக்குப் பெரிய ஆச்சரியமில்லை. நாய் இவன் காலைச் சுற்றித் துள்ளுவதும் இவனுக்காக வாலை ஆட்டுவதும் இவன் சொற்படி கேட்பதும்தான் அவர்களுக்கு அதிசயம்.

அரண்மனை நாய் வீட்டிற்கு வந்ததில் வீடே அரண்மனை யாகிவிட்டதாகப் பிள்ளைகள் கும்மாளம் போட்டன. இவன் நாயைப் பார்த்தான். 'இந்த ஊரிலேயே இவ்வளவு அழகான மனுஷன் கூட இல்லை'! ராஜோபச்சாரத்தில் வந்த மினுமினுப்பு. பார்க்கும்போதே கழுத்தைத் தடவிக்கொடுக்க வேண்டும் போலிருந்தது. இவ்வளவு

ஜனம் பார்த்துக்கொண்டிருக்கும்போதே நாய் இவன் காலைச் சுற்றித் துள்ளியது. வாலை ஆட்டியது.

பார்த்துக்கொண்டேயிருந்தான் ஜனங்களை, தன் பிள்ளைகளை, அன்பான நாயை. மஹாராஜாவிற்காக ஆடிய வால் தனக்காக ஆடுவதைப் பார்த்ததும் எட்டாத உயரத்திற்குப்போவது போலிருந்தது. மெல்ல மெல்ல உற்சாகம் வந்தது.

நாயைப் பிள்ளைகளோடு விளையாட விட்டு உள்ளே போனான். பெட்டிக்கடைக்கு மொத்த சாமான் வாங்க வைத்திருந்த பணத்தில் பத்து ரூபாயை எடுத்துகொண்டுபோய் மாட்டிறைச்சி வாங்கினான். அரண்மனைச் சமையற்காரனைக் கண்டு பேசி நாய்க்கு எப்படி சமைத்துப்போடுவது என்று கேட்டு வந்தான்.

டவுனுக்குப் போய் மெல்லிய சங்கிலி, நாய்க்குப் போடும் சோப்பு, நாய் சாப்பிடும் பிஸ்கட் எல்லாம் வாங்கிவந்தான் மொத்த சாமான் வாங்க வைத்திருந்த பணம் எல்லாவற்றையும் காலி செய்துமுடித்தான். தெருபூராவும் நாயைப் பார்க்கவும் இவன் நாய்க்குப் பணிவிடை செய்வதைப் பார்க்கவும் கூடிக் கூடிக் கலைந்துகொண்டிருந்தது.

அன்று நாய் வேலைகள் முடிந்து கடை திறக்க மதியமாகிவிட்டது. பலபேர் பார்க்க நாயோடு கடைக்கு நடந்தான். பெட்டிக்கடை நிழலில் கட்டிப்போட்டான். கடைக்கு முன்னால் நாய் பார்த்த கூட்டத்தை விலக்கி சாமான் வாங்கும் ஆட்கள் இவனை நெருங்க வேண்டியதாயிற்று.

சாயங்காலத்தில் முக்கியமான பீடி சிகரெட் கடையில் தீர்ந்துவிட்டது. அன்று காலையில் மொத்தமாய் வாங்கியிருந்திருக்க வேண்டியவை. இரவு கல்லாக் கட்டியபோது எப்போதையும்விட கால்வாசிதான் வியாபாரம் ஆகியிருந்தது.

கடை மூடி வீட்டிற்கு வரும்போது அவள் வாசலில் நின்றாள். இவனைப் பார்த்து முறைத்தாள். நாயைப் பார்த்து காறித் துப்பிவிட்டு உள்ளே போனாள்.

நாளாக ஆகக் கடையில் மேலும் மேலும் சாமான்கள் குறைந்து கொண்டே வந்தன. சில சாமான்கள் சுத்தமாக இல்லை. வீட்டில் அவள் தொடர்ந்து காறித் துப்புவதும் கரித்துக் கொட்டுவதுமாயிருந்தாள். அரைகுறை வருமானத்தையும் நாய் கரித்து மாட்டுக்கறியாகவும் பிஸ்கட்டாகவும் அரைத்துத் தின்றுகொண்டிருந்தது.

சில நேரங்களில் பெண்டாட்டியை நினைத்தும் வியாபாரத்தை நினைத்தும் வாழ்க்கையை நினைத்தும் வருத்தப்பட்டுக்

கந்தர்வன் சிறுகதைகள் 95

கொண்டிருப்பான். அந்த நேரங்களில் அவன் முகம் பார்த்து காலடியில் பொசுக்கென்று ஒடுங்கிக் கிடக்கும் நாய். அவன் சிரிக்கையில் காலைச் சுற்றித் துள்ளி ஓடி வாலை ஆட்டும்.

அவனுக்கு விவரம் தெரிந்த காலத்திலிருந்து அம்மா அப்பா பின்னால் பெண்டாட்டி, பிள்ளை யாரும் இப்படி மனமறிந்து முகமறிந்து நடந்துகொள்ளவில்லை. இந்த வாயில்லா ஜீவன் இவ்வளவு காலத்திற்குப் பின் அவர்கள் காட்டியிருக்க வேண்டிய அன்பை எல்லாம் சேர்த்துக் கொட்டிக் கொண்டிருப்பதாக நினைத்தான்.

வர வர கடை வியாபாரம் படுத்துக்கொண்டே வந்தது. பழைய கைலியோடும் கசங்கிய சட்டையோடும் இவன் எழும்பும் தோலுமாய் கொழுத்துப் போய்த் திமிரி ஓடும் நாயின் கழுத்துச் சங்கிலியைப் பிடித்துக்கொண்டு சாலையில் நடந்துசெல்வதைப் பார்த்து ரொம்ப பேர் இரக்கப்பட்டார்கள்.

இவன் தூங்கிக்கொண்டிருந்தபோது நடுராத்திரிகளில் இரண்டு தடவை நாயை வெளியே விரட்டி கதவைப் பூட்டினாள் மனைவி. விடிந்து இரண்டு தடவையும் அவளைக் கைநீட்டி அடித்துக் கலகம் பண்ணினான் இவன்.

ஒரு மாதமாகியபோது கடையைப் பேருக்குத் திறக்கிறார்போல் இவனுக்குத் தோன்றியது. கடைக்கு வருவதென்பது அவளோடு சண்டை போடாமலிருப்பதற்கும் நாய் நடக்க பின்னால் சங்கிலி பிடித்து நடக்கும். சந்தோஷத்தை அனுபவிக்கத்தான் என்றாகிவிட்டது. அன்று பிஸ்கட் வாங்க சுத்தமாய் பணமில்லை. மாட்டிறைச்சி வாங்கி போட்டு ஒரு வாரமாகிவிட்டது. அவள் ஒரு பக்கம் நாய்க்கு விஷம் வைத்து கொல்லப் போவதாய்க் காலையில் மிரட்டிவிட்டாள். அரை வயிற்றுக்குக்கூட சோறு போடமுடியவில்லை.

நாய் மெலிந்தது போலிருந்தது. முகத்தில் வாட்டம் வந்து கொண்டிருந்தது. ரொம்ப கவலையாய் சாலையைப் பார்த்துக்கொண்டு உட்கார்ந்திருந்தான்.

ஒரு மாருதி கார் வேகமாய்ப் போனது ரிவர்ஸில் வந்து கடை முன்னால் நின்றது. பாலிஸ்டர் வேஷ்டியும் ஜில்லென்று வெள்ளைச் சட்டையுமாய் நடுவயதில் ஒருவர் இறங்கி வந்தார். டிரைவர் ஓடி முன்னால் வந்தான்.

டிரைவர் அவசரமாய் இவனிடம் பேச ஆரம்பித்ததை அவர் கைஜாடையால் தடுத்துவிட்டு "ஒரு சோடா உடைப்பா" என்றார்.

இவன் சோடாவை உடைத்துக் கொடுத்தான். சோடாவை வாங்கிக் கொண்டே இவனை முழுவதுமாய்ப் பார்த்து முடித்துவிட்டார். அப்புறம் குடித்துக்கொண்டே ஓரத்தில் கிடந்த நாயை ஆழ்ந்து பார்த்தார்.

"இந்த நாய்க்கு என்ன பேரு" என்றார்.

நாயென்றால் பேர் வைத்துக் கூப்பிட வேண்டுமென்பது கூடத் தெரியவில்லையே. அரண்மனையில் கூப்பிட்ட பேரையும் என்ன வென்று கேட்டு வைத்துக்கொள்ளவில்லையே என்று கூசி நிற்கையில் "ஓடிவந்ததா?" என்றார்.

"ஆமா" என்றான்.

"எங்கேயிருந்து?"

"அரண்மனையிலிருந்து"

"என்ன குடுக்கிறெ தெனமும்?"

"மாட்டிறைச்சி, நாய் பிஸ்கட்"

"இதெல்லாம் போட்டு எவ்வளவு நாளாச்சி?"

"ஏன் அப்படிக் கேக்கறீங்க?"

"ரொம்ப எளைச்சிருச்சே"

டிரைவர் பழைய அவசரத்தோடு இவனிடம் பேசினான்.

"இதெல்லாம் ஒனக்கு கட்டுபடி ஆகுமா? நாயைப் பாத்துட்டுத்தான் எறங்கினோம். என்ன வெலை கேக்கிறியோ கேளு..."

உச்சந்தலையில் ஓங்கி அடித்தது போலிருந்தது இவனுக்கு மயக்கமாய் வந்தது. எச்சலைக் கூட்டி விழுங்கினான். குனிந்து பானையிலிருந்து ஒரு டம்ளர் தண்ணீரை அள்ளிக் குடித்தான். கடையிலிருந்து வெளியே குதித்து நாயிடம் வந்தான். அதற்கு வேசாய்ப் புரிந்திருக்க வேண்டும். எழுந்து வாலை ஆட்டியது.

வாலாடுவது வந்த ஆளுக்கா தனக்கா என்று புரியாமல் நின்றான்.

~

தூக்கம்

கண்கள் இரண்டையும் உயர்த்தி உத்தரத்தையே வெகுநேரம் பார்த்தான். அம்மா சின்ன வயசில் சொல்லிச் கொடுத்தது இது.

"தூக்கம் வரவில்லையென்றால் மல்லாக்கப் படுத்து இருட்டில் உத்தரத்தை வெகுநேரம் குறுகுறுவென்று பார்க்க வேண்டும். ஒன்றையும் நினைக்கக் கூடாது. பார்க்கப் பார்க்கக் கண்ணுக்கு அயர்வு வந்து தூக்கம் சுற்றும்" ஒரு காலம் வரை இது பலித்திருக்கிறது. இப்போது அதுவும் பலிப்பதில்லை.

உத்தரத்தைக் குறுகுறுவென்று பார்க்கையில் சாட்டை சாட்டையாய்த் தொங்கும் நூலாம்படை தெரிகிறது. அடித்துச் சுத்தப்படுத்த நேரமில்லை. அதைத் தொட்டு ஒவ்வொன்றாய் நினைப்பு எங்கெங்கோ போகிறது.

"நினைப்பையெல்லாம் ஓர்மைப்படுத்தி ஒண்ணு ரெண்டு மூணு என்று பத்து வரை மனசுக்குள் சொல்லிக்கொண்டே போய் மறுபடி ஒண்ணு ரெண்டு மூணு என்று பத்து வரை வந்து இப்படியே பல தடவை சொலத் தூக்கம் வரும்" என்று இன்னொரு மருந்தையும் அம்மா சொல்லியிருந்தது ஒண்ணு ரண்டு மூணு என்று ஆரம்பித்து எங்கேயோ சம்பந்தமில்லாத இடத்திற்கு ஓடுகிறது.

மாதத்தில் இரண்டு மூன்று தடவையாவது இப்படி ராத்துக்கம் நின்றுபோகிறது. பதினொரு மணிக்குள் தூங்கினால்தான் உண்டு அதற்கப்புறமும் புரண்டுகொண்டிருந்தால் அந்த ராத்திரி சிவராத்திரிதான். சுவரடியில் கடிகாரத்தைப் பார்த்தான். ரேடிய வெளிச்சத்தில் பன்னிரண்டாகிக் கொண்டிருந்தது. தூக்கம் வரவில்லையென்ற பீதி தூக்கத்தையே வராமலாக்கி விடுகிறது.

வீட்டோர சாக்கடைப் பக்கம் முனிசிப்பாலிட்டிக்காரன் வெள்ளை மாவு தூவதுபோல் துருப்பிடித்த ஜன்னல் கம்பிகள்

வழியாக நிலா கொஞ்சம் வெளிச்சத்தைத் தூவியிருந்தது. அடித்துப் போட்டதுபோல இரண்டு பிள்ளைகளுக்கப்பால் அவள் தூங்கிக்கொண்டிருக்கிறாள். கழுத்தில் மஞ்சள் சுயிறு தெரிகிறது. அவளிடமிருந்து கழுத்து செயினை வாங்கிப்போய் பேங்கில் வைத்து ஒரு வருஷம் ஆகப்போகிறது. இன்னும் ஒரு தடவைகூட வட்டி கட்டவில்லை. வந்த மூன்று நோட்டீஸ்களும் அந்த அலமாரியில். இனி ஏல நோட்டீசும் வந்துவிடும்.

நோட்டு வாங்க மூன்று ரூபாய் கேட்டு அழுதமுது வீங்கித் தூங்கிவிட்டாள் மூத்தவள். மத்தியானம் வைத்த ரசம், மத்தியானம் பொங்கிய சோறு, நாள்பட்டுப்போன ஊறுகாய். ராத்திரி சாப்பிட உட்கார்ந்தபோது நாக்கை எதிலாவது சுட்டுக்கொள்ள வேண்டும் போலிருந்தது.

நினைப்புகள் ஒரு சீராயில்லை. ஒன்றை நினைத்துக் கொண்டிருக்கையில் இன்னொன்றுக்கு மனசு குதித்துப் போய்விடுகிறது. கையா, காலா, திருகாணியா போதுமென்று நிறுத்த. இது மனசு. அதுவும் தூக்கம் வராத உடம்புக்குள் உட்கார்ந்த மனசு. பறப்பதும் பரிதாபப்படுவதும் விழுவதுமாய் அது அமர்க்களமாகிக் கொண்டிருந்தது. நெஞ்சில் நாலைந்து ஏர்கள் தொழியடித்துக் கொண்டிருந்தன.

ஒருநாள் டாக்டரிடம் போய் ராத்திரிகளில் தூக்கம் வரமாட்டேனென்கிறது என்றான். டாக்டர் கண்ணைச் சிமிட்டிக் கொண்டே "முந்தியெல்லாம் தூக்கம் வரலைன்னா அர்த்தமிருக்கு. இப்பத்தான் கல்யாணமாயிருச்சே. ஏன் தூக்கம் வரலை?" என்றார். மனுசனுக்குள்ள ஆயிரம் கவலைகளைப் பத்தி ஒரு டாக்டரும் படிக்கிறதில்லை. அவர் சொன்ன அந்த ஒரு சங்கதிக்காகத்தான் மனுசன் பேயாய் அலைவதாய் டாக்டர் படித்து தெரிந்து வந்திருக்கிறார். உண்மையிலேயே தெரியாமல்தான் டாக்டர் அப்படி பேசுகிறாரா அல்லது வேண்டுமென்றே பேசுகிறாரா தெரியவில்லை. இவன் பலமுறை பார்த்திருக்கிறான். சீக்காளி ஓர் ஏழை கிளார்க்காக இருப்பான். பேண்ட் சட்டை போட்டுக்கொண்டுபோய் வயிற்று வலியென்று சொன்னால் போதும். டாக்டர் உயர்ந்த பேச்சில் இறங்கிவிடுவார். "ப்ரேக் ஃபாஸ்ட் என்ன சாப்பிட்டீக? காலையிலேயே நிறைய மட்டன் சாப்பிட்டியளா?" என்பார்.

இவன் காலம்பற வழக்கமாய்ப் பழையது சாப்பிடுகிற ஆளாயிருப்பான். டாக்டரிடம் விட்டுக்கொடுக்காமல் தோசை சாப்பிட்டதாகப் புளுகுவான். ஒரு அந்தஸ்து கொடுத்து டாக்டர்

பேசிவரும் தோரணையில் சீக்காளியே தன்னை ஒரு வசதிக்காரனாக நினைக்க வைத்துவிடுவார். பத்து ரூபாயாவது கறக்க வேண்டுமே.

படித்த பள்ளிக்கூடம் ஞாபகத்திற்கு வந்தது. சிகப்பும் வெள்ளையுமாய்ப் பள்ளிக்கூட வாசலுக்கு மேல் பூத்து மயக்கும். அவற்றிற்கு ஊடே ஈரப்பசையோடு நீட்ட நீட்டமாய் மங்கிய நிறத்தில் கொத்துகளாய் வேறு பூத்துக் கிடக்கும். வெயிலுக்கு வதங்கி வரும் வாசம் ஒருவிதம். எது வந்தாலும் வகுப்பில் போய் உட்கார்ந்தவுடன் தூக்கம் வரும். சரித்திர வாத்தியார் ராமசுப்பிரமணியன் ஒரு நாள் தூங்கி வழிந்த பையன்களைப் பார்த்துச் சொன்னார், "தூக்கம் ஒரு பெரிய விசயம்டா. படுத்ததும் தூங்குறானே கவலையில்லாம, அவன் கடவுளைப்போல இல்லாட்டி முட்டாளைப்போல"

சிக்கந்தர்ங்கிற பயல் திருப்பி கேட்டான். "அப்ப நாங்கள்லாம் முட்டாள்களாக்கும்."

தூங்குவதில் எத்தனையோ வகை. பச்சப்புள்ளை தூக்கம், சின்னப் புள்ளை தூக்கம், வாலிபப்புள்ளை தூக்கம், நடுவயசு தூக்கம், கெழட்டுத் தூக்கம் என்று ஒவ்வொரு வகையையும் வெவரிச்சுச் சொல்வார் மணி மாமா.

சொப்பனம் இல்லாமல் தூக்கமே இல்லை என்று ஒரு விஞ்ஞான புத்தகத்தில் படித்தது ஞாபகம் வந்தது. இப்போதெல்லாம் தூக்கம் கொஞ்சமாகி சொப்பனங்கள் ஜாஸ்தியாகி விட்டன. கொசமுசவென்று சொப்பனங்கள். தலை இல்லாமல் உருவம் வருகிறது வால் முளைத்துப் பெண் வருகிறாள். நேரில் நடப்பது போல் அப்படி அப்படியே சொப்பனங்கள் வேறு. பேலன்ஸ் ஷீட்டில் ஒருநாள் 529 ரூபாய் 15 பைசா டேலியாகவில்லை. வீட்டிற்கு கொண்டுவந்து ராத்திரி பத்து மணிவரை பார்த்துவிட்டுப் படுத்தான். விடிய விடிய 529 ரூபாய் 15 பைசாவை ஒவ்வொரு ரிஜிஸ்தரிலும் துண்டுக் காகிதங்களிலும் டிராயரிலும் தூக்கம் பூராவிலும் தேடிக்கொண்டே இருந்தது. விடியற்காலை எழுந்ததும் தெரிந்தது.

ஒருநாள் சொப்பனம் தெரியாமல் தூங்கியிருக்கிறான்.

சர்வீஸ் கமிஷன் பரீட்சை எழுதிவிட்டு மதுரையில் ராத்திரி பத்தரை மணிக்கு பாஸஞ்சர் ரயிலில் ஏறினான். கிராமத்திலிருந்து மதுரைப் பக்கமெல்லாம் போய்வருகிற மணி மாமா, ரயிலில் திருட்டுப் பயல்கள் ஜாஸ்தியாய் புழங்குகிறார்கள் என்று படித்துப் படித்துச் சொல்லி அனுப்பியிருந்தார். ஐந்து ரூபாயும் டிக்கெட்டும் சட்டைப் பையில் இடது கை மாறி வலது கை மாறி இடது

கை என்று சட்டைப் பையைப் பத்திரமாகப் பிடித்துக்கொண்டே தூங்காமல் விடியற்காலை மூன்று மணிக்கு ராமநாதபுரம் வந்து இறங்கியாயிற்று. ராத்திரி கடைகளில் சினிமா வசன ரிக்கார்டுகள் போட்டுக் கொண்டிருந்தார்கள். கிராமத்திற்குப் போனால் இதெல்லாம் எங்கே கேட்க முடியப்போகிறதென்று ஒரு பெஞ்சில் உட்கார்ந்து விடிய விடிய வசனம் கேட்டுவிட்டு, காலையில் ஊருக்கு பஸ் ஏறினான். பஸ் படுவேகமாய் போனது. சில்லென்று காலைக் காற்று வீசியது. மரங்கள் செடிகள் எல்லாம் ஓட்டம் எடுத்தன. எல்லாம் அழகாய் வேகமாயிருந்த அந்த விநாடியில் அவனுக்கு வேலை கிடைத்துவிடுமென்று திடீரென்று ஒரு நம்பிக்கை வந்தது, சுற்றுப்புறம் இன்னும் அழகாகவும் பஸ் இன்னும் வேகமாய்ப் போவதாகவும் நினைத்தான். மதுரை மாதிரி பெரிய பெரிய ஊர்களில் கை நிறைய சம்பளம் வாங்கி வேலை செய்யப்போவதை மனசு துள்ளித் துள்ளி நினைத்தது. ஒவ்வொரு திட்டமாய்த் திட்டி தீட்டி முடிப்பதற்குள் ஊர் வந்துவிட்டது.

குளித்து பழையது சாப்பிட்டுப் படுத்த ஆள்தான் அம்மா தலையைத் தொட்டது போலிருந்தது. எழுந்து பார்த்தால் சாயங்காலம் ஆகியிருந்தது. படுத்து ஒரு நிமிடத்தில் எழுந்தது போலிருந்தது. துளி சொப்பனம் வந்ததாய்த் தெரியவில்லை. அப்படித் தூக்கம் இன்னும் தூங்கவில்லை.

ஒரு நாள் ஆபீஸர் "ஏன் பங்கி அடிச்சுப் போயிருக்கீய?" என்றார்.

முதல் நாள் ராத்திரி இந்த ராத்திரி போல, தூக்கம் வராமல் கிடந்து காலையில் எழுந்து அப்படியே ஆபீஸ் போனதும் முகத்தில் இருந்திருக்கும். "ராத்திரி பூரா தூக்கம் வரலை" என்றான். ஆபீஸர் யோகாசனம் செய்யச் சொன்னார்.

பத்தடிக்குப் பத்தடி அறையில் குடித்தனம். இதில் எங்கே போய் யோகாசனம் செய்வது? அஞ்சரை மணிக்கு எழுந்திருக்க வேண்டும். கைபம்ப்பில் தண்ணீர் அடிக்க வேண்டும். ரெண்டு சிறிசுகளையும் குளிக்கவைக்க வேண்டும். சைக்கிள் ஏற்றி எட்டு மணிக்கெல்லாம் கொண்டுபோய்ப் பள்ளிக்கூடத்தில் விடவேண்டும். வந்ததும் குளித்து சாப்பிட்டு கை காயுமுன் சைக்கிளை எடுத்துக்கொண்டு ஆபீசுக்கு ஓடவேண்டும். ரிஜிஸ்தர்களையும் ஃபைல்களையும் கட்டிக்கொண்டு அழவேண்டும். எந்த இடைவெளியில் எந்த இடத்தில் போய் யோகாசனம் செய்ய?

காலையில் வாக்கிங் போகலாமென்று ஏரீ கிருஷ்ணன் சொன்னார். கை பம்ப், குழந்தைகளைக் குளிப்பாட்டுவது, பள்ளிக்கூடத்திற்குக் கூடப்போவது, கடன்காரனைக் கண்டு திகில்கொண்டு ஓடுவதெல்லாம் எப்போ தீர்வது, எப்போ வாக்கிங் போவது?

போன மாதம் ஆபீஸ் வேலையாய் மெட்ராஸ் போகவேண்டி வந்தது. பாரீஸ் கார்னரிலிருந்து ஃபோர் ஷோர் எஸ்டேட்டில் இருக்கும் சிநேகிதன் வீட்டிற்கு பஸ்ஸில் போய்க்கொண்டிருந்தான். விடிய வேண்டிய நேரம். கடற்கரைச் சாலையில் வயிறு பெருத்த ஆள்கள் 'சொத் சொத்' தென்று நடந்துகொண்டிருந்தார்கள். வாலிபமான ஆள்கள் பலபேர் 'விறுக் விறுக்'கென்று நடந்தார்கள். கடற்காற்று புசுபுசுவென்று வீசிக்கொண்டிருந்தது. பசேலென்ற கடற்கரை ரொம்ப அழகாயிருந்தது. மந்திரி ஒருவர் போலீஸ் காவலுடன் காற்றை இழுத்து அனுபவித்து நடந்துகொண்டிருந்தார். அநேகமான பேர் வெள்ளை ட்ரவுசர் வெள்ளை அரைக்கை பனியன் வெள்ளை கான்வாஸ் ஷூக்களோடு பறவைக்கூட்டம் போல் திரிந்தார்கள்.

அவர்கள் ஏறிவந்த சாலை கார்கள் எங்கும் ஆங்காங்கே நின்றுகொண்டிருந்தன. கார்களை ஓட்டிவந்த டிரைவர்கள் யாரும் வாக்கிங் போகவில்லை. கார்களின் ஓரங்களில் நிழல் விழுந்த திசைகளில் துண்டை விரித்துப் போட்டுத் தூங்கிக்கொண்டிருந்தார்கள். காசிருந்து வசதியிருந்தால்தான் வாக்கிங் கீக்கிங் எல்லாம் சாத்தியம் என்று அன்றைக்குப் புரிந்தது.

கடிகாரத்தைப் பார்த்தான். மணி இரண்டாகியிருந்தது.

கஷ்டத்தையும் நஷ்டத்தையுமே நினைப்பதை விட்டு மனசுக்கு சந்தோஷமானவைகளை நினைத்தால் தூக்கம் வருமா என்று நினைத்தான். கிராமம் ஞாபகத்திற்கு வந்தது.

சிங்காரம் பிள்ளை வீட்டுத் திண்ணைகள் இரண்டும் பெரிய பெரிய பொட்டல்வெளிகள் போலிருக்கும். தெருவில் பாதிக்கு மேல் ஆட்களுக்கு அங்கேதான் படுக்கை. ஒவ்வொரு திண்ணை ஓரத்திலும் அடர்ந்த வேப்ப மரங்கள் ஒவ்வொன்று. இரண்டு ஓரங்களிலும் பயிர்க்குழி போட்ட கொல்லைகள். சுவர் மறைக்காத திண்ணைகளுக்கு மூன்று பக்கமிருந்தும் பச்சைக்காற்று விடிய விடிய வீசும். சிங்காரம்பிள்ளை வீட்டிற்குள் எந்தப் பேய் பிசாசும் அண்டாது என்பார்கள். அகால நேரங்களில் முப்பது நாற்பது பேர் விடுகிற குறட்டை சப்தத்திற்கு அஞ்சாத பேய் பிசாசும் உண்டா?

நடுச்சாமத்தில் கண்ணாயிரம் பிள்ளையின் படுக்கை கிடக்கும். நன்றாய்த் தூங்கிக்கொண்டிருந்த ஆள் நடுச்சாமத்தில் காணாமல் போய்விடுவார். படப்புக் கொல்லை வீட்டில் அவருக்கு வைப்பாட்டி உண்டு. பொம்பிளைகள் சாணி தெளிக்க எழுந்திருக்கு முன்பாய்த் திரும்பிவிடுவார். வெயில் வந்து வெகுநேரம் வரை தூங்கிவிட்டுக் கடைசி ஆளாய் எழுந்துபோவார்."

ஊரைத் தாண்டித் தொலைவில் கண்மாய் கரையடியில் உலகம்மாள் கோவில். கோவிலை ஒட்டிக் கரைமேல் ஏழெட்டு இலுப்ப மரங்கள். ஆலமரம் அரசமரம் போல் இலுப்ப மரமும் பெரிசு பெரிசாயிருக்கும். கரை ஓர் ஆள் உயரத்திலிருக்கும். கரை மேல் நின்றால் எப்படி சுருள்முடி உள்ள ஆளும் காற்றுக்குத் தலையைக் கலைத்துக்கொள்ள வேண்டும். இடுப்பில் கையை வைத்துக் கெட்டியாய்ப் பிடித்துக்கொள்ள வேண்டும். பலபேர் கவனப் பிசகாயிருந்து உடுத்தியிருந்த வேட்டிகளைக் காற்றுப் போகிற திசைக்குக் கொடுத்துவிட்டு உடம்பில் துணியில்லாமல் ஓடியிருக்கிறார்கள். மத்தியான வெயிலுக்கு இலுப்ப மரத்தடிகளில் துண்டுகளை விரித்து பலபேர் சாமங்கொண்டாடுவார்கள்.

அய்யனார் கோவிலைச் சுற்றி கோவைச் செடிகள் ஜாஸ்தி. வாருணி தாண்டிக் கொஞ்ச தூரம் வரை நஞ்சை. வடக்கே போகப் போகப் புஞ்சை. முதலில் தெல், அப்புறம் கேப்பை கம்பு சோளம் என்று வரிசையாய்ப் பயிர்வகை பார்த்து நடந்து அய்யனார் கோவிலுக்கருகில் போனால் ஏராளமாய்க் கோவைப்பழம் பார்க்கலாம். அவ்வளவு பருமனாய்க் கோவை பழுப்பது எந்த ஊரிலும் இல்லை என்று கிருஷ்ணக் கோனார் ஓயாமல் சொல்வார்.

கோவில் வாசலில் கதவு கிடையாது. கல் நிலை வழுவழுவென்றிருக்கும். அதில் உட்கார்ந்தால் எட்டுத் திசையிலிருந்து வீசும் காற்றும் அந்த நிலை வழியாய்ப் போவது போலிருக்கும். எல்லாப் பயிர் வாடையும் அதிலிருக்கும். காட்டுச் செடிகள் விசேஷமான வாசங்கொண்டு காற்றில் வரும். தூங்கி எழுந்து வந்தவனுக்குக்கூட அந்தச் சொகத்தில் மறுபடி கண்ணைச் சொக்கும்.

பரம்பரை பரம்பரையாக அந்தக் காற்றையும் மண்ணையும் விட்டு சீமானாகப் போவாய் நினைத்துக்கொண்டு வேலை கிடைத்தும் டவுனுக்கு வந்து மேலும் மேலும் சீரழிந்ததுதான் கண்ட பலன். சுத்திச் சாக்கடையும் நடுவில் பத்தடிக்குப் பத்தடி வீடும், பத்தாத சம்பளமும், கைகட்டி நிற்கவேண்டிய உத்தியோகமும் கடனும் கப்பியுமாய்...சே... என்று வருகிறது.

ஒரு நியமம் குறையக் கூடாது. எழுந்திருப்பதில் இருந்து படுப்பது வரை எல்லாம் நேரப்படி நடக்கவேண்டும்.

நேரப்படி எழுந்திருக்காவிட்டால் முதலாளியின் சம்பாத்திய ஒழுங்கு கெட்டுப்போகும். பணக்காரர்கள் அதிகாரிகள் அவர்கள் சௌகரியத்திற்குசம்பாத்திய முறைக்கு வைத்துக்கொண்ட பழக்க வழக்கங்கள், கிளார்க், அட்டெண்டர்களுக்கும் வந்து கொன்று தின்கறது. ஆகாசத்திற்கு ஆசை உண்டாகிப் பாதாளத்தில் வாழ்க்கையை வைத்துவிட்டார்கள். பயிர் பச்சையைப் பார்த்து வெகுநாளாகிறது. வீட்டிலிருந்து இருபது தெருத் தாண்டிப் போனால்தான் மெயின் ரோடு வரும். கடை ஆபீஸ், மார்க்கெட், சிநேகிதர்கள் எல்லாம் இந்தத் தெருக்களுக்குள் அடங்கிவிடுகிறது. எங்கே போய்க் காற்று வாங்குவது? என்னவென்று சொல்லி மெயின் ரோடு போய்ப் பயிர் பச்சைகளைப் பார்ப்பது?

கடிகாரத்தைப் பார்த்தான். மணி நாலரை ஆகியிருந்தது. உடம்பு மந்தென்றிருந்தது.

மெல்ல எழுந்து அறைக்குள் அங்கும் இங்கும் நடந்தான். அவளும் பிள்ளைகளும் நல்ல தூக்கத்திலிருந்தார்கள். ஒரு யோசனையுமில்லாமல் கதவைத் திறந்தான். மெல்லச் சாத்தி வைத்துவிட்டு நடைக்குப் போனான். அந்த ஸ்டோரில் தங்கியிருக்கும் எல்லோருடைய சைக்கிள்களிலும் தன் சைக்கினைத் தேடிக் கண்டுபிடித்தான். முன்னும் பின்னும் அசைத்து ஒரு வழியாய் உருவி எடுத்தான்.

பொதுக் கதவைத் திறந்து சைக்கிளைப் படிகளில் இறக்கினான். வெது வெதுப்பாகக் காற்று வீசியது. கூடவே சாக்கடை வாசம் எடுத்தது. சைக்கிளில் ஏறி வேகம் வேகமாய் மிதித்தான். ஒவ்வொரு தெருவாய்த் தாண்டித் தாண்டி இருபது தெருக்களையும் கடந்து மெயின் ரோட்டுக்கு வந்தான்.

நிலவொளியில் வயல் பயிர்கள் கருகருவென்று தெரிந்தன. சாலை ஓரத்தில் ஒரு வெள்ளைச் சேலை விரித்துக் கிடப்பதுபோல் வாய்க்கால் தெரிந்தது. தண்ணீர் மடமடவென்று பாய்ந்துபோனது. எங்கும் குளிர்ச்சி தெரிந்தது. புதரும் செடி கொடிகளுமாயிருந்த ஓர் இடத்தில் சைக்கிளை நிறுத்தினான்.

கொத்தாய்ப் புல் வளர்ந்த இடத்தில் உட்கார்ந்து வானத்தைப் பார்த்தான். துருவநட்சத்திரம் பளீரென்று தெரிந்தது. நிலாவைச் சுற்றி மேகம் நிர்மலமாயிருந்தது. காற்றை இழுத்து இழுத்து சுவாசித்தான்.

சுவாசப் பைகளுக்குள் பயிர் வாசனையும் பச்சை காற்றும் போய் போய் அடைவதாய் நினைத்துக்கொண்டான்.

புல் தரை மெத்தென்றிருந்தது. கையைத் தலைக்கு வைத்து மெல்ல சாய்ந்தான். பையில் கிடந்த நாலைந்து சில்லரை காசுகள் புல் தரையில் விழுந்தன. தெரிந்தும் அவைகளை எடுப்பது இப்போது அவசியமில்லாத வேலை போல் தெரிந்தது.

எவ்வளவு நேரம் ஆனதென்று தெரியவில்லை. விழித்துப் பார்த்துத் தான் எங்கே இருக்கிறேம் என்பதை சரியான ஞாபகத்தில் கொண்டுவந்தான். சூரியன் மப்போடு வந்திருந்தான். வெயில் அவ்வளவில்லை. எழுந்து சைக்கிளில் ஏறினான். 'வெகு நாளாயிற்று இப்படித் தூங்கி' என்று சொல்லிக்கொண்டான். ஊருக்குள் வரவர இவனுக்கு நேரம் புலப்பட ஆரம்பித்தது. கைப்பம்பில் தண்ணீர் அடித்தாளோ, பிள்ளைகள் பள்ளிக்கூடம் போனார்களோ, ஆபீஸில் பேலன்ஸ் ஷீட் இன்றைக்கு வைக்கவேண்டுமே என்கிற ஞாபகங்கள் ஒவ்வொன்றாய் வரவர சைக்கிளை வேகமாய் மிதித்தான்.

~

தான்

மொபெட் கடைவீதிக்குள் நுழையும்போது தெருவிளக்குகள் எரிய ஆரம்பித்தன. பிளாட்பாரம் பூராவும் கடைகள். சாக்கை விரித்து எலுமிச்சம்பழ வியாபாரம். துணியை விரித்து பிளாஸ்டிக் சாமான்கள். சைக்கிள் முதுகில் துணி வியாபாரம். பால் கடை, டீக் கடை, சர்பத் கடை தள்ளுவண்டிகளில் பழக்கடைகள். நடக்கப் போட்ட பிளாட்பாரம் முச்சூடும் 'ஜே ஜே' என்ற வியாபாரம்.

ஜனங்கள் எந்த ஒழுங்குமின்றி நடுச்சாலையில் எருமைகளைப்போல் நடந்துபோகிறார்கள். கார்கள், மொபெட்கள், சைக்கிள்கள் ஹாரன்களையும் மணிகளையும் அடித்துக்கொண்டு அங்குலம் அங்குலமாய் ஜனநெரிசலுக்குள் முன்னேறுகின்றன. ஹாரன் சத்தம் யாருக்கும் உறைக்கவில்லை. காதுகளைக் கழற்றிக் கால்களுக்குக் கீழ் போட்டு மிதித்துக்கொண்டு நடக்கிறார்கள். கால்களின் ராச்சியம் கடை வீதியெங்கும்.

இவனுக்கு இந்த ஜனங்களைப் பற்றி நினைக்கும்போதெல்லாம் ரத்தம் முழுதும் தலைக்கேறிவிடும். மொபெட் ஆகாயத்தில் பறப்பதுபோல் வேகத்தில் போகும். அடக்கிக்கொண்டு மொபெட்டை ஊரவிட்டுக் கடை வீதியைத் தாண்டி கவரைத் தெருவில் திரும்பினான்.

ஆண்கள் தெரு முனையிலும் ஓரங்களிலும் நின்று பேசிக் கொண்டிருந்தார்கள். அடுத்தவனை தன்வழிக்கு இழுக்கவே ஒவ்வொருவனும் பேசுகிறான். அடுத்தவன் வழிக்கு ஒத்துக்கொண்டால் ஐந்து ரூபாய் நன்கொடையிலிருந்து ஐந்து மூட்டை சிமிண்ட் கடன் வரை ஏதாவது உபத்திரவம் வரும். ஜாக்கிரதையாய்ப் பேசவேண்டும். அறியாமல் வரும் ஒரு வார்த்தையால் பத்து பைசா உதிர்ந்துவிடலாம்; ஒரு காப்பிக்காகப் பெயர்ந்து விழலாம். ஒவ்வொருவன் பேச்சிலும் இழையோடும் ஆசை அடுத்தவன் நொடிக்க வேண்டும். தான் அரண்மனைக்குக் குடிபோக வேண்டும்.

மொபெட் டாட்டன்ஹாம் சாலைக்குத் திரும்பையில் தெருநெடுகிலும் வாசற்படிகளில் பெண்கள் உட்கார்ந்து கதை பேசிக்கொண்டிருந்தார்கள்.

வாசற்படிகள் மூன்றென்றால் மேற்படியில் உட்கார்ந்திருப்பவள்தான் அந்த வீட்டுக்காரி, அந்த வீட்டுப் பெண்களே மூன்று படிகளிலும் என்றால் சாவிக் கொத்துக்காரி மேற்படியில். நாடு பூராவும் இந்த நடைமுறை தப்பாமலிருக்கும். இன்னொருத்தியை எங்கே வைக்க வேண்டுமென்பதில் எப்போதும் கவனம். விட்டுக் கொடுக்கக் கூடாது. விட்டால் வினைகள் வரும்.

சாயங்காலம் வரை சாத்தப்பட்டுக் கிடந்த வாசற் கதவுகளை இப்போது திறந்துவைத்திருப்பது, சீதேவி உள்ளே வரவும் காலை முதல் இந்நேரம் வரை நிகழ்ந்த அந்தந்த வீட்டுப் பெருமைகளை அடுத்த தெருவரை போய்ச் சேரவுமாக வாசற்கூட்டங்கள் நடத்தவந்தான்.

இவை முடிந்ததும் மறுபடி கதவுகள் சாத்தப்பட்டுவிடும். உறவுகள் வாசற்படி தாண்டி உள்ளே வந்தால் எவ்வளவு நஷ்டம் எந்த உருவில் வரும் என்பதைச் சொல்லிமுடியாது. ஒரு கிண்ணம் எண்ணெய் என்றாலும் ஒரு டம்ளர் சர்க்கரை என்றாலும் நஷ்டம் நஷ்டம்தானே.

வீண்வம்பு வாய்ப் பேச்சோடு. போகவேண்டும். செய்கையில் இழுத்தால் வேலை வேறு பாதிக்கும். வாசற்கதவு ஒருவழிப் பாதையாயிருந்தால்தான் குடும்பத்திற்கு நன்மை.

மொபெட் கீழே இரண்டாம் வீதிக்கு வந்தபோது கணேஷ் காபி பார் முன்னால் சிகரெட் பிடித்துக்கொண்டு நின்றான். கணேஷ் அலுவலகம் முடிந்ததும் காபி பாருக்கு வந்துவிடுகிறான். ஸ்டீரியோ ஃபோனிக்கில் பாட்டு போடச் சொல்லி ரசிக்கிறான்.

பாதி சம்பளம் சீட்டுக்கும். சிகரெட்டுக்கும்.

கணேஷோடு நிற்கும் நேரத்தில் வாழ்நாளில் கொஞ்ச நேரம் வீணாய்க் குறையும். அவனோடு பேசும் நேரத்தில் சேர்த்த புத்தியில் சிறிது குறையும். இருந்தாலும் கைகாட்டி நிறுத்திவிட்டான்.

கணேஷ், தான் வாங்கப்போகிற கலர் டிவியைப் பற்றிப் பேச ஆரம்பித்தான். கடந்த பத்து நாளாய் யார் எதிர்ப்பட்டாலும் அவனுக்கு இந்தப் பேச்சுத்தான். ஒரு சரியான டி.வி. கம்பெனியைத் தேர்ந்தெடுப்பதற்குள் அவன் குடும்பத்திற்குப் பைத்தியம் பிடிக்கப்போகிறது. அவன் வாங்கியதைவிட நல்ல

டி.வி. இன்னொன்றிருக்கிறது என்று யாராவது சொல்லிவிட்டால் வடக்கிருப்பான்போல.

மூக்கும் முழியும்தான் வித்தியாசம். குணத்தில் அநேகமாய் எல்லோரும் கணேஷ்கள்தான். யாருடைய மீட்டருக்கும் இவன் மீட்டர் ஒத்துவரவில்லை. இந்த ஊரில் தன்னைப்போல் ஒருவன் இவனுக்கு இன்னும் கண்ணுக்குத் தெரியவில்லை.

இவனைப் பார்த்தால் யாராலும் இவன் மூவாயிரம் ரூபாய் மாதச் சம்பளம் வாங்குகிறான் என்று சொல்லமுடியாது. இரண்டு பேண்ட் இரண்டு ஜிப்பாக்களைத்தான் மாற்றி மாற்றித் துவைத்துப் போட்டுக்கொள்வான். கதர்க்கடையில் வாங்கும் கட்டை விரல் மட்டும் நுழையும் செருப்புகள்.

வீட்டில் சரியாக இரண்டாயிரத்தைக் கொடுத்துவிடுவான். கல்யாணம் பண்ணிக்கொள்வதில்லை என்று வைராக்கியம். வால்ட்டேரிலிருந்து ஜே.கே. வரை தலை நிறையத் தத்துவங்கள். வீடு நிறையப் புத்தகங்கள். அவனிடம் ஒரே ஆடம்பரம் இந்தச் சின்ன மொபெட்தான். நாலு மைலுக்கப்பால் அரசப்பட்டி கிராமத்திற்கு வாரம் மூன்று நாள் போய் முதியோர் கல்வி எடுப்பான். அரிக்கேன் லைட்டிலிருந்து புத்தகம் சிலேட்டெல்லாம் இவன் செலவுதான். உள்ளூர் நூல் நிலையத்தில் உள்ள புத்தகங்கள் எல்லாம் உதவாக்கரை என்று ஒரு நாள் கண்டுபிடித்ததற்குப் பின்னால் நாலைந்து 'அறிவாளிகள்' பத்திரிகைகளும் புதிய புதிய கனமான நூல்களும் வாங்கி இலவசமாய்க் கொண்டு போடுவான். இரண்டு ஏழைப் பையன்களைத் தேடிக் கண்டுபிடித்து ஹாஸ்டல் செலவை ஏற்றுக்கொண்டான்.

இதில் நூறில் ஒரு பங்கு பொது லட்சியத்தோடு இவன் தேடித் தேடிப் பார்த்தும் ஒருவனும் அகப்படவில்லை. பார்க்கிற, பழகுற ஆட்களெல்லாம் தினுசுதினுசா இருக்கிறார்கள். இவன் அலுவலகத்தில் ராமச்சந்திரன் அடிக்கடி சொல்வார். "ரிட்டையர்டு ஆகுறதுக்குள்ள நமக்குண்ணு ஒரு வீட்டைக் கட்டிரணும்ப்பா" பக்கத்து வீட்டு சோழு சொல்வார். "மூத்தவனை எப்படியும் ஒரு டாக்டராக்கிரணும்."

அவனவனுக்கும் உள்ள லட்சியம் அவனவனுடைய தலைக்குச் சிரீடம் வரவேண்டுமென்பதுதான். வார்த்தைகள் தடம்மாறி அர்த்தம் மாறி அலைகின்றன. ஆசைகளை லட்சியங்கள் என்கிறார்கள்.

யாரும் எச்சக்கையால் எறும்பைக் கூட விரட்டுவதில்லை. அரைப் பருக்கை வீரயமாகும். கணேஷ் மறுபடி மறுபடி ஒவ்வொரு

கம்பெனி கலர் டி. வி. யாகப் பேசிக்கொண்டே போனான். சாலை நிறைய ஜனங்கள் நெரிசலாய்த் தத்தம் சிநேகிதர்களைக் குறைசொல்லிச் சுற்றத்தாரைப் பகை கூறிச் சென்றுகொண்டிருந்தார்கள். கணேஷ் உலகம் பூராவும் டி. வி.யில் தெரியும் ஆண்டனாவைக் கண்டுபிடித்தது பற்றிப் பேச்சைத் தொடர்ந்தான்.

பார்வையை கணேஷ் பக்கமிருந்து எதிர்சாரிக்கு இவன் திருப்பையில் பகீரென்று மூளை நரம்புகள் தடதடத்தன. எதிரிலிருந்த ஒரு டிஸ்பென்ஸரியின் மாடியிலிருந்து தலைகுப்புற ஒரு மனிதன் தரையில் விழுந்துகொண்டிருந்தான். இவ்வளவு நாள் வாழ்க்கையில் இப்படி ஒரு சம்பவத்தை இப்போதுதான் கண் முன்னே பார்க்கிறான். கார்களை, சைக்கிள்களை ஜனநெரிசலைத் தாண்டி ஓடிப்போய் தரையில் விழுந்தவன் பக்கத்தில் போய் நின்றான்.

தலை விழுந்த இடத்திற்குப் பக்கத்தில் நின்று ஒரு பெரிய கல் கிடந்தது. அதில் விழுந்திருந்தால் தலை சிதறியிருக்கும். விழுந்த இடத்தில் யதேச்சையாய்ச் சற்றுக் குழி பறித்து மணல் கிடந்தது. டிஸ்பென்ஸரி மாடியில் விழுந்தவனுக்குப் பக்கத்தில் கொண்டிருந்த அவன் மனைவி அதிர்ச்சியில் சித்தப்பிரமை வந்தவள் போல் ஓடிவந்தாள். நகரங்களில் இந்த மாதிரி விபத்துகள்தான் தெருத் திருவிழாக்கள். கூட்டம் அந்த இடத்தைச் சுற்றிவளைத்து நின்றுகொண்டு ஒருவருக்கொருவர் விசாரணை நடத்த ஆரம்பித்தது. கணேஷும் கூட்டத்தில் வந்து நின்று அதைப் பார்த்தான்.

விழுந்தவன் மூக்கருகில் இவன் விரல் வைத்துப் பார்த்தான். சுவாசம் தட்டுத் தடுமாறி வந்துகொண்டிருந்தது. மாடிக்கு ஓடிப்போய் டாக்டரைக் கூட்டிவந்தான். டாக்டர் ஸ்டெத்துடன் மாடியிலிருந்து சகல நிதானத்துடனும் இறங்கிவந்து பார்த்தார். மேலே தூக்கிவரச் சொல்லிவிட்டுப் போனார்.

நடந்த விஷயம் கொஞ்சம் கொஞ்சமாய் ஒருவாறு இவனுக்குத் தெரிய ஆரம்பித்தது. விழுந்தவனின் மாமனார் ஒரு சின்ன ஆப்ரேஷனுக்காக இந்த மாடி டிஸ்பென்ஸரியில் சேர்ந்திருக்கிறார். அவரைப் பார்ப்பதற்காக மனைவியோடு இந்த ஆள் வந்திருக்கிறார். பார்த்துவிட்டு வந்து இருவரும் மாடி கைப்பிடிச் சுவரருகில் நின்று பேசிக்கொண்டு இருந்திருக்கிறார்கள்.

அந்த நேரம் கைப்பிடிச் சுவரில் கைகளை மடித்துப் போட்டுக் குனிந்திருக்கிறான். பையில் கிடந்த சில்லரைகள் (ஒரு ரூபாய்க் குள்ளிருக்கும்) கீழே கொட்ட இந்த ஆள் மேலும் பதறிக் குனிய, தலை பூமியைத் தொட்டுவிட்டது.

இவன் தலையைத் தாங்கிப் பிடிக்க நாலைந்து பேர் சேர்ந்து தூக்கி கொண்டுபோனார்கள். விழுந்தவனுக்கு முப்பத்தைந்து வயதுக்குள்ளிருக்கும். திடமான உடம்பு. அந்தப் பெண்ணின் புலம்பலிலும் அழுகையிலும் டிஸ்பென்ஸரியை கல் மண்ணால் கட்டாமல் வேறு எதாலாவது கட்டியிருந்தால் கரைந்திருக்கும்.

வற்றலாயிருந்த நோயாளி மாமனார் தலையில் படார் படாரென்று அடித்து அழுதுகொண்டிருந்தார். சிறிது நேரத்தில் தாலியைக் கெட்டியாய்ப் பிடித்துக்கொண்டு பித்துப் பிடித்தவள் போல் அந்தப் பெண் உருள ஆரம்பித்தாள். மாடியில் நின்று இவன் சாலையைப் பார்த்தான். கூட்டத்தில் நடுவில் கணேஷ் மறு சிகரெட்டைப் பற்ற வைத்துக்கொண்டிருந்தான்.

அந்த டாக்டர் கற்களில் பாறாங்கல்போல எல்லோரையும் தள்ளிப் போகச் சொல்லிவிட்டு சாதாரணமாய் ஏதோ நடந்தது போல் பெஞ்சில் படுக்கவைத்திருந்த ஆளைப் பார்த்தார். தலையிலிருந்து ரத்தம் பெஞ்சுக்கால் வழியாய் தரையை நனைத்துக்கொண்டிருந்தது. கையைப் பிடித்து நாடி பார்த்தார். நர்ஸைக் கூப்பிட்டு இரண்டு கைகளிலும் ஊசி போடச் சொன்னார். தலையில் நாலு இடங்களில் சின்னத் தையல்கள் போட்டு பேண்டேஜ் கட்டச் சொன்னார்.

மாடியில் வேடிக்கை பார்க்கிற கூட்டம் ஐம்பது பேருக்கு மேல் நின்றுகொண்டிருந்தது. மீதிப் பேர் படிகளிலும், தெருவிலும். இவன் டாக்டரிடம் போய், "எப்படி இருக்கு டாக்டர்"? என்றான்.

"நீங்க இவருக்கு என்னவேணும்?" என்றார் டாக்டர்.

"ஒண்ணும் வேண்டாம்."

"பின்னே எதுக்கு இந்தக் கேள்வியெல்லாம் கேக்குறீங்க?"

பளாரென்று அறைய வேண்டும்போல வந்தது. அடக்கிக் கொண்டு கேட்டான். "பொழைச்சுக்கிடுவார்ல?"

கடுகடுவென்று இவனைப் பார்த்துவிட்டு "ப்ளட் தலையில கிளாட் ஆயிருச்சுன்னா பொழைக்கிறது சிரமம். இப்பவே தஞ்சாவூர் ஆஸ்பத்திரிக்குக் கொண்டுபோகணும் மேஜர் ஆப்ரேஷன் பண்ணினா பிழைக்கக் கொஞ்சம் சான்ஸ் இருக்கு".

இவன் மெல்ல அந்தப் பெண்ணிடம் சென்றான். "உங்கள்ட்ட பணமிருக்கா?" என்றான்.

அந்தப் பெண்ணுக்கு சர்வாங்கமும் நடுக்கம். கூடவே இவன் மட்டும் இந்த ஊமை இரக்கத்தோடு நிற்கும் கூட்டத்திலிருந்து

தனித்து வந்து ஏன் இப்படிக் கேட்கவேண்டும் என்றும் தோன்றியிருக்கக்கூடும்.

அழுதுகொண்டே சொன்னாள்: "வீட்டில் பீரோவில் இருக்கு. தம்பி வீட்டிலிருக்கான். பீரோ சாவி கிச்சன்ல வெங்காயக் கூடைக்குள்ள இருக்கு."

அவளிடம் வீட்டு முகவரியை வாங்கிக்கொண்டு கூட்டத்தை விலக்கி ஓடினான். மொபெட்டை அசுரத்தனமாய்க் கிளப்பியபோது கணேஷ் பாதி புகைந்துகொண்டிருந்த சிகரெட் சாம்பலை விரலால் தட்டிக்கொண்டே கேட்டான். "ஆள் போச்சா இருக்கா?"

எம்.ஏ. சோசியாலஜி படித்தவன் கேட்ட கேள்வி. அடுத்தவனைப் பற்றி நினைக்கும் எல்லோருக்கும் படிப்பு வித்தியாசம் ஒரு விதியில்லை. அந்தப் பையன் வேலையில்லாமல் அக்காள் வீட்டில் வந்து ஓசி சோறு சாப்பிடுகிறவன்போல. வாசலில் உட்கார்ந்து வானத்தை வெறித்துப் பார்த்துக்கொண்டிருந்தான். பதறி எழுந்து ரூபாயை எடுத்துப் பையில் போட்டு வீட்டைப் பூட்டிக்கொண்டு இவன் பின்னால் ஏறி உட்கார்ந்தான்.

இவன் அந்தப் பையனோடு மாடி ஏறும்போது முன்பிருந்த கூட்டமில்லை. பத்து பேர் நின்றுகொண்டிருந்தார்கள். சுவாரஸ்யம் குறைந்துபோனது காரணமாயிருக்கலாம். தலையில் போட்டிருந்த கட்டு முழுவதும் சிவப்பாகியிருந்தது. ஆள் தடுமாறி மூச்சுவிட்டுக் கொண்டிருந்தார் தம்பியைப் பார்த்ததும் கட்டிக்கொண்டு அழுதாள். "நேரமாகுதே... நேரமாகுதே" என்று திசையெங்கும் பார்த்துக் கதறினாள்.

இவன் அந்தப் பையனை மெல்ல அவளிடமிருந்து பிரித்துக் கீழே அழைத்துப் போனான். டாக்ஸி ஸ்டாண்டில் டாக்ஸிகளைவிட டாக்ஸி முதலாளிகள், டிரைவர்கள், தரகர்கள் கூட்டம் அதிகமாயிருந்தது. அவசரம் என்றோ ஆபத்து என்றோ தெரிந்தால் உதவுகிற தேசமில்லை இது. நெருக்கடி தெரிந்து இரண்டு பங்கு வாடகை கேட்டார்கள். தொண்டை சரியில்லாது மாதிரி பாவனையில் இரண்டுமுறை காறித் துப்பினான்.

ஒரு வழியாய் டாக்ஸியை அமர்த்திக்கொண்டு வரும்போது ராத்திரி எட்டு மணி ஆகிவிட்டது. கணேஷ் பெட்டிக்கடை வாசலில்தான் நின்றுகொண்டிருந்தான். யாருடனோ பேசிக்கொண்டிருந்தான். கலர் டி.வி. பற்றித்தானிருக்கும்.

மேலே போய் "கிளம்புங்கள் டாக்ஸி கொண்டுவந்துட்டோம்" என்றான். அந்தப் பெண்ணிடம்.

"தஞ்சாவூரிலே எங்களுக்கு யாரையும் தெரியாதே" என்றாள், மாலை மாலையாய்க் கண்ணிலிருந்து நீர் வடிந்து கொண்டேயிருந்தது.

"நான் கூட வரேன். வாங்க பார்த்துக்கலாம்" என்றதும் ரொம்ப நன்றியோடு இவனைப் பார்த்தாள்.

மெல்ல அந்த ஆளைத் தூக்க ஆரம்பிக்கையில் டாக்டர் ஒரு பில்லுடன் வந்தார். வாங்கிப் பார்த்தான். நூற்றி அறுபது ரூபாய் சார்ஜ் பண்ணியிருந்தார். ஊசி போட்டது, தையல் போட்டது எல்லாவற்றையும் வகை பிரித்துப் போட்டிருந்தார்.

"இவுங்க வீட்டு ஆள் ஒருத்தர் இங்கேயே பேஷண்ட்டாயிருக்கார். அந்த பில்லிலே இதையும் சேர்த்துடுங்க. இப்ப நாங்க ஆள் தெரியாத ஊருக்குப் போகணும். அங்கே ஆகிற செலவுக்குப் பணம் போதுமோ போதாதோ" என்றான் டாக்டரிடம்.

டாக்டர் பாறாங்கல்லைப்போல் முகத்தை வைத்துக்கொண்டு சொன்னார். "அது வேறு இது வேறு. கிளியர் பண்ணிட்டுப் போங்க". எங்கேயோ விபத்து நடந்து இங்கே தூக்கி வரவில்லை. இந்த டிஸ்பென்ஸரியில் நடந்த விபத்து. இவருக்கும் சேர்த்து அந்த சர்வதேச மருத்துவ விதிகள். கல் மரமெல்லாம் பேண்ட் சட்டையோடும் ஸ்டெத்தோடும் கேஸ்கட்டோடும் கனமான புத்தகங்களோடும் திரிகின்றன என்று நினைத்துக்கொண்டான்.

இதை ஒரு சுத்தமான வேடிக்கையாய்ப் பார்த்துக்கொண்டு நிற்கும் ஜனக்கூட்டத்தையும், அந்த டாக்டரையும் டிஸ்பென்ஸரியையும் கொளுத்த வேண்டும்போல் வந்தது. அந்தப் பெண் பணத்தைக் கட்டினாள்.

ஆளை கீழே தூக்கிவந்து டாக்ஸியில் ஏற்றும்போது கணேஷ் பேச்சை நிறுத்தி டாக்ஸியைப் பார்த்தான். "என் மொபெட்டை வீட்டிலெ சேத்திரு" என்று கணேஷப் பார்த்துச் சொல்லி சாவியையும் எறிந்துவிட்டு டாக்ஸியிலேறினான் இவன்.

பின்சீட்டில் அடிபட்ட ஆளைப் படுக்கவைத்தான். ஓரமாய் அவன் மனைவியை, உட்கார்த்தி அவள் மடியில் கட்டுப்போட்ட தலையைப் பதமாய் வைத்துப் பிடித்துக்கொள்ளச் சொல்லிவிட்டு முன் சீட்டில் இவனும் அந்த ஆள் மைத்துனனும் உட்கார டாக்ஸி கிளம்பியது. ஜனக்கூட்டம் டாக்ஸியைச் சுற்றி நின்றது. இன்னும் ஒரு வாரத்திற்கு சந்திக்கிற ஆட்களிடம் பேசிக்கொள்ள தற்செயலாய் இப்படி ஓர் அபூர்வ சம்பவத்தைப் பார்க்க கொடுத்துவைத்த திருப்தியில் கலைந்து போவார்கள் என்று நினைத்துக்கொண்டான்.

ஆதனக்கோட்டையைத் தாண்டியபோது அந்தப் பெண்ணின் கேவலும் அழுகுரவும் பரிதாபமாய்க் கேட்டது. வண்டியை நிறுத்தச் சொல்லி இவன் இறங்கிப் பின்னால் வந்து அவளை எழுந்திருக்கச் சொன்னான். அவள் இடத்தில் தான் உட்கார்ந்து அடிபட்ட தலையைத் தன் மடி மீது வைத்துக்கொண்டான். அந்தப் பெண் கால் பக்கம் போய் சுருண்டு கீழே குத்துக்கால் வைத்து ஒடுங்கினாள். அடிபட்ட ஆளின் சுவாசம் பார்த்துக்கொண்டும் அந்தப் பெண்ணுக்குத் தைரியம் சொல்லிக்கொண்டும் தஞ்சாவூர் வருவதற்குள் இவனுக்குக் களைப்பு வந்துவிட்டது.

தஞ்சாவூர் ஜி. எச்.சில் டாக்ஸி நின்றதும் இறங்கி ஒ.பி.யில் ஓடிப்போய் டூட்டி டாக்டரிடம் அவசரம் எப்படிப்பட்டது என்றும் டாக்ஸியில் கொண்டுவந்து வெளியில் காத்திருப்பதைப் பற்றியும் பதறிக்கொண்டே சொன்னான்.

ஸ்ட்ரெச்சர் வர கால் மணி நேரத்திற்கு மேலானது. இந்தப் பெண் டாக்ஸிக்குள் இழை இழையாய்ப் பிரிந்துகொண்டிருந்தாள். மருத்துவமனைக்கு இது புதிதோ அதிசயமோ அல்ல. மரத்துப்போய் நின்றார்கள் எல்லோரும். நிமிர, அசைய, செய்ய ஒவ்வொன்றிற்கும் சம்பந்தப்பட்டவன் சாவி கொடுத்துக்கொண்டே இருக்க வேண்டிய இடம். எல்லாம் மெல்ல நடந்தன.

இவன் டூட்டி டாக்டரிடம், "எமெர்ஜன்ஸி ஆப்ரேஷன் பண்ணணும் ப்ளட் கிளாட்டானால் உயிருக்கு ஆபத்துன்னு சொல்லி அனுப்பியிருக்காங்க" என்று படபடத்துச் சொன்னதையெல்லாம் பதறாமல் கேட்டுக்கொண்டிருந்தார் டாக்டர்.

"இப்ப சர்ஜன்ஸ் யாரும் டூட்டியில் இல்லியே" என்று சொல்லிவிட்டு ஒரு ஊசி போட்டு நர்ஸிடம் இரண்டு மாத்திரைகளைக் கொடுக்கச் சொன்னார். "தூங்கட்டும், விடியற்காலையில் சர்ஜன்கள் வருவாங்க" என்றார்.

கட்டிலருகில் நின்று அந்தப் பெண் இப்போது முழுதும் நம்பிக்கையற்று அழுதவண்ணமிருந்தாள். தன் அம்மா வீட்டிற்கு விடுமுறைக்குப் போன பிள்ளைகளின் பெயர்களைச் சொல்லி "போயி எம் புள்ளைகளைக் கூட்டிக்கிட்டு வாங்க" என்றாள். ஒரு விவரமுமில்லாமல் அந்தப் பெண்ணின் தம்பியும் தேம்பி அழ ஆரம்பித்தான்.

"கொஞ்சம் இருங்க இதோ வந்திடறேன்" என்று சொல்லிவிட்டு ஊர் திரும்ப தயாராயிருந்த டாக்ஸியிடம் போனான். ஏற்கெனவே பேசிய தொகையைக் கொடுத்துக் கணக்கை முடித்தாயிற்று.

கந்தர்வன் சிறுகதைகள் 113

டிரைவரிடம் பேசிவிட்டு டாக்ஸியிலேறி இவனுக்குத் நாலைந்து பிரமுகர்களின் வீடுகளில் போய் அந்த அகால நேரத்தில் கதவுகளைத் தட்டினான். அவர்களில் இரண்டு பேர் ஏனோதானோவென்று யாருக்கோ ஃபோன் பண்ணினார்கள்.

விடியற்காலை நாலு மணிக்கு டீக்கடையில் நிறுத்தி டிரைவருக்கு டீ வாங்கிக் கொடுத்துவிட்டுத் தானும் ஒரு டீ குடித்துக்கொண்டிருந்தபோது நினைத்தான்.

விழுந்தவன் யார்? அவன் நல்லவனா கெட்டவனா? அவன் முழுக் குடும்ப வரலாறு என்ன? ஒன்றுந்தெரியாது. என்றாலும் நாயாய் அலைகிறேன். நான் பார்த்த ஒருவனுக்குக் கூட இந்தக் குணமில்லை. இதோ இந்த டிரைவர் உட்பட. இவன் ஆஸ்பத்திரி வாசலுக்குப் போனதும் ஊர் முழுக்கச் சுற்றியதற்குப் பணம் கேட்பான். அதுவும் கூடவே கேட்பான். அதேபோல் ஆஸ்பத்திரிக்கு வந்ததும் டிரைவர் "என்னை வெட்டிவிடுறீங்களா?" என்றான்.

கைப்பையிலிருந்து தன் சொந்தப் பணத்தைக் கொடுத்து டிரைவர் பாஷையில் வெட்டிவிட்டான். உள்ளே போய்ப் பார்க்கையில் நாலைந்து டாக்டர்கள் படுக்கையைச் சுற்றி நின்றுகொண்டிருந்தார்கள். சுற்றியடித்து அலைந்ததில் எங்கோ கிளிக்காகியிருந்தது. எமர்ஜன்ஸி ஆப்பரேஷனுக்குத் 'தயாரிப்புகள்' நடந்துகொண்டிருந்தன. நர்ஸுகள் வேகவேகமாய் நடந்துகொண்டிருந்தார்கள். இவன் போய்த் தலைமை டாக்டரிடம் தன்னை அறிமுகப்படுத்திக் கொண்டான்.

அவர் "உங்களைத்தான் எதிர்பார்த்துக்கிட்டிருக்கோம். ப்ளட் பேங்கில் இருக்கிற ரத்தம் ஆப்ரேஷனுக்கும் போதாது. வழக்கமா ரத்தம் குடுக்கிறவங்களையும் இப்ப பிடிக்க முடியாது. நீங்க எத்தனை பேர் கூட வந்திருக்கீங்க? நீங்கள்ளாம் ரத்தம் கொடுத்தீங்கன்னா அவருக்கு வேண்டிய குரூப் ரத்தத்திற்கேத்தாப்பல மாற்றித் தர பிரைவேட்ல ஏஜன்ஸி இருக்காங்க.

இவன் வாழ்க்கையில் இதுவரை என்னென்ன உதவியெல்லாமோ முகந்தெரிந்தவர்கள் முகமறியாதவர்களுக்கு எல்லாம் செய்திருக்கிறான். ஆனால் முகப்பொலிவும், வாட்டசாட்டமும் உள்ள இந்த உடம்பிலிருந்து வேறு யாருக்கும் ரத்தம் கொடுத்ததில்லை. இன்றைக்கு அதற்கும் ஒரு சந்தர்ப்பம் கிடைத்ததில் குதூகலம்.

அந்தப் பெண்ணுக்கும் அவள் தம்பிக்கும் முந்தி இவன் கையை நீட்டிக்கொண்டு காட்டிய நாற்காலியில் உட்கார்ந்துவிட்டான். முழங்கையை விறைப்பாக்கியதும் நரம்புகள் புடைத்து வந்தன. பச்சை படர் தெரிந்த ஒரு நரம்பில் ஊசியால் நர்சு குத்தியதும்

ரப்பர் குழாய் வழியாக பாட்டிலில் போய்ச் செக்கச் சிவப்பாய் ரத்தம் இறங்கியது. ஒரு பாட்டில் நிறைந்து வரும்போது நர்ஸ் ஊசியைப் பிடுங்கி மருந்து நனைத்த பஞ்சால் அழுத்திக் கையைத் தோள்பட்டையோடு மடக்கினாள்.

"கொஞ்ச நேரம் உட்காருங்க" என்று பக்கத்து ஸ்டூலைக் காட்டினாள். இன்னொரு நர்ஸ் குளுக்கோஸ் வாட்டர் கொண்டுவந்து கொடுத்தாள். மைத்துனன் கையை நீட்டி ரத்தம் கொடுக்கவந்து உட்கார்ந்தான். மனைவி வந்து ரத்தம் கொடுத்தாள். குருப்களைக் குறித்தார்கள். ரத்த ஏஜென்ஸிக்காரன் வந்து மாற்றினான். மாற்றியதற்குப் பணம் வாங்கிக்கொண்டான்.

ஸ்ட்ரெச்சர் தூக்குகிறவன், வார்டு கூட்டுகிறவன், ஊசி போட்டவள், நின்றவன், போனவன், வந்தவனெல்லாம் காசு கேட்டார்கள். மைத்துனன்காரன் அநேகமாய் சுயநினைவு இழந்து கேட்பவர்களுக்கெல்லாம் கொடுத்துக்கொண்டே இருந்தான்.

ஒருவழியாய் ஸ்ட்ரெச்சரில் படுக்கவைத்து ஆப்ரேஷன் தியேட்டருக்கு ஆளைக் கொண்டுபோனார்கள். பதற்றமும் கலக்கமுமாய் அந்தப் பெண் ஸ்ட்ரெச்சரைப் பிடித்துக்கொண்டு ஓடினாள்.

இந்த ஆஸ்பத்திரி வாசனையைத் தாண்டி காற்றாடக் கொஞ்சம் வெளியே போய் நடக்கவேண்டும் போலிருந்தது.

பொழுது சாம்பல் நிறத்தில் விடிந்துகொண்டிருந்தது. ஆஸ்பத்திரிக்கு எதிரில் பிளாட்பாரத்தில் ஜூஸ் கடைக்காரர்கள் அப்போதுதான் கடைகளைத் திறக்க ஆரம்பித்திருந்தார்கள். ஒரு கடை முன்னால் நின்றான்.

கடைக்காரருக்கு நாற்பது வயதிருக்கும். நாலைந்து சர்பத் பாட்டில்கள். ஓர் உயரமான தளத்தில் மிக்ஸி இருந்தது. வயர்கூடைகளில் திராட்சைப் பழங்கள், அன்னாசிப் பழங்கள் வரிசையாய் நாலைந்து தொங்கிக்கொண்டிருந்தன. ஆள் அழுக்கு கைலியோடு திரிந்தார்.

இரண்டு ஊர்களிலும் பார்த்த அரக்க ஜனங்கள், தூக்க முழிப்பு, ரத்தங்கொடுத்த களைப்பு எல்லாம் சேர்ந்து திடீரென்று தான் பலமற்றுப் போனாய் நினைத்தான். ஒரு சாத்துக்குடி ஜூஸ் குடித்தால் தெம்பாயிருக்கும் போல இருந்தது. அந்தக் கடையில் சாத்துக்குடிப் பழங்களைக் காணோம். அடுத்த கடைக்குப் போகத் திரும்பியவனிடம் 'என்ன வேணும்?' என்றார் கடைக்காரர்.

கந்தர்வன் சிறுகதைகள் 115

"சாத்துக்குடி ஜூஸ்" என்றான்.

"இருங்க. டேய் பையா ஓடிப்போய் ஒரு டஜன் சாத்துக்குடி வாங்கிட்டு வாடா" என்று ரூபாய் நோட்டுக்களைக் கொடுத்துக் கடைப் பையனை அனுப்பினார். கடையை முழுதுமாய்ப் பரப்பிவைப்பதில் குனிந்து நிமிர்ந்துகொண்டிருந்தார்.

பையன் இரண்டு நிமிடங்களில் பழங்களோடு ஓடிவந்தான். பழங்களை நறுக்கி மிக்ஸியில் உரசி ஐந்து நிமிடத்தில் ஜூஸ் பண்ணி ஒரு பெரிய கிளாஸ் நிறைய ஊற்றி ஸ்ட்ரா போட்டு இவன் முன்னால் வைத்தார். குளிரக் குளிரக் குடித்தான். லேசாய்த் தெம்பு வருவது போலிருந்தது. தன்னைப் பற்றிய பெருமிதத்தில் பறக்க வேண்டும் போலிருந்தது. முழங்கையைப் பிரித்து ஊசி குத்திய இடத்தைத் தன்னையறியாமல் பார்த்தான். பையைத் திறந்து ரூபாய் நோட்டை எடுத்துக் கடைக்காரரிடம் நீட்டினான். இவன் முழங்கையை விரித்துப் பார்த்ததைக் கூர்மையாய் நோக்கிவிட்டுக் கடைக்காரர் கேட்டார்.

"ரத்தங் குடுத்தீங்களா."

"ஆமா"

"ரத்தங் கொடுத்தவங்க கிட்ட நான் ஜூஸுக்கு காசு வாங்கறதில்ல. வச்சிக்குங்."

அழுக்குக் கைலியோடு அந்தக் கடைக்காரர் அடுத்து எதையோ எடுத்து வைக்க கீழே குனிந்தார்.

~

திரு வேறு

எனக்கு ஏழு வயதிருக்கையில் தங்கச்சி தட்டிக்கட்டு அறை வீட்டில் பிறந்தது, ஒரு மாதத்தில் அம்மா கைப் பிள்ளையோடு திண்ணைப்புற அறைக்கு வந்தது. குழந்தை லேசாய் சிணுங்கி காலை உதைத்ததும் அம்மா குரலெடுத்துப் பாடத் துவங்கும்.

"என் கண்ணே உறங்கு
கானகத்து மானுறங்கு
யான் பொன்னே உறங்கு
பூ மரத்து வண்டுறங்கு"

அம்மா குரல், வீடு தாண்டி, தெருத் தாண்டி, கடல் மலையெல்லாம் தாண்டி, பூலோகம் முழுதையும் தொட்டுத் தடவிவிட்டு, ஆகாயத்திற்கும், பாதாளத்திற்கும் போய்க் கொண்டேயிருப்பது போல் சொக்கிவரும்.

அப்பாவோடு கூடப்பிறந்தவர்கள் ஐந்து பேர் அண்ணன் தம்பிகள். ஒரு சித்தப்பா மட்டும் குடும்பத்துடன் கொழும்பிலிருந்தார் மற்றவர்கள் ஒவ்வொருவருக்கும் ஐந்தாறு பிள்ளைகள். பெரிய சுத்துக்கட்டு வீட்டுக்குள் ஒரே அடுப்பு. நேரங்காலமில்லாமல் பெரியம்மா, சின்னம்மாக்களின் தாலாட்டுப் பாட்டுகள் பர்மா தேக்குகளிலிருந்த உத்தரங்களையும் உருகவைக்கும். சுற்றியுள்ள வீடுகளில் பெரியகருப்பன் கன்னம் வைத்து நாலு பவுன் சங்கிலி, அஞ்சு கோழி, ரெண்டு செம்பு என்று திருடிப்போனான். எங்கள் வீட்டிற்குப் பெரியகருப்பன் வந்ததேயில்லை. அதற்கு அப்பாவின் பெருமையும் திடமும்தான் காரணம் என்று அம்மாவும், வீட்டில் எல்லாப் பொம்பிளைகளும் சொன்னார்கள். பெரியகருப்பன் அகால நேரத்தில் வீடு நுழைந்து கோழிக் கூட்டுக்குள் கை வைக்க, அம்மா தங்கச்சிக்காய் தாலாட்டுப் பாட கோழிக் கூட்டுக்குள் கை விட்டபடியே உறங்கிக்கொள்ள வேண்டாமென்றுதான் இந்த

வீட்டிற்குள் வரவில்லையென்று படும். பங்குனி கடைசியில் கம்பளத்து நாய்க்கமார்கள், வண்டி நிறைய சாமான்களோடு சப்பாணி கோயில் பொட்டலில் வந்துஇறங்குவார்கள். அப்பாவை வந்துபார்ப்பார்கள். மூன்று நாட்களுக்குப் பின் வண்ணப் படங்கள் திரையில் தெரிய ஆட்டம் நடக்கும்.

கம்பளத்தார்கள் வண்டிகளில் வந்திறங்கிய நேரத்தில் பிரியமான விருந்தாளிகள் உயர்ந்த பட்சணங்களோடு வந்திறங்கியதுபோல் நினைத்து மனசு துள்ளும். காடு மேடாய் ஓடிச் சிரித்து விளையாடுவோம். கூத்து நடக்கும் நாட்களில், மத்தியானம் சாப்பிட்டதும் தூங்கச் சொல்லும் அம்மா. அப்படியானால்தான் ராத்திரி விடிய விடியக் கூத்துப் பார்க்கலாம். பிடித்து இழுத்துப் படுக்கப் போட்டாலும் சனியன் பிடித்த தூக்கம் வரவே வராது. மனசு குதித்துக்கொண்டே இருக்கும்.

அம்மா நிலக்கடலை வறுத்து எடுத்துக்கொள்ளும் மொச்சைப்பயறு, தட்டைப்பயறு அவித்து எடுத்துக்கொள்ளும். பாய்களும் செம்பில் தண்ணீரும் கொண்டு கூத்தில் உட்கார்வோம். மக்காக்கோலி திரையில் வருவான். பாட்டு ஆரம்பிக்கும்.

"ராம ராஜிப ரோஜிப ராஜிப
காணிக்க வருவான் ஜெய
வருவான்..."

மத்தளம், தம்பூரா, மரக்கட்டைத் தாளம் கூடச் சேரும். கால்வாசி தமிழும் முக்கால்வாசி புரியாத மொழியும் கலந்து பாட்டுக் கிளம்பும் அர்த்தம் புலப்படாமல் மயக்க வசப்படும் உடம்பு.

விழித்துப் பார்க்கையில் வெளிச்சம் வந்து வீட்டில் படுத்திருப்பது தெரிய வெட்கமாயிருக்கும். அம்மா சொல்லும்.

"நாலு பாட்டுக் கேக்கிறதுக்குள்ளே என்னடா ஒனக்கு இந்த தூக்கம் வருது. அடிச்சு அடிச்சுப் பார்ந்தும் எந்திரிக்கலை. போன வருசம் மாதிரி இந்த வருசமும் சித்தப்பாதான் ஒன்னைத் தூக்கிக்கிட்டு வீட்டுக்கு வந்தாக்"

மறுநாளும் அப்புறம் கூத்து முடிகிற வரையும் இந்த கூத்துதான்.

சித்திரை பாதியில் எருதுகட்டு நடக்கும். அன்று ராத்திரி எருதுகட்டுச் செய்க்குப் பக்கத்தில் பொட்டல் செய்யில் வில்லுப்பாட்டு நடக்கும். மத்தளத்தோடு ஒருவர், திறந்த தொந்தியில் கவிழ்த்த பானையோடு ஒருவர். வில்லைத் தொட்டுக் கண்ணில் ஒற்றி, கைகூப்பி கும்பிட்டு சண்முக தாய் பாட்டுப் பாடும்.

"வில்லடிக்க குடமடிக்க
குடமடிக்க...
வீரமணி ஓசையிட
ஓசையிட..'

திரௌபதையைத் துகிலுரியும் கட்டத்தில், சண்முக தாய் குரல் தழும்பத் தழும்பப் பாடிக்கொண்டிருக்கையில் திரும்பி அண்ணாந்தால் அம்மா தாரை தாரையாய்க் கண்ணீர் விட்டுக்கொண்டிருக்கும். மறுபடி பாட்டோடு ஒன்றியிருப்பது போலிருக்கும். மனசு திசைகளை மிதித்துக்கொண்டு பறக்கும்.

'எந்திரிப்பா. பொழுது விடிஞ்சிருச்சு' என்று அம்மா சத்தங்கொடுத்து வீட்டு ஆள்பத்தியில் விழித்து உட்காரையில் வெட்கமாயிருக்கும். எருதுகட்டுப் பொட்டலிலிருந்து யாரோ தூக்கிக்கொண்டு வந்து வீட்டில் தூங்கவிட்டிருப்பார்கள்.

கொழும்பிலிருந்து சித்தப்பா ஒரு கிராமஃபோன் பெட்டி அனுப்பியிருந்தார். ஒரு குழாயும், பூனையும் உள்ள படம் பெட்டிமேல், பூனை குழாயைவிட்டு நகர்ந்து என் மடியில் உட்கார்வது போல் தலை மேல் உட்கார்வது போல் நெஞ்சுக்குள் அகமாய் வந்து உட்கார்ந்துகொண்டது போலிருந்தது. அதுவே பாடகராகவும் கேட்பவராகவும் இரண்டுமாய்ச் சேர்ந்து ஒரு தெய்வம் போலவும் தெரிந்தது.

பெட்டி மேல் கை தடவ சுகமான சிறுசிறு தட்டுகள். உள்ளே வட்டமாய் பிளேட் வைக்குமிடத்தைச் சுற்றி கை தடவ வெல்வெட் சுகம். இன்னொரு பெட்டியில் இருபதுக்கு மேல் இசைத்தட்டுகள், ஒவ்வொன்றும் தனித்தனியாய் அழகான காகித உறைகளில்.

பெட்டி கொண்டுவந்த ஷேக் அப்துல்லா மூன்று நாட்களுக்கு வீட்டில் தங்கியிருந்தார். காலையில் அவர் எழுந்ததிலிருந்து நடந்த உபச்சாரங்களைப் போல் யார் வீட்டிலும் எப்போதும் இருந்திருக்காது. வேறு ஆளாயிருந்தால் மயக்கம் போட்டு விழுந்திருப்பார். வெந்நீர் போட நாலு பேர், குளிக்க கூப்பிட அஞ்சு பேர்.

பலகாரம் முடித்துத் திண்ணையில் கிராமஃபோன் பெட்டியை எடுத்துவைத்ததும் ஊரே கூடிவிடும். வலது ஓரத்தில் வெள்ளியைப் போலிருக்கும் பகுதியைக் கட்டை விரலால் ஷேக் தள்ள, சின்னக் கிண்ணம் போல் பாதி வெளிவரும். அதிலிருந்து ஊசி எடுத்து பாம்பு போல் வளைந்து கிடக்கும் வெள்ளிச் சுருட்டையில் சொருகி சாவி கொடுத்து உறைநடுவில் வட்டமாய் வெட்டிவைத்த பகுதியில் பாட்டுப் பெயர், பாடியவர் பெயர் பார்த்துத் தேர்ந்தெடுத்து ஷேக்

கந்தர்வன் சிறுகதைகள் 119

இசைத் தட்டைப் பூப்போல் எடுப்பார். வட்டத்தில் வைத்து வெள்ளிப் பாம்பை வளைத்து முள்ளைக் கூர்மையாய்த் தட்டி ஓடவிடுவார். ஒரு வினாடி சுற்றலுக்குப் பின் பாட்டு ஆரம்பிக்கும். அந்த ஒரு வினாடியிலும் மனசு பரபரக்கும். பாட்டு ஆரம்பித்ததும் வீடு வயல் வரப்புத் தாண்டி கண்மாய்க் கரையில் இலுப்பை மரத்தடியில் உட்கார்ந்தது போலிருக்கும். அங்கு வீசும் காற்றுக்கு இணையாக பூலோகத்தில் எங்கும் இதமாய் வீசுவதில்லை.

ஷேக் போனதும் அப்பா ஒருநாள் விட்டு, இரண்டு நாள் விட்டுத் திண்ணையில் வைத்துப் போடுவார்.

'ஜெயகிருஷ்ணா முகுந்தா முராரி...'

தியாகராஜ பாகவதர் எடுத்து மேலே கொண்டுபோவார் இத்தனை கட்டையில் பாடுகிறார் என்பார் அப்பா. குப்பு பிள்ளை மாமா 'ஆமா' என்பார்.

அம்மா வந்து எழுப்பும். கண்ணைத் துடைத்துப் பார்த்தால் கிராமஃபோன் பெட்டி உள்அறைக்குப் போயிருக்கும். அப்பா வயலுக்குப் போயிருப்பார். ஊர்ஜனம் வீடுகளிலும் வேலைகளிலும் திரியும். 'பட்டப் பகல்லெ இப்படியா தூங்குவே' என்று சொல்லும் அம்மா.

ராமச்சந்திரன் பிள்ளை வீட்டிற்கு ரேடியோ வந்து இறங்கிவிட்டதாகப் பயல்கள், பொம்பிளைகள் மத்தியில் அன்றைக்குப் பெரிய பேச்சாக இருந்தது. கூட்ட நெரிசல் தாங்காமல் பிள்ளை ஆள் வைத்து விரட்டுகிறார் என்றும் சொன்னார்கள். அன்று சாயங்காலம் ராமச்சந்திரன் பிள்ளை, ரேடியோவை வந்து பார்க்கவேண்டுமென்று அப்பாவிடம் கேட்டுவந்தார்.

சாப்பாடு முடித்து ராத்திரி எட்டு மணிக்கு அப்பா ராமச்சந்திரன் பிள்ளை வீட்டிற்கு ஜிப்பா, அங்க வஸ்திரத்தோடு புறப்பட்டார். இரண்டடி பின்னால் நானும் நடந்தேன். பெட்டியை அலமாரியில் வைத்திருந்தார்கள். பக்கத்தில் இன்னொரு சின்னப் பெட்டி.

பெட்டி நடுவில் பளபளவென்று வலைப்பின்னல்; வலது ஓரம் இரண்டு பூக்கள்போல வட்டமாய் மேலும்கீழும். அப்பா வந்து உட்கார்ந்ததும், "பக்கத்திலிருக்கிறது பேட்டரியா? என்றார். அப்பாவுக்கு எல்லாம் தெரிந்திருந்தது. அப்பாவை நினைத்தால் ஆச்சரியம் ஆச்சர்யமாயிருக்கும்.

ஒரு ஸ்டூல் மேலேறி நின்று ரேடியோவை பேட்டரியோடு சேர்த்தார் பிள்ளை. பிறகு வலது பக்கத்து மேல் பூவைத் திருகினார். பாட்டு சிந்தியது... முள்ளைத் திருகு என்றார் அப்பா,

"திருச்சி ஸ்டேஷனா அது? மெட்ராஸ் கெடைக்குதா பாரு. அது கொழும்பு ஸ்டேஷன்". முள்ளைத் திருகத் திருக அப்பா சொல்லிக்கொண்டேயிருந்தார். ராமச்சந்திரன் பிள்ளையைவிட அப்பா ரேடியோவை நிறைய தெரிந்துவைத்திருந்தார்.

கடைசியாய் திருச்சி ஸ்டெஷனில் முள்ளை நிறுத்தி அப்பா பாட்டுக் கேட்க ஆரம்பித்தார்.

'பதநி பதநி நிதப நிதப...' என்று சொல்லேயில்லாமல் பாடிக் கொண்டிருந்தது.

ஈஸிசேரில் சாய்ந்திருந்த அப்பாவைப் பார்த்தேன். விரல்களை எண்ணுவதுபோல் மடக்கி ஆட்டிக்கொண்டிருந்தார். தாளத்தை விரல்வழி வாங்கி விட்டுக்கொண்டிருக்கிறார் என்று பார்க்கப் பார்க்கப் புலப்பட்டது. வலது பாதம் சுதியோடு ஆடிக்கொண்டிருந்தது. அஞ்சு நிமிஷங்களாகியும் சொல் வரவில்லை.

'ஸரி ஸரி கம கம..., தான்.'

அப்புறம் சொற்களோடு பாட்டு வந்தபோதும் மொழி புலப்படவில்லை. அர்த்தம் பிடிபடவில்லை. இசை பிடிபட்டது. தாளம் நரம்புகளில் இறங்கியது. நானும் அப்பாவைப் போல விரல்களை மடக்கி விட ஆரம்பித்தேன். தரையில் சம்மணம் போட்டு உட்கார்ந்திருந்தவன், நீட்டி அமர்ந்து வலது காலை ஆட்டத் தொடங்கினேன்.

எதிரே பாடுகிறவர் முகம் தெரிவதுபோல் நினைத்து அப்பா பெட்டி வலைக்குள் கூர்ந்தும் நிலைத்தும் பார்த்து நிதானமாய் விரல் மடக்கியும் ஆனந்தமாய்ச் சாய்ந்து அசைந்தும் அனுபவித்துக் கொண்டிருந்தார். பிள்ளை வெற்றிலைத் தட்டோடு வந்தார். பின்னால் அந்த அத்தை செம்பில் தண்ணீர் கொண்டுவந்தது. நான் அப்பாவைப்போல் விரலை மடக்கியதை, காலை ஆட்டுவதைப் பிள்ளை பார்த்துவிட்டுச் சொன்னார். "சங்கீதம் தெரிஞ்ச ஆள் இந்தச் சுத்துவட்டாரத்தில் நீங்க மட்டுந்தான்னு நெனைச்சுக்கிட்டிருந்தேன். இப்போது இன்னோராளும் வந்திருச்சு." அப்பாவுக்குப் புன்சிரிப்பு.

அப்புறம் விடியற்காலையில் அம்மா வைதுகொண்டே எழுப்பியது. 'அந்த அண்ணன் காலையிலே பூரா ரேடியோ பெட்டியைத் தூக்கிக்கிட்டுத் திரிஞ்சாக, ராத்திரி ஒண்ணை தூக்கிட்டு வர்றாக்",

திருவுத்திரகோச மங்கையில் ஆருத்ரா தரிசனம். இந்தப் பகுதி முழுவதும் விசேஷம்: தாத்தா சொல்வார். "தரிசனம் கண்டவர்க்கு மறுஜனனமில்லை."

கந்தர்வன் சிறுகதைகள் 121

அன்று ராத்திரி கோவில் வாசலில் கச்சேரி நடக்கும். அப்பா வண்டி கட்டிப் போயிறங்குவார். கூட நான். கோட்டேந்தல் முதலாளி வீட்டில் பகல் தங்கல். முதலாளியும், அவர் சம்சாரமும் அப்பாவைத் தாங்குவார்கள்.

கச்சேரிக்குப் போகுமுன் சாப்பிடும் சாப்பாடு குறைவாயிருக்க வேண்டும். மோர் விட்டுக்கொள்ளக் கூடாது. ஒரு மடக்குக்கு மேல் தண்ணீர் குடிக்கக் கூடாது. இதையெல்லாம் கடைப்பிடிக்காவிட்டால் கச்சேரி நடுவில் எழுந்துபோக வேண்டியிருக்கும். கச்சேரி மனத்தில் லயிக்காது. இதையெல்லாம் அப்பா முதலாளிக்குச் சொல்வார். அப்பா என்ன சொன்னாலும் முதலாளிக்கு அது வேதம். அநேகமாய் அது புரியாது அவருக்கு.

கோவில் வாசலுக்குப் போய் அப்பாவுக்குப் பக்கத்தில் உள்ள நாற்காலியில் சாய்ந்து உட்கார்ந்து மேடையைப் பார்க்கப் பரவசமாயிருக்கும். பாடுகிறவரின் பட்டுவேட்டியும் சட்டையும் கியாஸ் விளக்கில் மின்னி மின்னிச் சுற்றும். மிருதங்கம், வயலின், தம்பூரா, மோர்சிங், பானை என்று ஒவ்வொருவரும் வித்தை காட்டுவார்கள். ரெண்டு பாட்டுப் பாடி முடியுமுன் மயங்கிக் கண் சொருகும். நாதம் அழகான குதிரையாய் மாறும். குதிரைக்கு இறக்கைகள் முளைக்கும். மேலேறிப் பறந்து ஆகாயத்தில் சஞ்சரிப்பது போலிருக்கும். விடியற்காலையில் முதலாளி சம்சாரம் எழுப்பும். "விடிய நாலுமணி வரை முழிச்சுக் கச்சேரி கேட்ட அலுப்பு தம்பிக்கு. தூங்கட்டும்ணு விடலாம்னா அப்பா வண்டியைப் பூட்டு இப்பவே ஊருக்குப் போகணும்ங்கிறாக" கால் நகக்கண் வரை வெக்கம் பாயும். அப்பாவுக்குப் புன்சிரிப்பு.

பரமக்குடியிலிருந்து ஒன்றுவிட்ட மாமா பக்கத்து வீட்டிற்கு வந்திருந்தார். அவரும், அப்பாவும் ஒரு காலத்தில் பர்மாவில் ஒன்றாயிருந்தவர்கள்.

அன்றைக்கு ராத்திரி மாமாவுக்கு எங்கள் வீட்டில் சாப்பாடு. பழைய கதைகளைப் பேசிக்கொண்டே சாப்பிட்டு முடிய ஒருமணி நேரமானது. வெற்றிலை போட்டு முடிந்ததும் அப்பா கேட்டார். "அத்தான் அந்தக் காலத்தில் எப்பிடிப் பாடுவீக. கடையைப் பூட்ட ராத்திரி எத்தனை மணியானாலும் சாப்பிட்டும் நீங்க ஒரு பாட்டாவது பாடாம இருந்ததில்லை. அதிலெயும் இந்தியாவிலெருந்து காயிதம் வர்ற அன்னிக்கி நாலஞ்சு பாட்டுனு போய்க்கிட்டேயிருக்கும். ஓங்க பாட்டைக் கேட்டாத்தான் அப்ப எனக்குத் தூக்கம் வரும்னு ஒரு

பழக்கமே வந்திருச்சு. இன்னைக்குப் பாடுங்க. கேக்கிறப்பவே நான் ரெங்கோனுக்குப் போய்வந்துறேன்."

மாமா பாடினார். பெரிய மடை வாய்க்காலில் கறந்த பால் கரை தொட்டு ஓடுவது போலிருந்தது. வாசலிலிருந்த வேப்ப மரத்து இலைகளும் கிளைகளும் இறக்கைகளாய் மாறின. நான் வேப்ப மர உச்சியில். மரம் தேசம் தேசமாய்ப் பறந்தது.

மறுநாள் விடிய மாமா ஊருணிக்குக் குளிக்கப் போகையில் திண்ணையில் அப்பாவுக்குப் பக்கத்தில் வந்து உட்கார்ந்தார். அப்பா கண் கலங்கி சொன்னார்: "அத்தான் ராத்திரி நீங்க பாடி வரும்போது கவனிச்சியளா, பழைய ஞாபத்தில் ரெண்டு தடவை தூங்கி முழிச்சுட்டேன்."

பணிவாசலில் சொந்தக்காரர் வீட்டுக் கல்யாணம். விடியுமுன் எழுந்து வண்டி கட்டிப் போயிருந்தோம் பத்தலில் கல்யாணம்.

வலது பக்கத்துத் திண்ணையில் வாத்தியக்காரர்கள் உட்கார்ந்து வாசித்தும், கொட்டியும் மனசுகளில் கிடந்த கவலைகளை ஆசைகளை குரோதங்களை மறக்கடித்து, தலைகளை ஆட்டவைத்துக் கொண்டிருந்தார்கள்.

இடது பக்கத்துத் திண்ணையில் அப்பா சாய்ந்துகொள்ள இரண்டு பட்டுத் தலையணைகள் போட்டிருந்தார்கள். திருப்பூட்டு சமயத்தில் எழுந்துபோய் அட்சதை தூவிவிட்டு மறுபடி சாய்ந்து வாசிப்பு கேட்டார்.

அப்பா ஒவ்வொரு ராகமாய்ப் பாடச் சொல்லச் சொல்ல நாயனக்காரருக்கு ஏக சந்தோஷம். அப்பா கண் மூடியும் எதிர்த் தூணில் பார்வையை நிறுத்தியும் லயித்துக்கிடந்தார். சாப்பாடு முடிந்து வண்டிக்குப் போகையில் மொய் பத்து ரூபாய் செய்துவிட்டு நாயனக்காரர் கையில் இருபது ரூபாயைக் கொடுத்துவிட்டுப் புறப்பட்டார்.

அப்பா இறந்த அன்று பதினெட்டு கிராம ஜனம் கூடி நின்றது. உறுமியும், தப்பும், வாங்கும் செட் செட்டாய் ஏழெட்டு இடங்களில் வட்டமாய் நின்று அடித்துப் புழுதி கிளப்பினார்கள். அழுகையும், உறுமியும் சேர்ந்து பீதியைக் கிளப்பியது. அப்பா விரல்கள் அப்போதுதான் தாளத்திற்கு மடங்கி எழவில்லை. ஒரு நாதஸ்வரக் கச்சேரியோ, பாட்டுக் கச்சேரியோ வைத்திருந்தால் அப்பா விரல்கள் ஒருவேளை மடங்கி எழும் என்று தோன்றியது.

தனக்கால் வீட்டுக் கல்யாணத்திற்கு கீழக்கரையிலிருந்து ஸ்பீக்கர்ஸெட் வந்திறங்கியது. காலையிலிருந்து ரெண்டு நாளைக்குப்

பாட்டு கேட்கலாம். காளாஞ்செய் வயலில் காய்ந்து கிடக்கிறதென்று சொல்லித் தண்ணீர் பாய்ச்ச போகச் சொன்னது அம்மா.

"மம்பட்டி உசரத்தில மம்பட்டி தூக்க வேண்டியாயிருச்சே" என்று அழுதுகொண்டே போகச் சொன்னது.

மம்பட்டியைத் தூக்கித் தோளில் வைத்துக்கொண்டு தனக்கால் வீட்டுக்கு வந்தேன். பந்தல் கால் மேலேறி ரெண்டு குழாய்களைத் தெற்குப் பார்த்தும் மேற்குப் பார்த்துமாய்க் கட்டிக்கொண்டிருந்தான் ஓர் ஆள். இந்த இரண்டு திசைகளுக்குக் குழாய்களைக் கட்டிவிட்டால் ஊர் முழுதும் பாட்டுக் கேட்கும். காளாஞ்செய் வயல் வடக்கே கிடக்கிறது.

மம்பட்டியை இறக்கி வைத்துவிட்டு மேலே பார்த்து, "அண்ணே, ஒரு குழாயை வடக்கே பாக்கக் கட்டுங்கண்ணே" என்றேன். மேலே நின்றவன் அதிசயமாய் என்னைப் பார்த்தான்; அப்புறம் வடக்கே பார்த்தான். நாலு வீடு தள்ளி வயல்கள் ஆரம்பித்து காடு கரையாய்த் தெரிந்திருக்கும். ஆனாலும் அடக்கிக்கொண்டு "ஏம்ப்பா வடக்கே பார்த்துக் கட்டச் சொல்றே?" என்றான். "நான் இன்னைக்குப் பூராவும் வடக்கே போய் வயல்ல நின்னு தண்ணி பாச்சனுமேணே" என்றேன். திரும்பி கயிற்றைக் கட்டிக்கொண்டே "போடா பேப்பயலே" என்றான்.

அப்பா இருந்திருந்தால் வடக்கே பார்த்து நாலு குழாய்கள் கட்டியிருப்பார்கள் கல்யாண வீட்டுக்காரர்கள். மனசு வெந்து வந்தது. ஒற்றைப் பக்கத்துக் கண் ரொம்ப துடித்தது. அன்றைக்கிலிருந்துதான் வயற்காடுகளிலும் மரங்களடர்ந்த சோலைகளிலும் ஆளில்லா இடங்களிலும் அர்த்த ராத்திரிகளிலும் நின்று நானே பாட ஆரம்பித்தேன்.

சைக்கிள் எடுத்து ராமநாதபுரத்துக்குப் பதினைந்து மைல் மிதித்துப் போய் முதல் ஆட்டம், இரண்டாம் ஆட்டம் பார்த்துவிட்டு வரும்போது சினிமா பாட்டுப் புத்தகங்களை வாங்கி வந்தேன்.

பாடப் பாடக் கும்மாளமாயிருந்தது. தொண்டைக்குள் நிறுத்தி எந்தப் பாட்டையும் மனசோடு பாடுகையில் சினிமாவில் பாடியவரையும் விட சுருதி சுத்தமாக இருந்தது. தொண்டையை விட்டு வெளியே வரும்போது ராகம் அந்த அளவு சுத்தமாயில்லை என்பதுபோல் தோன்றியது.

ஒருநாள் சாயங்காலம் நடராசனோடு ஊருணிக்கரை வழியாய் பாடிக் காட்டத் தோன்றியது.

நடராசன் எனக்குச் சித்தப்பா மகன். ஒரே வயது. எதையும் நேருக்கு நேர் பேசிவிடுவான். "நடராசா நான் இப்ப நல்லாப் பாடுறேன்டா. ஓங்கிட்ட பாடிக் காட்டணும்ம்னு ஆசையாயிருக்கு" என்றேன். எதையோ யோசித்துக்கொண்டே வந்த நடராசன், திரும்பி முகம் நிறைய சிரித்து, "சரி இன்னைக்குப் பாடிரு" என்றான்.

ரெண்டு நிமிடம் எந்தப் பாட்டென்று யோசித்துக்கொண்டே நடந்தேன். 'ஹூம்' என்றேன். அவன் சம்மதம் தர அஞ்சு நிமிஷத்துக்கு மேல் மலை ஏறி இறங்கினேன்.

பாடி முடித்து வெகுநேரம் பேசாமல் நடந்துகொண்டிருந்தான் நடராசன். வெடுக்கென்று கேட்டேன்.

"பாட்டு எப்பிடி இருந்துச்சு?"

"தப்பா எடுத்துக்க மாட்டியே"

"இல்ல சொல்லு"

"பாட்டு ஒனக்கு வராது. இனிமே யாரு முன்னாலெயும் பாடாதே." அன்று ராத்திரி தூக்கமில்லை. புரண்டு புரண்டு படுத்து நடுராத்திரியில் ஒரு ஞாபகம். அப்பா பாடிப் பார்த்ததேயில்லை; கேட்டதேயில்லை.

அப்புறம் திருவுத்தரகோச மங்கை கச்சேரிகள். எருது கட்டு வில்லுப் பாட்டுகள், அப்பாவின் மடங்கி எழும் விரல்கள் ஞாபகம் வர அடித்துப் போட்டாற்போல் தூங்கியிருக்க வேண்டும். விடிந்ததும்தான் தெரிந்தது.

~

விதிகளுக்கப்பால்...

ஆறு மாதங்களுக்கு முன்வரை இந்த அலுவலகத்தின் இரும்புக் கதவு கூட ராமன் சார் வரும்போது நடுங்குவது போலிருக்கும். குப்பை தூசியெல்லாம் பறந்து போயிருக்க வேண்டும்.

ராமன் சார் இந்த அலுவலகத்தில் ஓர் உதவியாளர்தான். ஆனால், உட்கார்ந்திருந்தது சிம்மாசனத்தில். பதினொரு வருஷமாய் ஒரே சீட்டில் உட்கார்ந்திருந்தார். நூற்றி நாற்பத்திரெண்டு பேர் வேலை பார்க்கும் இந்த மாவட்ட அலுவலகத்திற்கும், பதினொரு தாலுகாக்களிலும் உள்ள நூற்றிப்பத்துப் பேருக்கும் இன்க்ரிமெண்ட் போடுவது, லீவ் சேங்ஷனுக்கு எழுதிவைப்பது முதல், இன்ன ஊரில் இன்ன சீட்டில் இன்னார் வேலை செய்யலாமே என்று நிர்ணயித்து ஆணை எழுதிவைக்கும் எஸ்டாபிளிஷ்மெண்ட் அசிஸ்டெண்ட்.

காலை எட்டரை மணிக்கெல்லாம் ராமன் சார் ஆபீசுக்கு வந்து விடுவார். அவர் மேசையில்தான் வருகைப் பதிவேடு கிடக்கும். அவருக்கு முன்னால் நின்றுதான் எல்லா ஊழியர்களும் கையெழுத்திட வேண்டும். 'வணக்கம் சார்' என்று சொல்லி வரும் ஒவ்வொருவருக்கும் பேனா கையைப் பாதிக்கு உயர்த்திவிட்டு எழுதிக்கொண்டிருப்பார். பயமும் மரியாதையுமாய் நின்று கையெழுத்திட்டுப் போவார்கள்.

ஒன்பதே முக்காலுக்கு விதிப்படி அலுவலகம் இயங்கத் துவங்கவேண்டும். அந்த நேரம் வந்ததும் பேனாவை மேசைமேல் வைத்துவிட்டு வருகைப் பதிவேட்டை மூடப்போகும்போது ஓர் ஊழியர் தலைவிரி கோலமாக ஓடிவந்து கையெழுத்திட நிற்பார். மூக்குக் கண்ணாடியை மேலே தள்ளி விட்டுக்கொண்டு அந்த ஊழியரை ராமன் சார் ஒரு பார்வை பார்ப்பார். 'நீயெல்லாம் ஒரு மனுஷன் உனக்கெல்லாம் ஒரு அரசாங்க உத்தியோகம்'! என்பது போலிருக்கும்.

ராமன் சாரின் சீட் அதிகாரியின் தள்ளுகதவிற்கு அருகில். அதிகாரியைப் பார்க்கப்போகிற எந்த ஊழியரும் வெளியாளும் ராமன் சாரிடம் காரணத்தைச் சொல்லாமல் உள்ளே நுழைய முடியாது. என்பது சதமானம் அவராலேயே பைசல் செய்யப்பட்டுவிடும். மீறி உள்ளே நுழைந்து அதிகாரியிடம் ஏதேனும் குறை சொன்னால், 'போய் ராமன் சாரைப் பாருக்க' என்பார் அவர்.

வாலாஜாவிலிருந்து செங்கற்பட்டுக்கு மாற்றல் வேண்டுமென்று மன்னார் மூன்று வருடங்களாய்க் கேட்டுப் பார்த்தார். கிடைக்காத ஆத்திரத்தில் 'ராமன் சார்' என்கிற பெயரை கோபத்தில் 'ராமன்' என்று குறிப்பிட்டுப் பேசியதை ராமன் சாரே கேட்டுவிட்டார்.

இதைத் தெரிந்துகொண்ட மன்னார் அவர் காதில் விழும்படி பல ஆயிரம் சார் சேர்த்து ஜெபித்துப் பார்த்தார். ராமன் சார் அசைய வில்லை. ஒருநாள் மன்னாருக்கு ஆவேசம் வந்து எல்லோரையும் தள்ளிவிட்டு அதிகாரியின் அறைக்குள் நுழைந்து மாற்றல் கேட்டு இரைச்சல் போட்டார். ராமன் சாரைப் பற்றித் தாறுமாறாய்ப் புகார்களை அடுக்கினார். பொறுமையின்றிக் கேட்டுவிட்டு அதிகாரி கோபமாய்ச் சொன்னார்: 'சரி சரி போய் ராமன் சாரைப் பாருங்க.'

அப்புறம் மன்னார் ரெண்டு வருசங்களுக்குத் தொடர்ந்து வெகு தூரத்திலிருந்த ஒரு கோவிலுக்குப் பாதயாத்திரை போய்விட்டு அப்புறம் அதையும் நிறுத்தினார். ராமன் சார் அதே மூக்குக் கண்ணாடியோடு அதே சீட்டில் உட்கார்ந்திருந்தார்.

பன்னிரண்டு மணிக்கு யாரையாவது ராமன் சார் கூப்பிட்டனுப்பினால் கால் பின்னித்தான் அந்த ஆள் ராமன் சார் சீட்டிற்கு வந்துநிற்பார். அந்த நேரம், தபால் பிரித்து அதிகாரியின் பார்வைக்குப் பின் ராமன் சார் மேசையிலிருக்கும் நேரம். கூப்பிடப்பட்ட ஆளுக்குத் தன் மேலோ, தன் வேலையின் மேலோ என்ன வம்பு தபாவில் இருக்கிறதோ என்று பயம்.

அந்த நேரங்களில் ராமன் சாரைப் பார்க்கும்போது, இரவு அகால நேரத்தில் இருளடைந்து கிடக்கும் ஒரு பெரிய பங்களா முன் நிற்கும்போது ஏற்படும் திகில் வரும். மேலேயிருந்து வந்திருக்கும் ஒரு கடிதத்தை உருவி. வந்தவர் முன் போடுவார். 'இன்னிக்கு சாய்ங்காலம் பதில் எழுதி வைங்க' என்பார் ராமன் சார். பழைய ரெக்கார்டுகளைத் தேடி ஏழு இடங்களில் கூட்டல் தொகை சரிபார்த்து எழுதிவைக்க வேண்டிய கனமிருக்கும் கடிதத்தில்.

"குறைஞ்சது ஒரு வாரமாவது வேணுமே" என்று ஆரம்பித்தால் "சரி, அப்படியே அதை வைச்சுட்டுப் போங்க. நான் பதில் எழுதி வைச்சுடறேன். ஆபீசர் இன்னிக்கே வேணும்னுட்டார்" என்பார்.

அதிகாரி வெளியில் ராமன் சார் சீட்டில் உட்கார்ந்திருப்பது போலவும், ஓர் உதவியாளர் உள்ளே அதிகாரி சீட்டில் இருப்பது போலவும் அந்த நேரங்களில் தோன்றும்.

மாலையில் அதிகாரி வீட்டிற்குப் புறப்படும்போது ராமன் சார் அவரோடு வாசலுக்கு வருவார். அந்தச் சமயங்களில் எப்போதாவது ராமன் சார் திரும்பிப் பார்ப்பார். அந்த செக்ஷன் சூபரின்டெண்டெண்ட் உட்பட ஐந்து உதவியாளர்களும், அலுவலகத்திலுள்ள எட்டு பியூன்களும் இரண்டு வாட்சுமென்களும் நிற்கவேண்டும். ஒரு நாள் பியூன் பாபு அந்த ஒரு நேரத்தில் டீ குடிக்கப் போய்விட்டான். விநாடிப் பார்வையில் ராமன் சார் பார்த்துவிட்டார். மறு நாள் அவன் லபோ லபோ என்று கதறிக்கொண்டே மதுராந்தகத்திற்கு மாற்றலில் போகவேண்டியதாயிற்று.

ராமன் சார் செக்கூனுக்கு ஒரு சூப்பரிங்டெண்டெண்ட் உண்டு. ராமன் சார் அவருக்குக் கீழே வேலை பார்த்தார் என்று பெயர்தான். முக்கால்வாசி ஃபைல்களை அதிகாரியிடம் நேரிலேயே கையெழுத்து வாங்கிவிடுவார் ராமன் சார். உப்புச்சப்பில்லாத சில ஃபைல்கள் மட்டும் சூப்பரிடெண்டெண்ட் மூலம் போகும்.

ராமன் சார் எழுதியதற்கும் மேல் மெத்த படித்தவராய். நினைத்துக் கொண்டு வேறு விதிகளையும், வேறு வாக்கியங்களையும் ஒரு சூப்பரின்டெண்டெண்ட் எழுதினார். ஆறு ஃபைல்கள்தான் அவர் பார்த்தார். அப்புறம் அவர், அலுவலகத்தில் குப்பை செக்கூன் ஒன்றுக்குப் போகவேண்டியதாயிற்று.

ராமன் சார் ஃபைல்களில் எழுதுகிற நேரத்திற்கு அதிகமாகவே, வருகிற அரசாணைகளையும், விதித் திருத்தங்களையும் படித்துக் கொண்டிருப்பார். பல இலாகாக்களின் ஜாம்பவான்கள் வெகுநேரம் காத்திருந்து சிக்கலான சில எஸ்டாபிலிஷ்மெண்ட் விஷயங்களைக் கேட்டுக்கொண்டும், கற்றுக்கொண்டும் செல்வார்கள். பல அரசாணகளின் எண்களையும், தேதிகளையும் அவர் மனப்பாடமாய்ச் சொல்வதைக் கேட்டு யாருக்கும் பிரமிப்பு வரும். இந்த அலுவலகத்திலும் சிலர் ராமன் சார் மேல் பொறாமைகொண்டு அரசாணகளையும், கத்தை கத்தையாய் இருக்கும் விதித்தொகுப்புகளையும் படித்து மேதாவியாகப் பார்த்தார்கள். குறி பிசகி வேறெங்கோ போய் வரட்டு வாதம்தான்

பண்ணமுடிந்தது அவர்களால். ராமன் சாரின் துல்லியம் யாருக்கும் வரவில்லை.

இரவு எட்டு மணிக்குத்தான் அலுவலகத்தை விட்டுக் கிளம்புவார். நாலைந்து ஃபைல்களை ஒன்றாய் கட்டி மேசை மீது வைத்து டிராயரைப் பூட்டுவார். வராந்தாவிலுள்ள அவருடைய சைக்கிள் கேரியரில் அந்த ஃபைல் கட்டைக் கொண்டுபோய் வைப்பான் ஒரு பியூன்.

ராமன் சாருக்கு அரசாணைகள், விதித்தொகுப்புகள், அதிகாரிகளின் சொந்தநலன், அலுவலக நலன்களுக்கப்பால் பிடித்தமானது ஏதாவ துண்டா என்பதைப் பற்றி ஊழியர்கள் ரகசியமாய் விவாதிப்பதுண்டு. அப்படி ஒன்றைக் கண்டுபிடிக்க அநேகர் முயற்சிகளும் ஆராய்ச்சிகளும் மேற்கொண்டார்கள். ஒன்றுமே அகப்படவில்லை.

இளம்பிராய மனசில் வெளியே சொல்லமுடியாத மாதிரி ஏதாவது காயம் பட்டிருக்கலாம் என்பது சிலரின் ஊகம். அவருக்கு நடந்த கல்யாணம் அவருக்கு இஷ்டமில்லாமல் நடந்ததென்று அவருடைய தூரத்து உறவினர் ஒருவரை விசாரித்துத் தெரிந்துகொண்டதாய் ராமசுப்பிரமணியம் சொன்னார். குடும்பத்தோடு தெருவில் நடந்ததாக, தியேட்டரில் பார்த்ததாக, பஸ்சில் ஏறியதாக யாரும் இதுவரை சொல்லவில்லை. அவர் வசிக்கும் தெருவில் குடியிருக்கும் ரெவின்யூ இன்ஸ்பெக்டர் பெருமாள் ஒருமுறை சொன்னார்: "அந்த வீட்டிற்கு வேறு ஜனம் வருவதில்லை. ஒரு சத்தம் அந்த வீட்டில் கேட்டதில்லை."

இந்த அலுவலகத்தில் வந்துசேரும் அதிகாரிகளைத் தவிர, ராமன் சாருக்கு நெருக்கமானவர்கள் வேறு யாருமில்லை. மாற்றலாகிப்போன அதிகாரிகளிடம் இருந்து பச்சை மையில் எழுதிய கடிதங்கள் அவ்வப்போது ராமன் சாருக்கு வரும். அவர்களின் குடும்பங்கள், நண்பர்கள், உறவினர்கள் இந்த ஊருக்கு வருவார்கள். ராமன் சாரின் செல்வாக்கில் கார் போகும்; பியூன்கள் சேவகம் செய்ய ஓடுவார்கள். கார் கோவில், குளம், ஊர் சுற்றிவரும். ராமன் சார் ரயிலேற்றப் போவார். நன்றி சொல்லிப் பச்சை மையில் மறுபடி கடிதம் வரும்.

ஒரு வருடம் முன்னால் ரெங்கராஜன் ஓர் உதவியாளராக சென்னையில் இருந்து மாற்றலாகி இந்த அலுவலகத்திற்கு வந்தான். முழங்கால் வரை ஒரு பனைமரத்தில் பாதி உயரம். பிடரி தாண்டிச் செழித்த முடி. ராமன் சாருக்கு அவனைப் பார்த்ததுமே பிடிக்கவில்லை. தூங்கிக்கொண்டிருந்த யூனியன்களைத் தட்டி

கந்தர்வன் சிறுகதைகள் 129

எழுப்பினான். அது ராமன் சார் காலடியில் கிடந்தது அதுவரை. குட்மார்னிங், வணக்கம் போடுவதில் இது ஆரம்பித்தது.

நாம் குட்மார்னிங் சொல்கிறோம். நிமிர்ந்து முழுக் கையையும் தூக்கி குட்மார்னிங் சொல்லாத ஆளுக்கு எதுக்காக தினமும் குட்மார்னிங் சொல்லவேண்டும்? முதலில் இது ஒரு மோசமான கலாசாரம். அப்புறம் நாம் வேறு. அவர் சார்ந்த நிர்வாகம் வேறு என்று பிரித்து அப்படியே காலம் பூராவும் வைத்துக்கொள்ள நினைக்கும் சதி.

நாம் அடிமைகளுமில்லை; மிஸ்டர் ராமன் தம்மைவிட உயர்ந்த ஓர் அதிகாரியுமில்லை நாளையிலிருந்து யாரும் அவருக்கு குட்மார்னிங் சொல்லவேண்டாம் என்றான் ஒருநாள்.

மறுநாளே நாற்பது பேருக்கு மேல் ராமன் சாருக்கு குட்மார்னிங் சொல்லவில்லை. எப்போதும் பாறை போல் முகத்தை வைத்திருக்கும் ராமன் சார் முகத்தில் கறுப்பு தெரிந்தது. பேனாவைத் திறந்துவைத்துக் குனிந்து எழுதாமலேயே பத்து நிமிடங்களுக்கு மேல் உட்கார்ந்திருந்தார். பன்னிரண்டு மணிக்குள் இரண்டு தடவை பாத்ரூமுக்குப் போய்வந்தார்.

ராமன் சார் செக்ஷனுக்கு ஒரு செக்ஷன் தள்ளி ரெங்கராஜன் வேலை பார்க்கும் செக்ஷன். அலுவலக நேரம் முடிந்தும் வேலையிருக்கும். பலரும் எழுதிக்கொண்டிருப்பார்கள். இந்த நிகழ்ச்சி நடந்த மறுநாள் மாலை ஏழு மணி இருக்கும். ரெங்கராஜன் ஒரு ஃபைலை எடுத்து எழுதப் போகுமுன் மென்மையாய் ஒரு பாட்டுப் பாடினான். கேட்டதும் மனசை இழுக்கும் குரல். ஆங்காங்கே உட்கார்ந்து வேலை செய்துகொண்டிருந்தவர்கள் வேலைகளை நிறுத்தி கண்கள் செருக்க கேட்டுக்கொண்டு இருந்தனர்.

ஒரு பியூன் ரெங்கராஜனிடம் வந்து "ராமன் சார் பாட்டை நிறுத்திட்டு வேலையைக் கவனிக்கச் சொன்னார்" என்றான்.

பாட்டில் ஒன்றியிருந்த ரெங்கராஜன் மோனம் கலைந்தான். ஒரு நிமிடம் சுற்றிலும் பார்த்தான். எல்லோரும் பாட்டில் லயித்திருந்தார்கள். பிறகு பியூனைப் பார்த்துச் சொன்னான்: "ஆபீஸ் நேரம் முடிஞ்சிருச்சுன்னு போய் சொல்லு மிஸ்டர் ராமன்ட்ட."

சிறிது நேரங்கழித்து ரெங்கராஜனும் மற்றவர்களும் பார்க்க ராமன் சார் ஃபைல்களைக்கூட எடுத்துக்கொள்ளாமல் வெளியேறினார். அன்றுதான் ஏழு மணிக்கே அவர் ஆபிசை விட்டு வெளியேறியது.

தொடர்ந்து மறுநாளும் ஏழு மணிக்கெல்லாம் ரெங்கராஜன் பாடிக்கொண்டே வேலை பார்க்க, உடனேயே ராமன் சார் ஆபீசை

விட்டு வெளியேறினார். அன்று சொன்னான் ரெங்கராஜன்: "மிஸ்டர் ராமனுக்கு சர்க்கார் விதிகளுக்கும், சங்கீதத்துக்கும் இடையேயுள்ள வித்தியாசம் பிடிபட ஆரம்பிச்சிருச்சு."

ரெங்கராஜனை மாடி செக்ஷனுக்கு மாற்றி ஓர் ஆணையை எழுதி அதிகாரியின் கையெழுத்துக்கு அனுப்பினார் ராமன் சார். அதிகாரி ரெங்கராஜனைக் கூப்பிட்டு விசாரித்தார். ராமன் சார் இதை எதிர்பார்க்கவில்லை. முகம் ஒரு மாதிரியாகிவிட்டது. ரெங்கராஜன் அதிகாரியிடம் சொன்னான். "நீங்க நாளைக்கு காலையிலே மாத்துங்க, நாளைக்கு மாலையில அதுக்கு பலனிருக்கும்."

அப்புறம் ராமன் சார் மூன்று தடவைக்கு மேல் அந்த ஃபைலை எடுத்துக்கொண்டு உள்ளே போய்வந்தார். ஒருவழியாய் மாலை ஐந்து மணிக்கு ரெங்கராஜன் மாடி செக்ஷனுக்கு மாற்றி ஆணை தரப்பட்டது. அவனைச் சுற்றிக் கூட்டமும் சத்தமுமாயிருந்தது. காலையில் முதலில் ராமன் சாரும், அப்புறம் அதிகாரியும் பார்த்தது ஓர் அழகான பொம்மையின் படம். அரை ஆள் உயரத்தில், கீழே 'அதிகாரி' என்று எழுதி, அப்புறம் அகலவாட்டில் உறுமும் புலியின் படம். கீழே 'மிஸ்டர் ராமன்' என்றெழுதி, நாலைந்து பழைய கோரிக்கைகளையும் சேர்த்து 'ரெங்கராஜனை மாற்றாதே' என்று காது கிழிபட வாசலில் ஆர்ப்பாட்டம். ஆர்ப்பாட்டம் நடக்கையில் இரண்டு தடவை ராமன் சார் ஆபீசர் ரூமுக்குள் போய்வந்தார்.

ஆர்ப்பாட்டம் முடிந்ததும் அதிகாரி ரெங்கராஜனைக் கூப்பிட்டு அனுப்பினார். அவன் மூன்று பேரோடு உள்ளே போனான். வெகுநேரம் விவாதம் நடந்தது. ரெங்கராஜன் கடைசியாய் சொன்னான்: "மிஸ்டர் ராமன் பிரதமரானால் எம். எஸ். சையே நாடு கடத்துவார்".

ரெங்கராஜன் வெளியே வரும்போது சிரித்துக்கொண்டே வெளியே வந்தான். படங்கள் சுருட்டப்பட்டன. ராமன் சார் உள்ளே போய்விட்டு வந்தார். முகம் கைகாலெல்லாம் வேர்த்து வேர்த்து வந்தது ராமன் சாருக்கு. தபால் பார்க்கவில்லை பேனாவை எடுத்து ஒரு வரி எழுதவில்லை எதிரேயிருந்த சுவரையே பார்த்துக்கொண்டிருந்தவர் நாற்காலியில் சாய்ந்து படுத்தார். மேலே உத்தரத்தையே பார்த்துக் கொண்டிருந்தார்.

ஒருமணி நேரம் கழித்து எழுந்து வெளியே போனார். மறுநாள் காலையில் வந்தார். தனக்குத்தானே பேச ஆரம்பித்தார். அதிகாரி என்ன சொன்னாரென்று யாருக்கும் தெரியவில்லை. ஆளுக்கொரு

கந்தர்வன் சிறுகதைகள் 131

விதமாய்ப் பேசினார்கள். ரெங்கராஜன் மாடி செக்ஷனுக்குப் போட்ட ஆணை ரத்தாகிவிட்டது என்பது மட்டும் சலசலப்போடு பரவியது.

திடீரென்று ராமன் சார் அலுவலகத்திற்கு வரவில்லை. வீட்டிலேயே இருந்தார். அவர் மனைவி அழுதுகொண்டேயிருப்பதாய் ரெவின்யூ இன்ஸ்பெக்டர் பெருமாள் சொன்னார்.

சில நாள் கழித்து ராமன் சார் வீட்டினுமில்லை என்று தகவல் வந்தது. ஒரு மாதங்கழித்து ஒருநாள் திடீரென்று அலுவலகத்திற்கு வந்து அவர் சீட்டில் உட்கார்ந்துகொண்டார். அலுவலகமே திரண்டு வேடிக்கை பார்க்க அவர் ஃபைல்களைப் பிரித்துப் படிதுக்கொண்டேயிருந்தார். மெல்ல அவரை இழுத்து அழைத்துக்கொண்டு அவர் வீட்டிற்குப் போனேன்.

அன்றுதான் அவர் வீட்டைப் பார்த்தேன். ஆயிரம் உயிர்களின் ஆர்ப்பரிப்போடிருந்தவரின் வீடு உயிரற்றுக் கிடந்தது. ஒரு பெண்ணுக்குப் பத்து வயசிருக்கும். ஒரு பெண் ஐந்து வயசில் நின்றாள். அந்த அம்மாளை ஒடித்துக் கூடையில் வைத்துவிடலாம்.

இரண்டு மாதங்கழித்து அவர் மைத்துனன் வாலண்டியர் ரிடையர்மெண்டுக்குக் கையெழுத்து வாங்கிக் கொடுத்து இன்று அவருக்குப் பென்ஷனும் கிராஜுட்டியும் வாங்கிக் கொடுக்க வேண்டும். பில் தயாராகிப் பாஸ் பண்ணி பேங்க்கிற்குப் போய்விட்டது. நிறைய தொகை வரும். பணம் வாங்கி வீட்டில் கொண்டுபோய் சேர்த்துவிட்டு வரச்சொல்வி அதிகாரி சொல்லியிருந்தார்.

அறுபத்தாராயிரம் ரூபாய். கட்டுகளாய் வாங்கி ஒரு மஞ்சள் பையில் போட்டு அவரிடம் கௌண்ட்டருகே கொடுத்தேன். அவரோடு வீட்டிற்கு நடக்க ஆரம்பித்தேன்.

கடைவீதி வந்ததும் ஒரு சந்திற்குள் விடுவிடுவென்று நடந்தார். என்ன செய்ய காத்திருக்கிறாரோ என்று நானும் பின்னாலேயே ஓடினேன். இசைக் கருவிகள் விற்கும் ஒரு கடை முன்னால் நின்றார். 'புல்புல்தாரா ஒண்ணு கொடு' என்றார்; விலை கேட்கவில்லை.

கையில் புல்புல்தாராவை வாங்கிக்கொண்டு கற்றுக்கொள்ளும் புத்தகத்தையும் வாங்கிக்கொண்டு, ஒருமுறை கம்பியில் தட்டினார். ரீங்காரம் உருண்டது. மறுபடியும் தட்டினார். பொங்க பொங்க தட்டிக்கொண்டேயிருந்தார். விரல்களால் பட்டன்களை அழுத்தினார். இன்ன ராகம் என்றில்லாமல் எந்த ராகத்தையோ தேடித் துடிப்பது போல் தட்டிக் கொண்டேயிருந்தார்.

பிறகு ஒரு குழந்தையைத் தூக்குவதுபோல் வெகு நளினமாய்த் தூக்கி நெஞ்சோடு வைத்துக்கொண்டார். விலைத்

தொகையை மஞ்சள் பைக்குள் கை விட்டு எடுத்துக் கொடுத்தார். வீட்டில் விட்டுவரும்போது மனசை யாரோ சுண்டிச் சுண்டித் தட்டுவதுபோலவும், ரீங்காரம் தெருப் பூராவும் கேட்பது போலவுமிருந்தது.

ஒரு மாதங்கழித்து ஒருநாள் இருட்டிவரும்போது நானும் ரெங்கராஜனும் சந்நிதி தெருவில் அவரைப் பார்த்தோம்.

புல்புல்தாராவைக் குழந்தையைத் தூக்கிப் போவது போல் நெஞ்சோடு சேர்த்துத் தூக்கிக்கொண்டு வேகவேகமாய் மறைந்து போனார். திரும்பிப் பார்த்தேன். ரெங்கராஜன் கண்களைத் துடைத்துக்கொண்டே அழுதான்.

~

சனிப்பிணம்

ராமு நாடாரின் மளிகைக் கடையை விட்டுக் கிளம்பிய ஆராயி முறத்தையும் விளக்குமாற்றையும் தூக்கி நார்ப் பெட்டிக்குள் போட்டுக்கொண்டு சேரியை நோக்கி நடக்க ஆரம்பித்தாள். பொழுது நன்றாக இருட்டிவிட்டது. மேற்கேயுள்ள நெடுஞ்சாலையின் இருபுறமும் அந்த வருடம் விளையாமல் சாவியறுத்த வயல்களைத் தாண்டிக்கொண்டிருந்தாள். ஊர்ப் பஞ்சம் போனபிறகு பெரும்பான்மையான குடும்பங்கள் சிந்தாமணிக்கும் தஞ்சாவூர் சீமைக்கும் போனது போகமிஞ்சிய ஆட்களில் சிலர் அங்கங்கே சிமெண்டு மேடைகளின் மேல் உட்கார்ந்து வம்பளந்துகொண்டிருந்தனர்.

சாவகாசமாக இப்படிச் சிலர் உட்கார்ந்து வம்பளந்து கொண்டிருந்ததைப் பார்க்கப் பார்க்க, அவள் வேகம் இன்னும் அதிகரித்தது. அவள் போய்த்தான் வெள்ளைக் கிழவனுக்குக் கஞ்சி வைத்துக் கொடுக்கவேண்டும். வெள்ளையனுக்குப் பக்கவாதம். எழுந்து நடமாட முடியாது. பத்து அடி நடப்பதற்குள் இரண்டு தடவையாவது விழுந்துவிடுவான். காலையில் ஆராயி கிளம்பும்பொழுது அவனுக்குக் கொஞ்சம் கூழும் கருப்பட்டியும் கொடுத்துக் குடிக்க வைத்துவிட்டுத்தான் வந்தாள். ஓலைப்பாய் உதறி விரித்து கிழவனைப் படுக்க வைத்துவிட்டுக் கூடையைத் திறந்து கோழிகளை மேய்வதற்காக விரட்டிவிட்டுத்தான் வந்திருந்தாள். கிழவன் உயிரோடிருக்கிறானா போய்விட்டானா என்பதை அவள் போய் பார்த்துத்தான் தெரிந்துகொள்ள வேண்டும். அவளுக்கு இப்படிக் கெட்டதாகவே நினைத்துப் பழக்கம். இதிலெல்லாம் தைரியமாக இருக்க அவளுக்குத் துணைக்கு இப்போது ஒரு துணில்லை. ஒரு சிறு குச்சிகூட இல்லை. அவள் நாலையும் நினைத்து அடிக்கடி மனத்தைப் புரட்டிக்கொள்வாள். கடைசியில்

அவள் நினைத்ததைப் போலெல்லாம் கெடுதியாக ஒன்றும் நடக்கவில்லையே என்பதில் பேரானந்தம் வரும். இதில் அவளுக்கு 60 வருஷம் சர்வீஸ்.

ஆராயி எட்டி நடைபோட்டாள். அவள் மடியில் இரண்டு மூன்று அழுகல் தக்காளிப் பழங்களும் தலையிலிருந்த பெரிய நார்ப் பெட்டியின் மூலையில் கொஞ்சம் குறுணை அரிசியும் இருந்தது. அவளுக்கு அன்றைய இரவை ஒப்பேற்றப் போதுமான தைரியத்தை அளித்திருந்தது. ஊர் விளைந்திருந்தால் கதிரறுப்பிலும் களம் கட்டு கூட்டுவதிலும் கணிசமாக நெல் சேர்த்திருப்பாள். அதுவும்போக வடக்குத் தெரு பிள்ளைமார் வீட்டிலும் முஸ்லீம் வீடுகளிலும் அவ்வப்போது ரைஸ் மில்லிலும் அரைக்கும் அரிசியைத் தவிடு புடைப்பதிலும் தினப்படிக்குச் சாப்பாட்டிற்குப் பார்த்துக்கொள்வாள், இந்த கொள்ளைப் பஞ்சத்தில் ரைஸ்மில்லே தூங்க ஆரம்பித்துவிட்டது. பிள்ளைமார் வீட்டு நெல்லும், மலேயா சவராளிகளான முஸ்லீம்களின் வீடகளிலும் கூட நெல் கொட்டியிருந்த மரசல்களில் அண்டும் அழுக்கும்தான் மிஞ்சியிருந்தன.

அப்போதுதான் அவள் புதிய வேலை தேடலானாள். மளிகைக் கடை நாடார் கடையில் அரிசி வியாபாரம் அமோகமாக நடந்தது. கிராமத்து ஜனங்களுக்கேற்றபடி கல், நெல் எல்லாம் போக்கி, சுத்தமான அரிசி போடுவது போல் பாவனை செய்துகொண்டிருந்தார். அங்கே இரண்டு மூன்று சேரிப் பெண்கள் உட்கார்ந்து அரிசி புடைப்பதும் கல் பொறுக்குவதுமான வேலையில் ஈடுபடச் செய்வதை பப்ளிக்காக எல்லோரும் பார்க்கும்படிச் செய்து வியாபார வேலைகளைக் காட்டிக் கொண்டிருந்தார் மளிகைக் கடைக்காரர். அதிலே ஒருத்தியாக ஆராயியும் ஒண்டிக்கொண்டாள். நடமாட்டமில்லாத கிழவனையும் வைத்துக்கொண்டு ஏதோ அவள் பாடு இந்தப் பஞ்சகாலத்திற்குத் தேவலாம் என்று சொல்லிச் சேரியிலுள்ள மற்ற பெண்கள் ஆராயி கிழவியிடம் லேசாகப் பொறாமை கொண்டிருந்தார்கள் என்பது கூட உண்மைதான்.

ஆனாலும் ஆராயி எப்போதும் வருத்தமாகவே இருப்பாள். வேலை செய்யும் வயசுப் பெண்களைப் போல் அதிகமாய் வேலை செய்யமுடியாததைச் சொல்லிச் சொல்லி 'நாளைக்கு நீ வேலைக்கு வரவேண்டாம்' என்று ஒவ்வொரு நாளும் மளிகைக் கடைக்காரர் சொல்வதும் மறுநாள் போய்க் கெஞ்சிக் கூத்தாடி ஒண்டிக்கொள்வதும் அவளுக்கு எப்போதும் ஒரு பயத்தை ஊட்டிக்கொண்டிருந்தது. சாகப் பிழைக்கக் கிடக்கும் கிழவனுக்கு வாய்க்கு ருசியாக ஒன்றும் வாங்கிக்கொடுக்க முடியவில்லையே என்று ஆராயி வருந்தினாள்.

கந்தர்வன் சிறுகதைகள் 135

போன மாசம் கால் ரூவாய்க்குத் தொண்டனும் சூடைமீனும் வாங்கி ஆக்கிப் போட்டதுதான். கிழவன் அன்றைக்குச் சிரித்துக் கிடந்ததுபோல் என்றைக்கும் இருந்ததில்லை. அப்படி இன்னொரு தடவை வாழைமீனாக வாங்கி ஆக்கிப் போடவேண்டுமென்ற ஆவல் அவளுக்கு மீன் கடைகளைப் பார்க்கும்போதெல்லாம் வரும். கிழவனுக்கும் வரவர ரொம்ப முடியாமல் போய்க்கொண்டிருக்கிறது. அவளுக்கு ஒவ்வொரு நாளும் அவன் உயிரோடு படுத்திருப்பது மிகுந்த ஆறுதலாக இருந்தது.

ஆராயி தூரத்தில் வரும்போதே கிழவன் கோழிகளைக் கூவிக் கூப்பிடும் குரலைக் கேட்டுக்கொண்டாள். இன்று அவளுக்கு மறுபடியும் ஓர் ஆறுதல். அவன் உயிரோடுதானிருக்கிறான். கண்டதை நினைத்துக் கொண்டு வரும்பொழுது ஓர் அசம்பாவிதமும் நடவாததுதான் ரொம்ப மகிழ்ச்சி. அந்த மகிழ்ச்சிதான் அவளுக்கு ரொம்பவும் பிடிக்கும்.

கிழவி மெல்ல குடிசைக்குள் வந்தாள். மூன்று கோழிகளும் வந்துவிட்டன. இன்னும் ஒரு விடைக்கோழி வந்துசேரவில்லை. அதற்குத்தான் கிழவன் குரல் கொடுத்துக்கொண்டே படுத்திருந்தான். நார்ப்பெட்டியை இறக்கி ஒரு மூலையில் வைத்துவிட்டு நிமிர்ந்தவளின் மடியைப் படீரென்று யாரோ சரசரவென்று இழுப்பதுபோல் இருந்தது. இருட்டில் நன்றாகக் கண்ணை இறுக்கிப் பார்த்தாள். அந்த விடலைக் குஞ்சுதான் மாடியிலிருந்த அழுகல் தக்காளிப் பழங்களை கீழே தள்ளிவிட்டு ஒன்றைக் கொத்தியெறிய ஆரம்பித்துவிட்டது. கிழவி அவசரம் அவசரமாக மீப் பழங்களைப் பொறுக்கி மறுபடியும் மடியில் கட்டிக்கொண்டாள்.

அப்போதுதான் கிழவன் வாயைத் திறந்தான். "சனியன் பகல் பூராவும் இப்படித்தானே அழிம்பு பண்ணுது."

"வெடலைக்கு வீரம் இருக்குமில்ல. உன்னை மாதிரி அது என்ன கெழடா. படுத்துக்கிடக்க?" என்று சொல்லிவிட்டு, உட்கார்ந்துவிடாமல் குடிசைக்கு வெளியே சேர்த்துவைத்திருந்த காட்டுக் கருவேலமுள் விறகைப் பொறுக்கிக்கொண்டிருந்தாள்.

கிழவனுக்கு விடலை குஞ்சின் மேல் எப்போதும் ஒரு கண் உண்டு. கோழிக்குஞ்சு சாறு குடிச்சு ரொம்ப வருஷங்களாகிவிட்டன. அதிலே அவனுக்கு எப்போதும் ஆசை. உடம்பு மோசமாக ஆக அந்த ஆசை அதிகரித்துக்கொண்டிருந்தது. கிழவி கைகளில் லேசான கீறல்களுடன் சுள்ளிகளைப் பொறுக்கிக்கொண்டு உள்ளே வந்தவுடன் கிழவன் மீண்டும் பேச்சுக் கொடுத்தான்.

"அந்த வெடலையைப் புடிச்சுக் கூடைக்குள்ளே போடு. சனியன் இன்னும் இறக்கையை அடிச்சுகிட்டு மேலே விழுந்துகிட்டு இருக்கு. வேட்டியெல்லாம் சனியனாலே சீலைப்பேன் பத்திருச்சு."

கிழவி காதில் வாங்கிக்கொள்ளாமலேயே அடுத்த குடிசைக்கும். போய் ஒரு எருவாட்டியில் தீயெடுத்துக் கொண்டுவந்து அடுப்பைப் பற்றவைத்தாள். அரிசியை அள்ளிப் போட்டுவிட்டு கோழிக்குஞ்சைப் பிடித்துக் கவிழ்த்திருந்த கூடைக்குள் தள்ளிவிட்டாள்.

கிழவன் பெருமூச்சு விட்டுக்கொண்டே காறிக் காறித் துப்பிக் கொண்டிருந்தான். அவர்கள் அவ்வளவாகப் பேசிக்கொள்ள மாட்டார்கள். அப்படி அவர்களுக்குள் ஒரு சண்டையுமில்லை. அது அவர்கள் சுபாவம்.

கிழவி அடுப்புக்கு முன்னால் காலை நீட்டி உட்கார்ந்துகொண்டு பானையையும் அடுப்பையும் மாறி மாறிப் பார்த்துக்கொண்டிருந்தாள். அப்படி ஒன்றும் அவள் எதைப் பற்றியும் பிரமாதமாக நினைத்துக் கொண்டிருக்கவில்லை. லேசாக எதையோ மனதுக்குள் அசை போடுகிறாள்.

கூடைக்குள் போன வெடலைக்குஞ்சு படபடவென்று சிறகுகளை அடித்துக் கூடையை முன்னும்பின்னுமாகத் தள்ளிக்கொண்டிருந்தது. படுத்துக் கிடந்த கிழவனால் சும்மா இருக்கமுடியவில்லை. என்றைக்கும் இல்லாமல் மறுபடி பேச்சுக் கொடுத்தான், "அழும்பு உள்ளே போயும் ஓயலை. ஒருநாளைக்கு சூட்டான் போட்டாத்தான் சரி." என்று சுசகமாகக் கிழவிக்கு புரிந்திருக்கும் என்று நினைத்துச் சொன்னான்.

கிழவிக்குப் புரியவில்லையோ, காதில் விழவில்லையோ என்னவோ, கிழவி பேசாமல் அடுப்பையே பார்த்துக்கொண்டிருந்தாள். கிழவன் ஒருமுறை திரும்பிப் பார்த்துவிட்டு உரக்க இருமி ஒரு முறை துப்பினான்.

கஞ்சியைக் குடித்துவிட்டுப் படுத்துக்கொண்ட கிழவனும் கிழவியும் அதற்கு பிறகு படுக்கும்போது கிழவிக்கு மளிகைக் கடைக்காரர் சொன்னது திடீரென்று ஞாபகத்திற்கு வரவே சற்று பயந்துபோய்ப் பெருமூச்சு விட்டுக்கொண்டாள். வயசுப் பெண்கள் மாதிரி தன்னால் அதிகமாகப் புடைத்தெடுக்க முடியாததைக் குறைசொல்லி நாளைக்கு நீ வேலைக்கு வரவேண்டாம் என்று முன் எப்போதும் இல்லாத கண்டிப்புடன் மளிகைக் கடைக்காரர் சொல்லியிருந்தார்.

கந்தர்வன் சிறுகதைகள் 137

நாளைக்கு நிஜமாகவே வேண்டாம் என்றால் எங்கே போவது என்ற வருத்தமும், கூடவே தன் மனம் எப்போதும் அப்படித்தான் நினைக்கும்.

ஆனால் அப்படி நடக்காது என்று வேண்டுமென்றே அதிகமாகக் கவலைப்பட்டாள். அப்படி அவள் அதிகமாகக் கவலைப்பட்ட விஷயங்களெல்லாம் கடைசியில் சுமுகமாக நடந்தேறியிருப்பதாலேயே அப்படிக் கவலைப்பட ஆரம்பித்து நடுச்சாமத்தில் ஒப்பாரி கூட வைத்தாள்.

காலையில் வேலைக்குப் போன கிழவி மத்தியான வெயிலோடு குடிசைக்குத் திரும்பிவிட்டாள். அவள் அழுததெல்லாம் வீண், நிஜமாகவே கடைக்காரர் வேலைக்கு வைத்துக்கொள்ள மறுத்து கழுத்தைப் பிடித்துத் தள்ளிவிட்டார்.

அன்று இரவு இரண்டு கிழங்களும் வெம்பட்டினி கிடந்தன. கிழவி அழுத கண்ணீரும் சிந்திய மூக்குமாயிருந்தாள். வெள்ளையன் மட்டும் பெரிய தைரியசாலிபோல் அடிக்கொருதரம் இருமுவதும் சளியைத் துப்புவதுமாய் இரவைப் போக்கினான்.

காலையில் கூவுகின்ற கோழிகள் வழக்கமாய்க் கூவினாலும் கிழவி மனத்தில் ஒரு நம்பிக்கையை ஊட்டின அந்தக் கூவல்கள். எழுந்துபோய் ரோடு முனையில் நின்றுகொண்டு கீழக்கரைக்குப் போகும் சாலையையே பார்த்துக்கொண்டிருந்தாள். அந்தப் பக்கத்திலேயே அதிகமாகப் பணம் புழங்குமிடம் கீழக்கரைதான். அங்கேயுள்ள முஸ்லீம் பணக்காரர்களுக்கு இந்தச் சாலை வழியாகத் தினமும் கோழிகளை வாங்கிக்கொண்டு செல்லும் வியாபாரிகள் செல்வார்கள்.

அவர்களிடம் கோழிகளை விற்றால் நல்ல விலைக்குப் போகும் என்று நினைத்து வியாபாரியைத் தேடியே அவள் நின்றுகொண்டிருந்தாள். கடைசியாக ஒரு வியாபாரியோடு அவள் சேரிக்குள் நுழையும்போது நன்றாக விடிந்துவிட்டது.

கிழவி கோழி வியாபாரியோடுதான் வருவாள் என்பதை உள்ளே படுத்திருந்த கிழவன் அறிந்துகொண்டான். கிழவி எல்லாக் கோழிகளையும் விலைக்கு விற்றுவிடப் போகிறாள் என்று தெரிந்துவிட்டது அவனுக்கு. மெல்லப் படுக்கையிலிருந்து எழுந்தி நகர்ந்து நகர்ந்துபோய் அந்தக் கூடையைக் கிளப்பினான். அவன் எதிர்பார்த்தபடியே வெடலைக்குஞ்சு மட்டும் இறக்கையைப் படபடவென்று அடித்துக்கொண்டு வெளியே ஓடியது. இரண்டு

கோழிகளும் பதுங்கிப் பதுங்கி வெளியே வருவதற்குள் அவைகளை உள்ளே தள்ளிக் கூடையை மூடிவிட்டு வந்து படுத்துக்கொண்டான்.

கிழவி வியாபாரியோடு சேரிக்குள் நுழையும்போதே வெடலை வெளியே வந்து மேய்வதைப் பார்த்துவிட்டாள். வெடலையைப் பிடிக்க அவளும் வியாபாரியும் படாதபாடு பட்டார்கள். கடைசியாக மற்ற கோழிகளை கிழவன் எங்கே விட்டான் என்பதை அறிந்துகொள்ள குடிசைக்குள் வந்தவளுக்கு ஆச்சரியம் காத்திருந்தது.

இரண்டு கோழிகளும் கூடைக்குள்ளேயே கிடப்பதைப் பார்த்துவிட்டுக் கேட்டாள்.

"இது என்ன மூடியது மூடியபடி இருக்க மூஞ்சூறு எப்படி வெளியே போச்சு?"

கிழவனுக்கு உள்ளுக்குள் உதைப்பு இருந்தாலும் அலட்சியமாகச் சொன்னான் "சனியன் படபட வென்று அடிச்சுக்கிட்டு தூங்கவிடலை. தொலைஞ்சுபோன்னு நான்தான் வெளியே பத்திவிட்டேன்."

அப்புறம் கிழவி பேசவில்லை. அதுவும் சரிதான், அப்புறம் ஒரு நாளைக்கு அது உதவும் என்று நினைத்துக்கொண்டாள். இரண்டு கோழிகளையும் விலை பேசிப் பிடித்துக் கொடுத்துவிட்டு நார்ப்பெட்டியும் முறமுமாய் வெளியே புறப்பட்டாள்.

கிழவன் புரிந்துகொண்டான். கிழவி வெளியே கிளம்புகிறாள். அரிசி வாங்கிக்கொண்டு வருவாள்; யாரிடமாவது வேலையும் கேட்டு அதையும் பார்ப்பாள். இன்று அரிசி வருவதற்குள் குஞ்சை அடித்துப் போட்டுவிட வேண்டுமென்று நினைத்தான். அந்த நினைவு வந்த மாத்திரத்தில் அவன் வேறு ஆளாகிவிட்டான். நெஞ்செல்லாம் எச்சில் வழிந்தோடியது. மெல்ல நகர்ந்து வந்து வெடலைக்குக் குரல் கொடுத்தான்.

குடிசைக்கு வெளியே கிடந்த கற்களைப் பொறுக்கி வைத்துக் கொண்டான். வெகுநேரம் குரல் கொடுத்தும் வரவில்லை. கடைசியாக அது வந்தது. எதையோ கொத்திக்கொண்டும் இங்கும். அங்கும் எதையோ கார்வார் செய்வது போலவும் வந்தது. கிழவனுக்கு வேகம் வந்துவிட்டது. வலது கையில் வாதமில்லை கற்களை எடுத்துக் குறி பார்த்தான். ஒன்று இரண்டென்று கற்கள் சிதறின. குறி தப்பிக்கொண்டேயிருந்தது. அவனுக்குப் பதற்றம் அதிகமாகிவிட்டது. சற்றுப் பதறினான். நல்லவேளை, அவன் தன் வீட்டுக் குஞ்சைக் குறிபார்க்கும் இந்தக் காட்சியைக் காணச் சுற்றிலும் யாருமில்லை.

கந்தர்வன் சிறுகதைகள்

நன்றாகச் சுற்றும்முற்று பார்த்துவிட்டுக் கடைசி கல்லைத் தன் பலங்கொண்ட மட்டும் வேகமாக வீசினான். வீசினவன் விழுந்தான், வேகத்தோடு உயிரையும் அப்படி வீசியிருக்கக் கூடாது.

ஊர் கூடியது. கிழவி மாரில் அடித்துக்கொண்டு புலம்பினாள். நீட்ட நீட்டமாய் பச்சைக் கம்புகள் வந்தன. கிழவனைப் பாடையிலேற்றி நான்கு பேர் தூக்கிக்கொண்டு நடக்க ஆரம்பித்தார்கள். ஒரு வயதான ஆள் சொன்னார்;

"இது என்ன மடத்தனமாயிருக்கு? சேரியிலே மத்தவ எல்லாம் இருக்கிறதா கிழவனோடேயே போறீக? சனிக்கிழலம செத்தவன் தனியாப் போவானா? யாரைக் காவு கொடுக்கப் போறான்? ஆராயிட்ட கேட்டு அவ வீட்டு சின்ன வெடலைக் குஞ்சைப் பிடிச்சுக் கட்டுங்கடா பாடையிலே"

அங்கங்கே தேடி ஒரு வழியாக அந்த வெடலைக் குஞ்சைப் பிடித்துக் கொண்டுவந்தார்கள். ஒருவர் அதை வாங்கிக் கழுத்தைப் பிடித்துக்கொண்டு ஒருமுறை சுற்றிவிட்டார். சொடக் என்று ஒரு சப்தம் எல்லார் காதிலும் விழுந்தது. அப்புறம் அவர்கள் பார்த்தது ஒரு பாடையில் அவர்களுக்குத் தெரிந்த வாதநோயால் செத்துப்போன வெள்ளைக் கிழவன் பிணத்தையும் பிணத்தின் காலடியிலிருந்து ஓர் அரையடி தூரத்திலேயே அவனைப் போல் பிணமாக வெடலைக் குஞ்சு ஒன்று தலைகீழாகத் தொங்கிக்கொண்டு சேரியின் தெற்கு மூலையை அடைந்ததையும்தான்.

~

இரண்டாவது ஷிப்ட்

படுக்கையறை ஜன்னலுக்குப் பின்னால் கொல்லையிலுள்ள இந்த வேப்பமரத்துப் பறவைகள் விடிவதற்கு வெகுநேரம் முன்பே எழுந்துவிடுகின்றன. இவைகளின் சத்தத்தில் தினமும் எனக்கு மட்டுமே இந்த வீட்டில் தூக்கம் கலைகிறது. எழுந்து முகம் கழுவிவிட்டு அறைக்குள் வந்து பார்த்தால் இவரும் பிள்ளைகளும் போர்வைகளுக்குள் சுகமாய் தூங்குகிறார்கள். இவ்வளவு சீக்கிரம் எழுவதும், இசைப்பதும் வேப்பமரத்தின் பெண் பறவைகள் மட்டுமா; ஆண் பறவைகளும் சேர்ந்தா என்று வெகுநாள் ஐயம்.

இதுபற்றித் தெரிந்த யாரிடமாவது கேட்கவேண்டும். புத்தகங்களில் கூட இருக்கலாம். நானும் படித்தேன் கல்லூரியில். இதுமாதிரி நுட்பமாய் என்னென்னவோ விட்டுப்போய்விட்டன. இவர்தான் இப்போதும் எதையாவது படித்துக்கொண்டிருக்கிறார். டி.வி.யை மூடப் போகும்போது 'இருக்கட்டும், உஷா மூடாதே' என்பார். அரசியல், தத்துவம், விஞ்ஞானம் என்று அறுவைகளாயிருக்கும். இவர் விடாமல் பார்க்கிறார். எதையாவது படிக்கிறார். இவருக்கு எல்லாவற்றிற்கும் நேரம் கிடைக்கிறது.

கதவைத் திறந்து வெளியில் வருகையில் உலகம் ஈரத் துணியாய்க் கிடந்தது. வாசலில் பாலிதீன் பைக்குள் குளுகுளுவென்று பால். பக்கத்தில் இங்கிலீஷ் பேப்பர். பாலை ஒரு கையிலும் பேப்பரை ஒரு கையிலும் எடுத்துக்கொண்டு உள்ளே போகும்போது முழங்கால் இரண்டும் வலித்தன. ஒரு மாதமாய் இந்த வலி. ஒரு வாரமாகிறது, இவர் ஒரு நல்ல டாக்டரை தேட ஆரம்பித்து.

ஸ்டவ்வை பற்றவைத்துப் பாலை அடுப்பில் போட்டுவிட்டு பல்லுக்கு இடையில் பிரஷை வைத்துக்கொண்டே மூலைகளிலும் ஸ்டாண்டிலும் கொடியிலும் கிடந்த அழுக்குத் துணிகளை குவித்து சோப் பவுடரில் ஊறப் போட்டுவிட்டுக் காப்பி கலக்கினேன்.

பிள்ளைகளை எழுப்பி முகத்தைக் கழுவ வைத்து பிரஷ்களோடு மறுபடி பாத்ரூமுக்குள் அனுப்பி, திரும்ப ஒரு தடவை உதட்டோரங்களைப் பார்த்து "சரியாய்ப் போய்க் கொப்புளி" என்று உள்ளே அனுப்பிவிட்டு அடுப்புப் பக்கம் போனேன். காப்பியைக் கைகளில் கொடுத்து பாடத்தை எடுத்துப் படிக்க சொல்லிவிட்டுக் கீழே கிடந்த குழந்தைகளின் படுக்கைகளைச் சுருட்டி வைத்துவிட்டுக் கட்டிலைப் பார்த்தேன். இவர் முதலில் படுத்திருந்த திசை மாறாமல் தூங்கிக்கொண்டிருந்தார்.

நேற்று ராத்திரி போட்டிருந்த மீதிகளும் எச்சில்களும் ஒட்டி அழுகல் வாசம் வரும் பாத்திரக் கிடங்குக்குப் பக்கத்தில் நின்று பாத்திரங்களைத் தேய்த்துக் கொண்டிருக்கும்போது கீழே காய்கறி வண்டிக்காரன் குரல் கேட்டது. பாதியில் கையைக் கழுவி முந்தானையில் துடைத்துக் கொண்டு கூடையையும் ரூபாயையும் எடுத்து, படிகளில் பாதி இறங்குகையில் மேலே இரண்டும் அடித்துக்கொண்டு சத்தம் போடுவது கேட்டது. மேலே பார்த்து, 'கலா, வாயை மூடிக்கிட்டுப் படி' என்று கத்திவிட்டு அவசரமாய் இறங்கினேன்.

இந்தப் பையன் தள்ளுவண்டியில் காய்கறிகளைச் சுத்தமாய்க் கழுவி நூல் பிடித்து போஸ் அடுக்கித் தினமும் வருகிறான். பச்சையும் மஞ்சளுமாய் இதைப் பார்க்கையில்தான் கண் நிறைகிறது. ஒவ்வொரு வகையாய்ப் பார்த்து அனுபவிக்க ஆசை. இங்கு நிற்கையிலும் அவசரம் ஏதாவதொரு உருவத்தில் கால்களைச் சுற்றும். இப்போது மேலே பிள்ளைகளின் சண்டை சத்தம் கூடவே ஓவென்ற அழுகை.

எரிச்சலோடு மேலே வரும்போது ஆளுக்கொரு மூலையில் நின்று இரண்டும் தலை கலைந்து அழுதுகொண்டிருந்தன.

தரையில் புத்தகங்களும் பென்சில்களும் இறைந்து கிடந்தன. ஸ்கெட்ச் பேனா ஒரு பாக்கெட் வாங்கிவந்து இரண்டு பேரையும் வைத்துக்கொள்ளச் சொன்னதில் வந்த தகராறு. எல்லாமே இரண்டு இரண்டாய் வாங்கவேண்டும்.

ஆறாவது படிக்கிறாள் இந்த கலா. ஒருநாள் கேட்கிறாள். "வீட்டுக்கு ரெண்டு சம்பளம் வருது. ரெண்டு வாங்க வேண்டியதுதானே." இந்தத் தெரு முழுதிலும் ஆபீஸுக்குப் போகும் நான்கு அம்மாக்களில் தன் அம்மாவும் ஒருத்தி என்பதைக்கூட ஒருநாள் அவள் அப்பாவிடம் சொன்னாள்.

மூத்தது இப்படி என்றால் இளையவள் விஷமம். படிக்க மட்டும் பிடிக்காது. முணுக்கென்றால் சண்டைக்குத் தயாராகிவிடும்.

"இனி சத்தம் வந்தா கொன்னு உரிச்சிருவேன். கலா மொதல்லெ நீ குளிக்க போ" என்றதும் மூலையிலிருந்து வெளியே வந்தாள். "ராஜி ஏய் இதையெல்லாம் பொறுக்கு" என்றதும் காலை உதறிக்கொண்டே. நின்றது. ஓர் அடி எடுத்து அவளை நோக்கிக் கையைத் தூக்கிக்கொண்டு போனதும் குனிந்து பொறுக்க ஆரம்பித்தாள்.

பாத்திரம் தேய்த்து முடித்து காய்கறி நறுக்கிக் கொண்டிருக்கையில் பாத்ரூமிலிருந்து கலா கத்துகிறாள்: "அம்மா டவல்"

எழுந்துபோய் டவலைக் கொடுக்கையில் கதவை இத்துணுண்டாய்த் திறந்து வாங்கிக்கொள்கிறது.

ஸ்டவ்வின் இரண்டு அடுப்புகளும் திகுதிகுவென்று எரிகின்றன. சாதமும் குழம்பும் அடுப்புகளில். வெயில் கிழக்கு ஜன்னலுக்குள் வந்து கீற்றுக் கீற்றாய் விழுகின்றன.

இதுதான் அவர் படுக்கையிலிருந்து எழுந்திருக்கும் நேரம். போய்த் தொட்டதும் எழுந்துகொண்டார்.

"என்ன உஷா ஒரே சத்தமா கேட்டது?" என்று சொல்லிக்கொண்டே கண்களைத் துடைத்துவிட்டுப் பாதி மெத்தையில் உட்கார்ந்தார்.

நான் பதில் சொல்ல ஆரம்பித்தால் இரண்டு வேலையாவது தாமதப்படும். அடுக்களைக்காகத் திரும்பும்போது பார்த்தேன். என்னைப் பார்த்துப் புன்சிரிப்போடு அவர் எழுந்தது போலிருந்தது.

சின்னவள் உடம்பைத் துவட்டிக் கொண்டிருக்கும்போது இவர் பிரஷோடு பாத்ரூமுக்குள் வந்தார். மிக்ஸியைப் போட்டுவிட்டு நிமிர்ந்தபோது சோபாவில் போய் உட்கார்ந்தார். காபியைக் கையில் வாங்கிக்கொண்டே பேப்பரைப் படிக்க ஆரம்பித்தார். ஒரு மடக்கு காப்பி வாய்க்குள்ளும் ஒரு பத்தி செய்தி கண்ணுக்குள்ளும் போய்க்கொண்டிருந்தன.

வெந்த சாதத்தையும் குழம்பையும் இறக்கி வைத்துக் கொண்டிருந்தபோது முன் அறையிலிருந்து சத்தம் வந்தது "உஷா ஓங்க டைரக்டரை மாத்தியாச்சு, ஆஃபீஸியல் போஸ்ட்டிங்கிலே போட்டிருக்கு" என்றார்.

ஒரு வினாடி நேரத்துக்கு டைரக்டர் முகம் கண் முன்னால் வந்தது. ராதா ஒருநாள் அவர் ரூமுக்குள் போய் பத்து நிமிடம் கழித்து வந்தவள் பேயறைந்தது போல் உட்கார்ந்ததும், தொடர்ந்து

ஆபீஸ் முழுவதும் கசமுசவென்று பேச்சும் அப்புறம் நோட்டீஸ் விநியோகங்களும் வாயிற்கூட்டங்களும் நடந்தன. என்னிடம் கூட ராதா பாதிதான் சொன்னாள். ஆனால் ரொம்ப நடந்திருக்க வேண்டும்.

இரண்டுக்கும் தலை சீவிவிட ரிப்பன்களையும் ஹேர்பின்களையும் எடுத்துக்கொண்டு முன்அறைக்கு வந்தபோது இவர் பேப்பருக்குள் கிடந்தார். "தன்வினை தன்னைச் சுடும். அந்தப் பொண்ணு இப்ப எப்படி இருக்கு உஷா?" என்றார்.

இதுமாதிரியான விஷயங்களை எல்லாக் கணவர்களும் உற்றுக் கவனித்துக்கொண்டிருப்பார்களோ? உன் பயம் காரணமோ? இவர் அப்படியெல்லாம் இல்லாதவர் போல்தான் தெரிகிறார். ஆம்பிளை மனசில் அரைவாசிதான் ஆயுளுக்கும் அறியமுடியுமென்பாள் அம்மா.

"அந்தப் பொண்ணு ரொம்ப போல்ட் டைப்புங்க. இல்லைனா இந்தப் பொண்ணைத்தான் ட்ரான்ஸ்பர் பண்ணியிருப்பாங்க" என்றேன். இந்த வாக்கியங்களை என் வாயால் கேட்டதில் ஆச்சரிப்பட்டது போலவும் ஆதரிப்பது போலவுமிருந்தது அவர் பார்த்த பார்வை.

இன்னும் கொஞ்ச நேரத்தில் ஸ்கூல் பஸ் வந்துவிடும். தயிர் சாதத்தைக் கிண்டி வைத்துவிட்டு முன்அறையைப் பார்த்தபோது டி.வியில் இவர் காலைச் செய்தியைக் கேட்டுக்கொண்டிருந்தார். இந்த நிமிடம் வரை உலகம் பூராவும் நடந்த ஒவ்வொன்றும் அவருக்குத் தெரிந்தாக வேண்டும். அப்படி உன்னிப்பாய்க் கேட்பார், பார்ப்பார் செய்திகளை.

அடுத்த டம்ளர் காப்பியோடு அவர் முன்னால் போனேன். "இந்த சதாம் உசேன், ஒத்தை ஆள் உலகத்தையே ஆடவைக்கிறான் பாரு உஷா" என்றார் அவருக்கு எல்லாம் தெரியும். நேற்று ராத்திரி ரஷ்யாவில் கோர்பச்சேவை எதிர்த்துப் பேசிய ஆள், அமெரிக்க செனட்டில் புஷ்ஷை எதிர்க்கும் செனட்டர் பெயர்களைச் சொல்லிப் பேசுவார்.

பிள்ளைகள் இரண்டும் சாப்பிட்டுக் கொண்டிருக்கையில் கஜேந்திரன் வந்தார். கஜேந்திரன் இவருக்கு ஆபீஸ் சிநேகிதர். நாலு வீடு தள்ளி இருக்கிறார். ஓடிப்போய் 'வாங்க' என்று கேட்டுவிட்டு வந்து மறுபடி காப்பி கலக்க ஆரம்பித்தேன்.

இளையவள் இரண்டு வாய் சாப்பிட்டுவிட்டுக் கை கழுவப் போனவளைக் கவனித்துவிட்டேன் பக்கப் பார்வையில். தோளைப் பிடித்து உட்காரவைத்து, "தெனமும் ஒன்னோட இதே ரோதனையாப் போச்சு, சாப்பிடு எல்லாத்தையும், சாப்பிடாம எந்திரிச்சா கொன்னு

தோலை உரிச்சிருவேன்" என்று கத்திவிட்டு கஜேந்திரனுக்குக் காப்பியைக் கொண்டுபோய்க் கொடுத்துவிட்டு வந்தேன்.

சிநேகிதர்கள் வந்துவிட்டால் இவருக்கு கால நேரம் எதுவும் கணக்கிலிருக்காது. கஜேந்திரன் ஆபீஸ் விஷயங்களை வீட்டில் வந்து பேசுவார். இவர் உலக விஷயங்களை ஆபீஸில் போய்ப் பேசுவார் போல.

டப்பாக்களில் தயிர் சாதத்தை அடைத்து மூடிப் பிள்ளைகளிடம் கொடுத்து, "நோட்டை எடுத்தாயா, பென்சில் சீவியிருக்கா?" என்று நூறு கேள்வி கேட்டு இரண்டையும் தயார் பண்ணிக் கொண்டிருக்கும்போதே ஸ்கூல் பஸ்ஸின் ஹாரன் சத்தம் கேட்டது.

இரண்டையும் இழுத்துக்கொண்டு முன்அறை வழியாய்ப் போகையில் கஜேந்திரன் உச்சக்குரலில் ஏதோ இவரிடம் பேசிக்கொண்டிருந்தார். பிள்ளைகள் அப்பாவுக்கு 'டாட்டா' சொல்வதும், நடுவில் திரும்பி சிரித்துக்கொண்டே 'டாட்டா' சொல்லிவிட்டு கஜேந்திரனின் பேச்சைக் கேட்க ஆரம்பித்தார்.

தெருமுனையில் பஸ் ஏற்றிவிட்டு வந்து நுழைகையில் வீடு அமைதியாயிருந்தது. கஜேந்திரன் போய்விட்டார். ஒரு மூட்டை துணிகளைத் துவைத்து, குளித்து வெளியேற வேண்டும். இவர் பாத்ரூமுக்குள். ஆபீஸுக்கு எடுத்துப்போகும் பேக்கில் டப்பா, பஸ்ஸுக்கு ரூபாய், வரும்போது சாமான்கள் வாங்கி வர பை எல்லாவற்றையும் எடுத்து வைத்துக்கொண்டிருக்கையில் இவர் வெளியில் வந்தார்.

ஒரு புலிப் பாய்ச்சலில் பாத்ரூமுக்குள் போய் ஊற வைத்தவைகளை சட்சட்டென்று கும்மி அலசிப் பிழிந்து போட்டுவிட்டு நாலு டப்பா தண்ணீரை உடம்பில் ஊற்றிக் கொண்டிருக்கும்போது "உஷா நேத்து போட்டிருந்த பேண்டைத் துவைச்சிட்டியா?" என்றார்.

"ஆமா"

"பாக்கெட்டிலிருந்த காகிதங்கள்ளாம் எங்கே உஷா?"

"ஷெல்ஃபில் இரண்டாவது அடுக்கிலே தூக்குக்குக் கீழே வெச்சிருக்கேன்."

சிறிது கழித்து சத்தம் கொடுத்தார். "இருக்கு உஷா, எடுத்துக்கிட்டேன்."

வெளியில் வந்து புடவைகளை அள்ளிப் போட்டு ஒன்றைச் சுற்றிக்கொண்டு மேட்ச் கிடைக்காமல் ஒவ்வொன்றாயெறிந்து

கந்தர்வன் சிறுகதைகள் 145

இழுத்துப் போட்டுக்கொண்டு முந்தானையை இழுத்துவிட்டுக் கண்ணாடி பீரோ முன் போய்நின்று பார்க்கையில் ஆபீஸில் பலரையும்விட அழகாய்த்தானிருந்தேன். கண்ணுக்குக் கீழே மட்டும் நெலிநெலியாய் அரை வட்டங்கள். இன்னும் பத்து வருடம் தாண்டி வரவேண்டியவை. அம்மாவுக்கு வயதாகித்தான் வந்திருக்கும்.

காலை நேரத்திலாவது கடிகாரத்துக்குக் கண் வைக்க வேண்டும். எந்திரமாயல்ல, மிருகம் போல், மதம் பிடித்த மிருகம் போல் ஓடுகிறது. இரக்கமில்லாதவைகளில் இந்தக் கடிகாரம் முதன்மையானது.

இரண்டு தட்டுகளிலும் கொதிக்கும் சாதத்தைப் போட்டுக்கொண்டு இவரைக் கூப்பிட்டபோது லெண்டிங் லைப்ரரி புத்தகத்தை மூடிவிட்டு வந்து உட்கார்ந்தார். குத்துக்கால் வைத்துக்கொண்டே சாப்பிடத் தொடங்கினேன். அவர் சம்மணம் போட்டு உட்கார்ந்து சாப்பிட்டார்.

"ராஜாராம் வீட்டுக்கு வர்ற அம்மாவை இங்கேயும் வந்து துணி துவைச்சுப் பாத்திரங் கழுவச் சொல்லிக் கேட்டிருக்கேன். ஒண்ணாந் தேதியிலிருந்து அந்த அம்மா வந்திருவா உஷா" என்றார்.

"மாசம் எவ்வளவு?"

"ஒனக்கெதுக்கு அதெல்லாம்? ராஜாராம் பேசி அனுப்பிருவான் உஷா."

"சாயங்காலம் சீக்கிரம் வந்திருங்க."

"மணி 9.10. மோர் போடு உஷா"

தினமும் ராத்திரி 9 மணிக்கு வருவார். இவருக்கு ஊர் பூராவும் சிநேகிதர்கள்.

எல்லா ஜன்னல்களையும் சாத்தி ஸ்விட்சுகளை எல்லாம் சரிபார்த்து, சாதம், குழம்பை எல்லாம் மூடிவைத்து, ஒரு டம்ளர் தண்ணீரை இரண்டு மடக்கில் குடித்து, பின்அறையைப் பூட்டி சாவியைக் காய்கறிக் கூடைக்குள் போட்டு மேலே காய்களை வைத்து மறைத்துவிட்டு ஹேண்ட் பேக்கைத் தோளில் போட்டுக் கண்ணாடியில் ஒரு தடவை பார்த்துப் புடவையைச் சரிசெய்துகொண்டு பெரிய பூட்டை எடுத்து வாசலில் பூட்டும்போது கீழே இவர் ஸ்கூட்டரை ஸ்டார்ட் பண்ணுகிற சத்தம் கேட்டது.

இவர் போன வாரம் கலாவிடம் சொன்னார். "ஒங்கம்மாவுக்கு என்னைவிட நாப்பது ரூபா சம்பளம் ஜாஸ்தி. என்னை வாங்க போங்கன்னு சொல்றே. அம்மாவை வா போன்னு சொல்றே".

கலா அப்போது ஒன்றுந் தெரியாதது போல் கள்ளச் சிரிப்பு சிரித்துத் தீடீரென்று ஞாபகத்திற்கு வந்தது. எதிர் வீட்டில் சாவியைக் கொடுத்துவிட்டு இரண்டு படிக்கு ஒரு காலாய்த் தாவி இறங்கி வந்து ஸ்கூட்டர் பின்னால் உட்கார்ந்ததும் வேகமாய்ப் பக்கவாட்டில் திருப்பி பறந்தார். பஸ் ஸ்டாப்பில் இறக்கிவிட்டு இவர் இணக்கமாய் ஒரு பார்வை பார்த்துவிட்டு கிளப்பினார். இவர் தினமும் ஸ்கூட்டரிலேயே ஆபீஸ் வருகிறார்.

பஸ் ஸ்டாப்பில் கூட்டம் அலைஅலையாய் ஒவ்வொரு பஸ்ஸிலும் மோதியது. ஆண்களில் கூட பலசாலிகளும் இரக்கமற்றவர்களும் வைராக்கியமுள்ளவர்களும் மட்டுமே இந்த உச்சநேரத்தில் பஸ்ஸில் ஏறிவிடுகிறார்கள்.

ஒரு பஸ் நிற்காமலேயே போனது. அதை நோக்கி ஓடிய ஒரு நடுவயது பெண் அலங்கோலமாய்க் கீழே விழுந்தார். கையைப் பிடித்து மெல்ல தூக்கிவிட்டு, 'அடிபட்டிருச்சா?' என்று நான் கேட்டு அவர் பதில் சொல்வதற்குள் அடுத்த பஸ்.

திமிறிக்கொண்டு ஒவ்வொரு படியாய் ஏறுவதற்குள் முன்னும் பின்னும் பக்கவாட்டிலும் ஆண்களா பெண்களா என்று அனுமானிக்க முடியாதபடி உடம்புகள் நசுக்க உள்ளே போய் மேலே கம்பியைப் பிடிக்கக் கையை உயர்த்தினால் ஏற்கனவே கம்பி கொள்ளாமல் கைகள். பின்னால் ஒட்டி இடித்து நசுக்கும் உடம்புகள். வேர்வை, பவுடர் செண்ட் வாசனை. பெல்ஸ் ரோடு முனையில் பஸ் நின்றதும் நெஞ்சு படபடக்க இறங்குகையில் 9.42. இன்னும் உள்ள மூன்று நிமிடங்களுக்கும் அட்டெண்டன்ஸ் ரிஜிஸ்தர் பெரிதா, உயிர் பெரிதா என்று போராட்டம் நடக்கும்.

என்னோடு சேர்ந்து ஒரு கூட்டம் ராட்சர்களாய் வரும் வாகனங்களை எதிர்த்தும் மறித்தும் சாலையின் குறுக்காய் ஓடியது. அடிபடாமலும் சாகாமலும் சாலையின் அடுத்த பக்கம் போவது தினமும் ஒரு அதிசயம்.

சேப்பாக்கத்தில் அந்த இரண்டாவது மாடிக்குத் தாவித் தாவி ஓடிப்போகையில் முழங்கால் பக்கம் பழைய வலி தெரிந்தது.

அட்டெண்டன்ஸில் கையெழுத்துப் போட்டுவிட்டு நாற்காலியில் உட்கார்ந்து, மேஜையைப் பார்த்தேன். கட்டுக் கட்டாய் ஃபைல்கள். 'இரண்டாவது ஷிஃப்ட்' ஆரம்பம் என்று மனசு சொல்லிக்கொண்டது.

~

சாசனம்

அப்பா வெளியூருக்குப் போகையில் வண்டிக்குள் யார் பேச்சுக் கொடுத்தாலும், எவ்வளவு முக்கியமாக அது இருந்தாலும் தலையை வெளியே நீட்டி அந்தப் புளிய மரத்தை ஒரு தடவை பார்த்துக்கொள்வார். ஊர்க்கோடியில் குறவர் குடிசைகளுக்கு மத்தியில் பிரம்மாண்டமான மரம் அது. அடியில் பன்றிகள் அடைந்து உரம் கொடுக்க ஊர் பூராவிலும் உள்ள மரங்களில் செழித்துக் கொழித்து நிற்கும் அது அப்பாவுக்குச் சொந்தமான மரம்.

ஒரு செவ்வக வாக்கில் ஐந்து மைல் விஸ்தீரணத்தில் ஆறு சின்னக் கிராமங்களிலும் இந்தத் தாய்க் கிராமத்திலும் அப்பாவுக்கு நிலங்களுண்டு. அத்தனை நஞ்சை புஞ்சை வீடு மரங்களிலும் அப்பாவுக்கு ரொம்பப் பிடித்தமானது இந்தப் புளியமரம்தான். வெகுதூரத்திலிருந்து பார்த்தால் ஒரு குன்று பச்சையாய் நிற்பது போலிருக்கும். அருகில் வந்து அண்ணாந்து பார்த்தால் ஆயிரங்கிளையோடு அடர்ந்து அந்த மரத்திற்குள் ஒரு தோப்பு அசைந்தாடுவது போலிருக்கும்.

எண்ணெய் பூசியதுபோல் வழுவழுவென்றிருக்கும். சிமிண்டுத் திண்ணையில் பகல் பூராவும் அப்பா உட்கார்ந்திருப்பார். நாலு பண்ணையாள்களுக்கும் அஞ்சு கிராமத்துக் குத்தகைக்காரர்களுக்கும் உட்கார்ந்த இடத்திலிருந்தே உத்தரவுகள் போகும். எப்போதாவது பர்மாக் குடையை விரித்து நடப்பார். ஒருநாளைக்கு இத்தனை தடவை என்று எண்ணிவிடலாம் இறங்கி, நடப்பதை.

அப்பா நடந்திருக்க வேண்டிய நடையையெல்லாம் தாத்தா நடந்திருந்தார். சமஸ்தானத்தில் தாத்தா இந்தப் பிரதேசத்தின் பேஷ்கார். மஹாராஜா இந்தப் பக்கமாய் ஒருமுறை திக்விஜயம் செய்தபோது தாத்தா ஒவ்வொரு வேளை விருந்தையும் ஒரு

உற்சவமாய் நடத்தியிருக்கிறார். மஹாராஜாவின் நாக்கு அதுவரை அறிந்திராத ருசியும் பண்டமும் விருந்துகளில். பரிவாரங்கள் தங்கள் வயிறுகளைத் தாங்கள் தூக்கிச் சுமக்கவேண்டிய நிலை.

மரியாதை காட்டி வெகுவாய்ப் பின்னால் வந்துகொண்டிருந்த தாத்தாவை அழைத்து விரலை அவ்வப்போது நீட்டிக்கொண்டே வந்தார் மஹாராஜா. பின்னால் அந்த நிலங்களெல்லாம் தாத்தாவுக்குச் சாசனமாய் வந்தன.

தாத்தா அரண்மனைக்குப் போய் சாசனங்களையும் பட்டயங்களையும் வாங்கிவந்த நாளிலிருந்து எட்டு நாட்களுக்குள் இருபத்தோரு கிராமங்களில் ஆள்களைத் திரட்டினார். தங்களுடையதென்று எண்ணி உழுதுகொண்டிருந்த குடியானவர்களை நிலங்களிலிருந்தும் ஊர்களிலிருந்தும் மஹாராஜாவின் சாசனங்களைக் காட்டி விரட்டினார். அடிதடிகளும் நாலு கொலைகளும் நடந்ததாகப் பேச்சுண்டு.

தாத்தா வீட்டிலிருந்து எப்போது புறப்பட்டுப் போனார், எந்த ஊரில் யார் வீட்டிலிருக்கிறார், ராத்திரி எத்தனை மணிக்கு வருவார் என்பதெல்லாம் வீட்டில் யாருக்கும் தெரியாது. உள்ளூரில்தான் தங்கியிருக்கிறார் "ஒரு வீட்டில்" என்பது போல் நக்கலாக ஒருவர் சொல்ல "அதெல்லாமில்லை சிறைக்குளமோ பண்ணந்தையோ கேரந்தையோ எங்கேயிருக்காகனு யார் கண்டா" என்று அழுத்தமாய் அடுத்த ஆள் பேசிவிடும்.

சிலசமயம் விடியற்காலைகளில் சிவந்த கண்களோடு வந்து சேர்வாராம். வந்ததும் பரபரவென்று வீட்டு ஆள்கள் ஒரு அண்டா நிறையத் தண்ணீரைக் கொண்டுவந்து வாசலில் வைப்பார்கள். குளிரக் குளிரக் குளித்து வேட்டி துண்டை நனைத்துப் போட்டுவிட்டு வீட்டிற்குள் நுழைவாராம்.

தாத்தா கையைப் பிடித்துக்கொண்டு அப்பா நடக்கையிலேயே மஹாராஜா இந்தியப் பிரஜையாகிவிட்டார். சாசனங்களையும் பட்டயங்களையும் அப்பா கையில் ஒப்படைத்துவிட்டுத் தாத்தா கிழக்குக் காட்டில் எரிந்தபோது முதல் தேர்தல் முடிந்து ஓட்டுகளை எண்ணிக்கொண்டிருந்த நேரம்.

கிராமங்களில் நீண்டுகிடந்த புஞ்சைகளை அப்பா அந்தந்த கிராமத்துப் பெருங்குடியானவர்களிடம் வாரத்துக்கு விட்டுவிட்டார். செவற்காட்டுப்பனைகளைப் பாட்டத்துக்கு விட்டார். தை மாசியில் வீட்டு மச்சிலும் குளுமைகளிலும் பட்டாசாலையிலும் நெல்லும் கம்பும் வரகும் கேப்பையும் ஒருபுறமாகவும் மிளகாய், கொத்தமல்லி,

நிலக்கடலை, துவரம்பருப்பு, கருப்பட்டி வட்டுகள் என்று மறுபுறமும் குவிந்து கிடக்கும். ஆள்பத்தி அறைக்குள் மட்டும் அப்பா எதையும் வைக்க விடமாட்டார். அப்பாவைத் தவிர யாரும் அந்த அறைக்குள் நுழையமுடியாது.

நாலு ஆள் சேர்ந்தாலும் தூக்கமுடியாத மாதிரி ஒரு பெரிய இரும்புப் பெட்டி அறையின் கிழக்கு மூலையில் இருக்கிறது. அப்பா உத்திரத்தையோ தூணையோ நிலைப்பாய்ச்சாகக் கூர்ந்து பார்த்துக்கொண்டிருந்தால் ஆழமான யோசனையிலிருக்கிறாரென்று அர்த்தம். அது முடிந்ததும் அறைக்குள் நுழைந்து அந்த இரும்புப் பெட்டியைத் திறப்பார். அதற்குள்ளிருந்து பழைய சாசனங்களையும் பட்டயங்களையும் பத்திரங்களையும் பூக்களை எடுப்பது போல் எடுப்பார். மேல் துண்டால் தூசி தட்டுவார்.

சந்தேகம் தோன்றிய பத்திரத்தை எடுத்து வெளிச்சத்தில் சின்ன சத்தத்தோடு படித்துப் பார்ப்பார். சில நாட்களில் மனசில் எதையோ தீவிரமாய் நினைத்துக்கொண்டு குடைந்து குடைந்து அந்தச் சாசனங்கள் நீங்கலாக வேறு எதையோ ஒன்றைத் தேடுவது. போலிருக்கும். ஒவ்வொரு தடவையும் பெட்டியைத் திறந்து மூடிவிட்டுத் திண்ணையில் உட்கார்கையில் அப்பா முகத்தில் வேர்வையும் அதிருப்தியும் தெரியும்.

ஊர்க்கோடிப் புளியமரம் தளதளவென்று நிற்கிறது. அதிலிருந்துதான் வருசத்திற்குண்டான புளி வருகிறது. ஆனால் ஒப்படைத்துவிட்டுப் போன சாசனங்கள் பத்திரங்கள் எதிலும் ஏன் ஒரு சின்னத் துண்டுக் காகிதத்தில் கூட இந்த மரத்தைப் பற்றி ஒரு வார்த்தை இல்லை.

ஒருநாள் சுப்பையா மாமா அப்பா பக்கத்தில் வந்து உட்கார்ந்து பேச்சுவாக்கில் "மண்டபத்து மல்லி, மண்டபத்துப் புளி ரெண்டுக்கும் சமமா ஒலகத்திலே எங்கேயும் கிடையாது" என்று சொல்லிவிட்டார்.

அப்பா இதைக் கேட்டதும் அம்மாவைக் கூப்பிட்டார். "அந்தக் கொறட்டுப் புளியிலே கொஞ்சங் கொண்டாந்து மாப்பிள்ளட்ட குடு" என்று சொல்லிவிட்டு, "இன்னைக்குக் குழம்பு ஓங்க வீட்டிலெ இந்தப் புளியிலெ. விடிய வந்து சொல்லுங்க மாப்பிள்ளை, மண்டபத்துப் புளி ஒசத்தியா; கொறட்டுப் புளி ஒசத்தியானு"

மறுநாள் சுப்பையா மாமா திண்ணையில் வந்து உட்கார்ந்ததும் சொன்னார். "இந்தக் கொறட்டுப் புளிக்குச் சரியா மண்டபத்துப் புளியும் நிக்காது; மதுரைப் புளியும் நிக்காது!"

'கொறட்டுப் புளி' என்று அப்பா சொல்வது 'குறவீட்டுப் புளி' என்பதன் சுருக்கம். 'குறவீடு' என்று வருகிற எதையும் வேறு மாதிரித்தான் சொல்வார். அப்படிப் பேசி முடித்ததும் எதையோ மறைத்துத் தப்பித்துவிட்ட திருப்தியில் பலர் முன்னிலையில் தன்னை மறந்து சந்தோஷப்பட்டுக் கொள்வார்.

ஆள்பத்தி அறையின் இரும்புப் பெட்டியைத் திறந்து சாசனங்களையும் பத்திரங்களையும் பார்த்துமுடித்த சில சமயங்களில் அப்பா திண்ணையிலிருந்து இறங்கிக் குடையை விரித்தும் விரிக்காமலுமாய் ஓடப்போகிற மரத்தைக் கயிறு போட்டு வைக்கப் போவது போல் ஓடுவார். கொழுந்துவிடும் நேரம், பூப்பூக்கும் நேரம், பிறை பிறையாய்ப் பிஞ்சுவிடும் நேரங்களில் இப்படிப் போய் மரத்தடியில் நிற்பார்.

"அய்யா மகன் வந்திருக்கார் விலகுலெ" என்று சத்தம் போட்டு, வேடிக்கை பார்க்க வரும் குறவீட்டுப் பிள்ளைகளைச் சேரிக் கிழவர்கள் விரட்டுவார்கள். மரத்தடியில் அடைந்து கிடக்கும் பன்றிகளை விரட்டி மேட்டுப்பக்கம் கொண்டுபோவார்கள். பன்றி கழிவுகளைத் தள்ளி ஒருபுறமாய் ஒதுக்குவார்கள்.

மற்ற குடிசைகளிலிருந்து விலகி ஒரு குடிசை மரத்திற்கு வடக்கில் தனியாய் உண்டு. வெளியில் உண்டாகும் சேரி அசுத்தங்கள் அந்தக் குடிசையருகே வந்துவிடாதவாறு சுற்றி ஒரு தீ வட்டம் நின்று காப்பதுபோல் பளிச்சென்றிருக்கும்.

அப்பாவின் குரலைக் கேட்டதும் குடிசைக்குள்ளிருந்து ஒரு கிழவி கண்ணில் பூ விழுந்து பார்வை தெரியாமல் கம்பூன்றி வெளியில் வருவாள். குறவர் கூட்டத்திலிருந்து விலகித் தனியாய் ஆகாயத்திலிருந்து வந்து பிறந்ததுபோல் கிழவியின் மகள் தாத்தா ஜாடையில் தாத்தா நிறத்தில் வந்து நிற்பாள். அப்பாவுக்கும் அந்தப் பொம்பிளைக்கும் பதினைஞ்சு வயது வித்தியாசமிருக்கும்; சின்னவள்.

அந்தப் பொம்பிளையும் அவள் புருசனும் பிள்ளைகளும் குறவர் கூட்டத்திலிருந்து விலகித் தனியாய் நிற்பார்கள். கிழவியும் மகளும் அப்பா பேசும் ஒவ்வொரு வார்த்தையையும் வாஞ்சையோடு கேட்பார்கள். அப்பா புறப்பட்டுப் போகும்போது அந்தப் பொம்பிளை அவர் பார்க்கும்படி முன்னே வந்து குப்பைக் கூளங்களைக் காலால் தள்ளி வழிசெய்வாள். இவர்களின் இந்தச் செய்கைகளால் அப்பா தடுமாறி நடப்பார். வீடு வரும்போது மறுபடி முகம் மாறி வந்துசேர்வார்.

கந்தர்வன் சிறுகதைகள் 151

வெகுநேரம் யோசனையில் கிடப்பார். கணக்குப் பிள்ளையைக் கேட்டுவிடலாமென்று அப்பாவுக்குப் பலமுறை தோன்றியதுண்டு. இந்த மரம் நிற்கும் நிலம் யாருக்குச் சொந்தம் என்று அவரிடம் கேட்கலாம். தன் பெயருக்கே ரசீது போடச் சொல்லலாம் வரி கட்டியதாக. ஆனால் மரம் இருக்கும் இடம் நம் பெயரில்லை. என்று கணக்குப்பிள்ளைக்கு நாமே சொல்லிக்கொடுத்தது போலாகிவிடும். சொத்து விஷயத்தில் அவசரப்படக்கூடாது. போகிற வரை போகவேண்டும். அப்பா, கணக்குப் பிள்ளைக்குச் சொல்லிவிடும் ஞாபகம் வந்து ஒவ்வொரு முறையும் நிறுத்திவைத்து போக அந்த எண்ணத்தையே சில நாளில் மறந்துவிட்டார்.

வருசா வருசம் புளியம்பழ உலுக்கல் அப்பா முன்னால் விமரிசையாய் நடக்கிறது. மூடை மூடையாய்ப் புளி வீட்டுப் பட்டாளத்துக்கு வருசத்துக்கு. புளியம்பழ உடலுக்கலுக்கு முதல் நாளே அப்பா ஆள் சொல்லிவிடுவார். மறுநாள் காலை அப்பா போகுமுன்னால் பன்றிக் கழிவுகளைக் கூட்டிப் பொட்டலாக்கி வைத்திருப்பார்கள்.

அப்பா பத்து ஆள்களோடும் ஒரு கட்டுச் சாக்குகளோடும் வெயில் வந்ததும் வருவார். வருசா வருசம் இது ஒரு சடங்கு போல் நடக்கும். உலுக்கலுக்கு முன் கிழவியின் மகள் கிழவியின் கையைப் பிடித்துக்கொண்டு வந்து மரதருகில் நிறுத்துவாள். கிழவி மரத்தைத் தொடுவாள்; தடவுவாள்; கும்பிடுவாள். குருட்டுக் கண்ணிலிருந்து தாரை தாரையாய்க் கண்ணீர் வடியும். மகள் மெல்ல கிழவியை அகற்றி அழைத்துக்கொண்டு குடிசைப் பக்கம் போவாள்.

அப்பா இவைகளையெல்லாம் பார்த்தும் பார்க்காததும்போல் நிற்பார். சீக்கிரமாய் இந்தச் சடங்கு நடந்து முடியவேண்டுமென்பது போல் பொறுமை இழப்பார். இது முடிந்ததும் பலசாலிகளாயுள்ள எட்டு பேர் திசைக்கு ஒருவராய் ஒரே நேரத்தில் கிளைகளில் ஏறி நின்று மேற்கொப்பைப் பிடித்துக்கொண்டு கூத்தாடுவார்கள்.

பழங்கள் உதிர்ந்து சடசடவென்று சத்தங்கிளப்பும். குற வீடுகளின் சின்னப்பிள்ளை எதுவும் பழம் பொறுக்க நடுவில் நுழைந்தால் மண்டையிலடிக்கும். ஒரு பழமே ரத்தம் கசிய வைத்துவிடும்.

மொத்த கிளைகளையும் உலுப்பிய பின் அப்பா மரத்தைச் சுற்றிவந்து மேல் நோக்கி பார்வையிடுவார். ஒரு கிளை விட்டுப் போயிருந்தாலும் அவர் பார்வைக்குப் பட்டுவிடும். எல்லாமும்

உலுப்பி முடிந்தவுடன் பத்துப் பேரும் பழங்களை வாரிய கட்டுவார்கள்.

ஒரு சின்னக் குவியலை அப்பா காலாலேயே குவித்து ஒதுக்குவார். அந்தப் பொம்பிளை வந்து அள்ளிக்கொள்ளும். அள்ளும்போது அவள் கண்ணில் இருந்து கண்ணீர் வடியும். மூடைகளை வண்டியிலேற்றி வீட்டில் கொண்டுவந்து இறக்குவார்கள். ஒரு வாரம் முற்றத்தில் காயும். அப்புறம் பதினைந்து பேர்கள் பட்டாசாலையில் உட்கார்ந்து உடைப்பார்கள். மறுபடியும் முற்றத்துக்குப் போகும். அப்புறம் சாக்குகளில் அடையும்.

ஒரு வருசம் மரத்தைத் தொட்டு உலுக்கலின்போது கிழவி அழுதுகொண்டிருந்தபோது மகள் புருசன், "ஓங்க ஆத்தாளை இங்கிட்டுக் கூப்பிடு. அசிங்கமாயிருக்கு; சனம் பூராவும் வேடிக்கை பார்க்குது" என்று கோபமாய்ச் சொன்னான். அந்தப் பொம்பிளை தயங்கியது. "கூட்டிக்கிட்டு வரப்போறியா இல்லையாடி" என்று எல்லோருமிருக்கக் காலால் ஓர் உதை விட்டான். ஓடிப்போய்க் கிழவியை இழுத்துக்கொண்டு வந்தாள். அன்று அப்பா காலால் தள்ளிக் குவித்திருந்த புளிக்கு முன்னால் வந்து அவன் "இதையும் அள்ளிக்கிட்டுப் போயிருங்க" என்றான்.

அவன் கை காலெல்லாம் நடுங்கிக்கொண்டிருந்தன. அப்பா சற்றுக் கலங்கிப்போனார். விட்டுக்கொடுக்காமல் "இதையும் அள்ளிக் கட்டுங்கடா" என்று சொல்லிவிட்டு நடந்தார்.

அன்று ஒரு பழம் விடாமல் வீட்டுக்கு வந்துசேர்ந்தன. அடுத்த வருசம் வழக்கம் போல் மறுநாள் புளியம்பழம் உலுக்க வரப்போவதாகச் சொல்லி அனுப்பியிருந்தார் அப்பா. மறுநாள் பத்துப் பேரோடு மரத்தடிக்குப் போகையில் தரையெங்கும் பன்றிக் கழிவுகள் எங்கும் அசிங்கமும் நாற்றமும்.

கயிற்றுக் கட்டிலில் கிழவி உட்கார்ந்திருந்தாள். யாரோ வம்பாய் உட்கார்த்தி வைத்திருப்பது போலிருந்தது. அந்தப் பொம்பிளை புருஷனோடும் பிள்ளைகளோடும் நின்றாள். அப்பா அந்தப் பெண்ணைக் கடுமையாகப் பார்த்தார். "என்ன இதெல்லாம்?" என்று அதட்டினார். சொல்லி வைத்தது போல் யாரும் வேலை வெட்டிக்கு போகாமல் குறவீட்டு ஆள்கள் மொத்தமும் கூடியிருந்தது.

அந்தப் பொம்பிளை "இனிமேற்பட்டு இந்த மரத்தை நான்தான் உலுக்குவேன். இதிலே எனக்குப் பாத்தியதை உண்டு..." என்று பேசத் துவங்கியது. அப்பாவுக்குக் கால் நடுங்கியது. உதடு கோணியது.

"போதும் போதும் பேச்சை நிறுத்து" என்று அதற்கும் அப்பால் அந்தப் பொம்பிளை பேசப்போவதைப் பதறிப்போய் நிறுத்தினார். கயிற்றுக் கட்டிலின் மேல் அந்தக் கிழவி நிச்சலனமாய் உட்கார்ந்து இருந்தாள்.

கூட்டிவந்த ஆள்களைத் திருப்பி அழைத்துக்கொண்டு தலையைச் சாய்த்துக் குனிந்து நடந்து வீடு வந்துசேர்ந்தார். அதற்கப்புறம் அப்பா ஆள்பத்தி அறைக்குள் நுழைந்து பெட்டியைத் திறந்து சாசனம் எதையும் எடுத்துப் பார்க்கவே இல்லை.

~

ஒரு பொழுதாயினும்

புது சைக்கிள் என்றால் ரொம்ப விலையாகும். ஒரு பழைய சைக்கிளாவது வாங்கவேண்டிய நிர்ப்பந்தம் இப்போது. இதற்குமுன் இவன் வேலை பார்த்த இடங்கள் கிராமமாகவும் இல்லாமல் பெரிய நகரமாகவும் இல்லாத இடங்களாக அமைந்துவிட்டன.

வீட்டிலிருந்து ஆபீஸுக்கு நடந்தே போய்விடுவான். பிள்ளைகளும் பள்ளிக்கூடத்திற்கு அப்படியே நடந்துபோனார்கள். அவசியப்பட்ட நேரங்களில் யாரிடமாவது சைக்கிள் இரவல் கேட்டு வாங்கிக்கொள்வான். இரவல் கிடைக்காத நேரங்களில் அவசரத்திற்காக வாடகைக்கு சைக்கிள் எடுத்துச் சென்றிருக்கிறான்.

அந்த ஊர்களில் இவனுடைய ஆபீஸ் நண்பர்கள் எல்லோருமே சைக்கிள் வைத்திருந்தனர். வீடு தவறாமல் தாழ்வாரத்திலோ வாசலிலோ சைக்கிள் நிற்கும். அந்த வீட்டு ஆண் வீட்டிலிருக்கிறான் என்பதை வெளியே நிற்கும் சைக்கிள் அடையாளம் காட்டும்.

கேரியரில் தங்கள் வீட்டுக் குழந்தைகளிலொன்றை ஏற்றிக்கொண்டு வெளியே போவார்கள். பெண் குழந்தைகளை அதிகமாய் யாரும் ஏற்றிக்கொள்வதில்லை. ஆண் குழந்தைகளையே ஏற்றிக்கொண்டு மாலை வேளைகளில் கடைத் தெருவிற்குப் போவார்கள். செல்லமாய் சைக்கிளிலிருந்து ஆண் இறக்கிவிடுவார்கள். நண்பர்கள் வீட்டிற்கு அவசர விஷயமாய் பேசப்போவார்கள். அப்போதும் கடைக்குட்டிப் பையனுக்குத் தலைசீவி வேறு சட்டை மாற்றி கேரியரில் உட்கார்த்திவிடுவார்கள் பெண்கள். அடுத்த தெருவிற்குப் போவதானாலும் சைக்கிளில் ஏறிப்போய் வருவார்கள். வழியில் வேண்டியவர்களைக் கண்டால் சைக்கிளிலிருந்து இறங்காமலேயே ஒரு காலைப் பெடலிலும் இன்னொரு காலைத் தரையிலுமாய் ஊன்றி நின்று மணிக்கணக்காய்ப் பேசிக்கொண்டிருப்பார்கள்.

அதிகாரிகள் எதிரில் வந்தால் சைக்கிளிலிருந்து இறங்கி நடப்பதை ஒரு மரியாதையாக்கி இருந்தார்கள்.

ஒவ்வொருவரும் ஏதாவதொரு சைக்கிள் கடைக்காரனோடு சிநேகமாயிருந்தார்கள். காலையில் அங்கே போய் உட்கார்த்து பேப்பர் படிப்பது; சைக்கிளில் சிறுசிறு பழுதுகளைச் சரிசெய்யச் சொல்லி நுட்பமாய்ப் பேசுவது; டீ வாங்கிக்கொண்டு வரச்சொல்லிக் குடிப்பது, காற்று அடித்துக்கொள்வது போன்ற வேலைகளில் கிளம்பும்போது டிக்காசு, ரிப்பேர்க்காக கடைப் பையனுக்கு இனாம் எல்லாவற்றையும் கணக்குப் பார்த்து சட்டைப் பையிலிருந்து பணம் எடுத்துக் கொடுப்பது பந்தாவாயிருக்கும்.

இவன் இதுவரை சைக்கிள் வாங்காததற்கு இவையெல்லாம் கூடக் காரணங்கள். வீட்டிலில்லாமல் காலையில் வெளியே ஒரு கடையில் போய் உட்கார்ந்து இவனால் டீக் குடிக்க முடியாது. இவன் ஆபீஸ் பியூனையே டீ வாங்கி வரும்படிச் சொல்ல இவனுக்கு இதுவரை தைரியம் வந்ததில்லை. அப்படியிருக்க, தெரியாத ஆளிடம் போய் டீயெல்லாம் குடித்து சைக்கிள் ரிப்பேரெல்லாம் ஆன பின்னால் கணக்குப் பார்த்துக் காசு கொடுக்க இவன் பையில் அவ்வளவு பணப் புழக்கம் எப்போதும் இருப்பதில்லை.

எல்லாவற்றிற்கும் மேல் சைக்கிள் ஓட்டிச் செல்வதென்பது ஒரு அவஸ்தையாகவே இருந்து வந்திருக்கிறது. எப்போதாவது சைக்கிள் ஓட்டிவிட்டு வந்த மறுநாள் தொடைச் சதை இறுகிக்கொள்ளும், ஆடுசதை விண்விண்ணென்று வலிக்கும். அதனாலும் சைக்கிள் மேல் இவனுக்கு ஆசை வந்ததில்லை.

ஓசியிலாவது சைக்கிள் வாங்கி இவன் தன் பிள்ளைகளை சைக்கிள் கேரியரில் வைத்து ஒருநாளும் கடைத் தெருவிற்கு அழைத்துச் சென்றதில்லை. சைக்கிள் சவாரி குழந்தைகளின் தூரத்து லட்சியமாகவே இருந்தது. யாராவது நண்பர்கள் இவனைத் தேடி வீட்டிற்கு வந்து வாசலில் சைக்கிளை நிறுத்திவிட்டு உள்ளே வந்து பேசிக்கொண்டிருப்பார்கள். இவனுடைய பிள்ளைகள் உடனே வெளியே ஓடி சைக்கினைச் சுற்றிச் சுற்றி வரும். ஒன்று மணியடிக்கும்; ஒன்று பெடல் சுற்றும். இவை முடித்து ஒன்று சீட்டிலும், ஒன்று கேரியரிலும் உட்கார்ந்துகொள்ளும். இவளோடு பேசியது போதுமென்று வந்தவன் பாதியிலே பேச்சை முடித்துக்கொண்டு குழந்தைகளிடமிருந்து சைக்கிளைப் பிய்த்து எடுத்துச் செல்வான்.

இரண்டு பிள்ளைகளையும் படிக்க வைக்கவேண்டும். வீட்டில் எல்லோருக்கும் சாப்பாடு துணிமணி ஆகவேண்டும்.

கிராமத்திலிருக்கும் வயதான தாய்க்குப் பணம் அனுப்ப வேண்டும். வீட்டு வாடகை, பால், நல்லது கெட்டதுக்குப் போவது, செய்வது இந்த எல்லாவற்றிற்கும் இவனுடைய சம்பளத்திற்கும் இழுபறி நடக்கும். மாதத்தின் முதல் தேதியிலேயே ஒரு சிநேகிதனைக் குறி வைத்துவிடுவான். மாதக் கடைசி வரை அவன் நினைவாகவே திரிவான். சம்பளம் வாங்கிய மறுதினமே அவனைப் பிடித்து இழுத்துக் கடன் வாங்கிச் சமாளிப்பான். குழந்தைகளின் சைக்கிள் சவாரி கனவுகள் எல்லாம் இதனால் இவனுக்கு உறைத்ததேயில்லை.

இந்த ஊருக்கு வந்ததும்தான் ஒரு சைக்கிள் இல்லாமல் சமாளிக்க முடியாது என்ற நிலைமை வந்துவிட்டது. முதலில் இவன் நட்டநடு ஊரில்தான் வீடு பார்க்க ஆரம்பித்தான். ஆகாயத்திற்குச் சொல்லப்பட்ட வாடகையைக் கேட்டுவிட்டுக் கொஞ்சம் கொஞ்சமாய் ஊர்க் கோடிக்கே வந்தான். குறைச்சல் வாடகையில் அங்கேதான் வீடு அமைந்தது.

"ஊர்க் கோடியிலா வீடு பிடித்தீர்கள்?" என்று யாராவது கேட்டால், "ஊர் ஆரம்பத்தில் வீடு கிடைத்திருக்கிறது" என்று சமாளித்தான். இவன் இருக்கும் வீட்டிலிருந்து பார்த்தபோதுதான் பிள்ளைகளின் பள்ளிக்கூடம் வடக்கு மூலையில், ஆபீஸ் தெற்கில், மார்க்கெட் கிழக்கு மூலையிலிருப்பது தெரிந்தது. நேரங்கெட்ட நேரங்களில் பேருக்கு ஒரு டவுன் பஸ் போனது.

எப்படிப் பார்த்தாலும் ஒரு சைக்கிள் வாங்கவேண்டியது அத்தியாவசியம் என்றாகிவிட்டது. ஆபீஸ் பியூன் அங்கும் இங்குமாய்க் கேட்டுக் கடைசியாய் ஓர் ஆளிடம் கூட்டிப்போனான். எல்லாம் ஐந்து நாட்களுக்குள். அதுவே ஒரு பெரும் சாதனை.

அவர் விவசாய ஆபீஸில் வேலை பார்க்கிறவர். சைக்கிள் திண்ணையில் நின்றது. அழுக்கு அப்பிக்கிடந்தது. சீட்டுக் கிழிந்திருந்தது. பெயிண்ட் உதிர்ந்து பல தேசப்படங்கள் சைக்கிள் முழுக்க. டயர்கள் இரண்டும் வழுக்கையாயிருந்தன. ஒரு புதிய சைக்கிள் வாங்க யோசித்துக் கொண்டிருப்பதாகவும் சொன்னார். ஆபீஸ் பியூன் அவருடைய யோசிக்கும் சக்தியைப் பேசி பேசியே சிதறடித்தான்.

மறுநாள் சாயங்காலம் ரூபாயோடு போய் சைக்கிளோடு வந்தார்கள். வீட்டிற்குப் போகும் வழியில் இவனும் பியூனும் மெயின் ரோடு வரை சைக்கிளைத் தள்ளிக்கொண்டே பேசிக்கொண்டு வந்தனர். இனி அந்த விளக்கு ரோடு வழியாய்ப் போய் வீடு சேரவேண்டும். பியூன் ஊருக்குள் நடக்க திரும்பினான். விளக்கு

கந்தர்வன் சிறுகதைகள் 157

ரோட்டில் சைக்கிளிலேறி சொந்த வாகனத்தின் முதல் சவாரியைத் துவக்கினான்.

பொழுது மெல்ல இருட்டிக்கொண்டிருந்தது. இரண்டு முறை சைக்கிள் டயர்கள் சாலைக் குழிகளுக்குள் 'டங்'. கென்ற சத்தத்தோடு விழுந்து எழுந்தது. உற்றுப் பார்த்தான். அது தார் ரோடுதான். அரைக்கால் தார்தானிருந்தது. மீதி முக்காலே அரைக்காலும் குண்டும் குழியும்தான். சுமார் அரை கிலோமீட்டருக்கு இந்தப் பள்ளங்கள். விலக்கிக் கொண்டுபோய் இடுக்குகளின் வழியே குழிகளில் விழாமல் சில இடங்களில் தப்பிக்க முடிந்தது. கொஞ்ச தூரம் ஓட்டினான். மறுபடி 'டங்', நேராய் மூளையில் போயடித்தது. சாலை செய்யப்பட்ட கற்கள் குழிகளுக்குள் நீட்டிக் கூராய் நின்றன.

சில இடங்களில் சைக்கிளிருந்து விழப் பார்த்தான். சமாளித்து மறுபடி ஓட்டும்போது கைகளிலும் உடம்பு முழுக்கவும் சலவையாய்க் கொப்புளித்த வேர்வை. பிடி அடிக்கடி வழுக்கியது. பயம் நரம்புகளில் பரவி லேசாய் நடுங்க ஆரம்பித்தான்.

வீட்டுக்கு வந்ததும் மனைவியும் பிள்ளைகளும் சைக்கிளைச் சுற்றிச் சுற்றி வந்தார்கள். பிள்ளைகள் சைக்கிளைத் தொட்ட இடங்களிலெல்லாம் வேர்வைப் பிலபிலப்பு. அன்று ராத்திரி சாப்பிட்டுவிட்டுப் படுக்கப் போகுமுன் திண்ணையில் நிறுத்தியிருந்த சைக்கிளைப் பயத்தோடு பார்த்துவிட்டுப் போனான்.

மனைவியோடு ராத்திரி வெகுநேரம் பேசிக்கொண்டிருந்தான். காலையில் எட்டு மணிக்கு சைக்கிளில் பிள்ளைகளைப் பள்ளிக்கூடத்தில் கொண்டுபோய் விடவேண்டும். அப்படியே மாரிக்கெட்டுக்குப் போய் காய் வாங்கிக் கொண்டுவந்து போட்டுவிட்டுக் குளித்து டிபன் சாப்பிட்டு மறுபடி சைக்கிளிலில் ஏறி ஆபீஸ் போகவேண்டும். சாயங்காலம் முடிந்ததும் அவர்களை ஆபீஸுக்கு வரச்சொல்லி ஆபீஸ் முடிந்ததும் அவர்களை ஏற்றிக்கொண்டு வீடு வரவேண்டும் என்று தீர்மானமாயிற்று.

ஒரு சைக்கிள், புதுசோ பழசோ - வாங்கி வந்து நிற்கிறது. இந்த விலக்கு சாலையின் குழிகளுக்குள் விழுந்து எழுந்து தினமும் போய் வரவேண்டும் என்ற நினைவு வர மனசு படபடவென்று அடித்துக்கொண்டது. தூக்கம் வர வெகுநேரமாகி விட்டது.

விடிந்ததும் ஒருமுறை சைக்கிளைப் பார்த்துவிட்டுக் குளிக்கப் போனான். பிள்ளைகளுக்கு இன்று முதல் சைக்கிள் சவாரி என்பதால் குதூகலமாய்ப் பள்ளிக்குக் கிளம்பிக்கொண்டிருந்தார்கள்.

புத்தகப் பைகளை முதுகில் போட்டுக்கொண்டு பிள்ளைகள் படிகளில் இறங்கியதும் இவன் சைக்கிளைத் திறந்து ஸ்டாண்டைக் காலால் தள்ளிப் பின்னால் விட்டான். பின் வீல் உலோகச் சத்தத்தோடு தரையில் விழுந்தது. டயரைத் தொட்டுப் பார்த்தான், 'வதக்' கென்று கிடந்தது. துளிக் காற்று இல்லை.

எல்லார் முகங்களிலும் கவலையும் கோபமும். இவனுக்கு உதடு துடித்தது. பிள்ளைகளை நடந்துபோகச் சொல்லிவிட்டு அவளிடம் ரூபாய் வாங்கிக்கொண்டு சைக்கிளை இறக்கினான். தள்ளிக்கொண்டே வெகுதூரம் தாண்டி ரெயில்வே ஸ்டேஷனுக்கு அருகில் ரவுண்டாணாவுக்குப் போனான்.

இரண்டு மூன்று சைக்கிள் கடைகள் தள்ளித் தள்ளி இருந்தன. முதலிலிருந்த கடையோர வேப்ப மரக்கிளையிலிருந்து பாதி சைக்கிள் தொங்கிக் கொண்டிருந்தது. இவன் போய் 'பஞ்ச்சர்' என்றான். குத்துக்கால் வைத்து ஒரு ரிம்மை உருளவிட்டுக் கொண்டிருந்த சைக்கிள் கடைக்காரன் திரும்பி இவனையும் இவன் சைக்கிளையும் பார்த்தான். முகத்தில் ஒரு உணர்ச்சியுமில்லாமல் மறுபடி ரிம்மைக் கையால் வேகமாய் உருளவிட்டுக் கொண்டிருந்தான்.

"ஆபிஸ் போகணும். கொஞ்சம் அவசரம்" என்றான் இவன். இந்த ஊருக்குப் போஸ்ட்டிங் போட்டவன், இந்த வீட்டை வாடகைக்கு விட்டவன், இந்த சைக்கிளை வாங்கிக் கொடுத்த ஆபிஸ் பியூன், இந்த சைக்கிளை இவனுக்கு பிகு பண்ணிக்கொண்டே தலையில் கட்டிவிட்ட விவசாயத் துறை கிளார்க், அவசரம் புரியாத இந்த சைக்கிள் கடைக்காரன் எல்லோரும் ஒரே நேரத்தில் இவனை இப்போது இம்சை செய்துகொண்டிருந்தார்கள்.

கை வேலையை முடித்து விட்டுக் கடைக்காரன் வீலிலிருந்து டயரைப் பிரித்துக் குடலை உருவுவது போல் டியூபை உருவினான். குண்டாத் தண்ணீரில் 'பஞ்ச்சர்' தேடி ஒட்டிக் கொடுத்துவிட்டு 'ஒரு ரூபாய்' என்றான். ரூபாயைக் கொடுத்துவிட்டு சைக்கிளிலேறி வீட்டிற்கு வந்து ஆபீஸ் போனான்.

சாயங்காலம் பிள்ளைகளை ஆபீசிலிருந்து சைக்கிளில் ஏற்றிக்கொண்டு வீட்டிற்குப் புறப்பட்டான். விலக்கு ரோட்டில் ரோட்டில் திரும்பியதும் குழிகளுக்குள் சைக்கிள் ஏழெட்டுத் தடவை விழுந்தது. ஒன்பதாவது தடவை சைக்கிள் தடுமாறி சாய்ந்தது. பிள்ளைகள் இரண்டும் தரையில் கிடந்தன.

சைக்கிளை நிமிர்த்தும்போது உடல் முழுவதும் நடுங்கியது. மூத்த பெண்ணுக்கு முழங்கால் சிராய்த்து ரத்தம் வந்தது.

கந்தர்வன் சிறுகதைகள் 159

நடந்துபோகிறவர்கள், லாவகமாய் நல்ல சைக்கிள்களில் போகிறவர்கள் பலரும் வேடிக்கை பார்த்தது தலை முழுக்கக் கட்டெறும்புகள் மொய்த்தது போலிருந்தது.

பிள்ளைகளை ஏற்றி கேரியரிலும் பாரிலும் உட்காரவைத்து வெட்கத்துடன் தள்ளிக்கொண்டே வந்தான். வீட்டு வாசலில் நின்று இப்படி வருவதைப் பார்த்துக்கொண்டிருந்தவள் ஓடிவந்து பிள்ளைகளை இறக்கினாள்.

இரண்டும் 'ஓ' வென்று அழ ஆரம்பித்தன. 'எது ஒண்ணையும் தொட்டோம், துலங்கனோம்ணு இல்லையே' என்று சைக்கிள் பார் மேல் கோபமாய் இடது கையால் ஓர் அடி அடித்து அதே கையால் தலையிலடித்துக் கொண்டாள்.

இவன் மௌனமாய் சைக்கிளைத் திண்ணைக்கேற்றினான். அன்று ராத்திரியும் வெகுநேரம் தூக்கம் வரவில்லை. விடியற்காலையில் எழுந்ததும் நேராய்த் திண்ணைக்கு வந்து சைக்கிள் டயரைத் தொட்டுப் பார்த்தான். இன்று முன் வீலில் காற்றில்லை. "பிள்ளைகளைத் தயார்ப் பண்ணு. இதோ வந்துடறேன்" என்று அவளிடம் சொல்லிவிட்டு உள்ளே போய் ரூபாய் எடுத்துக்கொண்டு சைக்கிளைத் தள்ளியபடியே அரை ஓட்டத்தில் சைக்கிள் கடைக்குப் போனான்.

இன்னும் ஒரு கடைக்காரனும் வந்திருக்கவில்லை. வேப்ப மரத்தடியில் இங்கும் அங்கும் நடந்து பார்த்துவிட்டு உட்கார்ந்தான். ஒரு மணி நேரமாய் மனசு உலையில் போட்ட அரிசியாய்க் கொதித்துக் கொண்டிருந்தது. கடைக்காரன் வந்ததும் 'பஞ்சர்' என்றான். அவன் கடைச் சாமான்களை ஒவ்வொன்றாயெடுத்து வைத்துக் கொண்டிருக்கையில் இவன் "பிள்ளைகளைப் பள்ளிக் கூடத்துக்குக் கூட்டிப் போகணும்" என்றான்.

கடைக்காரன் பாதியில் நிறுத்திவிட்டுக் குண்டாவில் தண்ணீரெடுத்து வந்து பஞ்சர் பார்த்தான். இரண்டு இடங்களில் தண்ணீர் முட்டையிட்டது. ஒட்டிக் கொடுத்துவிட்டு 'ரெண்டு ரூபா' என்றான் கடைக்காரன். கிளம்பும்போது அவன் சொன்னான்; "கல்லிலெ அடிபட்டுப் பஞ்சராகுது. டியூபும் டயரும் ரொம்ப வீக்காயிருக்கு".

"சீக்கிரம் மாத்திருவோம்" என்று சொல்லிவிட்டு சைக்கிளிலேறிப் பறந்து வீட்டிற்கு வந்தான். பிள்ளைகள் வெகுநேரமாய்க் காத்திருந்து பார்த்துவிட்டு நடந்து பள்ளிக்கூடம் போய்விட்டிருந்தன. அவள் முகம் கல்லாய் மாறியிருந்தது. இந்த சைக்கிள் இவனுக்கும் அவளுக்கும்

இடைவெளி ஏற்படுத்தித் தூரத்தை அதிகமாக்கிக்கொண்டே வருவதாகத் தோன்றியது.

இரண்டு நாள் கழித்து மறுபடி மறுபடி 'பஞ்சர்' ஒட்ட சைக்கிள் கடைக்காரனிடம் போனான். இப்போது இரண்டு வீல்களிலும் பஞ்சர். பழைய செருப்பைத் தைக்கிற ஆளைத் தேடிப்போவது போலிருந்தது. சைக்கிள் கடைக்காரனிடம் போனதும் ஒட்டி முடித்துவிட்டு டயரைத் தடவிப் பார்த்தான் கடைக்காரன். பின் டயரில் கல்லடித்து ஓட்டைகள் விழுந்திருந்தன. சின்ன டயர் துண்டுகளை ஓட்டைகளுக்கு நேராய் உள்ளே வைத்து அதன் மேல் டியூபை நுழைத்தான். பின்வீலின் இரண்டு இடங்கள் புடைத்து நின்றன. வேலைக்கு வரும் வரை பழைய துணிகளைத் திணித்த தலையணைதான் வீட்டில் இவனுக்கு. இந்த டயரைப் போல்தான் அதுவும் எங்கெங்கோ புடைத்துக் கிடக்கும்.

சைக்கிளில் ஏறி ஓட்டினான். வீல் ஒரு சுற்றுச் சுற்றுவதற்குள் இரண்டு முறை தூக்கிப்போட்டது.

ரெண்டு டயர், ரெண்டு டியூப் என்ன விலை என்று விசாரித்தான். நூறு ரூபாய் ஆகும் என்று சொன்னார்கள். வீடு அட்டத் தரித்திரத்தில் கிடந்தது.

அடிக்கடி காலை மாலை என்றில்லாமல் விலக்கு ரோட்டிலும் ஆபீஸ் வாசலிலும் பஞ்சரான சைக்கிளைத் தள்ளிக்கொண்டே தலையைக் குனிந்துகொண்டு திரிந்தான். இந்த விலக்கு ரோடும் முனிசிபாலிடிக்காரனும் இவன் இரைப்பையையே கிழித்துத் தொங்கவிட்டிருப்பது போல் பல ராத்திரிகளில் சொப்பனம் வந்தது.

இன்று மாலை நாலு மணிக்கு பிராவிடண்ட் பண்ட் கடன் தொகையை ரெவின்யூ ஸ்டாம்ப் ஒட்டி வாங்கினான். உடம்புக்கு சுகமில்லை என்று ஆபீஸில் சொல்லிவிட்டு நேராய்க் கடைத் தெருவுக்குப் போனான். ரெண்டு டயர் ரெண்டு டியூப்களை வாங்கிக்கொண்டு சைக்கிள் கடைக்காரனிடம் வந்தான்.

வேர்வையைத் துடைத்தான். ஒற்றைக் காலைச் சாய்த்துக்கொண்டு அலட்சியமாய் நின்றான். "ரெண்டு டீ சொல்லு" என்றான்.

டீ குடித்துக்கொண்டே மாலைப் பத்திரிகையைப் படித்தான். புது டயர் புது டியூப்களை மாட்டிவிட்டுப் பழையவைகளை எல்லாம் ஒரு மூட்டையாய்க் கட்டிக் கொடுத்தான் கடைக்காரன். 'நீயே வெச்சுக்கோ' என்று சொல்லிக்கொண்டே பத்து ரூபாயையும் டீக்காசையும் கொடுத்தான்.

சைக்கிளில் ஏறி உட்கார்ந்து ஓட்டினான். ஆனந்தமாயிருந்தது. வேகமாய் கால்களைச் சுழற்றினான். வீட்டிற்குப் போகாமல் விலக்கு ரோட்டிற்குப் போனான். 'டக டக' என்று குழிகளில் விழுந்து எழுந்தது சைக்கிள். ஒரு முறை, இரண்டாம் முறை, மூன்றாம் முறை விலக்கு ரோட்டில் ஒரு வெறியோடு போய்த் திரும்பினான். இருட்டி வீடு வந்துசேர்ந்தான்.

காலையில் எழுந்ததும் நேராகப் போய் வீல்களைத் தொட்டுப் பார்த்தான். கிண்ணென்று டயர்கள் நின்றன. முன்வீலைத் தொட்டுக்கொண்டும் தடவிக்கொண்டும் வெகுநேரம் நின்றான்.

மழை பெய்தும்...

ராத்திரி ஊர் முழுதும் தட்டான்கள் கண்டபடி குருட்டுத்தனமாய்ப் பறந்தன. ஈசானத்தில் விட்டு விட்டு மின்னல்கள் மேகத்தைக் கிழித்தன. காற்று வாசங்கொண்டு மாறி மாறி அடித்தது. ஆகாச நிலைமை பூமி இருப்பு எல்லாம் மாறி வந்துகொண்டிருந்தன. மேகத்தைப் பார்த்து நிதானிக்க முடியாமல் ஆட்கள் காடு காட்டுக்குப் பேசிக்கொண்டிருக்கையில் குப்புபிள்ளை சொன்னார்: "விடியிறதுக்குள்ளே மழை பெய்யும். ரெண்டு வருச கஞ்சியைச் சேத்துக் குடிக்கலாம்டா பயகளா"

விடியுமுன்னால் நிதானமாய் ஆரம்பித்தது. முதல் தூறலின் மெல்லிய சத்தத்திலும் வாசனையிலும் அநேகமான பெண்கள் எழுந்து வாசலைத் திறந்து வைத்தார்கள். ரெண்டு வருஷங் கழித்து முதல்முறையாக இன்று மேகம் அவர்களுக்காக வாசல் தெளிக்கிறது.

உலகம்மா வாசலைத் திறந்துவிட்டுக் கையை நீட்டி மழையை வாங்கியதும் அடுத்த வீட்டைப் பார்த்து சத்தம் கொடுத்தாள்,

"ராமுத்தாயி"!

அடுத்த வீட்டிலிருந்து மறுசத்தம் வந்தது, "நான் எந்திருச்சி ரொம்ப நேரமாச்சு" விசேஷங்களின்போது காலையில் எழுந்த வாசலுக்கு வந்தவள் போல் நின்றாள்.

எல்லா வீட்டு வாசல்களிலும் முடிச்சு முடிச்சாய்த் தலைகள் அசைந்தன. மாடுகளை அவிழ்த்துத் தொழுவங்களுக்கு இழுக்கும் ஆம்பிளைகள் சத்தம் தெருபூராவும் கேட்டது. கூம்புக் கூடைகளுக்குள் கிடந்த கோழிகளும் சேவல்களும் செட்டைகளை அடித்து ஓசை கிளப்பின. கிழவிகள் காலை நீட்டித் திண்ணைகளில் உட்கார்ந்து புகையிலை கட்டைகளை வாய்க்குள் சொருகினார்கள். உமிழ்நீர் கலக்கி உற்சாகமாய்க் கன்னங்களுக்கு கொண்டுபோனார்கள். அந்த

இருட்டு எல்லார் மனசுகளிலும் வெளிச்சம் போட்டது. ஒவ்வொரு மின்னலின்போதும் வீடுகளில் குவியலாக ஆள்கள் உட்கார்ந்திருப்பது தெரிந்தது.

விடியும்போது நிதானமாகவும் அழுத்தமாகவும் மழை பெய்து கொண்டிருந்தது. ஊரின் அசுத்தங்கள் கரைந்து இதமான வாசனையானது. ஊர் மணம் விடிகாலையில் நாசிகளில் நிறைந்தது. உலகம் பூராவும் மழை பெய்துகொண்டிருப்பது போல் ஓசை மற்ற எல்லா உலக சப்தங்களையும் அமுக்கப் பேரிரைச்சலாய்க் காதுகளில் வந்தது.

கண்மாய், கரை, வயல், வரப்பு, திடல், திட்டு, ஊருணி வாய்க்கால், தெரு, தொழுவம், மரம், செடி, குப்பைமேடு, லாந்தர் கம்பம் எல்லாவற்றின் மேலும் பொழிகிறது மழை. கொடிக் கயிறுகளில் முத்து முத்தாய் ஊர்வலம் போகிறது. மரக்கிளைகளும் இலைகளும் வாங்கி வைக்க இடமில்லாமல் மனமின்றி அடிக்கொரு தரம் உதிர்த்துவிட்டன. வானத்திலிருந்து சரஞ்சரமாயிறங்கி வேகம் வேகமாய் ஒன்றுசேர்கின்றன. சின்னச் சின்ன வாய்க்கால்களாய் சுயமாக உடனுக்குடன் வடிவம் பெறுகின்றன. ரெண்டு வருஷங்கழித்து வந்ததில் ரொம்ப வெட்கப்பட்டு வேகம் வேகமாய் திசை தெரியாமல் ஓடுகின்றன. கூடில்லாப் பறவைகள் ஈரஞ்சேர்ந்த மயிர்க்கற்றையோடு பாரமாகிவிட்ட இறகுகளை உலுப்பிக் கிளை மாறி உட்கார்ந்தன.

கூரை வீட்டுக்காரர்கள் ஏணங்களைத் தூக்கி ஒழுக்கு விழும் இடங்களில் வைக்கிறார்கள். அப்படியும் பல ஒழுக்குகள் தரையில் குழி பறிக்கின்றன. தரையும் வீடுகளும் சொதசொதவென்று ஆகத் துவங்கின. கூரை ஒழுக்குகள் பிள்ளைகளை உசுப்பிவிட்டன. கண்ணைக் கசக்கக் கூட நேரமில்லாமல் விழித்தெழுந்த பிள்ளைகள் மழை முகம் பார்க்கத் தாழ்வாரங்களுக்கு ஓடிவந்தன. கூரை மூலையில் கை நீட்டி உள்ளங்கை நிறையப் பழுப்பு நீரை வாங்கி விரல் இடுக்குகளில் ஒழுக விட்டுக்கொண்டிருந்தான் ஒருவன்: கொஞ்ச நேரந்தான். எதிர் வீட்டுக் கூரையடியில் கை நீட்டி மழை வாங்கும் சேக்காளியோடு சேர மழையிலும் பெருமிதத்திலும் நனைந்துகொண்டே ஓடுகிறான்.

ஒருவன் ஓட ஆரம்பித்ததும் அநேக பையன்கள் இப்படி ஓடி நனைவதும் வீட்டிற்குள் போய் அம்மாமாரிடம் வசவு வாங்குவதுமாய் இருந்தார்கள். ரெண்டு வருஷமாய் ஒரு சிலேட்டுக் குச்சி வாங்க காசு கேட்டாலும் "மழையுமில்லெ, தண்ணியுமில்லெ.

164 கந்தர்வன் சிறுகதைகள்

மூதி, பகுசி, கொலையுது" என்று ஏசியதை ஓடி நனைத்து பரிகாசமாக்கினார்கள். நன்றாய் விடிந்துவிட்டது. நிதானத்திலிருந்து மழை பிறழவில்லை. ஓசையில் பிசிறில்லை. விடியாத பொழுதைப் போல் மந்தாரம் பூமியில் கவிழ்ந்து கிடந்தது. ஆம்பிளைகள் கூரையடியில் குனிந்து மேகக் கூரு பார்த்தார்கள். தலையில் துண்டுகளைப் போட்டுக்கொண்டு வெளியில் நனைந்து வானத்தை அண்ணாந்தார்கள். பொட்டு வெள்ளையில்லை. பெருமூச்சுகளுடன் வீடுகளுள் வந்து ஈரம் துடைத்தனர். வீடுகளும் தரையும் மேலும் மேலும் ஈரமாகிக் கொண்டிருந்தன.

ராமையா தாழ்வாரத்தில் கிடந்த மண்வெட்டிக் கணையைத் தடவினார். சோப்புக் கட்டியைப் போல் வழு வழுவென்றிருந்தது. பனையங் காட்டுப் புஞ்சையில் பனித் தூத்தல் விழுந்து பயிர் ஒரு சாண் வளர்ந்துவிட்டது. காட்டோடை இவர் புஞ்சையைத் தொட்டுக்கொண்டு ஓடுகிறது. புஞ்சை வாமடையைத் திறந்து வைத்து ரொம்ப நாளாகிறது. நேற்று சாயங்காலங் கூடப் பார்த்த ஞாபகம். திறந்துதான் கிடந்தது. ஆனாலும் நிம்மதியில்லை. ஓடிப்போய்ப் பார்க்கவேண்டும். திறந்து கிடந்தால்தான் ஓடைத் தண்ணீர் புஞ்சைக்குள் பாயும். இந்த மழைக்கு அரை வரப்புக்காவது தண்ணீர் நிறுத்தியாக வேண்டும். சாக்கை எடுத்துத் தலையில் கொங்காணி போட்டு மண்வெட்டியைத் தூக்கிக்கொண்டு வேகம் வேகமாய்த் தெருவிலிறங்கினார்.

கனகுதேவர் மேற்கேயே பார்த்துக்கொண்டிருந்தார். மேற்கே நாலு மைல் தள்ளி அவருக்குப் பூர்வீகக் காடு. வீடு மட்டும்தான் இங்கே. மேற்கில் விளைந்து வந்தால்தான் பூவா. மேற்கிலிருந்து யார் நடந்து வந்தாலும் "கொத்தங் குளத்திலெ மழை உண்டா?" என்று கேட்டுக்கொண்டேயிருந்தார். பத்துக் கீதாரிகளுக்கு மேற்குத் தெருவில் வீடுகள். கொங்காணிபோட்டு அவர்களில் யாரும் கனகுதேவர் வீட்டைத் தாண்ட முடியவில்லை.

"நான் கார்மேகம் மாமா. கொத்தங்குளத்துத் தாக்கல் தெரியலியே" என்று சொல்லிக்கொண்டு போனார் கீதாரி.

ஆறுமுகம் பிள்ளை அடக்கி அடக்கிப் பார்த்தார். கடைசியாய்ப் பரணில் ஏறிப் 'பொணையல் தும்புகளை' இறக்கினார். ரொம்ப கால முந்தி அறுவடைக்கு இறக்கியது. பதமாய் ஒவ்வொரு தும்பையும் எடுத்துப் பிரிந்து கிடக்கிறதா என்று அரை வெளிச்சத்தில் நுட்பமாய்ப் பார்த்துக்கொண்டிருந்தார். பார்வதி அம்மாளுக்கு வெட்கம். "இன்னும் நாத்துப் பாவலை. நாப்பது கலமா அம்பது

கலமான்னு கணக்கு ஓடுது. யாராச்சிம் பார்த்தா சிரிக்கப் போறாக. தும்புகளைத் தூக்கிப் பரணிலே போடுங்க" என்றாள்.

தெருபூராவுக்கும் சேர்த்து ஒரே ஓர் ஓட்டு வீடு, மாரியப்ப பிள்ளை வீடு. நடுவில் முற்றம். முற்றத்துக்கு மேல் ஓட்டில் நாலு மூலைகளிலும் தகர வளைவுகள் உண்டு. எல்லா ஓடுகளிலும் சேர்கிற தண்ணீர் இந்த நாலு வளைவுகளிலும் வந்து விழும். நல்ல மழைக்கு நாலு அருவிகள் வெளேரென்று முற்றத்தில் கொட்டும். ஓலை வீடுகளில் கூரை வாரித் தண்ணீர் பழுப்படைந்து போய்வரும்.

உலகம்மாள் தலையில் முந்தானையைப் பேருக்குப் போட்டுக்கொண்டு சருவத்தோடு தெருவில் இறங்கினாள். அவள் மழையில் இறங்கியதைப் பார்த்ததும் பொம்பிளைகள் ஒவ்வொருவராய்ச் குடத்தோடும் சருவத்தோடும் மாரியப்ப பிள்ளை வீட்டுக்குச் சிரிப்பும் கனைப்புமாய் வந்தனர். கொஞ்ச நேரத்தில் பிள்ளைகளும் ஓடிவந்து சேர்ந்துகொண்டார்கள்.

தெருவில் பெரிய இளவட்டம் மாரியப்ப பிள்ளை மகன். இன்னும் கல்யாணம் ஆகவில்லை. கைலியோடு இறங்கி முற்றத்தில் நின்று கொண்டான். பொம்பிளைகளிடமிருந்து குடங்களை வாங்கி நாலுவாரியிலும் வைத்துத் தண்ணீர் பிடித்து முற்றத்தின் ஓரத்தில் நிற்கும் பொம்பளைகளிடம் குடங்களைத் தூக்கிக் கொடுத்துக்கொண்டிருந்தான். இடைவெளிகளில் வாரியில் நின்று குளித்துக்கொண்டான். அவனைப் பார்க்கப் பார்க்க வேடிக்கைக்கு வந்த மற்ற இளவட்டங்களுக்கும் ஆசை வந்துவிட்டது. "சந்திரா நானும் வரட்டா" என்று கேட்டுக்கொண்டே இரண்டு மூன்று பேர் இறங்கி, பொம்பிளைகளிடம் குடங்களை வாங்கினார்கள். நனைவதும் குளிப்பதும் குடம் தூக்குவதுமாய் இளவட்டங்கள் அட்டகாசம் பண்ணிக்கொண்டிருந்தார்கள்.

அம்மாமார் வசவுகளையும் சட்டை இழுப்புகளையும் மீறி சின்னப் பயல்கள் சிலபேர் முற்றத்தில் குதித்தார்கள். முற்றம் திணறியது. தும்பாக் குழியை இரண்டு மூன்று பேர் சேர்ந்து பழைய துணிகளை அழுக்கி அடைத்துவிட்டார்கள். முற்றத் தண்ணீர் உயர்ந்துகொண்டே வந்தது. சின்னப் பயல்கள் சிலபேர் கழுத்தளவு வந்துவிட்டது. பயல்கள் நீச்சலடிக்க ஆரம்பித்துவிட்டார்கள். மாரியப்ப பிள்ளையும் அவர் சம்சாரமும் எவ்வளவுதான் கார்வார் பண்ணமுடியும். வீடு முச்சூடும் சகதியாகிக் கொண்டிருந்தது. பூமியில் நடந்துகொண்டிருந்த அமளிகளையும் ஆரவாரங்களையும் மழை

பொருட்படுத்தியதாகவோ நின்று யோசித்ததாகவோ தெரியவில்லை. ஒரே கதியில் பெய்துகொண்டிருந்தது.

நாச்சரம்மா கிழவி திண்ணையில் உட்கார்ந்து மழையை உற்று உற்றுப் பார்த்துக்கொண்டிருந்தாள். இன்று ஒருநாள் போய் நாளை விடிய வன்னியக் காட்டுக்குப் போக வேண்டும். விதம் விதமாய் காளான்கள் அங்கே முளைத்துக் கிடக்கும். வெஞ்சனக் காளான் எது விசக் காளான் எது என்று அவளுக்குத் தெரியும். காட்டுக்கீரை பறிக்க ஓர் ஓலைப்பெட்டியை எடுத்துக்கொள்ள வேண்டும். ஆட்டுக்கறி கோழிக்கறிக் குழம்பைவிட ருசியானது காளான் குழம்பு. வன்னிக்காட்டுக் கீரை மலைத் தேனுக்குச் சமம்.

அன்னமயில் வீட்டுக் கொல்லையைப் போய்ப் பார்த்துக்கொண்டு நின்றாள். மழை நின்றதும் ஆம்பிளையிடம் சொல்லி வட்டம் வட்டமாய் வெட்டிப் பயிர்க்குழி போடவேண்டும். மூடிவைக்க ஓலைகளை எடுத்து வைத்துக்கொள்ள வேண்டும். மூன்றாம் நாள் பாகல், பீர்க்கு, புடலை பூசணி எல்லாம் இரண்டு கனத்த இலைகளோடு ஈரமண்ணை முதுகில் தள்ளி வெளிவரும். இந்த வருஷம் கஞ்சிக்குப் பஞ்சம் வந்தாலும் காய்க்குப் பஞ்சம் வரக்கூடாது.

காளிமுத்து பத்தையைத் தூக்கிப் போட்டிருந்த பழைய குளுமையை எட்டிப் பார்த்துவிட்டு வந்து உட்கார்ந்தார். முப்பது வருஷம் விட்டு மழை பெய்தாலும் பெய்த அன்றைக்கே அயிரை உற்பத்தியாகிவிடும். நாலு நாள் கழித்துத் தாவு மடைமுக்கில் பெரிய வாய்க்காலை அடைத்துப் பத்தை போடவேண்டும். விடிவதற்குள் நாலு ஓலைப் பெட்டி நிறைய அயிரை மீன்களை அள்ளிவிட வேண்டும்.

ராசாக்கண்ணு பயல் ரோட்டைத் தாண்டி தூரப் பகுதிகளுக்கு நோட்டம் விட்டான். நாளை விடிய அரசமரப் பொட்டலுக்குப் பயல்களைச் சேர்த்துக்கொண்டு போகவேண்டும். அரசமரத்தடியில் சீங்கினிப் புல் சில்லென்று வந்திருக்கும் பட்டைத் தொட்டது போலிருக்கும் புல் கூட்டத்தில் கை பட்டால், கொத்தாய்ப் பிடுங்கினால் ஈரமணல் பஞ்சாய் உதிரும். லேஸ் இனிப்பும் புல் வாசனையுமாய் கிழங்குகள் ருசியாயிருக்கும்.

பொட்டல் தாண்டி தேங்காய்ப் பூச்செடிகள் வெள்ளை வெளேரென்று பூத்துக் கிடக்கும். காட்டுச் செடிகளுக்குள் தேடினால் சீமைத் தக்காளிச் செடி கிடைக்கலாம். உபயோகமில்லாத மற்ற செடிகளுக்கு மத்தியில் சீமைத் தக்காளிச் செடியைப் பார்க்கும்போது மனசு துள்ளும். பிடுங்கிக் கொண்டுவந்து கொல்லையில் தனித்

கந்தர்வன் சிறுகதைகள் 167

தோட்டம் வைக்கவேண்டும். சொடக்குத் தக்காளிச் செடிகள் முளைத்திருக்கிற இடங்களை நாளைக்கே பார்த்து வைத்துக்கொள்ள வேண்டும்.

வெகுநேரமாகியும் மழை ஓயவில்லை. எட்டு மணி சாயல்குடி பஸ் ரொம்ப தாமதமாய் வந்து போய்விட்டது. பொங்கி ஆரவாரித்து மழை இப்போது பெய்துகொண்டிருந்தது.

தொழி உழவுக்கு வயலில் நிறையத் தண்ணீர் வேண்டும். மண் வெட்டியும் கையுமாய் ஆம்பிளைகள் வயல்களைப் பார்க்க நடந்துகொண்டிருந்தார்கள். ஓலைக் கொங்காணிகளும் சாக்குக் கொங்காணிகளும் மழையில் நனைந்து தெருவில் அசைந்தன.

"வெட்டுக்குழி நெறஞ்சு கம்மாய் பெருகிக்கிட்டு வருது சித்தப்பு" என்று கண்மாய்ப் பக்கம் போய்வந்த ஆள் திண்ணையிலிருந்த ஒரு வயசாளிக்குச் சொல்லிக்கொண்டு போனார். காடு பார்க்க, கரை பார்க்க என்று ஆம்பிளைகள் அநேகமாய் எல்லோரும் மழைக்குள் இறங்கிவிட்டார்கள்.

ஆம்பிளைகள் ஒவ்வொருவராய்த் திரும்பி வரும்போது மழை அடங்கி வந்தது. லேசாய் தூரல்கள் பூமி நீரைச் சிலிர்க்க வைத்துக் கொண்டிருந்தன. பிள்ளைகள் தூறலில் நனைந்து வாய்க்கால் வெட்டியும் வரப்பு கட்டியும் விளையாடினார்கள்.

கண்ணாயிரம் பிள்ளை வீட்டுத் திண்ணையில் உட்கார்ந்தால் தெரு பூராவும் தெரியும். கண்ணாயிரம் பிள்ளையும் அவர் பெண்சாதியும் திண்ணையில் வந்து உட்கார்ந்தார்கள். "வாங்களேன். சங்கதி பேசலாம்" என்பது போலிருக்கும் அவர்கள் வந்து உட்காரும் தோரணை. "அத்தே மழை எப்பிடி?" என்றபடி உலகம்மாள் வந்து உட்கார்ந்தாள். "என்ன அங்கே மகாநாடு ஆரம்பிச்சாச்சா?" என்று கேட்டுக்கொண்டே ஒவ்வொரு பொம்பிளையாய் உட்கார்ந்தார்கள்.

நனைந்த தலைமயிர்கள் பிரிந்து கிடந்தன. கண்ணாயிரம் பிள்ளை வீடு கூரை ஒழுக்கில் சொதசொதவென்று கிடந்தது. தெருபூராவுமுள்ள வீடுகள், தரைகள் ஈர நசிப்பில் கிடந்தன. ஆம்பிளைகள், பிள்ளைகள் நனைந்து கூதல் வாங்கிக் கைகளை கட்டி நெஞ்சுக் கூட்டுக்குள் கொண்டுபோக முயற்சி செய்தார்கள். பலருக்கும் பல் வரிசைகள் தாளம் போட்டு ஆட ஆரம்பித்தன.

உலகம்மா புருஷன் திண்ணையடியில் நின்று கத்தினான், "ஏய் கஞ்சியை ஊத்திப்புட்டுப் போய்ப் பேசு".

உலகம்மாள் எழுந்து அவள் வீட்டிற்குப் போனாள். பழைய கஞ்சிப் பானைக்குள் கையை வைக்கவும் கை விறைத்துக்

கொண்டுபோனது. புருஷன் கஞ்சி குடித்ததும் மறுபடி கண்ணாயிரம் பிள்ளை வீட்டுத் திண்ணைக்கு வந்தாள்.

நனைந்த உடம்புகள் திண்ணையில் கதை கதையாய்ப் பேசிக் கொண்டிருந்தன. தெற்குக் காற்று கூதலாய் மாறி வீசியது. மழை மூணா வருஷ, ஏழா வருஷ மழையைப் பற்றி ஒவ்வொரு பொம்பிளையும் காது மூக்கு வைத்துப் பேசிவந்தார்கள். உலகம்மாள் இடைமறித்து "இந்தக் கூதலுக்கும் மழைக்கும் சுடச்சுட பொரிகடலை வாங்கித் தின்னா எப்பிடி இருக்கும்?" என்றாள்.

மறுமழை ஆரம்பித்துப் பெய்யத் துவங்கியது.

பக்கிரி

உச்சிவெயில் ஓட்டை உடைக்கும்போது ஆறு மைலுக்கப்பால் இருக்கும் தேரிருவேலியில் ரன்னர் கார்மேகம் தலைமேல் தபால் பையைத் தூக்கிவைப்பான். தபால்பைக்குள் மணியார்டர், ரிஜிஸ்டர் தபால், பணம் என்று என்னென்ன இருக்குமென்று அவ்வளவாய்த் தெரியாது அவனுக்கு. ஆனால் ஒரு தகப்பன் தாயைவிட அந்தப் பைமேல் அவனுக்குப் பொறுப்பு வந்துவிடும்.

கையில் வேல்கம்பு நுனியில் சலங்கை சகிதம் படியிறங்கினானென்றால் மிலிட்டரிக்காரன் மாதிரி ஆகிவிடுவான். ஆறு மைல் முழுவதும் தொங்கு ஓட்டத்திலேயே ஓடிவருவான். வண்டிப் பாதையானாலும் ஒத்தையடிப் பாதையானாலும் எதிரே வரும் ஆள்கள் ஒதுங்கி நின்றுவிடுவார்கள். சலங்கைச் சத்தத்தோடு மூசுமூசென்ற மூச்சுகளையும் கேட்டுச் சின்னப் பிள்ளைகள் பிசாசைப் பார்ப்பது போல் கார்மேகத்தைப் பார்ப்பார்கள்.

இந்த ஆறு மைல்களுக்குள் நஞ்சை, புஞ்சை, கண்மாய், காடு, பட்டி, தொட்டி, என்று பல பிரதேசங்களைத் தாண்டுவான் கார்மேகம். எங்காவது கருவமரங்களும் உடை மரங்களும் சுத்தாழைச் செடிகளும் தென்படும் இடங்களில் லேசான தாவர வாசம் வரும். பனைமரங்கள் குடுமிகளோடு நிற்கும். நுனி நிழலில் கூட அடர்த்தி இருக்காது. அப்படியேயிருந்தாலும் நின்று சுட்டுக்குக் காலாற்றிக் கொள்கிற ஆளில்லை கார்மேகம்.

பணிவாசல் ஊர் தாண்டியதும் இந்த ஊர்க் கண்மாய் உள்வாய் ஆரம்பிக்கும். கண்மாய்க்குள் வெகுதூரம் மணற்சாரியிலேயே ஓடிவருவான். இந்தக் கோடிக்கும் அந்தக் கோடிக்குமிடையே ஏழு மடைகள். இரண்டு கண்ணால் பாதிக் கண்மாயைக்கூட பார்த்துவிட முடியாது. இந்தப் பக்கமும் அந்தப் பக்கமும் மீதி கிடக்கும். ஆறு வருசம் முன்னால் நிறை கண்மாயாயிருந்தபோது தபால் பையைத்

தலையில் வைத்துக்கொண்டு நீந்தியது. அப்புறம் வெட்டுக்குழி தாண்டித் தாண்டித் தண்ணீர் அபூர்வமாய்ந்தான் கிடந்தது. வண்ணான் துறைக்கு நேராக ஏறினால் முழங்காலுக்கு மேல் தண்ணீர் வேட்டியை நனைத்ததில்லை.

கண்மாய்க்கரை இறங்கியதும் விபூதி நிறத்தில் வரப்புகள் கிடக்கும். வயல்களில் அறுத்த தாள் கூட அழிந்து பொட்டல்களாய்க் கிடக்கும். புஞ்சைக் காடுகளில் கிள்ளி எடுக்க ஒரு பச்சை செடி கிடைக்காது. மைதானம் மைதானமாய்க் கிடக்கும்.

கார்மேகம் வரும் நேரத்தில் ஊருக்குள் சின்னப் பரபரப்பு உண்டாகும். பட்டியலடித்த திண்ணைகளில் உட்கார்ந்து பேன் பார்க்கும் பெண்கள் சலங்கைச் சத்தம் வருகிறதா என்று காதுகளைத் தாழ்த்திக் கவனித்துக் கொண்டிருப்பார்கள். கார்மேகம் தெருவழியாய் ஓடித் தங்கள் வீட்டைக் கடந்ததும் அப்போது பார்க்கும் எந்த வேலையையும் பேச்சையும் நிறுத்திவிட்டு முக்காடுகளைச் சரிப்படுத்துவார்கள். முந்தானையில் முகத்தைத் துடைப்பது போலிருக்கும்; கண்ணையும் சேர்த்துத் துடைத்துக்கொள்வார்கள்; "அல்லாவே. இன்னைக்கு அவுககிட்டெருந்து தபால் வரணும்" என்று மனசுக்குள் தொழுகை மாதிரி ஒன்று நடக்கும்.

வெளியூருக்கும் வெளிநாட்டுக்கும் போய் சம்பாதிக்கத் திடமில்லாத ஆம்பிளைகளும் முடியாத ஆம்பிளைகளும் சில வீடுகளில் உண்டு. தங்கள் வீடுகளிலிருந்து போன ஆள்களிடமிருந்து காகிதங்களையும் மணியாடர்களையும் தேடி கார்மேகம் வரும் நேரத்திற்குத் தபாலாபீசில் இது ஒரு கூட்டமாய்க் கூடும். இந்தக் கூட்டத்தைத் தாண்டிக் கொண்டு கார்மேகம் தபாலாபீஸுக்குள் நுழைந்து பையை இறக்கி வைத்துவிட்டு போஸ்ட் மாஸ்டரைக் கும்பிடுவான். சரீரம் மேலும் கீழும் இறங்கி ஏறும். தபால் பை வைத்து வைத்து வழுக்கையான தலை வழியாய் வேர்வை பொங்கி வரும். இந்த ரன்னர் கார்மேகம் டிபார்ட்மெண்ட் ஆளில்லை, எக்ஸ்ட்ரா டிபார்ட்மெண்ட் ஆள். அப்போது இவன் சம்பளம் 25 ரூபாய்.

போஸ்ட்மேன் பழனியப்பன், ரன்னர் கொண்டுவந்து போட்ட தபால் பையை இறக்கி ஜன்னல் வெளிச்சத்தில் பார்ப்பார். அரக்கு சீல் சரியாக இருக்கவேண்டும். தேரிருவேலி என்ற எழுத்துகள் சீலில் தெரியவேண்டும். பார்த்துவிட்டு மேஜை மேல் போட்டு அரை வீசைக் கனத்தில் கறுத்துப் போய் கிடக்கும் சுந்தரிக்கோலால் சீல் சணலை வெட்டிப் பையைத் தூக்கிக் கொட்டுவார்.

மேஜைமேல் உள்நாட்டுக் காகிதங்களும் வெளிநாட்டுக் காகிதங்களும் ஸ்டாம்பு கட்டுகளும் பாஸ் புத்தகங்களும் ரிஜிஸ்டர் தபால்கட்டும் பட்டியலும் விழும். இவைகளை வரிசையாய் அடுக்குவதற்குள் திண்ணையில் கூடியிருக்கும் கூட்டம் முண்டும். முழு நரையும் பாதி நரையுமாய் இருபது தலைகள் தபால் ஆபீசின் சின்ன வாசலுக்குள் நீளும். சிலர் தைரியமாக முழு உடம்பையும் தபாலாபீஸுக்குள் கொண்டுவந்து பைக்குள்ளிருந்து விழும் காகிதங்களைப் பரபரப்பாய்க் கவனிப்பார்கள். போஸ்ட்மேன் பழனியப்பனுக்குப் புழுக்கத்தில் திரேகம் வேர்வைக்குள் கிடக்கும்.

"ஏங்க காயிதங்களை நாங்களா வைச்சுக்கிறப் போறோம். தெனமுமா சொல்லணும். வெலகித் திண்ணைக்குப் போங்க" என்பார். இவர் மதுரைப் பக்கமிருந்து இங்கு வேலைக்கு வந்தவர். பத்தாவது முடித்தவர். டிபார்ட்மெண்ட் ஆள். இவருக்கு சம்பளம் அப்போது 75 ரூபாய்.

இவ்வளவு அமளியும் பத்தடிக்குள் நடந்து கொண்டிருக்கும்போது பாதி மேஜைக்கு ஒரு ரிஜிஸ்தரை விரித்துப் போட்டு எழுதிக்கொண்டிருப்பார் மூக்குக் கண்ணாடியோடு போஸ்ட் மாஸ்டர். 'ஒரு பறவைக் கப்பக் காயிதங் குடுங்க மாமு' என்று ஒரு இஸ்லாமான பெரியம்மா ஜன்னவில் கேட்கும். 'காயிதக் குடு' கேட்டு ஒரு ஆண் நிற்கும். இரண்டு தலைகள் சேர்ந்து ஜன்னலுக்கு வந்தாலே போஸ்ட் மாஸ்டருக்கு வெளிச்சம் மறைக்கும்.

மூலவியாதியோடு சிரமப்படும் போஸ்ட் மாஸ்டருக்கு வாசல் கூட்டமும் ஜன்னல் கூட்டமும் அறையை இருளடைய வைக்கும்போதெல்லாம் ராட்சசனாய்க் கோபம் வரும். பெரிய திண்ணைகளோடு ஒட்டுவாட்ட வீடும் நாலு இங்கிலீஷ் வார்த்தைகளைப் படித்துப் புரிந்துகொள்ளும் அனுபவப் படிப்பும் ஊரில் கொஞ்சம் நிலங்கரை இருந்ததாலும் 1935லேயே இவருக்கு பிராஞ்சு போஸ்ட் மாஸ்டர் வேலை போட்டுத் தந்தார்கள். போஸ்ட் மாஸ்டர் நாராயணன் சேர்வையும் டிபார்ட்மெண்ட் ஆளில்லை. இவரும் எக்ஸ்ட்ரா டிபார்ட்மெண்ட் ஆள். இவருக்கும் ரன்னர் கார்மேகத்துக்கும் ஒரே சம்பளம் 25 ரூபாய்.

போஸ்ட்மேன் பழனியப்பன் காகிதங்களை அடுக்கினார். உள்ளூர், வெளியூர் என்று பிரித்தார். வெளியூர்களில் ஒவ்வொரு ஊருக்காய்ப் பிறகு பிரிக்க வேண்டும். உள்நாட்டுத் தபால், வெளிநாட்டு தபாலென்று அவசரம் அவசரமாய்ப் பிரித்தார்.

இவ்வளவு பிரிக்கும் வரைதான் வெளியில் நிற்கும் ஆள்களுக்குப் பொறுமை நிற்கும்.

இதற்கு மேலானால் ஏடாகூடமாய் எதுவும் நடந்துவிடும். பலமுறை அப்படி வாக்குவாதம் முற்றி ஊர்ப் பொது வரை போயிருக்கிறது. பிரித்து பிரிக்காதது என்றிருந்த எல்லாவற்றையும் அள்ளிக்கொண்டு திண்ணைக்கு வர, அவரைச் சுற்றிக் கோட்டை கட்டியதுபோல் கூடவே ஆள்களும் திண்ணைக்கு வந்தார்கள். வந்திருந்த கூட்டத்தில் மூன்று பேர்களுக்கு மட்டுமே கந்தம் வந்திருந்தது. மற்ற ஆள்கள் சத்தங் கொடுத்தன.

"இனா அப்துல்லாவுக்கு மணியார்டர் வந்திருக்கா? அனா இபுராம்சாவுக்கு ரிஜிஸ்தர் தபால் வந்திருக்கணுமே".

போஸ்ட்மேன் வந்து மணியாடர்களிலும் ரிஜிஸ்தர் தபால்களிலுமிருந்த பெயர்களைப் படித்தார். ஓர் ஆளுக்கு மணியாடர் வந்திருந்தது.

"எவ்வளவு ரூவா?" என்று முகம் கலங்கக் கேட்டார் பழைய கையிலும் தொப்பியுமாய் ஒரு பெரியவர்.

"இருநூறு ரூபா"

"குடுத்தறீயளா?"

"நாளைக்கு வாங்க. இதையெல்வாம் பதிஞ்சு எடுக்கணும்."

"காலையிலெ சுத்துவட்டத்துக்குப் போயிருவியளே.'

"போஸ்ட் மாஸ்டர்ட்ட வாங்கிக்கிருங்க. குடுத்துட்டுப் போறேன்."

"நல்லாப் பார்த்துருங்க. ஆவன்னா அப்தாகிர்னுதானே இருக்கு."

"ஆமா ஆமா. ஒங்களுக்குத்தான்."

அரைத் திருப்தியோடு அவர் எழுந்தார். வந்திருந்த ஆட்களில் கடிதம் கிடைத்தவர்கள் சந்தோஷப்பட்டும் கிடைக்காதவர்கள் சஞ்சலப்பட்டும் கலைந்து கொண்டிருந்தார்கள். இன்னும் இருபது காகிதங்களுக்கு மேல் வெளிநாட்டுக் காகிதங்கள் போஸ்ட்மேன் கையிலிருந்தன.

போஸ்ட் மாஸ்டர் வீட்டம்மாவிடம் ஒரு ஈயச் செம்பு நிறைய புளிச்ச தண்ணி வாங்கிக் குடித்துவிட்டுக் காலாற உட்கார்ந்த கார்மேகம் ஓடிவந்தான். தபால்பெட்டியைத் திறந்து காகிதங்களை அள்ளி வந்து சீல் குத்த ஆரம்பித்தான்.

கந்தர்வன் சிறுகதைகள் 173

போஸ்ட மாஸ்டர் கொய்னா மாத்திரை விற்பனை முதல் கார்டு கவர் ஸ்டாம்பு விற்பனை இருப்பு விவரங்களை நீளபாரத்தில் எழுதிமுடிக்கக் கட்டுகள் தயாரானது. போஸ்ட்மேன் கட்டுகளிலும் சிறு சிறு பைகளிலும் சீல் வைக்க ஆரம்பித்தார். கறுப்பு அரக்கு விளக்கில் உருகியது. மேஜை, அரக்கு, வட்டமெத்தையில் ஊற்றும் சீல் மை, கோந்து எல்லாமே தபாலாபீஸில் கறுப்பு. எல்லோருக்கும் புழுக்கம்.

பையைத் தூக்கி கார்மேகம் தலையில் வைத்து வேல்கம்பும் சலங்கைச் சத்தமுமாய் கிளம்பியதும் போஸ்ட் மாஸ்டர் விரல்களைச் சொடக்கு விட்டு நாற்காலியில் சாய்ந்தார். போஸ்ட்மேன் வெளிநாட்டுக் காகிதங்களை எடுத்துக்கொண்டு திண்ணைக்கு வந்தார். படியில் உட்கார்ந்திருந்த பக்கிரி கையையும் காலையும் இழுத்து இழுத்து நடந்து பக்கத்தில் வந்தான்.

இந்த ஊர் கிராமம்தான். ஆனால் ஊர்க்கோடி சேரி வரை சேர்த்தால் ஆயிரம் தலைக்கட்டுக்கு மேல் போகும். வடக்குத் தெருவுக்கும் தெற்குத் தெருவுக்கும் நடுவில் அடைத்துக் கொண்டு இருநூறு வீடுகள் இஸ்லாமான வீடுகள்.

அங்கேயிருந்து இங்கே வரை அகண்டு கிடக்கும் கண்மாய் பாளம் பாளமாய் வெடிக்க ஒவ்வொரு ஆளாய் மதுரை, மெட்ராஸ் என்று வெளியேறி வந்தபோது மலேயாக்காரன் கதவைத் திறந்துவிட்டான். கப்பலடியில் லுங்கியோடு நின்று வேலை பார்த்து பெண்டாட்டி பிள்ளைகளுக்காக உயிரை அர்ப்பணிக்க தயாராயிருந்தவர்கள் எல்லோரும் மெட்ராஸையும் தாண்ட கப்பலேறினார்கள். அநேகமாய் இந்த இஸ்லாமான வீடுகள் இருநூறிலும் பத்திருபது வீடுகள் நீங்கலாய் வீட்டுக்கு ஓர் ஆள் ரெண்டு ஆளாவது போனார்கள்.

பினாங்குத் துறை முகத்தில் வடிந்த வேர்வை மணியாடர்களாய் இந்த ஊருக்குள் வரும். மணியார்டரை விடக் கடிதம் முக்கியம் கடிதத்தில் ஒரு நபரின் பெயரும் இடமும் ஊரும் குறிப்பிட்டிருக்கும். அந்த ஊர் பக்கத்தில் தானிருக்கும். அந்தக் கடிதத்தைக் கொண்டுபோய் அந்த நபரிடம் கொடுத்தால் இருநூறு முந்நூறு என்று பினாங்கில் கட்டிய வெள்ளிக்குச் சமமாகக் கொடுப்பார்கள். "உண்டியலில் பணம் அனுப்பியிருக்கிறேன்" என்று கடிதத்திலிருந்தால் இதுதான் அர்த்தம்.

இங்கிருந்து போன ஆள்கள் கூட்டமாக ஒரு இடத்தில் தங்கிக்கொண்டு தாங்களே பொங்கிச் சாப்பிட்டுக்கொண்டு அனாவசியமாய் எந்தச் செலவிலும் ஈடுபடாமல் இருந்து அனுப்புவது

இந்தப் பணம். ஏழு நாள் கப்பலில் போய்க் கடல் தாண்டி எங்கோ மூட்டைகளைத் தூக்கித் திரியும் மகன் முகம் வயசாவிகளுக்கு எந்த நேரமும். மலேயாவிலிருந்து புருஷன் வீடு வரும் ஒரு விடிகாலைப் பொழுதே, பகலிலும் ராத்திரியிலும் சொப்பனங்களிலும் வரும் பெண்களுக்கு, ஓங்கியிலிருந்து ஒரு மூட்டை தலையில் விழுந்தாலும் போதும் தூரம் அதிகம் நாளும் அதிகமென்ற நினைப்பில் தகாத தொடர்பு வந்தாலும் போதும், புருஷன் நமக்கில்லை என்ற பயம் பெண்களுக்கு.

786 என்று ஆரம்பித்து 'அல்லாவின் கிருபையால் இப்பவும் நான் இவ்விடத்தில் நல்ல தேக சுகத்துடன் இருந்துவருகிறேன். இதுபோல் அவ்விடத்தில் நீ உம்மா, அத்தா...' என்று வரும் கடிதத்தைப் படிக்கச் சொல்லிக் கேட்கும்போதே பெண்களுக்குப் பொங்கி வரும்.

மலேயாவிலிருந்து வரும் இப்படிக் கடிதங்களை மதுரைப் பக்கம் பத்தாவது முடித்து வருகிற ஆள்களால் வீடு பார்த்து, ஆள் பார்த்துக் கொடுத்துவிட முடியாது. வீடுகளுக்கு நம்பர் கிடையாது. தெருக்களுக்குப் பெயர் கிடையாது. பெண்களுக்கு முக்காடு வேறு. பக்கிரிக்குத்தான் யார் யாரென்று தெரியும். இவன் டிபார்ட்மெண்ட் ஆளுமில்லை எக்ஸ்ட்ரா டிபார்ட்மெண்ட் ஆளுமில்லை. போஸ்ட் மேனுக்கும் போஸ்ட்மேன் என்று ஊரில் அவனுக்குப் பட்டம். ஓர் எழுத்து எழுதப் படிக்கத் தெரியாது பக்கிரிக்கு கை கால் விளங்காது. ஆனால் நடப்பான். பத்தடி நடக்க ரெண்டு நிமிஷமாகும். கையை நீட்டி ஒரு காகிதத்தை வாங்கிச் சட்டைப் பையில் வைக்க ஒரு நிமிஷமாகும். பேச எத்தனித்து ஒரு வார்த்தை அடிபட்டு மிதிபட்டு வெளிவருவதற்குள் வாய்கோணி இழுத்துக் கொள்ளும். அவன் பேசும் வார்த்தைகளுக்கு அர்த்தம் தெரிந்தவர்கள் இந்த ஊரில் மூன்று பேர். ஒருவர் போஸ்ட்மேன் பழனியப்பன்; அடுத்து போஸ்ட் மாஸ்டர் நாராயணன் சேர்வை; இன்னொரு ஆள் இவனை வளர்த்த சின்னம்மா ஆயிசாம்மா.

"திண்ணையில் உட்கார்ந்து போஸ்ட்மேன் பக்கிரியிடா ஒவ்வொரு கடிதமாயெடுத்து அதுயாருக்கென்று படிப்பார்"

"செய்நம்பு"

பக்கிரி 'அயுப்பு' என்று குதறிக் குதறிக் கேட்பான். ஊருக்குள் பத்து 'செய்நம்'புகள். அனுப்பு யாரென்று சொல்ல வேண்டும். அகமது 'அகமது' என்று பின்னால் திருப்பிப் பார்த்துப் படிப்பார். மலேயா போன ஆட்களில் நாற்பதுக்கு மேல் அகமதுகள். சினா

என்றவுடன் வாங்கி ஒரு தடவை பார்த்துவிட்டுச் சட்டைப் பைக்குள் வைப்பான். அடுத்த கடிதம் 'செய்நம்பு'; அனுப்பு காவானை சிக்கந்தர் வாங்கிப் பார்த்துவிட்டு இரண்டாவது கடிதமாய்ப் பையில் வைப்பான்.

வரிசையாய் இப்படி ஐம்பது கடிதமானாலும் வைத்துக்கொள்வான். ராத்திரிக்குள் வீடுகளில் பட்டுவாடா முடிந்துவிடும். ஒரு கடிதம் இன்னொரு வீட்டிற்குப் போய்விட்டால் கொலைப் பழி நடந்துவிடும். பங்காளிகளுக்கு மட்டும் ரகஸ்யங்கள் தெரிந்துவிடக் கூடாது. ஒரு வீட்டைப் பற்றி அவ்வளவு தூரத்திலும் பகை மாராமல் பெண்டாட்டிக்கு எழுதியது பகையாளியிடமே கிடைத்தால் ஊர் துண்டுகளாகிவிடும்.

ஆனால் அப்படி ஒரு தப்பு நடந்து யாரும் கேட்டதில்லை. பக்கிரி மூளையும் தப்பு செய்ததில்லை பக்கிரி மனசும் தப்பு செய்ததில்லை. பக்கிரிக்கு போஸ்ட்மேன் பழனியப்பன் தன் சம்பளத்திலிருந்து மாதா மாதம் பத்து ரூபாய் கொடுத்து வந்தார். அதைவிடப் பக்கிரிக்கு ஊரில் இருந்த மரியாதைதான் முக்கியம். சாப்பாட்டு நேரத்திற்கு பக்கிரி தெருவில் நடந்தால் பெண்கள் கூப்பிட்டு சாப்பாடு கொடுப்பார்கள். மலேயாவிலிருந்தி பெண்டாட்டிக்கு, உம்மாவுக்கு, அத்தாவுக்கு என்று துணிமணிகளை எடுத்துக் கொடுப்பார்கள். வாய் கோணி 'ஆயித' என்று வாசலில் அல்லா அனுப்பிய ஆள் போல காகிதம் கொடுக்கும் பக்கிரிக்கு மறுநாள் காலையில் கைலி, பனியன் சோப் எல்லாம் கொடுப்பார்கள்.

சாயாக் கடைப்பக்கம் போய் பக்கிரி ஒரு நிமிடத்திற்கு மேல் நிற்கவேண்டியதில்லை. யார் சொல்லியாவது ஒரு சாயா வந்துவிடும். சமயங்களில் ஓமப்பொடியும் மிக்சரும் கூட வரும்.

ஒவ்வொரு வருசமும் ஐப்பசி, கார்த்திகைகளில் கறுப்பு கறுப்பாய் வந்து ஆகாயம் பார்க்கவைக்கும் மேகம். கண்ணாமூச்சி காட்டிவிட்டு ஓடிவிடும். நாற்றங்காலிலே சாவியறுக்க வைத்துவிடும். மலேயா வரத்தில் ஊர் வயிறு நிரம்பியது.

போஸ்டாபீஸைப் பார்க்க இன்ஸ்பெக்டர்கள் வந்தவர்கள் இவ்வளவு காகிதங்களும் மணியாடர்களும் ரிஜிஸ்தர் தபால்களும் இந்த ஊருக்கு வருவதைப் பார்த்து இனியும் இது பிராஞ்ச் ஆபிசாக இருக்கக் கூடாது, சப் ஆபீசாக ஆக்கவேண்டுமென்று மேலவிற்கு எழுதிக் கொண்டேயிருந்தார்கள். ஒருதடவை வந்த இன்ஸ்பெக்டர் தெற்குத் தெருவில் ராமையாக் கோனார் வீட்டைக் கூட சப் ஆபீஸ்

வைக்க இடம் பார்த்துவிட்டுப் போனார். இந்த ஊரைப் பற்றி நகரங்களில் என்னென்னவோ நடந்திருக்கின்றன.

இதெல்லாம் இப்படி இருக்க மலேயாவில் என்னவோ நடந்துவிட்டது. 'இனி ரெண்டு மாசந்தான் மலேயா சம்பாத்யம். ஊருக்கு வரவேண்டிய கட்டாயம் வந்துவிட்டது. கெடுபிடி அதிகமாகி வருகிறது' என்று முதலில் ஒரு கடிதம் சவுக்கத்தலியிடமிருந்து வந்தது. ஒரு கடிதம் இரண்டாவது கடிதம் என்று அடுத்தடுத்த வீடுகளுக்கு வர ஆரம்பித்தது. ஊரே கலங்கி நிற்க ஆள்கள் கூட்டம் கூட்டமாய் மதராசிலும் நாகப்பட்டினத்திலும் கப்பல்களில் வந்திறங்கி ஊருக்குள் வந்தனர்.

ஊருணியில் குளிக்கக் கூட்டம், சத்திரத்தில் ஆடுபுலி ஆடக் கூட்டம், பள்ளிவாசலில் தொழுகைக்குக் கூட்டம் என்று நிரம்பிக் கிடக்க கார்மேகம் ஆறு மைல்களுக்கப்பால் தேரிருவேலியில் தூக்கித் தலையில் வைக்கும் பை கனமற்றுப் போனது. தபாலாபீஸ் சுரத்தில்லாமல் நடந்தது. பக்கிரி படியில் உட்கார்ந்து எழுந்து போய்க்கொண்டிருந்தான்.

ஒருநாள் வந்த தபால் பையில் போஸ்ட் மாஸ்டருக்கு மேலாவிலிருந்து வந்த உத்தரவைப் படித்துவிட்டுத் தொய்ந்து உட்கார்ந்தார். வரப்போகும் ஒண்ணாந்தேதி சப் ஆபீஸா மாறுகிறதென்றும் தெற்குத் தெருவில் பார்த்திருந்த கட்டிடத்திற்கு ரிக்கார்டுகளைக் கொண்டுபோக வேண்டுமென்றும் உத்தரவாகியிருந்தது. சில நாளில் பரமக்குடியிலிருந்து ஒருவர் வந்தார். மடமடவென்று தெற்குத் தெருவிற்கு ரிக்கார்டுகள் போக, ஒண்ணாந்தேதி சப் போஸ்ட் மாஸ்டரோடு தபாலாபீஸ் நடக்க ஆரம்பித்தது.

மூன்று மாதங்களித்து இன்னொன்றும் நடந்தது. முதுகுளத்தூரிலிருந்து தேரிருவேலிக்குத் தபால் வந்து தேரிருவேலியிலிருந்து இங்கு கொண்டுவருவதும் இதை ஒரு ஆள் தூக்கிக்கொண்டு ஓடிவருவதும் அனாவசியம் என்று பஸ்ஸில் பை வர ஆரம்பித்தது. ஊருக்கு பஸ் விட்டு ஒரு மாதத்திலேயே இது நடந்துவிட்டது.

போஸ்ட் மாஸ்டர் நாராயணன் சேர்வை ரன்னர் கார்மேகம் இரண்டு பேருக்கும் வேலையில்லை. ஒரு மாதந்தாண்டி போஸ்ட் மாஸ்டர் மதுரையில் மகன் வீட்டிற்கு குடும்பத்தைக் கூட்டிக்கொண்டு போய்விட்டார். கார்மேகம் தஞ்சாவூர்ப் பக்கம் ஆடு மேய்க்கப் போய்விட்டான். போஸ்ட்மேன் டிபார்ட்மெண்ட்

ஆளானதால் சப் ஆபீஸில் போஸ்ட்மேனாய் வேலையைத் தொடர்ந்தார்.

பக்கிரிதான் பாவம், அவனை ஆபீஸும் ஆள்களும் அனுதாபமாய்ப் பார்த்ததோடு சரி. சாயாக் கடை முன் மூன்று மணி நேரம் நின்றாலும் 'குடி' என்று சொல்ல நாதியில்லை. பழைய கைலியும் கிழிந்த பனியனுமாய்த் திரிந்தான். கடிதங்களை வைத்துக்கொள்ளும்படி பெரிய பையுள்ள சட்டை போட்டே ஜனங்கள் பார்க்கவில்லை.

பஸ் ஸ்டாண்டில் வெகுநேரம் நிற்பான். இறங்கி ஏறும் தபால் பைகளை வெறித்துப் பார்ப்பான். நேரங்கெட்ட நேரங்களில் வந்து ஆயிசா அம்மாவிடம் திட்டு வாங்கினான்.

போஸ்ட்மேன் பழனியப்பன் உள்பட பலரும் தபாலாபீஸில் மாறிக்கொண்டேயிருந்தார்கள். பக்கிரியின் முத்திரைகள் தபால் ஆபீஸெங்கும் கிடைக்கவேயில்லை.

பல வருஷங்களுக்கப்புறம் ஆயிசா அம்மாவிடம் 'பக்கிரி இருக்காரா?' என்று ஓர் ஆள் வந்து வாசலில் நின்று கேட்டான். காக்கி பேண்ட், காக்கி சட்டை போஸ்டாபீஸ் ஆள். பக்கிரி உள்ளேயிருந்து வந்தான். தலைமுடியெல்லாம் நரைத்திருந்தது.

"போஸ்ட் மாஸ்டரும் போஸ்ட்மேனும் ஓங்களை ஆபீஸுக்குக் கூட்டிக்கிட்டு வரச்சொல்றாங்க. துபாயிலெருந்தும் குவைத்திலிருந்தும் வர்ற காயிதங்களைக் குடுக்கத் தெரியலையாம்."

உள்ளே போய்ப் பெட்டியைத் திறந்து காகிதங்களை வைத்துச் செல்கிற மாதிரி தைத்திருந்த சட்டையை எடுத்தான் பக்கீர் மஸ்தான் என்கிற பக்கிரி.

~

தன்னோடு

இந்த ஊரைப் பற்றிப் பத்து வருஷங்களுக்கு முன்னாலேயே பேராசிரியர் வகுப்பில் நிறையச் சொல்லியிருக்கிறார். வரலாறு இந்த ஊருக்கு ஒரு தனி இடத்தை ஒதுக்கித் தந்திருக்கிறது. இதை ஆண்ட அந்தக்கால ராஜாக்கள் ஆட்சி பரிபாலனம், நகரமைப்பு கட்டிடக் கலைகளில் சிறந்திருந்ததாய் நிறையப் படித்து தெரிந்திருக்கிறான்.

இந்த ஊருக்கு உத்தியோக மாற்றல் ஆணை வந்ததும் கொஞ்சம் சந்தோஷமாகவே இருந்தது அவனுக்கு. பாண்டிச்சேரியில் போல் நேர்க்கோடுகளில் சாலைகள்; அந்தக்கால ஐரோப்பிய நாடுகளைப் போல கட்டிடங்கள். பழைய வரலாற்றுச் சின்னங்கள். இவைகளையெல்லாம் பார்க்கலாமென்று இங்கு புறப்பட்டு வருமுன் அப்பாவிடம் சொன்னான். அப்பா சொன்னார்; "அதெல்லாம் சரிதான். ஒரு ஊர்ங்கிறது ரோடும் கட்டடமுமா? ஜனங்கதான் எந்த ஊர்லெயும் முக்கியம். அவுங்க எல்லா ஊர்லெயும் ஒரே மாதிரிதான் இருக்காங்க. ஏன் ஆபீசும் அந்தக் காலத்துக் கட்டடம். ஜனங்களும் அந்தக் காலத்து ஜனங்கதான். போ. போய்ப் பாரு" என்றார்.

பெட்டி படுக்கையோடு வந்து நுழையும்போதே பார்த்தான். அந்தக் கட்டடமும் சுற்றுப்புறமும் பிரம்மாண்டமாகவும் வசீகரமாகவும் இருந்தன. சுற்றிப் பசேலென்று மரங்களும் நடுவே சிவப்பு செங்கல் தெரிய ஆகாயத்திற்கு நின்ற கட்டடமுமான இந்தப் பிரதேசம் அவன் மனசுக்கு வியப்பாகவும் பிடித்தமாகவும் இருந்தது.

மாடியில் இவனுக்கு சீட். போய் ஃபைல்கள், ரிஜிஸ்தர்கள், மேசை, நாற்காலி, மரப்பெட்டி எல்லாவற்றையும் ஒப்புக்கொண்டான். இவனிடம் பொறுப்பைக் கொடுத்த கிளார்க் அவசரம் அவசரமாய் எல்லாவற்றையும் தள்ளிவிட்டு வெகுதூரம் உள்ள ஊரில் சேரக் கிளம்பிப் போனார். ஆற அமர ஒருநாள் கழித்து வேலைகளைத் துவங்குகிறாற்போன்ற இலாகா இல்லை அது. ரிலே ரேஸ் மாதிரி

போன ஆள் விட்ட இடத்திலும் விநாடியிலும் வேலைகளைத் துவங்கவேண்டிய அலுவலகம்.

சாயங்காலம் வரை தொடர்ந்து பில்களைப் பாஸ் பண்ணுவதும் அவசர ஃபைல்களை எழுதிப் போடுவதுமாயிருந்தான். அதற்கப்புறம் அவன் வயதுக்காரர்களைப் பார்த்துத் தங்கிக்கொள்ள அறை கிடைக்குமா என்று விசாரித்தான். உடனே கிடைப்பதாய்த் தெரியவில்லை. 'கொஞ்ச நாளைக்கு ஆபீஸில்தான் தங்கல்' என்று இருட்டியதும் புலப்பட்டுவிட்டது.

இரண்டு நாட்களுக்கு இந்தக் கட்டடத்தைச் சுற்றிச் சுற்றி வந்தான். வளைந்த சிங்க உருவங்கள் வரை கோடுகளில் தெரிந்தன. சில இடங்களில் ஆலிவ் இலையின் வடிவம் இருந்தது. செங்கல்லைச் சுண்டினால் அநேகமாய் உலோக சப்தம் வந்தது. இன்னும் எங்கும் பார்த்தறியாத பழையகாலப் புதுமைகளை ஏராளமாய் அந்த விஸ்தாரமான கட்டடமெங்கும் பார்த்தான்.

அலுவலகத்தில் யாரோடாவது இவைகளைப் பற்றிப் பேச நினைத்து ஒவ்வொருவரும் மற்றவருடன் என்ன பேசுகிறார்கள் என்று பார்த்தான். திரும்பத் திரும்பக் குனிந்த தலை நிமிராமல் வேலை பார்த்தார்கள். மூளையையே தின்றுவிடுமளவு வேலைகளைப் பார்த்தார்கள். மிச்ச நேரங்களில் கடைகளுக்கு ஓடினார்கள். குடும்பங்களோடு ஆஸ்பத்திரிகளில் அலைந்தார்கள். கடைசாமான், ஆஸ்பத்திரி வைத்தியம் போக எப்போதாவது மட்டமான ஒரு சினிமாவைப் பற்றியாவது நீர்த்துப்போன ஜோக்கையாவது சொன்னார்கள். நாலைந்து வருடங்களுக்கு முன்னால் இல்லாத முன்னேற்றம், சங்கத்தைப் பற்றியும் விலைவாசியைப் பற்றியும் கொஞ்சம் பேசிக்கொண்டது.

தான் வேலை பார்க்கும், தங்கியிருக்கும் அலுவலகக் கட்டடம் கிரேக்கக் கட்டடக்கலை அம்சங்களோடு ஒட்டி வருகிறதென்பதையும் கட்டடத்திலுள்ள சின்னச் சின்ன வேலைப்பாடுகள் மெஸபடோமியா நாகரிக வகையினது என்பதையும் சொல்லிப் பார்க்கக் கடந்த நாட்களில் அலுவலகத்திலும் வெளியிலும் ஓர் ஆளாவது தேறுமா என்று தேடிப் பார்த்தும் யாரும் தேறவில்லை.

ஜிப்பா போட்டு ஜோல்னாபை சகிதம் ஓர் ஆள் இருட்டும் நேரத்தில் அலுவலக வாசல் வழியாய்ப் போய்க்கொண்டிருந்தான். கவிஞனாகவோ அறிவாளியாகவோ அவன் இருக்கக்கூடும் என்று சுருதி வெகுதூரம் அவன் பின்னாலேயே போனான். எதிரில் வந்த ஓர் ஆள் ஜிப்பாவிடம் நின்றான். இரண்டு பேரும், பேசத்

துவங்கினார்கள். அவ்வளவும் மகா கேவலமான சங்கதிகள். ஜிப்பாவும் ஜோல்னாபையும் இவனை ஏமாற்றிவிட போன தூரம் பூராவையும் திரும்ப நடந்து தீர்த்தான்.

நாலைந்து நாள் கழித்து ஒருநாள் காலையில் இருள் கலைந்து கொண்டிருந்தபோது இவனுக்குத் தூக்கம் கலைந்து அலுவலக மாடியில் படுத்திருந்த மேஜையை விட்டிறங்கி ஜன்னலைப் பார்த்தான். வட்டமாய்ச் செக்கச் சேவேலென்று நிற்கும் கட்டடத்தின் நடுவில் ஏராளமான மரங்கள்; மா, வேம்பு, மருது, புன்னை, தேக்கு, புளி, பன்னீர்ப்பூ, நெட்டிலிங்கம், மஞ்சள், கொன்றை இன்னும் பெயர் தெரியாத அந்நிய தேசத்து மரங்கள் நின்றன. காம்பவுண்டு ஓரங்களில் அகல அகல இலைகளைக் கொண்ட கொடிகள் அடர்ந்து படர்ந்திருந்தன. ரோஸ் நிறத்திலும் நீள்முக்கோணத்திலும் கொடிகள் காலையிலேயே பூத்துக் கிடந்தது. மங்கலில் தெரிந்தது. திடீரென்று வனத்திற்குள் வந்து நின்றது போலிருந்தது இவனுக்கு.

கீச் கீச் சென்று பறவைகள் சப்தம் காதை நிறைந்தது. கீற்றுக் கீற்றாய்ப் பறவை ஒலிகள். அமைதியாயிருப்பதை விடவும் இப்படிப் பறவை ஒலியால் அமைதி குலைவது சுகமாய்த் தோன்றியது.

சற்றுநேரத்தில் பறவைகளின் ஓசை கூடிக்கொண்டே போனது. ரகம் ரகமாய் ஓசைகள். இந்த ஒலிகளைக் கேட்டுக்கொண்டிருக்கையில் இவனுக்கு சட்டென்று ஒன்று தோன்றியது. இந்தப் பறவைகள் எல்லாம் இங்கேயுள்ள பறவைகள் மட்டுமல்ல. இந்த ஊருக்கு வெகு அருகில் ஒரு பறவைகள் சரணாலயம் இருப்பது ஞாபகத்தில் வந்தது. இவ்வளவு மரங்களும் தண்ணீர் ததும்பும் குளங்களும் இருக்கையில் இங்கேயும் கடல் கடந்து பறவைகள் வந்து தங்கியிருக்க வேண்டும் என்று நினைத்தான்.

ஒரு நாற்காலியைத் தூக்கிவந்து ஜன்னலோரமாய்ப் போட்டுக்கொண்டு உட்கார்ந்தான். தான் ஒரு விசேடமான பகுதிக்குள் உட்கார்ந்திருப்பதாய் உணர்ந்தான். ஆர்வத்தோடும் பெருமையோடும் நாற்காலி நுனியில் உட்கார்ந்து பறவைகள் சிறகை உதறி மரக் கிளைகளிலிருந்து வெளிவருவதும் மறுபடி உள்ளேபோய் உட்கார்வதுமாயிருந்த அழகை ரசித்துக் கொண்டிருந்தான்.

மாடிப்படிகளில் யாரோ ஏறி வரும் காலடிச் சத்தம் கேட்டது. மாடி வாசலைப் பார்த்தான். அவன் செக்ஷனைச் சேர்ந்த இரண்டு பேர் வந்துகொண்டிருந்தார்கள். மாதாந்திரக் கணக்குகளை அனுப்ப இன்னும் மூன்று நாட்கள் தானிருந்தன. அதிகாலையிலும் இரவிலும்

வந்திருந்து வேலை பார்த்தால்தான் சரியான சமயத்தில் அனுப்பலாம். வந்த இரண்டு பேருமே வயசாளிகள்.

"இங்கே பத்து மணிக்கு மேலெதானே ஆள்நடமாட்டம். இப்ப ஜன்னல்லெ யாரைப் பார்க்கிறீங்க?" என்றார் ஒருவர்.

"சும்மா மரங்களையும் பறவைகளையும் பார்த்துக்கிட்டிருக்கேன்" என்றான் இவன்.

"மரம்மா நிக்கும்; பறவைனா பறக்கும். அதிலே புதுசா என்ன பாக்கிறீய?" என்றார் ஒருவர்.

பதில் சொல்லு முன்னெ அடுத்தவர் கேட்டார். "கணக்குப் போகணும். ஷெட்யூல் எழுதி முடிச்சிட்டியளா?"

"ராத்திரியே எழுதி முடிச்சுட்டேன்." என்றான். இவன்.

வந்த ரெண்டு பேரும் ஷெட்யூல்களைப் பிரித்துத் தைக்க ஆரம்பித்தார்கள்.

இவன் ஜன்னல் கம்பிகளுக்குள் கண்ணை விரித்தான். பறவைகள் இன்னும் மரக்கிளைகளைப் பிய்த்துக்கொண்டு வருவது போல் படபட வென்று பாதிபறந்து வெளிவருவதும் மறுபடி கிளைகளுக்குள் அழுங்குவதுமாயிருந்தன.

"டொரிஸ் டிஸ் டிஸ்" மரங்களுக்குள்ளிருந்து உலகத்தில் இது வரை உண்டாகாத இசைக்கருவியின் ஒலி. வாழ்நாளில் கேட்டதில்லை; கேட்ட அத்தனை இனிமையான ஒலிகள் சேர்ந்தாலும் சற்றுமுன் கேட்டதற்கு இணையில்லை. 'ஆ.. ஹ.... ஹா' என்று கத்திவிட்டான்.

ஷெட்யூல் பிரித்துக்கொண்டும் தைத்துக்கொண்டும் இருந்த ரெண்டு பேரும் நிமிர்ந்து பார்த்தார்கள். இரண்டு பேர் கண்களிலும் ஆச்சரியம். இவன் எதற்காகக் கத்தினானென்று.

இவனுக்கும் தான் கேட்டதை உடனடியாக யாருடனாவது பகிர்ந்துகொள்ள ஆசை. திரும்பி ரெண்டு பேரையும் பார்த்துச் சொன்னான். "இப்ப ஒரு பறவைச் சத்தங் கேட்டதே கேட்டீங்களா? அட்டா... நீங்க அடிக்கடி கேட்பீங்களா? இந்தப் பறவையெல்லாம் வெளிநாட்டிலெருந்து வருதா சார்?" என்றான்.

இரண்டு பேரும் பதில் சொல்லவில்லை. ஓர் அறியாச் சிறுவனைப் பார்ப்பது போல் பத்து விநாடிகளுக்குப் பார்த்தார்கள். குனிந்து ஷெட்யூல்களை அடுக்க ஆரம்பித்துவிட்டார்கள். இவனுக்கு வெட்கமாய் வந்தது. ஜன்னல் வழியாய் கண்களையும் காதுகளையும் மரங்களுக்குத் திருப்பினான்.

திரும்பத் திரும்ப அந்தப் பறவை இசையை ஞாபகத்திற்குக் கொண்டு வந்தான். காதுகளில் உருண்டுகொண்டிருந்த அந்த இசையொலியைத் தொண்டைக்குக் கொண்டுவர முயன்றான். எவ்வளவு முயன்றும் அடியையக்கூடத் தொட முடியவில்லை.

இதற்கு முன்னும் பறவை இசையை அடிக்கடி இவன் கேட்பதுண்டு. செங்கல்பட்டில் வேலை பார்த்தபோது செம்பூத்துக் கூவுவதைக் கேட்க என்று ஏரிக்கரை தாண்டி நடந்துபோவான். எப்போதாவது செம்பூத்து கூவிவிடும். மிதந்து வந்துசேர்ந்திருக்கிறான். தஞ்சாவூரில் வேலை பார்த்தபோது கோயில் பக்கம் போய் எப்போதாவது குயில் கூவியதைக் கேட்டதுண்டு. அறையில் கூடத் தங்கியிருந்த ஆளைத் தூக்கத்திலிருந்து எழுப்பிச் சொல்வான் இதை.

இந்த ஊரின் கட்டடக் கலையைப் பெரிதாக நினைத்துக்கொண்டு பறவை ஒலிகளை மறந்துபோனது எவ்வளவு முட்டாள்தனம் என்று எண்ணிக்கொண்டான். திரும்ப "டொரிஸ் டிஸ் டிஸ்" என்று ஞாபகப்படுத்தி உதட்டில் இசைக்க முயன்றான். இந்த முறையும் தோல்வி. ஆனால் அது அவன் காதுகளிலிருந்து மனசிலும் உடம்பின் எல்லாப் பகுதிகளுக்கும் இறங்கிக் கொண்டிருந்தது.

மறுபடி கேட்காதா என்று மனம் அலைந்தது. வெகுநேரம் வரை வேறு வேறு பறவை சப்தங்கள் கேட்டன. அந்த நாதம் மட்டும் திரும்ப கேட்கவில்லை.

வெயில் வர ஆரம்பித்தது. மெல்ல ஜன்னலோரத்திலிருந்து எழுந்தான். அந்த ரெண்டு பேரும் இன்னும் மேஜைகளில் குனிந்து ஷெட்யூல் பிரிப்பதில் மும்முரமாயிருந்தனர். இவர்களைப் பார்த்ததும் அப்பா அடிக்கடி சொல்கிற ஒரு விஷயம் ஞாபகத்திற்கு வந்தது. "ராமேஸ்வரத்தில் குடியிருக்கிறவன் கடலிலே ஸ்நானம் பண்றதில்லை. காசியிலெருந்து நாலு நாள் ரயிலேறி வர்றவன் ஏழு தரம் கடலிலே ஸ்நானம் பண்ணுவான்"

மறுநாள் அதேபோல் பொழுது விடிந்துகொண்டிருக்கும்போது எழுந்துபோய் ஜன்னலருகில் நாற்காலியைத் தூக்கிப்போட்டு உட்கார்ந்துகொண்டு அந்த நாதத்திற்காகக் காத்திருக்கையில் அந்த ரெண்டு பேரும் வந்து உட்கார்ந்து எழுத ஆரம்பித்தார்கள்.

"என்ன ஸார் இந்த ஜன்னல் ஓங்களை விடாது போலிருக்கே" என்று ஒருவர் சொல்ல இன்னொருவர் இவனைப் பார்த்து சிரித்துக் கொண்டார். இவன் ஜன்னலோரமாய் வைத்த செவியை எடுக்க வில்லை. சுளீரென்று அது கேட்டது "டொரிஸ் டிஸ் டிஸ்" இவன் உணர்ச்சிவசப்பட்டு ஜன்னலிலிருந்து சட்டென்று திரும்பி ரெண்டு

பேரையும் பார்த்து, "அதோ... அதோ... கேட்டதே இப்ப கேட்டதே" என்று கத்தினான். அந்த ரெண்டு பேருக்கு எதுவும் புரியவில்லை. கணக்கு மும்முரத்திலிருந்த ஆள்கள் திருதிருவென்று விழித்தார்கள்.

"என்ன ஸார்?" என்றார் ஒருவர்.

"அந்தப் பறவை சத்தம் ஸார், ஓங்க காதிலெ விழலியா?" என்றான்.

"தேதி இண்ணைனேகு 15. நாளைக்குள்ளாற ஏ.சி. முடிச்சு எம்ப்ளி பண்ணணும். நீங்க ராத்திரியே எல்லாத்தையும் முடிச்சுட்டீங்க போலிருக்கு. காலைலெ கழுக்கமா ஒக்காந்து பறவை பாக்கிறீங்க எங்களை விடுங்க ஸார். கணக்கை முடிக்கணும்." என்றார்.

இதுவரை அலுவலக நேரத்தில் கூட அவ்வளவாய் அவனோடு பேசாத ஆள். அரை நிமிடம்தான் அவமானமாயிருந்தது. அப்புறம் காற்றில் கரைந்த அந்த நாதத் துளிகளை மறுபடி மறுபடி காதுகளில் தேடி எடுத்து மனசுக்குக் கொண்டுபோய் ஆனந்தப்பட்டு எழுந்து போனான்.

அடுத்த நாள் காலையில் ஜன்னல் அருகில் உட்கார்ந்தான். அன்றைக்கு சீக்கிரமாகவே அந்த ரெண்டு ஆள்களும் வந்துவிட்டார்கள். இவன் ஜன்னலோரமாய் உட்கார்ந்திருப்பதைப் பார்த்து ஒரு சிரிப்பு. சீட்டை இழுத்துப் போட்டு விறுவிறுவென்று எழுத ஆரம்பித்தார்கள். இவன் காதை ஜன்னலருகில் வைத்துக் காத்துக்கொண்டிருந்தான். மற்ற பறவைகளின் எல்லாச் சப்தங்களையும் தூக்கி விழுங்கிவிட்டு அது திடீரென்று வெகு அருகில் கேட்டது "டொரிஸ் டிஸ் டிஸ்."

இவன் ஆனந்தவயப்பட்டு அதில் அமிழ்ந்து போயிருந்துவிட்டுத் திரும்பிப் பார்த்தான். எழுதுவதை நிறுத்தியிருந்த ரெண்டு பேரும் இவனையே பார்த்துக்கொண்டிருந்தார்கள்.

இவன் பேச ஆரம்பிக்கும் முன் ஒருவர் சொன்னார். "இன்னைக்குத்தான் எங்க காதுலெ விழுந்திச்சு. கொஞ்ச நேரமா வேலை ஓடலை ஸார்."

தன்னோடு ரெண்டு பேர் சேர்ந்ததில் இவனுக்கு சந்தோஷம் முட்டிக் கொண்டு வந்தது.

~

சிம்மாசனம்

காலையில் போயிறங்கியவுடன் புது வீட்டுக்காரன் என்னைப் பார்த்துப் பெருமையோடு சொன்னது, "பாருண்ணே, இந்த ஊர்லெயே நானும் ஒரு வீட்டைக் கட்டிப்பிட்டேன்" அவன் பொங்கப் பொங்கச் சொன்னதன் அர்த்தம் வெகுஆழமானது. எங்கள் அளவில் நீண்ட சரித்திரம் புதைந்தது.

இங்கிருந்து ஒருமணி நேர பஸ் பயணத்திலிருக்கிறது எங்கள் கிராமம் நாங்கள் பாலய காலத்திருந்தபோது இந்த ஊர் எங்கள் கனவூர். இரண்டு டீக்கடைகளும் மூன்று மளிகைக் கடைகளும் மட்டுமே இருந்த ஒரு தெருவை நாங்கள் கிராமத்தின் கடைத்தெரு என்று அழைத்துக் கொண்டது எவ்வளவு அபத்தம் என்று இந்த ஊர் வந்து தெரிந்துகொண்டோம். கிராமத்தில் கல்யாணமென்றால் இந்த ஊருக்கு வண்டி கட்டிவந்து காய்கறி, வாழை, இலைக்கட்டு எல்லாம் வாங்கிவருவார்கள். மேளம் இங்கிருந்துதான், மைக்செட் இங்கிருந்துதான், கல்யாண மாலை இங்கிருந்துதான் என்று சுப காரியங்கள் நடக்கும்.

கிராமத்திலிருந்து இந்த ஊருக்கு நடந்தேவருவது என்றிருந்தது; அப்புறம் போக்கு வண்டிகளில் ஏறிப்போவது; அப்புறம் மூக்கு வைத்த பஸ்; அப்புறம் சப்பை பஸ் என்று போக்குவரவு விரிவானபோதும் குறுகிக் கிடந்தபோதும் இந்த ஊருக்கு வருகிற யாரும் ஒரு வாரம் முன்பே சட்டை வேஷ்டி வெளுத்துத் தயார்செய்து அந்த நாட்கள் பூராவும் பயணக் கனவுகளில் இருந்தபடி வந்துசேருவோம். இந்த ஊருக்கு வந்து திரும்பியதிலிருந்து ஒரு வாரத்திற்கு இங்கே பார்த்தது ருசித்தை கதை கதையாய்ப் பேசித் திரிவோம் திண்ணைகளிலும் வயல்வரப்புகளிலும். ரொம்ப முக்கியமாக இந்த ஊர் அரண்மனையைப் பார்த்தை அளந்துவிடுவோம். ஓலைக்கூரையும் மண் சுவருமானவைகளை நாங்கள் வீடுகள் என்றோம். அவைதான்

கிராமத்தில் அதிகம். நாலே நாலு ஓட்டு வீடுகள், ஒரே ஒரு காரை வீடு. அரண்மனை என்றாலே வாய் அகன்றுவிடும் எல்லோர்க்கும். இந்த ஊர் அரண்மனையைச் சுற்றி இரும்பு ஈட்டிகள் அடைத்த வெளிப்புறம். மேல் பக்கம் அகழி. உள்ளே நுழைந்தால் அண்ணாந்து பார்க்கும்படி மாடங்கள், கூடங்கள். எத்தனை தடவை இந்த ஊருக்கு வந்துபோனாலும் அரண்மனையைச் சொல்லிமுடிப்போம்.

சென்னை, சேலம் என்று உத்தியோகமாய்த் திரிந்துகொண்டு இந்த ஊரில் வந்து இறங்கும் ஒவ்வொரு முறையும் அடுத்த பஸ்ஸைப் பிடித்து கிராமத்திற்கு ஓடுவதில்தான் புத்தி அலையும். நடந்த இடங்கள், அலைந்த தெருக்களை ஆற அமரப் பார்த்து அசைபோட்டு ரொம்ப வருஷங்கள் ஆகிவிட்டன. இந்தமுறை அந்த அவசரமில்லை. கிராமத்திலிருந்து அநேகமான உறவுக்காரர்களைத் தம்பியின் புது வீட்டில் வைத்துப் பார்த்தாயிற்று. ஒரு சுற்றுச் சுற்றிவிட்டு சாயங்காலம்போல் இப்படியே சேலம் போய்விடலாம்.

பத்து மணிவாக்கில் நடக்க ஆரம்பித்தேன். வெயில் காந்தியது. இந்த ஊர் வெயிலுக்குள் தகதகவென்று தெரியும். ராத்திரியிலும் வெயிலடிக்கிற மாதிரி உணரலாம். கண்மாயும் குளங்களும் அடுத்தடுத்துத் தெரியும். ஆனால் பெரும்பாலான காலம் பூராவும் அவை காய்ந்தும் வெடித்து விரிவோடியும் கிடக்கும். வெயிலுக்குள் வேகு வேகுவென்று உற்சாகமாய் நடப்பது. அப்படி நடப்பதால்தான் எப்படியோ மக்கள் இங்கு பிழைத்துகிடக்கிறார்கள்.

ராதா தியேட்டர் வந்தது. எட்டு வரை கிராமத்தில் படித்துக் கொண்டிருந்த நாட்களில் சைக்கிள் எடுத்துவந்து முதல் ஷோ இங்கேதான் பார்ப்போம். முடிந்ததும் மைதீன் பாட்சா கடையில் புரோட்டா. இரண்டாவது ஷோ முருகன் தியேட்டரில். விடிய நாலு மணிக்குக் கால் முட்டிகள் வலிக்கப் போய்ச் சேர்வோம்.

சுந்தரம் ஆஸ்பத்திரியைக் கடக்கும்போது குபுக்கென்று கண்ணீ வந்தது. எத்தனை ஆண்டுகளானால் என்ன? ஒரு விடிகாலையில் அப்பா இந்த ஆஸ்பத்திரியில் இறந்து நாங்கள் தெருவில் கிடந்து அரற்றி அழுதது ஞாபகம் வந்தது. எப்போது இதைக் கடந்தாலும் கேவலோடுதான் போகவேண்டியுள்ளது. தூரத்தில் ஹாஸ்டல் தெரிந்தது. 9லிருந்து 11ஆம் வகுப்பு வரை இதில் தங்கித்தான் படித்தேன். மூன்று வருடங்கள் இதனுள் ஒரு ஜிலுஜிலு வாழ்க்கை.

ஹாஸ்டலின் சுற்றுச்சுவரும் அதை ஒட்டி ஏராளமான முருங்கை மரங்களும் அப்படியே இருந்தன. முருங்கைகள் அந்தக்கால முருங்கைகளாக இருக்கமுடியாது. வெட்டுப்படவும் உடன் தழைத்து

மரமாக வளரவும் வரம் வாங்கி வந்தவை. இந்த வறண்ட பூமியின் பசுமைச் சின்னங்கள் முருங்கையும் வேம்பும்தான். சுற்றுச்சுவரின் மேற்கில் வந்து நூலகத்திற்கு எதிரில் நின்று பார்த்தேன். இந்தச் சுவர் இன்னும் ஒரு பங்கு உயரமாகக் கட்டப்பட்டிருந்தால் நான் இப்போதிருப்பதைவிட நல்ல உத்தியோகத்தில் இருந்திருக்கலாம். இரவு 9 மணிக்கு மேல் நாங்கள் முப்பது பேருக்கு மேல் இந்தச் சுவரில் எளிதாக ஏறி குதித்து அடிக்கடி இரண்டாம் ஆட்டத்திற்குப் போய் படிப்பும் எடுத்த மதிப்பெண்களும் போதவில்லை என்று தேங்கவைத்தது இந்தச் சிறிய சுவர்தான்.

பூக்குளம் ரெத்தினவேலு ஞாபகத்தில் வந்தான். அவன் என்னைவிட நாலு வயது மூத்தவன். அவனோடு நடக்கையில் எனக்கு பெரியண்ணன் போலவோ சித்தப்பா போலவோ தெரிவான். இந்த ஹாஸ்டலில் நாங்கள் ஆறு பேர் ஓர் அறையில். இரவுப் படிப்பிற்காக எல்லோருக்குமாய் ஒரு 60 வாட்ஸ் பல்பு எரியும். விளக்கு வெளிச்சத்தில் அவனுக்குத் தூக்கம் வராது.

வெகுநேரம் புரண்டு பார்த்துவிட்டுப் பக்கத்தில் படித்துக் கொண்டிருப்பவனைக் கூப்பிட்டுச் சொல்வான். "முனியாண்டி அந்தா அந்த என் இங்கிலீஷ் புஸ்தகத்தை எடு." எடுத்துக் கொடுத்ததும் பிரித்து ஐந்தே நிமிடங்கள் உன்னிப்பாய்ப் படிப்பான். ஆறாவது நிமிடம் தூங்கிவிடுவான். அவனுக்குத் தூக்க மாத்திரை இங்கிலீஷ் புத்தகம்தான். இன்றைக்கிருக்கும் உடல் தொந்தரவுகளுக்கு அவனும் ஒரு காரணம். சிகரெட் பழக்கம் அவன் அளித்த தீக்கொடை.

தாத்தா ஞாபகத்திற்கு வந்தார். எட்டிற்கு மேல் கிராமத்தில் படிக்கப் பள்ளி இல்லை என்றானபோது தாத்தாதான் என்னை இந்த ஊரில் கொண்டுவந்து பள்ளியிலும் ஹாஸ்டலிலும் சேர்த்தார். அம்மாவைப் பெற்று அவரடைந்த துயரங்களில் ஒன்று என்னை வெகுகாலம் சுமந்தது. அவர் மட்டும் என்னை இங்கே கொண்டுவந்து சேர்த்திராவிட்டால் காடும் மாடும் கம்பும் வரகும் என்று இயற்கையோடியைந்த வாழ்வு கிட்டியிருக்கும். படிக்காத தாத்தாவுக்கு எப்படி அப்படி ஒரு முனைப்பு வந்ததோ, ஒரே குறியாய் நின்று என்னை இங்கே சேர்த்தார். மூடை மூடையாய் புஞ்சை நஞ்சை தானியங்களை ரூபாய் நோட்டுகளாக்கிக்கொண்டு வந்து பள்ளிக் கட்டணத்தையும் விடுதி கட்டணத்தையும் செலுத்தினார். உழைத்த களைப்பு எப்போதும் முகத்தில் அப்பியிருக்கும்.

தாத்தா இந்த ஊருக்கு என்னை அழைத்துவந்து பள்ளியில் சேர்த்தபோதும் பிறகு விடுதியில் சேர்த்தபோதும் அவர் செய்கைகள்

கந்தர்வன் சிறுகதைகள் 187

விநோதமாயிருந்தன. குறிப்பாக விடுதி இருந்த இடமும் பள்ளி இருந்த இடமும் அவருக்குத் திருப்தியாயில்லை. பதற்றமாயிருந்தார். விடுதிக்கும் பள்ளிக்கும் நடுவில் அரண்மனை இருந்தது; அவர் பார்த்துக்கொண்டிருக்கையிலேயே மாணவர்கள் புத்தகங்களோடு சாலை வழியே போகாமல் அரண்மனையின் தெற்கு வாசலில் நுழைந்து பள்ளிக்குப் போனார்கள்.

"எங்களுக்கு இந்த அரண்மனை கோவிலப்பா. இந்தப் பையங்க பயமில்லாம சர்வசாதாரணமா அரண்மனைக்குள்ளே நொழைஞ்சு போறாங்க. என்ன அவசரமிருந்தாலும் நீ இந்த ரோடு சுத்திப் போய்யா தெனமும் பள்ளிக்கூடத்துக்கு" என்றார்.

எனக்கிருந்த விடுதி சூழ்நிலையின் மலைப்பில் தாத்தா சொல்லிக் கொண்டிருந்த அரண்மனைப் பிரதாபங்கள் அப்போது அவ்வளவாய் உறைக்கவில்லை.

ஆனால் கால்பரீட்சை லீவுக்காக கிராமத்திற்குப் போயிருந்தபோது தாத்தா மிகவும் பதற்றத்தோடு கேட்ட முதற்கேள்வி "ஏய்யா அரண்மனைக்குள்ளே கடந்து பள்ளிக்கூடம் போறதில்லையே நீ. சுத்து ரோடிலெதானெ போற." நான் அவரை சங்கடப்படுத்தாமல் "ஆமா" என்றதும் தனக்கான அரண்மனை பக்தியை வெகுநேரம் வெளியிட்டார் தாத்தா.

தாத்தாவின் அப்பா காலத்தில் ஒருமுறை ராஜா எங்கள் கிராமத்தின் வழியாகப் படவூர் காட்டிற்கு வேட்டையாடச் சென்றாராம். யானைகள் குதிரைகள் படை வீரர்கள் அதிகாரிகள் என்று ஒரு சைன்யமே உடன் வந்ததாம். எங்கள் வீட்டில் நின்றுகொண்டிருந்த இரண்டு ஆடுகளையும் நான்கு கோழிகளையும் பிடித்துக்கொண்டு போய்விட்டார்கள். இரண்டு நாள் சமையலில் நூற்றி ஆறு ஆடுகள், எண்பத்தெட்டுக் கோழிகள் வெட்டப்பட்டன, எங்கள் வீட்டு வைக்கோற்படப்பில் பாதியை அள்ளிக்கொண்டு போனார்கள். எங்கள் பாட்டி உட்பட நூற்றிமுப்பது பேரை சைன்யத்தோடு வந்த கால்நடைகளுக்காகப் புல்வெட்ட கையைப் பிடித்துத் தரதரவென்று இழுத்துக்கொண்டு போனார்கள்.

ராத்திரி ஆனதும் வராத பெண்களை வாயில் துணி வைத்து அடைத்துத் தூக்கிப்போய் விடியற்காலையில் காயங்களோடு சிதைத்து அனுப்பினார்கள். இரண்டு நாள் கழித்து ராஜாவும் சைன்யமும் சென்ற பிறகு ஊர் "கொட்டிப் பெருக்கிக் கொள்ளை நாடாய்க் கிடந்தது" என்றார்.

188 கந்தர்வன் சிறுகதைகள்

நகரில் அந்த அரண்மனைப் பக்கம் எந்த ஒரு கிராமத்தானும் ஒத்தையில் போகமுடியாது. கூப்பிட்டு நாள் பூராவும் கடினமான வேலைகளைப் பார்க்கச் சொல்வார்கள். கட்டிட வேலைகளுக்கு மண் அள்ளுவது, சுண்ணாம்பு சுமப்பது என்று முதுகு ஒடிய வேலை வாங்குவார்கள்.

வண்டி மாட்டோடு மாட்டிக்கொண்டால் ஏழு ஊர்க் குறுங்களஞ்சியங்களில் பேஷ்காரர்கள் சம்சாரிகளிடம் அடிதண்டமாய் வசூல் பண்ணி வைத்திருக்கும் நெல் மூட்டைகளை அரண்மனைக் களஞ்சியத்திற்குக் கொண்டுவந்து சேர்க்கும்படி சிட்டை கொடுத்து அனுப்புவார்கள். "ஒரு படி நெல் குறையக்கூடாது. ஒரு நெல் சிந்தப்படாது" என்று அதிகாரி சொல்லும்போதே அடிவயிறு கலங்கும்.

"இப்போதான் ராஜா ஆட்சியில்லையே. எதுக்கு பயப்படுறீங்க தாத்தா?" என்று கேட்டதற்கு சொன்னார். "அப்படியெல்லாம் சொல்லாதே. அரண்மனைன்னா ஒரு பயமிருக்கணும். மகராஜா நாம் கும்பிடுற சாமிகள்ள ஒருத்தர். இன்னும் ஏழெழு தலைமுறைக்கு பயப்படுறாப்ல ரொம்ப ரொம்ப நடந்திருக்குப்பா."

கீழ்த்திண்ணையில் உட்கார்ந்து காய்ந்த வெற்றிலைச் சருகுகளை நாலைந்து முறை தொடையில் தடவி சேர்மானங்களோடு வாய்க்குள் தள்ளிவிட்டால் உற்சாகமாய்ப் பேசுவார். "இந்தக் கிராமமாகட்டும் சுத்துவட்ட கிராமங்களாகட்டும் எப்பேர்ப்பட்டவன் வீட்லெயும் சாயங்காலம் ஆறு மணிக்குத்தான் ஒருவேளை சோறும் கொழம்பும். பெரிய ஜாதிகள்ள அமாவாசைக்கு மத்தியானம் சமையல் உண்டு. ஆனா அரண்மனையிலே மத்தியானச் சாப்பாட்டிலே ஐம்பத்தோரு வகை எலையிலே இருக்கணுமாம். கூட்டு பொரியல் வடை பாயாசம் ஆடு கோழி புராணு.

"இங்கெயெல்லாம் குடிதண்ணிக்கு மூணு மைல் நாலு மைல் நடக்குதே நம்ம பொம்பிளையாளுக. மகராஜாவுக்கு எப்படி தெரியுமா? தெக்குத் தெரு நடராசன் வகையறா அரண்மனையோட ரொம்ப நெருக்கம். அவருதான் உள் கதைகளையெல்லாம் பெருமையா சொல்வாரு. மகராஜா கால் கழுவ மூலைக்கெணத்துக் தண்ணி. கைகழுவ மொடக்கால் கெணத்துத் தண்ணி, குளிக்க நல்லூரணித் தண்ணி, இன்ன செயலுக்கு இன்ன தண்ணினு இருக்காம். தண்ணியைச் சரிபார்க்க மட்டும் கட்டா கட்டியா அஞ்சு பேர் திரிவாகளாம்."

ஒருநாள் சொன்னார் "நீ இப்ப சின்னப்புள்ளை இல்லெ ஒங்கிட்ட இப்போ சொல்லலாம். ராஜாக்க புலிப்பால் குடிக்கணும்னு

கந்தர்வன் சிறுகதைகள் 189

நெனைச்சுட்டாக்க குடிக்காம விடமாட்டாக. தெசைக்கு நூறு பேர் தீப்பந்தங்களோடவும் வில் அம்போடவும் பறந்துபோய் விடகாலம்பர புலிப்பாலோட மகராஜாவோட சயன அறை வாசல்ல வந்து நிப்பாக; நிக்கணும். அப்படித்தான் பொம்பளைக விசயத்திலயும்.

ஒருநா மகராஜா மாடத்திலே நின்னு காலையிலெ பாக்குறாரு. புல்லுக்கட்டோட பொம்பிளை ஆளு ஒண்ணு வாட்டசாட்டமா நடக்குது தெருவில. அவளை கொண்டானுட்டாரு கொண்டாந்தாங்க. புல்லுக்கட்டு நாச்சியார் அரமனைனு மூலைக்கெணத்துப் பக்கம் இப்பவும் இருக்கு. ஒருநா விடிகாலம்பர மகராஜா மாடத்திலே நிக்கிறாரு ஓலைக்கட்டை சொமந்துக்கிட்டு ஒரு பொண்ணு நடக்குது. அவளையுங் கொண்டானுட்டாரு புல்லுக்கட்டு நாச்சியார் அரமனைக்குப் பக்கத்திலெயே ஓலைக்கட்டு நாச்சியார் அரமனைனு இருக்கு. இன்னும் இந்த சங்கதிக எம்புட்டோ அதுக்குத்தான், சொல்றென் அரமனைனா ஒரு பயம் வேணும்னு."

சென்னையில் வேலை பார்த்தபோது ஒருவர் என் ஊர்ப் பெயரைக் கேட்டார். நான் சொன்னதும் "ஊரு இன்னும் அழுக்குப் புடிச்சுக் கெடக்குமே ராஜாக்க இருந்த ஊர்களுக்கு நவீனமா எதுவும் வராது. அவை பாவயல்கள்; விளைவதில்லை விருத்தியாவதுமில்லை."

அவர் இந்த ஊரோடு ராஜாக்கள் ஆண்ட வேறு சில ஊர்களையும் சொன்னார். "கோயமுத்தூர் திருப்பூர் மாதிரி இதுகள்ல எந்த ஊராச்சும் வளந்ததா?" என்று கேட்டார். அவர் சொன்னது சரியென்று பட்டது அப்போது.

ஹாஸ்டலின் முன்வாசலுக்கு வந்தேன். இப்போது அது ஹாஸ்டல் இல்லை. விவசாயத் துறை அலுவலகமாக மாறியிருந்தது. எதிரே அரண்மனை தெற்கு வாசலில் ஒரு காவலாளி நின்றுகொண்டிருந்தார். தாத்தா பயமுறுத்திய அதுதான். திரும்பி சாலையிலேயே கிழக்கே பார்த்து நடந்து காவலாளி திரும்பியதும் அரண்மனை வாசல் வந்தது. இடது ஓரமாயிருந்த கோவில் பிள்ளையார் ஒற்றைத் தெய்வமாய் சுறுகறுவென்று எண்ணை மினுமினுக்க அரசமரக் காற்று வாங்கி உட்கார்ந்திருந்தார்.

அரண்மனை வாசலில் மேடை போடப்பட்டிருந்தது. ஒரு கட்சியின் கொடிகள் சாலைகளில் பறந்தன. நாங்கள் படித்த காலத்திலேயே அரண்மனை வாசல் பற்றிய பயத்தையும் புனத்தையும் ஓய்த்துவிட்டன அரசியல் கட்சிகள். அரண்மனை வாசலுக்கு எதிரே மூன்று திசைகளிலும் பெரிய சாலைகள் ஆயிரக்கணக்கான மக்களை அவை உள்வாங்கிக்கொள்ளும். இன்று மாலையும் ஒரு கூட்டம் நடக்கப்போகிறது.

படித்த பள்ளியை நோக்கி திரும்பி நடந்தேன். மஞ்சள் வர்ணத்தின் மேல் அழுக்குப் படிந்து தெரிந்தது சுவர். நுழைந்தவுடன் கண்ணில்பட்ட பள்ளி அலுவலகம் மாறாமல் அப்படியே இருந்தது. என் காலத்தைய பள்ளி மாணவர் தலைவன் ராமசாமி பெயர் வரிசையில் இருந்தது சிலிர்ப்பை உண்டுபண்ணியது. நடமாடிய ஆசிரியர்களில் பழையவர் எவரையும் காணோம். ஒருவர் என்னிடம் வந்து "யார் என்ன வேணும்?" என்றார்.

"பழைய மாணவர்" என்றதும் நிறைந்த புன்னகையோடு "உள்ளே போய்ப் பாருங்க" என்று சொல்லிவிட்டு நகர்ந்தார். நடந்துகொண்டிருந்தபோது மூக்கில் சுள்ளென்று ஏறியது அந்த வாசம். பந்தலில் சிவப்பும் வெள்ளையுமாய்க் கொத்துக் கொத்தாய்ப் பூக்கள். அதே ராட்சச மணம்.

பந்தலில் இந்தப் பூங்கொடி இல்லாமல் வேறு கொடி வளர்ந்திருந்தால் இப்போதிருப்பதைவிட நல்ல உத்தியோகத்தில் இருந்திருக்கலாம்.

வகுப்பு நடக்கையில் இந்த பூ வாசம் காற்றில் ரெண்டு நிமிடங்களுக்கொருமுறை மூக்கைத் தொட்டு உடல் பூராவும் பரப்பிவிட்டுப் போகும். அதை ஒட்டி நூறு விடலைக் கனவுகள் வரும் கட்டுக்கடங்கா வாசம் போலவே கனவுகளும் அடங்காமல் ஓடிப் புரளும். இப்போதும் மணக்கிறது. உடம்பை உலுக்கிக்கொண்டு திரும்பிவிட்டேன். மீண்டும் அரண்மனை வாசலுக்கு நடந்தேன்.

பதினொண்ணு அரைப் பரீட்சை லீவில் போயிருந்தபோது தாத்தாவிடம் சொன்னேன்.

"தாத்தா ராஜாவைப் பார்த்தேன்"

"மகராஜானு சொல்லு"

"மகராஜாவைப் பார்த்தேன்"

"அவரு உக்காந்திருந்தபோது பாத்தயா. நடந்து வரும்போது பாத்தாயா?"

"உக்காந்திருந்தபோது. ஆமா. எலெக்ஷன்ல நிக்கிறார்ல. ஜனங்கள வரச்சொல்லி தரிசனங் குடுத்தாரு. ஸ்பீக்கர்ல சும்மா சொல்லிக்கிட்டே இருந்தாக. நாமளும் போவோம்டானு ஹாஸ்டல் பயக அம்பது பேரு போய்ப் பாத்தோம்."

"அடடா, ராஜ உடை தலைக்கிரீடம் இடுப்பிலே வாளோட உக்காந் திருந்தாரா? சிம்மாசனம் எப்டி இருந்துச்சு"

"ஆமா அதுதான் ரொம்ப பயமுறுத்துச்சு. ரொம்ப ஒசரம். பள பளனு கைப்பிடிகளும் தந்தத்திலெயும் தங்கத்திலெயும் எழைச்ச மாதிரி அதுதான் கம்பீரமாயிருந்துச்சு. எங்க பயலுக பத்துப் பேரை தரையிலெ விழுந்து கும்பிட வச்சிருச்சு சிம்மாசனம்."

"பாக்காம ஆயிரம் பேசலாம்ப்பு. பாத்ததும் பாரு பயம் வந்திருச்சி."

அந்த முழுப்பரிட்சை லீவில் தாத்தா கேட்பார், "மகாராஜா எம்எல்ஏ எலெக்‌ஷன்ல தோத்துட்டார்னு சொல்றது நெசமா?. எங்க வயசு ஆளுகனால் நம்பமுடியலைப்பா."

"ஆமா தாத்தா. சைக்கிள்ல காலையிலெயும் சாயங்காலத்திலெயும் வீட்டுக்கு வீடு பால் ஊத்திக்கிட்டிருந்த ஒரு இளவயசுக்காரர்ட்ட தோத்துட்டாரு."

"மகாராஜா தோத்திருக்கப்படாதுப்பா. நாட்டிலே பெரிய மனுஷன் சின்ன மனுஷன் வித்தியாசம் இல்லாமப் போய்க்கிட்டிருக்கு. இன்னும் என்னென்ன கண்றாவிகளைப் பாக்கணுமினு இருக்கோ."

அரண்மனைக்குள் நுழைகையில் சொன்னார்கள். தொல்லியல்துறை ஏற்பாட்டின்படி ரெண்டு ரூபாய்க்கு டிக்கெட் வாங்கிக்கொண்டு உள்ளே போகும்படி. எல்லாம் இப்போது வந்திருக்கும் முறைகள் போல. ரெண்டு ரூபாய் கொடுத்து டிக்கெட் வாங்கிக்கொண்டு நடந்தேன். கயிறு கட்டிப் பாதை அமைத்திருந்த வழியில் ஏறினேன். மேல் தளத்திற்குச் சென்றது பாதை. உலகப் புகழ்பெற்ற சிருங்கார ரஸசித்திரங்கள் மேற்கு மற்றும் தெற்கு சுவர்களில் சற்றே வண்ணம் கலைந்து இருந்தன.

கீழ்த்தளத்தில் ராஜாக்களின் பட்டுப் பீதாம்பர உடைகள், கிரீடங்கள், உடைவாள்கள், குத்துவாள்கள், வில், அம்பு ஐம்பது பேர் வந்தாலும் அசைக்கமுடியாத கஜானா பெட்டி என்று பார்த்துக்கொண்டே போகையில் தென்மூலையில் சிம்மாசனம் இருந்தது. அதன்மேல் தோல் கிழிந்து தொங்கியது. உள்ளே இருந்த பஞ்சு அழுக்குப் பொதிகளாய் வெளியே துருத்திக் கிடந்தது. கிராமத்து சிறுவர்களும் பெரியவர்களும் சட்டை கூட அணியாதவர்களும் அதில் ஏறி உட்கார்ந்துவிட்டு இறங்கினார்கள். காவலாளிகள் அந்த இடத்தைக் காபந்து பண்ணவும் ஒழுங்காக்கவும் மிகவும் சிரமப்பட்டுக் கொண்டிருந்தார்கள்.

தாத்தா இல்லை. காலமாகி 20 வருடங்களாகின்றன. இருந்தால் இதைப் பார்த்து என்ன சொல்வாரோ?

~

துண்டு

அவர் வாசலில் வந்துநின்று வீட்டைப் பார்த்து "ஆத்தோவ்" என்றார். ஆளடியிலும் பட்டகசாலையிலும் ஆள் நடமாட்டங்கள் தெரிந்தன. கூப்பிட்டதற்குப் பதில் வரவில்லை. இது வெகுகாலப் பழக்கம் அவருக்கு. குத்துக்கால் வைத்து உட்கார்ந்து ஒரு வைக்கோல் துரும்பைத் தூக்கி அந்தப் பக்கம் போட்டார். அப்புறம் இந்தப் பக்கம் போட்டார். பத்து நிமிடங்களுக்குத் துரும்போடு விளையாடிக் கொண்டேயிருந்தவர், எழுந்து வீட்டைப் பார்த்து மறுபடி "ஆத்தோவ்" என்றார்.

எட்டு வயதுச் சிறுவன் ஒருவன் பந்தோடு வெளியே ஓடிவந்தவன், "அப்பத்தா வேலு வந்திருக்கான்" என்று வீட்டைப் பார்த்துக் கத்திவிட்டு விளையாட ஓடிப்போனான். "சின்னப்பா எப்பொ வந்தீக?" என்றார் அவர். "நேத்தே வந்துட்டோமே" என்று சொல்லிக்கொண்டே ஓடிவிட்டான் பையன். வீட்டிற்குள் சிரிப்பும் கனைப்புமாய்ப் பேச்சுச் சத்தங்கள் கேட்டன. வெளியில் யாரும் வரவில்லை. இவர் மறுபடி குத்துக்கால் வைத்து உட்கார்ந்து ஆள்காட்டி விரலால் மண்ணைக் கோதி ஒரு சின்ன கல், பொட்டு வைக்கிற மாதிரி அளவில் எடுத்தார். குத்துக்காலை இன்னும் அழுந்த உட்கார்ந்து அதே ஆள்காட்டி விரலால் இந்தப் பக்கம் அந்தப் பக்கம் என்று பந்து விளையாடுவது போல் ஓர் அடிக்குள் விளையாண்டார். பத்து நிமிடங்கழித்து மறுபடி எழுந்து "ஆத்தோவ்" என்றார்.

"இவன் ஏன் இந்தக் கத்து கத்துறான்? என்னண்ணு வந்து கேளுங்க" என்று உள்வீட்டைப் பார்த்துச் சொல்லிக்கொண்டே அந்த அம்மாள் "நேத்து சொல்லி விட்டதுக்காடா பய மகனே இன்னைக்கு வாரெ" என்றும் கேட்டுக்கொண்டே அடுத்த வீட்டைப் பார்த்து நடந்தாள். இவர் மேல்துண்டை எடுத்து முழங்கையில் போட்டுக்கொண்டு நின்றார்.

பிடித்தபடி சங்கிலிகளோடும் பல்லாயிரம் ஆண்டுச் சிவப்புக் காலகளோடும் அந்த அம்மாள் நடந்து மறைந்ததும் இவர் முழங்கைத் துண்டை எடுத்து மேலே போட்டுக்கொண்டு வீட்டைப் பார்த்து நின்றார். சிறிது நேரத்தில் பட்டும் பவுடருமாய் சின்னப் பேத்தியின் கையைப் பிடித்துக்கொண்டு அம்பலக்காரர் வந்தார். வழுவழுவென்ற திண்ணையில் அமர்ந்து சாய்தளத்தில் முதுகைச் சாய்த்தார். வேலு மேல்துண்டை இறக்கி முழங்கையில் போட்டுக்கொண்டு கையிரண்டையும் தலைக்குமேல் வைத்துக் கும்பிட்டார்.

"இதப் பாருடா. இவங்கள்ளாம் நேத்து வந்து எறங்கிட்டாங்க" என்று சிவப்பும் அழகுமான பேத்தியைக் காண்பித்தார் அம்பலக்காரர்.

'ஆத்தா போன தடவைக்கு இப்ப வளந்துட்டாக."

"என்ன வளத்தி போ. வந்ததிலெருந்தே இதுக மொகங்க நல்லாயில்லை."

"ஆத்தா சிரிச்சு மொகமாவுலெ இருக்காக.'

"வேலு, எங்க வீட்டுப் பண்ணைக்காரன் வயித்திலெ குளுமையைக் கட்டிக்கிட்டாண்டா. ஒரு படி அரிசிச் சோறையும் தின்னப் பொறகு தான் எதிரெ யார் வந்து சோறு போடுறான்னு பார்க்கிறான். போட்டா திங்க ஏத்தினா சொமக்கன்னு எனக்கு ஒரு ஆளு கெடச்சான் பாரு. உழுக, மாடு மேய்க்க, பருத்திக்கொட்டை அரைக்கன்னு மொரட்டு வேலைகளுக்குத்தாண்டா அவன் லாயக்கு. அவன்ட்ட நாசுக்குக் கெடையாதுடா வேலு"

"சாமி"

"யானையைத் தூக்கி, தலையிலெ வை. சொமந்திருவான். தொறட்டியை எடுத்துக் கொப்பை முறிச்சிராம ஒரு முருங்கைக்காய் பறிக்க ஏலாதுடா எங்க பண்ணைக்காரனுக்கு."

"சாமி"

"கூறுகெட்டவன்னு நான் மத்தவங்களைத்தான் திட்டுவேன். எனக்கு வந்த பயலுக்குக் கூறே இல்லெடா முனியன் மகனே."

"சாமி"

"நேத்து சாயங்காலம் மகன் குடும்பத்தோடு வந்து எறங்கிட்டான். இதுகளைப் பாத்தா நமக்கு வயித்திலே பால் விழுந்தது மாதிரி இருக்கு. ஆனா இதுக மொகங்களைப் பாத்தா ஏதோ கஷ்டப்படுறதுக்குனு வந்திருக்கிற மாதிரி இருக்கு. நீ இன்னைக்குப் பூரா நின்னு காமி இது எப்பேர்க்கொண்ட வீடு ஊருன்னு. இதுக்கெல்லாம் அந்தக் கூறில்லாதவன் சரிப்பட மாட்டான்."

"சாமி"

"போன வருசம் வந்தப்ப இந்த வாசல் தாண்டி அந்த அங்கென பேரப் புள்ளெ வெளையாண்டாரு. ஒரு கல்லு தடுக்கிக் கீழே விழுந்து சில்லு மூக்குப் பேந்து போச்சு மொத வேலையா அந்தா அங்கெயிருந்து இங்கெ வரை மேடுபள்ளமில்லாம இந்த எடம் ஆராவையும் சரிபண்ணு" என்று சொல்லிக்கொண்டே திண்ணையில் கிடந்த மண்வெட்டியையெடுத்துத் திண்ணைப் படியில் வைத்தார்.

வேலு முழங்கையில் கிடந்து துண்டை எடுத்துத் தலையில் கட்டிக் கொண்டு மேடுகளைத் தரிக்க ஆரம்பித்தார். வெயில் மேவிய தரையெங்கும் இறுகிச் சிடுசிடுத்தது. ஒரு கட்டியைப் பெயர்க்க நாலு வெட்டு போடவேண்டியிருந்தது. அம்பலக்காரர் சாலை வரை எல்லை வைத்திருந்ததால் விஸ்தாரமாக வெட்டிக்கொண்டு பரப்ப ஆரம்பித்தார். கடுத்த வாசனையோடு மண் விரவியது. சிறு கூராங்கற்கள் செத்தை, குப்பைகள் என்று வேண்டாதவைகளை மண்வெட்டியைப் பக்கவாட்டில் இழுத்துக் கோதிக் கோதிக் காய்ந்து கிடந்த வாரியில் வீசினார். வெயில் மட்டுமில்லையென்றால் தரையை மிதிக்கிறோமா பூவை மதிக்கிறோமா என்கிற மாதிரி அவர் கைப்பக்குவத்தில் அந்த இடம் பூராவும் ஆகிப்போனது.

எது ஒன்றும் நேர்த்தியாக அமைய வேலுவைதான் கூப்பிடுவார்கள். கயிறு பிரிந்தும் அறுந்தும் கருவாடாய்க் கிடக்கும் கட்டிலைப் பின்ன வேலுவுக்கு ஆள் போகும். கயிற்றுப் பிரியோடு வேலு கட்டிலுக்குக் குனியும்போது முத்தமிடுவதுபோல் தோன்றும். பிரியத்தை முதலாவதாய்க் கட்டிலில் வைத்துவிட்டுத்தான் அதனைத் தொடுவார். பின்னும் அழகை ஜனம் கூடி ரசிக்கும். பின்னி முடித்துக் கயிற்றைத் தட்டும்போது வில்லைத் தட்டுவது போலிருக்கும் கிண் கிண் எனும் ஒலி.

பயிர்க்குழிக்குப் பந்தல் கட்டப்போனால் வேலு முதலில் ஐந்தாறு குழிகளையும் கண்ணால் அளப்பார். பச்சை மரங்களில் கசப்பு மரங்களைத் தொடமாட்டார். அது காய்ப்பிற்குக் கேடு என்பார். மதுரமான மரங்களிலிருந்து கொப்புகளைத் தரித்து வருவார். வீச்சரிவாளால் பத்து கம்புகளை, இலைகளையும் கிளைகளையும் நீக்கி வரிசையாய்ப் போடும்போது ஒண்ணுபோல் அளவில் இருக்கும் எல்லாழும்.

குழி தோண்டிக் கம்பூன்றி மேலே பந்தல் கம்புகளை இயந்திரங்களில் பொருத்துவதுபோல் கவட்டைகளில் வைத்து, பச்சை நார்களில் முடிச்சுத் தெரியாமல் கட்டி முடித்து, கீழே

கந்தர்வன் சிறுகதைகள்

குழிகளில் விழுந்த சிறு துரும்பையும் சுத்தப்படுத்தி வெளியே வரும்போது அப்படி ஒரு நறுவிசாக இருக்கும். அப்போதுதான் இளங்கொடிகள் விட்டி ஆடிக்கொண்டிருக்கும். செடிகள் உடனே பந்தல் மேலேறிப் படரப் படாதா என்று நினைக்கவைக்கும்.

காவணம் போட, நிறைச்சல் மேய, படப்புப் போட என்று வேலு எதைச் செய்தாலும், செய்கிறபோது பார்த்துக்கொண்டேயிருக்க தோன்றும். செய்த பிறகு செய்ததைத் தொட்டுக்கொண்டேயிருக்க தோன்றும். வேலுவை மட்டும் மேலத்தெரு கீழத்தெரு இரண்டு தெரு ஜனங்களும் தொடமாட்டார்கள்.

வேலு வாசல் வெளியைக் கண்ணாடியாக்கி முடித்தபோது வெயில் எல்லாவற்றையும் பொருபொருவென்றாக்கிக் கொண்டிருந்தது. மண்வெட்டியைப் படிமேல் வைத்தார். தெப்பமாய் நனைந்து கிடந்த உடம்பை தலையில் கட்டியிருந்த துண்டை அவிழ்த்துத் துடைத்தார், அம்பலக்காரர் உள்ளேயிருந்து வந்து செருப்பை மாட்டிக்கொண்டு பைங்கால் பண்ணிக்கிடக்கும் வாசல் வெளியில் லாந்தினார். வேலு துடைத்துக்கொண்டிருந்த துண்டை இடுப்பில் கட்டிக்கொண்டு வெயிலைச் சற்றும் மதிக்காமல் நின்றார்.

உள்ளே பார்த்து "வேலுக்குக் கஞ்சி ஊத்து" என்றார் அம்பலக்காரர். வேலு தொழுவத்துக் கூரையில் சொருகியிருந்த பண்ணைக்காரன் தட்டை எடுத்துக்கொண்டு வந்தார். உள்ளே கறியலும் பொறியலுமான வாசனை வந்தது. அந்த அம்மாள் முதல் நாள் பழையதைக் கொண்டுவந்து தட்டில் ஊற்றினாள். அம்பலக்காரர் திண்ணையில் உட்கார்ந்து, பார்த்துக்கொண்டிருக்க வேலு இடுப்புத் துண்டை அவிழ்த்துச் சாணமும் மூத்திரமுமாய்க் கிடந்த தொழுவத்தின் ஒரு மூலையில் போட்டு அதன்மேல் உட்கார்த்து சாப்பிட்டார்.

முடிந்ததும் துண்டை எடுத்து முழங்கையில் போட்டுக்கொண்டு திண்ணையருகில் வந்தார். அம்பலக்காரர் திண்ணையில் ஒருக்களித்து உட்கார்ந்துகொண்டு "வேலு, வீட்டுக்குப் பின்னாலே நீர்த்தாரை தேங்கிக் கெடக்கு. அதை வகுந்துகொண்டு போய் வாரியிலெ விடு" என்றார்.

வெயில் உச்சந்தலைக்கு வந்துவிட்டது. பச்சைச் செடியைப் பார்த்தால் கூடக் கண் கூசும்போல வன்மையாய் அடித்தது. வெளேரென்று கிடந்தது பூமி. மண்வெட்டியை வாசற்படியிலிருந்து எடுத்துக்கொண்டு முழங்கைத் துண்டோடு வீட்டைச் சுற்றிக்கொண்டு பின்னால் நடந்தார் வேலு.

கன்னங்கரேலென்று துர்நாற்றத்தோடு சின்னக் குளமாய்க் கிடந்தது அது. வேலு மண்வெட்டியைக் கீழே வைத்துவிட்டு முழங்கையில் கிடந்த துண்டை எடுத்துத் தலையில் கட்டிக்கொண்டு வாரிப் பக்கமிருந்து வேலையைத் துவக்கினார். கட்டுக் கட்டென்று பொட்டல் நிலம் மண்வெட்டிக்குச் சாமான்யமாய் மசியவில்லை.

சாண் அகலத்தில் ஒரு கால்வாயை வெட்டிக்கொண்டே நீர்த்தாரையை நெருங்கும்போது ஐயா மகன் மதுரையிலிருந்து வந்தவன் அந்தப் பக்கமாய்ச் சென்றான்.

கண் நிறைய வேர்வையோடு அவனைப் பார்த்த மாத்திரத்தில் வேலு வெட்டை நிறுத்திவிட்டு தலைத்துண்டை அவிழ்த்து முழங்கையில் போட்டுத் தலைக்கு உயர்த்தி கும்பிட்டார். "என்ன வேலு நல்லா இருக்கியா?" என்று கேட்டுக்கொண்டே துபாய்க்காரன் வீட்டிற்குள் நுழைந்துவிட்டான் அவன். வேலு முழங்கையில் கிடந்த துண்டை எடுத்து ஊறுகாயாய்க் கண்ணை உப்பில் ஊற வைத்துக்கொண்டிருந்த வேர்வையைத் துடைத்தபின் தலையில் கட்டிக்கொண்டு கால்வாய் வெட்டைத் தொடர்ந்தார்.

கறுப்பு குளத்திற்கும் வாய்க்காலுக்குமிடையே ஒரு வெட்டுக்கு பாக்கி வைத்துவிட்டு வாய்க்காலைத் தடவிக்கொடுத்துப் பிடித்து விடுவதுபோல் மண்வெட்டியால் நீவினார். ஒரு தடவை அங்கிருந்து இங்காக வாய்க்காலைக் கூர்ந்து பார்த்தார். முகத்தில் திருப்தி தெரிந்தது பாக்கியிருந்த ஒரு வெட்டைப் பார்த்து ஒரு வெட்டு விழுந்ததோ பூ விழுந்ததோ எனும்படி மண்வெட்டியால் போட்டார். அம்பலக்காரர் வீட்டுப் பெண்கள், ஆண்கள், குழந்தைகளின் அழுக்கு நீர் கரும்பாம்பு போல் வாய்க்காலில் ஓடி வாரியில் போய் விழுந்தது. சிறுசிறு துர்ஜீவன்களோடு அந்தக் கறுப்புநீர் வாய்க்காலில் மனசில்லாமல் போய்க்கொண்டிருப்பதை வேலு சலனமில்லாமல் பார்த்துக்கொண்டே நின்றார். அம்பலக்காரர் சம்சாரம் "என்ன வேலு வெட்டி முடிச்சாச்சா?" என்று கேட்டுக்கொண்டே வந்தது. வேலு தலைத் துண்டை அவிழ்த்து முழங்கையில் போட்டுக்கொண்டு நின்றார்.

"இங்கெ வா. திண்ணையிலெ ஐயா உன்னைக் கூப்பிடுறாக்" என்றாள். வேலு துண்டை எடுத்து மேலே போட்டுக்கொண்டு மண்வெட்டியோடு சுற்றிவந்தார். அம்பலக்காரர் திண்ணையிலிருந்தார். அவரைப் பார்த்ததும் மேலே போட்டிருந்த துண்டை எடுத்து இடுப்பில் கட்டிக்கொண்டார்.

கந்தர்வன் சிறுகதைகள்

"ஒரு வழியா அழுக்குத் தண்ணிய வெட்டி விட்டுட்டெ. நாய் அதுக்குள்ள போய் பொரண்டு எந்திரிச்சி கறுப்பா வீட்டுக்குள்ளெ வந்து பட்டாசாலையிலெ வேற படுக்குது" என்றவர் கொஞ்சம் யோசித்துவிட்டு, "வா எப்டி வெட்டியிருக்கெனு பாப்பம்" சொல்லிக் கொண்டே படியிறங்கினார். பின்னால் கூடி நடக்கவும் வேலு முழங்கைத் துண்டை எடுத்து இடுப்பில் கட்டிக்கொண்டு எதற்கும் இருக்கட்டுமென்று மண்வெட்டியையும் தூக்கிக்கொண்டு நடந்தார்.

அம்பலக்காரர் வாய்க்கால் வெட்டைப் பார்த்து "அதோ அந்த வளைவிலெ ஒரு போடு போட்டு மண்ணைப் பேரு; சிக்குது பாரு" என்றார், வேலு இடுப்பிலிருந்த துண்டை எடுத்துத் தலையில் கட்டிக்கொண்டு அம்பலக்காரர் வம்புக்காகச் சொன்ன இடத்தில் மண்வெட்டியால் ரெண்டு போடு போட்டுவிட்டு வந்து தலைத் துண்டை அவிழ்த்து முழங்கையில் போட்டுக்கொண்டு நின்றார். "இங்கெ வா" என்று கூப்பிட்டுவிட்டு வீட்டிற்குள் போய் ஒரு அரிவாளோடு வெளியே வந்தார். விறுவிறுவென்று படப்புக் கொல்லைப் பக்கம் நடந்தார். இடுப்புக்கிருந்த குட்டிச்சுவர் மேல் ஒருகை வைத்துத் தாண்டும்போது கை பொசுங்கியது சுட்டில், வேலு பின் நின்று தாண்டி கொல்லைக்குள் போனார்.

கொல்லையில் கலக்கம் கலக்கமாய் நிற்கும் நாலு பனை மரங்களையும் அம்பலக்காரர் அண்ணாந்து பார்த்தார். ஏறிட்டுக் கண்ணை உயரத் தூக்கியதும் சூரியன் தகதகவென்று தெரியக் கூசிக் குனிந்தார். மறுபடி மறுபடி நிமிர்ந்து பார்த்து ஒரு பனையைக் குறிவைத்தார். அந்த மரத்தில் பச் பச்சென்று மூன்று குலை நுங்கு கிடந்தன. "இதையெல்லாம் டவுன்லெ எங்கனெ வாங்கிச் சாப்பிடப் போறாங்க. அந்த மூணு குலைகளையும் வெட்டுடா" என்றார்.

வேலு முழங்கையில் கிடந்த துண்டை எடுத்துத் தலையில் கட்டிக்கொண்டார். அரிவாளை வாங்கி இடுப்பில் செருகினார். சூட்டில் கொதித்து அவரைப் போலவே கறுப்பாய் நிற்கும் பனைமரத்தில் கிருகிருவென்று ஏறினார். வெகுதூரத்தில் போய் சின்னச் செடியருகில் போதாத நிழலுக்குள் நின்றார் அம்பலக்காரர். அப்படியும் குலைகள் கீழே விழுந்து ஒரு காய் தெறித்து அவர் கால்வரை வந்துவிட்டது.

வேலு மரத்திலிருந்து இறங்கத் துவங்கும்போது அம்பலக்காரரும் நடந்து அருகில் வந்தார். கீழே இறங்கியதும் அம்பலக்காரர் முன்னால் வேலு தலையில் கட்டியிருந்த துண்டை எடுத்து இடுப்பில் கட்டிக்கொண்டு நுங்குக் குலைகளைச் சேர்த்தார்.

எல்லா நுங்குகளையும் அள்ளவேண்டி வந்தபோது இடுப்புத் துண்டை அவிழ்த்துத் தலையில் கட்டிக்கொண்டார். வீட்டிற்குப் போய் சாக்கு வாங்கிவந்து அவ்வளவையும் அள்ளித் திண்ணையில் போட்டபோது கோழிக்குழம்பு வாசம் தெருவரைச் சென்றது. அம்பலக்காரர் வந்து திண்ணையில் குளுகுளுவென்று ஓடிய காற்றில் உட்கார்ந்து சாய்மானத்தில் முதுகைச் சரித்தார். வேலு தலைத் துண்டை அவிழ்த்து முழங்கையில் போட்டுக்கொண்டார்.

"இந்தாடா வேலு" என்று ரூபாய் நோட்டை நீட்டினார். திண்ணைக்குக் கீழே நின்று இரண்டு கைகளையும் முறம்போல் விரித்து வாங்கிக்கொண்டார். "வேலு நாளைக்கு விடியக்காலமெ வந்திரு. இங்கெய கஞ்சி குடிச்சிக்கிரலாம். நாலஞ்சு வேலைக கெடக்கு. எல்லாம் வந்திருக்கிற புள்ளைகளுக்குத்தான். நம்ம பண்ணைக்காரனுக்கு அந்த வேலையெல்லாம் படியாது. வடகாட்டுக்குப் புழுதி உழுவுக்குப் போனவன் இன்னும் வரலைனா பாத்துக்க. மறக்காம வந்திரு" என்றார்.

வேலு முழங்கைத் துண்டோடு நடந்து தெருத் தாண்டிப்போய்த் துண்டை விரித்து மேலே போட்டுக்கொண்டார்.

மறுநாள் காலையில் அம்பலக்காரர் வீட்டு வேலைக்காகக் கிளம்பி வெளியே வந்தபோது அவர் சம்சாரம், "என்ன துண்டை மறந்துட்டுப் போறவு. இந்தா மணத்துக்கிட்டுக் கெடக்கு. எடுத்துக்கிட்டுப் போ" என்றாள். வேலு தலையில் கிடந்த பத்துப் பதினைந்து செம்பட்டை முடியைத் தடவிக்கொண்டே சொன்னார், "இந்தத் துண்டுக்கு எழவு கூட்டத்தான் நேரஞ் சரியாயிருக்கு. தலையிலெ கட்டுறது, ஆளைக் கண்டா அவுத்து மொழங்கையிலெ போடுறது, இடுப்பிலே கட்டுறதுனு இதுக்கே பொழுது சரியாயிருக்கு. துண்டே வேணாம். நான் போறேன்."

அம்பலக்காரர் திண்ணையில் வந்து உட்கார்ந்து முதுகைச் சரித்துக்கொண்டு பார்த்தார். வேலு எதிரில் இளம்வெயிலில் நின்றார். அவர் வெகுநேரம் உற்றுப்பார்த்துவிட்டு உள்ளேபோய் ஒரு புதுத் துண்டைப் பெட்டியிலிருந்து எடுத்துக்கொண்டு வந்தார்.

"இந்தாடா வேலு. துண்டில்லாம நல்லா இல்லெடா ஒனக்கு. இதை வைச்சுக்கோ. அப்பத்தான் அம்சமா இருக்கும்."

~

கிரகச்சாரம்

வேதாசலத்தின் மூத்த மகன் வியாசர்பாடியில் வேலை பார்க்கிறான். ராத்திரி வீட்டிற்குள் நுழைந்தபோது அவளும் பிள்ளைகளும் வாசலிலேயே நின்றார்கள். அவனுக்கிருந்த களைப்பில் எல்லோரையும் முறைத்துவிட்டு வீட்டிற்குள் நுழைந்தான். ஒரு டம்ளர் தண்ணீர் குடிக்கும் வரை காத்திருந்துவிட்டு அந்தக் கடிதத்தைக் கொடுத்தாள். ரெண்டு பிள்ளைகளும் அப்பா முகத்தை வெறித்துப் பார்த்துக்கொண்டு நின்றன.

கடிதத்தைப் படிக்க ஆரம்பித்து முகம் மாறிக் கை நடுங்கிப் படித்து முடித்தபோது உடம்பு பூராவும் வேர்த்துவிட்டது அவனுக்கு. மனைவி பிள்ளைகளெல்லாம் கடல் தாண்டி மலை தாண்டி வெகுதூரத்தில் இருப்பது போலிருந்தது அவனுக்கு.

"இப்ப என்ன செய்றது?" என்றாள் அவள்.

அவன் முகம் கோணிக்கொண்டு வந்தது. குதறிக் குதறி ஏதோ சொன்னான். கடிதத்தை மறுபடி படித்தான்.

கடிதம் ஊரிலிருந்து வந்தது. அவன் அப்பா எழுதியிருந்தார். செல்வ சிரஞ்சீவி பாலுவுக்கு.

உங்கள் எல்லோருக்கும் நிறைந்த ஆசீர்வாதங்கள். நான் என் ஜாதகத்தை கணித்து வைத்ததில் இதுநாள் பரியந்தம் எவ்விதப் பிசகும் நேரவில்லை. இனியும் பிசகாது. என் ஜாதகப்படி வரும் செவ்வாய்க்கிழமை இரவு 8.30 மணியளவில் என் ஆவி பிரியும்.

எனக்கு இதுநாள் வரை நோய் நொடியென்று பெரிய மாதிரி எதுவும் வந்ததில்லை. இப்போதும் நான் திடகாத்திரமாய்த் தானிருக்கிறேன்.

ஆனால், உங்கள் யாராலும் அல்லது என்னைப் படைத்த பிரம்மாவாலும் செவ்வாய் இரவு 8.30 மணிக்கு என் உயிர் பிரிவதைத் தடுக்கமுடியாது. பலமுறை ஜாதகத்தை அலசி எடுத்துவிட்டேன். உனக்குத் தெரியும். நான் ஜாதகம் கணித்து இதுவரை பொய்த்ததில்லை.

உனக்கும் உன் சகோதர சகோதரிகளுக்கும் என் சகோதர சகோதரிகளுக்கும் இது விவரம் தெரிவித்து இன்று கடிதம் எழுதியிருக்கிறேன். யாரும் அவசரப்பட்டு ஓடிவர வேண்டாம். எல்லோரும் அவரவர் குடும்பத்துடன் செவ்வாய்க்கிழமை காலை இங்கு வந்துசேரவும். என் காரியங்கள் முடிந்து ஊர் திரும்புகிற தோதில் வரவேணும்.

உன் அம்மாவுக்கு இதை இன்னும் சொல்லவில்லை. நீங்கள் எல்லோரும் வரும்போதுதான் எனக்கு அவளிடம் சொல்லத் தைரியம் வரும்.

இப்படிக்கு
வேதாசலம்

அப்பா இல்லாத அம்மாவை, அப்பா இல்லாத தம்பி தங்கைகளை, அப்பா இல்லாத தன்னை நினைத்துக் குலுங்கிக் குலுங்கி அழுதான். அப்பா திருநீறணிந்து ஈஸிசேரில் உட்கார்ந்து வாசலைப் பார்க்கும் பார்வை அப்படியே அவன் மனசில் வர, பிள்ளைகளை இழுத்துப் பிடித்து இறுக அணைத்துக்கொண்டு வெகுநேரம் கிடந்தான்.

அவள் அவனுக்கு நிறைய தைரியம் சொன்னாள். வெகு சிரமப்பட்டு நாலு வாய் சாப்பிட வைத்தாள்.

நாட்டு ஓடு போட்ட வீடுகளே அதிகமாக உள்ள அந்தச் சின்ன நகரத்தில் பெரிய விஷயம் ஊரில் பாதி அளவிருந்த முருகன் கோவில். அடுத்த பெரிய விஷயம் மேலத்தெரு வேதாசலத்தின் துல்லியமான ஜோதிடம்.

பிரளயமே நிகழ்ந்தாலும் வேதாசலம் காலை ஐந்து மணிக்குப் பெரியகுளத்தில் குளித்துக்கொண்டிருப்பார். ஈர வேஷ்டியோடு முருகன் கோவில் வாசலில் நின்று ஒரு கும்பிடு. ஆறு மணிக்கெல்லாம் வீட்டு ஆளோடியின் ஈஸிசேரில் உட்கார்ந்துவிடுவார். மணப்பொருத்தம் பார்க்க, தொழில் துவங்க, மனை முகூர்த்தத்திற்கு நாள் குறிக்கவென்று ஆட்கள் வந்துகொண்டே இருப்பார்கள்.

குழந்தை பிறந்த நேரம் சொல்வார்கள். ஒரு நாற்பது பக்கம் நோட்டில் மஞ்சள் தடவி, கட்டங்களில் கிரகங்களைக்

குறித்து குழந்தையின் வளர்ச்சி, அடையப்போகும் பலன்கள் எல்லாவற்றையும் வருஷவாரியாக சரித்திரக் கதை மாதிரி எழுதிக் கொடுத்துவிடுவார்.

இம்மாதிரி பொறுமையாய் ஜாதகம் கணித்துத் துளி பிசகாமல் எழுதிக்கொடுப்பதற்கு நாளாகும். தேதி குறித்து வந்து வாங்கிக் கொள்ளச் சொல்வார். உடனே சொல்லக்கூடியதை அப்போதே சொல்லி அனுப்பிவிடுவார். சிலநேரம் கணக்குக்காக விரல் மடக்குவார். பலநேரம் கண்மூடி நிஷ்டையிலிருப்பார். இது வெகு நேரம் நடக்கிறதென்றால் வந்த ஆளுக்கு வயிறு கலங்கும். எங்கோ உதைக்கிறது; சொல்லமுடியாமல் தயங்குகிறாரென்று புரிந்து கொள்வார்கள்.

தொழில் ஆரம்பிக்க வந்திருப்பார் ஒருவர். அவர் ஜாதகத்தை வைத்துக் கொண்டு அரைமணி யோசித்து விரல் மடக்கிக் கணக்கிட்டுக் கண்மூடி அமர்ந்துவிட்டுப் "பின்னால் பார்க்கலாமே" என்பார். அதை மீறி ஆரம்பித்த அவரும் அவரைப்போல் பலரும் கட்டிய வேட்டியோடு காணாமற் போயிருக்கிறார்கள்.

பித்தளைத் தட்டு, விபூதி, காய்ந்த எலுமிச்சம்பழம், காலி படம் என்று பயமுறுத்தும் எந்தச் சங்கதியும் அவர் பக்கத்திலிருக்காது. கேட்டு முடித்தவர்கள் தரையில் ரூபாயை வைப்பார்கள். அவர் குனிந்து எடுத்து மரப்பெட்டி இழுப்பறைக்குள் போடுவார்.

குறைத்துக் கொடுக்கிறாயே என்பதுபோல் பார்க்கமாட்டார். கூடக் கொடுத்தால் முகத்தில் சந்தோஷம் தெரிந்ததில்லை.

"மூணு வருஷத்துக்கு இப்படித்தான் இழுவை பறியலா இருக்கும்" என்பார். "பரிகாரம் உண்டா"? என்று விவரந்தெரியாதவர்கள் அவரிடம் கேட்டுவிடுவதுண்டு. அடித்த வாய் துடைத்த மாதிரி சொல்வார், "பரிகாரமாவது மண்ணாங்கட்டியாவது. அவன் எழுதியதை நீ அழிச்சுக் காமிக்கப் போறியாப்பா? வெள்ளி, செவ்வாய் விரதம் இரு. சாமியார்களுக்கு சாதம் போடு. முருகனுக்கு விளக்கேற்றக் காசு கொடு. நாட்டு எல்லை தாண்டிப் போ. தங்கத்திலே வேல் செஞ்சு எந்த சந்நிதியிலாவது வை. ஒன் உடம்பாலயும் காசாலெயும் என்ன முடியுமோ அவ்வளவும் செய். செஞ்சு என்ன பண்ணா? ஏற்கனவே அவன் வைச்ச இலக்கணத்தை மாத்த அவனுக்கும் அதிகாரம் இல்லையப்பா. நடக்கிறதுதான் நடக்கும்."

இதனாலேயே பெரும் பணக்காரர்களும் அரசியல்வாதிகளும் இவரைத் தேடி வருவதில்லை. "நீ அடுத்த வருஷம் நாலாம் மாதம் மஞ்சக் கடுதாசி குடுத்துருவே" என்பார்.

"நீங்க என்ன பிரயாசைப்பட்டாலும் உங்க ஆயுசு பூராவுக்கும் மந்திரி ப்ராப்தி இல்லை" என்பார்.

ஹோமம் நடத்து, யாகத்துக்கு ஏற்பாடு செய், வஸ்திரதானம் நல்லது என்று அவருக்குச் சொல்லத் தெரியாது. "அந்தக் கரு நாக்குக்காரன்ட்ட போய் இருக்கிறதையும் விட்றாதையா" பிரமுகர்கள் இவரைப் பற்றிச் சொல்லிக்கொள்வதுண்டு.

ஜோதிடம் மட்டுமே இவருக்கு ஜீவனோபாயம். நாட்டு ஓடுகளில் தூசி மண்டிய அந்தப் புராதன வீட்டைத் தவிர நிலம் நீச்சு எதுவுமில்லை. பிள்ளைகளின் ட்ரவுசர், சட்டை, சிலேட்டு, பல்பம், பென்சில், மனைவி தலைப்பூ உள்பட எல்லாமே ஜோதிட வருமானம்தான். எல்லாப் பிள்ளைகளும் கரையேறிக் கல்யாணம் காட்சி நடத்திக் கொண்டதெல்லாம் இந்த வருமானத்திற்குள்தான்.

அவர் சொல்வார். "கற்பனை பாதி, கணக்குப் பாதி என்று ஜோஸ்யம் சொல்லி சம்பாத்யம் செய்வதால்தான் பலருக்கு இதில் நம்பிக்கை இல்லாமற் போய்விட்டது."

சுற்றியுள்ள கிராமத்து ஜனங்கள் பச்சரிசி, பறங்கிக்காயென்று கொண்டுவந்து கொடுத்து ஜோஸ்யம் கேட்பார்கள். உதட்டோரம் ஒரு புன்னகை. "அதனாலென்ன" என்பது போல.

வேதாசலத்திற்கு வளரும் பையன்களின் புது பேச்சு வழக்குகள், அரசியல், விவகாரங்கள் இவையெல்லாம் அவ்வளவாய்த் தெரியாது. நாட்டிலும் உலகத்திலும் பெரும் மாற்றங்கள் நடந்துகொண்டிருப்பதைச் சொன்னால் சிறுபிள்ளைப்போல் ஆவலாய்க் கேட்பார்.

எப்போதாவது வெளியூர்ப் பயணம் இருக்கும். ஒரு தடவை ஊருக்குத் திரும்புவதற்குச் சென்னையில் பஸ் ஏறி உட்கார்ந்தார். இரண்டு நாட்களாய் பஸ்களில் வெடிகுண்டு வைத்து ஏழெட்டு சிதறியதால் யாரும் பஸ்களில் பயணம் செய்யவில்லை என்பது தெரியாமல் உட்கார்ந்திருந்தார். இரவு முழுவதும் பிரயாணம் செய்யவேண்டிய அந்த பஸ்ஸில் இவரைத் தவிர இன்னொரு இளவயதுக்காரர் மட்டுமே இருந்தார்.

அந்த இளைஞர் படபடப்பாயிருந்தார். பஸ் கிளம்பும் நேரத்தில் அந்த இளைஞரிடம் இவர் கேட்டார். "ஏன் கூட்டமே இல்லை?" அவரைப் பார்க்க இளைஞருக்கு ஆச்சரியமாயிருந்தது. சொன்னார், "பஸ்ஸிலெ பாம் வைக்கிறாங்கன்னு யாரும் ரெண்டு நாளா ஏறுறதில்லெ."

அவர் இளைஞரைப் பார்த்து வெகுஇயல்பாகக் கேட்டார். "பாம் வைச்சாத்தான் சாவாங்களா?" அப்புறம் சாய்ந்து தூங்க ஆரம்பித்துவிட்டார். அந்த இளைஞர் விடிய விடிய பயமும் நடுக்கமுமாய்க் கிடந்து ஊர் வந்ததும் இவரை எழுப்பிவிட்டார்.

அப்படிப்பட்டவர்தான் இப்படிக் கடிதம் எழுதியிருக்கிறார். அவரிடம் வருகிற எல்லோருடைய ஆதியும் அந்தமும் தெரிந்தவருக்குத் தன் அந்திமமும் தெரிந்துவிட்டது.

செவ்வாய்க்கிழமை விடியற்காலை நாலரை மணிக்கு முதன்முதலில் வந்தவள் கோயம்புத்தூரில் வாழ்க்கைப்பட்ட இளைய மகள். 'இவ்விடம் ஜோதிடம் பார்க்கப்படும்' என்ற பலகை திண்ணைப் பட்டியிலிருந்ததைக் காணோம். அந்த நேரத்திலேயே வீட்டில் எல்லா விளக்குகளும் எரிந்து கொண்டிருந்தன. கேவலும் விம்மலுமாய் அழுதுவந்த மகளை அம்மா வாசலில் நின்று கட்டிக்கொண்டு கதறினான்.

"அப்பா எங்கெம்மா?" என்று வெடித்த மகளுக்கு அம்மா கையை நீட்டிக் காண்பித்தாள். வேதாசலம் படுக்கையிலிருந்து எழுந்து உட்கார்ந்திருந்தார். "அப்பா" என்று அலறிக்கொண்டு போய்ப் பிள்ளைகளோடு அவர் காலில் விழுந்தாள்.

அடுத்தடுத்து வந்த மகள், மகன், மருமகள், அக்காள், தங்கை, பிள்ளைகளின் அழுகையோடும் கதறல்களோடும் பொழுது விடிந்துகொண்டிருந்தது. வேதாசலம் சலனமில்லாமல் வழக்கம்போல் பெரியகுளத்தில் குளிக்கப் புறப்பட்டுக்கொண்டிருந்தார். எல்லோரும் வியாசர்பாடியிலிருந்து வந்த மூத்தவனுக்குக் கண் சாடை காட்ட அவன் துண்டையும் சோப்பையும் எடுத்துக்கொண்டு அப்பாவோடு புறப்படத் தயாரானான். வேதாசலம் அவனையும் சுற்றிநின்றவர்களின் முகங்களையும் பார்த்துவிட்டுச் சொன்னார். "வா, வா, நீதான் எமனை எதிர்க்கிற ஆளாக்கும்."

வேதாசலம் குளிக்கப் புறப்பட்டு வாசலுக்கு நடப்பதை எல்லோரும் பார்த்தார்கள். திடகாத்திரமாக நடந்தார். பின்னால் நடந்த அவர் மகன் சீக்குப் பிடித்தவனைப்போல் தளுபளுவென்று நடந்தான்.

வேதாசலம் குளித்து வந்து ஈஸிசேரில் உட்கார்ந்தார். இன்னும் அழுகையும் கேவலுமாயிருந்தது. வீடு முச்சூடும் சிறுபிள்ளைகள் விசனத்தோடும் பீதியோடும் அம்மாவையோ, அப்பாவையோ பிடித்துக்கொண்டு திரிந்தார்கள். வேதாசலம் சொன்னார் "எல்லோரும் குளிச்சு காபி சாப்பிடுங்க அழுது நிறுத்த முடியாது அவன் செயலை" அன்று வேதாசலத்திற்கு ஜலதோஷம்கூட இல்லை.

எப்படி இன்று ராத்திரிக்குள் அது நிகழும் என்ற ஆச்சரியம், வந்திருந்த பலருக்கும் தோன்றிக்கொண்டேயிருந்தது. தாங்கள் கொள்ளும் சோகம் குறைவு என்று அடுத்தவர் கருதிவிடக் கூடாதென்பதால் ஒருவருக்கொருவர் இதுபற்றிப் பேசிக்கொள்ளவில்லை.

அவர் சம்சாரம் மட்டும் ஒரு மூலையில் காலை நீட்டி உட்கார்ந்து அழுதுகொண்டேயிருந்தாள். டாக்டரை அழைத்துவந்து பரிசோதனை செய்யவேண்டுமென்று அவள் அடிக்கடி அழுதுகொண்டே புலம்பிப் பார்த்தாள். வேதாசலத்திடம் அது எடுபடவில்லை. அவளை அதன்பிறகு யாராலும் தேற்ற முடியவில்லை.

வந்த பெண்கள் அடுக்களைக்குள் நுழைந்து சமைத்தார்கள். பத்து மணிக்கெல்லாம் சாப்பாடானது. அவர் சம்சாரத்தையும் எழுப்பி ரெண்டு டம்பளர் கஞ்சியாய்க் குடிக்க வைத்தார்கள்.

மூத்தவனை அழைத்து எல்லோரையும் பக்கத்தில் வரும்படி கூப்பிடச் சொன்னார். எல்லோரும் வந்ததும் பீரோவைத் திறந்து ஒரு பெரிய பொட்டலம், பை இன்னும் சில சாமான்களை எடுத்து வைத்துக்கொண்டு ஈஸிசேரில் உட்காராமல் கீழே உட்கார்ந்தார். மனைவி நிறை கண்ணீரோடு ஓரமாய் உட்கார்ந்திருந்தாள். வேதாசலம் மந்தமான குரலில் சொன்னார். "இன்னிக்கு ராத்திரி தந்தி கொடுத்து நாளைக் காலையிலே வந்திருக்க வேண்டியவங்க நீங்கள்லாம். ஒருநாள் முன்னதா ஓங்க எல்லோரையும் வரவழைச்சுட்டேன். வேறோண்ணுமில்லை. யாருக்கும் கிடைக்காத பாக்யம் எனக்குக் கிடைக்கணும்னு நெனைச்சேன்; காகிதம் எழுதினேன். நீங்க எல்லோரும் என்னை சுத்தியிருக்க நான் போகப்போறது இதுவரை வாழ்ந்த சுகத்தைப் போல நூறு பங்கு பரிசு".

விசும்பல்களும் கேவல்களும் சுற்றி எழ, கையமர்த்திவிட்டு மறுபடி ஆரம்பித்தார். "இன்னிக்கு ராத்திரிக்கப்புறம் உடனே ஆகவேண்டியது, ரெண்டாம் நாள், பதினாறாம் நாள் ஆகவேண்டியதையெல்லாம் இந்த நோட்டிலே விவரமா எழுதியிருக்கேன். இருந்தாலும் அதிலே முக்கியமானதுகளை இப்ப சொல்றேன்.

"என்னோட ஈமக்கிரியைகளுக்கு இந்த இழுப்புப் பெட்டியிலே பணம் வைச்சிருக்கேன். அதுவே போதும், இதுக்கு மேலே பைசா செலவு பண்ணக்கூடாது. மற்ற காரியங்களுக்கு இந்த பேங்க் பாஸ்புத்தகத்திலே பணம் இருக்கு. மூத்த மகனுக்குக் கொடுக்கும்படி பேங்குக்குக் கடிதாசு எல்லாம் இந்தப் பையிலே இருக்கு.

"இந்தப் பொட்டலத்திலெ கோடி வேஷ்டி பதினாலும் துண்டு பதினாலும் இருக்கு. எனக்கு நடக்கும் காரியங்களப்ப அவரவருக்கும் தானமாகக் கொடுக்கணும். இதிலே ரெண்டு வெள்ளிப் பாத்திரங்சு இருக்கு. ரெண்டு மகள்களும் ஆளுக்கொண்ணா எடுத்துக்கிரணும்.

"நான் சொத்து எதுவும் வைச்சுட்டுப் போகப்போறதில்ல. அதனால் உங்களுக்குள்ளெ வியாஜ்யம் வரப்போறதில்லை. மகன்க, மாப்பிள்ளைக மட்டுமில்லெ. இன்னும் ரெண்டு தலைமுறைக்காவது என் பேரன் பேத்திகளும் ஒத்துமையா இருக்கணும்.

"இன்னும் ரெண்டு விஷயம் பாக்கி இருக்கு. ஒண்ணு என் சம்சாரம். அவ வினயமில்லாம வாழ்ந்துட்டா. இனி யார் வீட்டிலெயும் போய் ஒரு மூலையிலையோ திண்ணையிலையோ உக்காந்து சாப்பாடு போடுவாங்களான்னு தவிக்கக்கூடாது. அது மூத்த மகள் வீடோ, கடைசி மகன் வீடோ அப்படி அவள் போய் உட்காரக்கூடாது. என் மகன்கள் மூணு பேரும் மாசா மாசம் பத்தோ அம்பதோ அனுப்பணும். நான் வாழ்ந்த இந்த வீட்டிலேயே மீதிக்காலத்தை அவ வாழ்ந்து முடிப்பாள்."

'அப்பா' என்று இரண்டாம் மகன் கதறினான். வேதாசலம் ஆழமாய் எல்லோரையும் பார்த்துக்கொண்டே சொன்னார். "இரு இரு, கடைசி சங்கதியைச் சொல்லிடறேன். என் அஸ்தியை புத்திரர்கள் மூணு பேரும் ராமேஸ்வரத்தில் கொண்டுபோய்க் கரைக்க வேணும். உங்களுக்கெல்லாம் ஆசீர்வாதம்."

வேதாசலம் எழுந்து சாமியறையிலிருந்து விபூதித்தட்டை எடுத்துவரச் சொல்லிவிட்டு நின்றுகொண்டார். ஒவ்வொருவராய் காலில் விழுந்து எழுந்து விபூதி பூசிக்கொண்டனர். அவ்வப்போது யாராவது ஒருவர் ஓவென்று அழுவதும் அதைத் தொடர்ந்து மற்றவர்கள் கேவுவதுமாய் நடந்தது.

வாசல் கதவைத் தாழ்ப்போட்டுக்கொண்டு உள்ளே இவ்வளவும் நடந்துகொண்டிருந்தாலும் விஷயம் எப்படியோ தெருபூராவுக்கும் பரவிவிட்டது. மதியம் ஒருமணிக்கு வாசற்கதவைத் திறந்ததும் தெரு ஜனங்கள் உள்ளே வந்து ஆறுதல் சொல்ல ஆரம்பித்துவிட்டனர்.

பெற்றவர்களுக்கும் பிறந்தவர்களுக்குமே இது அதிசயமாய் தெரிகையில் ஊர் ஜனங்களுக்கு இது சுவாரஸ்யமாகவும் போய் விட்டது. சாயங்கால வாக்கில் வாசல் முன்னால் ஜேஜே என்று கூட்டம். வீட்டிற்குள்ளேயிருந்து யாராவது வெளியில் வந்தால் காது மூக்கு வைத்துச் செய்திகள் ஒலிபரப்பாயின.

உள்ளே வேதாசலம் அன்று இரவுக்கு வடை பாயசத்தோடு சமைக்கச் சொன்னார். பொறுமி அழுது மறுத்த பெண்களிடம் சொன்னார், "உங்களுக்காக வேணாம், எனக்காக செய்ங்க."

ஆறு மணிக்குள் சாப்பாடு முடிந்துவிட வேண்டுமென்றார். தலைவாழை இலை போடச்சொல்லி வேதாசலம் இலையைச் சுற்றி நீர் விளாவி சுலோகம் சொல்லிச் சுவைத்துச் சாப்பிட்டார். மற்றவர்கள் சாப்பிட்டோமென்று பேர் பண்ணிக்கொண்டார்கள்.

ஹால் நடுவில் எல்லோரும் உட்கார்ந்திருக்க தஞ்சாவூர் மருமகள் தேவாரப் பண்களைப் பாடிக்கொண்டிருந்தாள்.

வாசல்கதவைத் தாழ்போட்டு விட்டார்கள். எல்லார் கண்களும் ஈஸிசேரில் உட்கார்ந்திருக்கும் வேதாசலத்தின் மேலும் சுவர்க் கடிகாரத்தின் மேலும் மாறி மாறிச் சென்றுகொண்டிருந்தன. எட்டு மணி சுமாருக்கு வேதாசலம் மனைவி நான்காவது முறையாக மயக்கம் போட்டாள். தண்ணீர் தெளித்து அவளை உட்காரவைக்க வெகு பாடுபட வேண்டியதாயிற்று.

எட்டே காலுக்கு எல்லார் மனசும் படபடத்து ரெக்கை கட்டித் திரிந்தன. பதைப்பும் பெருமூச்சும் விம்மலும் மூலை மூலையாய்க் கேட்டன. வேதாசலம் அசைவில்லாமல் உட்கார்ந்து எல்லோரையும் பார்த்துக்கொண்டிருக்க, சுவர்க்கடிகாரத்தில் எட்டரை ஆனது. வேதாசலம் கைக்கடிகாரத்தைப் பார்த்தார். எதிலும் பிசகில்லை. வேதாசலம் முகம் வாடத் துவங்கியது.

அதேசமயம் "அப்பாவுக்கு ஒண்ணுமில்லை", "மாமாவுக்கு ஆயுசு நூறு" என்று ஆளாளுக்கு உணர்ச்சிவசமாய்க் கத்திக்கொண்டிருந்தனர். ஒன்பது மணி வாக்கில் மூத்தவன் வாசய் கதவைத் திறந்துகொண்டு தெருவுக்கு வந்தான். ஆவலாதியாய் நின்ற தெரு ஜனங்களிடம், "அப்பாவுக்கு ஒண்ணுமில்லை, நல்லாயிருக்கார். நீங்கள்லாம் தயவுசெஞ்சு அவுங்கவுங்க வீடுகளுக்குப் போங்க. இங்கெ கூட்டம் நிக்கிறது தெரிஞ்சு அவர் சங்கடப்படுறாரு". ஆனாலும் கூட்டம் கலையவில்லை. ஏதோ ஒரு சுவாரஸ்யம் கருதி வீட்டு வாசலையே நோக்கியது ஜனம்.

வாசல்கதவை மறுபடி தாழ்ப்பாள் போட்டுவிட்டு வீட்டிற்குள் வந்தவன் ஊர்களிலிருந்து வந்தவர்களைப் படுக்கச் சொன்னான். ஆனாலும், மகள்களும் மகன்களும், டார்ச் லைட்டுகளோடு மிகுந்த கவனமுடன் அப்பா பக்கத்தில் உட்கார்ந்திருந்தனர்.

வேதாசலம் எழுந்து உட்கார்வதும் மேலே பார்த்துக் கும்பிடுவதும் படுப்பதும் புரள்வதுமாயிருந்தார். மனைவி சுவரில் சாய்ந்து காலை நீட்டி உட்கார்ந்தபடி பெருமூச்சுக்களோடு கிடந்தாள்.

பின்வீட்டுச் சேவலின் கூவல் அந்த வீட்டில் அரைத் தூக்கத்தில் இருந்தவர்களுக்கும் கேட்டது. வேதாசலம் ராத்திரி முழுவதும் எழுந்து உட்கார்ந்த மாதிரியில்லாமல் திடமாக எழுந்து சம்மணம் போட்டு உட்கார்ந்தார். மூத்தவனைக் கூப்பிட்டு எல்லோரையும் எழுப்பச் சொன்னர்.

அரக்கப் பறக்க எல்லோரும் எழுந்ததும் சொன்னார், "இதுவரை என் கணிப்பு தப்பினதில்லை ஆனால், இப்ப தப்பிருச்சு. இனி நான் வாழ்றதும் சாகுறதும் ஒண்ணுதான். அதுக்காக தற்கொலை பண்ணிக்கப் போறதில்லை. இந்த வீட்லே பழைய மாதிரி வாழ்றதிலெயும் அர்த்தமில்லை. என்னைக் கொண்டுபோய்க் கோயில்ல விட்டுருவான் என் மூத்த மகன். இனி கோயில் பிரசாதம்தான் எனக்கு ஆகாரம். எப்ப அவன் கூப்பிடுகிறானோ அப்ப கூப்பிட்டும்."

ஒரே தீர்மானமாகக் கட்டிய வேட்டியோடு எழுந்து நடந்தார். என்ன நடந்துகொண்டிருக்கிறதென்று எல்லோரும் தெளிவதற்குள் அவர் வாசலில் நின்றார். சம்சாரம் தலையிலும் வயிற்றிலும் அடித்துக் கொண்டு ஓடிவந்தாள். மூத்தவன் ஓடி வாசலை திறந்தான்.

கோவில் பிரகாரத்தின் ஒரு மூலையில் போய் உட்கார்ந்து கொண்டார். பின்னால் ஓடிவந்தவர்கள் அவரிடம் கெஞ்சினார்கள். சைகைதான் அதற்கெல்லாம். பேச்சை நிறுத்திவிட்டார்.

விவரம் தெரிந்த ஊர்ஜனம் விடிற்காலையில் கூட்டம் கூட்டமாய்ப் போய் வேடிக்கை பார்த்துவிட்டு வந்தது.

குருக்கள் பூஜை முடித்து வரும்போது இரண்டு உண்டக் கட்டிகளை அவர் முன்வைத்தார். ஒன்றே போதுமென்று சொல்லி ஆளரவமற்ற நேரங்களில் சாப்பிட்டார்.

மகன்களும் மகள்களும் மாப்பிள்ளைகளும் பிள்ளை குட்டிகளோடு வந்து பார்த்தார்கள். வேதாசலம் முகத்தில் எந்த உணர்ச்சியுமில்லை. ஊர்களுக்குப் போய்விட்டார்கள் அனைவரும்.

மனைவி மட்டும் தினமும் வருவாள். குளித்து முழுகி ரத்தச் சிவப்பாய் நெற்றியில் பொட்டு வைத்துக்கொண்டு தூரத்தில் உட்கார்ந்து வெகுநேரத்திற்கு அவரை வைத்த கண் வாங்காமல் பார்த்துக் கொண்டிருந்துவிட்டுப் போவாள்.

அவளும் ஒருவேளை உணவு, அதுவும் உப்பில்லாமல் புளியில்லாம் என்று ஆக்கிக்கொண்டாள். ஒருநாள் வெளுத்த ஒரு வேஷ்டியையும் போர்வையையும் கொண்டுவந்தாள் "எடுத்து போ" என்பதாய்ப் புறங்கையில் சைகை காட்ட வேறு என்ன செய்வதென்றறியாது எடுத்துக்கொண்டு திரும்பினாள்.

மூத்தவனிடமிருந்து வெகு உணர்ச்சிகரமாய் ஒரு கடிதம் வந்திருந்தது. அதை அப்பாவிடம் கொடுத்து படிக்கச் சொல்லி வற்புறுத்தும்படி அம்மாவுக்கு எழுதியிருந்தான். அவள் கடிதத்தை நீட்டிய விநாடியில் "போ போ' என்பதாய் சைகை காட்டிவிட்டார்.

ஜனங்கள் சாமி தரிசனம் முடிந்து தாடியும் மீசையும் மௌனமுமாய் உட்கார்ந்திருந்த அவரையும் கும்பிட்டுவிட்டுச் சென்றனர்.

சில நாட்கள் இருமினார். அப்புறம் இருமல் நின்றது. சிலநாள் பிரகாரம் முழுவதும் நடந்தார். சிலநாள் உட்கார்ந்தே இருந்தார்.

மூன்று மாதங்கழித்து தேகம் மெலிந்து வேஷ்டியில் சீலைப் பேன் பற்றி ஒருநாள் அதிகாலையில் வீட்டு வாசலில் வந்து நின்றார்.

அவள் பொறுமலும் சந்தோஷுமுமாய் உள்ளே கூட்டிச் சென்றாள். ஹாலில் உட்கார்ந்ததும் கேட்டார். "நல்லா இருக்கியா?" அவள் விம்மி அழுது அவர் கால்களில் விழுந்து புரண்டாள்.

வெந்நீர் போடச் சொல்லிக் குளித்தார்.

"வத்தக்குழம்பும் சுட்ட அப்பளமும் பண்ணு" என்றார். ஓடிச் ஓடிச் சமைத்து இலை போட்டுப் பரிமாறினாள். வயிறு நிறையச் சாப்பிட்டுத் தலையணை வைத்து பாயில் படுத்தார். பக்கத்தில் உட்கார்ந்து அவள் கால் அழுக்கிக்கொண்டிருந்தாள்.

சுகமாய் "கால் விரல்களைச் சொடக்கு எடு" என்றார் வேதாசலம்.

~

சவடால்

டிரைவர் ஏறி உட்கார்ந்து பஸ்ஸை ஸ்டார்ட் பண்ணியபோது, "இந்தா டிரைவரும் உக்காந்திட்டாரு. என்னமாவது சாப்பிட்டுவிட்டு வண்டி ஏறுன்னா கேக்க மாட்டேங்கிறே" என்றாள் மனைவி. பஸ் ஸ்டாண்டுக்கு வந்து அரைமணி நேரத்தில் சாப்பிடுவதைப் பற்றி இப்படி அவள் சொல்லும்போதெல்லாம் அவளை முறைத்துக்கொண்டே இருந்தவன் மறுபடியும் முறைத்தான். "பசிச்சா சாப்பிட்டுக்கிறேனு எத்தனை தடவை சொல்றது. சரி நீ போ" என்றான்.

"நானும் கூட வரமுடியலையேனு இருக்கு" என்று ஆரம்பித்தவளை இவன் கொடுரமாய்ப் பார்க்க, அவள் வீடு செல்லத் திரும்பினாள். பஸ்ஸில் ஏறி ஜன்னலோரமாய் ஒரு மஞ்சள் பையைப் போட்டு வைத்திருந்த இடத்தில் உட்கார்ந்து காலை நீட்டித் தலையைச் சரித்து அந்த பஸ்ஸுக்கே முதலாளிபோல் வெகு தாராளமாய் உட்கார்ந்தான். மஞ்சள் சாட்டினில் வெளியிலுக்குப் பளீரென்ற சட்டை. வெளுத்த வேட்டி. அளவுக்கு மீறித் தலையில் எண்ணை, அடிபட்டு முற்றிக் கறுத்த உடம்பு.

"என்னா பஸ்ஸு இதுவெல்லாம். பத்து நாளைக்கொரு தரம் காசைக் கூட்டி டிக்கட் குடுக்குறானுங்க. கழுவக்கூட மாட்டானுங்கபோல்" என்றான் இன்னும் சாய்ந்துகொண்டு. பேண்ட் போட்டு இன் பண்ணிப் பக்கத்தில் உட்கார்ந்திருந்த ஆள் இதற்கு என்ன பதில் சொல்வதென்று தெரியாமல் நெளிந்தான்.

சென்ட்ரல் பஸ் ஸ்டாண்டைத் தாண்டி ஓட்டல்களும், தியேட்டர்களுமாயிருந்த தெருக்கள் வழியாய் பஸ் போகையில் இவன் ஜன்னல் வழியாய் அவைகளைப் பார்த்துக்கொண்டே சொன்னான். "இவ்வளவு ஓட்டல்கள் வந்து என்ன பிரயோஜனம்? பாம்பு, பல்லி, கரப்பான்பூச்சி, எல்லாத்தையும் போட்டு சட்டினி

அரைக்கிறான் ரெண்டு இட்லி சாப்பறதுக்குள்ள கொமட்டுது" சொல்லிக்கொண்டே பக்கத்தில் உட்கார்ந்துவருகிற பேண்ட நபரைத் திரும்பிப் பார்த்தான். அந்த ஆள் இவன் பேசி முடித்தபோது வலது பக்கம் திரும்பி மரஞ்செடிகளைப் பார்ப்பதுபோல் நடித்துக்கொண்டிருந்தான்.

சத்திரம் பஸ்ஸில் பயணிகளை ஏற்றுவதற்காக நின்ற சமயம், பஸ்ஸின் இரண்டு பக்கங்களிலும் சாத்துக்குடிப் பழங்களைக் கைகளில் கோபுரம்போல் அடுக்கிக்கொண்டு "அஞ்சு பழம் அஞ்சு ரூபா" என்று கத்திக்கொண்ட ஏழெட்டுப் பேர் ஜன்னலோரங்களில் சுள்ளென்ற வெயிலை உடம்பில் வாங்கிக்கொண்டு படபடவென்று ஓடிவந்து நின்றார்கள். இவன் உட்கார்ந்திருக்கும் இடத்திற்கு நேராய் ஒரு இளைஞன் இரண்டு கைப்பழங்களையும் ஜன்னலுக்கு நேராய் உயர்த்தினான்.

"அஞ்சு பழம் அஞ்சு ரூபாய்னு சொல்லி ஏமாத்துறியா? என் ரிக்‌ஷாவிலே எவ்வளவு பழத்தை ஏத்தியிருக்கேன், எறக்கியிருக்கிறேன். எங்கிட்டயே யானை வெலை சொல்றே" என்றான். அந்த இளைஞன் அடுத்த கைப்பழங்களிலிருந்து ஒன்றை இந்தக் கைக்குத்தள்ளி "சரி ஆறா வச்சுக்குங்க. அஞ்சு ரூபா குடுங்க" என்றான். வேர்வையில் அந்த இளைஞனின் சட்டை பூராவும் நனைந்திருந்தது. "தூ... இன்னும் ஏமாத்துறான்" என்றான் சாட்டின்.

ஒரு நிமிடத்தில் விற்றால் தாணுண்டு அந்த இடத்தில். அடுத்த நிமிடம் பஸ் கிளம்பிவிடும். அடுத்தடுத்த ஜன்னல்களில் பையன்கள் பழங்களை விற்று ரூபாய் நோட்டுகளை அவசரம் அவசரமாய் வாங்கிக்கொண்டிருப்பதைப் பார்த்த இளைஞன் இன்னொரு பழத்தையும் தள்ளி "சரி இந்தாங்க ஏழு பழம். அஞ்சு ரூபா குடுங்க" என்றான். "இவனுங்க பூராவும் ப்ராடுப் பசங்கள் இன்னுங் கொஞ்சம் அடத்தினா எட்டுப் பழம் தருவான் அஞ்சு ரூபாய்க்கு" என்று சாட்டின், பேண்ட்காரரிடம் சொல்லும்போது பஸ் கிளம்பிவிட்டது. "சனியன் பிடிச்சவனே" என்று கீழே நின்ற பழ இளைஞன் கத்த "சர்தான் போடா, வெறும் பயலே" என்று பஸ்ஸுக்குள்ளிருந்து தலையை நீட்டி சாட்டின் சொல்ல பஸ் மூன்றாவது கியரில் போய்க்கொண்டிருந்தது.

"இப்படீனு அசந்தாப் போதும், ஏமாத்திருவானுங்க சார். திருச்சியே மோசமாப் போச்சு" என்று கால்களை அகலப் பரப்பிக்கொண்டே இவன் சொல்ல, பேண்ட்காரர் மறுபடியும் வேறு பக்கம் திரும்பிக்கொண்டார்.

கண்டக்டர் டிக்கெட் புத்தகத்தோடு வந்தபோது இவன் சட்டைப் பையிலிருந்து அப்படியே எண்ணாமல் எடுத்துக்கொடுத்தான். பத்து நொடிகளில் எண்ணிச் சரிபார்த்த கண்டக்டர் ஆச்சரியப்பட்டுச் சொன்னார், "காலையிலெருந்து இதுவரை நீங்க ஒருத்தர்தான் என் வேலையக் கொறைச்ச சில்லரை உள்பட கரெக்டா குடுத்தீங்க" என்றதும் இவன் காலை மேலும் கீழும் பரப்பிக்கொண்டு சொன்னான், "ஒரு ஊருக்குப் போறோம்னா முதநாளே டிக்கெட் எவ்வளவுனு கேட்டு கொடுக்கையிலே அஞ்சு பைசா கூடவுங்கூடாது, கொறையவுங்கூடாது."

கண்டக்டர் புன்னகையோடு டிக்கட்டைக் கொடுத்ததும் ."ரூபா வச்சிருந்தாப் போதாது ஸார். எதிலெயும் ஒரு கரெக்ட் வேணும்" என்று பெண்டகாரரைப் பார்த்துச் சொன்னான். டிக்கட்டுக்காக ஐம்பது ரூபாய் நோட்டை கண்டக்டர் முன் நீட்டிக்கொண்டு கூச்சத்தோடு இவனைப் பார்த்தார் பெண்டகாரர்.

பஸ் உச்சமான வேகத்தில் போகையில் இவன் பலமுறை எச்சிலைக் காறி ஜன்னல் வழியாய்த் துப்பிக்கொண்டே வந்தான்.

பின்னாலிருந்த ஜன்னல் சீட்டுக்காரன் முகத்தில் இந்த எச்சில் பட்டதும் அவன் இவன் முதுகைத் தட்டி "ஓங்களைத் தவிர வேற ஆளுகளும் பஸ்ஸுல வர்றோம். பாத்துத் துப்புங்க" என்றான்.

"அதுக்கு ஏன் முதுகைத் தட்டுனே. அடிக்கிற நெனப்பிலேதானே முதுகைத் தட்டினே. வா கத்தி கம்பெல்லாம் எடுத்து ஒஞ்சுட்டோம்னு நெனைச்சேன். சரி வா. பஸ் நின்னதும் வச்சுக்குவோம்" என்றான்.

பின் ஜன்னல்காரன் முகம் இறுகிப் பயம் வந்தவனாய் 'ஏன் இன்றைக்குப் பயணம் புறப்பட்டோம்' என்று நொந்து, தன் பக்கத்து சீட்டுக்காரனிடம் "நான் என்ன ஸார் சொல்லிட்டேன். அடிப்பேன் பிடிப்பேங்கிறாரே" என்றான். "சும்மா வாங்க பஸ்ஸிலே இதெல்லாம் சகஜம். பேசுவாங்க. கை நீட்ட மாட்டாங்க. உலகத்திலே ஒவ்வொருத்தரும் ஒரு விதம்" என்றான்

இதைக் கேட்டதும் பின்னால் திரும்பி, "இப்ப நீ என்ன தனியா ஆரம்பிக்கிறெ?" என்றான்.

"விடுங்க ஸார். ஓங்களைப் பத்தி நல்லபடியாத்தான் அவர்ட்ட சொன்னேன்" என்றான். அவனுக்கும் ஒரு மாதிரியாகிவிட்டது. 'ஏன் வாயைத் திறந்தோம்?' என்று நொந்துபோய் நெற்றியிலடித்துக் கொண்டான்.

பஸ்தொட்டியத்தருகில் ரெயில்வே கேட் திறப்பதற்காகக் காத்திருந்தபோது சிறு பையன்கள் வாழைப்பழங்களைக்

கையிலெடுத்துக்கொண்டு ஓடிவந்து ஜன்னலுக்கொருவனாய் நின்று பிரயாணிகளிடம் கெஞ்சுங்குரலில் 'ரஸ்தாளி ரஸ்தாளி' என்று சத்தம் கொடுத்தனர். சாட்டினுக்குக் கீழே சின்னப் பையன் ஒரு சீப் ரஸ்தாளியைக் காட்டி 'பத்து ரூபா' என்றான்.

பஸ்ஸுக்குள் ஆங்காங்கே இரண்டாவது சீட், மூன்றாவது சீட்களில் உட்கார்ந்திருந்தவர்களெல்லாம் எக்கிக் குனிந்து வாங்கிக் கொண்டிருந்தார்கள். சாட்டின் தனக்கு நேர்கீழே நின்ற சிறுபையனிடம் கேட்டான். "இந்த சீப்பிலெ எத்தனை பழம் இருக்கு?"

"பன்னண்டு."

"பன்னண்டு பழம் பத்து ரூபாயாக்கும்"

"டவுன்லெ இது பதினஞ்ச ரூபா."

"ஒனக்கு என்ன வயசு?"

"அதெல்லாம் ஒங்களுக்கெதுக்கு? பழம் வேணுமா வேணாமா?"

"ஏழு வயசு இருக்குமாடா ஒனக்கு? எனக்கு டவுனைப் பத்தி சொல்லித் தாரே. எவ்வளவு ரஸ்தாளி, பச்சைப்பழம், பூவம் பழம்னு ஏத்தியிருப்பேன் எறக்கியிருப்பேன்? பன்னண்டு பழம் பத்து ரூபாயாடா? இதையும் வாங்கித் தின்றானுங்க பாரு"

கேட் திறந்து, பஸ் புறப்பட்டதும் கீழே நின்ற அந்தப் பையன் கத்தினான். "டேய் கிழவா திரும்பி வாடா. காலை ஒடிக்கிறேன்."

சாட்டின் மறுபடி காலை அகலப் பரப்பி அளவிற்கதிகமாய் ஆட்டினான். பக்கத்து சீட் பெண்ட்காரனுக்கு சாட்டினின் காலாட்டத்தில் ரத்தஅழுத்தம் அதிகமாகிக் கொண்டிருந்தது. பஸ்ஸுக்கு வெளியே வெயில் அதிகமாகி அனற்காற்று வேறு உள்ளே வந்துகொண்டிருந்தது.

நாமக்கல் பஸ் நிலையத்திற்குள் நின்றதும் பயணிகள் டீ, சர்பத், சிகரெட் குடிக்கக் கீழே இறங்கினார்கள். 'பஸ் பத்து திமிசம் திக்கும்' என்று கண்டக்டர் சொன்ன தைரியத்தில் பயணிகள் அங்கும் இங்குமாய்க் காலாறத் திரிந்துகொண்டிருக்கையில் சாட்டின், கையை வீசி இறங்கி நடந்தான். வழக்கம்போல் அவன் காறித் துப்பியபோது வறட்டு எச்சில் கூட விழவில்லை. வெறும் சத்தம்தான் வந்தது.

ஒரு டீக்கடை முன்னால் நின்று "டீ என்ன விலை?" என்றான். ஒரு வாரம் பத்து நாளைக்கொரு தடவைதான் இப்படி யாராவது டீ போடச் சொல்லுமுன் என்ன விலை என்று கேட்பார்கள்.

கந்தர்வன் சிறுகதைகள் 213

அந்த மாதிரி ஆள் வந்திருக்கிறானென்று டீ மாஸ்டர் ஏற இறங்கப் பார்த்துவிட்டு "ஒண்ணரை ரூபாய்" என்றான்.

பஸ்ஸில் இவன்கூட வந்த பயணிகள் பலர் டீ குடித்துக் கொண்டிருந்தனர். டீ மாஸ்டர் கம்பி பையில் சிவப்பு டிக்காஷனை உயரத்தில் தூக்கிப் பித்தளை டம்ளரில் பிழிவதைப் பார்த்துக் கேட்டான். "இது அசல் டீத்தூளா?" கல்லாயில் இருந்தவரும் டீ மாஸ்டரும் இவனை முறைத்துப் பார்க்கையில் குடித்துக்கொண்டிருந்த சகபயணிகளைப் பார்த்துச் சொன்னான். "இதெல்லாம் புது டீத்தூளில்லை. டிக்காஷன் எடுத்துட்டு டின்லெ கொட்டுறதை அள்ளிக்காய வைச்சுக் கொஞ்சம் சாயத்தைச் சேத்துக் குடுக்குறானுங்க. சனங்களும் குடிக்கிறாங்க."

டீ மாஸ்டர் டீ போடுவதை அப்படியே தடாவென்று போட்டுவிட்டு "நீ இதையெல்லாம் பாத்தியா?" என்றான்.

"பார்க்கணுமா? எல்லாத்தையுந்தான் பொஸ்தகத்திலே எழுதுறான்ல."

ஒருவர் குடித்துக்கொண்டிருந்த டீயில் கால்வாசியை கிளாசில் வைத்துவிட்டுக் காசைக் கொடுத்தபோது கல்லாவிலிருந்தவர் பாய்ந்து இவனைப் பார்த்து "யோவ் ஓடனே ஓடிரு. இல்லைனா பாய்லர் தண்ணிய ஊத்தி வேக வைச்சுருவேன்."

"சர்தான் போய்யா. ஒன்னை மாதிரி எவ்வளவு பேரைத் தெனம் பார்க்கிறேன்." என்று சொல்லிக்கொண்டே சற்றுதூரம் நடந்தான். பத்திரிகைகள் தொங்கி அடர்ந்த ஒரு பெரிய பெட்டிக்கடை முன் நின்றான். வலதுபுறத்தில் சர்பத் போட்டுக்கொண்டிருந்தான் ஓர் இளவயசுப் பையன்.

"சர்பத் என்ன விலை?" என்றான்

அவன் விலை சொன்னான்.

"எலுமிச்சம் பழம் போடாம எவ்வளவு?"

அவன் விலையைக் குறைத்துச் சொன்னான்.

"அப்போ ஒரு எலுமிச்சம் பழ வெலை ஒரு ரூபாயாக்கும்?" என்றான். அந்தப் பையன் பதில் சொல்லுமுன் "சர்பத் சர்க்கரையிலே போட்டதா சாக்ரீன்லெ போட்டதா?' அந்தப் பையன் பொறுமையாய்ச் சொன்னான். "சர்க்கரையிலே செஞ்சதுதான்."

"மெட்ராசிலேயே இதைவிட எட்டணா கம்மி. இத்தனூண்டு ஊர்லே இவ்வளவு வெலை சொல்றே" என்றான்.

கடைக்குள் நின்று சிகரெட் விற்றுக்கொண்டிருந்த பெரியாளுக்குக் கோபம் பழியாய் வந்தது. கடையிலிருந்து ஏறிக் குதித்து இவன் நெஞ்சுக்குப் பக்கத்தில் நின்று கையை ஓங்கிக்கொண்டு சொன்னான், "பேசாமப் போயிறு. பொட்டி கழண்டுறும். நானும் தெக்கேயிருந்து வந்தவன்தான்."

"சர்தான் போய்யா. சர்பத் விக்கிறானாம் சர்பத் எதையோ ஒண்ணை ஊத்தி, ராப்பகலா ஒழைக்கிற உடம்புக்குள்ள இதெல்லாம் போனா என்ன ஆகும் தெரியுமா?" என்று சொல்லிக்கொண்டே காறித் துப்பிக்கொண்டே நடந்தான்.

வெயில் உச்சிக்கு வந்துவிட்டது. மலைக்கல்லும் தார்ச்சாலைகளும் சிமிண்டுக் கட்டிடங்களும் வாங்கி வெளிவிட்ட உஷ்ணத்தில் பொசுங்கிப் போய் இவன் மறுபடி வந்து வேக்காடாயிருந்த பஸ்ஸில் உட்கார்ந்து ஜன்னலில் கை வைத்து நீளமாய்க் கால் பரப்பித் தலை சரித்துக்கொண்டான். பஸ் புறப்படவும் வேகம் வேகமாய்க் காலாட்டினான். பக்கத்து சீட் பேண்ட்காரர் சப்தநாடியும் ஒடுங்கி அடக்கமாய் உட்கார்ந்திருந்தார்.

ஆனால் இவன் சற்றுநேரத்தில் கால்களை ஆட்டத் தெம்பற்றுப் போனான். கை சோர்ந்து ஜன்னலோரத்திலிருந்து அடிக்கடி விழுந்தது. பஸ் மரங்களையும் செடிகளையும் வயற்காடுகளையும் ஊர்களையும் விரட்டியபடி விரைந்துகொண்டிருக்க இவன் அரைத்தூக்கத்தில் கிடந்தான். எப்போதெல்லாம் விழித்துக்கொள்வானோ அப்போது எல்லாம் கால்களைப் பலமாக ஆட்டவும் பரப்பி உட்காரவும் முயற்சி செய்தான்.

ஆனால் ஒரு நிமிடத்திற்கு மேல் அவ்விதம் செய்யமுடியாமல் பலமிழுந்து மறுபடி அரைத் தூக்கத்திலாழ்ந்து விடுவான். பக்கத்து சீட் பேண்ட்காரர் மட்டும் இவன் எப்போது வேண்டுமானாலும் காலாட்டுவான், கால் கை பரப்பி உட்காரக்கூடுமென்று ஒடுங்கி ஜாக்கிரதையாக இருந்தார்.

ஓர் இடத்தில் பஸ் நின்றபோது இவன் அரக்கப்பரக்க முழித்து "சேலம் வந்திருச்சா?" என்றான் "சேலந்தான், பைபாஸ் ரோடு" என்றார். பக்கத்திலிருந்தவர். இவன் சற்றுநேரம் யோசித்துவிட்டு மறுபடி கால் பரப்பி அரைத் தூக்கத்திற்குப் போனான்.

புது பஸ் நிலையத்திற்குள் பஸ் நின்றதும் எல்லோரும் கீழிறங்க இவனும் தளர்ந்து இறங்கினான். வெற்று மஞ்சள் பையைக் கவனமாய்க் கையிலெடுத்துக்கொண்டான்.

உக்கிரமாய் அடித்த வெயிலுக்குள் கையை வீசிப்போட்டு நடந்தான். டவுன் பஸ்கள் நின்ற இடத்திற்கு வந்தான். இவனோடு பயணம் செய்துவந்தவர்கள் டவுன் பஸ்களில் ஏற இவன் ஒரு பஸ் நம்பரை முன்னால் போய்ப் பார்த்துவிட்டு வந்து படியேறும்போது "இது கௌம்பி நின்னு நின்னு போறதுக்குள்ள நடந்தே போயிரலாம் பஸ்ஸா ஓட்றானுக" என்று சொல்லிவிட்டுத் திரும்பி நடக்க ஆரம்பித்தான்.

பெருஞ்சாலைக்கு ஏறுவதற்குள் மூச்சு வாங்கியது. தகதகவென்ற அகல சாலையில் காலைப் பலவந்தமாய் இழுத்துப்போட்டு நடந்தான். நடக்க வெகுவாய் சிரமப்பட்டான். சிறிது தூரம் நடத்து வலப்புறம் இருந்த ஒரு ஸ்வீட் ஸ்டாலுக்கு முன் நின்றான்.

கண்ணாடிக்குப் பின்னால் ஏராளமாய் இனிப்புகள் உருண்டையாய், தட்டையாய், முட்டை போல் அழகாயிருந்தன. நாலைந்து பேர் நின்று வாங்கிக்கொண்டிருந்தார்கள். எல்லோரும் போகும்வரை காத்திருந்தான். ஆட்களெல்லாம் போனபின் வேர்வையில் ஊறிய சாட்டின் சட்டையின் ஒரு பட்டனைத் திறந்து உள்பாக்கெட்டில் நெஞ்சோடு நனைத்து வைத்திருந்த பத்து ரூபாய் நோட்டை எடுத்துக் கண்ணாடி மேல் வைத்து 'அல்வா பத்து ரூபாய்க்கு' என்றான்.

கடைப் பையன்கள் கிராம்களுக்கு விலை போட்டு சரிசெய்து வழுவழுத்த பேப்பரில் அல்வாவை வைத்துப் பிளாஸ்டிக் கவரில் திணித்துக் கொடுத்ததை எந்த வக்கணையும் சொல்லாமல் வாங்கி மஞ்சள் பையில் வைத்தபோது முகம் சற்று மலர்ந்தாற் போலிருந்தது. தொடர்ந்து சாலையில் நடந்தான். மேம்பாலத்தில் ஏறி நடந்தபோது கண்ணில் பூச்சி தெறித்தது.

கலெக்டர் அலுவலகம் தாண்டி கிழக்கும் மேற்கும் வடக்குமாய் நடந்து பங்களாக்களையும் சிறுசிறு வீடுகளையும் கடந்து ஓர் அழுக்கடைந்த தெருவுக்குள் நுழைந்தான்.

இப்போது அவன் மூளை கொஞ்சமாகவே வேலை செய்தது. ஓர் அடி தூரம் காலுக்கு ஒரு கிலோமீட்டராய்த் தெரிந்தது. கால்களை வம்பாக இழுத்து நடந்தான். நாலு, அஞ்சு, ஆறு, எட்டாவது குடிசை முன் நின்றான். பக்கத்தில் யாரோ குரல் கொடுக்க, ஒரு பெண் உள்ளேயிருந்து வாசலுக்கு ஓடிவந்து 'அப்பா' என்று தழதழுத்துக் கூற இவன் அப்படியே திண்ணையில் சரிந்து உட்கார்ந்தான்.

"எங்கெ ரமேசு?" என்று அடித் தொண்டையிலிருந்து கேட்டான். நாலு வீடு தள்ளி விளையாடிக்கொண்டிருந்த மகனை இழுத்து வந்து

'தாத்தாடா' என்றாள். மஞ்சள் பையை அவனிடம் கொடுத்துக் கட்டிப் பிடித்து வேர்வை வடிந்த முகத்தோடு சோர்ந்தபடி சாய்ந்துவிட்டான்.

ஒரு செம்பு நிறையத் தண்ணீரோடு வந்தவளுக்கு அப்பா மயக்கமாய்க் கிடக்கிறாரென்று அறிய சில வினாடிகளாயின. மெதுவாய்ச் செம்பிலிருந்து தண்ணீரை அள்ளி வேஷ்டி விலகி படுத்துக்கிடந்தவன் முகத்தில் தெளித்தாள். அப்படியும் அவன் சற்றுநேரம் அசைவில்லாமல் கிடந்தான்.

மஞ்சள் பையிலிருந்த பொட்டலத்தைப் பிரித்து "எனக்கு அல்வாதான் புடிக்கும்னு தாத்தாவுக்குத் தெரியும்" என்று சொல்லிப் பிரித்துத் தின்றுகொண்டிருந்தான். அவன் அல்வாவைச் சொட்டச் சொட்டத் தின்பதையும் அப்பா அலமலந்து படுத்துக் கிடப்பதையும் அவள் பார்த்துக்கொண்டே உட்கார்ந்திருந்தாள்.

அவள் மறுபடி முகத்தில் தண்ணீர் தெளித்ததும் அவன் எதுவுமே நடக்காதது போல் எழுந்து உட்கார்ந்து "மருமவன் எங்கே?" என்றான்.

"வேலைக்குப் போயிருக்கு" என்றாள்.

"ஏன் மெலிஞ்சு போயிட்டே?" என்றான்.

தகப்பன் முகத்தைப் பார்த்துக் கரகரவென்று வந்த கண்ணீரை ரெண்டு கைகளிலும் துடைத்துக்கொண்டே உள்ளே போய்த் தட்டில் பழைய கஞ்சியை ஊற்றி வைத்தாள். ஓடிவந்த கோழியைக் கொல்லப் போவதுபோல் விரட்டினாள்.

கஞ்சியை மெல்ல மெல்லத் தொண்டைக்குள் இறக்கி அப்புறம் வேகம் வேகமாய் முழுசையும் குடித்து முடித்துவிட்டுக் கை கழுவிக்கொண்டே மகளிடம் கேட்டான் "நாலணா இருந்தா குடு, பீடி வாங்க."

~

ஒவ்வொரு கல்லாய்...

அந்த வீட்டில் இவன் குடும்பத்தோடு குடியேறியபோது பக்கச்சுவர், பின்சுவரெல்லாம் பூசியிருக்கவில்லை. வீட்டிற்குள் எப்போதும் சிமிண்ட் வாசம், அறுத்த மரம் வாசம், பெயிண்ட் வாசம். கழுவக் கழுவ சிமிண்டும், தூசியும் வெகுநாளைக்கு வந்துகொண்டிருந்தன. ஜில்லென்ற தரையும் சுவர்களும் அளித்த குளிர்ச்சி, கெடுபிடியான வாசனையெல்லாம் சேர்ந்ததில் அவளுக்கும், பிள்ளைகளுக்கும் ஒரு வாரத்திற்குக் கடுமையான ஜலதோஷம் கண்டது.

"வீடு புதுசு" என்று காட்டவும், போகிறவருகிறவர் நின்று பார்க்கவுமென்று பலவற்றை வீட்டுக்காரர் செய்திருந்தார். "குமார் இல்லம்" என்று தன் மகனின் பெயரை வீட்டிற்கு வைத்து, அதை ஒரு சாண் உயர எழுத்துகளாக சிமிண்டில் ஆக்கி மொட்டைமாடிச் சுவரில் ஏற்றியிருந்தார். அதன்கீழ், வீடு குடியேறிய சுபதினத்தை ஒரு முட்டை வடிவத்தில் பதித்திருந்தார். ஒரு வராந்தா இருந்தும் எலெக்ட்ரிக் மீட்டரை வெளிச்சுவரில் பலகை அறைந்து பொருத்தியிருந்தார். திருஷ்டி படாமலிருக்க, கறுப்பு ரோமத்தில் திரித்த கயிற்றில் ஒரு வெள்ளைப் பூசணியைக் கட்டித் தொங்கவிட்டிருந்தார்.

முன்பு குடியிருந்த வீடு ஓர் ஒண்டிக் குடித்தனம். அம்மி, ஆட்டுரல், பாத்ரும், சில நேரங்களில் வாசற்படியில் உட்கார என்று எல்லாவற்றிற்கும் கியூ. இந்தப் பக்கமும் அந்தப் பக்கமுமாயிருந்த ஏழு போர்ஷன்களைச் சின்னம்மா, பெரியம்மா வீடுகள் என்று பிள்ளைகள் நினைத்து வேளைகெட்ட வேளைகளில் விளையாடப் போக, வேண்டாத வார்த்தைகளைக் கேட்கும்படி ஆனது.

பிள்ளைகளை எப்படி வளர்ப்பது, அடுத்தவர்களோடு எப்படிப் பழகுவது என்பவைகளை அவர்களுக்குப் போதிக்கத் துவங்கும் ஒவ்வொரு சமயத்திலும் வாய்ச்சண்டைக்குப் போய் கைப்பிரயோகத்தில் முடிந்தது. கோபம் தணியத் தெருவில் தனியாக

நடக்கையில், அவன் சண்டை முற்றிய நிலையில் ஒருநாள் சொன்னது திரும்பத் திரும்ப ஞாபகத்தில் வந்தது. "எங்களுக்குத் தெரியாத எதை இப்ப புதுசா சொல்லீட்டிய?"

தனி வீடு தேடி ஊரை அலசிய சமயம் பாதிக்கு மேல் கட்டுமானமாகிய நிலையில் 'டுலெட்' அட்டையோடு இந்த வீடு நின்றது. கைலியும், பளியனுமாய் வேலை செய்துகொண்டிருந்த ஆட்களின் நடுவில் பேண்ட் சட்டையோடும் கையில் ஒரு ஹேண்ட் பேகோடும், முகம் நிறையக் கவலையோடும் ஒருவர் நின்றுகொண்டிருந்தார். பார்த்த மாத்திரத்திலேயே அவர்தான் வீட்டுச் சொந்தக்காரராயிருக்க வேண்டுமென்று நினைத்தான். அருகில் போய் "வீடு வாடகைக்கு" என்று இவன் பேச ஆரம்பித்தவுடனேயே பேண்ட்காரர் இவனை வேலையாட்கள் மத்தியிலிருந்து தனியாக அழைத்துக்கொண்டு நடந்தார்.

அதெல்லாம் வயற்காடாக இருந்த இடம், நெல்லறுத்த தாள்கள் நூல் நூலாய் நைந்து கிடந்தன. பழைய வாய்க்கால்களில் அழுந்திக் கொண்டிருந்த வரப்போரங்களில் மட்டும் உள்ளங்கையளவு பச்சைப்புல் திட்டுகள் தெரிந்தன. நடந்த வழியெல்லாம் வீடு கட்டிக் கொண்டிருந்தார்கள். சின்னச் சாலைகளை மறித்துக் குவியல் குவியலாய் மணல் கொட்டிக் கிடந்தது. கிணறுகள் வெட்டி வெளிவந்த சுங்காம் பாறைக் குவியலும், செங்கல்லும், சிமெண்டுக் கலவையுமாய் பழைய வயற்பரப்புக்கள் அடையாளம் தெரியாமலாக்கும் வேலைகள் அந்தப் பிரதேசம் முழுவதும் நடந்தன.

கட்டி முடித்து இன்னும் குடிவராத ஒரு வீட்டுக் காம்பவுண்டுக் கதவைத் திறந்து வாசற்படியில் உட்கார்ந்தார் பேண்ட்காரர். கீழ்ப் படியில் இவன் உட்கார்ந்தான். "உங்களுக்கு வீடு எப்ப வேணும்?" என்று ஆரம்பித்தார்.

"இன்னைக்குன்னாலும் சரிதான். ஆனா வேலை முடியாம இருக்குதேன்னு பார்க்கிறேன்" என்றான் இவன்.

"முடிகிற அளவுதான் வேல முடியும். மிச்சமெல்லாம் கெடக்கும்"

"அது உங்க பிரியம். வாடகை எவ்வளவுன்னு சொல்லுங்க?"

"சொல்றேன். அவ்வளவு வாடகை என்னை மாதிரி ஆள்களுக்குக் கட்டுபடியாகாது. முன்னூறு ரூபா வாடகை, மூவாயிரம் ரூபா அட்வான்ஸ்."

"ரெண்டுமே அதிகந்தான். அதோடேயே சேத்து ஒண்ணு சொன்னியளே, அதுக்கு என்ன அர்த்தம்?'

"சொந்தமா ஒரு வீடு வேணுமேங்கிறதுக்காக ஊரு பூரா, கடனை வாங்கி இந்த வீட்டைக் கட்டிட்டேன். நான் இப்ப இருக்கிற வீட்டுக்கு நூத்தம்பதுதான் வாடகை."

பேண்ட்காரர் இவன் வீட்டிற்கு ஒருநாள் வந்து கிரகப் பிரவேசப் பத்திரிக்கையை கொடுத்துவிட்டுப் போனார். பார்த்துச் சிரிப்பாய் வந்தது. அதிலிருந்து ஏழாம் நாள் இவன் குடியேறப் போகும் வீடு. அட்வான்ஸ் பணத்தை முதல் நாள்தான் கொடுத்துவிட்டு வந்திருந்தான்.

இவன் குடும்பம் குடியேறி இரண்டு நாட்கள் வரை வாசலில் கட்டியிருந்த வாழைமரங்கள் வாடிக்கொண்டு சணலில் கட்டிக் கிடந்தன. பந்தல்காரர் வந்து அவற்றைக் கீழே தள்ளி இழுத்துப்போய் எதிரேயிருக்கும் பள்ளத்தில் தள்ளிவிட்டார்.

பேண்ட்காரரின் மகன் முதல் மாதம் வாடகைக்கு வந்தான். அவன் பெயரைத்தான் வீட்டிற்கு வைத்திருந்தார். வாடகையைக் கொடுக்கும்போது, "சுவர்கள் பூசாமல் கிடப்பதையும், வெளியிலிருக்கிற பாத்ரூமுக்கும் கொல்லை வாசலுக்குமிடையே ஒரு தாழ்வாரம் கட்டித் தருவதாய்ச் சொன்னதையும் அப்பாட்ட ஞாபகப்படுத்து" என்றான்.

அடுத்த மாதமும் வாடகை வாங்க அந்தப் பையனே வந்தான். வயதுக்கு மீறிய மௌனத்தோடு சுவரைப் பார்த்துக்கொண்டு நின்றான். வாடகையை வாங்கிக்கொண்டு மெல்ல படியிறங்கிப் போனான். பதினைந்து நாள் கழித்து ஒரு ஞாயிற்றுக்கிழமை விடிகாலையில் பேண்ட்காரர் வந்து நின்றார். முகம் வாடியிருந்தது.

இவன் உள்ளே அழைத்தான். "இல்லை இப்படியே உக்காரலாம்" என்றார். உள்ளேயிருந்து இரண்டு நாற்காலிகளைக் கொண்டுவந்து போட்டான். உட்கார்ந்ததிலிருந்து அவர் தலை குனிந்தேயிருந்தது. இவனுக்கு முதலில் சங்கடமாகவும் அப்புறம் எரிச்சலாகவும் இருந்தது. "சொல்லுங்க" என்றான்.

பேண்ட்காரர் நிமிர்ந்தார். முகத்தில் பிச்சை எடுக்கப்போகும் களை வந்திருந்தது. சொன்னார். "வேட்டி கட்டுறவன், கைலி கட்டுறவன்லாம் வீடு கட்டுறானேன்னு நானும் வீடு கட்ட ஆசைப் பட்டது தப்பாப்போச்சு. லோன் போட்டது பாதிக்குக் கூடக் காணலை. சொந்தக்காரங்க, வேண்டியவங்கன்னு வரிசையாகக் கடன் வாங்கினேன். கடைசியா மூணு வட்டிக்கு வாங்கி முக்காவாசி முடிச்சேன்."

இதில் பாதி அவர் ஏற்கனவே சொன்னதுதான். இப்போது கேட்க இவனுக்கு இரக்கமாய் வந்தது. தைரியப்படுத்துவதற்காகச் சொன்னான், "உங்களுக்குன்னு சொந்தமா ஒரு வீடு ஆகியிருச்சில்ல..."

பேண்ட்காரரின் தலை மறுபடி பாதிக்குக் குனிந்தது. "வாங்குற சம்பளம் முழுசும் வட்டிக்குப் போயிருது. வட்டிக்குன்னு இல்லாம குடுத்தவங்க மொகங்கள் வருத்தமாகிக்கிட்டு வருது." பேண்ட்காரர் நிமிர்ந்து உட்கார்ந்தார். "ஒரு நாப்பதாயிரம் குடுங்க. இந்த வீட்டை ஓங்க பேரிலெ ஒத்திக்கு எழுதித் தர்றேன். கிராமத்துலெ இருக்கிற நஞ்சை புஞ்சை மனைகளையெல்லாம் விக்க ஏற்பாடு பண்ணிக்கிட்டிருக்கேன். கிராமத்திலெ ரொக்கம் வச்சிருக்க மாட்டான். சிறுகச் சிறுகத்தான் வாங்குவாக. ஒரு வருசத்திலே திருப்பிருவேன்.."

இவன் தடுமாறிப்போனான். தன் சம்பளம் எப்படியெல்லாம் தனக்குப் போதவில்லையென்று எடுத்துச் சொன்னான். அவ்வளவு பெரிய தொகையை வாழ்நாளில் மொத்தமாக ஓர் இடத்தில் இன்னும் தான் பார்த்ததுகூட இல்லையென்று சிரித்துக்கொண்டே சொன்னான்.

பேண்ட்காரருக்கு முகம் மாறியது. "முன்னூறு ரூபா வாடகை உங்களுக்கு மிச்சம். சேர்த்துப் பொறட்டிக் குடுத்துட்டியன்னா அந்தப் பணம் உங்களுக்குப் பெரிய காரியம் எதுக்காவது உதவும். ஒரு வாரங்கழிச்சு மறுபடி வர்றேன். நல்லா யோசிங்க" என்று சொல்லிவிட்டுப் படியிறங்கினார்.

உள்ளே நுழைந்ததும் இவள் "இது என்ன புதுக் கூத்தாயிருக்கு?" என்று சிரித்தாள். விளையாட்டாய்ப் பேசிக்கொண்டே வரும்போதும் தாங்கள் ஒரு சிக்கலில் மாட்டிக்கொண்டதை டக்கென்று அவள் எடுத்துச் சொன்னாள். "அந்த நாப்பதாயிரத்தை நாம குடுக்கலைன்னா கொடுக்கிறவனுக்கு வீட்டை ஒத்திக்கு விட்டுவிட்டு நம்மைக் காலி பண்ணச் சொல்லப்போறாரு."

வீட்டிற்குள் கிணறும், கிணற்றுத் தண்ணீர் வற்றாமல் வாய்த்ததும் இந்த ஊரில் ஓர் அதிர்ஷ்டம். பக்கத்திலேயே இவனுக்கு ஆபீஸ். பிள்ளைகள் ஆளுக்கொரு அறையிலோ, ஒதுக்கமாகவோ உட்கார்ந்து படிக்கலாம். மொட்டைமாடி மைதானம் மாதிரி. ஒண்டிக்குடித்தன வீட்டை நினைக்க இந்த வீட்டில் அடுப்படி கடல் மாதிரி.

அவனுக்கு இந்த வீட்டை விட்டுவிடக் கூடாதென்ற வைராக்கியம் வந்துவிட்டது. மறுநாள் அவள் தன் அம்மா ஊருக்குப்போய் வந்தாள். அவன் பிராவிடண்ட் ஃபண்டில் லோன் போட்டான். மதுரையிலிருக்கும் தங்கை மாப்பிள்ளை வரவு செலவுள்ளவர்.

அவருக்கு விவரமாய் ஒரு கடிதம் எழுதினான். நெருங்கிய நண்பர்களின் வீடுகளுக்கு முன்னால் விடியும்போது நின்றான். வீடு ஒத்திக்கு வருகிறது என்றால் "பாதி கிரயம்" என்று அர்த்தம் என இருவரும் பேசி முடிவெடுத்த வெறியில் நடந்தன எல்லாம்.

ஒரு வாரங்கழித்து பேண்ட்காரர் வந்தபோது, பைக்குள்ளிருந்து கை கொள்ளாத நோட்டுகளை அள்ளி வெளியிலெடுத்தான். பழுசு, புதுசு, அழுக்கு எல்லாம் சேர்ந்த கலவை நோட்டுகள் எண்ணி முடிக்கவே வெகுநேரமானது. பத்திரத்தில் கையெழுத்துப் போடுகையில் பேண்ட்காரரின் கை நடுங்கியது. ஒவ்வொரு கல்லாயெடுத்து வைத்துக் கட்டியவர் ஒருமுறை வீட்டைக் கீழ்மேலாய்ப் பார்த்துவிட்டு நடந்தார்.

ஒரு வருஷத்திற்குச் சத்தமேயில்லை. பேண்ட்காரரை இவன் சந்திக்கும் போதெல்லாம் வணக்கம் போட்டுக்கொள்வதோடு சரி. திடீரென்று ஒருநாள் முனிஸிபல் ஆபிஸ் எதிரில் போய்க்கொண்டிருந்தபோது கைகாட்டி நிறுத்தினார். "இன்னும் ரெண்டு மாசத்தலெ ஒத்தியைத் திருப்பிருவேன் ஸார். எல்லா ஏற்பாடும் நடந்துக்கிட்டிருக்கு" என்று சொல்லிவிட்டுப் போனார்.

அன்று ராத்திரி வெகுநேரம் வரை இவன் மனைவியோடு இதைப்பற்றிப் பேசினான். விடிந்ததும் பெரிய கண்மாய்க்குப் போகும் வழியில் விற்பனைக்குக் கிடந்த மனை இடங்களைப் பார்த்து வந்தான். எங்கும் புறாக்கள் உட்கார்ந்திருப்பதுபோல் ஊன்றிக் கிடந்த வெள்ளைக் கற்களின் இடையே அவன் குடும்ப சகிதமாய் மனை முகூர்த்தத்திற்காக நின்றான். பிரித்து வைத்த துண்டுக் காகிதத்துக் குங்குமம், வைகாசி வெயிலில் பயப்படும் நிறத்தில் தெரிந்தது. தூரதூரமாய் இதேபோல் நாலைந்து இடங்களில் குடும்பங்கள் கடக்கால் போட நின்று கொண்டிருந்தன. பட்டு வேட்டிகளும், பட்டுச் சேலைகளும் வெயிலில் ரொம்பவும் மினுமினுத்தன.

அன்று சில ஆட்களிடம் அட்வான்ஸ் கொடுத்தான். இப்போது குடியிருக்கும் பேண்ட்காரரின் வீட்டில் எதெதெல்லாம் இல்லையோ அதெல்லாம் தான் கட்டப்போகும் வீட்டிலிருக்க வேண்டுமென்பதை முடிவுசெய்திருந்தான். "பாத் அட்டாச்ட் ரூம் இல்லாத வீடு என்னத்தில் சேர்ந்தது?" என்றான் அவளிடம். தூங்கிக்கொண்டோ, புரண்டுகொண்டோ கிடக்கிற பெரியவர்கள், குழந்தைகளைத் தாண்டி உடைகளைச் சரிப்படுத்தி அகால நேரங்களில் அவள் பாத்ரூம் போய் வருவதில் அவளுக்கு நேரும் சங்கடங்கள் அவனைப் பாதித்திருந்தன. பிளான் போடும்போதே இஞ்சினியரிடம் சொல்லிவிட்டான். "எவ்வளவு செலவானாலும் சரி அட்டாச்ட் பாத்ரும்; பாதி சுவருக்கு வெள்ளைக்கல்" என்று.

பேண்ட்காரருக்கு அவ்வளவாய் ரஸனை போதாதென்று மனசுக்குள் சொல்லிக்கொண்டான். வாசலில் வேப்பங்கன்றை

வைத்தான். கொல்லையில் பன்னீர்ப்பூ மரக்கன்றை வைத்தான். வீடு கட்டி முடிகையில் ஒரு ஆளுயரத்திற்காவது வளர்ந்திருக்க வேண்டுமென்று சித்தாள்களிடம் சொல்வான்.

உப்பு புளிக்காகும் செலவுகள் துச்சமாய்த் தெரிந்தன. ஒரு நாள் அவள் "அஞ்சு ரூபா இருந்தா தாங்க?" என்று கேட்க "அஞ்சாயிரம் இப்ப எதுக்கு?" எதுக்கு?" என்று பதில் என்று பதில் சொன்னான். ஆயிரங்களுக்குக் குறைந்து வாயிலிருந்து வார்த்தை கீழே விழுவதில்லை. லிண்டல், ரூஃபிங் என்று புதுப்புது வார்த்தைகளிலேயே கணவன், மனைவி பேசிக்கொண்டனர்.

லோன் முதல் தவணை வந்தது. ஏற்கனவே வாங்கிய கடன்களில் ஒரு பகுதியை மட்டுமே அடைக்க அது பயன்பட்டது. அடுத்த தவணை லோனைக் காட்டி எங்கெங்கோ போய் ரொக்கமாகவும் பல வீட்டு நகைகளையும் வாங்கி வந்தான்.

மரத்துக்காக மானாமதுரை, தரையில் பதிக்கிற கல்லுக்காக செட்டிநாடு என்று அலைந்து திரிந்தான். ஒவ்வொரு வேலை முடிவிலும் தனக்குள் எவ்வளவு திறமை இருந்திருக்கிறதென்று நினைத்துப் பெருமைப்பட்டுக்கொண்டான்.

ராத்திரி தூக்கம் குறைந்துபோனது. இருட்டி வெகுநேரங் கழித்து வீட்டிற்கு வந்து குளித்து, சாப்பிட்டு, கணக்குப் பார்த்து, விடிய எத்தனை மணிக்கு எழுந்திருக்க வேண்டும், என்னென்ன வேலைகள் செய்ய வேண்டும் என்பதையெல்லாம் பேசி முடித்துவிட்டு நடுநிசியில் அவன் விரித்த கைக்குள் அவள் விழுந்து கிடந்தபோது ஒருநாள் அவள் கேட்டாள். "மாடிப்படியில்ல மூணாவது படி கோணலாயிருக்குமோன்னு தோணிக்கிட்டேயிருக்கு". அவன் கத்தினான் "எல்லாத்தையும் மறந்துட்டு கொஞ்ச நேரமாவது தூங்க விடமாட்டியா?"

ஒத்தி வாங்கக் கடன் கொடுத்தவர்கள், புது வீடு கட்டக் கடன் கொடுத்தவர்கள் என்று பலரிடமிருந்தும் திருப்பித்தரச் சொல்லி ஜாடைமாடையாக எழுதிய கடிதங்கள் வர ஆரம்பித்தன. சிலர் அதிகாலையிலும், இருட்டியும் வீட்டு வாசலில் வந்துநின்றார்கள்.

ரெண்டாந்தவணை, மூணாந்தவணை லோன் வந்தும் வீடு முடிவதாயில்லை. ஊர் பூராவும், பல ஊர்களிலும் வாங்கிய கடன் பகுதி பகுதியாய் மிச்சம் கிடந்தது. "அகலக்கால் வைக்காதியன்று ஆரம்பத்திலேயே சொன்னேன். கேட்டாத்தானே" என்று எப்போதோ ஒருமுறை சொன்னதை ஞாபகத்தில் கொண்டுவந்து திரும்பத் திரும்ப அவள் எரிச்சல் படுத்தினாள்.

ஒருநாள் பேண்ட்காரர் கைப்பை நிறைய ரூபாயுடன் வந்து சேர்ந்தார். "நேத்து ராத்திரிதான் பாக்கி ரூபாயும் வந்து சேர்ந்தது" என்று சொல்லிவிட்டு எடுத்து வைத்தார். பேண்ட்காரர் முகத்தில் பெரிய மாதிரி மகிழ்ச்சியில்லை. ஒத்திப் பத்திரத்தை இவனிடமிருந்து பெற்றுக்கொண்டதும் சொன்னார், "அப்டி. இப்படி ஏதோ பண்ணி வீட்டைத் திருப்பிவிட்டேனே தவிர கடன் முழுகம் அடைஞ்ச பாடில்லை, நீங்க காலி பண்ணினதும் நான் இன்னும் இங்கே வர்ற நிலையிலே இல்லை. வாடகையைக் கூட்டி வைச்சு யாரையாவது குடி வைக்கணும்."

இவன் கேட்டான், "எவ்வளவு கூட்டுவிய?"

"அம்பது ரூபா?"

"நானே அந்த அம்பதையும் சேத்து முன்னூத்தம்பதுன்னு வாடகை குடுத்துடுறேன். நான் ஓங்க வீட்டிலெயே தொடர்ந்து வாடகைக்கு இருக்கப்போறேன். நான் கட்டுற வீட்டுக்கு வாடகை பத்தாது. பாத்ரும் அட்டாச்ட் ரூமோட வீடு நமக்குக் கட்டுபடியாகாது."

ஆறு மாதங்கழித்து ஒருநாள் இவன் மதுரையிலிருந்து வந்து கொண்டிருந்தான். முன் ஸீட்டில் உட்கார்ந்திருந்த ஆள் பக்கத்தாளிடம் சொன்னார். "பத்து வருசத்துக்கு முந்தி நான் இங்கெ வந்தபோது இந்தப் பக்கமெல்லாம் வயக்காடும். கருவக்காடுமாக் கெடந்துச்சு. ஊர் முன்னேறிடுச்சு. எங்கே பார்த்தாலும் வீடுகளா நிக்கிது."

சொல்லிக்கொண்டே அந்த ஆள் பார்த்த திசையை இவனும் பார்த்தான். வெகுதூரத்தில் மங்கலாய் இவன் வீடும் நின்றது.

~

காடு

வாசல் பூவரசு மரத்தடியில் பிள்ளைகள் கூடினால் செவக்காட்டைப் பற்றி லயித்துப் பேசுவது அடிக்கடி இருக்கும். பிள்ளைகள் எல்லோருக்கும் செவக்காட்டுக்குப் போய்வரவேண்டுமென்று ராப்பகலாய்க் கனவு உண்டு. அப்பா, பெரியப்பா, சித்தப்பாக்கள் சேர்ந்து ஐந்து பேர் கூடப்பிறந்தவர்கள். வீடு முழுக்க பிள்ளைகள். ஒரு பள்ளிக்கூடச் சத்தம் கேட்டுக்கொண்டிருக்கும் தெருப்பூராவும்.

செவக்காடு, பெரியப்பா பொறுப்பில் இருந்தது. அதுட்டுமென்றால் பரவாயில்லை. ஆய்க்குடிப் புஞ்சை விவசாயமும் அவர் பொறுப்புத்தான். புஞ்சையில் மல்லி விதைப்பு, கம்பு விதைப்பு, கேப்பை நடுகை, ஒன்றுமில்லாவிட்டால் கோடை உழவு என்று பண்ணைக்காரர்களோடு எப்போதும் அலைந்துகொண்டும் விரட்டிக்கொண்டேயும் திரிவார்.

பெரியப்பாவிடம் பிள்ளைகள் யாரும் நெருங்கிப்போய் எதையும் கேட்டுவிட முடியாது. அப்பா, சித்தப்பாக்கள் ஆளடியிலோ வாசலிலோ நின்றுகொண்டிருந்தால் ஓடிப்போய் காலைக் கட்டிக்கொள்ளலாம். வேட்டி மேலே படுவது சுகமாகவும் வாசமாகவும் இருக்கும். வேட்டியின் ஒருமுனையை உடம்பு பூராவும் சுற்றிச் சுற்றி விளையாடலாம். பெரியப்பாவிடம் பிள்ளைகள் யாரும் அப்படிப் போய் ஒட்டமுடியாது.

தூரத்தில் வரும்போதே "கரடி மாதிரி முடி கெடக்கு, போய் வெட்டிக்கிட்டு வா" என்பார். உட்கார்ந்திருந்தால் "முழங்காலைக் காட்டாதே தரித்திரம்" என்பார். கன்னத்தில் கை வைக்கக்கூடாது, தலையைச் சொரியக்கூடாது; விரல் நீக்கி சாப்பிடக்கூடாது.

எல்லாம் தரித்திரம் அல்லது அபசகுனம். ரொம்ப சிறுபிள்ளைகளென்றால் "மூக்கில் குறுணி இருக்கு. சிந்தச்

சொல்லு உங்கம்மாவை" என்பார். அதனால் பெரியப்பா கண்ணில் படும்படி பிள்ளைகள் நிற்பதில்லை, அருகே போய்க் கொஞ்சிக் குழைவதெல்லாமில்லை.

பெரியப்பா வடக்குக் காடு, தெற்குக் காடு, ஆய்குடிப் புஞ்சை என்று தூரமாயுள்ள வயல்களுக்குப் போய்விட்டு வந்தால் களைப்பாக இருப்பார். கொடி கொடியாய் ஓடிவரும் வேர்வையை நாலைந்து தடவை துடைப்பார். ஒரு ஈயச் செம்பு நிறையக் குளிர்ந்த நீராகாரம் வாங்கித் தொண்டைச் சங்கு மேலும் கீழும் ஏறி இறங்கக் குடிப்பார்.

ஆனால் செவக்காட்டிற்குப் போய்வந்த அன்று முகம் களையாக இருக்கும். சிரிப்புக் கூட்டிப் பேசுவார். பண்ணையாள்களிடம் கூடப் பிரியம் காட்டுவார். அப்படியே எப்போதும் இருக்க மாட்டாரா என்று நினைக்கும்படி இருக்கும் நடவடிக்கைகள்.

பிள்ளைகளில் அண்ணன் ஒருவன் மட்டுமே இதுவரை பெரியப்பாவுடன் செவக்காடு போய் வந்திருக்கிறான். போன அன்றிலிருந்து அவன் முக்கியமானவனாக ஆகிவிட்டான். பதனி குடித்தது, கருப்பட்டி தின்றது, பாட்டையாவைப் பார்த்தது என்று பிள்ளைகளைச் சுற்றி வைத்துக்கொண்டு கதை கதையாய்ச் சொன்னான்.

வீட்டிலிருந்து செவக்காடு வெகுதூரத்தில் இருக்கிறது. ஊர்க்கோடியில் வீடுகள் முடியுமிடத்தில் சுளை இருக்கிறது. உடைந்த பானைகளும் சட்டிகளும் முழங்காலுக்குக் கிடந்து பயமுறுத்தும். அதைத் தாண்டித் தெற்குக் காடு. வண்டிப்பாதை ஓரம் புதர்களும் புற்றுகளுமாயிருக்கும். அதையும் தாண்டிக் காட்டுபாவா பள்ளிவாசல் வெகுகாலத்து ஓடுகளோடு ஒற்றையாய் நிற்கும். அதையும் தாண்டினால் மேடு வரும். அடிவாரத்தில் ஓர் ஊரே உள்ளது. மேலே ஏற ஏற மண் நிறம் மாறிச் சிவப்பாகிக்கொண்டே வரும்.

அடிவாரத்திலிருந்தே பனைமரங்கள் கூட்டம் கூட்டமாய் நிற்கும். போகப்போகப் பனைமரங்கள் கறுப்பும் பச்சையுமாய்க் கண்ணைக் கூசவைக்கும். பொதுக் குடும்பத்திற்குச் செவக்காட்டில் ஓர் ஆள் ஓடி எச்சுப் போகிற தூரம் பனைமரங்கள் உள்ளன.

'சின்னப் பய' 'பெரிய பயலா'கிக் கொண்டிருக்கிறான் என்பதற்கு அடையாளமாக ஊர் இளவட்டங்கள் இப்படிச் சொல்வார்கள். "அரைப் பனை ஏறுறான்," "முக்காப் பனை ஏறுகிறான்." "முழுப்பனையும் ஏறிட்டான்டா பய", நுங்கு வெட்டிப்போட்டுக் கீழே இறங்கிப் புதர்மறைவில் காவலுக்குத் தப்பித்து சேக்காளிகளோடு அத்தனை

குலை நுங்கையும் குடித்துவிட்டு வரவேண்டும். பயல்கள் மத்தியில் அப்படிப்பட்டவன் தலைமையானவர்களுள் ஒருவனானான்.

கட்டைவிரலை நுங்குக் கண்ணுக்குள் கொடுத்து வாயால் உறிஞ்சி நுங்கு குடிப்பது ஒரு கலை. அதிக நுங்கு குடித்தவனின் கட்டைவிரல் கறுத்துப் போயிருக்கும். சாயங்காலம் ஒச்சமை கோயில் பொட்டலில் பயல்கள் கூடும் வேளையில் ஒருவன் கறுத்துப்போன தன் கட்டை விரலைக் காட்டிவிட்டானென்றால் அவனுக்கு அன்றைக்குப் பெரிய மரியாதை இருக்கும். சோனிகளும் ரொம்பச் சிறிசுகளும் "அண்ணே, அண்ணே என்னையும் நாளைக்குக் கூட்டிட்டுப் போண்ணே" என்பார்கள்.

பனைக்கும் நுங்குக்கும் இப்படி ஒரு பவுசு இருக்கையில் பொதுக் குடும்பத்திற்கு ஆயிரம் பனைமரங்களுக்கு மேலிருக்கிறது. இருந்தென்ன; வெகுதூரத்தில் கிடக்கிறது அது. பிள்ளைக் குட்டிகள் சட்டென்று ஓடிப்போய் நிற்குமிடமாக இல்லை தவிரவும் கடுகடுவென்று திரியும் பெரியப்பா வேறு.

அண்ணன் ஒருநாள் செவக்காட்டு மகிமையைச் சொல்லிக் கொண்டிருக்கையில் இவன் மெதுவாக அவனிடம் சொன்னான். "என்னையும் கூட்டிக்கிட்டுப் போகச்சொல்லு பெரியப்பாட்ட".

அண்ணன் கதையை நிறுத்திவிட்டு இவனைப் பார்த்துச் சொன்னான். "இப்பத்தான் பய பால்குடி மறந்திருக்கான். அதுக்குள்ள செவக்காட்டுக்குப் போகணுமா?" இவன் ரொம்பவும் நொந்துபோனான். அன்று மாலை தனியாகப் பெரிய கொட்டாரம் தாண்டி நடந்தான். வந்ததும் பயல்களிடம் சொன்னான், "எனக்குக் கால் வலிக்கலையே."

மறுநாளிலிருந்து பெரியப்பாவைச் சுற்ற ஆரம்பித்தான். பெரியப்பா திண்ணையில் உட்கார்ந்து "ஈஸ்வரி தண்ணி கொண்டா" என்பார். ஈஸ்வரி அக்கா தண்ணீர் எடுத்துக்கொண்டு ஆளடிக்கு வரும்போது பறித்து எடுத்துக்கொண்டு வந்து பெரியப்பாவிடம் கொடுத்தான். குடித்து முடிக்கும்வரை பெரியப்பா பார்க்கும்படி நின்றான். செம்பைக் கொடுத்ததும் நின்று நிதானித்து வாங்கிக் கொண்டுபோய் உள்ளே கொடுத்தான்.

"ராமு ராமு" என்று பெரியப்பா கூப்பிடுவார். கடைசி சித்தப்பா பெயர் அது. "என்ன பெரியப்பா?" என்று பெரிய ஆள்மாதிரி போய் நிற்பான் இவன். பெரியப்பா இவனை மேலும் கீழும் பார்த்துவிட்டு "காளாஞ்செய்க்குப் போய்ப் தண்ணி பாயுதானு பாத்துட்டு வரணும். ராமு எங்கே?" என்பார். "காணோமே நான் போய் பாத்துட்டு வந்திறேன்" என்று சொல்லிக்கொண்டே ஓடுவான். பார்த்துவிட்டு

வந்து "பாயுது பெரியப்பா. எனக்குக் கெரண்டைக்காலுக்கு வந்திருச்சு வயல்ல" என்பான். இப்படி நாலைந்து வேலைகளைப் பார்த்துவிட்டு ஒருநாள் பெரியப்பா சிரிப்பும் கனைப்புமாயிருந்த வேளையில் கேட்டான். "பெரியப்பா என்னை செவக்காட்டுக்குக் கூட்டிக்கிட்டுப் போகணும்". கேட்கும்போதே பாதிக்கு அழுதுவிட்டான்.

பெரியப்பா அவனை மேலும் கீழுமாய்ப் பார்த்தார், ட்ரவுசருக்குக் கீழே கால்கள் நீளமாக இருப்பதைப் பார்த்துவிட்டுப் புன்சிரிப்பாய்ச் சொன்னார். "சரி நாளைக்குப் போவோம்."

அன்றிரவு அவன் மேல்திண்ணையில் பெரியப்பாவுக்குப் பக்கத்தில் படுத்துக்கொண்டான். ராத்திரி பெரியம்மா பால் தம்ளரோடு வந்தது. இவனைப் பார்த்து "அம்புட்டு தூரம் நடந்திருவியா ராசா?" என்றதும் இவன் தலையாட்டியதும் பெரியப்பா சிரித்துக்கொண்டார். ராவெல்லாம் செவக் காட்டைப்பற்றி அண்ணன், அம்மா, பெரியம்மா, சின்னம்மாக்கள் சொன்ன கதைகள் ஞாபகத்தில் மாறி மாறி வர மயக்கமும் சொப்பனங்களுமாய்ப் படுக்கையில் கிடந்தான்.

பெரியப்பா இவன் காலைத் தட்டியதும் எழுந்து பார்த்தான். இருட்டாயிருந்தது. "புறப்படு" என்றார். இவன் எழுந்துப்போய் சட்டையைப் போட்டுக்கொண்டு அம்மாவை எழுப்பிச் சொல்லிவிட்டு ஓடிவந்தான். அதற்குள் பெரியப்பா வாசலுக்குப் போய்விட்டார்.

பெரியப்பாவோடு நடப்பது என்று பெயர்தான் உண்மையில் தொங்கு ஒட்டமாய் ஓடினான். தெருத்தெருவாய் நாய்கள் குரைத்தன. சூளைதாண்டி தெற்குக் காட்டில் நுழையும்போதுதான் மங்கலாய்ப் பாறை தெரிந்தது. இரண்டு பக்கங்களிலும் புதர்கள் கிலியை உண்டாக்கின. பெரியப்பா எதையும் சட்டை பண்ணாமல் விறுவிறுவென்று நடந்துகொண்டிருந்தார்.

இவனுக்குக் கால் வலிக்க ஆரம்பித்தது. பெரியப்பா வெடுக்கென்று ஏதாவது சொல்லிவிடுவாரோ என்ற பயம் வேகமாய் ஓடுவது, அப்புறம் காலாற மெதுவாய் நடப்பது என்ற முறையில் பெரியப்பாவைத் தொடர்ந்தான். அடிவாரத்திற்குப் போகும்போது சாம்பல் நிறத்தில் பொழுது விடிந்துகொண்டிருந்தது. மேலே செவக்காடு சலனமில்லாமல் கிடந்தது. மேலே பார்த்துப் பார்த்துக் கிளர்ச்சியடைந்து நடந்தான். கால்வலி சுத்தமாக மடிந்துபோனது. தொடைச் சதைதான் இறுகிக் கொண்டது போலிருந்தது. பாதம் முழுவதும் மண்ணுக்குள் புதைய ஆரம்பித்தது. மண் வெள்ளை மாறி காவி மாறி சிவப்பாகப் போய்க்கொண்டேயிருந்தது.

பனை விடலிகள் சிறுசிறு கூட்டமாயிருந்தது, போகப் போகப் பெருங்கூட்டங்களாய் வந்துகொண்டிருந்தன. இவன் காலைத் தூக்கிப் பாதத்தைப் பார்த்தான். செம்மண் அப்பிப் பாதங்கள் சிவப்பாயிருந்தன. தூர தூரத்திற்கு ஒவ்வோர் குடிசை தெரிந்தது. ஒருவர் இருவர் மட்டுமே நடமாடினார்கள். சிவப்பு வேட்டிகள் கட்டியிருந்தனர். பெரியப்பா சொன்னார். "இந்த மண்ணுக்கு வெள்ளை வேட்டி ஒரு நிமிசத்துக்குக்கூட ஒத்துவராது".

பெருங்காடாயிருந்தது இப்போது. கண்ணுக்கெட்டிய தூரம் வரை பனைமரங்கள் ஒரு சாண் இடைவெளியில்லாமல் நெருக்கிக்கொண்டு வனப்புமிக்க பச்சை வர்ண ஓலைக் கூட்டங்களோடு இவனைப் பிரமிக்க வைத்தன. எல்லாப் பனைகளிலும் குலை குலையாய் நுங்குகள். இண்டு இடுக்குகளில் இன்னும் பனைமரங்கள் முளைத்துக் கொண்டிருந்தன. குட்டிப் பனைமரங்கள் வாழைப்பழ மஞ்சளில் மட்டைகளும் ரோமக்கருப்பில் கருக்கோடும் ஓலைகள் குடை விரித்தாற்போலமைந்தும் வசீகரமாயிருந்தன. ஆங்காங்கே ஒற்றையடிப் பாதைகள் நாலாதிசைகளிலும் பிரிந்து சென்றன. கீழே எங்கும் சிவப்புமண்; மேலே பனைமரங்கள். இந்தக் கிளைப்பாதைகளில் பெரியப்பா நடுச் சமுத்திரத்தில் வழியறிந்து போவதுபோல் நடந்தார்.

அரவமற்றுக் கிடந்தது காடு. அவ்வப்போது மைனா, குருவி, புறா இவைகளின் சத்தம் கேட்டது. "கீ" என்று கண்காணா வண்டுகளின் ஒலி மட்டும் பனைகளின் சத்தம் போல் கேட்டது. பறவைகளின் சத்தம் கேட்கும்போது மட்டும் காட்டின் மௌனம் கலைகிறது. காலையில் ஊர்ந்த இளங்காற்றுக்கு ஓலைகள் மெல்ல உரசிக்கொள்ளும் ஒலி கேட்டது. அப்புறம் மௌனம்.

மூன்று வெள்ளாடுகள் தெரிந்தன. பாதையில் இவர்களிருவரையும் பார்த்துவிட்டுப் பயந்து நாலுகால் பாய்ச்சலில் மான்களைப் போல் துள்ளி ஓடின. பெரியப்பா சொன்னார். "வேத்து ஆள்களையே பாக்காத ஆடு அப்படித்தான் துள்ளும். பயப்படாம வா".

ஆடுகள் சின்ன மாடுகள் மாதிரி உயர்ந்தும் பருத்துமிருந்தன. இவன் பார்வையையறிந்து பெரியப்பா சொன்னார், "செவக்காட்டுப் புல்லு அவ்வளவு சத்து; அவ்வளவு ருசி. போட்டிக்கு அவ்வளவா ஆடுக இல்லை. அதுதான் தின்னுட்டுக் கொழுத்துத் திரியுது."

ஓர் இடத்தில் ஏராளமாக ஓலை வெட்டி வரிசையாக அடுக்கிக் கால் வைத்துக் காயவைத்திருந்தார்கள். பச்சை ஓலை வாசம் இவனை ஆகாயத்திற்குத் தூக்கியது. வீடு மேய இங்கு வந்துதான்

கந்தர்வன் சிறுகதைகள் 229

ஓலை எடுத்து வருவார்கள் என்று நினைத்துக்கொண்டான். கால் வலித்தது. மலை உச்சிக்கு ஏறுவது போலிருந்தது. கால் வலிக்கு இதமாகக் கண்ணில் பாலூற்றுவதுபோல் சுகமான பச்சை நிறங்களில் ஓலைகளோடும் நுங்குக் குலைகளோடும் பனைகளும் செம்மண் வாசமுமாய் நடந்துகொண்டிருந்தான்.

ஒற்றையடிப் பாதையை விட்டுப் பக்கத்தில் நடந்தால் இளஞ்செடிகள் மிருதுவாய் காலில் பரவின. ஊருக்குள்ளும் வயற்காட்டிலும் பார்த்தறியா எளிய செடிகள், சிறு பூக்களோடு பல வர்ணங்களில் நின்றன. பெரியப்பா பாதை பார்த்து நடந்து போய்க்கொண்டிருந்தவர். "அந்தா இருக்கு பார். அதுதான் நம்ம தோப்பு" என்றார். அவர் சொன்ன இடத்திலும் இதேபோலத்தான் அடர்த்தியாய்ப் பனை மரங்கள் நின்றன. வேலியெல்லாம் இல்லை. ஆனால் பெரியப்பா எங்கிருந்து எங்கே வரை தமது இடம் என்பதை ஓர் அங்குலம் பிசகாமல் சொல்வாராம்.

பெரியப்பா சொந்தத் தோப்புக்குள் நடக்கிறபோது நின்று நிதானித்துப் பனைகளை ஆராய்ந்துகொண்டே நடந்தார். விழுந்து கிடந்த பனை மட்டைகளை உற்றுப்பார்த்தார். மேலே அண்ணாந்து பனை ஓலைகளைக் கவனித்தார். தூரத்தில் குடிசை தெரிந்தது. சிலப்பு வேட்டி கட்டிய ஒருவரின் நடமாட்டம் தெரிந்தது. பெரியப்பா இங்கிருந்தே குரல் கொடுத்தார். "பாட்டையா, ஓலை வெட்டினீரா?" அங்கிருந்து குரல் வந்தது. "மொதல்ல வாங்க இங்கெ. வந்து பேசலாம்." இவன் அண்ணாந்து பார்த்தான். பனை மரங்களில் நுங்கு குலைகுலையாய்ச் சரிந்து கிடந்தன. பச்சச்சென்று சொந்த நுங்குகள்.

பாட்டப் பணத்தைக் கொண்டுவந்து கொடுக்க வீட்டிற்கு எப்போ தாவது வருகிறவர்தான் பாட்டையா. "பர்மாக்காரவுக மகனா. தம்பி வா" என்று இவனையும் உட்காரச் சொல்லிக் கயிற்றுக் கட்டிவை எடுத்துவந்து போட்டார். ஓலை வெட்டியது, மட்டை விற்றது, கருப்பட்டி காய்ச்சியது பற்றியெல்லாம் பெரியப்பா தடதடவென்று கேள்விகளாகக் கேட்டுக்கொண்டிருந்தார்.

இளவெயில் அடித்தது. எழுந்து பனைகளுக்குள் போனான். ரெட்டைப் பனைகளே ஏழெட்டுத் தெரிந்தன. அண்ணாந்தான். மேகம் துளித் துளியாய்த் தெரிந்தது. அடர்ந்து விரிந்த பனை இலைகளைத் தாண்டி வெயில் பூமியில் கால் வைக்கமுடியவில்லை. மரங்கொத்தி ஒன்றைப் பார்த்து வக்கணை காட்டினான். இரண்டு மூன்று பனமரங்களைக் கட்டிப் பிடித்தான். "கீ" என்ற காடு முழுதும் நிறைந்த சத்தந்தரும் வண்டைத் தேடினான். திரும்பி

வந்தான். குடிசை வாசலில் அடுப்பும் பெரிய வட்டியுமிருந்தன. குடிசையின் மூலையில் அடுக்கடுக்காய்க் கருப்பட்டி வட்டுகளிருந்தன. வீட்டில் வெடுவெடுவென்றிருப்பது போலில்லாமல் பெரியப்பா வெகு இயல்பாக இருந்தார்.

பாட்டையா வேட்டியை மடித்துக் கட்டிக்கொண்டார். அரிவாளை எடுத்து இடுப்பில் சொருகிக்கொண்டு பனை ஏறினார். கண்மூடிக் கண்டிறக்கும் நேரத்தில் உச்சியிலிருந்தார். மூன்று குலை நுங்குகள் தடால் தடாலென்று தரையில் விழுந்தன. பார்த்துக்கொண்டிருக்கும்போதே இந்தப் பனையிலிருந்து அந்தப் பனைக்குத் தாவினார். மறுபடி மூன்று குலை நுங்குகள் தரையில் விழுந்தன. இந்தப் பனையில் ஏறிய பாட்டையா அந்தப் பனையிலிருந்து இறங்கினார்.

வரிசையாய் அரிவாளால் நுங்குகளின் வாய்களைத் திறந்து கட்டிலில் வைத்தார். இவன் ருசியோடு உறிஞ்சிக் குடித்தான். பெரியப்பா குடித்துக்கொண்டே மிகுந்த வாஞ்சையோடு இவனைப் பார்த்தார். பாட்டையா ஒரு கலயத்தை இடுப்பில் கட்டிக்கொண்டு இன்னொரு பனையிலேறினார். ஓர் ஓலையை வெட்டிப் போட்டுவிட்டுக் கலயம் நிறைய பதநீர் இறக்கிக்கொண்டு கீழே இறங்கினார்.

ஓலையை வெட்டிப் பட்டை பிடித்தார். பெரியப்பாவுக்கு ஒரு பட்டை, இவனுக்கொரு பட்டை. பட்டை நிறைய பதனி ஊற்றினார் பாட்டையா. பதினி குடித்துக் கொண்டிருக்கும்போதே அதில் நுங்குகளைக் கீறிப் போட்டார். பெரியப்பா சொன்னார், "பதினிக்குள்ளே நுங்கைப் போட்டுக் குடிச்சாத்தான் குடிச்சது மாதிரி இருக்கு" குடிக்கக் குடிக்க ஊற்றினார் பாட்டையா.

வயிறு நிறைந்து கிண்ணென்றானது. இனி ஒரு சொட்டுப் பதனியோ ஒரு துண்டு நுங்கோ உள்ளே போனால் வயிறு வெடித்துவிடும்போல் வந்தது. நிறுத்திவிட்டுப் பட்டையைத் தூக்கி எறிந்தான்.

பாட்டையா இவனைக் கூட்டிக்கொண்டு தோப்பு பூராவையும் நடந்து காட்டினார். வெயில் ஏறிக்கொண்டிருந்தது. மஞ்சள் மசேரென்று புட்டுப் பழங்கள் பழுத்துக் கிடந்தன ஓர் இடத்தில் நாலு பழங்களைப் பறித்துக்கொடுத்தார், "இப்படியே வடக்கே பார்த்துக் கீழே இறங்கினால் கடல் வந்துவிடும்." பாட்டையாவோடு இவன் தரையில் கால் பாவாமல் திரிந்தான்.

குடிசைக்கு வந்ததும் பாட்டையா கருப்பட்டி வட்டை எடுத்துக் கொடுத்துத் தின்னச் சொன்னார். கடித்துத் தின்றான்.

கந்தர்வன் சிறுகதைகள் 231

திகட்டியது. கட்டிலுக்குப் பக்கத்தில் நெருப்பு மூட்டிப் பச்சை வேர்க்கடலைகளைச் சுட்டுக்கொடுத்தார். புட்டுப் பழத்தை விதை எடுத்துக் கொடுத்தார், தின்னச் சொல்லி. விழுந்து கிடக்க வேண்டுமென்று வந்தது. காலம் பூராவும் இந்தக் கட்டிலிலேயே பச்சை ஓலை வாசத்தோடும் வாயினித்தும் வயிறு நிறைந்தும் திரியவேண்டும் போலிருந்தது.

செவக்காட்டின் இந்தக் கோடியிலிருந்து அந்தக் கோடிவரை நடந்து பார்க்கவேண்டும். வாரா வாரம் வைத்தியக் கருப்பன் மூலிகை பறிப்பதற்கு வருகையில் செடி காட்டவேண்டும். அந்தப் பக்கமாயிறங்கிக் கடல் பார்க்க வேண்டும் என்று எக்காளமாய் வந்தது இவனுக்கு. பெரியப்பா பாட்டையாவுடன் தோப்புக்குள் போயிருந்தார். இவன் கட்டிலில் சாய்ந்தான். இரவில் இந்தப் பனங்காட்டுக்கு நிலா வரும். கடலிலிருந்து குளிர்க் காற்று வரும். புட்டுப்பழம், வெள்ளரிக்காய், பதினி, நுங்கு, பனம்பழங்களில் வயிறு நிறையும்.

பாட்டையா ஒரு பனையிலிருந்து மறுபனைக்கு வயிற்றால் தாவுவதைப் பார்த்துக்கொண்டே இருக்கலாம். இதே மாதிரி பிரியம் காட்டினால் பாட்டையா பனங்காடு பற்றி நிறைய கதைகள் சொல்லலாம். பள்ளிக்கூடம் கணக்கு வாத்தியார் என்று வேதனையான எதுவும் இருக்காது. காலமெல்லாம் இந்தக் காட்டிலேயே வாழலாம்.

பெரியப்பா பாட்டையாவிடம் என்னவோ கோபமாகப் பேசிக் கொண்டே திரும்பி வந்தார். பாட்டையா குடிசைக்குள் போய்த் திரும்பினார். பெரியப்பாவிடம் கொஞ்ச ரூபாய்களைக் கொடுத்துவிட்டுச் சொன்னார், ஓலை "வாங்கினவுக, கருப்பட்டி வாங்கினவுக எல்லாம் சனிக்கிழமை பணம் குடுப்பாக ஐயா. நான் ஞாயித்துக்கெழுமை புள்ளை சத்தியமா வீட்ல வந்து பாட்டப் பணம் மொத்தத்தையும் குடுத்துறேன்." பெரியப்பா நாலைந்து தடவை வாக்கு வாங்கிக்கொண்டு "சரி புறப்படு" என்றார் இவனிடம்.

வயிறு பலாப்பழம் மாதிரி கனத்தது. மெதுவாக எழுந்து பெரியப்பாகூட நடந்தான். பாட்டையா கொஞ்ச தூரம் வரை நடந்து வந்தவர் "தம்பி இரு. பயத்தங்காய் பறிச்சுத் தாரேன். தின்னுக்கிட்டே போ" என்று சொல்லிவிட்டுக் கைநிறையப் பசுங்காய்களாகப் பார்த்துப் பறித்துக் கொடுத்தார். பானையில் தண்ணீர் கொண்டுவரும்போது ஒரு சத்தம் வருகிற மாதிரி வயிறு ஆடும்போதெல்லாம் சத்தம் வந்தது. இதற்குப் பின்னும் பாட்டையா விடாமல் அதை இதைக் கொடுத்துக்கொண்டிருந்தார்.

சுள்ளென்று வெயிலுக்குப் பனங்காடு வாசத்தையெல்லாம் அள்ளி வந்து இவன் நாசிக்குத் தந்தது. மயக்கமாய் வந்தது இவனுக்கு. இந்தக் காட்டைவிட்டு வீட்டிற்குத் திரும்ப எந்த விதத்திலும் இவனுக்கு மனதில்லை. கண் பார்க்கிற இடத்திலெல்லாம் மனசு உட்கார்ந்துகொண்டு வரமாட்டேனென்கிறது. அழுகை வருவது மாதிரி இருந்தது. அடிவாரத்தில் நின்று ஏக்கமாய் பார்த்துக்கொண்டே ஊர் திரும்பினான்.

நினைத்து வைத்திருந்ததுபோல் வீடு வந்து பிள்ளைகளைக் கூட்டிவைத்துப் பனங்காட்டிற்குப் போய்வந்த பெருமைகளைப் பீற்றக்கூட இல்லை. சாதாரணமாகச் சொல்லிவிட்டு நிறுத்திக் கொண்டான். பனங்காட்டின் வாசமும் அழுகும் செம்மண்ணும் இவன் எங்கு போனாலும் சுற்றிச் சுற்றி வந்தது. அவன் கவலைகொள்ள ஆரம்பித்தான்.

ஞாயிற்றுக்கிழமை பாட்டையா ஓர் ஓலைப்பெட்டி நிறைய கருப்பட்டியோடு வந்தார். பெரியப்பாவிடம் பாட்டப் பணத்தைக் கொடுத்தார். ஆளுடியில் இலை போட்டு அம்மா வெங்காயக் குழம்பு ஊற்றி சாப்பாடு போட்டது. சாப்பிட்டுவிட்டுத் திண்ணையிலேயே வெகுநேரம் உட்கார்ந்திருந்தார். பெரியப்பா கேட்டார். "பாட்டையா. பொழுது சாயப்போகுது. செவக்காட்டுக்குப் போகலியா?"

பாட்டையா மிகுந்த சோம்பலோடு சொன்னார், "என்னத்தெ போகச்சொல்றீய. ராத்திரியெல்லாம் காத்துக்கு ஓலைச்சத்தம் பேய்க் கத்தலாயிருக்கு. பனங்காட்டு நரிக அஞ்சு பத்துனு சேத்துகிட்டு விடிய விடிய ஊளையிடுது. வெட்டிப்போட்டா, சேதி சொல்லவேண்டியவன், ரெண்டு பர்லாங் தூரத்திலே ஒரு குடிசையிலெ கெடக்கான். விளாத்திகுளத்திலெ புள்ள குட்டிக எப்படி இருக்கோ? ஒரு சாண் வயித்துக்காக அனாதையா கொரங்கிலும் கேவலமா மரத்துக்கு மரம் தாவிக்கிட்டு பொழப்பு ஓடுது. இப்பல்லாம் பயமா இருக்குயா. அங்கனே ஒத்தையிலே படுக்க."

சொல்லிக்கொண்டே பாட்டையா மெதுவாக எழுந்து ஏக்கத்தோடு சிமிண்டுத் திண்ணையையும் கோலம் அழியாத வாசலையும் பார்த்துக் கொண்டே நடந்தார்.

~

காந்தாரி

அந்தப்புரத்தின் கீழ்த்திசையில் வானளாவிய மரங்களிலிருந்து வந்த பறவைகளின் மதுர சப்தங்கேட்டு சப்ர மஞ்சத்திலிருந்து காந்தாரி எழுந்து உட்கார்ந்தாள். அவள் இரவு முழுதும் உறங்கவில்லை என்பதோடு அழுதுகொண்டேயிருந்தாள். கண்ணை மூடிக் கட்டியிருந்த துணியைத் தொட்டுப் பார்த்தாள். பிழிந்துவிட்டால் தேவலை என்பது போலிருந்தது துணியின் ஈரம்.

யுத்தம் ஆரம்பிக்கப் போகிறது. முதல்நாள் சங்கு சக்கரமும் மேக வண்ணமுமாய் அரசவையில் நுழைந்தது ஆயர்பாடிக் கண்ணனா இல்லை; அரசியல்வாதி கண்ணனாய் வந்திருந்தான். ஐந்து ஊர், ஐந்து வீடு, ஐந்தடி நிலம் என்று அவன் யாசகம் கேட்டு அவமானப்பட்டுக் கொண்டிருந்தபோதே யுத்தம் உறுதி செய்யப்பட்டுவிட்டது.

கிருஷ்ணரின் பாதங்கள் சபை மண்டபத்திலிருந்து வெளியேறி கிருபாச்சாரியாரின் இல்லம் நோக்கித் திரும்பியதும் துரியோதனன் தன் உடம்பின் பல பகுதிகளைத் தட்டிக்கொண்டு முழங்கியதைக் கருவுற்ற பெண்கள் கேட்டால் கர்ப்பம் நலங்கியிருக்கும். அந்த ஒலிகளால் பூமி அதிர்ந்தது. திருதராட்டிரன் அந்தச் சப்தம் கேட்டு விட்ட பெருமூச்சிற்குக் காந்தாரி வெகுநேரமாய் அர்த்தம் தேடினாள்.

துரியோதனன், தன்னைவிட அதிகமாய்க் கெட்டவனோடு யுத்தத்திற்கு நின்றிருந்தால் காந்தாரிக்குத் துக்கமே இல்லை. நல்லவர்களோடு துரியோதனன் மோதுகிறான். தவிரவும் பாண்டவர்களை யார் ஆதரிக்கவில்லை! அஸ்தினாபுரத்தின் அந்தராத்மாவே பாண்டவர் பக்கம்தான். அதிகார வெளிச்சம் எங்கெல்லாம் விழுகிறதோ அங்கெல்லாம் சிலர் துரியோதனனுக்காதரவாய் அபிநயம் பிடிக்கிறார்கள்.

கண்ணைக் கட்டிக்கொண்ட காந்தாரி கையில் தராசோடு எல்லா நீதி சபைகளிலும் நிற்கிறாள். எங்கு நின்றாலும் துலாபாரத்தின்

ஒரு தட்டில் பிள்ளைப் பாசம் என்ற பாறாங்கல்லைத் தூக்கி வைத்துக்கொள்கிறாள். வரப்போகும் மரண ஓலங்களையும் ரத்த வாசனையையும் நினைத்துக் கண்ணீர் உறைந்தபடி இருக்கிறாள்.

யுத்தம் என்று வந்துவிட்டால் வீட்டிற்கொரு ஆள் களம் புக வேண்டும். அந்த ஒரு மகன் படி தாண்டையில் அவன் தாய் குடம் குடமாய் அழுவாள். கூடவே யுத்தத்தைத் துவக்கிய வேந்தனை இன்ன வார்த்தை என்றில்லாமல் பழிப்பாள். உலகில் எந்தத் தாய்க்கு நூறு மகன்கள் உள்ளார்கள்? நூறு மகன்களுக்கும் ஒருநாளில் அழுது தீர்க்க முடியாதென்று கார்வண்ணன் வந்துபோன கணத்திலிருந்தே அழ ஆரம்பித்துவிட்டாள் காந்தாரி.

காந்தார நாட்டு இளவசியாயிருந்த வரை காந்தாரிக்கு எல்லாமே தெளிவாகப் புரிந்தது.

உத்யான வனத்தில் இவள் தோழியரோடு பூப்பந்தாடிக் கொண்டிருந்த வேளை, தாதியர்கள் ஓடிவந்து அஸ்தினபுரத்திலிருந்து மங்கல வாக்கு கேட்க ஆட்கள் வந்திருப்பதாகச் சொன்னார்கள். முகம் சூரியனாய்ச் சிவந்து இவள் அரண்மனை சேர்ந்தாள்.

அரசவையில் தந்தை வாக்கு கொடுத்துக் கொண்டிருந்தார். "என் மூத்த மகள் காந்தாரியை அஸ்தினபுரத்தின் அரசரான திருதராட்டிரனுக்குத் திருமணம் செய்துதரச் சம்மதிக்கிறேன்". இவளது சிவந்த முகம் மலர்ந்து நிமிர்கையில் தோழி ஒருத்தி இவளருகில் வந்து "இளவரசியிடம் ஓர் உண்மை சொல்ல நிற்கிறேன்" என்றாள்.

"சொல்"

"அவருக்கு இரண்டு கண்களும் தெரியாது.'

"யாருக்கு?"

"தங்களுக்கு வரப்போகும் கணவரும் அஸ்தினபுரத்து அரசருமாகிய திருதராட்டிரருக்கு."

சிவந்தும் மலர்ந்தும் மந்தகாசமாயிருந்த இவள் முகத்தை அந்தத் தோழி ஒரு நெருப்புத் துண்டால் சுட்டுவிட்டாள். வெகுநேரம் கழித்துக் கேட்டாள்.

"பிறவியிலேயா, நடுவிலா?"

"பிறவியிலேயே"

"தந்தை வாக்கு கொடுத்ததை நான் கண்ணால் பார்த்தேன். காதால் கேட்டேன். நீயும் கேட்டாயா? அஸ்தினபுரத்து அரசரோடு என் திருமணம் உறுதியானதுதானே?"

"அதிலென்ன சந்தேகம்? காந்தார தேசத்து அரசரின் சொல்வாக்கு உலகப் பிரசித்தம். இம்மியும் மாறாது இளவரசியாரே."

அடுத்த நொடியில் தனது மேல்துணியை எடுத்துக் கிழித்தாள் காந்தாரி. தோழியும், தாதியரும் சேவகர்களும் பதை பதைத்து நிற்க, கிழித்த துணியைத் தன் கண்களை இறுகக் கட்டிக்கொண்டாள்.

வெகுநாள் கழித்து காந்தாரி யோசித்துப் பார்த்தாள்; தான் கடைசியாய் என்ன. பார்த்தோமென்று. தோழி முகத்தையா? கிழிந்த தனது மேல்துணியையா? இன்னும் ஆழமாய் யோசித்தாள். கிழித்த துணியோடு, கை, கண்ணுக்கு உயரும்போது மூடிய அந்தக் கடைசி நொடியில் என்ன பார்த்தாள்? எதிரேயிருந்த சுவரா? சுவரில் தொங்கிய வாளா? திரைச்சீலையா? யோசித்து யோரித்துக் கண்டுபிடித்துவிட்டாள். நொடிக்கும் குறைவான அந்தக் கடைசி கணத்தில் அவள் பார்த்தது ஒரு பல்லியை. சுவரில் ஊர்ந்துகொண்டிருந்த ஒரு பல்லியை.

அந்தப் பல்லி இப்போதெல்லாம் இரண்டு நாட்களுக்கொரு முறை அவள் சொப்பனத்தில் வருகிறது. சின்னதாய் வரும் பல்லி பெருத்துக்கொண்டே போகிறது. நூறு பல்லி முட்டைகள் தெரிகின்றன. நூறு பல்லிக்குஞ்சுகள் நெளியும். நூறும் பருத்து முதலைகளாகும். மூத்த முதலையின் வாயிலிருந்து துரியோதனனின் குரல் கேட்கும். முதலைகள் தனது நூறு பிள்ளைகளாய்த் தெரிவார்கள். கோரைப் பற்களும் நீண்ட நகங்களும் கொண்ட ராட்சதர்களாய் மாறுவார்கள். அவர்கள் ஊர்ந்த சுவர்கள் இடிந்து விழும். ஒவ்வொரு சுவராய் அவைகள் அட்டகாசமாக ஏறும்.

சுவர்கள் இடிந்து விழுவதைப் பார்த்து உலகத்திற்கே கேட்கும்படி சத்தம் போட்டுச் சிரிக்கும். மானும் மயிலும், வானும் வனமும் ஆணும் பெண்ணும் வந்த கனவுகள் மாறிப் பல்லிகள் வந்து காந்தாரியை ஆட்டிப் படைக்கின்றன. பலதடவை பல்லிகளின் அட்டகாசத்தில் படுக்கையிலிருந்து விழுந்து காயம்பட்டிருக்கிறாள்.

காந்தார நாட்டு இளவரசியாயிருந்த காலத்தில் வாழ்க்கை எவ்வளவு சுலபமாகவும் இனிமையாகவும் இருந்தது காந்தாரிக்கு. மலர் கொய்யவும் ஆற்றில் நீராடவும் கலகலவென்று ஓடவும் ஆடவுமாயிருந்தாள். வன போஜனமும் பௌர்ணமி விழாக்களும் அவளுக்கு மிகவும் பிடித்தவை. தகப்பனார்க்கு அவள் செல்ல மகள்.

அரசவை மாடத்தில் அடிக்கடி போய் அமர்வாள். அவைக்கு வரும் வழக்குகளை உற்றுக் கவனித்திருக்கிறாள். விசாரணை முடிந்து யார் குற்றவாளி என்பதை தந்தை அறிவிக்குமுன் தானும் முடிவெடுத்துச் சரிபார்த்திருக்கிறாள். வழக்குகளை முடிவுசெய்ததில் அவள் ஒருபோதும் தவறு செய்ததில்லை.

அந்த அறிவும் நுணுக்கமும் நேர்மையும் தன்னை விட்டுப்போய், தான் பேதமையில் கிடப்பதாயும் தவறிழைப்பதாயும் தோன்றிக்கொண்டே இருக்கின்றன. தோன்ற தோன்ற புத்திர பாசம் என்ற நீரால் அழித்துக்கொண்டே போகிறாள். அழிக்க அழிக்கக் காந்தாரி என்ற மனுஷியிடம் தோன்றிக்கொண்டே இருக்கின்றன.

பாண்டவர்களை இப்படி வதைப்பதற்குத் தன் பிள்ளைகளா காரணம்? திருதராட்டிரன்தானே அரசன். அவனல்லவா நியாயத்தை நிலைநிறுத்த வேண்டும். அரசவையில் துரியோதனனிடம் ஒரு பிச்சைக்காரன்போல் வேண்டுகோள் விடுவதோடு சரி. அதிகாரத்தை உத்திரத்தில் வைத்துவிட்டு அழுது புலம்புகிறான் கணவன் என்னும் திருதராட்டிரன்.

திருதராட்டிரனுக்குப் பிள்ளைப் பாசம் அதிகம். அதனாலேயே அதர்மங்கள் நிகழ்கின்றன என்கிறது உலகம். காந்தாரிக்குத்தான் உண்மை தெரியும். திருதராட்டிரனுக்கு நியாயத்தின்பாலும் நீதியின்பாலும் பக்தியில்லை. அதனாலேயே பிள்ளைப்பாசம் தலைதூக்கும் போதெல்லாம் நியாயத்தை அலட்சியப்படுத்தி விடுகிறான். எல்லா அதர்மங்களும் அஸ்தினாபுரத்தில் தலையெடுக்கவும் தழைத்து வளரவும் திருதராட்டிரனே காரணம்.

காந்தார நாட்டிலிருந்து என்றைக்கு அஸ்தினாபுரத்தில் வாழ்க்கைப் பட்டுத் திருதராட்டிரன் கூட்டத்தோடு சேர்ந்தாளோ அன்றிலிருந்து காந்தாரி கை தராசுக்குச் சமநிலை அற்றுப்போனது. ஒரு மகாராணியாக இருந்தும் பல கேவலமான சந்தர்ப்பங்களுக்குச் சாட்சியமாக மட்டுமே இருந்திருக்கிறாள்.

அம்மாதிரி நாட்களில் பொருமல் அதிகமாகி அரசவையிலிருந்து அந்தப்புரம் போவாள். இரவில் அவள் கடைசியாகப் பார்த்த சுவர்ப்பல்லி சொப்பனத்தில் வரும். நடுஇரவில் எழுந்து உட்கார்ந்து அரசவை நிகழ்ச்சிகள், அஸ்தினாபுரத்தில் நடக்கும் சம்பவங்கள் ஞாபகத்தில் வரும்போது நினைப்பாள், தான் அவசரப்பட்டுக் கண்ணைக் கட்டிக்கொண்டோமோ என்று அந்த நினைவே பதி விரதா தர்மத்திற்கு விரோதமானது என்று பேதை மனம் சொல்ல அறுத்தெறிவாள் அந்த நினைவை. திருதராட்டிரனுக்கு அவள் எத்தக் குறையையும் வைக்கவில்லை.

அவன் தன்னைத் திருமணம் செய்துகொண்ட நாளில் அவளது தங்கைகளான சத்யவிரதை, சதியசேனை, சுதேட்சணை முதலிய பத்துப் பேரையும் மணந்துகொள்ள ஆசைப்பட்டான். அப்படியே நடந்தது. அதோடு நிற்கவில்லை. நாடு நாட்டிற்குத் தூதுவர்களை

அனுப்பி அரச குமாரிகளைப் பெண் கேட்டான். இப்படியாக நூறு அரச குமாரிகளை அந்தப்புரத்திற்குக் கொண்டுவந்தான். அந்தப்புரத்தின் பரப்பு அஸ்தினாபுரத்தில் பாதிக்கு மேலாகப் போகிறது என்று பொதுமக்களில் ஒருவன் கேலி பேசியதாக தாதி ஒருத்தி வந்துசொன்னாள். சிரிப்பு வந்ததைக் கூட காந்தாரி அடக்கிக்கொண்டாள், பதிவிரதா தர்மத்திற்குப் பங்கம் நேருமென்று.

பல மாதங்கள், பல வருடங்களாய்த் தொடர்ந்து ஓர் இரவிலும் கூடத் திருதராட்டிரன் அவள் அறைக்கு வரவில்லை எழுந்த ஏக்கங்களையெல்லாம் குளிர்நீரால் அடக்கினாள். பதிவிரதா தர்மத்திற்கு வந்த எல்லாச் சோதனைகளையும் இதுவரை வெல்லாமல் விட்டதில்லை.

ஆனால் சமீபகாலமாய் அவளுக்குக் கண்மேல் கட்டப்பட்டிருக்கும் துணி மலைபோல் கனக்க ஆரம்பித்திருக்கிறது. இத்தனை ஆண்டுகளாய் அந்தத் துணி அவள் பிறக்கும்போது கட்டிவந்த துணிபோல் தானிருந்தது. ஆனால் அவள் மனத்தில் இந்தத் துணி பல சர்ச்சைகளையும் புயலையும் தோற்றுவித்துக் கொண்டிருக்கிறது.

முந்தைய இரவு சொப்பனத்தில் பல்லிகளின் அட்டகாசம் சொல்லி மாளாததாய் இருந்திருக்கும். இதனை அந்தரங்கமாய்ப் பகிர்ந்துகொள்ள ஓர் ஆணோ பெண்ணோ அவளுக்குத் துணையில்லை. விடியற்காலையில் பணிப்பெண்கள் குளியலறைக்கு அழைத்துப்போய் மாற்றுவதற்காகக் கண் துணியை அவிழ்த்தெடுப்பாள் ஒருத்தி. அப்போது கண்ணை மூடியபடி நிற்பாள் அவள். காந்தார நாட்டு இளவரசியாயிருந்தபோது கடைசியாய்ப் பார்த்த சுவர்பல்லி என்ன பாடுபடுத்தியது. இந்த அவஸ்தையிலிருந்து மீள மறுபடி வேறொன்றைப் பார்த்துவிட்டுக் கண்ணை மூடிக்கொள்ளலாம் - ஒரு செடி, பூ, கிளி இப்படிப் பசுமையாய் ஏதோ ஒன்றை.

அப்புறம் அவள் புதுத்துணியைக் கட்டி விடட்டும். சொப்பனங்களில் பல்லி வருவது நிற்கும். பதுங்கிப் பதுங்கி இந்த எண்ணங்கள் தோன்ற ஆரம்பிக்கும்போதே உச்சந்தலையில் இரும்பால் அடித்துபோல் விழும் பதிவிரதா தர்மம் பற்றிய ஆக்ஞை அடுத்த நொடியே கண்களை முன்னைவிட அழுந்த மூடிக்கொள்வாள் புதுத் துணி வரும்வரை.

அரசவையில்தான் அவள் திருதராட்டிரனுக்கருகில் அமரமுடிந்தது. மற்ற இடங்களிலும் நேரங்களிலும் அவளை விட்டு அவன் விலகிக்கொண்டே போகப் போக காந்தாரி தனது நூறு பிள்ளைகளின் அம்மாவாக நெருக்கத்தை ஏற்படுத்திக்கொண்டாள். துரியோதனன்

தம்பியரோடு கூட்டமாய்ப் போய் அம்மாவை சந்தித்தான். அவன் குணத்திற்கு எப்போதும் வாய்ச் சண்டை கைசண்டையோ போட வேண்டியவனாயிருந்தான். பாட்டையில் போனாலும் வேட்டைக்குப் போனாலும் ஒரு சண்டையில்லாமல் அவனுக்கு அரண்மனை திரும்பமுடியாது. அப்படிப்பட்டவன் திடகாத்திரனாயிருக்க வேண்டியது அவசியம் என்று தாய் உணர்ந்தாள். பணிப்பெண்களிடம் அவனது உணவு பற்றி உத்தரவுகள் பிறப்பித்தாள். அவன் உடம்பைத் தொட்டுத் தொட்டுப் பார்த்து ஆறுதல் படுத்தினாள்.

இந்த நெருக்கத்தின் காரணமாகக் கண் துணி பாரமாய்த் தெரியும் போதெல்லாம் திரதராட்டிரனை விடவும் துரியோதனனை நினைத்து அவள் மிகவும் பயந்தாள். தாயின் விரதம், புலனொடுக்கம் இவைகளை மகன் ஆய்வு செய்து பிழை சொன்னால் அப்பவும் இந்தப் பூலோகத்தில் வாழ்ந்து ஒரு பயனுமில்லை. துரியோதனின் கனத்த புஜங்களும் முறத்தைப் போன்ற உள்ளங்கைகளும் அவளுக்குக் கிலியூட்டின.

அவளது தனிமையும் நாட்டு நிலைமைகளும் சேர்ந்து புதிய எண்ணங்களை உண்டாக்கியது. கண்ணைக் கட்டிக்கொள்ளாதிருந்தால் அரசியலதிகாரத்தில் தன் கை தூக்கலாயிருந்திருக்கும் என்ற எண்ணம் வந்தது. தகப்பனுக்குக் கண்ணில்லை என்பதாலேயே துரியோதனன் கை ஓங்கி நிற்கிறது. தாயும் கண்ணைக் கட்டிக்கொண்டாள் என்பதாலேயே அவன் கெட்டழிய ஆரம்பித்தான். ஒருவேளை தான் கண் திறந்து உட்கார்ந்திருந்தால் துரியோதனன் அஞ்சி நடந்திருப்பான். இத்தனை அதர்மங்கள் அஸ்தினாபுரத்தில் வளர்ந்திருக்காது என்று மனம் தர்க்கித்தது.

சுவர்பல்லி கனவுகள் வந்து போனபின் இந்த நினைவுகளும் வர, கண்ணின் மேல் துணி கன பாரமாயிருந்து அவளுக்கு கண்ணைக் கட்டிக்கொண்டு இத்தனை ஆண்டுகளாய்த் திரிந்ததில் உள்மனதிலிருந்து வந்த துயரம், புழுக்கம் எல்லாவற்றையும் வெளி மனத்திற்குக் கொண்டுவர அவளுக்கு யுத்தம் உதவியது.

காந்தார நாட்டு இளவரசியாயிருந்தபோது இரவு முழுதும் மூடிக் கிடந்த விழிகளை காலையில் திறப்பதில் எத்தனை மகிழ்ச்சி அடைந்திருக்கிறாள். அப்போதெல்லாம் வாழ்க்கை என்பது தினமும் பார்ப்பதில்தான் ஆரம்பித்தது. ஒருமுறை தோழியரோடு கண்ணாமூச்சி ஆட்டம் ஆடியபோது ஒளிந்திருந்தவர்களைக் கண்டுபிடிக்க வழக்கத்தை விட வெருநேரமாகிவிட்டது. மூச்சு முட்டியது. மயக்கம் வருவது போலிருந்தது. கண்ணில்தான் துணி கட்டியிருந்தது. மூக்கில் கட்டியது போல் மூச்சுத் திணறல் வந்தது.

கந்தர்வன் சிறுகதைகள் 239

காந்தாரிக்கு திருதராட்டிரன் மீது வெறுப்பும் கோபமும் வந்து கொண்டிருந்தது. தான் பிறவிக் குருடாயிருந்து, திருதராட்டிரன் கண்களோடு இருந்தால், ஒரு நொடியாகிலும் தனக்காகக் கண்ணைக் கட்டிக்கொள்வானா? முக்காலத்திற்கும் எந்த ஒரு புருஷனாவது மனைவியின் ஒரு நாழிகை திருப்திக்காகக் கண்ணைக் கட்டிக்கொள்வானா? பெண்ணுக்குத்தான் இதெல்லாம் பாந்தமாயிருக்கும். காந்தாரி சில நேரங்களில் நினைப்பாள். திருதராட்டிரனை ஒருமுறை பார்த்த பிறகாவது கண்ணை கட்டிக் கொண்டிருந்திருக்கலாம்.

காந்தாரி யுத்த பிதிகளுக்கு நடுவே தனது கண்கட்டிவித்தை பற்றிப் பீறிட்டு வரும் புதிய எண்ணங்களுடனேயே திரிந்தாள். அரசவை களை இழந்து கிடந்தது. சான்றோர்களின் சோர்வினால் அப்படி ஆனது அரசவை. நகர் முழுதும் யுத்த பேரிகைகள் ஒலித்தன. பட்டறைகளில் வாளும் வேலும் செய்யும் கடா புடா சத்தங்கள் நடுநிசிகளிலும் ஒலித்துக் கொண்டிருந்தன.

அன்று அரசவைக்கு வியாசர் முனிவர் ஜடாமுடியோடும் தீர்க்கமான கண்களோடும் மெலிந்த பாதங்களை ஊன்றி வந்தார்.

திருதராட்டிரன் வியாசரின் காலில் விழுந்து எழுந்தவன் நாட்டு நிலைமையை நாலு வார்த்தைகளில் சொல்லிக் கேவிக் கேவி அழுதான். அவனுக்கு வியாசர் தகப்பன் மாதிரி. காந்தாரி வியாசரை வணங்கிக் கேட்டாள்.

"சுவாமி அஸ்தினாபுரத்திற்கு என்ன நேரும்?"

வியாசர் சொன்னார், "அழிவு நிச்சயமாகிவிட்டது. இரண்டு பக்கங்களிலும் படைகளும் படைக்கலங்களும் தயாராவதைப் பார்க்க யாருக்கும் அச்சமேற்படுகிறது."

திருதராட்டிரன் கேட்டான். "இதில் யாருக்கு வெற்றி கிடைக்கும்?"

"வெற்றி தோல்விகளை நீயே பார்க்கும்படி நான் உனக்கு ஞானக் கண் தரவா?"

"இங்கிருந்தே நான் யுத்தத்தைப் பார்க்கலாமா?"

"ஆம், நான் உனக்குத் தரப்போகும் ஞானக்கண்ணால் யுத்த களத்தை நீ எங்கிருந்தும் பார்க்கலாம்."

காந்தாரி கேட்டாள், "யுத்த களத்தின் தூசி, தேர்க்கால்களின் வண்ணம் இவற்றைக்கூட ஞானக்கண்ணால் பார்க்க முடியுமா சுவாமி?"

"நீ எதையெல்லாம் விரும்புகிறாயோ அதையெல்லாம் பார்க்கலாம்."

திருதராட்டிரன் சட்டென்று சொன்னான். "இவ்வளவு காலமும் கண்ணில்லாமல் இருந்துவிட்டு இப்போது இந்த அழிவைப் பார்க்கவா கண் வேண்டும்? எனக்கு வேண்டாம். இதோ என் சாரதி சஞ்சயனிருக்கிறான். அவனுக்கு அந்த ஞானக்கண்ணைக் கொடுங்கள். அவன் யுத்தத்தைப் பார்த்துச் சொல்லட்டும் நான் அறிந்துகொள்கிறேன்."

வியாசர் அவ்விதமே அருளிவிட்டுச் சென்றார்.

வெறுப்பும் கோபமும் மேலிடக் காந்தாரி அவையை விட்டு வெளியேறினாள்.

அன்று மாலை திருதராட்டிரன் அறைக்குச் சென்ற காந்தாரி கேட்டாள், "கிருஷ்ணர் அரசவைக்கு வந்தபோது துரியோதனனைச் சமாதானம் பண்ண என்னைத்தான் அழைத்தீர்கள். அந்தப்புரத்தில் நூறு நூறு பெண்களிருந்தும் என்னைத்தான் மகாராணியாய் வைத்திருக்கிறீர்கள். ஆனால் வியாசர் ஞானக்கண் தருவதாகச் சொன்னதும் ஒரு பெண்ணிடம் என்ன கேட்பது என்று என்னிடம் ஒரு வார்த்தைகூட கேளாமல் சஞ்சயனுக்குக் கை காட்டிவிட்டீர்கள்."

யுத்தக் கவலைகளில் மூழ்கிக் கிடந்த திருதராட்டிரன் இதைக் கேட்டுக் குழப்பமும் கலவரமுமடைந்தான்.

அன்றிரவு காந்தாரியின் உறக்கத்தில் கனம் கனமான சொப்பனங்கள். பல்லிகள் ஆடை அணிந்து வில் தொடுத்ததினால் வானத்தில் ஓட்டை விழுந்துவிட்டது. ஆரண்யங்களில் தீப்பிடித்தன. பெண்களின் உடைகளைப் பல்லிகள் தேடித் தேடிப் பறித்தன, கிழித்தன. பல்லிகளின் சிரிப்புச் சத்தத்தில் விளக்குகள் அணைந்தன. உலகம் காரிருளில் கிடந்தது. விடியும் வரை பயமும் களைப்புமாய்ப் படுக்கையில் கிடந்தாள்.

காலையில் பணிப்பெண்கள் காந்தாரியைக் குளியலறைக்கு அழைத்துப் போனார்கள். ஆடைகளை மாற்றிவிட்டுக் கண்கட்டை அவிழ்த்தார்கள். பதிவிரதா தர்மம், யுத்தம் மகன்கள், பூர்வ பண்பு எல்லாம் மறந்துபோய் காந்தாரியின் கண்கள் திறந்தன. சிறிது நேரத்திற்கு ஒன்றுமே தெரியவில்லை. மங்கலாயிருந்தது மாறி தெளிவாகிக்கொண்டே வந்தது. எதிரில் சுவர் தெரிந்தது. மீண்டும் ஒரு பல்லி.

"ஆ...." என்று காந்தாரி அலறிக்கொண்டேயிருக்க பணிப்பெண்கள் மகாராணியின் கண்களைப் புது துணியால் கட்டினர்.

தராசு

பர்மாவிலிருந்து திரும்பியபோது அப்பா நான்கு பொக்கிஷங்களோடு வந்ததாகச் சொல்லார். 1. சைவம், 2. கதர், 3. தமிழ், 4. கொண்டை போட்டால் ஒரு செம்பளவு இருக்கும் கூந்தல். பர்மாவில் சனிக்கிழமைகளில் எண்ணெய் தேய்த்துவிட வருபவனிடம் அப்பா சொல்வாராம், "எண்ணெய் தேய்க்கும்போது தலையிலிருந்து ஒரு முடி உதிர்ந்தால் ஒரு தம்பிடி அபராதம்".

அப்படிப் பிரியமாய்ப் பாதுகாத்து வைத்திருந்த கூந்தலை இழக்கும் படியாகவும் கிராப் வைத்துக் கொள்ளும்படியாகவும் அப்பாவின் திருமணம் வந்தது. தவிரவும் இன்னும் கிராப் வைக்க முடியாதவனிடம் ஆட்சியை எப்படித் தரமுடியும் என்று என்று அப்போது ஜில்லா கலெக்டராயிருந்த வெள்ளைக்காரன் சொன்ன சொல் அப்பாவை ரோஷப்படுத்தியதாகவும் சொல்வதுண்டு.

ஆனால் மற்றவற்றில் அப்பா மிகவும் உறுதியாக இருந்தார். திருமணத்தன்று கதர் வேஷ்டி சட்டை அணிந்திருந்ததை அந்தப் பிராந்தியம் வெகுநாளாய் சொல்லிக் கொண்டிருந்ததாம். மணப்பந்தலில் ஒருமணி நேரம்கூட அல்ல ஒரு நிமிட நேரம் பட்டு வேஷ்டி கட்டச் சொல்லித் தாத்தா ஏராளமாய் மத்தியஸ்தர்களை அனுப்பிப் பார்த்துத் தோற்றுப்போனார். அப்பா கர்வமும் கதருமாய்த்தான் அம்மா பக்கத்தில் உட்கார்ந்திருந்தாராம். மறுநாள் கறி விருந்துக்கு ஆறு ஆடு உரித்துத் தேக்சாக்களில் கறித்துண்டுகள் வெந்தபோது அப்பத்தா கையளவு பருப்பை வேகப்போட்டு அப்பாவிற்குத் தனிச்சமையல் செய்ததாகச் சொல்வார்கள்.

அம்மா வளர்ந்த விதம் தனி. தாத்தா வீட்டில் குளுமை குளுமையாகக் கருவாடு கிடக்கும். நாலு பானை நிறைய உப்புக்கண்டம் இருக்கும்.

அடை வைப்பதும் குஞ்சு பொரிப்பதும் என்று கொல்லை முழுவதும் கோழிக் கசகசப்பிருக்கும். கோழிக்கூடு சின்ன வீடளவிருக்கும். திறக்கும் காலை வேளைகளில் திருவிழாக் கூட்டம் கெட்டது, கோழிகளும் சேவல்களும் குஞ்சுகளும் படைபடையாய் வெளிவருவது. ஒரு தட்டு நிறைய கஞ்சியும் மறுதட்டு நிறைய மீனும் சாப்பிட்ட வீடு அம்மா வீடு. அமாவாசையன்று மட்டும் வீட்டில் மீன், கருவாடு சமையலிருக்காது. மற்ற நாட்களில் கவிச்சி இல்லாமல் அந்த வீட்டு ஆள்களுக்குச் சாப்பாடு செல்லாது.

கல்யாணம் ஆனதும் அப்பாவுக்குப் பிடித்தமான சைவ சமையலைப் பழக அம்மாவுக்கு வெகுநாள் பிடித்தது. பொரியல், கூட்டு, பச்சடி, மசியல், துவையல் என்று காய்களைப் பிரிக்கவும், சேர்க்கையில் எது தூக்கலாயிருக்க வேண்டும் என்று தெளியவும் வெகு பிரயாசைப்பட்டாம் அம்மாவுக்கு.

அண்ணன் பிறந்ததும் அப்பா சொன்னாராம். "என் பிள்ளைகள் சைவமாக வளரவேண்டும்." அண்ணனுக்கு அப்புறம் நாங்கள் நான்கு பேர் பிறந்தோம். எங்களைக் காட்டிப் பலரும், "இவுகளாம் பிறவிச் சைவம்" என்பார்கள் 'அப்பாவே நடுச் சைவம்தான்.'

எங்கள் வீட்டிற்கு நாலு வீடு தள்ளித்தான் அம்மாச்சி வீடு. நாங்கள் சாப்பிட்டு முடித்ததும் அம்மா இருட்டில் தாய் வீட்டிற்குப் போகும். மீன் குழம்பு ஊற்றிச் சாப்பிட்டுவிட்டு வெற்றிலை பாக்குப் போட்டுக்கொண்டு வரும். மீன் கருவாடு நாற்றம் குடலைப் பிடுங்கும். அதை எப்படி அம்மாவால் சாப்பிடமுடியும் என்று எங்களுக்கு ஆச்சர்யமாயிருக்கும்.

வீட்டில் நாலு மாடுகளில் பால் கறப்பார்கள். ராத்திரி படுக்கப்போகுமுன் பால் சாப்பிடுகிற வீடு ஊரிலேயே எங்களுடையதுதான். கருப்பட்டியோடு சிலோனிலிருந்து சித்தப்பா அனுப்பும் ஓவலும் சில சமயம் பாலில் சேரும். மீன் கறி இல்லாததை பால், தயிர் தீர்க்குமென்பார் அப்பா.

ஆனாலும் அண்ணன், நான், அக்காள் எல்லோரும் குச்சி குச்சியாய் இருந்தோம். தெருவில் நாங்கள் விளையாடும்போது மற்ற பிள்ளைகளின் வீரியம் எங்களுக்கில்லை என்று அம்மா தூரத்திலிருந்து பார்த்துவிட்டுப் பெருமூச்செறியும். சோனிதானே என்று ராசாக்கண்ணு என்னை அடிப்பான். அவன் கையைப் பிடித்து நான் கடித்துவிடுவேன். பல் பதிந்த முன்னங்கையை அம்மாவிடம் நீட்டிப் புகார் சொல்வான் ராசாக்கண்ணு, "கறிக்கு வீங்கிப் பய. இன்னைக்கும் என்னைக் கடிச்சிட்டான்."

கந்தர்வன் சிறுகதைகள் 243

இப்படி என்னை ராசாக்கண்ணு பேசுவது அப்பாவுக்குத் தெரியாது. "கறிக்கு வீங்கி, மீனுக்கு வீங்கி" என்று என்னைச் சொன்னது தெரிந்தால் ராசாக்கண்ணு என்ன ஆவானோ என்று நான் நினைப்பதுண்டு. ஆனால், அப்பாவிடம் இந்த மாதிரி சங்கதிகளை நாங்கள் எப்போதும் பேசிக்கொள்ள முடியாது. அப்பா மேல்திண்ணையில்தான் எப்போதும் உட்கார்ந்திருப்பார். சுற்றி எப்போதும் பத்து பெரியவர்கள் இருப்பார்கள். கீழ்த்திண்ணையிலும் அதைத் தாண்டியும் உள்ளூர் ஜனங்களும் வெளியூர் ஜனங்களும் உட்கார்ந்திருப்பார்கள். இரவு பகலாய் பஞ்சாயத்துகள் நடக்கும். பல நேரங்களில் டவுன்களிலிருந்து பெரிய பெரிய தலைவர்கள் வந்து அப்பாவோடு பேசிக்கொண்டிருப்பார்கள். கையில் எலுமிச்சம்பழம் வைத்து அடிக்கடி முகர்ந்துகொண்டிருப்பார்கள்.

அம்மா சொல்லிவிட்டு, நாங்கள் நாலைந்து தடவை கூப்பிட்ட பிறகுதான் அப்பாவால் சாப்பிட வரமுடியும். ஆனால் எந்த ஊர் ஆள் வந்தாலும் அப்பா பக்கத்தில் அவரைவிட அழகான ஓர் ஆள் உட்கார்ந்து நான் பார்த்ததில்லை. "உங்கப்பா சிவப்பிலும் அழகிலும் நீங்க ஒருத்தன் கூட இல்லெடா" என்று சந்தோஷமாக இருக்கும்போது அம்மா சொல்லும்.

பரந்த வயலிலிருந்து அத்தை வரும். மதுரையிலிருந்து கந்துப்பிள்ளை சித்தப்பா வருவார். பெரியப்பா, சித்தப்பா வீடுகளில் கோழியடித்து விருந்து நடக்கும். வாளை, சீலா என்ற விலை அதிகமான மீன் வாங்கி, அமர்க்களப்படும். எங்கள் வீட்டில் முருங்கைக்காய் சாம்பாரும் உருளைக்கிழங்கு வறுவலும்தான். ஆனால் அவர்கள் வந்து பதவிசாய் உட்கார்ந்து சாப்பிட்டுச் செல்லும்போது அப்பா மேல் உள்ள மரியாதை அவர்களது சின்னச் சின்ன அசைவுகளிலும் தெரியும். அவர்கள் வீட்டுப் பிள்ளைகளை அதிகமாகச் சத்தம் போடக்கூட விடமாட்டார்கள். அதட்டி வைப்பார்கள். கதரும் சைவமும் அப்பா மேல் அவ்வளவு மரியாதையை உண்டாக்கியிருந்தன. சுற்றிச் சொந்தக்கார வீடுகளாயிருந்தும் வேறு ஜாதி வீடு போலிருந்தது எங்கள் வீடு.

வயதானவர்கள் இறந்தால் இருபத்தோராம் நாளில் உத்தரகிரியை நடக்கும் மறுநாள் எண்ணெய் தேய்த்துக் குளியலும் கறி விருந்தும் நடக்கும் முதல்நாள் கிரியை முடித்துமே அப்பாவும் நாங்களும் ஊருக்குத் திரும்பிவிடுவோம். கிரியையன்று வாசலில் கட்டப்பட்டிருக்கும் ஆடு "GOLD" என்று ஓலம் எழுப்புவது பாவமாயிருக்கும். கண்கள் மிரட்சியோடும் பதற்றத்தோடும

தெரியும். ஒன்றுமறியாக் குழந்தையைத் துணில் கட்டிப்போட்டது போலிருக்கும்.

எப்போதாவது தங்க நேர்ந்தால் தலை தனியாய் முண்டம் தனியாய்க் கிடக்கும் ஆட்டைப் பார்க்க அருவருப்பாயிருக்கும். ஒரு கொண்டியில் ஆட்டைத் தொங்கவிட்டுத் தோலை உரிக்கும் கையை ஒடிக்கலாமா என்று வரும்.

அப்பாவைப் பார்க்க வெளியூர்களிலிருந்து கதரணிந்து நிறைய பேர் வருவார்கள். அவர்களில் இரண்டு பேர் வந்து போனபோது அம்மா சொன்னது, "பாவம் இவுக வீடுகள்லயும் சைவமாயிருந்து என்ன கஷ்டப்படுகளோ?" அப்பா சத்தமாய்ச் சிரித்தார். "அப்பா ஏண்டா சிரிக்கிறாக?" என்றது அம்மா என்னைப் பார்த்து அப்பா சொன்னார்.

"தேர்தலுக்காக மட்டும் அவுங்கள்லாம் கதரை உடுத்திக்கிருவாங்க."

எனக்கு அண்ணனுக்கு, தம்பிக்கு ட்ரவுசர்கள் மட்டும் காக்கியில், சட்டைகள் முரட்டுக் கதர்த் துணியில், அக்காவுக்குப் பாவாடையும் சட்டையும் மதுரையில் பூப்போட்ட கதர் சீட்டித் துணியில் தைத்து வருவார் அப்பா. வீட்டில் ஹரிக்கேன் லைட்டைத் துடைப்பதுகூடக் கிழிந்து பழசான கதர்த் துணியில்தான். ஆனால் கதர், சைவமெல்லாம் அப்பாவுக்கும் பிள்ளைகளாகிய எங்களுக்கும் மட்டும்தான். அம்மாவுக்கு ஒரு கதர் புடவை வாங்கிவந்து நாங்கள் பார்த்ததில்லை. அம்மா வாரம் ஒரு தடவை அல்லது இரண்டு தடவை அம்மாச்சி வீட்டிற்குப் போய் இரவு நேரங்களில் மீனோ கறியோ சாப்பிட்டுவிட்டு வெற்றிலை வாயுடன் வந்துகொண்டுதானிருந்தது.

நாங்கள் பார்க்க அப்பா, அம்மாவிடம் பிரியமாய்ப் பேசியதில்லை. குளிக்க வெந்நீர்ச் சூடு கூடியிருந்தாலும் குறைந்திருந்தாலும் அம்மா வேண்டும். மழை நேரம் பார்த்து அம்மா தானகவே காபி போட்டு அப்பாவுக்குத் தரவேண்டும். வெயில் நேரத்தில் நீர் மோர் தரவேண்டும். தான் கேட்டபின் அம்மா தந்த நேரங்களில் அப்பா முறைப்பார். அம்மாவுக்கு அந்த நேரங்களில் சப்தநாடியும் ஒடுங்கிவிடும். அம்மாதிரி வேளைகளில் கொல்லையில் அந்த வருஷம் போடவேண்டிய பயிர்க் குழிகளை அம்மா பேச ஆரம்பிக்கும்; அப்பா சமாதானமாகிவிடுவார்.

எங்கள் சொந்தக்கார வீடுகளில் பேருக்கு ரெண்டு பூசணி விதைகளையும் பாவை விதைகளையும் ஊன்றிக் காய்கறி பறிப்பார்கள். அப்பா இரண்டு பெரிய கொல்லைகளையே காய்கறி பயிரிட ஒதுக்கியிருந்தார். ஊரில் முதல் மழை விழுந்துமே

மேல் கொல்லையில் இரண்டு ஆட்கள் மண்வெட்டிப் பிடித்து வெட்டுவார்கள். நாலு நாள் கீழ் மண் மேல் மண்ணாகிக் காற்று வாங்கும். மறு மழைக்கு வட்டம் வட்டமாய்ப் பயிர்க் குழிகள் தயாராகும். பாவை, பீர்க்கு, புடலை கொடிவிடும்போது புது ஓலைக் கீற்றுகளை முடிந்து பந்தல் கட்டுவார். இன்னொரு புறம் பூசணியும் பறங்கியும் காடுகளாய்ப் படரும். மஞ்சளும் வெள்ளையுமாய்ப் பூக்கள் அதிகாலையிலும் அந்திகளிலும் ஜொலிக்கும்.

அவ்வளவு பஞ்சாயத்துகளுக்கு நடுவில் தினமும் காலையில் கொல்லைக்கு எங்களில் ஒருவரை அழைத்துக்கொண்டு போவார். பந்தலில் குனிந்து குனிந்து பிஞ்சுக் காய்களைத் தேர்ந்து பறிப்பார். தாங்கள் நார்ப் பெட்டியைக் கையில் வைத்துக்கொண்டு அப்பா மெதுமெதுவாய்ப் போடும் காய்களின் குளுமையை நாக்கில் நீரூரப் பார்ப்போம். எங்கள் சொந்தக்காரர்கள் வீடுகளில் கோழி வளர்ப்பதை விடவும் ஆடு வளர்ப்பதை விடவும் அப்பா காய்கறி பயிரிடுவதைப் பிரியத்தோடும் சிரத்தையோடும் செய்தார்.

கீழ் கொல்லையில் மிளகாய், வெங்காயம், கத்தரி, அகத்தி புசுபுசுவென்று வளரும். இவற்றிற்குத் தண்ணீர் இறைப்பதில் எங்களுக்கு இயற்கையான ஆர்வத்தை உண்டாக்கினார். கோலி விளையாடுவதைவிடத் தோட்டத்திற்குத் தண்ணீர் இறைப்பது எங்களுக்கு சந்தோஷமாயிருந்தது.

குருக்கள் வீடு ஊரில் ஒத்தை வீடு. சமையல் பக்குவங்களை குருக்கள் சம்சாரத்தோடு அம்மா பரிமாறிக்கொள்ளும். குருக்கள் வீட்டுப் பிள்ளைகளோடு நாங்கள் நெருக்கமாக இருந்தோம். பாலும் மோரும் இங்கும் அங்கும் போகும் வரும்.

நாயக்மார் வீடுகளைத் தாண்டிக் கடைத்தெருவுக்குப் போகும் குறுகிய பாதையின் இரண்டு பக்கங்களிலும் சாயங்காலம் மீன் கடைகள் வரும். பெரிய கூடைகளில் மீன்களைச் சுமந்து வாலி நோக்கத்திலிருந்து ஆறு மைலும் தொங்கு ஓட்டத்திலேயே வருவார்கள். பனை ஓலை விரித்து வெள்ளரியைக் கொட்டியதுபோல் மீன் கடைகள் நடக்கும். அந்தப் பக்கம் நடக்கும்போது குருக்கள் வீட்டுப் பிள்ளைகள் மூக்கைப் பொத்திக்கொண்டு நடப்பதைப் பார்த்து நானும் தம்பியும் மூக்கை பொத்திக்கொண்டு வெகு செயற்கையாய்க் காறித் துப்பிக்கொண்டும் சென்றோம். எனக்கும் என் கூடப்பிறந்தவர்களுக்கும் 'நாங்கள் சைவம்' என்ற கர்வம் நிறைய இருந்தது. இரவு நேரங்களில் சொந்தக்காரர்கள் வீடுகளில் தண்ணீர் குடிக்கமாட்டோம். செம்பு டம்பளரில் மீன் கவிச்சி வரும். சொந்தக்காரர்களையே அற்பமாய்ப் பார்க்கும் பார்வை

பிள்ளைகளுக்கு அதிகமாயிருக்கிறதென்று அம்மா புகார் சொல்லும்போது அப்பா சிரித்துக்கொள்வார்.

அப்பாவைப் பற்றிய மற்றவர்களின் மதிப்பீடுகளும் எங்கள் திமிருக்கு இன்னொரு காரணம். அப்பா ஒழுக்க சீலர். ஒருநாள். ஒரு விநாடி கூட ஒழுங்கு பிசகக் கூடாது. ஜனங்கள் அப்பாவை நெருப்பைப் பார்ப்பதுபோலப் பார்த்தனர். ஐந்து வருடம் பஞ்சம் போனபோதும் 'சுதேசமித்தரனு'க்கு சந்தா கட்டத் தாமதமானதில்லை. கொல்லையில் ஒட்டுவாட்டம் இறக்கிப் பழைய சுதேசமித்திரன் பத்திரிகை முழுவதையும் பத்திரப்படுத்தினார். இதைக் கேள்ளிப்பட்டு பழைய பேப்பர் வாங்க டவுனிலிருந்து சைக்கிளில் வந்த ஒருவர் அப்பாவிடம் வெகு பாடுபட்டுத் திரும்பிப் போனார்.

தமிழ் இலக்கியத்தில் சைவ திருமறைகள் எல்லாம் அப்பாவுக்கு மனப்பாடம். பாரதம், இராமாயணத்தில் மூலைக்கு மூலை தெளிவு. திருக்குறள் தினம் ஒன்றாவது நாங்கள் மனனம் செய்ய அப்பா ஆணையிட்டிருந்தார். "கொல்லான் புலாலை மறுத்தானைக் கைகூப்பி எல்லா உயிரும் தொழும்" என்பதில் 'கைகூப்பி' என்ற சொற்றொடருக்கு உள்ளூர் வாத்தியார்கள் இரண்டு பேருக்கும் ஒருமணி நேரம் ஒருமுறை விளக்கம் சொன்னார்.

ஸ்தல புராணங்கள் நாற்பத்தாறு இருந்தன புத்தக அலமாரியில். திருவுத்தரகோச மங்கைக்கு ஸ்தல விருட்சம் எது என்று கேட்பார் அப்பா குருகளிடம் தமாஷாக. பத்து மைல் தூரத்திலிருப்பதால் குருக்கள் விடை சொல்லிவிடுவார். ஆவுடையார் கோவிலுக்கு ஸ்தல விருட்சம் எது என்பார் அப்பா. குருக்கள் முழிப்பார். மகா வித்வான் மீனாட்சி சுந்தரம்பிள்ளை என்றால் யார் என்பார் அப்பா. குருக்கள் சொல்வார், "அவர் யாராயிருந்தாலென்ன? இந்த ஜில்லாவுக்கே அறிவாளி கதிரேசம் பிள்ளை என்கிற நீர்தான். எந்த மகா வித்வான் எப்படிப் போனால் எனக்கென்?"

அப்பாவுக்கு வித்வ கர்வம் ஜாஸ்திதான் என்றாலும் ஏழை எளிய எல்லா ஜாதி ஜனங்களோடும் அரசியல் காரணமாய் நெருக்கம் இருந்தது. பஞ்சாயங்களில் அப்பா சொன்ன தீர்ப்பிற்கு மேல் சுப்ரீம்கோர்ட் கூட மறுப்புச் சொல்லமுடியாது என்ற பெயர் இந்தப் பகுதி எங்குமிருந்தது. பட்டப்பெயரோ மரியாதைப் பெயரோ, அவருடைய வாழ்க்கையைப் பார்த்தும் வழக்குகளில் தீர்ப்பு பார்த்தும் "தராசு" என்று அப்பாவின் முதுகுக்குப் பின்னால் அவருக்கு ஒரு பெயருண்டு.

மற்றவர்களுக்கு அப்பா என்ன சொன்னாரோ அப்படியாகவும் அதைவிடத் தூய்மையாகவும் வாழ்ந்ததை அருகிலேயே

இருந்து நாங்கள் அறிந்தோம். ஜனங்கள் அவர் மீது கொண்ட மரியாதையால் தாமாக நடந்தன பலதும். டவுனுக்குப் போய்த் திரும்பும்போது ஆறுமுகக் கோனார் ஒரு பை நிறைய இங்கிலீஷ் காய்கறி வாங்கிவந்து அம்மாவிடம் கொடுத்துவிடுவார். பக்கத்து ஊர் தேவமார் வீடுகளிலிருந்து கலயம் கலயமாய் நெய் வரும். வல்லம் பாடலிலிருந்து ஒரு தடவை பட்டாபிராஜு இரண்டு கறவை மாடுகளைக் கொண்டுவந்து தொழுவத்தில் கட்டிவிட்டுப் போனார். அப்பா எவ்வளவோ மறுத்தும் எங்கள் வீட்டிற்கு எல்லாச் செல்வங்களும் வந்து சேர்ந்துகொண்டே இருந்தன.

இந்த வளர்ச்சி முகத்தில் அப்பா அவரது உடைகளில் அடிக்கடி மாற்றங்கள் செய்துகொண்டிருந்தார். ஆரம்பத்தில் சைடு பாக்கெட்டுகள் வைத்து கதரில் கல்லி ஜிப்பா போட்டிருந்தார். அதில் அகம்பாவம் தெரிகிறதென்று மாற்றி, காலர் வைத்துக் கதர்சட்டை போட்டார். அது எல்லோரையும் போலிருக்கிறதென்று அழகில்லாமல் நெஞ்சிற்கருகில் பாக்கெட் வைத்து மொட்டை கழுத்து ஜிப்பாவாகப் போட்டார். அந்த மாடலை அப்புறம் மாற்றிக் கொள்ளவேயில்லை. அந்த நாட்களில் அவரைப் போன்ற சிலர் சட்டைகளைத் துறந்து வெறும் மேனியாய்ப் பெரும் பெரும் கூட்டங்களில் பேசுவது தெரிந்தும் அதைப் பொருட்படுத்தவில்லை. ஆனால் உடை பிரியர் என்று யாரும் நினைக்காமல் பார்த்துக்கொண்டார்.

அப்பா ஆவடி மாநாட்டிற்குப் போய்வந்த கதைகளை ஆறு மாதம் வரை இந்தப் பகுதி ஜனங்கள் மேல்திண்ணையிலும் கீழ்த்திண்ணையிலும் உட்கார்ந்து வாய் திறந்து கேட்டுக்கொண்டிருந்தார்கள். அப்பா எதைச் சொன்னாலும் உயர்வானதாகவும் எதைச் செய்தாலும் புனிதமாக இருந்ததாகவும் எல்லோருக்கும் பட்டுகொண்டிருந்த சமயம் அது.

ஒருநாள் காலையில் பண்ணையாள் வரத் தாமதமானதால் மார்கழி குளிரோடு அப்பா காளாஞ்செய்க்கு மண்வெட்டி சகிதமாய்த் தண்ணீர் பாய்ச்ச போனார். புளிச்சேர் மடைத் தண்ணீர் கணுக்காலளவுக்கு வந்துகொண்டிருந்தது. கண்மாயில் நீர் வற்றிக்கொண்டிருந்த நேரம். புரட்டாசியில் வந்த புதுத் தண்ணீரின் சிவப்பு நிறத்தைக் கண்மாய்க் களிமண் கொஞ்சம் கொஞ்சமாய் எடுத்துக்கொண்டு நிறமற்ற நீராய் வந்துகொண்டிருந்தது. வயல் வாமடையைத் திறந்து வைத்திருக்கிறார் அப்பா. தண்ணீர் கண்ணாடியாய் வாமடைக்குக் குறுமணல் மேல் சலசலவென்று ஓடிக்கொண்டிருந்தது. வரப்பின் மேல் வெகுநேரம் வேப்பங்குச்சியில் பல் விளக்கிக் குச்சியைக் கீழே போட்டுவிட்டு வாய் கொப்புளிக்க

வாமடைத் தண்ணீரில் குனிந்திருக்கிறார். வாய்க்காலிலிருந்து நெளிந்துகொண்டு தொடை பருமனில் விறால் மீனொன்று வாமடைக்குள் நுழைந்து வயலுக்குள் போய்க்கொண்டிருந்ததைப் பார்த்துவிட்டார். ஒரு விநாடி நேரம் அந்த அழகை ரசித்துவிட்டு வாய் கொப்புளித்தவருக்கு என்ன தோன்றியதோ வயலுக்குள் இறங்கி விறால் மீனைத் தேட ஆரம்பித்துவிட்டார்.

முழங்கால் வரை அடர்ந்து கிடந்த பயிர்களுக்கிடையில் கால்களைச் சேற்றில் அழுத்திக்கொண்டு அரைமணி நேரம் கிளித்தட்டு ஆடி அதைப் பிடித்துவிட்டார். பிடிபட்ட விறால் மீன் இரண்டு முறை வழுக்கி ஓட, வெறிக்கொண்டுபோய் மீனின் மண்டையில் கையை மடக்கி ஒரு போடு போட்டதில் கதர் வேஷ்டி முழுதும் சேறு தெறித்திருக்கிறது. ஒரு வழியாய் இரண்டு கைகளிலும் பிடித்துத் தூக்கிக் கரையில் போடும்போது பண்ணையாள் வந்துவிட்டான்.

அப்பாவை அந்தக் கோலத்தில் பார்த்ததில் பண்ணையாளுக்கு அதிர்ச்சியிலும் சந்தோஷமும் வந்திருக்கிறது. நாலு பேர் சாப்பிடலாம் மீனை, அவ்வளவு கனம். விறால் மீன் நெளிந்துகொண்டு கிடந்ததைப் பார்த்துக்கொண்டே புன்சிரிப்போடு அப்பா சொன்னாராம். "கொண்டுபோய் அம்மாட்ட குடு. ரொம்ப நாளாச்சு அவ வெத்தலை போட்டு."

அப்பா மீன் பிடித்து அம்மாவுக்கு அனுப்பிய செதி ஊர் பூராவும் ஒருமணி நேரத்துக்குள் பரவிவிட்டது. மிச்ச வயலுக்கும் தண்ணீர் பாய்ச்சிட்டு வெயில் வந்து வெகுநேரத்திற்குப் பின் அப்பா வீட்டிற்கு வந்தார். வரும்போதே குப்புபிள்ளை மாமா வழிமறித்துக் கேட்டார். "மாப்பிள்ளை, தங்கச்சிக்கு மீன் பிடிச்சு அனுப்பிச்சியளாம். எனக்கு இதிலெ ரெண்டு சந்தேகம் வந்திருக்கு. நீங்க அறிவாளி. இதைத் தீத்து வைக்கணும். தங்கச்சி மேலெ பிரியத்திலெ இந்த ஹிம்சை நடந்ததா அல்லது ஒரு பெரிய மீன் வீணாகக் கூடாதுன்னு நடந்ததா."

அந்தக் கேள்விக்கு அப்பா ஆயுள் பரியந்தம் விடை சொல்லவில்லை. தைரியம் வந்தோ சந்தோஷ மிகுதியான நேரங்களிலோ யார் அந்த மீன் பிடித்த காரணம் கேட்டாலும் அப்பா பதில் ஒரு புன்சிரிப்புத்தான். அப்பா காலத்திற்குப் பின் நாங்கள் கொஞ்சம் கொஞ்சமாய் அசைவர்களாய் மாறியதற்கும் அப்பா ஒரு மார்கழி மாதக் காலையில் மீன் பிடித்து அனுப்பியதற்கும் சம்பந்தமுண்டா என்பதும் எங்களுக்கு அவ்வளவாய்த் தெரியவில்லை.

~

ஒரு இடந்தேடி

கவி சம்மேளனத்திற்கு வந்துசேரும் ஒரு முதிய தம்பதியினர் அவசரம் பரபரப்பு அவர்களிடையே.. அந்தப் பரபரப்பின் பின்னாலும் ஒரு கவியுள்ளம் இருக்கிறது.

'கவிஞர்களில் பழுசு புதுசு என்றெல்லாம் ஏது? இவர்கள் ஒரு நேரம் குழந்தைகள், ஒரு நேரம் வாலிபர்கள், ஒரு நேரம் கிழவர்கள்...'

அந்த மலைப் பகுதியில் வெயில் முளைக்க இன்னும் வெகுநேரமிருந்தது. ரயிலிருந்து இறங்கி பஸ் பிடித்து உட்கார்ந்ததும் ஊர், மொழி தாண்டிப் பரபரப்பு வந்தது. கண்டக்டர் அருகில் வரவும், பையிலிருந்த அழைப்பிதழை எடுத்து மறுபடி ஒருமுறை படித்துப் பார்த்துவிட்டு ஊர்ப் பெயரைச் சொல்லி ரூபாயைக் கொடுத்தேன். சொல்லி வாய் மூடுமுன் பின்சீட்டிலிருந்து "ஸார் நீங்கள் கலை விழாவுக்கா போகிறீர்கள்?" என்று ஆங்கிலத்தில் கேட்ட குரலுக்குத் திரும்பி "ஆமாம்" என்றேன்.

அவர் பருமனாய் வயது முதிர்ந்திருந்தார். இரண்டு காதுகளிலும் கொத்தாய் நரைமுடி. பக்கத்தில் சிவப்பாய் ஒல்லியாய் ஒரு வயதான மாது. அவர் மனைவியாயிருக்க வேண்டும். தூரப் பயணமும் வயதின் தளர்ச்சியும் இருவரிடமும் நிறையத் தெரிந்தன. பெட்டி, பைகள் போகக் கையில் இன்னும் கால்வாசித் தண்ணீரோடு வெள்ளை பிளாஸ்டிக் பாட்டில். அவர் எல்லாவற்றிலும் ஜாக்கிரதையாகவும் பதற்றமாகவும் இருந்தார்.

"எனக்கு வந்த கடிதத்தில் கலை விழா நடக்கும் இடங்கள் என்று மூன்று ஊர்ப் பெயர்கள் குறிப்பிடப்பட்டுள்ளன. குழப்பமாயிருக்கிறது. நாம் எங்கே இறங்க வேண்டும்? உங்களுக்குப் பழக்கமான பிரதேசமா இது? அவள் என் மனைவி. நாங்களும் கலை விழாவுக்குத்தான் போகிறோம்" என்றார்.

நான் அவருக்குப் பதில் சொல்லுமுன் கண்டக்டர் அந்தப் பக்கம் வர நான் தமிழிலேயே அந்த ஊரைப் பற்றி விசாரித்தேன். அவர் சொன்னார். "நீங்கள் எங்கு இறங்க வேண்டுமென்று எனக்குத் தெரியும். கடந்த இரண்டு நாட்களாய் ஆட்கள் எங்கெங்கிருந்தோ வருகிறார்கள். நீங்கள் போகவேண்டிய இடத்திற்கு நேராக இறக்கிவிடுகிறேன். போதுமா?" என்று மலையாளத்தில் சொல்லி பாந்தமாய்ச் சிரித்தார். நான் தமிழில் பேச, கண்டக்டருக்குப் புரிவதும் அவர் மலையாளத்தில் பேச எனக்குப் புரிவதும் பின்னாலிருந்த பெரியவருக்கு நம்பிக்கையூட்டியிருக்க வேண்டும்.

திரும்பி அவரைப் பார்த்தபோது அது தெரிந்தது. என் பக்கமாய் வரமுயன்றவாறு தன்னை அறிமுகப்படுத்திக் கொண்டார். "நான் மைசூரிலிருந்து வருகிறேன். ஒரு கவிஞன், கன்னடம். என் பெயர் ராஜாராவ்"

என் பங்கிற்கு நான் என்னை அறிமுகப்படுத்திக் கொண்டதும் ராவ் சொன்னார். "நாம் நாளை மறுநாள் கவி சம்மேளனத்தில் சேர்ந்து பங்குபெறுகிறோம் இல்லையா? நீங்கள் புதிய தலைமுறை ஆள்". "அப்படிச் சொல்லமுடியாது. பழசும் புதுசும் சேர்ந்த மாதிரியான ஆள். தவிரவும் கவிஞர்களில் பழசு புதுசு என்றெல்லாம் ஏது? இவர்கள் ஒரு நேரம் குழந்தைகள், ஒரு நேரம் வாலிபர்கள், ஒரு நேரம் கிழவர்கள்".

ராவ் என் முகத்தின் மீது ஒரு தந்தையின் உற்ற பார்வையோடு சொன்னார். "நீங்கள் எனக்குச் சிறந்த நண்பராய் விளங்கப் போகிறீர்கள்."

அவர் இதைச் சொல்லிக்கொண்டிருந்தபோது பஸ் ஒரு பாலத்தின் மீது சென்றது. கீழே பச்சை பார்டர் போட்ட வெள்ளைச் சேலையாய் ஆறு ஓடிக்கொண்டிருந்தது. ராவ் "இந்தப் பாலத்தைக் கடந்ததும் நாம் இறங்கவேண்டிய இடம் வந்துவிடுமா?" என்றார்.

"பொறுப்பு கண்டக்டர் கையில். நாம் மரங்களையும் செடிகளையும் புதுப் புது மனிதர்களையும் ஜன்னல் வழியாய்ப் பார்ப்போம்."

என் பக்கத்திலிருந்து திரும்பி மனைவியுடன் கன்னடத்தில் பேச ஆரம்பித்தார். ஓர் இடத்தில் பஸ் நின்றபோது அந்த அம்மாள் கன்னடத்தில் அவரிடம் அவசரமாய் எதுவோ சொல்ல அவர் பதறிப்போய் என் தோளைத்தட்டி "இதுவா நாம் இறங்கவேண்டிய இடம்?" என்றார்.

கந்தர்வன் சிறுகதைகள் 251

"பொறுப்பு கண்டக்டருடையது. நீங்கள் கவலையில்லாமல் இருங்கள்" என்றேன். என்னுடைய நிதானம் அவருக்கு ஆச்சரியமாயிருந்தது. அடுத்தடுத்த நிறுத்தங்களில் இருவரும் கவலையோடு 'இதுவா? இதுவா?' என்று கேட்டு எழுந்திருப்பதும் உட்கார்வதுமாய் இருந்தனர்.

எங்களை இவ்வளவு நேரமும் வேடிக்கை பார்த்துக்கொண்டே வந்த கண்டக்டர் என் முன்னே வந்து, "நீங்கள் இறங்கவேண்டியது நெக்ஸ்ட் ஸ்டாப்பிங்" என்று சொன்னது ராவ் தம்பதிக்கு மொழிபெயர்க்காமலே புரிந்துவிட்டது. லக்கேஜ்களை எடுத்து வைத்துக்கொண்டு சீட்டுகளின் நுனியில் உட்கார்ந்திருந்தனர்.

பஸ் நின்றதும் கண்டக்டர் வந்து "இதே" என்றதும் பரபரப்பாய் இறங்கினர் இருவரும்.

விழாக் குழு அலுவலகத்தில் அந்த அதிகாலை நேரத்திலும் குளித்து சந்தனப் பொட்டுடன் ஓர் இளைஞர் எங்களை வரவேற்று உட்காரச் சொன்னார், "நீங்கள் இரண்டு நாட்கள் தாமதமாக வந்திருக்கிறீர்கள். டெல்லியிலிருந்தும் கான்பூரிலிருந்தும் முதல் நாளே கலைஞர்கள் பட்டாளம் வந்து எல்லா டிராவலர்ஸ் பங்களாக்களையும் அடைத்துக் கொண்டுவிட்டார்கள். எங்களுக்கு வெகுஅருகிலுள்ள இரண்டு மாநிலங்களிலிருந்து நீங்கள் தாமதமாக வந்திருக்கிறீர்கள். உள்ளூரில் ஓர் அறைகூட காலியில்லை. அருகிலுள்ள ஊர்களிலும் அறைகள் இருக்காது. தூரத்து ஊர்களில் டிராவலர்ஸ் பங்களாக்களைத் தொடர்புகொண்டிருக்கிறேன். டீ சாப்பிடுங்கள்" என்று சொல்லி ப்ளாஸ்கிலிருந்து டீ ஊற்றிக் கொடுத்தார். தொலைபேசியில் வரிசையாக எங்களைச் சுழற்றி மலையாளத்தில் தீவிரமாக விசாரித்துக் கொண்டிருந்தார்.

ராவ் முகத்தில் கலக்கம் தெரிந்தது. மனைவியுடன் கன்னடத்தில் கவலையோடு பேசிக்கொண்டிருந்தார். டீ கோப்பை கிடுகிடுவென்று ஆடியது. கை நடுக்கம் அதிகமாகியது. என்னிடம் கேட்டார். "நமக்கு ஒரு அறை ஏற்பாடு செய்துவிடுவார்களா?"

"கவலைப்படாதீர்கள், நல்ல கவிஞனுக்கு எப்போதும் ஒரு இடமுண்டு" என்றேன். அவர் அதை அதை ரசித்துச் சில விநாடிகள் புன்னகை செய்தார். உடனே சீரியஸாகி அந்த இளைஞரைக் காண்பித்துச் சொன்னார். "பாருங்கள்; அவர் நம்பிக்கை இழந்து தொலைபேசியில் பேசிக்கொண்டிருக்கிறார் நாங்கள் இனிமேல்தான் குளிக்க வேண்டும். என் மனைவியை இந்த வயதில் நான் வெகுதூரம் அழைத்து வந்துவிட்டேன்" நாற்காலியில் விரக்தியோடு

சாய்ந்து கிடந்து தனக்குள் சொல்லிக்கொண்டார். "ஆனால் இவை இப்படித்தான் நடக்கும்."

அந்த இளைஞர் தொலைபேசியை வைத்துவிட்டு எங்களைப் பாரத்து உற்சாகமாய்ச் சிரித்தார். நான் ராவைப் பார்த்தேன். இளைஞரிடமிருந்து ஒரு நல்ல சொல் கேட்க மிகுந்த ஆர்வமாய் நாற்காலி முனைக்கு வந்துவிட்டார்.

"ஒரு டிராவலர்ஸ் பங்களா கிடைத்துவிட்டது. ஆனால் அதில் ஒரு பிரச்னை" என்று இழுத்து நிறுத்தினார் இளைஞர். ராவின் முகத்தில் சட்டென்று கவலை தோன்றியது. நான் சிரித்துக்கொண்டே கேட்டேன்.

"டி.பி வெகுதொலைவிலோ?"

இளைஞர் சொன்னார். "அதுதான் பிரச்னை. ஆனால் நீங்கள் அதிகம் சிரமப்படாமல் நாங்கள் சில உதவிகள் செய்வோம். இப்போது ஒரு கார் உங்கள் மூவரையும் ஏற்றி அந்த டிராவலர்ஸ் பங்களாவில் கொண்டுபோய் விடும். தினமும் காலையில் உங்களை அழைத்துவர கார் அனுப்புவோம். இரவு எல்லா நிகழ்ச்சிகளும் முடிந்ததும் கிடைக்கின்ற ஒரு காரில் நீங்கள் அங்கு போய்த் தங்கிக்கொள்ளலாம். டிபன் சாப்பாடு எல்லாவற்றையும் நீங்கள் இங்கே வந்துதான் முடித்துக்கொள்ள வேண்டும்".

"மிகவும் சரி. இப்போது நாங்கள் புறப்படக் கார் தயாரா?" என்றேன்.

"கார்கள் ஒவ்வொன்றாய் வர ஆரம்பிக்கும் நேரம்தான். ஆட்களும் வரவேண்டும். நேற்றிரவு அநேகமாய் விடிந்துதான் எல்லோரும் வீடுகளுக்குச் சென்றார்கள். சற்று இருங்கள். வந்ததும் உங்களை அனுப்பி வைக்கிறேன்."

ராவ் மனைவியிடம் வெகு தாழ்வாய்க் குனிந்து பேசிக்கொண்டிருந்தார். பிறகு என்னைப் பரிதாபமாய்ப் பார்த்தார். "ராவ்ஜி... கவலைப்படாதீர்கள். அவர்கள் சீக்கிரம் ஏற்பாடு செய்துவிடுவார்கள்" என்றேன்.

ராவ் சொன்னார், "இவ்வளவு குழப்பங்களிலும் ஒரு பெரும் அதிர்ஷ்டம் எனக்குக் கிடைத்திருக்கிறது. எங்களையும் உங்களையும் பிரித்துத் தனித்தனியாய்ப் போடாமல் ஒரு இடத்தில் தங்க ஏற்பாடாகியிருப்பதுதான் அது. நாங்கள் வயதானவர்கள். நீங்கள் அன்பானவர்" யாசகக் களை ராவ் முகத்தில் அப்பியிருந்தது.

"கவலைப்படாதீர்கள். நான் உங்களுடன் மூன்று நாளும் நிழலாயிருப்பேன்" என்றதும் ராவ் துயரங்கள் மறைந்த ஒரு

பெருமூச்சை விட்டார். கழிவிரக்கம் நிறைந்தவாறு என் கைகளைத் தன் கைகளில் எடுத்து வைத்துக்கொண்டு கவிதையை விடவும் அன்பு பெரிதுதானே" என்றார். "எல்லாவற்றையும்விட" என்று நான் சொன்னதும் இறுக்கமாய் என் கைகளைப் பற்றிக்கொண்டார். முதியவர்களின் வெதுவெதுப்பு இரக்கத்தையும் அன்பையும் அந்நேரம் அதிகப்படுத்தியது. மனைவியிடம் குனிந்து ராவ் கன்னடத்தில் சொன்னது இதுவாகத்தானிருக்க வேண்டும். "கவலைப்படாதே இதோ இவரிருக்கிறார் நமக்கு, தடுமாறவிடமாட்டார்."

நான் அந்த இளைஞரின் பக்கத்தில் போய் "நாம் வெளியே போய் கார் எதுவும் வந்திருக்கிறதா; ஆள் யாரும் வந்திருக்கிறார்களா என்று பார்ப்போமா? அந்த முதிய தம்பதியைப் பார்க்கப் பாவமாயிருக்கிறது" என்று ராவைச் சுட்டிக்காட்டிக் கேட்டேன்.

"இன்னும் கால் மணிக்குள் ஏதாவது ஒரு கார் வந்துவிடும்; ஆளும் வரும். அதுவரை இந்தப் பாட்டைக் கேளுங்கள்" என்று ஒரு கேஸட்டைச் செருகினார். அதிகாலை வேளைக்கும், மூடிக் கிடந்த பனிக்கும் அந்த இசை கதகதப்பாயிருந்தது. கண்ணை மூடி சில நிமிடங்கள் சுகமாய் அனுபவித்துத் திறக்கையில் ராவ் துயர்மிகுந்து மனைவியோடு ஆழ்ந்த விவாதத்திலிருந்தார்.

ஒருவர் உள்ளே வரவும் இளைஞர் எழுந்து ஆவலாய் அவரிடம் மலையாளத்தில் பேசிக்கொண்டே எங்களைப் பார்த்து "பேக்கப்" என்பதுபோல் சைகை காட்டினார்.

நாங்கள் காரில் ஏறியதும் அந்த இளைஞர் சொன்னார். "இந்த கார் உங்களைக் கொண்டுபோய் டி.பி.யில் விட்டதும் திரும்பிவிடும். மறுபடி பத்து மணிக்குள் கார் அனுப்புகிறோம். என் பெயர் தாமோதரன். இது அலுவலகத் தொலைபேசி எண். கார் குறித்த நேரத்தில் வரவில்லையென்றால் நீங்கள் தொடர்புகொள்ளுங்கள்" என்று ஒரு கார்டைக் கொடுத்தார்.

கார் போய்க்கொண்டிருந்தபோது ராவ் சொன்னார், "மூன்று நாட்களுக்கு நம்மை அழைத்துப் போகவும் கொண்டுவந்து விடவும் கறாரான ஏற்பாடுகள் இல்லையென்று நினைக்கிறேன்."

"கவலைப்படாதீர்கள். நான் உங்களோடு இருக்கிறேன்" என்றேன். கார் ஒவ்வொரு கி.மீ. கல்லைத் தாண்டும்போதும் "ஓ எவ்வளவு தூரம்" என்று முனகிக்கொண்டே இருந்தார். அடிக்கடி மனைவியோடு பேசினார். திருப்தியில்லாத அவர் முகத்தைச் சரிசெய்ய என்ன செய்வது என்ற சங்கடம் டி.பி. முன் இறங்கும்வரை என்னிடமிருந்தது.

அவர்களை ஒரு அறைக்குள் விட்டு அடுத்த அறையில் நான் தங்கிக்கொண்டேன். அரைமணி கழித்து வாயில் பிரஷோடு வாசலில் நின்றபோது ஒரு வாளி நிறைய வெந்நீரைத் தூக்க முடியாமல் தூக்கிக்கொண்டு ராவ் "திஸ் இஸ் ஃபார் மை லேடி" என்று சொல்லிக் கொண்டே சென்றார்.

ஒன்பது மணிக்கெல்லாம் அவர் என் அறைக்கு வந்தார். அழுக்கு எல்லாம் போய்ப் பளிச்செண்றிருந்தார். மனைவியை விட்டுத் தனியாக வந்தது ஆச்சரியமாக இருந்தது. ஒவ்வொரு ஐந்து நிமிடத்திற்குள்ளும் மனைவியோடு பேசிக்கொண்டிருந்தவர். "கார் வந்துவிடுமல்லவா?" என்றார்.

"நாம் சிறிது நேரம் பேசிக்கொண்டிருப்போம். கார் வந்துவிடும்" என்றேன்.

"நம்மை இவ்வளவு தூரத்தில் கொண்டுவந்து போட்டிருக்க வேண்டியதில்லை. எத்தனை மணிக்குக் கார் வரும்; எத்தனை மணிக்கு நாம் டிபன் சாப்பிடப் போகிறோம் என்பதெல்லாமே நிச்சயமற்றுக் கிடக்கிறது" என்று அவர் வெறுப்பாய்ப் பேசினார்.

"வரும்போது வரட்டும். நாம் இப்போது கவிதை பற்றிக் கொஞ்சம் பேசுவோம்!"

"ஆனால் நண்பரே. உங்கள் வயதில்லை எங்களுக்கு. சரியான நேரத்திற்கு நாங்கள் சாப்பிட வேண்டும். நேற்று மைசூரிலிருந்து ரயிலில் வந்த சிரமங்களை வார்த்தைகளில் சொல்லமுடியாது".

"நான் வேண்டுமானால் தாமோதரனிடம் தொலைபேசியில் பேசிப் பார்க்கிறேன்."

"நானும் வருகிறேன்" என்று ராவும் எழுந்தார்.

பத்தரை மணிக்கு கார் வருவதற்குள் ராவ் துடித்துப் போனார். கவிதை சம்பந்தமாய் அவரிடம் கேட்ட கேள்விகளுக்குச் சிறுசிறு வாக்கியங்களில் பதில் சொல்லிவிட்டு மனைவியை வைத்த கண் வாங்காமல் பார்த்துக்கொண்டிருந்தார்.

காரில் போய் அரங்கின் முன் இறங்கி உணவுக் கூடத்தைக் கண்டுபிடிக்க சிறிது நேரம் பிடித்தது. ஒருமணி நேரம் முன்பே டிபன் காலியாகி விட்டாய்ச் சொன்னதும் ராவ் சோர்ந்துவிட்டார். "வெளியில் நிறையக் கடைகள் தெரிகிறது. வாருங்கள் ராவ்ஜி. நான் இன்று உங்களுக்கு சிறிய விருந்தளிக்கிறேன்" என்றதும் ராவ் பதறிச் சொன்னார். "அவையெல்லாம் வயிற்றுக்குச் சாப்படுமோ என்னவோ? இரண்டுங்கெட்டான் நேரம் வேறு."

கந்தர்வன் சிறுகதைகள் 255

"நீங்கள் சாப்பிடாமலிருப்பது அதைவிட மோசமல்லவா?" என்று கூறி இருவரையும் அழைத்துப்போய் மெதுவான உணவு வகைகளாய்ப் பார்த்து வாங்கிவந்து மேஜை மேல் வைத்தேன். ராவ் தம்பதி சங்கோஜத்துடன் சாப்பிட்டது. பாக்கு வாங்கக்கூட மனைவியிடம்தான் சில்லரை கேட்டு வாங்கினார் ராவ்.

அன்று அலகாபாத்திலிருந்து வந்த ஓர் ஆண் கலைஞரும் பெண் கலைஞரும் மணிப்பூர் நடனம் பற்றிச் செயல் விளக்கம் நடத்திக்கொண்டிருந்தனர். நிபுணர்களும் கலைஞர்களும் ரோமாஞ்சனமாகிப் பார்த்துக் கொண்டிருந்தார்கள். வினாக்களுக்கு அந்த இரு கலைஞர்களும் அடவுகளோடு உயர்ந்த ஆங்கிலத்தில் பதிலளித்துக் கொண்டிருந்த நேரம். யாரோ என்னை அழைத்தது போலிருக்க, திரும்பி பார்த்தேன். ராவ் மனைவியோடு மண்டபத்தின் மேல்திண்ணையில் உட்கார்ந்து என்னை அழைத்துக்கொண்டிருந்தார். நான் திரும்பி பார்த்ததில் அவருக்கு திருப்தி. வெகுநேரமாய் என்னை அழைத்துக்கொண்டிருந்தார் போல.

எழுந்து அவரிடம் வந்தபோது அவர் தன் கடிகாரத்தைக் காட்டினார். மணி இரண்டாகி இருந்தது. "நாம் எப்போது சாப்பிடுவது?" என்றார். அவர் வயதிற்கு இந்த விவாதங்கள் அலுப்பாய்த் தெரிந்திருக்கும். அவர் பொருட்டு நிகழ்ச்சியிலிருந்து விலகி நடந்தேன். உணவுக்கூடத்தின் முன்னால் வரிசையில் நின்றபோது கேட்டார், "சாதம் இங்கெல்லாம் சிவப்பாய், தடியாயிருக்குமாமே. இவளால் சாப்பிட முடியுமா என்று தெரியவில்லை?"

சாப்பிட்டு வந்ததும் அடுத்த நிகழ்ச்சி நான்கு மணிக்குத்தான் என்றார்கள். ராவ் சொன்னார். "பக்கத்தில் அறை கிடைத்திருந்தால் கொஞ்சம் ஓய்வெடுக்கலாம். இந்த வயதில் அதுவெல்லாம் எங்களுக்கு அவசியம்". மரங்களடர்ந்து பசுந்திடலொன்று அருகில் தெரிந்தது. "அங்கே போய் ஓய்வெடுப்போம்" என்று அழைத்துப் போனேன். மரத்தடியில் உட்கார்ந்ததும் ராவ் அந்தப் பெயர் தெரியாத பெரிய மரத்தை அடி முதல் நுனி வரை ஆழ்ந்து பார்த்தார். அப்பவும் சொன்னார், "அந்த டி.பி. வாசலிலும் ஒரு பெரிய மரம் ஆயிரம் கவிதைகள் சொல்லிக்கொண்டு நிற்பதை" ராவ் மேலும் கவிதை பற்றிப் பேசுவாரென்று எதிர்பார்த்தபோது, "நாங்கள் மறுநாள் மைசூர் போக டிக்கட் ரிஸர்வ் செய்யவேண்டும்" என்று பரபரப்பாகிவிட்டார்.

விழா அலுவலகம் சென்று அவரவர் ஊர்களுக்கு டிக்கட் ரிஸர்வ் செய்யக் கேட்டுக்கொண்ட பின் அரங்கத்திற்குள் செல்கையில் ஒரு

புகழ்பெற்ற உள்ளூர் கலைஞர் கதகளிக்கு செயல் விளக்கம் செய்து காண்பித்துக் கொண்டிருந்தார். ராவ் தம்பதி என்னைத் தனியாக விடுவதாக இல்லை. என் பக்கத்திலேயே உட்கார்ந்துகொண்டார். ராவ் ஐந்து நிமிடம் பற்றில்லாமல் நிகழ்ச்சியைப் பார்த்துவிட்டுப் பத்து நிமிடம் குனிந்து மனைவியோடு பேசிக்கொண்டிருந்தார். பேசிவிட்டு நிமிர்கிற போதெல்லாம் கவலைப்பட்டும் பதற்றப்பட்டும் தெரிவார்.

இரவு பத்தரை மணிக்கு சாப்பாட்டுக் கூடத்திற்குப் போகும்போதும் ராவ் சொன்னார். "எல்லாமே காலதாமதமாய் நடக்கிறது. சாப்பிட்டவுடனாவது கார் கிடைக்குமா?"

"முதலில் சாப்பிடுவோம்!"

சாப்பிட்டு வெளியில் வந்தபோது பொது அரங்க நிகழ்ச்சிகள் துவங்கிவிட்டதாகச் சொன்னார்கள். நிர்வாகிகளைத் தேடிக் கண்டுபிடிக்க முடியவில்லை. திருவிழாக் கூட்டம் போலிருந்தது, ஜனத்திரள். ராவ் தம்பதி வேறு வழியில்லாமல் என்னோடு திறந்தவெளி அரங்கில் வந்தமர்ந்தனர். சதங்கையும் ஜதியும் வண்ணமுமாய் பரதநாட்டியம் நடந்துகொண்டிருந்தது. ராவ் நடனத்தை ஒரு நிமிடம்கூட ஊன்றிப் பார்க்கவில்லை. குனிந்து மனைவியோடு பேசிக்கொண்டேயிருந்தார்.

திடீரென்று என் தோளைத் தொட்டார். தோளைத் தொட்டார். "அதோ பாருங்கள் முன்வரிசையில் மிஸ்டர் தாமோதரன் உட்கார்ந்திருக்கிறார். நாம் போய்க் கேட்கலாமே, கார் கிடைக்குமாவென்று" ராவ் தம்பதிக்காக ஒவ்வொரு நல்ல நிகழ்ச்சியாய் இழந்துகொண்டிருப்பது பளிச்சென்று மனத்தில் பட்டது. ஆனால் ராவ் மறுபடி மறுபடி தோளைத் தொட்டுக்கொண்டே இருந்தார்.

நாங்கள் காரில் ஏறிக் கிளம்பிச் சென்றபோது மெல்லிய வெளிச்சத்தில் ஒரு பழக்கடையும் அதில் மலைப் பக்கத்துப் பழங்கள் நிறையவும் தெரிந்தது. காரை நிறுத்தி பழம் வாங்க நான் இறங்குவது தெரிந்து ராவ் ஓடிப்போய் தாமே வாங்கினார் மனைவியிடம் பணம் வாங்கிக்கொண்டு போய்க் கொடுத்தார். "உங்களுக்காக நான் சிறிய செலவாவது செய்யவேண்டும்" என்றார்.

மறுநாள் காலையில் பனியோடும் குளிரோடும் ராவ் என் அறைக்கு வந்தார். "இன்று சீக்கிரம் கார் வந்துவிடுமா?" என்றார். இரவு அவர் மனைவிக்குத் தலை வலித்ததாகச் சொன்னார்.

"இன்று நாம் கவிதை பாட வேண்டும்" என்றேன்.

"ஆம்" என்றவர் "ஆனால் நான் புதிதாக எதுவும் எழுதிக் கொண்டு வரவில்லை." என்றார்.

கந்தர்வன் சிறுகதைகள் 257

"ஏன்?"

"இப்போதெல்லாம் எதை எழுவதுதென்று தெரியவில்லை."

"எது பாதித்ததோ அதை"

"அப்படி எழுத மனம் வரவில்லை"

"நீங்கள் எழுத வேண்டும்"

"விடுங்கள். காபி சாப்பிட வேண்டும். வருகிறீர்களா?'

அன்று பல மொழிக் கவிஞர்களும் கவிதை பாடினார்கள். மற்ற எல்லோர் கவிதைகளிலும் மொழிதான் பிரதானமாயிருந்தது. ராவ் கவிதையில் உணர்ச்சி பிரவாகமெடுத்துப் படர்ந்தது. ஆழ் கடல், மலையுச்சி, பருவ காலங்கள், உயர் மனம், கண்ணீர், கடிய வேர்வை மிகவும் வேண்டிய ஒருவரின் ஸ்பரிசமெல்லாம் தெரிந்தது. கட்டியணைத்துக் கொண்டேன் அவரை. கூட்டம் கலையும்போது அவரிடம் கேட்டேன். "எப்படி முடிந்து இப்படி ஒரு கவிதை எழுத?" அவர் சொன்னார். "என் மனம் ஆரோக்கியமாயிருந்தபோது, இதோ இவள் கழுத்தில் அந்த ஐந்து பவுன் சங்கிலியும் இல்லாதிருந்தபோது;

நான் புரியாமல் விழித்தபோது என்னை ஒரு கையிலும் மனைவியை ஒரு கையிலும் பற்றிக்கொண்டு தளர்வாய் நடந்துகொண்டே ராவ் சொன்னார். "நான் ஒரே கம்பெனியில் முப்பத்தாறு வருஷம் வேலை பார்த்து ஓய்வு பெற்றேன். அதைவிட முக்கியம் ஒவ்வொரு மூன்று வருடங்களுக்கும் ஒரே பேண்ட், ஒரே சட்டை மட்டுமே வைத்திருந்தேனென்பது?"

"அவ்வளவு சிரமப்பட்டீர்களா?"

"அந்த நாட்களில் பேண்டையும் சட்டையையும் துவைத்துக் காயப் போட்டுவிட்டு, அநேக நாள்களில் ஒரு துண்டைக் கட்டிக் கொண்டு நெடுநேரம் நின்றுகொண்டிருப்பேன்."

"சொல்லுங்கள் ராவ்ஜி".

"என்ன சொல்ல?"

"இப்போது நீங்கள் ஏன் எழுதுவதில்லையென்று?"

"நான் இப்போது என் சொந்த வாழ்க்கையைப் பற்றியல்லவா சொல்லிக்கொண்டிருக்கிறேன்."

"எனக்கு வருத்தமாயிருக்கிறது ராவ்ஜி. நீங்கள் எழுதாமலிருப்பதற்கும், உங்களது இப்போதைய வாழ்க்கைக்கும் நெருங்கிய சம்பந்தமிருப்பதாய் உணர்கிறேன்."

ராவ் தலையசைத்துக்கொண்டே கேட்டார். "உங்களுக்கு எத்தனை பிள்ளைகள்?"

நான் பதிலளித்ததும் ராவ் சொன்னார். "எனக்கு மூன்று பிள்ளைகள்." வாடிய முகத்தோடு தொடர்ந்தார். "மூத்தவள் ஒரு புரொபசர், மைசூரில். அடுத்தவளுக்கு பெங்களூரில் வங்கியில் வேலை. மகன் ஜெய்ப்பூரில் இஞ்சினியர். இவளுக்கு ஐந்து பவுனில் சங்கிலி ஒன்று இருந்தது. அது அடகுக் கடைக்குப் போய்ப் போய் அவர்கள் படித்து முடித்தார்கள். அவர்களுக்கு சாப்பிடக் கொடுத்துவிட்டு இவள் எத்தனை நாள் பட்டினி கிடந்தாள் என்று கணக்கிட்டுவிட முடியாது."

"எல்லோருக்கும் திருமணமாகிவிட்டதா?"

"திருமணமாகி எல்லோரும் கணவரோடும் மனைவியோடும் பிரமாதமாய் செட்டிலாகி விட்டார்கள்"

"உங்களுக்குத் திருப்திதானே?"

"ஆனால் நானும் இவளும் இன்னும் செட்டிலாகவில்லை. இந்த ஊருக்கு வரும்படி வந்த அழைப்பு, நாங்கள் சேர்ந்திருக்கவும் சுதந்திரமாயிருக்கவும் ஒரு சந்தர்ப்பத்தைத் தந்துவிட்டது. இதற்காக நாங்கள் அலைந்து கொண்டேயிருக்கத் தயாராயிருக்கிறோம்."

"மூன்று பேர்களில் ஒருவர் வீட்டைப் பரிசீலித்து அங்கு செட்டிலாகிக் கொள்ளலாமே"

"சரி விடுங்கள். நாங்கள் வெகுசீக்கிரம் ராமேஸ்வரம் வருவோம். வழியில்தானே உங்கள் ஊர்?"

"ஆமாம். நீங்கள் இருவரும் எங்கள் வீட்டில் வந்து சில நாட்களாவது தங்கிச் செல்லவேண்டும்."

"உங்கள் முகவரி வேண்டும்"

நான் பேனாவை எடுக்குமுன் ராவ் ஞாபகத்திற்கு வந்து சொன்னார். "கிளம்புங்கள். நாம் ஊர் திரும்ப டிக்கட்டுகளை வாங்கிவிட்டார்களா என்று விசாரிப்போம்."

விழா அலுவலகத்தில் அவர்கள் சொன்னதைக் கேட்டு ராவ் மிகவும் சோர்ந்துபோனார். நான் மறுநாள் கிளம்பவும் அதற்கும் மறுநாள் ராவ் தம்பதி புறப்படவும் டிக்கட்டுகள் வாங்கியிருந்தனர். மைசூருக்கு டிக்கட் கிடைப்பதில் சிரமமிருந்ததாம்.

"நீங்கள் எங்களோடு இருக்கும்போதே எங்களுக்கு இவ்வளவு கஷ்டம். நீங்களில்லாமல் ஒரு முழு நாள் நாங்கள் டி.பி.க்கும்

கலையரங்கிற்கும் அலைந்து சாப்பிட்டு எப்படி ரயிலேறப் போகிறோமோ" என்றார். அந்த அம்மா பிதியில் வெளிறிப்போனார்.

அன்றிரவும் நாங்கள் நடுநிசியில்தான் அறைக்குத் திரும்ப வேண்டியதாயிற்று. தளர்ச்சியும் மனச்சோர்வுமாய் ராவும் அந்த அம்மாவும் குளிருக்குக் கைகளை மார்பில் கட்டிக்கொண்டு அறைக்குள் நுழைந்ததை வராந்தாவில் நின்று பார்த்தேன். காலை மூன்று மணிக்கு என் அறைக்கதவைத் தட்டி இரண்டு வயிற்று வலி மாத்திரைகளை வாங்கிப் போனார்.

காலையில் வெகுநேரம் சென்றே ராவ் என் அறைக்கு வந்தார். "நாளை ஒரு முழு நாளைக்கும் நாங்கள் உங்கள் உதவியின்றி அலைய வேண்டும். ஆனால் என்ன செய்வது? அலைந்துகொண்டே திரிய வேண்டியதுதான். ராமேஸ்வரம் வரும்போது சந்திப்போம்" என்றார். விடுபடாமல் ஒவ்வொரு பொருளையும் எடுத்துப் பெட்டிக்குள்ளும் பைக்குள்ளும் நான் வைத்துக்கொண்டிருந்த நேரமது.

வெளியே சளசளவென்று சத்தம் அதிகமாய் கேட்டதால் டி. பி. வாசலுக்கு வந்தோம். எதிர் கட்சிகள் திடீர் பந்த் நடத்திக் கொண்டிருந்தன. சாலையில் வாகனமென்று ஒரு சைக்கிள் ரிக்ஷாகூட இல்லை. மழை வேறு கொட்ட ஆரம்பித்திருந்தது.

ராவ் தம்பதி நடுங்கிப் போனார்கள். அவர் குனிந்து மனைவியோடு அடிக்கடி பேசிக்கொண்டுதானிருந்தார். ஆனாலும் அந்த அம்மா முகத்தில் வேர்வை துளிர்த்துக் கொண்டேயிருந்தது மழையிலும் குளிரிலும்.

மதியம்போல ஒரு கார் வர நான் அதைக் கெட்டியாகப் பிடித்துக் கொண்டேன். ராவ் தம்பதியைக் கொண்டுபோய்க் கலையரங்கில் இறக்கிவிட்டதும், என்னை ரயில் நிலையத்தில் விடும்படி டிரைவரிடம் சொன்னேன். மழை சடசடவென்று சத்தமாய்ப் பெய்துகொண்டிருந்தது.

கலையரங்க வாசலிலிருந்து கார் கிளம்பியபோது ராவ் தவிப்பும் அவசரமுமாய் என்னிடம் எதுவோ கேட்க விரும்பிக் கையை உயர்த்தியது போலிருந்தது. ஆனால் டிரைவருக்கு பந்த் பதற்றம் மழை குளிர் நடுக்கம் வேகமாய் ஓட்டிக்கொண்டு போய்விட்டார்.

இரவு வரவிருக்கும் ரயிலுக்காக மதியமே போய் ரயில் நிலைய பெஞ்ச்சில் உட்கார்ந்திருந்தேன். தண்ணீர் குடித்துவிட்டு நிமிர்ந்தபோது சட்டென்று ஞாபகம் வந்தது; ராவ் என் வீட்டு முகவரியைக் கேட்டுத்தான் கையை உயர்த்தி இருந்திருக்கிறார்.

~

வைபோகமே

யாரோ கூப்பிடுவது போலிருந்தது. எழுந்து உட்கார்ந்தான். வெயில் இன்னும் சுள்ளென்று அடித்துக்கொண்டிருந்தது. வழக்கமாக அவன் மதியத் தூக்கத்திலிருந்து எழும்போது வெயில் தாழ்ந்திருக்கும். அப்பா அலுவலகத்திலிருந்து வருவதற்குச் சிறிது முன்பாக முகம் கழுவி பவுடர் பூசி வீட்டைவிட்டு வெளியே கிளம்புவான்.

எழுந்து ஆளடிக்கு வருகையில் ஆட்டோ சத்தம் கேட்டது. கூடவே "வாக்காளப் பெருமக்களே" என்று கடந்த ஒரு மாதமாய் எங்கு போனாலும் வன்மமாய் அழைக்கும் ஒலிபெருக்கி சத்தம் கேட்டது. இடைத்தேர்தலின் காரணமாய் இந்த அழகிய ஊர் தொகுதி என்றும் அவன் உள்பட ஊர் ஜனங்களெல்லாம் வாக்காளர்கள் என்றும் மாற்றப்பட்டிருந்தனர்.

ஆட்டோவிலிருந்து மறுபடி ஒலிபெருக்கி பெருத்த சப்தம் போட்டது முதல் ரவுண்டில் இருநூறு ஓட்டு வித்தியாசத்தில் முன்னணியில் இருப்பதாகவும் வெற்றியை நோக்கி அடி எடுத்து வைப்பதாகவும். கடந்த ஒரு மாதமாய் தன் இயல்பிலில்லை ஊர். பொதுத் தேர்தலுக்கான ஆட்டபாட்டங்கள் முடிந்த உடனேயே இந்த ஊருக்கு மட்டும் இடைத்தேர்தல் வந்துவிட்டது. மற்ற ஊர்மக்கள் முன்னால் இந்த ஊர்மக்கள் மஞ்சுவிரட்டு மாடுகளாய்ப் போய்விட்டார்கள். மாடு பிடிக்க வரிசையாய்க் கட்சிகள். யார் வயிற்றில் குத்தப்போகிறது; யாருக்குப் பிடிபடப் போகிறது என்பதே எங்கும் பேச்சு. வேற்று ஊர் ஆள்களுக்கு மட்டுமல்ல; இந்த ஊர் ஆள்களுக்கே இதுதான் பேச்சு.

இன்று தாலுகா அலுவலகத்தில் ஓட்டெண்ணிக்கை, அதைத்தான் ஆட்டோ சத்தமிட்டுக்கொண்டு ஓடுகிறது. அவன் வாசலுக்கு வந்தபோது பெண்களும் வயதானவர்களும் வாசல்களில்

ஆவலாதியாய் ஆட்டோ சொல்வதைக் கேட்டு சுவாரஸ்யமாய்ப் பேசிக்கொண்டார்கள்.

அவன் வீட்டிற்குள் திரும்பினான். அம்மா பின்கட்டில் தவழ்கிறாளா, நடக்கிறாளா என்று தெரியாமல் வேலைகளோடு ஊர்ந்து கொண்டிருந்தாள். வெளி வைபவங்களுக்கும் அவள் சுமைகளுக்கும் எப்போதும் ஒத்துவருவதில்லை. அப்பா வற்புறுத்தி அம்மாவை ஓட்டுச்சாவடிக்குக் கூட்டிப்போனார். ஒரு சின்னத்திற்கு அவசியம் ஓட்டுப் போடும்படி வலியுறுத்திச் சொல்லியிருந்தார். திரும்பியதும் எந்தச் சின்னத்திற்குப் போட்டாளென்று ஆயிரம் தடவை கேட்டிருப்பார். அம்மா இதுவரை எதுவும் சொல்லவில்லை. அவள் முடிவெடுத்துவிட்டால் வாயைத் திறக்கவைக்க யாராலும் ஆகாது.

பின்கட்டைக் கடந்தபோது அம்மா வேற்றாள் யாரையோ பார்ப்பது போல் அவனைப் பார்த்தாள். கிணற்றடியில் முகம் கழுவி அறைக்குள் வந்து பவுடர் பூசினான். அம்மா இன்னும் வாய் திறக்கவில்லை. அவளுக்கு ஏதாவது ஒரு வேதனை வந்து சேர்ந்திருக்க வேண்டும்.

உடுத்திக்கொண்டு வாசலுக்கு வந்தபோது கவனித்தான், மேசை மீது ஒரு கடிதம் இருப்பதை. அக்காவின் கையெழுத்து கடிதத்தில் அசாதாரண விசயங்களாகவே அக்காவின் கடிதங்களில் இருக்கும். அவள் மாமியாருக்கு லட்சம் எல்லாம் பத்தாது. அடிக்கொரு தடவை கோடி வேண்டும். இன்று அம்மா முற்றிலும் சிதறி நிற்க இந்தக் கடிதம்தான் காரணமாயிருக்க வேண்டும்.

"வாக்காளப் பெருமக்களே" என்று கூப்பிடும் அந்த ஆட்டோ கிறுக்கு ஈப்போல திரும்பவும் தெருவில் சத்தமிட்டது. மூன்றாவது தெரு ராமசாமி அவனுக்கு நெருக்கமான நண்பன். சாப்பாடு போட்டு ஐம்பது ரூபாய் கொடுக்கிறார்களென்று இவனையும் வண்டிக்குக் கூப்பிட்டான். "வாக்காள பெருமக்களே" என்று ஒரு முழுவதும் தந்துவிட்டுத் தனக்கு ஏழாம் பொருத்தமாயிருப்பதை உடனே கண்டு மாலையில் வந்துவிட்டான். அப்புறம் வேடிக்கை பார்த்துக்கொண்டு திரிந்தான்.

வாசலைத் தாண்டித் தாலுகா அலுவலகத்தை நோக்கி நடந்தான். சுவர்கள் வைப்பது விளம்பரம் எழுத என்றாகிவிட்டது. மக்கள் ரசனையை இன்னும் கீழாகவே மதித்தன சுவரிலிருந்த வண்ணங்களும் வார்த்தைகளும் வரைவுகளும். வெயிலைத் தரை இறங்கவிடாமல் தெருபூராவும் தோரணங்கள். ஒரு மாதமாக வாகனங்கள் அடித்த லூட்டிகளில் தரை ஓர் அங்குலம் உள்ளே போயிருக்கும்.

வெயிலுக்குக் கிறங்கிக் கிடந்தன வீடுகள். எப்போதும் இது வழியாய் நடக்கையில் கண்ணில்படும் நாலைந்து பெண்களில் சுதா மட்டும் அவள் வீட்டு நடையில் தென்பட்டாள். அவன் இன்னும் முகம் கழுவியிருக்கவில்லை. பல ஆயிரந்தடவை இந்தத் தெருவில் நடந்தோ, சைக்கிளிலோ அவள் வீட்டைக் கடந்தபோதும் இரண்டே தடவை மட்டும் அவள் இவனைப் பார்த்ததாக அவனிடம் கணக்கிருந்தது. அவையும் வெறித்த பார்வைகள்.

தாலுகா அலுவலகச் சுற்றுச்சுவர் ஓரங்களில் போலீஸ்காரர்கள் அதிகமாய்த் தெரிந்தார்கள். பயமுறுத்தும் அரசு வாகனங்கள் மிரட்டுகிற மாதிரியான போலீஸ் அதிகாரிகளின் நடமாட்டம் எல்லாம் சேர்ந்து தாலுகா அலுவலகத்தின் சுற்றுப்புறமே மாறி கிடந்தது. வாசல் பக்கத்தில் நெருதூலியாய்க் கூட்டம்.

அவர்கள் காலையில் இருந்து நின்றுகொண்டிருந்தார்கள். உடம்புகளில் வேர்வை ஓடியது. தலைகள் கலைந்து கிடந்தன. பல கண்களில் ஆவலும் பல கண்களில் வெறியுமிருந்தன. எல்லோரும் கசங்கிப்போய் நின்றார்கள்.

கூட்டங்கள் கட்சி கட்சியாய்ப் பிரிந்து நின்றன. ஒரு கூட்டத்தை மறுகூட்டம் அருவருப்பாய்ப் பார்த்தது. கூடுதலாய் ஓட்டு வாங்கிக் கொண்டிருந்த கூட்டம் வானத்திற்கும் பூமிக்கும் குதித்தது. குறைவாக வாங்கிய கூட்டம் "இன்னும் இருக்கு பாப்பம்" என்று சுருதி கெட்டு உறுமியது.

ஓட்டெண்ணிக்கை மாடியில் நடந்துகொண்டிருந்ததால் கூட்டத்தினரின் தலைகளெல்லாம் அண்ணாந்தே நின்றன. மாடி வராந்தாவில் ஒரு தலை தெரிந்தாலும் "தலைவா நல்ல சேதி சொல்லு" என்று கத்தினார்கள். கூட்டத்தில் கத்தி ஆர்ப்பாட்டம் பண்ணுகிறவர்கள் வேட்டிகளில் ஏதாவது ஒரு கட்சிக் கறை தென்பட்டது.

உள்ளூர் முகங்களுக்குச் சமமாக வெளியூர் முகங்கள் தெரிந்தன. போன ஒரு மாதமாய் ஊரைக் கலக்கிய மக்கள் அவர்கள். மழைக் கால அந்தியில் அலை அலையாய் ஈசல் கூட்டம் வந்ததுபோல வந்தவர்கள். காற்றும் ஈக்களும் மட்டுமே வந்துபோகிற உணவு விடுதிகளில் கூட உள்ளூர் மக்கள் ஒரு வாய் காபி சாப்பிட நுழைய முடியவில்லை. சொந்த வேலையாகவும் கல்யாண விசேஷங்களுக்கும் வந்த வெளியூர்க்காரர்கள் ஒருவருக்குக்கூட லாட்ஜுகளில் ஒரு அறை கிடைக்கவில்லை. தெருக்களிலும் வெளியே வெகுதூர கிராமங்களிலும் அலைந்து ஓட்டுக் கேட்டு

வியர்வையும் அழுக்குமாய்க் கழற்றிப் போடும் ஆயிரக்கணக்கான சட்டை வேட்டிகளை ஒரே நாளில் தும்பைப்பூப்போல் லாண்டரிகள் இரவு பகலாய் சலவை செய்தன. வெளியூர் ஆள் ஒருவர் லாட்ஜ் வாசலில் நிற்கையில் தான் உடுத்திய சட்டை வேட்டியைத் தானே பார்த்து மயங்கிச் சொன்னாராம். 'இதையா தண்ணியில்லா ஊருங்கிறாங்க.'

ராஜ வீதி ஒன்றுதான் பிரதான கடைவீதி. சாயங்காலங்களில் மட்டும் கூட்டமிருக்கும். பகலில் சன்னமான நடமாட்டம்தான். இடைத்தேர்தலுக்கு நாள் குறித்ததிலிருந்து விடிகாலையிலிருந்தே ராஜவீதி ஜே ஜே வென்றிருந்தது. தேங்காயெண்ணை, ஷாம்பூ, பவுடர், சீப்பு வாங்குவது போக லாண்டரியில் தாமதமானால் "புதுசா ஒரு வேட்டி சட்டை எடுத்துட்டு வா" என்ற குரல்கள் இதற்காகவே அதிகாலைகளில் தினமும் லாட்ஜ் அறைகளில் கேட்கும். சில ஐவுளிக் கடைகளும் ரெடிமேட் கடைகளும் திறந்திருந்தன.

வெளியூர்களிலிருந்து வந்தவர்களுக்கு வெகு உற்சாகமான நகரமென்பது அதே ஊரின் எதிர் கட்சிக்காரரை ஆளரவமற்ற இடங்களில் பார்க்கும்போதுதான். "அரசர் குளம் ஒண்ணரைக் கண்ணன் வந்திருக்கான் டோய். எதிரெ 4839ல் போறான் பாரு. கையிலெ சிகரெட்டுடா. மாப்பிள்ளை ஒருநாளைக்கு இருபது பீடி குடிச்சா பத்து பீடி ஒசிக்கு நிப்பான். இப்ப கையிலெ சிகரெட்டுடா. நமக்குக் காரிலெ காசு வருதுன்னா அவெங்களுக்குக் கப்பல்ல காசு வருது."

பெட்டிக் கடைக்காரர்கள் மொத்த வியாபாரிகளிடம் விலை உயர்ந்த சிகரெட்டுகளையே தினமும் வாங்கி அடுக்கினார்கள். பைகளில் வாங்கிவந்தவர்கள் பெட்டிகளில் ஆள் வைத்துத் தூக்கி வந்தார்கள். புயற்காற்றில் பறப்பதுபோல் விற்றுத் தீர்ந்தன எல்லாமும். டீக்கடைக்காரர்கள் தங்களுக்குக் கிராமங்களிலிருந்து வழக்கமாய்ப் பால் கொண்டுவந்து ஊற்றுபவர்களிடம் அதிகமாய்க் கொண்டுவரும்படி கேட்டார்கள். வீடுகளில் பச்சைப் பிள்ளைக்கும் பாலில்லாமல் டீக்கடைகளுக்கு வந்துசேர்ந்தது.

ஓட்டல் முதலாளிகள் விடிகாலை ஐந்து மணிக்கே விபூதி பூசி, கல்லாவில் உட்கார்ந்தார்கள். வாசனைக்காக சாப்பிடும் இடங்களில் செண்ட் தெளித்திருந்தார்கள். பெரிய நகரங்களில் ஸ்டார் ஓட்டல்களில் சாப்பிட்ட தலைவர்கள் இங்கு வந்து உட்காரும்போது எல்லாமே நாசுக்காயிருக்க வேண்டுமென்று இன்னும் பல காரியங்களை, ஓட்டல்காரர்கள் செய்தார்கள். வாசலில் பூந்தொட்டிகளை உடனுக்குடன் மாற்றினார்கள். புதிதாய் சட்டை

ட்ரவுசர் தைத்துக் கொடுத்துத் துடைக்கும் பையன்களைக் குளிக்கச் சொல்லி சுத்தமாயிருக்கும்படி பார்த்துக்கொண்டார்கள்.

தொண்டர்களை வறட்டுப் பிரசாரத்திற்கு அனுப்பிவிட்டுச் சில தலைவர்கள் பகல் முழுதும் பனியன் கூட உடம்பிலில்லாமல் தலைக்கு ஒரு தலையணையும் உடம்புக்கு இரண்டு தலையணைகளையும் போட்டுக்கொண்டு சத்தமிட்டுத் தூங்கினார்கள். மாலையில் எழுந்து குளித்து பவுடர் போட்டு ஸ்பேரயர் தெளித்துத் தழையத் தழைய வேஷ்டி கட்டித் தைத்தது. போலில்லாமல் செதுக்கியதுபோல் சட்டை போட்டுக்கொண்டு உட்கார்வார்கள்.

இருபது கிராமங்களின் பெயர்கள் ஊர்த் தலைவர்கள் ஜாதிகள் எத்தனை தலைக்கட்டுகளென்று மிக முக்கியமானவர்களோடு விவாதித்துக் குறித்துக் கொண்டார்கள். இருபது கனத்த பைகளை எடுத்து மூன்று நான்கு சூட்கேஸ்களில் அடைத்தார்கள். ஊருங்காலும் ஒடுங்கிய சாமங்களில் கார்களில் கிளம்பிப் போய்விட்டுப் பொழுது விடியுமுன்பு லாட்ஜுகளுக்குத் திரும்பினார்கள். மறுநாட்களுக்கு சில கிராமங்களில் ஜாதித் தலைவர்களுக்கும் ஜனங்களுக்குமிடையே அடிதடிகள் நடந்தன. எப்போதோ பார்க்கும் பலசரக்குக் கடைக்காரர்கள் ஐநூறு ரூபாய் நோட்டுகளைப் பார்த்துவிட்டுத் தவளைக் குதி குதித்துக் கொண்டிருந்தார்கள்.

பெரிய கட்சிகளுக்காக சினிமா நட்சத்திரங்கள் திறந்த ஜீப் காரில் தெருத்தெருவாய் வந்தார்கள். பண்டித ஜவகர்லால் நேருபோல் ஜனங்களைப் பார்த்துக் கைகூப்பி நின்றார்கள். அவரைப் போலவே தங்களுக்கு விழுந்த மாலைகளைத் தூக்கி ஜனங்களிடம் எறிந்தார்கள். ஜனங்களும் பூப்பூவாய்ப் பிய்த்து எடுத்துக்கொண்டார்கள். பல நடிகர்களுக்குத் தலையில் முடி இல்லாததைப் பற்றியும் அவர்களில் பலர் சினிமாவில் பார்த்ததுபோல் சிவப்பாக இல்லையென்றும் பேசிக்கொண்டார்கள்.

பிரச்சாரம் ஓயவேண்டிய தினத்தன்று மதியம் அவ்வளவு பெரிய ராஜவீதியை இத்தனூண்டாக்கிவிட்டார்கள். பெரிய கட்சிக்காரர்கள், சினிமா நடிகர்கள், நடிகைகள், துணை நடிகர்கள், குட்டி நடிகர்கள், டி.வி. அறிவிப்பாளர்கள், பட்டிமன்றப் பேச்சாளர்கள், கவிஞர்கள், பெரும் பெருந்தலைவர்கள் என்று திறந்த லாரிகளிலும் ஜீப்களிலும் கொட்டும் வெயிலில் நின்று சவால்களும் எதிர் சவால்களும் விட்டுக்கொண்டிருந்தனர். ஒரு சாணுக்கு ஒரு மைக்செட். சத்தத்தாலேயே ஜனங்களைச் சாகடிக்கலாம் என்கிற மாதிரியான ஏற்பாடுகள். அன்று மாலை ஐந்து மணிக்கு

ஒலிபெருக்கிகளை நிறுத்திவிட்டார்கள். எங்கோ வனாந்திரத்தில் இருப்பதுபோல் அமைதி. வீடு வாசல் அவரவர் பிரச்னையெல்லாம் அந்த விநாடியிலிருந்துதான் ஞாபகத்திற்கு வந்தது. அன்றிரவே பெருங்கட்சிகள் தெற்கேயிருந்தும் வடக்கேயிருந்தும் ஆட்களைக் கொண்டுவந்து கல்யாண மண்டபங்களில் இறக்கியிருந்தார்கள். அடுத்த இரண்டு நாட்களிலும் விடியுமுன் பத்துப் பதினைந்து கிடாய்கள் கல்யாண மண்டபங்களுக்குள் பத்திச் செல்லப்பட்டன.

ஓட்டுப் போடப் போனபோது பூக்களில் பெருஞ்சண்டைகள் நடந்தன. வெகுதூர மாவட்ட கிராமமான கயறுபட்டி ஆள்களே வேறு வேறு கட்சிகளுக்கு ஓட்டுப்போட ஒரே க்யூவில் நின்று, "கறியும் சோறுந் தின்னுட்டுக் கள்ள ஓட்டுப் போட வந்துட்டாங்கடா" என்று சொல்ல, "நீங்க என்ன காரியமா இங்க நிக்கறீங்க மாப்பிள்ளைகளா?" என்று பதில் வர, கம்படி கல்லடி நடந்தது. பள்ளிக்கூட பூத் தாழ்வாரத்தில் பச்சை ரத்தம் உள்ளங்கையில் அள்ளுகிற அளவில் உறைந்து கிடந்தது. அநேகமான பூக்களில் இதே மாதிரி அடிதடிகள் நடந்தன. ஊர் பூராவும் மதியப்பொழுதில் பீதி பரவியது. அப்புறம் உள்ளூர்க்காரர்கள் அதிகமாக ஓட்டுப் போடவில்லை. அந்த ஓட்டுகளைத்தான் இப்போது எண்ணிக் கொண்டிருந்தார்கள்.

சட்டையில் அட்டை குத்திய கட்சி ஏஜண்ட் ஒருவர் தாலுகா அலுவலக மாடியிலிருந்து கீழே இறங்கி உள்ளங்கையில் பேனாவினால் எழுதிவந்ததை உற்சாகமாகப் படித்தார். அவரைச் சுற்றிநின்று நசுக்கியது பெருங்கூட்டம். "அப்படி சொல்லு தலைவா. நீ மட்டும் வேற மாதிரி சொல்லியிருந்தே இதோ பாரு மண்ணெண்ணை; இதோ பாரு தீப்பெட்டி: தீக்குளிக்கிறதா இருந்தேன்" என்றார் ஒரு நடுவயது ஆள். கூட்டம் வெறிகொண்டு திரிந்தது. வாய்களிலிருந்து வந்த சாராய நெடியில் மூச்சுத் திணறியது.

கொஞ்சம் தள்ளி நின்ற இன்னொரு கட்சியினர்க்கு முகத்தில் ஈயாடவில்லை. பெருங்கும்பலா இருந்தது. கொஞ்சம் கொஞ்சமாய்க் கரைய ஆரம்பித்திருந்தது.

இவன், ஒவ்வொரு கும்பலாய்ப் போய் அவர்கள் பேசுவதையும் ஆடுவதையும் பார்த்துக்கொண்டே வந்தவன், விலகி விலகி மரங்களடர்ந்து குளிர்ச்சியாயிருந்த நிழலில் நாலைந்து நவீனமான கார்கள் நின்ற இடத்திற்குச் சென்றான். அந்த இடம் காவலுக்கு உட்பட்டிருந்தது. யாரும் அருகே வந்துவிடாமல் போலீஸ்காரர்கள் அதிகாரம் பண்ணிக்கொண்டிருந்தார்கள். இரண்டு சிறு கும்பல்களில் தலைவர்கள் நின்றுகொண்டிருந்தனர்.

அவன் போலீஸ் வளையத்திற்கு வெளியே நின்று கொண்டிருக்கையில் உள்ளே நின்ற தலைவர்களில் ஒருவர் "வா சாமிநாதா" என்று இவனைத் தவறுதலாக நினைத்து அழைத்துவிட்டார். "நானில்லை சாமிநாதன்" என்று உண்மை சொல்லித்தான் பழக்கம். அப்போதைய பரபரப்பிலும் ஆவலிலும் அவன் அப்படிச் சொல்லாமல் போலீஸைத் தாண்டி உள்ளே நுழைந்தான்.

இலை, தழை, மனித வாசனை எதுவும் தெரியாமல் அந்த இடம் முழுவதும் அவர்கள் போட்டிருந்த செண்ட் வாசனையாயிருந்தது. யார் உடம்பும் இறுக்கமாயில்லை. கொழகொழவென்று சாய்ந்தும் அசைந்துமே பேசிக்கொண்டிருந்தனர். அவர்களுக்கென்று தனியே நாகரிகமான உடை அணிந்த ஒருவர் வாக்கு எண்ணிக்கை நிலைமையை அவ்வப்போது காகிதத்தில் குறித்துவந்து சொல்லிக்கொண்டிருந்தார். உள்ளூர் தலைவர் ஒருவர் காரிலிருந்து ஃபிளாஸ்கை எடுத்துவரச் சொன்னார். அவன் அதுவரை பார்த்திருந்த ஃப்ளாஸ்க் மாதிரி இல்லை அது. அங்கு கிடந்த பொருள்களைப்போல் நேர்த்தியானவைகளை அவன் அதுவரை பார்த்ததேயில்லை. பளபளவென்று ஐந்தாறு டம்ளர்களையும் காரிலிருந்து டிரைவர் எடுத்துவந்து அழகாய் சம்மணமிட்டமர்ந்து அளவோடு ஊற்றி எடுத்துவந்து எல்லோருக்கும் கொடுத்தார். நிதானமாய் வாங்கிக் கையில் வைத்துக்கொண்டும் மிதமான உற்சாகத்தோடும் பேசிக்கொண்டிருந்தனர். "ஒங்க ஊர்லெ காபியும் நல்லாயிருக்கண்ணே" என்று ஒரு தலைவர் சொல்ல "அப்ப வேறென்ன நல்லாயில்லெ?" என்று கேட்க அதற்குமேல் அங்கே நிற்கப் பிடிக்காமல் நகர்ந்தான்.

மறுபடி மகா சங்கமத்திற்குள் நுழைத்தவனாய் வெளியே வரமுடியவில்லை. தோற்கப் போகிறவர்களுக்கும் ஜெயிக்கப் போகிறவர்களுக்கும் வாய்ச்சண்டைகளும் கைசண்டைகளும் நடந்து கொண்டிருந்தன. கொஞ்ச தூரத்தில் வாணக்காரன் நொடிக்கொரு வாணம்விட்டு அந்தப் பிரதேசத்தையே கிடுகிடுக்க வைத்தான். சாராய வாடை முன்னைவிட உக்கிரமாய் எங்கும் வியாபித்தது.

அவன் மெல்ல மெல்ல நெரிசிலிருந்து வெளியே ஆளில்லா இடத்திற்கு வந்தான். நிதானமாகவும் சுகமாகவும் மூச்சுவிட முடிந்தது. நிமிர்ந்து பார்த்தான். எதிரில் இவன் படித்த கல்லூரி மௌனமாய் நின்றது. இதைவிட்டு வெளியேறி எட்டு வருசங்களாகின்றன.

வீட்டை நோக்கி நடந்தான். தான் வீட்டை விட்டுக் கிளம்பியபோது தன்னை வேற்றாள்போல் பார்த்த அம்மா ஞாபகம்

கந்தர்வன் சிறுகதைகள் 267

வந்தது. அப்பா இந்தக் கூட்டத்தில் எங்காவது நின்றுகொண்டிருப்பார். இதில் யார் ஜெயித்தார் என்பது அவருக்கு ரொம்ப முக்கியம்.

காலில் பட்ட காகிதங்களிலெல்லாம் அக்காவின் குண்டு குண்டான கையெழுத்துகள் தெரிந்தன. அம்மா அரைப் பிணமாய் ஆகாயத்திற்கும் பூமிக்குமாய் பயங்கரமாய் வாய் பிளந்து படுத்துக்கிடந்தாள். அவளைச் சுற்றி அக்காவின் கோடிக்கணக்கான கடிதங்கள் கிடந்தன.

நடந்து வரும்போது அவனுக்கு இன்னொரு கவலை வந்தது. ஒரு மாதம் பொழுதுபோனதே தெரியவில்லை. இனி பொழுதும் போய்த் தொலைக்காது.

~

எங்கெங்கும் அம்மாக்கள்

ரொம்ப முன்னதாக ரயில் நிலையத்திற்குப் போய்விட்டான். இவன் பிளாட்பாரா பெஞ்சில் உட்கார்ந்து போகிற வருகிறவர்களை வேடிக்கைப் பார்த்துக்கொண்டிருந்தபோது கண்ணைக் குத்துவதுபோல் அந்த இளம் வெள்ளைக்காரத் தம்பதி நடந்துபோனார்கள். அப்புறம் எதையோ விசாரித்தவாறு திரும்பிவந்தார்கள். அவர்களைப் பார்த்துவிட்டு இடப்புறம் திரும்பியபோது கோபமும், ஆத்திரமுமாய் வந்தது. ஏராளமாய் ஜனங்கள் பிளாட்பாரத்தில் போய் வந்துகொண்டிருக்கையில் இரண்டு பையன்கள் எந்தத் தயக்கமும், பயமுமில்லாமல் அந்த வெள்ளைக்காரப் பெண்ணைப் பார்த்து கெட்ட சைகைகள் காட்டிக்கொண்டிருந்தனர்.

அந்தப் பெண் தொளதொளப்பாய் ஒரு பனியனும், கீழே பிடிப்பாய் ஜீன்சும் அணிந்திருந்தாள். வெள்ளை இளைஞன் அரை ட்ரவுசர் போட்டிருந்தான். மெலிந்த பிரேமில் யுத்த கால ஜனங்கள் போட்டிருந்த மாதிரியில் கண்ணாடி அணிந்திருந்தான். இருவர் முதுகுகளிலும் லக்கேஜ்கள்.

வெள்ளைப் பெண்ணின் பனியன் போட்ட உடம்பு அசைவுகளைப் பார்த்துதான் அந்த இரு பையன்களும் அவளை நோக்கி அசிங்கமாக சைகைகள் காட்டிக்கொண்டிருந்தார்கள். அவள் திரும்பி ஒருமுறை பார்த்ததும் அதில் அவ்வளவாய் எதிர்ப்பு இல்லாததும் அந்தப் பையன்களை ஊக்கியிருக்க வேண்டும். இன்னும் அதிக வக்கிரத்துடன் அவளைப் பார்த்து சைகைகள் காண்பித்துக் கொண்டிருந்தார்கள். நாடு நாடாய் சுற்றி வரும்போது இவர்களைப்போல எவ்வளவு பையன்களைப் பார்த்தாளோ, அவர்களோடு சண்டைக்குப் போவதைத் தவிர்க்கும்படி அவள் அனுபவங்கள் ஊர் ஊராய் எவ்வளவோ என்று எண்ணமிட்டுக்கொண்டே இவன் அந்தத் தம்பதிகளைப் பார்த்தான்.

இப்படி இரண்டு பையன்கள் அசிங்கமாக சைகை செய்வது பற்றி எந்த அக்கறையும், கோபமும் படாமல் வெகுஇயற்கையாக அந்த வெள்ளை இளைஞர் அந்தப் பெண்ணோடு நடந்துகொண்டிருந்தான்.

இந்த இரண்டு பையன்களுக்கும் அதிக தைரியம் வந்து வெள்ளைப் பெண்ணுக்கு வெகுஅருகாமையில் வந்துவிட்டனர். அவள் சுற்றுமுற்றும் பார்த்துவிட்டு அவர்களைத் தவிர்க்க இவன் உட்கார்ந்திருந்த பெஞ்சில் இவனுக்குச் சற்றுத் தள்ளி அமர்ந்தாள். வெள்ளை இளைஞன் அவளருகில் அமர்ந்தான். இப்போதும் அந்தப் பையன்கள் விடவில்லை. சற்றுதூரத்தில் நின்று தங்களுக்குள் உரசிக்கொண்டே கெட்ட சைகைகளாக காண்பித்துக் கொண்டிருந்தார்கள்.

அவள் முகம் மாற ஆரம்பித்தது. உதடு லேசாய்த் துடித்தது; சுவாசம் வேகமானது. அவள் திரும்பி இவனைப் பார்த்தது போலிருந்தது. அவ்வளவுதான். இவன் குதித்து எழுந்தான். அந்தப் பையன்களை வெட்டிப் புதைத்துவிடப் போவதாக வைதான். கெட்டித் தமிழ் வசவுகள் பையன்களை விரட்டிவிட்டது. அவர்கள் ஓடி ஸ்டேஷன் வாசலைத் தாண்டியதும் இவன் பெஞ்சில் வந்து உட்கார்ந்தான். அவள் நன்றி சொன்னாள். வெகு இயலியாக குடும்பத்தாட்கள் சொல்லிக்கொள்ளும் நன்றி போலும், பார்க்கும் பார்வை போலும் இருந்தது.

அவனிடம் அவள் நிறைய பேச விரும்புவது போலிருந்தது. இருக்கை எண்கள் அருகருகே இருப்பதையறிந்து திருப்தியோடு அவனைப் பார்த்தாள். ரயிலுக்குள் ஏறும்போது சொன்னாள். சொன்னாள். "நாங்கள் கோவிலைச் சுற்றிப் பார்க்கும்போதிருந்தே அந்தப் பையன்கள் இதேமாதிரி நடந்துகொண்டார்கள். நகர் முழுதும் எங்களைத் தொடர்ந்தார்கள். ரயில் நிலையத்திற்குள்ளும் வந்துவிட்டார்கள். நீங்கள் தைரியமாக எங்கள் உதவிக்கு வந்தபின்தான் அவர்களை விரட்ட முடிந்தது."

"எங்கள் ஊரில் நேர்ந்த இந்த மோசமான நிகழ்ச்சிக்காக வருந்துகிறேன்" என்றான் இவன்.

"விடுங்கள் அதை" என்று அவள் சகஜமானாள்.

இருக்கையில் உட்கார்ந்ததும் பைக்குள்ளிருந்து பிஸ்கட்டுகளையும், பழங்களையும் எடுத்து எதிரில் உட்கார்ந்திருந்த இவன் முன் நீட்டினாள். உளுத்தங்கழியில் செய்த உடம்பும், தங்கத்தில் செய்த தலைமுடியுமாயிருந்தாள் அவள். அவள் கேட்காமலே அவன் ஓடி அந்தப் பையன்களை விரட்டியது. அவளைப் பாதித்துவிட்டது

முகத்தில் தெரிந்தது. அன்னியோன்னியமாய் இவனைப் பார்த்தாள். வெள்ளை இளைஞன் அவளையும். இவனையும் மாறி மாறிப் பார்த்துவிட்டு பிஸ்கட் தின்ன ஆரம்பித்தான். அவனது பல் வரிசை அவ்வளவாய் வெள்ளையாயில்லை.

வண்டி புறப்பட்டதும் அவள் அசைந்து இன்னும் சௌகர்யமாய் உட்கார்ந்துகொண்டாள். பக்கத்து இருக்கைகளிலிருந்தவர்கள், ஷூமேக்கர் வியாழனில் விழப்போவது பற்றியும், பூமி என்னவாகும் என்ற ஊகத்தோடும் மிகுந்த ஆர்வமாய்ப் பேசிக்கொண்டிருந்தார்கள். அவள் மறுமுறை பிஸ்கட்டை இவன் கையில் வைத்து அன்போடு பார்த்தபோது வெள்ளை இளைஞன் அவளிடம் என்னவோ கேட்டான். அவள் அலட்சியமாக பதில் சொன்னாள். அப்புறம் நிமிர்ந்து இவனிடம் சொன்னாள் "இந்த ஆளுக்கு இங்கிலீஷ் தெரியாது."

"அப்படியானால் அவர் என்ன மொழியில் பேசினார்?"

"ஜெர்மன் மொழியில்."

"உங்களுக்கு ஜெர்மன் தெரியுமா?"

"நாங்கள் இருவருமே ஜெர்மானியர்கள்."

ரயில் மெல்லக் குலுங்கிப் புறப்படத் துவங்கியது. பிளாட்பாரம் மறைந்துகொண்டிருந்தது. வீடுகளும், சாலைகளும், வாகனங்களும் கண்ணில் பட ஆரம்பித்தன. ஜன்னலிலிருந்து அவள் பார்வை இவன் முகத்திற்கு நேராக வந்தபோது சொன்னாள், "இப்படி ஜோடியாகவும், தனித்துப் பல வெள்ளைக்காரர்களை என் சின்ன வயதிலிருந்து பார்க்கிறேன். அவர்களோடு கை குலுக்கவேண்டும், நண்பர்களாக வேண்டும், அவர்கள் திரும்பிப் போனபின் காலம் பூராவும் கடிதம் எழுதிக்கொண்டிருக்க வேண்டும் என்று நினைப்பதுண்டு. இன்றுதான் பேசும்படி வந்திருக்கிறது."

அவள் எழுத்தாள். எதற்காகவோ எழுந்திருக்கிறாள் என்று நினைத்துக்கொண்டிருக்கையில் அவள் கையை நீட்டிகொண்டே சொன்னாள், "இதோ உங்களோடு நான் கைகுலுக்குகிறேன்." அந்நியப் பெண்ணின் ஸ்பரிசம் இவனை நெளிய வைத்தது.

அவள் சொன்னாள். "எங்களிடம் பேச விரும்புகிறவர்கள் எங்களைப் பற்றித்தான் கேட்க விரும்புகிறார்கள், தவிரவும் எல்லோரும் ஒரேமாதிரி கேள்வி கேட்கிறார்கள். ஜிப்ஸிகளிடம் கேட்பதுபோல, ஜிப்ஸிகளை, ஹிப்பிகளைப் பார்ப்பது போலத்தான் எங்களைப் பார்கிறார்கள்." அந்த வார்த்தைகள் இவனை உறுத்தியது. "நீங்கள் அந்த இரண்டு பையன்களின் செய்கைகளை

இன்னும் மறக்கவில்லை போலிருக்கிறது. என் ஊரில் இப்படி நடந்திருக்கக்கூடாது" என்றான்.

அவள் சிரித்துக் கொண்டே சொன்னாள், "சொல்லப்போனால் எல்லா ஊர்களிலும் இப்படித்தான்."

வெள்ளை இளைஞன் அவள் தோளைத் தட்டி என்னவோ கேட்டான். அவள் அவனை முறைத்துப் பார்த்து அவனது தொடையைப் பலமாகத் தட்டி என்னவோ சொன்னாள். அநேகமாக அது "நான் பேசிக்கொண்டிருக்கும்போது குறுக்கிடாதே" என்பது போலிருந்தது. இவனிடம் திரும்பி "அப்புறம் சொல்லுங்கள்" என்பது போலப் பார்த்தாள்.

"இந்தியாவைப் பார்க்க நீங்கள் எவ்வளவோ தூரத்திலிருந்து வந்திருக்கிறீர்கள்?" என்றான் இவன்.

"நான் இன்னும் சில நாடுகளையும் சுற்றுவேன்."

"வாழ்க்கையை நடத்த அடுத்த தெருவிற்குப் போய்வருவதே அலுப்பாகத் தெரிகிறது எங்களுக்கு. நீங்கள் எப்படி ஒரு கார்யமும் லட்சியமும் இல்லாமல் இப்படி நாடு நாடாய் சுற்றிக்கொண்டிருக்கிறீர்கள்?"

"கொஞ்சம் சுகத்தையும் நிம்மதியையும் அதுதான் தருமென்றால் சுற்றிக்கொண்டே இருக்கலாம்."

"ஜெர்மனியில் நீங்கள் எந்த ஊர்?"

"ஃப்ராங்க்பர்ட்"

"அந்த ஊர் மிகவும் அழகாயிருக்குமே"

"எது அழகில்லை"

"உங்கள் அம்மா, அப்பா எல்லோரும் அங்கே இருக்கிறார்களா?"

அவள் முகம் மாறியது. "உங்கள் நாட்டுக்காரர்களென்றால் இம்மாதிரி கேள்விகளுக்கு சுலபமாய்ப் பதில் சொல்லிவிடலாம். என்னால் முடியாது."

'இருந்தாலும் நீ சொல்ல வேண்டும்' என்பதுபோல் அவளை நோக்கி ஓர் இளகிய பார்வையோடு இவன் அமர்ந்திருந்தான். அவள் முகம்

மாறிக்கொண்டு வந்தது. தோள்களை ஒருமுறை குலுக்கிக்கொண்டே சொன்னாள். "அம்மா இருக்கிறார், அப்பா இறந்துவிட்டார். அப்பா உயிரோடிருக்கையிலேயே அம்மா மறுமணம் செய்துகொண்டார். அப்பாவுக்கு, நானும் தம்பியும் பிறந்தோம். மறுமணங்களிலும்

அம்மா ஒன்றிரண்டு குழந்தைகளைப் பெற்றாள். கடைசியில் நான் கேள்விப்பட்டது ஆறாவது திருமணம் செய்துகொண்டு பெர்லினிலிருக்கிறாளென்று?"

ஜன்னலுக்கு அப்பால் தெரிந்த மங்கிய நிலவொளியில் அந்த வெள்ளை மாது கணவர்களோடு கைகோத்துக்கொண்டும், ஆடிப்பாடிக் கொண்டும் போவது போலிருந்தது. யார் எதைச் சொன்னாலும் அதைக் காட்சியாகப் பார்ப்பது இவன் மனப்பழக்கம் அவளிடம் கேட்டான் "உங்கள் அம்மாவை நீங்கள் கடைசியாய் எப்போது பார்த்தீர்கள்?"

"பன்னிரண்டு வருடங்களுக்கு முன் நான் வீட்டைவிட்டு வெளியேறி விட்டேன். வீடு எனக்குப் பிடிக்கவில்லை. மறுமணம் செய்துகொண்ட அம்மா வேதனை மிக்கவளாயிருந்ததைப் பார்த்தேன். அம்மா தன் இரண்டாவது கணவன் மூலம் நிறைய நஷ்டப்பட்டுக் கொண்டிருந்தாள். எல்லா வகைகளிலும் வீடு நரகமான பின்னர்தான் நான் புறப்பட்டேன். அப்போதுதான் நான் அம்மாவை கடைசியாய்ப் பார்த்தது. ஹேம்பர்கில் நான் வசித்துவருகிறேன். எக்ஸ்ரே எடுப்பதில் என்னை நிபுணி என்பார்கள். ஆனாலும் என் அம்மா மிகவும் பாவம்."

பக்கத்திலுள்ள வெள்ளை இளைஞனைக் காட்டி இவரை எப்போது திருமணம் செய்துகொண்டீர்கள்?" என்றான் "இவன் என் கணவனில்லை. பம்பாயில் நாங்கள் சந்தித்துக்கொண்டோம். சேர்ந்துகொண்டோம்."

"நீங்கள் சேர்ந்து பகலில் சுற்றுகிறீர்கள். இரவில் சேர்ந்தே தங்குவீர்களா?"

"ஆம்."

தன்னைக் காண்பித்து அவளிடம் கேள்வி கேட்டுப் பேச்சு நடப்பதை வெள்ளை இளைஞன் புரிந்துகொண்டான். ஜெர்மன் மொழியில் அவளிடம் சீரியசாக ஏதோ கேட்டான். அவள் பதில் சொன்னவிதம் "பேசாமலிருக்கமாட்டாய்" என்பது போலிருந்தது.

"மன்னித்துக்கொள்ளுங்கள். இவன் எத்தனாவது மனிதன் உங்கள் வாழ்வில்?"

அவள் கருத்தாயெண்ண ஆரம்பித்தாள். முகத்தில் சின்னக் குழப்பம் தெரிந்தது. "எட்டு அல்லது ஒன்பதாவது ஆளாயிருக்கும்."

"அவனுக்கு நீங்கள் எத்தனாவது ஆளாக இருப்பீர்கள்?"

கந்தர்வன் சிறுகதைகள் 273

சிரித்துக்கொண்டே சொன்னாள், "இவனிடம் அதை நான் கேட்கவில்லை."

"ஏன் நீங்கள் இவரைத் திருமணம் செய்துகொள்ளக்கூடாது?"

அவள் பதில் சொல்லவில்லை. மெல்ல சிரித்துக்கொண்டதோடு சரி.

"உங்களுக்கு வயதாகவில்லையா? யாரையாவது திருமணம் செய்து கொள்ள வேண்டாமா?"

அவள் முகத்தில் சஞ்சலம் வந்தது போல் தோன்றியது. சிறிது மௌனத்திற்குப் பின் அவள் சொன்னாள், "அவ்வப்போது அந்த எண்ணம் வரும். கூடவே பயம் வரும். இதுவே பரவாயில்லையென்று தோன்றி அந்த எண்ணங்கள் முடிவுக்கு வந்துவிடும்."

"உங்களைத் திருமணம் செய்துகொள்ள வற்புறுத்தி உங்கள் அம்மா ஒரு கடிதம் கூடப் போட்டதில்லையா?"

"விலாவாரியாகப் பேசமுடியாது, அம்மாவைப் பற்றி. ஆனால் பாவம் அம்மா."

"உங்கள் கூடப்பிறந்த தம்பி ஒருவர் உண்டென்று சொன்னீர்களே. அவர்கூட எதுவும் சொல்வதில்லையா இதைப் பற்றி?"

அவள் முகத்தில் உலர்ந்த சிரிப்பு ஒன்று தோன்றியது. தன் கையை விரித்து விரல்களைச் சம்பந்தமில்லாமல் பார்த்துக்கொண்டிருந்தாள். அப்புறம் இவனை நிமிர்ந்து பார்த்துச் சொன்னாள். "அவனைப் பார்த்து ஐந்து ஆண்டுகளுக்கு மேலிருக்கும். நான் எங்கள் வீட்டைவிட்டுக் கிளம்பிப் போன சில வருடங்களில் அம்மா தனது மூன்றாம் திருமண மும்முரத்திலிருந்தபோது வெளியேறினானென்று கேள்விப்பட்டேன். இந்தாண்டுகளுக்கு முன் ஒரு ரயில் நிலையத்தில் சற்றும் எதிர்பாராமல் அவனைச் சந்தித்தேன். அவனுக்கு ரயிலைப் பிடிக்கும் அவசரம். வரப்போகும் உங்கள் கேள்விக்கும் சேர்த்தே பதில் சொல்லிவிடுகிறேன். அவனுக்குத் திருமணமாகிட்டதா, குழந்தைகளுண்டா என்பது பற்றி எல்லாம் என்னிடம் விவரங்களில்லை. ஆனால் நான் ரயில் நிலையத்தில் பார்த்தபோது அவன் கூட ஒரு பெண்ணும் ஓடிக்கொண்டிருந்தாள். அநேகமாக அவள் அவனது மனைவியாக இருக்கலாம்."

"உங்கள் நாட்டில் நீங்கள் எல்லோருமே இப்படித்தான் வாழ்கிறீர்களா?"

"இல்லை, இல்லை. நிறைய பேர் கணவன், பிள்ளைகள், வீடு என்று வரையறை செய்துகொண்டு கடைசி வரை ஒரே மாதிரி வாழ்ந்துகொண்டிருக்கிறார்கள். அம்மா பாவம்."

"இப்போது சரி, ஐம்பது அறுபது வயதுகளில் அப்படியொரு வாழ்க்கை அமையாமம் போனதே என்கிற வருத்தம் வர வாய்ப்புண்டே; முதிய வயதைப் பற்றி நீங்கள் என்றாவது நினைத்திருக்கிறீர்களா?"

"என் அம்மாவுக்குக்கூட. இப்போது முதிய வயது ஆரம்பித்திருக்கும். அவள் தனது கடந்தகால வாழ்க்கையையும் கைப்பிடித்த ஐந்தாறு கணவர்களையும், அந்தந்த கல்யாண தினங்களையும் அடுத்து நேர்ந்தவைகளையும் பற்றி என்ன நினைக்கிறார்களோ? பாவம் அம்மா." சொல்லிவிட்டு அவள் ஜன்னல் வழியே வெளியில் பார்க்க ஆரம்பித்தாள். அதுவரை இவளிடம் வெளிப்படுத்திய எதற்கும் கூச்சப்பட்ட மாதிரி தெரியவில்லை. ஆனால் வெள்ளை முகத்தில் சிவப்பு தெறித்துக்கொண்டிருந்தது. லயமற்ற கால்கள் கோபஆட்டம் ஆடின.

ரயிலைத் தாண்டி. கடல்களுக்கும், மலைகளுக்கும், தீவுகளுக்கும் அப்பால் யாரோ ஓர் ஆணுடன் சோகமாய் நடந்துபோவதுபோல இவனுக்குத் தோன்றியது. இவன் மனப்பழக்கப்படி காட்சியாய் விரிகையில் ஒரு தெளிவாகவில்லை. இவன் பார்த்திருந்த ஆங்கிலப் படங்களில் மறு, மறுமணங்களின்போதும் மணப்பெண் தரை பாவும் வெள்ளை கவுனோடு வருவாளா என்பது. இவளும் இவள் தம்பியும் அம்மாவின் மறுமணங்களின்போது எப்படி ஒடுங்கிப் போயிருந்திருப்பார்களென்று விரிவாக மனசில் வர இவன் கவலையானான்.

ரயில் ஒரு பாலத்தைக் கடக்கும் தடதடவென்ற சத்தம் வந்தபோது அவள் திரும்பினாள். சில விநாடிகள் இவனை உற்றுப் பார்த்தாள். சகஜமாய் முகத்தை மாற்றிக்கொள்ள அவளுக்கு மேலும் சில விநாடிகள் ஆனதும் கேட்டாள் "நான் உங்களை சில கேள்விகள் கேட்க வேண்டும்."

"அவசியம்"

"உங்களைப் பார்த்தால் திருமணம் ஆகி மனைவி, குடும்பம், உத்தியோகம், அம்மா, அப்பா, சொந்தக்காரர்கள் என்று நேர்த்தியாக செட்டிலாகியிருக்கிறீர்கள் என்று தெரிகிறது."

"எப்படித் தெரிந்தது உங்களுக்கு?"

"நீங்கள் என்னை என்ன கேள்வி கேட்டபோதும் கௌரவமான பார்வை உங்கள் கண்ணில் தெரிந்ததை வைத்து."

"எப்படியோ செட்டிலாயிருக்கிறேன். நேர்த்தியாகவா என்பது எனக்குத் தெரியாது. அதன் அளவுகோல் எது என்பதையும்

நானறியேன். நான் இங்கு அருகில் உள்ள கிராமத்தைச் சேர்ந்தவன். அங்கேயே படித்தேன். அப்புறம் இந்த நகரத்தில் படிப்பைத் தொடர்ந்தேன். சென்னையில் உத்தியோகமானதும் அந்த வாழ்க்கை முறையே எனக்கு பிரமிப்பாக இருக்கிறது. அதனால் நான் என்ன மாதிரி செட்டிலாகி இருக்கிறேனென்று தெரியவில்லை."

"நான் சொல்லவந்தது வேறு. உங்களுக்கு அதிக குழப்பமில்லை."

"இருக்கலாம்."

"உண்மையில் உங்களைப் பற்றிய ஊகங்களே அவை. அதிருக்கட்டும்; நான் கேட்க விரும்புவதெல்லாம் உங்கள் அம்மாவைப் பற்றித்தான்."

"கேளுங்கள், அதற்கும் முன் ஒரு கேள்வி. உங்கள் அம்மாதான் உங்களது குழப்பங்களுக்குக் காரணமா?"

"அதைப்பற்றி நான் நிறைய சிந்திக்க ஏதுமில்லை. ஆனால் பாவம் அம்மா."

இவன் ஆச்சரியமாய் அவளைப் பார்த்துக்கொண்டிருக்கையில் அவள் முகம் கூர்மையானது கேட்டாள். "உங்கள் அம்மா எங்கே இருக்கிறார்?"

"கிராமத்தில்.'

"நீங்கள் அடிக்கடி போய்ப் பார்ப்பீர்களா?"

"இன்று மதியம் வரை அம்மாவோடுதான் இருந்துவிட்டு வருகிறேன். கல்யாணங்கள், திருவிழாக்கள், பண்டிகைகளின்போது நான் என் குடும்பத்துடனோ, தனியாகவோ வசதிக்கேற்ப கிராமத்திற்குப் போய் அம்மாவோடு இருந்துவிட்டு வருவேன்."

"அப்பா?"

"அவரோடும்தான்."

"அம்மாவும் அப்பாவும் சேர்ந்தே கிராமத்தில் இருக்கிறார்களா இன்னமும்?"

"இந்தக் கேள்வியே ஆச்சர்யமாயிருக்கிறது. தாயும், தந்தையும் ஒரிடத்தில் வாழாமல் வேறு வாழ்க்கை இங்கு சாத்தியமில்லை."

"உங்கள் தகப்பனார் எப்படி நடந்துகொண்டாலும் தாயார் அவரோடுதான் வாழ்கிறார். நான் சொல்வது சரிதானே?"

அவள் அப்படிக் கேட்டபோது இவனுக்கு அருவருப்பாயிருந்தது. அம்மா பேரன், பேத்தி எடுத்துவிட்டது. தாங்கள் பேசிக்கொள்வதை அம்மா கேட்டு இந்த இங்கிலீஷுக்கும் அர்த்தம் தெரிந்தால்

தற்கொலை செய்துகொள்ளப் போகிறேன் என்றுகூடச் சொல்லலாம் என்று இவனுக்குத் தோன்றியது.

ஆனால் இப்போது இவனுக்கு ஒரு சங்கடம் வந்திருந்தது. இதேபோலவும் இதைவிடக் கூராகவும் அவள் அம்மா பற்றி இவன் கேட்டிருக்கிறான். இவன் சொன்னான் "ஆமாம் அப்பா என்ன செய்திருந்தும் அம்மா அவரோடுதான் வாழ்கிறார்."

அவள் கேட்டாள் "உங்கள் அப்பா அம்மா இருவரும் மறுமணம் செய்துகொள்ளவில்லை. சரி, இருவருக்கும் வெளியில் வேறு தொடர்புகள் இருந்ததாக எப்போதேனும் தகராறு வந்து நீங்கள் பார்த்திருக்கிறீர்களா?"

அந்த இரண்டு பையன்களும் ரயில் நிலையத்தில் ஏன் கெட்ட மாதிரி நடந்துகொள்ள வேண்டும்? ஏன் இவளுக்கு நாம் போய் உதவவேண்டும்? இதை சாக்காகவோ சலுகையாகவோ கொண்டு, இந்த சம்பாஷணை வளர்ந்து தர்மசங்கடமான இடங்களுக்குத் தாவவேண்டுமென்று இவனுக்கு எரிச்சல் வந்ததும் முழுமையும் காட்டிக் கொள்ளாமல் சொன்னான்.

"அம்மாவைப் பற்றிப் பேசினால் நாக்கு அழுகிப்போகும். நீங்களும் நானும் இப்படிப் பேசிக்கொண்டது தெரிந்தால் குறைந்தது ஒரு வாரம் சாப்பிடமாட்டார். ஆனால் அப்பா வேறு வகை. உண்மையைச் சொல்லப்போனால் அவருக்குப் பல பெண்களின் தொடர்பு இருந்ததாய்க் கேள்விப்பட்டிருக்கிறேன். பக்கத்து கிராமத்தில் வீடு வாங்கிக் கொடுத்து ஒரு பெண்ணை வைத்திருந்தார்."

"அதனால் தகராறுகள் வந்ததில்லையா, உங்கள் வீட்டில்?"

"தகராறு நடக்கும். ஆரம்பித்தது அம்மாவா, அப்பாவா என்று எங்களால் அறியமுடியாது. என் சிறுபிராயத்தில் பல தடவை அப்பா அம்மாவின் தலைமயிரை இழுத்துப்போட்டு உதைத்துவிட்டு வாசலில் நிறுத்திவிடுவார். ஊர்ஜனங்கள் கூடி அவரை அழுத்திப் பிடித்துக்கொள்ள முயற்சிக்கும்போது கூட அவர் மீறி அம்மாவை காலால் உதைத்துக் கெட்ட வார்த்தைகள் பேசினார். என் அம்மாவின் அப்பா அதாவது என் தாத்தா தன் கிராமத்திலிருந்து பெரிய கூட்டமாய் வருவார். வீட்டு வாசலில் விடிய விடியப் பஞ்சாயத்து நடந்தது. இரவுக் காலப் பஞ்சாயத்துகளில் எல்லாம் அம்மா முந்தானையை ஒரு பந்தாக வாயில் அழுத்திக்கொண்டு நிற்பார். எனக்கு கவலை வரும்போது, சோதனை வரும்போது, என்னை யாராவது புண்படுத்திய போதெல்லாம் அம்மா முந்தானையை ஒரு பந்தாக்கி வாயில் அழுத்திக்கொண்டு நிற்கும் காட்சி

கந்தர்வன் சிறுகதைகள் 277

சம்பந்தமில்லாமல் இன்னும் என் முன் வருகிறது. சிறு வயதில் பதிந்த அம்மா முகம் இன்னும் அழியவில்லை. என் காலம் முழுதும் என் கவலைகளின்போது அம்மாவின் அந்த சோக பிம்பம் மறையாது போல."

ஏன் இவ்வளவையும் சொன்னோம் என்று உடனே தோன்ற, வெட்கமாயிருந்தது. இந்த நாட்டு நெருங்கிய சிநேகிதர்களிடம் கூடச் சொல்லாத குடும்ப விஷயங்களை ஏன் இந்த அந்நியப் பெண்ணிடம் கொட்டினோமென்று வந்தது. கூடவே அம்மாவின் முகம் இன்னும் தெளிவாக வாயில் முந்தானை பொதிந்து அதுவரை தோன்றியிராத பாவமாய்த் தெரிய கை நடுங்கிற்று. பேச்சை இத்துடன் நிறுத்திவிடுவதென்று முடிவெடுத்து குனிந்து பைக்குள்ளிருந்து இட்லி பொட்டலத்தை வெளியிலெடுத்தான்.

இட்லி அம்மா செய்தது. கிளம்புமுன் ஆவி பறக்கும் இட்லிகளை ஆறவைத்து இலை விரித்துக் கட்டிப் பைக்குள் வைத்துவிட்டுத் திரும்பி அடுப்படிக்குள் நுழைந்தது. அப்பா வயலிலிருந்து வந்தவர், அம்மாவை இந்த வயதிலும் கோபமாய்ப் பேசியது இவன் ஞாபகத்தில் வந்தது.

பொட்டலத்தைப் பிரிக்கையில் கண் நிறையக் கண்ணீர் வந்துவிட்டது. கைக்குட்டையை எடுத்து கண்ணீரைத் துடைத்துக்கொண்டு அவளைப் பார்த்தான். கைப்பையிலிருந்து ஒரு மெல்லிய வெள்ளை பேப்பரை எடுத்து கண்ணருகே கொண்டுபோனான். அவளும் கண்ணீரைத் துடைத்துக்கொண்டது போலிருந்தது.

~

ஆம்பிளை

டிரவுசர் சட்டையோடு தோளில் துப்பட்டியும் கையில் வேல் கம்புமாய் அவன் புஞ்சைக் களத்திற்குத் திரும்பி வந்தபோது பொழுது சாய்ந்து மஞ்சள் வெயிலடித்துக் கொண்டிருந்தது. அறுப்புக்கு வந்தவர்கள் மடிகளிலும் துண்டுகளிலும் கூலி நெல்லோடு ஊரை நோக்கிப் போய்க்கொண்டிருந்தார்கள்.

அம்மாவும் மாமாவும் பச்சை வைக்கோற் போரடியில் குனிந்து வைக்கோல் அள்ளிக்கொண்டிருந்தார்கள். அம்மா நிமிர்ந்து இவனைப் பார்த்ததும் கையிலிருந்த வைக்கோலைக் கீழே போட்டுவிட்டு மூக்கு விடைக்க விம்ம ஆரம்பித்தது. ஒரு மாதம் முன் மொட்டை போட்ட தலையோடு வேல்கம்பும் துப்பட்டியுமாய் இவன் நின்ற கோலத்தைப் பார்த்ததில் அம்மா பலமிழந்து நின்றது. அய்யாவுக்குக் கொள்ளிவைத்து ஒரு மாதம்தான் ஆகிறது.

காலையில் அறுப்பு ஆரம்பித்ததிலிருந்து இது நூறாவது தடவையா இருக்கும். அம்மா சோர்வதும் விம்முவதும். வைக்கோற்போரின் மேலேறி சறுக்கி விளையாடிக்கொண்டிருந்த தம்பியும் தங்கச்சியும் இறங்கி ஓடிவந்து இவன் கைகளில் தொங்கிக்கொண்டனர். இதைப் பார்த்து அம்மாவுக்கு இன்னும் அழுகை அதிகமாகியது. மருமக்களையும் அக்காவையும் பார்த்து மாமா கம்மிய குரலில் சொன்னது. "எதுக்கு அழறே? அங்க பாரு வேல்கம்போட பீமனா நிக்கறான் மகன்."

களத்து நடுவில் இவன் உயரத்துக்கு நெல் மஞ்சள் வெயிலில் தங்கமாய்க் குவிந்து கிடந்தது. பச்சை வைக்கோற் படப்பு ஒண்ணரை ஆள் உயரத்திற்குக் கிடந்தது. பகல் பூராவும் அடித்த வெயிலில் மூக்கிலடித்த பச்சை வைக்கோல் வாசமும் நெல் வாசமும் மாறி மாலை வெயிலுக்கு அடங்கி வந்து இதமாய் உடம்பில் இறங்கியது.

'இந்த வயசிலேயே இவனுக்கு இப்படி ஒரு கோலமும் கொடுமையுமா' என்று இவனைப் பார்த்தபடி அம்மா பீறிட்டழுதது. மாமா ஓடிப் போய் இவன் கையிலிருந்த வேல் கம்பையும் தோளில் கிடந்த துப்பட்டியையும் பிடுங்கி மொட்டைவண்டி மேல் போட்டுவிட்டு வந்து வைக்கோல் அள்ளியது.

மூக்கை முந்தானையில் துடைத்துக்கொண்டு அம்மா வைக்கோலை அள்ளிக்கொண்டு வந்து பொவிமேல் போட்டது. மாமாவும் அம்மாவும் படப்பிலிருந்து ஏராளமாய் வைக்கோலை அள்ளிக்கொண்டு வந்து நெல்பொலியை மறைத்தார்கள். பெரிய கூம்பு வடிவத்தில் நெல்பொலி வெறும் வைக்கோல்போர் மாதிரி மறைந்து கிடந்தது.

தம்பி, தங்கச்சி சந்தோஷத்திற்காகக் களத்திலும் படப்பிலும் இவன் அவர்களோடு ஓடிப்பிடித்து விளையாடினான். அண்ணன் மாதிரி இல்லாமல் தகப்பன் மாதிரி அவர்களோடு விளையாட்டில் நிதானம் காட்டுவதைப் பார்த்து அம்மா பெருமூச்சு விட்டது. கடகம், சொளகு, விளக்குமார் எல்லாவற்றையும் எடுத்து வண்டியடியில் வைத்துவிட்டு இவன் பக்கத்தில் வந்துநின்று ஊர் இருக்கும் திசையைச் சற்று நேரம் பார்த்தது. பனை விடலிகளுக்குள் ஓட்டு வாட்ட வீடுகளுள்ள ஊர் சாம்பல் நிறத்தில் வெகுதொலைவில் நின்றது.

மாமா இவனிடம் வந்து "அத்தை சோறு குடுத்து விட்டாளாப்பா?" என்றது. வண்டியடியில் கொண்டுவந்து வைத்திருந்த தூக்குச் சட்டியைக் காண்பித்தான். "அதுதானே... விட்டுட்டாளோனு பாத்தேன்." அத்தையைப் பற்றி மாமா பேச ஆரம்பிக்கும் போதெல்லாம் ஒரு கெட்ட வார்த்தையாவது சொல்லும்.

மஞ்சள் வெயில் இன்னும் பிரகாசமாய் புஞ்சைக்காடு, கத்தாழங்காடு, கருவங்காடு, களத்துமேடு, கிழக்கே வெகு உயரத்திலிருந்த செவ்காட்டுப் பக்கமெல்லாம் தகதகத்தில் ஆள்களை அந்தரத்தில் திரியவைத்தது. அம்மா கையிலும் சேலையிலும் வைக்கோல் பிசிறுகளோடும் களத்துத் தூசியோடும் வண்டிக்குப் பக்கத்தில் ஒரு காலை முட்டிப் போட்டு உட்கார்ந்து சுற்றி எல்லாவற்றையும் பார்த்துவிட்டு நிலைக்குத்தலாய் கண்களைப் பொலிமேல் விட்டு யோசித்தது. மாமா என்ன பேசுவதென்று தெரியாமல் சப்பணம் போட்டு உட்கார்ந்து தலைகுனிந்து தரையைப் பார்த்துக்கொண்டிருந்தது.

இவனைப் பார்த்து "இங்கே வாப்பா" என்றது அம்மா. அய்யாவுக்குக் கொள்ளி வைத்துவிட்டு வந்ததிலிருந்து 'வாடா

போடா' என்று கூப்பிடுவதை அம்மா நிறுத்திவிட்டது. "வாப்பா," "சரிப்பா" "போப்பா" என்றுதான் பேசுகிறது.

யார் எதைக் கேட்டாலும் அழுதுகொண்டே "இருங்க மகன்ட்டயும் ஒரு வார்த்தை கேட்டுக்கறேன்" என்று சொல்லிவிட்டு இவனைக் கூப்பிட்டு "ஏப்பா சின்னத் தாத்தாவைக் கிரிகைக்குக் கூப்பிடணும்ங்கிறாங்க. நீ என்ன சொல்றே?" என்று கேட்கும். ஏழு வருஷம் பகை சின்னத் தாத்தாவோடு. ஒம்பது படிக்கிற வயசில் அம்மா கேட்கும். இந்த மாதிரி கேள்விகளுக்கு பதில் சொல்ல இவன் வெகு சிரமப்பட்டான். இப்படி கேட்டுக் கேட்டே இந்த ஒரு மாதத்தில் அம்மா இவனைப் பெரியாம்பிளையாக்கிவிட்டது.

அய்யாவுக்குச் சாப்பாடு வைப்பதுபோல் இவனுக்குச் சாப்பாடு வைத்தது. நின்றுகொண்டே வாசலில் வந்து செம்பைக் கொடுத்தது கை கழுவ. வாலிபால், புட்பால், சிரிப்பு, கனைப்பு எல்லாம் இவனுக்கு மறந்துகொண்டே வந்தது. தம்பி, தங்கச்சி, அம்மா, வீடு, புஞ்சை என்று யோசனைகளை சுருக்கிக்கொண்டான்.

அம்மா ஒற்றை முட்டிக் காலில் முகத்தை வைத்துப் பார்த்தது பார்த்தபடியிருந்ததை மாற்ற நினைத்த மாமா "அப்புறம் என்னக்கா பாக்கி?" என்றது. தம்பியை ஒரு கையில் பிடித்துக்கொண்டு தங்கச்சியை மடியில் வைத்துக்கொண்டு இவன் உட்கார்ந்தான்.

"ஏப்பா இந்த நடுக்காட்டிலெ எப்படிப்பா ராத்திரி பூராவும் நெல்லைக் காத்துக்கிட்டு உக்காந்திருப்பெ?" என்று சொல்லி வரும்போதே அம்மா குரல் சன்னமாகி வந்தது. மாமா முகம் எட்டுக் கோணலாய்ப் போய்க்கொண்டிருந்தது.

மாமாவுக்குக் கல்யாணமாகி நாலைந்து வருசமாகிறது. இருட்டில் எங்காவது போகவேண்டுமென்றால் இன்னும் அத்தையைக் கூட்டிக்கொண்டுதான் போகும். அறுப்புக்கு ஆள் சொல்லும்போதே அம்மாவிடம் இவன் சொல்லிவிட்டான். "மாமா மனசை வீணா சங்கடப்படுத்த வேணாம். பொலிக் காவலுக்கு நானே போதும்."

"ஒம்பது படிக்கிற புள்ளையை எப்டி நடுக்காட்லெ விடுறது? நீங்க வர்றியளா நீங்க வர்றியளா?" என்று அம்மா போய் அக்கம்பக்கத்தில் எந்த ஆம்பிளையிடத்திலும் கேட்காது. அதெல்லாம் அய்யாவிடமிருந்து அம்மாவுக்கு வந்த பழக்கம்.

"நீ புறப்படும்மா. தம்பி தங்கச்சிக்குப் பசி வந்திரும். போய் நிம்மதியாய்ப் படுத்துத் தூங்கிட்டுக் காலையிலெ வா" என்றான் இவன். அம்மா இவன் முகத்தை நிலைக்குத்தலையாய் வேதனையோடு பார்த்துக்கொண்டிருக்கையில் மாமா சொன்னது

கந்தர்வன் சிறுகதைகள் 281

பாவமாயிருந்தது. "காலையிலெ நீ முன்னாலெ வந்திருக்கா. வைக்கோல் காயப்போட, கட்டுக்கட்ட, நெல் விரிக்க ரெண்டு ஆளுகளையும் கூட்டிக்கிட்டு பின்னாலேயே நான் வந்துடறேன்."

மாமா படும் சிரமத்தையும் வெட்கத்தையும் அம்மா ஒரு புன்சிரிப்பில் வாங்கிக்கொண்டது. ஆனால் மறுவினடி வாடி வந்தது. "இப்படி அத்துவானக் காட்டிலெ ஒரு பாலகனை விட்டுட்டுப் போக எந்தத் தாய்க்குப்பா முடியும்?" இவன் எழுந்து விறைப்பாக நின்றான். அம்மா முந்தானையில் கண்ணைத் துடைத்துக்கொண்டே சொன்னது. "நான் ஒனக்கு நேத்து ராத்திரியே எல்லாத்தையும் சொல்லிட்டேன். அதும்படி இருந்துக்க, அய்யா ஒன் தலைமாட்டிலெ நின்னு காவலிருப்பாக."

நன்றாய் இருண்டு கொண்டுவந்த நேரத்தில் தம்பியையும் தங்கச்சியையும் கூட்டிக்கொண்டு களத்தை விட்டுப் புறப்பட்டது. மாமா ஒரு தடவை இவனைக் கூச்சத்தோடு பார்த்துவிட்டு அம்மா பின்னால் பதவிசாக நடக்க ஆரம்பித்தது. ஒத்தைப்பனை வரை அவர்கள் நடந்துபோனது தெரிந்தது. அப்புறம் இருட்டில் எதுவும் தெரியவில்லை.

வண்டியடியில் உட்கார்ந்து அரிகேன் விளக்கை ஏற்றிவைத்துவிட்டு வெளியே களத்து நடுவில் வந்து நின்றான். சுதந்திரமாய் ஓடி, ஆடி, குதிக்க வேண்டும்போல் வந்தது. அதட்டவோ, அசிங்கமென்று சொல்லவோ யாருமற்றிருந்த இடத்தில் அவன் வெகு சுதந்திரமாய்க் களமெங்கும் கைவீசி வினோதமாய் நடந்தான். மார்கழிப் பனி மெதுவாயிறங்க ஆரம்பித்தது. வானம் ஊதா நிறத்திலும் கருவெள்ளையுமாய் அலைந்து கொண்டிருந்தது. நட்சத்திரங்கள் கற்கண்டுத் துண்டங்களாய் மின்னின.

இருட்டில் கருவமரம் தாண்டி எதுவோ வருவதுபோல் அரவங்கேட்டது. வண்டியடியில் போய் அரிக்கேன் எடுத்துவந்தான். மந்தையிலிருந்து தப்பிய மாடு ஒன்று திசை தெரியாமல் தடுமாறி வைக்கோல் வாசனைக்குக் களத்துப் பக்கம் வந்தது. வேல்கம்பை எடுத்து விரட்டினான். மாடு வடக்குப் பார்த்து ஓடியது.

மறுபடி களத்து நடுவில் நின்றான். சுற்றிப் பார்த்தான், திட்டுத் திட்டாய்ப் பனை கருவ மரங்களும் விடலிகளும் தெரிந்தன.

நெல்பொலி வைக்கோலுக்குள் அசைவற்று நின்றது. இருட்டில் ஒரு யானை படுத்துக் கிடப்பதுபோல் வைக்கோற் படப்பு கிடந்தது.

பறவைகள் ஓசை நின்றுவிட்டது. கருது அறுப்புக்காலத்தில் எங்கெங்கோயிருந்து வரும் காடை, கௌதாரி இன்னும் வண்ண

வண்ணமான பறவைகள் ராத்திரிகளில் எங்கே போய் அடையுமென்று யோசித்தான்.

ஆகாயத்தைப் பார்த்தான். யாருமற்ற அந்தக் காட்டில் பளிச்சென்று நட்சத்திரங்கள் வெகுநாள் நண்பர்கள்போலத் தெரிந்தன.

பனி வேகம் வேகமாய் இறங்கிக்கொண்டிருந்தது. தொடைக்குக் கீழே குளிர் அதிகமாயிருந்தது. ட்ரவுசருக்குப் பதிலாய் அய்யாவின் வேட்டிகளில் ஒன்றைக் கட்டிக்கொண்டு வந்திருக்கலாம். வந்திருந்தால் அம்மா கூடுதலாய் அழுதிருக்கும்.

ஊதற்காற்று வடக்கேயிருந்து உய் உய்யென்று அடிக்கையில் வண்டியடிக்குப் போனான். தூக்குச் சட்டியைத் திறந்து சாப்பிட்டான். சாப்பிடும்போதுதான் முதன்முறையாய் அவனுக்குப் பயம் வந்தது. வெளியே நெல்பொலி பக்கம் ஏதோ சலசலப்பு கேட்டது. ஒரு கை விளக்கோடும் மறுகை எச்சில் கையோடும் வெளியே வந்து பார்த்தான். பெருச்சாளி மாதிரி ஒன்று வெளிச்சங்கண்டு ஓடியது.

வண்டியடிக்குத் திரும்பி மறுபடி சாப்பிட ஆரம்பிக்கையில் வெளியில் கண்ட இருட்டு பயத்தைக் கூட்டியது. ஒரு பருக்கை விடாமல் சாப்பிடும்படி அத்தை வைத்திருந்த குழம்பும் சுரைக்காய் கூட்டும் இருந்தது. தூக்குச் சட்டியோடும் விளக்கோடும் களத்துக்கருகில் குண்டுக்குப் போனான். மேட்டில் விளக்கை வைத்துவிட்டுக் குண்டில் இறங்கினான். அரவங்கேட்டுத் தவளைகள் படார் படாரென்று தள்ளிப் பாய்ந்தன.

கைகழுவி, சட்டி கழுவி சிவப்பாயும் தாவர வாசத்தோடும் குளிர்ந்தும் கிடந்த தண்ணீரைச் சட்டி நிறைய மொண்டு வயிறு நிறையக் குடித்தான். வண்டியடியில் சட்டியை வைத்துவிட்டு விளக்கோடு பொலியைச் சுற்றிவந்தான். பொலி மேல் வைக்கோல் கலைந்து கிடக்கிறதா என்று அடிக்கடி பார்த்துக்கொள்ள வேண்டும். காவல் என்பதன் முக்கிய அம்சம் அதுதானென்று இளவட்டங்கள் ஆடுபுலி ஆடும் நேரங்களில் பேசக் கேட்டிருக்கிறான்.

குளிரும் பனியும் அதிகமாகிக் கொண்டிருந்தது. வைக்கோற்போரிலிருந்து வைக்கோலை அள்ளிக்கொண்டு வந்து மொட்டை வண்டியின் எல்லா ஓரங்களிலும் தொங்கவிட்டான். ஒரு கூடாரம்போல் வண்டியை ஆக்க வைக்கோலை அள்ளியமனியமாயிருந்தான். அதை முடித்துவிட்டு ஆகாயம் பார்த்தபோது நிலாக் கீற்று தெரிந்தது. தான் அமைத்த கூடாரத்தில் ஏராளமான இடைவெளிகள் தெரிந்தன. ஆனாலும் ஒரு கூடாரத்திற்குள்

போவதுபோல் வண்டியடியில் நுழைத்து துப்பட்டியை எடுத்துப் போர்த்திக்கொண்டு உட்கார்ந்தான். வெளியே கீ... என்ற சப்தம்.

நேரம் ஆக ஆக கீ... கீ... என்ற சப்தம் கேட்கப் பயமாயிருந்தது. ஒரே மாதிரி சப்தம் அவனுக்கு அசமந்தத்தையும் சிலநேரம் பயத்தையும் மாற்றி மாறிக் கொண்டுவந்தது. பயம் போக்க இருட்டில் இவன் சத்தமாய்ப் பாட்டுப் பாடுவதுண்டு. இப்போது பாடவும் பயமாக இருந்தது.

ஏதாவது செய்ய நினைத்தான் வீரம் வெளிப்படுகிற மாதிரி. வேல்கம்பை எடுத்துக்கொண்டு வண்டியடியிலிருந்து வெளியில் வந்தான். நெல்பொலியின் உச்சியில் வேல் கம்பைக் குத்தி நிறுத்தினான். அரிகேன் விளக்கைத் தூக்கி பிடித்து அதைப் பார்க்க அழகாகவும் கொஞ்சம் தைரியம் வருகிறாற்போலும் இருந்தது.

சின்ன அரவத்தில் நாகப்பாம்போ, சாரைப் பாம்போ என்று நினைத்த மாத்திரத்தில் மறுபடி பயம் வந்தது. இந்த மாதிரி ஒத்தையிலிருக்கையில் தைரியப்படும்படி எதையாவது நினைத்துக்கொள்ள வேண்டுமென்று இளவட்டங்கள் சொல்வதுண்டு. அய்யாதான் ஞாபகத்தில் வந்தார். அய்யா வேல் கம்பெடுக்கும் அழகே தனி. இறங்கினால் ஆறேழு பேரை சாய்த்துவிடுவார். அப்படிப்பட்டவரா இப்படி இருக்கிறார். பேசுகிறார் என்பது மாதிரி இருக்கும் அய்யா நடந்துகொள்வது.

அதிர்ந்து யாரையும் பேசமாட்டார். கம்பு தூக்குவதை நிறுத்தியதிலிருந்து திண்ணை இல்லையென்றால் புஞ்சை. இந்தப் புஞ்சைக் காட்டில் ஆறு தளைகளும் ஆறு வயல்கள் என்றானது அய்யா அயராமல் பாடுபட்டதனால்தான். இந்தப் பக்கம் பூராவும் கம்பு, கேப்பை, சோளம் என்றுதான் போடுவார்கள். மானாவாரியில் வயல்களை உண்டாக்கி நெல் மட்டும்தான் போடுவேனென்று ஜெயித்துக் காட்டியவர் அய்யா.

சித்திரை வைகாசியில் அனல் பறக்கும் நாட்களில் அய்யா புழுதி உழவு உழுதுகொண்டிருப்பார். நஞ்சைக்குக் கூட ஆட்டுக்கிடை வைக்க யோசனை பண்ணுகிற ஆள்கள் மத்தியில் இந்தப் புஞ்சைக் காட்டில் பத்து நாளைக்கு ஆட்டுக் கிடை போட்டு பச்சை நோட்டுகளாய் கீதாரிகளுக்குக் கொடுப்பார்.

புரட்டாசி முதல் மழைக்கு மறுநாள் கிடைக்கிற அத்தனை ஏர்களையும் கொண்டுவந்து ஈர உழவு உழுததும் அன்றைக்குத் தன் கையாலேயே விதைத்தும் விடுவார். அடுத்த மழைக்கு மறுநாள் ஐயா புஞ்சை நடுவில் உட்கார்ந்து குனிந்து உற்றுப்பார்ப்பார்.

மயிர் கனத்தில் பச்சை வந்திருக்கும். மூன்றாம் நாள் பச்சையும் மண்ணும் தெரியும். பதினைந்தாம் நாள் புஞ்சை எங்கும் கம்பளமாய் விரிந்து கிடக்கும். அய்யா கை விதைப்பில் ஒரு மாதங்கழித்துப் பார்ப்பவர்கள் நடுகையா, விதைப்பா என்று குழம்பிவிடுவார்கள்.

அய்யாவுக்குப் புஞ்சை மேல் அவ்வளவு பிரியம். மகள் வீட்டிற்குப் போகும் தகப்பன் மாதிரித்தான் அய்யா புஞ்சைக்குப் போவது. ஒரு கூடை சாணத்தோடு, ஒரு கட்டு ஆவரங்குலையோடு என்று ஏதாவது கையிலில்லாமல் புஞ்சைக்குப் போகமாட்டார். இந்த நெல்பொலி அய்யாவின் ரத்தம்.

அய்யாவை ராமநாதபுரத்திலிருந்து கொண்டுவந்து நடு வீட்டில் போட்டபோது இந்தப் புஞ்சையை மறந்து அய்யா எப்படி செத்தார் என்றுதான் ஊர் பூராவும் பேச்சாயிருந்தது. அய்யா எப்போதாவது திட்டியிருக்கிறாரா, அடித்திருக்கிறாரா என்று யோசித்து எப்போதாவது அப்படி அடித்திருந்தால், பேசியிருந்தால் கொஞ்சம் ஆறுதலாய் இருந்திருக்குமென்று தோன்றியது.

உடம்பெங்கும் குளிர் ஊசியாய்க் குத்தியது. நேரம் என்ன இருக்கு மென்று ஊகிக்க முயன்றான். தாறுமாறாய் மணிகள் மனசில் வந்ததும் அதைப்பற்றி நினைப்பதை நிறுத்திக்கொண்டான். உய் உய்யென்று ஊதக்காற்றின் சப்தம் அதிகமாகிக் கொண்டிருந்தது.

வைக்கோற் படப்புப் பக்கம் சலசலப்பு கேட்டது. என்னவாயிருக்கும் என்று உற்றுக்கேட்டு ஊகிக்கவே பயமாயிருந்தது.

நடுச்சாமமாயிருக்குமோ என்று எண்ணினான். இந்த நேரத்தில்தான் பேய் பிசாசுகள் வெளிவருமென்று சொல்வார்கள். காட்டில் ஒத்தையாயிருக்கும் மனுச வாடையைக் கண்டுபிடித்துவிடுமாம். பேய்களில் வெள்ளைப் பேய், கருப்பு பேயென்று திரியும். ரெண்டுங்கெட்டான் வயசுப் பயல்களை பெண் பேய்கள் அலங்காரமாய்ப் பெண் போலவே வசியமாய் சிரித்துக் கூட்டிக்கொண்டே போய் உப்புக்கிணற்றில் தள்ளிவிட்டு ஊர் நடுங்கச் சிரிக்குமாம். அதனால் கண்ணயர்ந்துவிடக் கூடாதென்பதில் குறியாயிருந்தான்.

குளிரில் தூக்கம் வராது. பொலியை அடிக்கொரு தரம் சுற்றிப் பார்க்க வேண்டுமென்று மாலையில் நினைத்து வைத்திருந்ததைத் தலையைச் சிலுப்பி மறக்க முன்றான்.

உடம்பு பூராவும் கரி பூசிக் கரும்பூதங்கள் போல பத்துப் பதினைந்து பேர் செவலை மாடுகள் பூட்டி ஐந்து மொட்டை வண்டிகளில் வருவார்கள். அத்துவானப் புஞ்சைக் களங்களுக்கு.

கந்தர்வன் சிறுகதைகள் 285

பொலி மேல் கிடக்கும் வைக்கோலைச் சத்தங் கேட்காமல் பிரிப்பார்கள். சாக்குகளில் அள்ளுவதும் கட்டுவதும் வண்டிகளில் ஏற்றுவதும் அரை மணிக்குள் முடிந்துவிடும். காவலுக்குப் படுத்திருப்பவன் தலைமாட்டில் ஒரு கருப்பாள் பாறாங்கல்லோடு நிற்பான். அசைந்து படுத்தால்கூட தலைக் கூறாகிவிடும்.

மரம் அறுக்கும் இடங்களில், மந்தைப் பொட்டலில், ராத்திரி பொம்பிளைகள் கூடி உட்கார்ந்து பேசும் கூட்டங்களில் கேட்ட பலதும் ஞாபகத்தில் வந்தன.

புஞ்சைக் காட்டுப் பக்கமும் அதைத் தாண்டித் தாவர வாசனையற்ற மணற்சாரிப்பாலையிலும் நரிகள் ஜாஸ்தி. ஒத்தையாய் வரும் மனுஷனைப் பகலில் பார்த்தாலே அப்படி இப்படித் தந்திரம் பண்ணிக் கழுத்தைக் கவ்வி ரத்தத்தை உறிஞ்சிவிடும். ராத்திரியில் ரொம்ப சுலபமாய் நரி கழுத்தைக் கவ்விவிடும்.

படப்பில் சலசலப்பு இன்னும் நிற்காமலிருக்கவே இவன் வேல்கம்பைக் கையில் பிடித்தான். குளிரிலும் பயத்திலும் கை நடுங்கியது. சலசலப்பு சத்தம் அதிகமாகிக் கொண்டேயிருந்தது.

நெல்பொலி களவு போகிறதா, நரி படப்பில் உருண்டு கழுத்தைக் கவ்வ தன்னை வெளியே கூப்பிடுகிறதா, வெள்ளைப் பேயோ கருப்புப் பேயோ மெத்து மெத்தென்று சுகங்கருதிப் படப்பில் குதித்து உருள்கிறதா.

மேற்கே கல் வீட்டுக்காரப் புஞ்சைக் காட்டுக்குப் பக்கத்தில் ஒரு தர்கா இருப்பது ஞாபகத்தில் வந்தது. இருநூறு வருஷ முன் அடக்கமான ஒருவரின் தர்கா. வெள்ளிக்கிழமைகளில் தம்பி தங்கச்சிக்கு உடம்புக்காகாமல் இருக்கையில் அம்மாவோடு போய்ப் பாத்தியா ஓதி சர்க்கரை வாங்கி இருட்டி வரும் வேளையில் திரும்பியிருக்கிறான். திருடர்கள், பேய், நரி எதுவென்றாலும் ஓடி ஒளிய ஓர் ஒட்டுவாட்ட குடிசை அதுதான். ஆனால் பட்டியல் கதவைப் பூட்டி சாவியோடுதான் மௌலி போவார். கால்மணி ஓட்டத்தில் இதுதான் அருகிலிருக்கிறது.

ஊருக்கு என்றால் எவ்வளவு வேகமாய் ஓடினாலும் அரைமணிக்கு மேலாகும். சலசலப்பு இன்னும் அதிகமாகியது. இப்போது சத்தம் படப்பிலிருந்தா, பொலியிலிருந்தா என்ற சந்தேகம் வந்தது.

ரொம்ப வருசங்களாய்ப் புழங்கி உடம்போடு ஊறிய இடங்கள்தான் சுற்றி. புஞ்சைக் களந்தாண்டி கம்பங்காடுகள், கேப்பைப் புஞ்சைகள், கிழக்கே வெகுதூரத்திற்கு ஓர் ஆள் உயரம் வளர்ந்து கருது பொறுக்கி இன்னும் அறுக்காமல் நிற்கும்

குதிராவாலித் தட்டைகள், தெற்கே கத்தாழங்காடு, வடக்கே இம்மி இடைவெளியில்லாமல் வளர்ந்த கருவக்காடு, பெரண்டைக் கொடிகள், வெசப்பூண்டுச் செடிகள் எல்லாம் சேர்ந்து பனி நனைவில் வந்த தாவரவாசம் அவனுக்கு நெருங்கிய வாசம் உயிர்த்த வாசம் குபீரென்று மனசைத் துள்ள வைத்தது. எங்கும் அந்த வாசம் வியாபித்துக்கொண்டே போவதாய் உணர்ந்தான்.

அந்த வாசனையோடு வேல்கம்பை எடுத்துக்கொண்டு விளக்கோடு வெளியில் வந்து பொலிப்பக்கம் போனான். நெல்போலி பனியில் குளித்துக்கொண்டு அசையாமல் கிடந்தது.

விளக்கை வெகுவாக முன்னாள் நீட்டிக்கொண்டும் வேல்கம்பைக் குறிவைத்து நெஞ்சுக்கு நேராகப் பிடித்துக்கொண்டும் படப்புப் பக்கம் போனான்.

இருட்டும்போது மந்தையில் தப்பிவந்த விரட்டிவிட்ட மாடு படப்பில் அழிம்பு பண்ணிக்கொண்டிருந்தது. வேல்கம்பின் பின்பகுதியில் அடித்து சத்தம் போட்டு விரட்டினான்.

களத்திற்குப் பக்கத்தில் வடக்கே நிற்கும் நாலு பனை மரங்களிலும் ஒரே நாளில் ஏறி நுங்கு வெட்டிக் குடித்தது, சொடக்குத் தக்காளி ஒரு தாப்பாய்க் கிடக்கும் கிழக்குப் புஞ்சை, பகலில் பார்த்த ஆவரங்காடு, ஊமத்தம்புதர், எருக்கிளம் புதர்களில் கால் மிதித்து நடந்து அலைந்து திரிந்தது எல்லாவற்றையும் வெகுவாய் நெருக்கி நினைக்கப் பழைய ஆளானான். தன் இடம், தன் ராச்சியம் இது என்பதாக நினைத்து வேல்கம்போடு இரண்டு, மூன்று தடவைகளுக்கு மேல் நடுக்களத்தில் நின்று குதித்தான். ஆகாயம் முழு ஊதா நிறத்திலிருந்தது. நட்சத்திரங்கள் ராமசாமி, கிருஷ்ணசாமி, சந்திரன், அப்துல்காசீம் என்று நெருங்கிய சிநேகதர்களாய்த் தெரிய சற்று நேரம் பனியில் குளிர்ந்து நின்றான்.

மறுபடி வண்டியடிக்குள் வந்து உட்கார்ந்ததும் பள்ளிக்கூடம், வாத்தியார்கள், பரீட்சை, சின்னத் தாத்தா, மாமா, அத்தை, தம்பி, தங்கச்சி, காய்ந்துபோன அம்மா என்று முன் பின்னாய் என்னென்னவோ நினைப்புகள் வந்துகொண்டிருந்தன.

திடீரென்று முழிப்புத் தட்டியது. அசந்திருக்கிறான். வெளியே ஊளைச் சத்தம். நரி ஊளை. கேள்விப்பட்டதெல்லாம் உண்மைதான். மனுஷ வாடையை மோப்பம் பிடித்து நரி வந்துவிட்டது. அப்புறம் இரண்டு மூன்று நரிகளின் ஊளைச் சத்தம். இவனுக்கு வயிற்றில் குளிரும் கிடுகிடுவென்று கைகால் நடுக்கமும் வந்தது.

நேரம் ஆக ஆக பத்து, இருபது நரிகளின் ஊளைச் சத்தம் காட்டையே கலங்கடித்தது. தம்பி, தங்கச்சி ரொம்பப் பாவமாய் மனசில் வந்தார்கள். ஒரு நரி வந்தாலே தப்பமுடியாது. பத்து இருபது நரிகள் என்றால் காலையில் அம்மாவுக்கு உடம்பின் எந்தப் பகுதியாவது கிடைக்குமா என்று நினைத்ததில் அந்த மண்டிய குளிரிலும் வேர்த்தது.

என்ன ஆனாலும் வெளியே போவதில்லை என்று வண்டியடியிலேயே வேல்கம்பைக் கெட்டியாக நெஞ்சுக்கு நேராய்ப் பிடித்துக்கொண்டு உட்கார்ந்திருந்தான். அரைமணியோ, ஒருமணியோ அப்படியே உட்கார்ந்திருக்க ஊளைச் சத்தம் ஒடுங்கி கீ... என்று காடு மூச்சு வாங்கும் சத்தம் மட்டும் கேட்டது.

வெகுநேரங் கழித்து ஜாக்கிரதையாய் விளக்கை ஏற்றிப் பிரகாசமாக்கி வேல்கம்பைப் பிடித்துக்கொண்டு பொலி சுற்றிப் பார்த்தான். படப்பைச் சுற்றிவந்தான். நிலா மறைந்துவிட்டது. வானத்தைப் பார்த்தான். இன்னும் விடிவெள்ளி முளைக்கவில்லை. விடிய எவ்வளவு நேரமிருக்குமென்று ஆவல் கொஞ்சம் கொஞ்சமாய் அதிகமாகிக் கொண்டிருந்தது.

வண்டியடியில் போய் உட்கார நினைத்துத் திரும்பிப் பார்த்தான். இருட்டில் ஓர் உருவம் வருவது தெரிந்தது. வேல்கம்பை நெருக்கிப் பிடித்துக்கொண்டு கூர்ந்து கவனித்துக்கொண்டேயிருந்தான். நேரே களத்தை நோக்கி வந்துகொண்டிருந்தது உருவம்.

பேயென்றால் என்ன செய்வது, திருடனென்றால் என்ன செய்வது என்று நினைத்துக் கொண்டிருக்கும்போதே 'ராசு' என்று அழும் குரலில் சத்தம் வந்தது.

அம்மா! வண்டியடியில் இவனைக் கட்டிக்கொண்டு அய்யாவைச் சொல்லி அம்மா காடு கரைய அழுது கொண்டேயிருக்கையில் பொழுது சாம்பல் நிறத்தில் விடிந்துகொண்டிருந்தது.

~

அதிசயம்

அறுப்புக் காலம் முடிந்திருந்தது. பிந்தி எள் விதைத்தவர்களின் வீட்டு வாசல்களில் மட்டும் எள் செடி போர்களாய்க் கிடந்தது. வெயில் மயக்கத்தில் ஆட்கள் திண்ணைகளில் கண் செருகிக் கிடந்தனர். மூன்று மணி சுமாருக்குப் பெரிய வீட்டுப் பக்கம் சலசலவென்ற சத்தம் வந்தது. தொடர்ந்து தெருக்களில் சலனம். உற்சாகமாகப் பெரிய வீட்டுக்கு ஓடிக்கொண்டிருந்தார்கள். ஓட்டச் சத்தத்தில் திண்ணைகளின் உறக்கம் கலைந்தது. என்னவென்று பார்க்கக் கைப்பிள்ளைகளைத் தூக்கிக்கொண்டு பெண்களும், துண்டுகளை எடுத்து முதுகில் போட்டுக்கொண்டு ஆண்களும் போனார்கள்.

பெரிய வீட்டு சிமெண்டுத் திண்ணையில் ஒரு திடமான மனிதர் உட்கார்ந்திருந்தார். முகம் மட்டுமே சின்னப் பூசணிக்காய் மாதிரி உருண்டு பெரிதாயிருந்தது. கைகள் ஒவ்வொன்றும் நீளமான தேக்கங்கட்டைகள் போலிருந்தன. தோள்கள் உயர்ந்து நெஞ்சு படர்ந்து பெரிய வயிறு அடங்கிப் பதவிசாக உட்கார்ந்திருந்தார். அவருக்கு அளவாயிருந்த அரைக்கைச் சட்டைக்குள் ஊர்ப் பெரிய ஆம்பளைகள் ரெண்டு பேர் நுழைந்துகொள்ளலாம். மழைக்கு அடர்ந்து வளர்ந்த புல் கூட்டமாக, நெஞ்சு முடி செழித்துத் தெரிந்தது கழுத்துக்குக் கீழே. வலது தோளில் கறுப்புப் போர்வை ஒன்று மடித்துக் கிடந்தது. சுற்றிச் சேர்ந்துவிட்ட கூட்டம் காரணமாகக் காற்றில்லாமல் முகத்தில் வேர்வை படர்ந்தபோது அந்தப் போர்வையில் துடைத்துக்கொண்டார்.

அவர் பனைமரத்தைப் பிடுங்கப் போகிறார் என்றார்கள். "வேரோடா?" என்று கேட்டதற்கு "பூமிக்கு மேலே உள்ள கொஞ்ச வேரோடு" என்றார் பெரிய வீட்டுக்காரர். ஊரில் அதுவரை நடந்திராத அதிசயம் நடக்கப் போனதில் குதியாட்டம் போட்டார்கள்.

ஓடிப்போய் ஊருக்குள் நிற்கும் பனைமரங்களை அண்ணாந்து பார்த்துவிட்டு "ஆ" என்றார்கள். மரத்தின் தூரைக்கட்டிப் பிடித்துவிட்டு "அம்மாடி" என்றார்கள்.

பெரிய வீட்டம்மா அவருக்கு மோர் கொடுத்தது. ஒரு சர்வச்சட்டி நிறைய ஆறு ஆள் குடிக்கவேண்டிய மோரை அவர் இரண்டு கைகளாலும் வாய்க்கு மேல் தூக்கி அண்ணாந்து குடித்தார். தொண்டைச் சங்கு கோழி முட்டையளவில் ஏறி இறங்கியதை ஊர்ஜனம் வைத்த கண் வாங்காமல் பார்த்துக்கொண்டிருந்தது.

பெரிய வீட்டுக்காரர் திண்ணைக்கு வெளியே வாசலுக்குப் போய் நாலைந்து பேரோடு கலந்து பேசிவிட்டு வந்து, "பெரிய முனியாண்டி வீட்டு மேலக் கொல்லைப் பனை" என்றார்.

தாரை தப்பட்டைக்காரர்களுக்கு ஆளனுப்பினார்கள். ஒப்பனையற்று, கேசம் கலைந்து அவசரமாக அவர்கள் வந்தார்கள். முதலில் 'வாங்கு' மேகம் பார்த்துக் கூவியது. தாரை தப்பட்டை மேளவாத்தியங்களோடு அவர் நடந்தார். ஊர்ஜனம் அவரோடு நகர்ந்து சென்றது.

பெரிய முனியாண்டி வீட்டு மேலக் கொல்லையில் தரைக்கு மேல் சாண் உயரத்துக்குப் பாறை முளைத்த பூமி. ஒரு இடைவெளியில் பனை ஒன்று ஆகாயத்துக்கு நின்றது.

கூட்டத்தை விலக்கிக் கொடுத்ததும், தோளில் தொங்கிய போர்வையோடு அவர் போய்ப் பனைமரத்தைப் பார்த்தார். அதன் உயரத்தை அவர் ஏறெடுத்தும் பார்க்கவில்லை. அவர் கண்கள் அதன் வேரிலேயே இருந்தன. கல் தரைக்கு மேல் முழு உயரத்துக்கு வேர்கள் அடர்ந்தும் மரம் அதற்கு மேலுமாக நின்றது. விரல் தடிமனில் கறுப்பாக வேர்கள் நெருக்கி மரத்தைத் தாங்கிக்கொண்டு நின்றன.

அவர் அடிமரத்தைத் தொட்டு வணங்கினார். பிறகு நெடுஞ்சாண் கிடையாக மரத்தடியில் விழுந்து கும்பிட்டு எழுந்தார்.

ஜனங்களை இரண்டு ஓரங்களிலும் நிற்கும்படி வைத்து மரத்துக்குக் கிழக்காக நீண்ட பாதையை உண்டாக்கினார். மரத்திலிருந்து வெகு தூரம் நடந்துபோய் சட்டென்று திரும்பி தொங்கு ஓட்டத்தில் வந்து போர்வை போட்டிருந்த வலது தோளால் மரத்தை மோதினார். மரம் அசையாமல் நின்றது.

மறுபடி அதே தூரம் நடந்துபோய் வேகமாக வந்து மரத்தை மோதினார். இருபது தடவைகளுக்கு மேல் மோதிவிட்டுப் போர்வையை இடது தோளுக்கு மாற்றிக்கொண்டார். ஆவேசமுமின்றி சோர்வுமின்றி உணர்வுகளற்ற வேலைக்காரன்போல் இடது தோளால்

இருபது தடவைகளுக்கு மேல் மோதிய பின் சற்று மரத்தடியில் நின்று வேர்ப் பகுதியைப் பார்த்தார். ஜனங்களை எதிர்ப்பக்க ஓரங்களில் நிறுத்திவிட்டு மரத்தை முன்பு மோதிய திசைக்கு எதிர்த்திசையான மேற்குத் திசையிலிருந்து ஓடிவந்து மோதினார்.

சட்டை உடம்போடு ஒட்டிக்கொண்டது. தலையிலிருந்தும் முகத்திலிருந்தும் சரங்களாக ஓடியது வேர்வை. அடுத்த பக்கத்துக்கு மாறுமுன்பு குனிந்து வேர்களை உற்றுப் பார்த்தார். வடக்கிலிருந்து வேகம் குறையாமல் ஓடிவந்து மோதினார். கறுப்புப் போர்வை வலது தோளுக்கும் இடது தோளுக்குமாக மாறிக்கொண்டே இருந்தது.

இத்தனை தடவை மோதியபோதும், தரையில் முளைத்த கல்லைப் போலவே நின்றது பனைமரம். கம்பஞ்சோறு கரைத்து ஒரு சட்டியிலும் பழைய சாதம் கரைத்து ஒரு சட்டியிலுமாகக் கொண்டுவந்து கொடுத்தார்கள் பெண்கள்.

அவர் கஞ்சி சட்டிகளைத் தொடவில்லை. கொண்டுவந்த பெண்களிடம் நன்றியோ வெறுப்போ காட்டவில்லை. எதுவும் பேசாமல் தெற்குப் பக்கத்துக்கு மாறி மரத்தை ஒரே சிராகத் தாக்கினார். எல்லோருக்கும் அவரவர் தோள்கள் வலிப்பது போலிருந்தன. வயதான நாலைந்து பெண்கள் இந்தக் காட்சியைப் பார்க்கச் சகிக்காமல் திரும்பி நின்றுகொண்டார்கள்.

"இந்த மனுசன் எந்த ஊரோ... கட்டிக்கிட்ட புண்ணியவதி யாரோ? புள்ளைக்குட்டிக எங்கெ திரியுதுகளோ? இந்த ஊருக்கு வந்து இப்படிக் கொடுமைப்படுறாரே" என்று புலம்பினார்கள். பயல்களுக்குத் திகிலூட்டும் சண்டைக் காட்சியைப் பார்ப்பது போலிருந்தது. காண்பாரற்று நின்ற அந்தப் பனை எல்லோர் கண்ணுக்கும் வில்லனாகத் தெரிந்தது.

"விழுகிற கூறைக் காணோமே" என்றார் வயதானவர் ஒருவர். "மனுசனால் ஆகக்கூடிய காரியமா இது...? புயல், மழை, இடி இல்லைனா, கோடாரிதான் மரம் விழுக வழி தோள்லயே அடிச்சு விழுத்தாட்டிட்டான்னா இவன் மனுசன் இல்லைப்பா" என்று இன்னொரு பெரிசிடம் சொல்லிக்கொண்டிருந்தார்.

நாலா திசைகளிலிருந்தும் மோதி முடித்துவிட்டு வேர்க்கற்றையை உற்றுப்பார்த்தார். அது எப்போதும் இருப்பதுபோலவே இருந்தது. அவர் வேர்களில் கைவைத்துத் தடவிப் பார்த்தார். திருப்தியோ அதிருப்தியோ முகத்தில் தெரியவில்லை.

போர்வையை இன்னொரு தோளுக்கு மாற்றி மறுபடி கீழ்த்திசையிலிருந்து ஓடிவந்து தோளால் இடித்தார். ஜனம் இந்த

கந்தர்வன் சிறுகதைகள் 291

இடம் என்றில்லாமல் அவருக்காகத் திசை மாறியும் ஒதுங்கியும் வழிவிட்டது. மறு சுற்றாக அடுத்தடுத்த திசைகளிலிருந்து வீரியமான தாக்குதல்களை நடத்தினார்.

இப்படி மோதிய ஒரு தடவையில் சட்டென்று நின்று வேர்ப்பக்கம் உற்றுப்பார்த்தவரின் உதட்டில் புன்சிரிப்பு தெரிந்தது. பெரிய வீட்டுக்காரரைப் பார்த்தார். அருகில் ஓடிவந்தவரின் காதில் அவர் என்னவோ சொன்னார். சற்று நேரத்தில் தடித்த நீளமான பாரக்கயிறுகள் வந்தன. அவர் இப்போது முதன்முறையாகப் பனைமரத்தை அண்ணாந்து பார்த்து உயரத்தைக் கண்ணால் அளந்தார். சுருளிலிருந்து கயிற்றை விடுவித்து வெகுநீளத்துக்கு விட்டு ஓர் இடத்தில் பெரிய சுருக்குத் தயார் செய்தார்.

ஒரு வாலிபன் அந்த வட்ட சுருக்கை முதுகுப் பக்க வேட்டியில் செருகிக்கொண்டு விறுவிறுவென்று மரத்திலேறினான். உச்சிக்குப் போய் குருத்தோடு சில மட்டை ஓலைகளையும் சேர்த்து சுருக்கை மாட்டினான். சுருக்கிலிருந்து இரண்டு நீளக் கயிறுகள் மாலை போல் பூமி வரை தொங்கின. அந்த வாலிபன் பனைமரத்திலிருந்து இறங்கியதும் அவர் இரண்டு பக்கக் கயிறுகளையும் இழுத்து முடிபோட்டு ஊஞ்சலாக்கினார். இரண்டு கைகளிலும் கயிறுகளைச் சுருட்டிக்கொண்டு வேகமாக இழுத்தார். ஊஞ்சலில் குதித்துக் குதித்து உட்கார்ந்தார்.

ஊஞ்சலில் உட்கார்ந்த வேளைகளில் உதடுகளை மடித்து மூச்சை இழுத்து தம் பிடித்தார். மரத்திடம் தன் எடையைக் கூட்டிக் காண்பித்தார். கிழக்கிலிருந்து கயிறுகளை மேற்காகக் கொண்டுபோனார். இழுத்தும் கயிற்றில் உட்கார்ந்தும் மூச்சை உள்வாங்கிக் குதித்தும் நின்ற ஒரு விநாடியில் வேர்ப்பக்கம் மெலிதான சத்தம் கேட்டது. "வேர் முறியுது" என்று ஜனம் கத்தியது. சாத்தியமாகப் போகிறது என்று அந்த நொடியில்தான் ஜனம் நம்பியது. கூட்டம் பூராவும் உடனே பரபரப்பானது.

கயிறுகளோடு தெற்கு வடக்கு என்று மற்ற திசைகளிலும் நின்று கடுமையாக இழுத்துவிட்டு முதலில் ஆரம்பித்த கிழக்குத் திசைக்குக் கடைசியாக வந்தார். ஜனக் கூட்டத்தை ஆறஅமர நின்று பார்த்தார். கயிறுகளை விட்டுவிட்டு மரத்தருகே போனார். அடிமரத்தைத் தொட்டு வணங்கினார். வேர்களில் நெடுஞ்சாண்கிடையாக விழுந்து கும்பிட்டுவிட்டு வந்து கயிறுகளை இரண்டு கைகளிலும் சுற்றிக்கொண்டு தம் பிடித்து இழுத்தார். சடசடவென்று பனைமரம் பூமியில் சரிந்துவந்து விழுந்தது. பனஞ்சோற்று வாசமும் மட்டை

ஓலை வாசமும் குப்பென்று கொல்லை பூராவும் பரவியது. பிள்ளைகள் கைதட்டினார்கள். ஜனம் பிரமைபிடித்துப் போய் நின்றது.

மல்லாந்து கிடந்த பனமரத்தை அநேகர் தொட்டுப் பார்த்தார்கள். தோளிலேயே மோதி முறித்த வேர் முட்டைத் தடவிப் பார்த்தார்கள். அவர் அந்தப் போர்வையால் தலை துவட்டி முகம் துடைத்து ஓரமாக வளர்ந்திருந்த அருகம்புல் மேல் சப்பணமிட்டு உட்கார்ந்திருந்தார். அவருக்குக் காற்றை விடும்படி சுற்றிநின்ற கூட்டத்தைக் கலைத்துக் கொண்டிருந்தார்கள் நாலைந்து பேர்.

மறுபடி 'வாங்கு' ஊதியது. தாரை, தப்பட்டை, மேளதாளத்தோடு அவர் பெரிய வீட்டுக்கு ஊர்வலமாக வந்தார். பொழுது சாய்ந்துகொண்டிருந்தது. அதுவரை கவனிக்காமல் விட்டிருந்த ஆடு மாடுகளை அவசரம் அவசரமாகப் பட்டிகளில் அடைத்தார்கள். அவர் ஊருணிக்குக் குளிக்கப் போனார், பிள்ளைகளும் வாலிபர்களும் கூட நடந்தார்கள்.

முங்கிக் குளித்தார். வெகுநேரமில்லை. நாலைந்து முங்குகள்தான். சுகவாசியாகத் தெரியவில்லை. வேட்டியை கசக்கிப் பிழிந்து நடுத் தண்ணீரில் நின்று தலை துவட்டி அதையே கட்டிக்கொண்டார். சட்டையைப் பிழிந்து மாட்டிக்கொண்டார். போர்வையை நனைக்காமல் கையிலெடுத்துக் கொண்டு திரும்பினார். சட்டை கழற்றிய அவர் உடம்பைப் பார்த்த வாலிபர்கள் தெருமுனைகளில் நின்று கைதட்டி வாய் பிளந்து பேசினர்.

இரண்டு சேவல்களை அடித்துப் பெரிய முனியாண்டி வீட்டில் சாப்பாடு. எல்லோரையும் போகச்சொல்லிக் கதவைச் சாத்திக்கொண்டு சாப்பாடு போட்டார்கள். எவ்வளவு சொல்லியும் ஈரவேட்டி சட்டையோடவே சாப்பிட்டார். வெளியே வந்ததும் அவரைப் பெரிய வீட்டுக்கு அழைத்துப் போனார்கள். நிலா பாலூற்றிய பெரிய வீட்டு வாசலில் அவர் தோளிலிருந்த போர்வையை எடுத்துத் தரையில் விரித்தார்.

பெரிய வீட்டுக்காரர் முதல் ரூபாய் நோட்டைப் போர்வையில் போட்டார். ஜனங்கள் வீடுகளுக்குப் போய்விட்டு வந்தார்கள். அவர் போர்வைக்குப் பக்கத்தில் நின்றுகொண்டிருந்தார். முந்திகளிலிருந்தும் பைகளிலிருந்துமாக நோட்டுகளும் சில்லரைகளும் போர்வையில் விழுந்தன. ஈரவேட்டியும் சட்டையும் காற்றில் உலர்ந்துகொண்டு வந்தன அவருக்கு.

எல்லோரும் பார்க்க கொஞ்சம் சில்லரைகளை எடுத்து சட்டைப் பைக்குள் போட்டுக்கொண்டார். மீதிப் பணத்தைப் போர்வையின்

கந்தர்வன் சிறுகதைகள் 293

ஒரு மூலையில் முடிச்சுப் போட்டார். மடித்து முன்போல் போர்வையைத் தோளில் போட்டுக்கொண்டார். எல்லோரையும் பார்த்துக் கும்பிட்டுவிட்டு நிலா வெளிச்சத்தில் நடக்கத் துவங்கினார் மெயின் ரோட்டுக்கு பஸ் பிடிக்க.

சோணி, சொங்கியெல்லாம் போடும் காசுகள் வேண்டி அந்தப் பலவான் பிச்சைக்கார முகத்தோடு சற்றுமுன் விரித்த போர்வைக்கு முன் வெகுநேரம் நின்றது அன்று நடந்த எல்லா அதிசயங்களிலும் பெரிய அதிசயமாக இருந்து ஜனங்களுக்கு.

தலைவர்

விடியற்காலை நான்கு மணிக்கு ஒரு கையில் செய்தித்தாளுடனும் மறுகையில் சாக்லேட் பொட்டலத்தோடும் கோடைமழைபோல் இவர் வீட்டுக்கு வந்தார். மகனுக்கு மருத்துவக் கல்லூரியில் அனுமதி கிடைத்திருக்கிறது. மனைவி அந்த நேரம் வீட்டிலுள்ள எல்லா விளக்கு களையும் எரியவிட்டாள். மகன் படுக்கையிலிருந்து எழுந்து பூப்போல் உட்கார்ந்திருந்தான். அம்மா, அவன் முகம் தடவி நெட்டி முறித்து ஆனந்தக் கண்ணீர் உதிர்த்தாள். மகனின் இந்த மருத்துவக் கல்லூரி சீட்தான் அம்மா அப்பாவின் வாழ்க்கை லட்சியமாயிருந்தது.

தினமும் அதிகாலை நான்கு மணிக்கு அலாரம் அடிக்கும். இவர் மனைவி எழுந்து தூக்கக் குரலில் கூப்பிடுவார் "ராஜா ராஜா" என்று. அவன் இன்னும் தூங்கிக்கொண்டிருப்பான். அவர் எழுந்து சற்று அதட்டும் தொனியில், "டேய் எழுந்திரு!" என்பார். அவன் எழுந்து உட்காருவான். இவர் அவன் பக்கமாக வேண்டுமென்றே நடப்பார். அவனுக்குப் பயம் வந்தது மாதிரி தெரியும். எழுந்து குளியலறைக்குள் போவான்.

அவன் வருவதற்குள் அம்மா கொதிக்கும் காபியோடு நிற்பாள். அவன் நாற்காலியில் உட்காரும்போது அன்று அவன் படிக்கவேண்டிய பாடங்களை வரிசைப்படுத்தி வைத்திருக்கும் பட்டியலை அம்மா எடுத்து முன்னே வைப்பாள்.

அவர் முகம் கழுவிக்கொண்டு வந்து, "கெமிஸ்ட்ரியில இன்னிக்கு எதுடா?" என்பார். அதன்பின் வீட்டில் பாத்திர சத்தங்கள்கூட பூஞ்சத்தமாய்த்தான் இருக்கும். அவன் தங்கை எழுதுவது, அம்மாவிடம் பேசுவது, அடம்பிடிப்பது எல்லாமே அடக்கமாகவும் அண்ணன் படிப்பதைப் பார்த்துக் கொண்டேயும்தான் நடக்கும். அவன் படிப்புக்கு எதுவும் குந்தமாக இருக்கக் கூடாது!

வீட்டுக்கு விருந்தாளிகள் வந்திருப்பார்கள். காலையில் விளக்கு எரிவது அவர்களுக்கு உற்சாகத்தைத் தந்து எழுந்து உட்கார்ந்து ஆரம்பிப்பார்கள் "போன பதினேழுனு தெனைக்கிறேன் திடீர்னு கோபாலு எங்க வீட்டு வாசல்ல வந்துநிக்கிறான். என்னடான்னு கேட்டா..." அதற்குள் அம்மா வந்து விருந்தினர் வாயை மிருதுவாகப் பொத்தி, "பையன் படிக்கிறான்" என்று நாகரிகமாகவும் இரக்கமில்லாமலும் சொல்லிவிடுவாள். ஆறு மணிக்கு பிசிக்ஸ் டியூசன், ஏழு மணிக்குக் கணக்கு டியூசன், மாலை ஐந்து மணிக்கு பாட்டனி என்று பிள்ளை ஓடிக்கொண்டேயிருப்பான்.

இவர் சாப்பிடும்போது சொல்வார், "அவனுக்கு வை, அவனுக்கு வை!" என்று. அவன் நெகிழ்ந்துபோவான். அப்புறம் அவனிடம் ஏதாவது பேசினால் குனிந்தவாறு, வேறு எதையாவது பார்த்தவாறேதான் அவனால் பதில் சொல்லமுடிந்தது. அப்பா முகத்தை நேரில் பார்த்தால் கலங்கிவிடுகிற மாதிரி வரும். அப்பா அம்மாவுக்காகவே அவன் படித்தான். அவன் ஓய்வெடுக்கும் அல்லது சும்மா இருக்கும் ஒவ்வொரு நிமிடத்திலும் அவர்கள் இருவரின் இதயங்களும் பதைத்தன. அவன் தூங்கும்போதுகூடப் பாடங்களைச் சொல்லிக்கொண்டே தூங்கினால் நன்றாயிருக்குமே என்று இருவரும் நினைத்தார்கள்.

அவன் படித்துக் களைத்துக்கொண்டே வருவான். துள்ளல் குறைந்து உடம்பின் ஒவ்வொரு அணுவும் "போதும், போதும்" என்று சொல்கிற மாதிரி இருக்கும். முகத்தில் அதை இவர் பார்த்துவிடுவார். மாலையில் ஒரு பொட்டலத்தோடு வருவார். அவனுக்குப் புதிதா பாண்ட் துணி, சட்டை துணியாயிருக்கும். அம்மா வடை சுட்டு வைப்பாள். அவன் முன்னால் அம்மாவும் அப்பாவும் அன்று வலிந்து கலகலப்பாகப் பேசிக்கொண்டிருப்பார்கள். அவர் ஜோக்கடிப்பார். அன்றிரவு அவன் மலர்ந்து தெரிவான், மறுபடி படிப்பான். ஆழ்ந்தும் அமிழ்ந்தும் படிப்பான்.

டெஸ்ட் மதிப்பெண்களை வந்துசொல்வான். 99 என்றால் "ஏம்ப்பா என்ன நடந்திச்சு?' என்று அம்மா பதறுவாள். ஒரு மதிப்பெண் குறைந்ததற்கு அவர் மிகுந்த கவலையோடு, "எதுக்கு அவனைக் கடைக்குப் போகச் சொல்றே?" என்பார். வீடே உம்மென்று இருக்கும். அன்று அவன் அதிகமான நேரம் படிப்பான். அம்மாவும் அப்பாவும் பலமுறை சொன்னபின் படுப்பான் அன்றிலிருந்து சில தினங்களுக்கு அந்த வருத்தத்தோடேயே படிகட்டும் என்று அம்மாவும் அப்பாவும் விட்டுவிடுவார்கள். உடனே அவன் இயல்பு நிலைக்கு வந்துவிட்டால் மிகுந்த வருத்தம் வரும்ல. நாம்

கவலைப்படுவது அவனுக்கு உறைக்கவில்லையோ என்று. அவன் செலவுகளுக்காக இவர் பணம் கொடுப்பார். 'செலவு பண்ண என்ன இருக்கு? வேண்டாம்!' என்று மறுத்துவிடுவான். நன்றாகப் படிக்கிறவர்கள் மட்டுமே அவனுக்கு சிநேகிதம். ஒரு கெட்ட பழக்கம், ஒரு கெட்ட வார்த்தை கிடையாது. அம்மா சொல்வாள் "நம்ம பையன் இன்னும் கொழந்தையாவே இருக்கான்."

இவர் வெளியேயும் அம்மா உள்ளேயும் என்ன பாடுபட்டாலும் மகனுக்குப் பணக்கார வீட்டு வசதிகள் உண்டு. அவன் ஆசைப்படுகிற மாதிரி தெரிந்தாலே போதும்... அவர் விற்கக் கூடாததை விற்றாவது அதை வாங்கி வந்துவிடுவார்.

இன்னும் பதினைந்து நாட்களிருந்தன கல்லூரியில் சேர்க்க, அம்மா சொன்னாள். "இவ்வளவு தூரத்திலே கொண்டுபோய் பிள்ளையை ஒத்தையிலே விடணுமேனு இருக்கு. ஹாஸ்டல்ல சாப்பாடெல்லாம் நல்லா அமையணும்." அவர் விவரமாகச் சொன்னார் "ஒத்தையிலே விடப்போறியா? எவ்வளவு பேர் புள்ளைங்க இருப்பாங்க. இங்கேதான் நாம் நாலு பேர் இத்துணுண்டு வீட்டுக்குள்ளே இருக்கோம். அங்கே ஹாஸ்டல் கல்யாண மண்டபம் மாதிரி கூட்டமும் கலகலப்புமாக இருக்கும்."

அவனுக்குப் புதிதாக உடைகள், செருப்புகள், ஷூக்கள் எல்லாம் வாங்கவேண்டுமென்றும் எங்கே வாங்குவது என்றும் பேச்சு வந்தது. பெரிய கடைகளைத் தேர்வுசெய்தார்கள். விலை குறைவாக யாதொன்றையும் வாங்க அவர்களில் யாரும் விரும்பவில்லை. சூட்கேஸ்களையே ஓர் ஆள் வசிக்கிற அளவில் எடுத்தார்கள். இரவு வீட்டுக்கு வந்து ஒவ்வொன்றாக வெளியில் எடுத்துவைத்து வெகுநேரம் அழகு பார்த்தார்கள். நடுநிசியில் இவரிடம் சொன்னாள் அவள் "இது வேணும், அது வேணும்னு கேக்கிறானா பாருங்க. நாம் வாங்குற எதுவும் நல்லாயிருக்குனு சொல்றான். இன்னிக்குப் பூரா குழந்தையாகூட இல்லே. குழந்தைக்கும் கீழே போயிட்டான்." அவள் கண்ணீரைத் துடைத்துவிட்டார் இவர்.

அவர்கள் மருத்துவக் கல்லூரிக்குள் நுழைகையில் ஏற்கெனவே பையன்களும் பெண்களும் குடும்பம் குடும்பமாக நின்றார்கள். கௌண்டர்களில் கத்தை கத்தையாகப் பணத்தைக் கட்டினார்கள். அசல் சான்றிதழ்களைக் காட்டினார்கள். முன்னரே படித்துக்கொண்டிருக்கும் மாணவர்களும் மாணவிகளும் வெள்ளை கோட் போட்டுப் புத்தகங்களைக் கையில் கொண்டு டக்டக்கென்று

கந்தர்வன் சிறுகதைகள் 297

நடந்துபோவதை இவர் மனைவி உட்கார்ந்து பெருமை பொங்கப் பார்த்துக்கொண்டிருந்தாள்.

ஒருவழியாக விடுதிக்கு வந்து அறை கண்டுபிடித்து பெட்டி, படுக்கை, வாளி என்று எல்லாவற்றையும் கொண்டுவந்து வைத்தார்கள். அவன் அறை நண்பர்கள், பக்கத்து அறை நண்பர்களுடன் உற்சாகமாக இவர் சுயஅறிமுகம் செய்துகொண்டார். அவன் முகம் மட்டும் காலையில் கல்லூரிக்குள் நுழைந்த சிறிது நேரத்துக்கெல்லாம் துர்ச்சகுனங்களைப் பார்த்தவன்போல் வாட ஆரம்பித்து மேலும் வாடிச் சிறுத்துக்கொண்டே போனது.

ஏதுமறியாதவளாக அவன் சொன்னாள், "நம்மைவிட அவன் வாடிக்கிட்டிருக்கான். எப்படி விட்டிட்டிருக்கப் போறானோ?" இவருக்கு வேறு சிந்தனைகள் வந்தன. கைக்குள்ளேயே இருந்தவனைக் கல்லூரிச் சூழல் எதுவோ மிரட்டுகிறதாக எண்ணினார். ஆனால், இவர் எல்லோரிலும் மகிழ்ச்சியாய் இருந்தார். பொழுது சாய்ந்துகொண்டிருந்தபோது அவனை விட்டு அவர்கள் கிளம்பினார்கள். அவன் தங்கைதான் சத்தம் போட்டு அழுதாள் புறப்படுகையில் அவன், அவளைத் தட்டிக் கொடுத்தான். பஸ் பிடித்து ஊர் திரும்பி, விடியும் வரை மகன் சொப்பனங்களில் வர, அவர்கள் எழுந்தார்கள்.

அவர் தன் அலுவலகத்தில் மருத்துவக் கல்லூரியின் விஸ்தாரம் பற்றி, விடுதி பற்றி, அந்த ஊரைப் பற்றி கட்டிய தொகை பற்றி என்று கேட்ட கேள்விகளுக்கு விலாவாரியாகப் பதில் சொன்னார். மாலை திரும்பியதும் கவனித்தார் அவனில்லாமல் வீடு ஏதுமற்றுத் தெரிவதை. மறுநாள் அலுவலகத் தொலைபேசிக்கு அவனைப் பேசச்சொல்லிவிட்டு வந்திருந்தார். அன்று மாலை வரை தொலைபேசியில் அவன் பேசவில்லை. கவலையோடு வீட்டுக்குத் திரும்புகையில் தொலைவில் இருந்தே பார்த்தார். அவன் வந்திருப்பதை திகைத்துப்போய் வீட்டில் நுழைந்தார்.

இவரைப் பார்த்ததும் அவன் தேம்பி அழுதான். அவன் அழுத விநாடியில் அவளும் தங்கையும் அழத் துவங்கினார்கள். எப்போதுமில்லாமல் இவர் அவன் கைகளைப் பிடித்தார். "ஏம்ப்பா... ஏண்டா..." என்று கேட்கையில் அவரே அழும் நிலைக்கு வந்து விட்டார். அவன் கேவிக்கொண்டே சொன்னான் "எனக்கு மெடிக்கல் வேணாம். நான் இனி அங்கே போகமாட்டேன். நீங்க போய்ப் பெட்டி படுக்கையெல்லாம் எடுத்திட்டு வந்திருங்க."

அவர் சொன்னார் "எங்களுக்குக் கஷ்டமாத்தானிருக்கு உன்னை விட்டுட்டு இருக்க. ஆனா, படிக்கணும்லப்பா."

அவள் சொன்னாள் 'அது இல்லே விஷயம். பழைய பையன்க ரொம்ப கலாட்டா பண்றாங்களாம். ராகிங்னு சொல்றான்."

"நான் கொஞ்சம் கேள்விப்பட்டிருக்கேன். ஆனா, அது மாதிரியெல்லாம் இல்லை அங்கே ரொம்ப மோசம், வீட்ல வெச்சு சொல்லமுடியாது" என்று சொல்லிக்கொண்டே மறுபடி கேவினான். வந்ததிலிருந்து அழுதிருப்பான் போல, எல்லாம் நல்லபடியாக நடந்துவிட்டதன் திருப்தியோடு இருக்கையில் இந்த இடரல் நேர்ந்திருக்கிறதே என்று இவருக்கு அயற்சி வந்தது.

"தம்பி முந்தாநாள்தான் போச்சு. அதுக்குள்ளாற வந்திருக்கு. ஏன்?" என்று அந்தப் பக்கம் போன சிலர் கேட்டு உள்ளே வந்தார்கள். பதினைந்து நாட்களுக்கு முன் யானை ஏறி, குதிரை எறித் தெருவில் போவது போலிருந்தது. எல்லோரும் நம்மைப் பார்க்கிறார்களா, பார்க்கிறார்களா என்று திரிந்து மாறி, சட்டென்று ஓர் ஓரத்தில் விழுந்து கிடந்தது போலிருந்தது.

வெகுநேரங் கழித்து இவர் எழுந்து "வகுப்பில் பாடமெல்லாம் ஆரம்பிச்சாச்சா?" என்றார். "இன்னும் ரெண்டு நாளாகும்" என்றான் அவன். "சரி... எல்லாத்தையும் நான் பாத்துக்கறேன். நீ இரு" இவர் மனசில் அழுத்தமான சில தீர்மானங்களோடு எழுந்தார்.

ஸ்கூட்டரை எடுத்துக்கொண்டு இருட்டில் எங்கோ போய் ஒரு கைப்பை நிறைய பணம் கடன் வாங்கி வந்தார். சோர்ந்து போய் டி.வி. முன்னால் உட்கார்ந்திருந்தவனின் முதுகில் தட்டி "நாளைக் காலையில் காலேஜுக்குப் போகலாம். நானும் வர்றேன்" என்றார்.

அவன் இதைக் கேட்டு மிரண்டான். "பயப்படாதே. நான் ஒரு வாரமோ, ஒரு மாசமோ நீ சொல்ற வரை உன் கூடவே இருக்கப்போறேன். தேவைப்பட்டா க்ளாஸிலகூட வந்து உன் பக்கத்திலே உக்காருவேன். தைரியமா வா" என்றார். அவர் மனைவி பீதியடைந்தாள் இதைக் கேட்டு, "நீங்க போய்க் கோபமாகப் பேசி பிள்ளைக்கு இன்னும் பெரிய வினையாயிரம்" என்றாள். அவருக்குப் படபடவென்று வந்தது. அடக்கிக்கொண்டார்.

அவர்களிருவரும் பஸ் இறங்கிக் கல்லூரிக்குள் நுழையும்போது கவனித்தார். இதேபோல புதுப் பையன்களும் பெண்களும் தகப்பன்மார்களோடும் மாமா, சித்தப்பாக்களோடும் நுழைந்து கொண்டிருந்தார்கள். பெண்களின் தகப்பனார்கள் சிலர் 'ரத்தம் சிந்த தயார்' என்கிற கொதிநிலையில் பேசி நடந்தனர். ஒன்றிரண்டு

கந்தர்வன் சிறுகதைகள் 299

பையன்கள் விதவைத் தாயார்களோடு வந்ததைப் பார்க்க இவருக்கு ஆத்திரமும் ஆயாசமுமாக வந்தது. "ச்சே, என்ன பிள்ளைங்கடா ஈவிரக்கமில்லாம..." என்று முனகினார். நடந்த எதிலும் எங்களுக்கு எந்தச் சம்பந்தமுமில்லை என்பது போலவும் இப்படி ஒரு கூட்டம் மரத்தடிகளில் ஏன் நிற்கிறது என்பது பற்றி எங்களுக்கென்ன வந்தது என்பது போலும் முந்தைய ஆண்டுகளின் பையன்களும் பெண்களும் வேறு பக்கம் திரும்பிக்கொண்டு நடந்தார்கள். அவர்களில் ஒரிருவரைப் பார்த்துப் புது பையன்களும் பெண்களும் பெற்றோர்களின் கைகளை அனிச்சையாகப் பிடித்துக்கொண்டு உதடுகளைக் கடித்தனர். பூஞ்சைப்பிள்ளைகளின் உதடுகள் நடுங்கின.

சில தகப்பன்களிடத்தில் இவர் போய்ப் பேச்சுக் கொடுத்தார். விவரமானவர்களாகவும் அதிகமாகக் கோபப்படாதவர்களாகவும் சேர்த்துக்கொண்டு தனியாகப் போய் விவாதித்தார். அவர்களை அழைத்துக்கொண்டு டீன் அறைக்குப் போனார். டீன், "எழுதிக் கொடுங்க பேரைக் குறிப்பிட்டு... டிஸ்மிஸ் பண்றேன்" என்றார். மகள்களும் மகன்களும் தாங்கள் அறிந்த சிலரின் பெயர்களைச் சொல்லப் பயந்தார்கள்.

மரத்தடியில் உட்கார்ந்து மறுபடியும் பேசினார்கள். படிக்க வந்த இடத்தில் யார் பொல்லாப்பும் வேண்டாம் என்பதுதான் பொதுக் கருத்தாக வந்தது. அதிகமாகக் கோபப்பட்டுவிட்டு எது செய்யவும் பின்வாங்கினார்கள் பெண்களின் பெற்றோர்கள். தங்களின் வேதனை வேறு வகையானது என்பது போன்ற முகங்களுடன் இருந்தார்கள். அவர்கள் எல்லோரும் வெகுதூரம் போய் நின்று பேசிக்கொண்டிருந்தார்கள். இவர் தன் திசைக்கு வரும் பெற்றோர்களைப் பார்த்து மாலை வரை பேசினார். தன் மகனோடு ஐந்து பேரைச் சேர்த்தார். எல்லோருமாகக் கல்லூரி தாண்டி வெகுதூரம் நடந்தார்கள். தெருத் தெருவாக இருட்டில் அலைந்து வாடகைக்கு ஒரு வீடு தேடினார்கள். விடியற்காலையில் வரும்படி ஒரு வீட்டுக்காரர் சொன்னது விடிந்ததிலிருந்து வந்த நல்ல செய்தி.

லாட்ஜ்களில் அறை எடுத்துத் தங்கிக்கொண்டார்கள் இரவுக்கு. காலையில் எல்லாரோடும் அந்த வீட்டுக்குப் போனார். புது வீடு. மாடியில் ஒரு பெரிய ஹால், இரண்டு அறைகள், ஒரு குளியலறை கல்லூரிப் பையன்களாயிற்றே என்ற வீட்டுக்காரனின் யோசனையையும் கவலையையும் தாய் தகப்பன்களின் பிச்சைக் குரல்கள் ஒடுக்கிவிட்டன.

மிகுந்த பாதுகாப்பு ஏற்பாடுகளோடு விடுதிக்குப்போய் சூட் கேஸ்களையும் படுக்கைகளையும் எடுத்து வந்தனர். தெரு தாண்டி ஒரு மெஸ்ஸைப் பிடித்தார்கள்.

அன்று பையன்கள் வகுப்புகளுக்குப் போகவேண்டுமென்று முடிவானது. பெற்றோர்கள் முன்னால் நடக்கப் பின்னால் பையன்கள் பயந்து பயந்து நடந்தார்கள். மரத்தடிகளில் பேப்பர், புத்தகங்களோடு தாய் தகப்பன்கள் உட்கார்ந்து கிடக்கப் பையன்கள் நடுங்கிக்கொண்டு வகுப்புகளுக்குப் போனார்கள். போனவேகத்தில் சில பையன்கள் முகம் வெளிறித் திரும்பி ஓடிவந்து அப்பா அம்மா கைகளைப் பிடித்துக்கொண்டு அழுதார்கள். பெண்கள் கை காலெல்லாம் வெடவெடவென்று நடுங்கி அம்மா தோளில் சாய்ந்து அழுதார்கள். வாய்க்கு வாய் ஒருவர் ராணுவ ஆட்சி வேண்டுமென்றும் அதன்மூலம் எல்லோரையும் சுடவேண்டும் என்றும் சொல்லிக்கொண்டிருந்தார்.

இவனும் திரும்பி ஓடிவந்தான். "மெடிக்கல் வேணாம் வேணாம் வேணாம்" என்று சொல்லிக் கண்ணீர் விட்டான். இவர் அவன் முதுகைத் தடவி, தோளைத் தட்டி, தைரியப்படுத்தி உள்ளே அனுப்பினார். மற்ற பெற்றோர்களுடன் சேர்ந்து பேராசிரியர்களையும் டீனையும் பார்த்து முறையிட்டார்.

அன்றும் மறுநாட்களிலும் பையன்கள் அவறிக்கொண்டு வருவதும், இவர் முன்னால் நின்று தைரியம் சொல்லிப் பழைய மாணவர்கள் சிலரைச் சிநேகம் பிடித்து சகஜமாக்குவதும் நிகழ்ந்துகொண்டிருந்தன. தனியாகக் காட்டில் மலை போன்ற இலட்சியம் ஒன்றுக்காகத் தவமிருக்கும் முனிவனின் முனைப்போடு அந்த நாட்களில் திரிந்தார்.

பத்து நாட்கள் சென்றதும் அவன் முகம் சிறிது சிறிதாகத் தெளிவாகிக் கொண்டிருந்தது. ஒரு நாள், "அப்பா, நீங்க ஊருக்குப் போங்க. இனிமே பயமில்லை" என்றான். ஆனாலும் அதற்குப்பின் இரண்டு நாள் கழித்துத்தான் இவர் புறப்பட்டுப்போனார்.

இரண்டு நாள், மூன்று நாட்களுக்கொரு முறை நடுநிசிகளில் பஸ் இறங்கி வந்து மாடி வீட்டின் கதவைத் தட்டுவார். "ஒண்ணுமில்லைப்பா. நேத்துத்தான் சின்ன கலாட்டா நடந்திச்சு. அப்புறம் சரியாயிருச்சு" என்பான் அவன். அதிகாலைகளில் பல தடவை வந்து கதவைத் தட்டி, "இன்னுமா தூங்குறீங்க எழுந்து படிக்காம..?" என்பார். இரண்டு மாதங்கள் கழித்து கல்லூரி நிலைமை சரியானதோ, இவர் தொல்லை தாங்கமுடியாமலோ

பையன்கள் மாடி வீட்டைக் காலி பண்ணிவிட்டு விடுதிக்குத் திரும்ப முடிவுசெய்தார்கள்.

அந்த ஆண்டின் கடைசியில் ஊருக்கு அவன் வந்தபோது வீட்டில் எல்லோரும் உட்கார்ந்து சிரித்து மகிழ்ந்து பழைய சங்கதிகளை ஞாபகப்படுத்திப் பேசிக்கொண்டிருந்தார்கள். நடந்த எல்லாமும் அவ்வளவுக்குச் சாதாரணமாகிப் போய்விட்டது. நாள்பட்டபின் அவனை எப்போதாவது கல்லூரி விடுதிக்குப் போய்ப் பார்ப்பார்.

இரண்டாமாண்டு படிக்கையில் 'பைக்' வேண்டுமென்று கேட்டான். "பைக்குக்கு என்ன வேலை?" என்று இவர் கேட்கவில்லை... லோன் போட்டு வாங்கிக் கொடுத்தார். பைக்கிலே நூற்றைம்பது கிலோமீட்டர் பயணம் செய்து எப்போதாவது திடீரென்று வீட்டு வாசலில் வந்து ஹாரன் அடித்து அதிர்ச்சியூட்டுவான்.

மூன்றாம் ஆண்டில் அவன் தகதகவென்றிருந்தான். இவரைவிட ஒரு சாண் உயர்ந்தும், கத்தையாக மீசை வெட்டியும் பெரும் சட்டை போட்டு நடந்து அவன் வரும்போது இவர் ஏறிட்டுப் பார்ப்பதைத் தவிர்த்தார்.

அவனுக்கு நான்காமாண்டு ஆகையில் இவர் பதவி உயர்வில் திருச்சிக்கு மாற்றலானார். குடும்பத்தை ஊரிலேயே வைத்துவிட்டு இவர் மட்டும் அறை எடுத்து அங்கே தங்கியிருந்தார். வாரா வாரம் ஊருக்குப் போய் வந்துகொண்டிருந்தார்.

இவர் அலுவலகத்தில் போய் இருக்கையில் உட்கார்ந்த நிமிடங்களில் கேஷியர் வந்து ஓர் இனிப்பு பொட்டலத்தைக் கொடுத்தார். அவர் மகனுக்கு மருத்துவக் கல்லூரியில் அனுமதி கிடைத்திருந்தது. கேஷியர் சிரித்து உற்சாகமாயிருந்தது அன்றுதான். இவர் கை குலுக்கி வாழ்த்துச் சொன்னார்.

கொஞ்ச நாள் கழித்து கேஷியர் மறுபடி முகச்சவரம் செய்துகொள்ளாமல் பித்துப் பிடித்தவர் போல் வந்தார். என்னவென்று விசாரிக்கையில், "பையன் மெடிக்கல் வேணாங்கிறான் சார். ராகிங் கொடுமை தாங்க முடியலைங்கிறான்" என்றார். எல்லாவற்றையும் கேட்டுவிட்டு இவர் சொன்னார். "கவலைப்படாதீங்க கேஷியர். என் மகன் அங்கேதான் நாலாம் வருஷம் படிக்கிறான். நல்ல வேலையாப் போச்சு. உங்க பையனுக்கும் அதே ஊரிலே கெடைச்சிருக்கு. நான் அவனுக்கு லெட்டர் தரேன். நீங்க பையனை அழைச்சுக்கிட்டுப் போயி அவங்கிட்ட குடுங்க. எல்லாம் சரியாப் போயிடும்."

அன்று வெள்ளிக்கிழமை. இவர் கடிதம் எழுதி கவரில் போட்டு முகவரி எழுதிக் கொடுத்துவிட்டு ஊருக்குப் போய் திங்கட்கிழமை அலுவலகம் வந்தார். கேஷியர் வந்து தன்னிடம் சொல்வாரென்று வெகுநேரம் பார்த்துவிட்டுக் கூட்டி வரச்சொன்னார். கேஷியர் முகம் மாறி உள்ளே வந்தார். "என்ன காலேஜுக்குப் போயி வந்துட்டியளா?" என்றார். கேஷியர் தலையைக் குனிந்துகொண்டே சொன்னார். "போகலை சார். கவர் மேலேயிருந்த உங்க பையன் பேரைப் பார்த்துட்டு, மகன் 'ஓ' ன்னு கதறுறான் சார் அவர்தான் அங்கே இப்ப பெரிய தலைவராம்!"

~

கதை தேசம்

விடிவதற்கு இன்னும் ஒருமணி நேரமிருக்கையில் இவன் அங்கு போய்விட்டான். அடர்ந்த பனிக்குள் நின்று வாசல் கதவைத் தட்டினான். பண்டரி கதவைத் திறந்துகொண்டு வெளியே வந்தான். அப்போதே அவன் குளித்து சுறுசுறுப்போடு நீறும் குங்குமமும் சந்தனமும் நெற்றியை நிறைத்து நின்றான். இவனைப் பார்த்து, "இங்கே எதுக்கு வந்தே?" என்றான். இரவு முழுவதும் பயணத்தின்போது பண்டரி என்னென்ன வார்த்தைகளை வாசலில் நிற்க வைத்தபடி சொல்வானென்று நினைத்து வந்தானோ அவைகளில் சொற்பம்தான் வந்திருக்கின்றன. இன்னும் நிறைய எதிர்பார்த்து பண்டரிக்கும் குளிருக்குமாய்ச் சேர்த்துக் கைகளைக் கட்டிக்கொண்டு கல்லாய் நின்றான்.

"உங்கப்பா நாலு காகிதம் போட்டாரு. நான் பதில் போடலைன்னா என்ன அர்த்தம்? அனுப்பாதீங்கனு அர்த்தம். அப்புறமும் வந்துநின்னா உங்க குடும்பத்தை பத்தி என்ன சொல்றது?"

இவன் தலையைக் குனிந்தபடி உறைந்துபோய் நின்றான். பண்டரியின் மனைவி வாசலில் தலை நீட்டி "வாங்க உள்ளே" என்றாள். இவன் ஓர் அடி முன்னே எடுத்து வைத்துக்கொண்டு பண்டரி முகத்தைக் கவனித்தான். 'வா' என்றோ 'போ' என்றோ சொல்லாத முகத்தைக் கண்ட தைரியத்தில் அடுத்தடுத்த அடிகளை ஈரத்தரையில் எடுத்து வைத்தபடி நடந்து செருப்பை கழற்றிவிட்டு வீட்டிற்குள் நுழைந்தான்.

மரத்தாலான மூன்று நாற்காலிகள் கிடந்தன முதல் அறையில், ரொம்பப் பழைய நாற்காலிகள், பண்டரி ஒரு நாற்காலியில் உட்கார இவன் நிலையருகில் நின்றான். "யார் தலையிலே அடிச்சு வேணாலும் சொல்வேன், நான் ஓங்க கடையிலே ஒத்தப் பைசாக்கூட

திருடலை. எங்கப்பா ஊரைக் கூட்டிப் பஞ்சாயத்து வச்சு என்னை வெளியிலெ அனுப்பிட்டாரு."

இவன் இன்னும் ஒரு வார்த்தைகூடப் பேசவில்லை என்பது பண்டரிக்குக் கோபமாய் வந்தது. "வாயைத் தொறந்து பதில் சொல்லு. நான் சொல்றதெதுவும் தப்பா?"

இவன் தலையைச் சாய்த்துப் பண்டரியைப் பார்த்தான். கைகளை மறுபடி கட்டிக்கொண்டு சொன்னான். "நீங்க என்னைத் தூக்கி வளத்த ஞாபகமிருக்கு. மத்த வேலையையெல்லாம் நீங்க கூலிக்கு செஞ்சிருக்கலாம். ஆனா தூக்கி வளத்தது பிரியத்திலெயாத்தான் இருக்கும். இப்ப அவர் பக்கவாதத்திலெ கெடக்கார். போன வருசம் பி.ஏ. முடிச்சிட்டு அலையாத எடமில்லை. அனாதையா ஒங்க வீடு தேடிவந்தேன். எங்கப்பா சொல்லிவரலை இன்னைக்கு நான் இங்கெ வந்ததே அவருக்குத் தெரியாது. தூக்கினீயே வளத்தீய. இப்ப வேணாம்னா தூக்கி வெளியே போட்டிருங்க."

பண்டரி எழுந்தான். மெல்ல வந்து இவன் கையைத் தொட்டான். "போய்க் குளி" என்றான். அடுத்த அறையில் இரண்டு பிள்ளைகள் தலை மூடித் தூங்கிக்கொண்டிருந்தார்கள். இவன் உடை மாற்றிக் குளித்து வருமுன் அவர்களது குடும்ப நிலைமை பற்றிக் கேள்விகளாகக் கேட்டுக்கொண்டிருந்தான் பண்டரி. இவன் பதில்களெல்லாம் கன்றிப்போய் வந்தன. ஒரு வார்த்தை அல்லது இரண்டு வார்த்தைகளில். அரைமணிக்குள் இவனைத் தெரிந்துவிட்டது பண்டரிக்கு.

"வேட்டி இருக்கா?" என்றான் பேண்ட் போடப்போனவனிடம். "இல்லை" என்றதும். மனைவியிடம் "என் வேட்டி ஒண்ணைக் குடு இவனுக்கு" என்றான்.

காபி குடித்ததும் பண்டரி காலண்டரில் நாள் நேரம் பார்த்துவிட்டு, "வா இன்னைக்கே எங்கூட" என்றான். சட்டென்று புறப்பட்ட இவனை நிறுத்தி நெற்றியில் நீறு பூசச் சொன்னான்.

பேருந்து நிலையத்தில் பக்தர்கள் வந்து இறங்கிக் கொண்டிருந்தார்கள். பலர் குடும்பங்களாய், பல அணிகளாய், தனி ஆட்களாய் வந்து இறங்கினார்கள். பண்டரி தனி ஆள்களைத் தவிர்த்தான். கூட்டமாய் வந்தவர்களிடம் பேச்சுக் கொடுத்தான். பண்டரிக்கும் முந்தி ஓடி ஓடிப் போய்ப் பல ஆட்கள் பேச்சுக் கொடுத்துக் கூப்பிட்டனர். பண்டரியைப் போலவே அவர்களும் பல மொழிகளில் பேசினார்கள். பண்டரியைவிடவும் பலர் சாதுர்யமாய்த் தெரிந்தார்கள். "ஆண்டவன் நின்ற இடம், நடந்த இடம், குளித்த

இடம், தவம் செய்த இடத்துக்கெல்லாம் போகலாம் வாங்க. செஞ்ச பாவம், செய்யாமல் வந்து மேலே விழுந்த பாவம், பிறவி தோஷம் எல்லாம் போகும்படி இங்கே இருபத்தாறு எடம் இருக்கு; பதினொரு குளியலிருக்கு. வாங்க போகலாம்" என்றார்கள்.

கண் பார்க்கும் வசியத்திலும் பொலபொலவென்ற வார்த்தைகளிலும் விழுந்துவிட்ட கூட்டம் மேய்ப்பன் பின் போவது போல் போனது. சிலர் தன்னுடன் வராதபட்சத்தில் நரகத்திற்குப் போவீர்கள் என்பது போலும் தன்னைத் தவிர, கூட்டிப்போகும் யார் மூலமும் உன் பாவங்கள் தொலையப் போவதில்லை என்பது போலவும் கொடுரமாய்ப் பேசியதற்கு பயந்து பலர் அவர்கள் பின்னால் சென்றார்கள். என்னவோ பண்டரிக்குப் பேருந்து நிலையம் அன்று சரியாய் அமையவில்லை.

"இந்தத் தொழில்ல எதிரி யார் தெரியுமா?" என்று கேட்டான் பண்டரி. இவன் பேசாமலிருந்தான். "முதலாளி, அரசாங்கம்லாம் இல்லெ. நீதான் எதிரி! என்ன முழிக்கிறே. என்னை மாதிரி தொழில் பண்றவன்தான் எனக்கு எதிரி எனக்கு இன்னும் ஒரு எதிரியை உண்டாக்க இப்ப உன்னைக் கூட்டிக்கிட்டு அலையறேன்" என்றான். இவன் மௌனமாய்ப் பின்னால் நடந்தான்.

இளம்வெயிலில் கோவில் கோபுரம் தெளிவாய்த் தெரிந்தது. வானத்தில் செய்து கீழிறக்கி வைத்து போல் அழகும் உயரமும். தொழிலை மறந்து மயங்கியது மனம். பண்டரி பேருந்து நிலையத்தில் நின்றுகொண்டிருந்த நகரப் பேருந்தில் ஏறினான். "வா ரெயில்வே ஸ்டேஷனுக்குப் போவோம்" என்றான்.

அருணோதயத்தில் ரயில் நிலையம் இயக்கமற்றுக் கிடந்தது. பண்டரியோடு பலரும் ரயிலின் வருகைக்காக மௌனமாய் நின்றார்கள். ரயில் வந்ததும் பண்டரி குறிபார்த்து ஓடினான். ஏழு நாள் அழுக்கும் முகத்தில் வேதனையுமாயிறங்கிய ஒரு வடக்கத்தியக் குடும்பத்தைப் பிடித்தான். சடசடவென்று இந்தியில் மொழிந்தான். கேட்டுக்கொண்டேயிருந்த குடும்பத் தலைவன் பண்டரியின் காலடியில் விழுந்து கால்களை ஒற்றி நமஸ்கரித்தான்.

பண்டரி முகத்தில் அந்தக் குடும்பத்தின் ரட்சகனுக்குரிய தேஜஸ் வந்திருந்தது. வேறு யாரும் கொத்திவிடாமல் இரண்டு கைகளையும் விரித்து அதற்குள் அந்தக் குடும்பத்தை நிறுத்தி கோழி இறகு விரித்துக் குஞ்சுகளைக் கூட்டிச்செல்வது போல் கால்களை அகட்டி வைத்து சர்வ ஜாக்கிரதையாய் அழைத்துச் சென்றான். போகும்போது இவனுக்குத் தொழிலின் அரிச்சுவடி சொன்னான் தமிழில். "இவுங்க

ரயிலை விட்டு இறங்கும்போது என்ன சொன்னென்னா 'நான் இந்த ஊரில் பிறந்து வளர்ந்தவன். என் மூதாதையர்கள் கோவிலுக்குப் பாத்தியமானவர்கள். என் ஜாதகப்படி சென்ற ஏழு ஜென்மங்களிலும் இனி அடுத்த ஏழு ஜென்மங்களிலும் நான் இந்த ஊரிலேதான் பிறப்பேன் என்றதும், இதுக என் கால்லே விழுந்துவிட்டாங்க. இந்த ஊர்லே பிறக்கிறதுதான் பாக்கியங்கள்லயே சிறந்த பாக்கியம்னு கருதுறவங்க. அந்த மாதிரி புண்ணியர்களைப் பாத்தவுடனே காலிலே விழுந்து வணங்குவாங்க. அந்த முகங்களை என் கண்ணு துல்லியமாச் சொல்லிரும்.'

இவன் பண்டரியை ஆச்சர்யமாய்ப் பார்த்தபோது அவன் சொன்னான். "இந்த அப்பாவிகளுக்கு நெட்டிவிட்டு சர்டிபிகேட்லாம் கேக்கத் தெரியாது". இரண்டு ஆட்டோக்களில் அந்தக் குடும்பத்தை ஏற்றினான். நோட்டுகளாக வாங்கிக் கொடுத்தான் ஆடோக்காரர்களிடம். அந்தக் குடும்பம் விடுதியைப் பார்க்கத் திரும்பிய ஒரு விநாடியில் ஒரு நோட்டு ஆட்டோக்காரரிடமிருந்து பண்டரி கைக்குப் போய் அசுர வேகத்தில் அவன் சட்டைப் பைக்குள் உட்கார்ந்துவிட்டது.

விடுதியின் முதல் தளத்திற்குக் குடும்பத்தை அழைத்துக்கொண்டு மேலேறினான், பண்டரி. பின்னாலேயே விடுதி மேலாளர் பண்டரியின் உடல்நலம், ஊர்நலம் குறித்து விசாரித்துக்கொண்டே வந்தார். ஈரச் சுவரும் சுற்றி அழுக்குமாயிருந்த அந்த அறைக்குள் நுழைந்ததும் பிள்ளைகள் சந்தோஷமாய்க் கூச்சல் போட்டன. கட்டில்களில் ஏறிக் குதித்தன.

இந்தியில் சரமாரியாக அந்தக் குடும்பத் தலைவனிடம் பேசினான் பண்டரி. குடும்பத் தலைவன் வராந்தாவிற்கு வந்து கோபுரம் பார்த்துக் கும்பிட்டுவிட்டு நூறு ரூபாய் நோட்டுகளாக எண்ணி விடுதி மேலாளரிடம் கொடுத்தான். மொத்த குடும்பத்தையும் பார்த்து பண்டரி சில அறிவிப்புகளைச் செய்துவிட்டு மேலாளருடன் கீழே இறங்கினான். படி இறங்கும்போதே மேலாளர் கையிலிருந்த சில நோட்டுகளை மின்னல் வெட்டும் நேரத்தில் பறித்தும் பண்டரி பைக்குள் திணித்துக்கொண்டான்.

"அரைமணி நேரத்திலே கௌம்பணும். காலைக் கடன்களை முடிச்சிக்குங்கனு சொல்லிட்டு வந்திருக்கேன்" என்று சொல்லிலிட்டு பண்டரி இவனை சாலை தாண்டி எதிர்ப் புறமிருந்த டீக்கடைக்கு அழைத்துப் போனான். டீ வந்ததும் சொன்னான். "பசிக்க ஆரம்பிச்சிருச்சா? கொஞ்சம் பொறு. சேர்ந்து சாப்பிடலாம்."

செய்தித்தாள்களைப் புரட்டிவிட்டு விடுதிக்குக் திரும்பியபோது அந்தக் குடும்பம் தயாராய் வாசலில் நின்றது. இரண்டு தெருக்கள் தாண்டி ஒரு ஓட்டலுக்குள் நுழைந்தான் பண்டரி. கல்லாவிலிருந்தவர், "என்ன பண்டரி, பாதை தெரிஞ்சு வந்துட்டே போலிருக்கு" என்றார்.

"மூணு நாளா வீசிய கையும் வெறுங் கையுமாய் பொழைப்புப் போயிருச்சு முதலாளி."

வடக்கத்தி குடும்பம் இட்லிகளையும் தோசைகளையும் சாம்பாருக்குள் முழுக்காட்டிய நேரத்தில் பண்டரி பூரி சப்பாத்தி என்று தங்கள் இருவருக்கும் ஆர்டர் கொடுத்துக் கொண்டிருந்தான். "என்ன வேணும்னாலும் கேட்டு வாங்கிச் சாப்பிடு" என்று இவனிடம் சொன்னான்.

அந்தக் குடும்பத் தலைவர் பில்லுக்குப் பணம் கொடுத்துவிட்டு வெளியேறியதும் நாலு அடி கூடவே போய்விட்டுத் திரும்பி வந்தான் பண்டரி. மேஜைக்கு வெளியே நின்றவாறே முழுதுமாய்க் கல்லாவுக்குள் குனிந்தான். முதலாளியும் குனிந்தார். சின்னதாய் ஒரு நோட்டு பண்டரியின் பைக்குள் போனது.

இவன் அப்போதுதான் சமுத்திரத்தை முதன்முதலாகப் பார்த்தான். 'முந்நீர் ஞாலத்து' என்று தமிழிலக்கியத்திலும் உலகில் மிகப்பெரியது சமுத்திரம் என்று பொது அறிவிலும் படித்தது. சமுத்திரம் மனசை என்ன செய்யுமென்று அப்போதுதான் தெரிந்தது. கண் மலைத்தது. மனசு வேட்டைக்காரன்போல் அலைகளோடு ஓடி உருண்டுகொண்டிருந்தது.

சமுத்திரக்கரை நெடுகிலும் புரோகிதர்கள் குடைகளோடு உட்கார்ந்திருந்தார்கள். ராட்சசக் கும்பங்களை மண்ணில் செய்து வைத்திருந்தனர். அவர்கள் எல்லோரும் இடுப்புக்கு மேல் வெற்றுடம்பினராய் இருந்தார்கள். கும்பங்களின் மேல் தெளித்திருந்த வண்ணங்கள் பயமுறுத்தும் நிறங்களிலிருந்தன.

பிதுர் கடன் செய்ய, தோஷம் போக்க, செல்வம் விளைய சொர்க்கம் போக என்று எதுவும் இந்த வண்ணக் கும்பங்களின் முன் அமர்ந்து சொல்லும் மந்திரங்களால் முடியுமென்றார்கள். ஆனால் அவை ஒவ்வொன்றிற்கும் தரமுண்டென்றும் தரத்திற்கேற்ப விலை உண்டென்றும் உரைத்தார்கள்.

ஒருவர் தான் எம்.ஏ. சரித்திரம் படித்துவிட்டு வேலை வேண்டாமென்று சமுத்திரக் கரைக்கு குடையோடு வந்ததாகச் சொல்லிக் கொண்டிருந்தார். ஒருவர் தம் சகோதரர் டெல்லியிலும் இன்னொருவர் ஹைதராபாத்திலும், ஐஏஎஸ்.

அதிகாரிகளாயிருப்பதாகவும் தான் அவைகளை வேண்டாமென்று ஒதுக்கிவிட்டு பூமியில் புண்ணியம் செழிக்க வேண்டுமென்று சமுத்திரக் கரைக்கு வந்து உட்கார்ந்ததாகச் சொன்னார்.

வடக்கத்தி குடும்பம் ஊருணி கண்மாய் தாண்டி நீர்நிலை பார்த்தறியாதது என்று தெரித்தது. சமுத்திரத்தின் விஸ்தாரமும் பனை உயர் அலைகளும் பார்த்து பிரமித்து மணற்பரப்பில் சாஷ்டாங்கமாய் விழுந்து சமுத்திர நமஸ்காரம் செய்தது. கோவில் ஒலிபெருக்கியிலிருந்து ஊனையும் உயிரையும் உருக்கும் நாதம் வழிந்தது.

பண்டரி அந்தக் குடும்பத்தை வண்ணக் கும்பத்தின் எதிரே குடையோடு உட்கார்ந்திருந்த வயோதிக புரோகிதர் ஒருவரிடம் அழைத்துக்கொண்டு போனான். அவர் நிமிர்ந்து உட்கார்ந்து சுலோகம் சொல்லத் துவங்கினார். நடுவே அடிக்கடி அந்தக் குடும்பத் தலைவரது முன்னோர்களின் பெயர்களைக் கேட்டு வாங்கி சுலோகங்களின் போக்கில் செருகினார். சில நேரங்களில் பண்டரி அயர்ந்தபோது அவர்களின் கிராமம், முகவரி என்று கேட்டு விசாரித்தபோது அவன் அவரைக் கொடூரமாகப் பார்த்தான்.

இவ்விதம் முகவரி வாங்கிக் குறித்துக்கொண்டால் அந்த மாநிலத்தின் ஏதோ ஒரு மாவட்டத்தின் ஒரு சிறிய கிராம பக்தர்களும் சுற்றியுள்ள கிராமங்களின் பக்தர்களும் இந்த வயோதிகப் புரோகிதரோடு நேரடித் தொடர்பு கொண்டுவிடலாம். அவ்விதம் விடுவது தொழில் தர்மமில்லை. பண்டரி அப்படி யாரொருவரையும் பறிகொடுத்து விடமாட்டான் என்று கண்களால் இவனுக்குச் சொல்லித் தந்தான்.

கடலில் குளித்துவிட்டு வரும்படி புரோகிதர் சொன்னவுடன் குடும்பம் கடலுக்குள் குதிபோட்டு இறங்கியது. வெகுநேரம் முங்கி முங்கிக் குளித்தார்கள். புரோகிதர் சொல்லி அனுப்பியிருந்தார். "இந்த ஜென்மம் மட்டுமல்ல, பூர்வ ஜென்மப் பாவங்களும் தொலையப் பிரார்த்திக்கொண்டே ஸ்நானம் பண்ணுங்க". குடும்பத் தலைவர் முங்கி எழுந்த ஒவ்வொரு சமயமும் கிழக்கு நோக்கிக் கைகூப்பிப் பிராத்தித்தான். செயல் விளக்கத்தோடு இருந்ததால் வேற்று மொழி இவனுக்கு விறுவிறுவென்று பிடிபட ஆரம்பித்தது.

ஈரத் துணிகளோடு மறுபடி வந்து கும்பத்தின் முன் உட்கார்ந்தார்கள். சுருக்கமாய் முடிக்கும்படி பண்டரி புரோகிதரிடம் தமிழில் சொன்னான். தலையை ஆட்டிய வண்ணம் விடுவிடென்று முடித்து குடும்பத்தைப் பண்டரியிடம் ஒப்படைத்தார் அவர்.

ரூபாய்களை வாங்கிப் புரோகிதரிடம் கொடுக்கும் முன் ஒரு நோட்டைத் தன் பைக்குள் திணித்துக்கொண்டான் அந்தக் குடும்பம் பார்க்காதவாறு. "இன்னைக்கு செஞ்சது பெரிய உபகாரம் பண்டரி. அவளுக்கு ரொம்ப முடியவில்லை. டாக்டருக்கு பீஸ் கொடுத்திட்ட பண்டரி" என்றார் கிளம்புமுன்.

கோவிலுக்குள் நுழைகையில் ஒரு வாளியை வாசல் கடையிலிருந்து எடுத்துக்கொண்டான் பண்டரி. இருளடைந்த கிணறுகளின் மேல் நின்று வாளியில் நீரிறைத்துக் குடும்பத்தினர் தலைகளில் கொட்டினான். ஒவ்வொரு கிணற்றுக்கும் உள்ள தெய்வ சம்பந்தமும் தீர்த்தப் பலனும் சொன்னான். இவன் பண்டரியிடமிருந்து வாளியை வாங்கிக்கொண்டான். காட்டிய கிணறுகளிலிருந்து இறைத்து ஊற்றினான்.

அர்ஜுனன் தபஸ், ராமர் வனவாசம் நிகழ்ந்த காலங்களில் குளித்து எழுந்ததாகவும் குடித்துத் தாகம் தணித்ததாகவும் பல கதைகள் சொன்னான். இது ஆண்டவன் கால் நின்ற இடம், இது கை வைத்த இடம்; இந்த மரத்துக் கனியில் அவர் பல் பதிந்தது என்று வேர்க்க விறுவிறுக்க விளக்கம் சொன்னான். சொல்லச் சொல்ல குடும்பம் மேலும் மேலும் தண்ணீரிறைந்துத் தலைகளில் ஊற்றச் சொன்னது. அப்படியும் திருப்தியில்லாமல் கிளம்புகையில் தலைகளில் ஒரு கை நீரைத் தெளித்தபடி சென்றது.

தீர்த்தாடானம் முடிந்து சிறு தெய்வங்களை வணங்கி கர்ப்பக் கிரகத்திற்கு அழைத்துச் சென்றான். முன்பு எப்போதையும்விட அந்தக் குடும்பத்தினரிடம் விரிவாக விவாதம் நடத்தினான். எத்தனாவது தரத்தில் பூஜை என்பதும் எவ்வளவு தொகை என்பதும் நீண்ட நேரத்திற்குப் பின் முடிவானது.

சிவந்த மேனிப் பூசாரி இவன் அதுவரை பார்த்திராத ராட்சத தாம்பாளம் நிறையப் பூ மாலைகள், தேங்காய்கள், வாழைப் பழ சீப்புகள், பூஜைப் பொருள்கள் என்று ஐந்து நிமிடங்களில் தயார்செய்துகொண்டு படிக்கல் மீது உட்கார்ந்தார். சுவாமிக்கு வெகு அருகில் குடும்பம் அமர்ந்தது. மிகவும் உரித்தானவர்களுக்குச் சொல்வது போல் விஸ்தாரமாய் சுலோகம் சொல்லி வந்தார். ஈரத் துணிகளோடு பயபக்தியுடன் கைகூப்பி உட்கார்ந்திருந்தது குடும்பம். பண்டரி வெகுஅருகாமையில் நின்று யாவற்றையும் கண்காணித்தான்.

குடும்பம் பூராவிற்கும் கழுத்துகளில் மாலைகள் விழுந்தன. நூறுமுக தூப ஒளியில் சுவாமி தங்கக் கண்மூடித் தெரிந்தார். மலர், சூடம், சந்தனம், சாம்பிராணி, வெளவால் வாசனையில் புராதனமான

தேவலோக அனுமதி கிடைத்தது போல் குடும்பத் தலைவர் ஒளி பொங்கி நின்றார். சந்நிதியில் விழுந்து கிடந்த குடும்பத்தைத் தட்டி எழுப்பினான் பண்டரி. ஒரு பெருந்தொகை பெற்றுப் பூசாரியிடம் கொடுத்தான். குடும்பத்திற்குப் போக்குக் காட்டிவிட்டு வந்து பங்குபெற்றுத் திரும்பினான்.

அவர்களைக் கூட்டிக்கொண்டு கடற்கரை தாண்டி மணற்குன்று ஒன்றில் ஏறினான். ஏறும்போது இவனிடம் கேட்டான். "எல்லாத்தையும் கத்துக்கிட்டு வர்றியா?"

இவன் 'ஆம்' என்பதாகத் தலையசைத்தான். பண்டரி கேட்டான், "காலங்களில் இது என்ன காலம்?"

"கோடைக்காலம் குளிர் காலம் போலவா?"

"அதையெல்லாம் மறந்திரு. காலங்கள் ஆறு அதிகாலையிலிருந்து அர்த்தஜாமம் வரை, பூஜை காலம்தான் நமக்குரிய காலம்."

இவன் சரி என்பதற்குத் தலையசைத்தான்.

"மூலம்னா என்ன?"

"மூலமும் உரையும்"

"அதையெல்லாம் மறந்திரு மூலம்னா நமக்கு ஆதிமூலம் ஒண்ணுதான்."

"சூலம்னா என்ன?"

"திரிசூலம்"

"அப்படிப் போடு அதைத்தான் காலம் மூலம் சூலம்னு சொல்றது."

குன்றின் மேலேறியதும் வாலி பூஜை செய்த இடம் என்று அதன் தொடர்பாக ஒரு குறுங்கதையை அந்தக் குடும்பத்திற்குச் சொன்னான் பண்டரி. சம்மணம் போட்டுத் துளசி தீர்த்தத்தோடு, யாராவது வருவார்களா என்று எதிர்பார்த்துக் கொண்டிருந்த புரோகிதர் "வா பண்டரி" என்றார். வெளேரென்று குண்டாய் இதழ் மடிந்த பவள அரளிப் பூக்களைக் கொடுத்தார். அவர் குடும்பத்தவர்க்கு. அந்தப் பூ மகா சுத்தத்தையும் மகா அழகையும் கொண்டதாக இருந்தது.

பூ பார்த்துப் பரவசமான குடும்பத் தலைவரிடம் பண்டரி ஒரு சமயம் அந்தப் பூமரத்தின் மேலேறி பீமன் உட்கார முயன்றதையும் மரம் தன்னால் பீமனின் எடையை எப்படித் தாங்கமுடியும் என்று அழுதபோது பீமன் ஒரு பூவாக மாறியதாகவும் அந்தப் பூதான் கையிலிருப்பது என்று ஒரு கதை சொன்னான்.

கந்தர்வன் சிறுகதைகள்

குன்றிலிருந்து இறங்கிக்கொண்டிருக்கையில் இவன் பண்டரியிடம் சொன்னான். "எனக்குப் பயமாயிருக்கு. இவ்வளவு கதைகளையும் தெரிஞ்சிக்க எவ்வளவு காலமாகுமோ?"

பண்டரி சிரித்தான். "இது இன்ன நாடு, இன்ன நாடுங்கிறாங்களே என்ன நாடுனு சொல்லு."

"நல்ல நாடு"

"இல்லை"

"விவசாய நாடு"

"இல்லெ"

"ஆன்மீக நாடு"

"இல்லெ"

"இப்ப அணுகுண்டு நாடு" "இல்லெ"

"நீங்கதான் சொல்லணும்."

"இது கதைகளின் நாடு. லட்சக்கணக்கிலே இல்லெ. கோடிக் கணக்கிலெயும் இல்லெ, அளவே இல்லாத கதைக. தெனம் தெனம் கதைக பிறந்துக்கிட்டேயிருக்கு. இப்ப சொன்ன பீமன் பூக்கதையை போன வருசம் நான் உண்டாக்கினது, சொன்னது அப்புறம் பரவினது. நீ எவ்வளவை உற்பத்தி பண்ணப் போறயோ?"

வெயில் தாழ்ந்துகொண்டிருந்தது. "பசிக்குதா?" என்றான் பண்டரி.

இவன் "இல்லெ" என்றான்.

"பசிக்கும். பசிக்கிற வயசு. மதியச் சாப்பாட்டை நெனைக்கக் கூடாது இந்தத் தொழில்ல."

சங்கு சிப்பி விற்கிற கடை வாசலில் குடும்பத்தை நிறுத்தினான் பண்டரி. கடைக்காரர் வலம்புரிச் சங்கு என்று ஒன்றைக் கொடுத்தார். காதில் வைத்து சத்தம் கேக்க வைத்தான். நேரமானது பேரம் படிய... ரூபாய் எடுத்துக் கொடுத்து சங்கு வாங்கித் திரும்பிய கணத்தில் கடைக்காரரிடமிருந்து பண்டரி பைக்கு ஒரு நோட்டு பறந்து வந்து உட்கார்ந்துகொண்டது.

விடுதியில் குடும்பத்தைச் சேர்த்ததும் பண்டரிக்கும் அந்தக் குடும்பத் தலைவனுக்கும் பெரும் வாக்குவாதம் நடந்தது. நாள் முழுக்க அலைந்ததற்கு அவ்வளவு எளிதாகக் கூலி நிர்ணயமும் பட்டுவாடாவும் நடந்துவிடவில்லை. பெரும் போருக்குப் பின்

ஒரு தொகையைப் பெற்றுக்கொண்டு சிரித்துப் பேசி சகஜமாகித் திரும்பினான்.

பொழுதடைந்து கொண்டிருந்த வேளையில் இருவரும் சமுத்திரக் கரைக்குப் போனார்கள். கரை எங்கும் வாடிய பூக்கள் ஒதுங்கிக் கிடந்தன. சமுத்திர நீரில் அழுக்கான பூக்கள் மிதந்தன. இவன் பூக்களைப் ஆச்சர்யமாய்ப் பார்த்தபோது "பல வீடுகள்ல பூஜையறையிலே களையிற பூக்களை சாக்கடையிலே வீசுறதில்லை. சேத்து வைச்சு இங்கே கொண்டுவந்து சமுத்திரத்திலே விட்டுருவாங்க."

பண்டரி அந்தப் பூக்களை எவ்விதத் தயக்கமுமின்றி மிதித்துக்கொண்டே நடந்தான். இன்னொரு பார்ட்டி கிடைக்கவில்லை. "நேரந்தவறி யாராவது வந்து நிக்கலாம். தேடணும்; எப்பவும் தேடிக்கிட்டே இருக்கணும். தேடக் கத்துக்க, கதை சொல்லக் கத்துக்க." என்றான் பண்டரி.

ராத்திரி வெகுநேரம் அலைந்துவிட்டு வீட்டிற்குள் நுழைந்தார்கள். முகம் கை கால் கழுவிக்கொண்டு இவன் முன்னறையில் வந்து உட்கார்ந்தான். பண்டரி மனைவி இரண்டு தட்டுகளைக் கொண்டுவந்து வைத்தாள். "அவரைக் காணோம்" என்றான் அவன்.

"உள்ளே சாமி கும்பிடுறார். ராத்திரி எத்தனை மணிக்கு வந்தாலும் அஞ்சு நிமிஷம் நின்னு சாமி கும்பிடாம இதுவரை சாப்பிட்டது கிடையாது அவர்" என்றாள்.

~

கந்தர்வன் சிறுகதைகள்

தெரியாமலே

இந்த அலுவலகத்தில் வேலைக்குச் சேர்ந்த அன்று திருதிரு வென்று சுற்றுமுற்றும் கவனித்ததில் பலதும் கண்ணில் பட்டன. அதில் முக்கியமானது எல்லோரும் சில குறிப்பிட்ட நேரங்களில் தேநீர் அருந்தப் போய்வந்தார்கள் என்பது. அடுத்த சில தினங்களில் அவர்கள் யாரும் தனியாய்ப் போகவில்லையென்றும் குழுக்களாய்ப் போய்வருவதையும் பார்த்தேன். என் பக்கத்து சீட் சாமிநாதன் இடம்பெற்ற குழுதான் இந்தக் குழுக்களிலேயே பெரியது என்று அவனோடு சிநேகமாகி அந்தக் குழுவோடு கேண்டீனில் நின்றபோது தெரிந்தது.

தேநீர் அருந்தியதும் குழுக்கள் உடன் நாடு திரும்பியதில்லை. கேன் டீனுக்கு எதிரே உள்ள மைதான வெளியில் மூன்று, நான்கு மரங்கள் பெரிது பெரிதாய் நிற்கின்றன. ஆஸ்திரேலியாவிலிருந்து கொண்டுவந்து பரப்பப்பட்ட மர இனம் என்று அவற்றின் உயரத்தை அண்ணாந்து பார்த்து ஒருவர் சொன்னார். அந்த மரத்தடிக்குப் போய் நின்று முதல் நாள் மாலை தாங்கள் பிரிந்த பின்பிருந்து அந்த நிமிடம் வரை அவரவர் வீடுகளிலும் வெளியிலும் நடந்தவைகளைச் செய்திகளாகவும் அதிசயங்களாகவும் கதைகள் போலவும் பேசுவார்கள். எதையும் வெகு சுவையாகச் சொல்பவர்கள் என்று எங்கள் குழுவில் இரண்டு மூன்று பேர் உண்டு. பெரும்பாலும் அவர்களே கூட்டத்தை ஆக்ரமித்துக் கொள்வார்கள். கேட்கவும் பார்க்கவும் ஆசையாயிருக்கும்.

விதிக்குப் புறம்பாக வந்த பில்லை எப்படிக் கண்டுபிடித்துத் திருப்பி அனுப்பினார் என்று சொல்லி யாராவது ஒருவர் தனது அறிவு மற்றும் சூட்டிகைகளை விளக்கிப் பேசுவதுதான் வழக்கமான மாநாட்டுத் துவக்கமாக இருக்கும். அதன்பின் அதிகாரி பற்றி அவர் குடும்பம் பற்றி, பத்திரிகைகளில் வந்த செய்திகள் பற்றி கண்ட

காட்சிகள் பற்றி. என்று மாநாட்டில் பேசுவதற்கென்றே தயாரித்து வந்த உரைகள் போல் வரிசைகிரமமாகவோ முண்டியடித்துக் கொண்டோ பலரிடமிருந்து வெளிவரும். பெரும்பாலும் இந்த மரத்தடி மாநாடு வட்ட வடிவிலும் நின்றபடியேயும் நிகழும்.

மூன்றாம் நாளே கவனித்தேன். எங்கள் வட்டம் தாண்டி ஒரு கிராமத்துக்காரர் மஞ்சள் பை ஒன்றைக் கையில் தொங்கவிட்டபடி நாங்கள் பேசுவதைக் கூர்மையாகக் கேட்டபடி நின்றார். முகத்தில் கவலை அதிகமாயிருந்தும், நாங்கள் பேசிவிட்டு உரக்கச் சிரிக்கும் நேரங்களில் அவர் உதட்டிலும் பொசுங்கலாய் ஒரு புன்னகை வந்துபோனது. ரகசியமான சங்கதிகளை நாங்கள் மெது குரலில் பேசுகையில் அவர் எங்கள் வட்டத்தை நோக்கி இரண்டு எட்டு எடுத்து வைத்துக் காதோரம் கை வைத்துக் கேட்டுவிட முயற்சிப்பார்.

நாங்கள் நாடு திரும்பிய ஒருநாள் முற்பகலில் திரும்பிப் பார்த்தேன். அவர் பக்கத்திலிருந்த கோர்ட் கட்டிடம் நோக்கிப் போய்க்கொண்டிருந்தார். அப்போது அவர் தாட்டியாயிருந்தார். பிற்பகலில் எங்கள் கூட்டம் ஆரம்பிக்கும் நிமிடத்தில் எங்கள் பேச்சைக் கேட்க வாயைத் திறந்தபடி மேற்கிலிருந்து வேகம் வேகமாய் வந்து நின்றுகொண்டார்.

நாங்கள் முடித்துத் திரும்பிய ஒவ்வொரு வேளையிலும் எங்களை விட்டுப் பிரிந்து அவர் ஒரு சமயம் கலெக்டர் அலுவலகப் பக்கமாய்ப் போய்க்கொண்டிருப்பார். ஒரு நேரம் வக்கீல் ஒருவரின் பின்னாடி பரிதாபமாய் நடந்துகொண்டிருப்பார். எனது ஊகம் என்னவெனில் கர்ணன் உடம்பின் கவச குண்டலம் போல் அவர் கையில் தொங்கிய மஞ்சள் பைக்குள் ஏதோ முக்கிய ஆவணங்கள் அல்லது விண்ணப்பங்களின் நகல்கள், ரசிதுகளென்று நிறைத்து வைத்திருந்தார் என்பதே ஆகும்.

எங்கள் குழு கூடும் மரத்தடி விரிந்து நிழல் கொண்டது. மஞ்சள் பூ மரம் அது. அதன் கிளைகள் அருகில் உள்ள வக்கீல்கள் கூட்டத்தின் மேற்கூரையில் பாதியை மூடியிருக்கும். இந்தப் பக்கம் கேண்டனின் தென்னங் கீற்றுகளின் மேல் அசையும் கோடையில் வெல்வெட் விரிந்து கிடப்பது போல் தரையெங்கும் பூக்கள் உதிர்ந்திருக்கும். வதங்கிய பூக்களிலிருந்து வாசம் வரும். பேசிக்கொண்டிருக்க ரம்மியமாய் இருக்கும்.

அடிக்கடி பேச்சுகளில் ஊடாடுவது, காலம் முன்பு போல் மெதுவாய் நகர்வதில்லை என்பதும் வெகுவேகமாய்ப்

கந்தர்வன் சிறுகதைகள் 315

போய்க்கொண்டிருக்கிறது என்பதும்தான். நேற்றுதான் திங்கட்கிழமை வந்து போலிருக்கிறது.

அதற்குள் வெள்ளிக்கிழமை வந்துவிட்டது என்று அநேகமாக வெள்ளி மாலைகளில் பேசுவதுண்டு. பேச்சில் அடிக்கடி வரும் இன்னொன்று காலம் மாறிக்கொண்டிருக்கிறது.

"பெரிய சங்கதிகளை விடு. டிபன் பாக்ஸைச் சொல்லு. அதுகளை வரிசையா மேலெ மேலெ அடுக்கி மாலை மாதிரி ஒண்ணை மேலெ வைச்சு இதுலெ மாட்டி அதுலெ மாட்டிக் கடைசியா ஒரு கெட்டியான ஸ்பூன் ஒண்ணை மூணு துவாரத்திலெயும் சட்டுனு எவனாவது நொழைச்சிருப்பானே; அதுதான் நொழைஞ்சிருமா? ஸ்பூன் இல்லாம டிபன் பாக்ஸ் வரும்னு நெனச்சிருப்பமா முந்தியெல்லாம்."

"எங்க தெருவுலெ புதுசா ஒரு கேபிள்காரன் வந்திருக்கான். அம்பது சானல் தரப்போறானாம். நெனச்சிருப்பமா பத்து வருசத்துக்கு முன்னே?"

"பஸ் ஸ்டாண்டுக்கு அப்பாலெ காலெஜ் வரை ஜனநடமாட்டமே இருந்ததில்லெ முன்னெயெல்லாம். இப்ப வீடுகளும் கடைகளும் பஸ்ஸும் காரும் ஸ்கூட்டருமா ஜெக ஜோதியாயிருச்சு."

"விடு கம்ப்யூட்டர் சங்கதியை ஆரம்பிச்சா அது பத்து நாளைக்கு நீளும். நம்ம ஆபிஸ்லெ பத்து கம்ப்யூட்டர்கள் பிரிண்டர், ஏர்கண்டிஷனர் எல்லாம் அடுத்த வருசம் வந்து எறங்கப் போகுது. அம்பது, நூறு வருசமா தலையைப் போட்டுப் பிராண்டி மாசா மாசம் கணக்க அனுப்புற வேலையெல்லாம் இனி இல்லை. மிஷின்லெருந்து வந்து கையிலெ விழுந்திரும் கோடி ரூபாய்க் கணக்கு."

பேசிவிட்டு நாடு திரும்பும்போது பார்த்தேன். மஞ்சள் பைக்காரர் வெகு சுவாரஸ்யமாய் இவைகளைக் கேட்டுக்கொண்டிருந்தவர் காக்கித் துணி மூடிய ஜீப்பிலில்லாமல் நவீனமான மாருதி ஜீப்பில் வந்துகொண்டிருந்த தாசில்தாரை நோக்கி ஓடினார். தாசில்தார் ஜீப்பிலிருந்து இறங்கும்போது அவர் தலைக்கு மேல் கைகளை உயர்த்திக் கும்பிட்டுக் கொண்டிருந்ததைக் கவனிக்க நேரமில்லாமல் விறுவிறுவென்று கலெக்டர் ஆபீசின் படிகளில் ஏறினார். டவாலி முன்னால் ஓடிக்கொண்டிருந்தார். சில நிமிடங்களுக்குப் பின் மஞ்சள் பைக்காரர் கோர்ட் பக்கம் பார்ந்து நடந்துகொண்டிருந்தார்.

ஒருநாள் எங்கள் மரத்தடியிலிருந்து சற்று தூரத்தில் செங்கல்லும் மணலும் லாரிகளில் வந்து இறங்கிக்கொண்டிருந்தன. நவீன வசதிகளுடன் பலமாடிக் கட்டிடம் ஒன்று கட்டப் போவதாகச்

சொன்னார்கள். பல துறை அரசு அலுவலகங்களும் இயங்கிவரும் இந்த வளாகத்திற்குள் இன்னும் நிறைய அலுவலகங்கள் வந்து சேரப்போவது குறித்து மகிழ்ந்தும் வியந்தும் நாங்கள் மரத்தடியில் பேசிக்கொண்டிருந்த பல நாட்களில் மஞ்சள் பைக்காரரும் நின்று கேட்டுக்கொண்டிருந்தார்.

எங்கள் அலுவலக வளாகம் நூறு ஏக்கர் பரப்பளவில் விரிந்து கிடக்கிறது. மொத்தக் கட்டிடங்களும் நாலு அல்லது ஐந்து ஏக்கர்களில் செடிகளும் புதர்களும் காட்டுக் கொடிகளும் பேர் தெரியா மரங்களும்தான். வெள்ளைக்காரன் காலத்திற்கு முந்தைய அரசர் அல்லது சிற்றரசர் கால வளாகம் இது. திசைக்கொன்றாய் எட்டு பிரம்மாண்ட வாசல்கள் தர்பாராகவோ அந்தப்புரங்களாகவோ இருந்தவையெல்லாம் கலெக்டர் அமரும் அறையாகவோ விவசாயத்துறைக் கிடங்குகளாகவோ மாறியிருந்தன.

வளாகத்தின் வடகிழக்கில் இரண்டாள் உயரத்திற்குக் கரையான் புற்றும் சுற்றிலும் இடுப்பளவிற்குக் குந்துக் செடிகளும் அடர்ந்து கிடந்தன. தெற்கே காம்பவுண்டுச் சுவருக்கு மேலும் அடியிலும் மயில் கூட்டம் திரியும். வடதிசையில் சூரிய வெளிச்சம் படாது அடர்ந்த மரங்களிலிருந்து பறவைகளின் சப்தம் காதைப் பிளக்கும் ஆடைக்கும் கோடைக்கும் புல் மண்டிக் கிடக்கும் இந்தப் பிரதேசமெங்கும். கட்டிட வாசல்களில் நிழல்களில் புல் பத்தை பத்தையாய்க் கிடக்கும். அதனால் இந்த வளாகத்தில் கால்நடைகளின் புழக்கம் அதிகம். வளாகத்தைச் சுற்றி வீடுள்ளவர்கள் இங்குள்ள புல் படுகைகளை நம்பி மாடு, ஆடு வளர்த்து வருகிறார்கள்.

இந்தக் கால்நடைகள் பெரும்பாலும் அலுவலக வாசல்களிலும் கேன்டீன் ஓரங்களிலும் மனிதர்கள் நடமாடும் பகுதியாகப் பார்த்துத்தான் மேய்ந்துகொண்டும் உலாவிக்கொண்டும் திரியும். வெளிமாநிலக்கார ஒரு ஐ.ஏ.எஸ் இங்கு கலெக்டராக வந்தவர் பி.ஏ.வைக் கூப்பிட்டுக் கோபமாய் இரண்டு தகவல்களைச் சொன்னாராம். முதலாவது இந்த வளாகத்தினுள் அலையும் மனிதர்களை விடவும் கால்நடைகளின் எண்ணிக்கை அதிகம். இரண்டாவது அவர் காருக்குக்கூட இடம்தராமல் அந்த ஒல்லித்தார் ரோடின் குறுக்கே வரிசையாய்ப் படுத்துக்கொண்டு ஹாரன் ஒலிகளுக்கு மதிப்பு தராமல் அசை போட்டபடி படுத்துக் கிடந்தன என்றாராம். அந்தக் கோபத்தோடு பல உத்தரவுகளையும் போட்டார்.

அந்த உத்தரவுகளின்படி ஆடு, மாடு எதுவும் வளாகத்திற்கும் வரமுடியாதவாறு வாசல்களில் இரும்புக் குழாய்கள் பதிக்க

கந்தர்வன் சிறுகதைகள் 317

வேண்டும். மீறி நுழையும் கால் நடைகளைப் பவுண்டில் அடைக்க வேண்டும். கால்நடைச் சொந்தக்காரர்கள் அபராதம் செலுத்திய பின்னர்தான் விடுவிக்க வேண்டும்.

மேற்கண்ட உத்தரவுகள் போர்க்கால வேகத்தில் அமுல் படுத்தப்பட்டன. சரியாக ஒரு மாதங்கழித்து மாடுகளும் ஆடுகளும் உள்ளே ராஜநடை போட்டன. வாசலில் பதித்த கம்பிகளின் மேல் நடக்கப் பயின்று விட்டனவாம். ஒரு கோர்ட்டிலிருந்து இன்னொரு கோர்ட்டிற்கு நடந்துசெல்லும் நீதிபதிகளுக்குப் பத்தடி முன்னால் ஆள்களை விலகச் சொல்லி அதட்டிக்கொண்டு ஓடும் டவாலிகளுக்கு இந்த ஆடுகளும் மாடுகளும் பெரும் இடையூறாயிருந்தன. அதிகாரிகள் காரிலிருந்து இறங்கிச் சட்டென்று அலுவலகப் படிகளில் ஏறமுடியாதவாறு இவை பல நேரம் வழிமறித்தன.

எங்களது ஒரு மரத்தடிக் கூட்டத்தின்போது சம்பள உயர்வு உட்பட பல்வேறு கோரிக்கைகளை முன்வைத்து வரப்போகும் மாதங்களில் நாங்கள் நடத்தவிருந்த வேலை நிறுத்தம் பற்றி உரக்க விவாதித்துக் கொண்டிருந்தபோது மஞ்சள் பைக்காரர் வெகு அக்கறையோடு எங்களைப் பார்த்துக்கொண்டு நின்றார். அந்த மாதத்தில் ஒரு திங்கட்கிழமையன்று கலெக்டர் அலுவலக வாசலில் மக்கள் குறைதீர்க்கும் கூட்ட வரிசையில் அவர் நிற்பதைப் பார்த்தேன். அன்று நாங்கள் மரத்தடிக்கு வரும் நேரத்தில் அவரும் திரும்பிவிட்டார். முகத்தில் எவ்வித உணர்ச்சியுமில்லை. வேலை நிறுத்தம், ஆர்ப்பாட்டம் என்று மறுபடி மறுபடி மூர்க்கமாய்ப் பேசியவைகளைக் கேட்டுக்கொண்டிருந்து விட்டுப் போனார்.

அலுவலகங்களை எல்லாம் மூடிவிட்டு நாங்களும் பள்ளிகளையெல்லாம் மூடிவிட்டு ஆசிரியர்களும் கலந்து நின்று வளாக முகப்பில் ஆர்ப்பரித்ததைத் தினமும் நின்று பார்த்துச் சென்றார். அப்போது மஞ்சள் பையில் ஒரு காது அறுந்து இன்னொரு காதோடு முடிந்திருந்தார். சட்டை வேட்டி நைந்து போயிருந்தது. பல நாள் போராடிவிட்டு உச்சகட்டமாய் சென்னை முற்றுகைக்காகக் கிளம்பும் கட்டம் வெகு உக்கிரமாய் நடந்துகொண்டிருந்தபோதும் அவர் தலைப்பாக்கட்டி தூரத்தில் நின்று பார்த்துக்கொண்டிருந்தார்.

போராட்டம் முடிந்து நாங்கள் அலுவலகங்களைத் திறந்து உள்ளே போய் உட்கார்ந்துவிட்டு உற்சாகமாய் மரத்தடிக்கு வந்தபோது அவர் எங்கிருந்தோ வந்துவிட்டார். இத்தனை நாட்களாய் அவர் இந்த மஞ்சள் பையோடு எங்கே இருந்திருப்பாரென்று எங்களில் யாரும்

நினைத்துப் பார்க்கவில்லை. மாறாக அங்கு கூடுகிற எல்லோருக்கும் அவர்மேல் ஒருவித வெறுப்பு வந்திருந்தது.

அவர் எல்லாவற்றிலும் மூக்கை நுழைக்கிறார். எங்களுக்கென்று எந்த அந்தரங்கமும் இல்லாமல் ஆக்கிவிடுகிறார். எங்கள் ஆசைகள், தேவைகள், தவறுகள், குளறுபடிகள் எல்லாமே அவருக்குத் தெரிந்துவிடுகின்றன. அவரோடு சண்டை உருவாக்கி அவரை எங்கள் கூட்டங்களின்போது வந்து நிற்பதைத் தடுக்கவும் எங்களால் முடியவில்லை. எவ்வித சண்டைக்கும் கோபத்திற்கும் இயலாத தேகமும் முகமும் அவருக்கு.

பல அலுவலகங்களின் வாயில்களில் தலையில் சிவப்பு விளக்கோடு கார்களும் ஏராளமான ஜீப்களும் தடபுடலாயத் தெரியும். முந்தைய வாரத்திலோ மாதத்திலோ நடந்த வேலைகள் பற்றி அடிக்கடி ரெவ்யூ மீட்டிங்குகள் நடக்கும். சிமெண்டு கலர் சபாரி அணிந்து கனத்துப்போன அதிகாரிகள் உடம்புகளைத் தூக்கிக்கொண்டு வேகம் வேகமாய்ப் படி ஏறுவார்கள். இந்த ஜீப்புகளுக்கு நடுவில் மஞ்சள் பைக்காரர் அலுவலக முகப்புகளை வெறித்துப் பார்ப்பதைச் சில தடவைகள் அந்தப் பக்கமாய்ப் போகும்போதும் வரும்போதும் பார்த்திருக்கிறேன்.

வரவர அவர் வெகுவாய் மெலிந்துகொண்டு வந்தார். தலைத் துண்டை எடுத்து அடிக்கடி முகத்தைத் துடைத்தார். மரத்தடிக் கூட்டத்திற்கு வருவது மட்டும் நிற்கவில்லை.

ஒருநாள் மரத்தடியில் நின்றுகொண்டிருக்கையில் ஓர் ஆடு சுவருகில் அடுக்கியிருந்த செங்கல் குவியலில் ஏறியது; அப்படியே சுவர்மேல் நடந்தது. அடுத்த வக்கீல்கள் கூடத்து ஓட்டு மேல் நின்று அங்கு பரவிக்கிடந்த மரக்கிளைகளில் புத்தம் புதிதாய்ப் பூத்திருந்த மஞ்சள் பூக்கள் ஒவ்வொன்றாய் தின்றுகொண்டிருந்தது. "இதுக அக்ரமம் தாங்கலைப்பா. இங்க பாரு ஆட்டுக்கு றெக்கை முளைச்சு மேலே போய் ஓட்டிலே நிக்கிறதெ" என்றார் ஒருவர்.

ஒரு சின்ன ஆடு மேலே நின்ற ஆட்டை ஆர்வமாய் பார்த்தபடி ஓரத்தில் வளர்ந்து கிடந்த புல் கத்தையைக் கடித்துக்கொண்டு நின்றது.

மாநாடு முடிந்து கூட்டமாய் வரும்போது கீழே நின்ற சினை ஆடு எங்கள் முன்பாகத் திணறியபடி நடந்தது. சுற்றிச் சுற்றி வந்தது. எங்கள் கூட்டம் அதை நெருங்குமுன் ஆட்டின் பின்புறத்தில் பச்சைக் குட்டியின் தலை தெரிந்தது. பேண்ட்டும் சட்டையும் கடிகாரமுமாய் நின்ற எங்கள் கூட்டத்திற்கு என்ன உதவி செய்யவேண்டுமென்று தெரியவில்லை.

வேறு திசையில் ஒரு வக்கீல் பின்னால் பேசியபடி போய்க்கொண்டிருந்த மஞ்சள் பைக்காரர் ஆடு நின்ற நிலையைப் பார்த்துவிட்டு ஓடிவந்தார். தலைப்பாவை இறுக்கக் கட்டிக்கொண்டார். குட்டி வெளியில் வர உதவினார். குட்டியின் மேலிருந்த திரவத்தை வழித்துவிட்டு குட்டியின் நான்கு கால்களிலும் இருந்த குளம்பைக் கிள்ளி எறிந்து தரையில் விட்டார்.

குட்டி ஆடியது. விழுந்து எழுந்தது. எழுவதும் விழுவதுமாயிருந்தது. ஆடு குட்டியை நக்கிக் குடுத்தது. மஞ்சள் பைக்காரர் ஆட்டின் கனத்த மடியில் குட்டியை விட்டார். சிறிது நேரமானதும் குட்டியைத் தூக்கிக்கொண்டார். ஆடு நடந்த திசையில் குட்டியைக் கையிலேந்தி நடந்தார். யார் வீட்டு ஆடோ வீடு வரை கொண்டுபோய் விட்டு வருவாரென்று பேசிக்கொண்டோம். மஞ்சள் பை முழங்கையில் ஒற்றைக் காதோடு ஆடிக்கொண்டே போனது.

எங்கள் கூட்டத்தில் பதினொரு ஆண்டுகளுக்குப் பின் ஒருவர் யாருக்கும் கேட்டுவிடாத மெல்லிய குரலில் முதன்முதலாய் வாய் திறந்து சொன்னார். "ஆட்டுக்கு என்ன செய்யணும்னு இந்தாளுக்குத் தெரியுது. இந்தாளுக்கு என்ன வேணும்னு யாருக்குமே தெரியலை."

~

காளிப்புள்ளெ

இது என் பாட்டியின் கதை. பாட்டி என்றால் உறவு முறைப்படி அவள் யாரென்பதை உங்களுக்குச் சொல்வது இந்தக் கதைக்குள்ளே உங்களை அழைத்துச்செல்ல உதவியாயிருக்கும். அம்மாவைப் பெற்றவள் அம்மாச்சி; அம்மாச்சியைப் பெற்றவள் பாட்டி.

ஊர் முழுதுமிருந்த அவள் பிராயத்துப் பெண்களில் அவளே அழகியாயிருந்தாள். காலையிலிருந்து இரவு வரையிலும் தினசரியும் ஒரு பூ பூத்தபடியிருப்பது அபூர்வமென்றால் அவளும் அபூர்வம்தான். காது வளர்த்துத் தண்டட்டிகளாடக் கல்யாண வீடுகளில் நிறைய சாப்பிட்டு வெற்றிலை போட்டு உதட்டில் விரல் மூடிக் காவி நீர் உமிழ்ந்தால் ஒரு பாகம் சென்று விழும். அவ்வளவு வலுவும் வீரியமுமிக்கவள். நேர்மாறாகப் பிள்ளை மனசு. யார் அழுதாலும் எதற்கென்று கேட்காமல் தானும் அழுவாள்; அழுபவளையும்விட அதிகமாகவும் உண்மையாகவும்.

காளி என்ற அவள் பெயரைச் செய்யும் காரியங்களுக்காகவும், மனசுக்காகவும் 'காளிப்புள்ளெ' என்று சிறுபிள்ளைகளைக் கூப்பிடுவதுபோல் ஊர் கூப்பிட்டது. காளிப்புள்ளெ தனது இருபத்தைந்தாவது வயதில் ஓர் அருங்கோடை, பூமியைக் கொதிக்க வைத்துக்கொண்டிருந்த காலத்தில் விதவையானாள். தெருமுனை தாண்டிப் பெண்கள் தொடரக்கூடாதென்று அவளை இழுத்து நிறுத்தியபோது வலது பக்கம் வளர்ந்த மகளும் இடது பக்கம் பொசுங்கலாய் மகனும் அவளது விரிந்த கூந்தலையும் குமிழியிட்டும் பொங்கியும் அவள் கண்களிலிருந்து வந்த கண்ணீரையும் பார்த்துத் திகைத்து நின்றார்கள்.

வந்து மூலையில் உட்கார்ந்தவள் இரண்டு பிள்ளைகளும் வாடிச் சுருண்டு கிடப்பதையும் வெறித்துப் பார்த்துவிட்டு தானே எழுந்துபோய்த் தலையில் தண்ணீர் ஊற்றிக் குளிக்க ஆரம்பிக்கவும்

அழுதுகொண்டிருந்த பெண்கள் அவசரம் அவசரமாய் அவளைத் தாங்கவும் குளிக்க உதவவும் ஓடினார்கள்.

மூன்றாம் நாள் காலையில் காளிப்புள்ளெ பளபளவென்று துலக்கிய பித்தளைச் செம்போடு பால் கறக்கப் படி இறங்கித் தொழுவத்துக்கு வந்துவிட்டாள். ஓடிவந்த பொம்பிளைகள், "முப்பது செல்லுமுன்னே படி எறங்கிப் போகக் கூடாது காளிப்புள்ளெ" என்று எடுத்துச் சொன்னதற்கு அவள் சொன்னாள். "மகளைப் பாக்கப் பாவமாயிருக்கா. நாள் எந்திரிச்சு நடந்து திரிஞ்சாத்தான் எம்மக அழுகுறதை நிறுத்துவான்னு தெரிஞ்சப்புறம் நான் படுத்துக் கெடக்கிறதால பலனில்லக்கா."

முப்பதாம் நாள் காரியம் முடிந்ததும் பெரிய கொட்டாரம் தாண்டி மம்பட்டியோடு நின்று வயலுக்குத் தண்ணீர் பாய்ச்சினாள். உதவிக்கு வந்த இளவட்டங்களையும் ஆதரவாய் ரெண்டு வார்த்தை சொல்லவந்த ஆம்பிளைகளையும் நள்ளி நிற்க சொன்னாள். உயிரைப் பிள்ளைகள் மீது வைத்து உடம்பைத் தொழுவத்திலும் வயல்களிலும் ஒட்டிக்கொண்டாள்.

வெகுசீக்கிரமாகவே காடுகரை மாடு கன்று எல்லாம் அவள் கைப்பிடிக்குள் வந்துவிட்டன; ஒன்றே ஒன்றைத் தவிர அது கணக்கு மணியம் வேலை. பத்து ஒண்ணு சீட்டை, நில ரசீது ரத்து எல்லாம் மூலையில் கேட்பாரற்றுக் கிடந்தன. வரி வசூல் நடக்கவில்லை.

வில்வண்டி கட்டிச் சாவடியில் வந்திறங்கிய தாசில்தார் கணக்கு மணிய வேலைக்காக அடுத்த வாரிசைக் கூட்டிவரச் சொன்னார். கொண்டுபோய் நிறுத்திய பாலகனின் வயது பத்து. "இவன் மேஜராகும் வரை இவன் வீட்டில் பெரியவர்கள் யாரும் இருந்தால் தற்காலிகமாக உத்யோகம் தரலாம். யாராவது உண்டா?" என்ற தாசில்தாரின் கேள்விக்குப் பதிலில்லை. யாரிடம் கொடுக்கச் சொன்னாலும் ருசி கண்டவர் திருப்பித் தர சாமான்யத்தில் சம்மதிக்க மாட்டார். திருப்பி கேட்ட சம்பவங்கள் நடந்த பல பக்கத்து ஊர்களில் வெட்டுப் பலி, குத்துப் பலி நடந்திருக்கின்றன.

"சரி யாராவது இருந்தால் நம்மை முதுகுளத்தூர் தாலுகா கச்சேரியில் வந்துபாருங்கள்" என்று சொல்லிவிட்டு கோழி, முயல், காடை சமையலைச் சாப்பிட்டுப் பல ஏப்பங்களை விட்டபடி வண்டி ஏறிப்போய்விட்டார்.

தாசில்தார் இவ்வளவு சொல்லிப் போயும் காளிப்புள்ளெக்கு கணக்கு மணியம் வேலை பெரிய கவலையாயில்லை. அவளுக்கு சதாகாலமும் மகள் நினைவு. அவள் வெகு சீக்கிரம் ஆளாகிவிடுவாள்.

மகளுக்குப் பாதுகாப்பில்லாமல் வீடு நாலாபக்கமும் திறந்து கிடப்பது போல் தோன்றிக்கொண்டே இருந்தது. அவளை யார் கண்ணிலும் படாமல் கோட்டைச் சுவரோடு ஒரு வீட்டிற்குக் கொடுப்பினை இல்லை. பலசாலி ஆண்கள் நாலு பேர் ஒரு சேர உதைத்தால் விழுகிறார்போல்தான் வீடு.

மகள் உரத்துப் பேசினால் தட் தட் என்று வேகமாக நடந்தால் நெஞ்சு மேல் மரம் வந்து விழுவதுபோல் பயம் வரும். 'மெல்ல மெல்ல' என்பாள். தன் வலுவிற்கும் வைராக்கியத்திற்கும் எந்த மகா ஆம்பிளையிடமிருந்தும் ஆபத்து வரமுடியாதென்று அவள் திடமாயிருந்தாள். நினைக்கும்போதெல்லாம் பயமாயிருந்தது. அவள் சூதுவாதறியாத பூஞ்சை.

ஒருநாள் ராத்திரி அவள் கெட்ட சொப்பனம் கண்டாள். மகளைக் கூட்டிக்கொண்டு நடக்கிறாள். நடப்பது கானகம் போலிருக்கிறது. ஒத்தையடிப்பாதையும் கூட இல்லை. அமாவாசை ராத்திரிகளில் வெடித்த விரல்தண்டி காக்காய் முள்ளாய்க் கிடக்கிறது. முள்புதர்களில் ஒரு நடைக்கு ஒரு முள் மகள் காலில் குத்துகிறது. காளிப்புள்ளெ குனிந்தும் மண்டியிட்டும் மகள் காலிலிருந்து ஒவ்வொரு முள்ளாய்ப் பிடுங்கிப் போட்டுக்கொண்டே போகிறாள். பாதங்கள் ரணமும் ரத்தச் சேரியுமாகி மகள் தவழ்கிறாள். நடுராத்திரியில் இந்தச் சொப்பனம் கண்டு எழுந்தவள் வீட்டு ஆம்பிளை அகாலத்தில் போனதை ஏனை மோனையோடு விடிய விடிய ஒப்பாரி வைத்து அழுதாள்.

அன்றிலிருந்து "ஆத்தா ஒனக்கு வேணும்னு சொல்லு. இன்னிக்கிக் கம்மா மீன் கொழம்பு வைக்கவா? இந்த மோரைக் குடிச்சிக்க. அங்கிட்டு இங்கிட்டு நடக்காதே. ஆஸ்பத்திரியிலேயே ஒக்காந்திரு". இப்படி ஏதாவது சொல்லிப் புலம்பிக்கொண்டிருந்தாள்.

ஊர் நிலைமை பலவிதங்களிலும் சரியில்லை. ஒரு தண்ணீர் ரெண்டு தண்ணீர்த் தட்டுப்பாட்டில் கருது (கதிர்) பரிந்தபடி வயல்கள் வெளுத்துக் காவியாகிவிட்டன. புஞ்சைகளும் கொல்லைகளும் கூடக் காய்ந்து கனல் பறந்தன. விளைச்சலற்ற காலம் அறிந்த கணக்கு மணியத்தின் வீட்டு அடுப்புக்கும் பூனை வந்து சுகமாகப் படுக்க நினைத்தது.

காளிப்புள்ளெயிக்குப் புருசன் இறந்த துக்கம் இந்தப் பஞ்சம் காரணமாகவும் குறைந்துகொண்டு வந்தது. வேகாத வெயிலில் அலைந்து நுங்கு வெட்டச் சொல்லிக்கொண்டு வந்து பிள்ளைகளுக்குக் கொடுத்தாள். நாவல் பழம், விருசம் பழம் பொறுக்கி வந்தாள். கோடை மறைந்துவரும் காலத்தில் கீகோட்டுப் பனந்தோப்புகளில்

பனம் பழம் பொறுக்கி வந்து சுட்டுக் கீற்றுக் கீற்றாய் எடுத்துப் பிள்ளைகள் தின்பதைப் பார்த்துப் பெருமூச்சுவிட்டாள்.

வீட்டைத் தாண்டி நடக்கும்போது மேல வீட்டு வீரபத்ரன் பார்க்கும் பார்வை யோக்கியமானதாயில்லை. காளிப்புள்ளையை ஆபாசமாகப் பார்க்கிறான். மகள் நின்றால் அதைவிட அசிங்கமாய்ப் பார்க்கிறான். வீரபத்ரன் ஊரில் ஒண்ணா நம்பர் போக்கிரி. அவன் மேனியின் சிவப்பு நிறம் இந்த ஜனங்களுக்கு உரியதில்லை. இந்தப் பொன் நிறமும் பூனைக் கண்ணுமான ஈனத்திற்கு இணங்காத குணமும் இவனைத் தவிர இந்தப் பகுதியிலேயே யாரிடத்திலும் இல்லை.

இரண்டு மூன்று நாட்களுக்கு ஆள் ஊரில் தென்பட மாட்டான். வந்ததும் துட்டு நிறையப் புழங்கும். கூழும் கம்பஞ்சோறுமாய்க் கிடக்கும் ஊரில் இவன் வீட்டில் கூலி ஆள் நின்று நெல் அவித்து, குத்தி அரிசி குவிப்பார்கள். இவனுக்கு ராட்சதத் தீனி வேண்டும். எந்த ஊர் அடிதடியிலும் இவனைப் பார்க்கலாம். கோணலும் மாணலுமாக முகங்களைக் கொண்ட பல பேர் இடுப்பில் துண்டு கட்டித் தலைகுனிந்து இவன் வீட்டு வாசலில் அடிக்கடி நிற்பதைப் பார்க்கலாம்.

இவனைப் பற்றி உலவும் கதைகள் ஊர்ப் பெண்களை சதா பீதியோடு உலவ விட்டிருக்கின்றன. வயலில் கிடை போட்டிருக்கும். நடுச்சாமத்தில் உடம்பில் துளி துணியுமில்லாமல் போய் வரப்பில் நின்று உற்றுப்பார்த்து ஒரு குட்டி ஆட்டைத் தேர்வான். பக்கத்தில் போய்க் கையிலிருக்கும் நாவு பச்சை இலைகளை அதன் மூக்கிலும் வாயிலும் வைத்து அடைப்பான். சக்தி இழந்த ஆட்டைத் தூக்கித் தோளில் போட்டபடி வந்து, கன்னுக்குட்டி விழுந்து இறந்த உப்புக் கிணற்றோரமாய் நிற்கும் வேப்ப மரக்கிளையில் தலைகீழாய்க் கட்டுவான்.

அறுத்துத் தீமுட்டி மசாலா தடவி வாட்டி விடிய விடியத் தின்றுவிட்டு விடிகாலையில் மிச்சம் மீதியைக் கிணற்றில் போட்டுவிட்டு வந்து விடுவான். எட்டு ஊர் தாண்டி எந்த ஜாதி ஆட்கள் பத்தை வைத்து அயிரை மீன் பிடித்தாலும் பிரிக்கையில் வீரபத்ரன் பங்கு என்று ஒன்று அதிகாலைக்குள் வாசலில் வந்து விழுந்துவிடும். அப்படி வராவிட்டால் கொலைகள் கூட நடந்திருப்பதாகச் சொல்வார்கள். பட்டப்பகலில் வண்டிகட்டிப் போகிறவர்களை முகத்தில் கட்டி மறைத்தபடி தோடு, மூக்குத்தி பறிக்கும் கூட்டத்தில் வீரபத்ரன் சாயலில் ஒரு ஆள் திரிவதாகச் சொல்வார்கள்.

அப்போது வீரபத்ரன் மனைவி சீக்கு வந்து இறந்துபோயிருந்தாள். மூன்று பிள்ளைகள் தாயில்லாமல் திரிந்தார்கள். வீரபத்ரனுக்கு இதைப் பற்றியெல்லாம் அவ்வளவாய்க் கவலைப்பட வேண்டியிருக்கவில்லை. எளிய சாதி வீடுகளின் ஏதேனும் ஒன்றில் ராத்திரி சாப்பிட்டுக் கை காயுமுன் நுழைந்து ஒருத்தியை இழுத்துக்கொள்வான்.

மகள் ஆளான மறுமாதம் ஒருநாள் காலை வாசலில் நின்று கொண்டிருந்தாள் காளிப்புள்ளே. தூரத்தில் குப்பு மாமாவும் இன்னும் நாலு பேரும் வேகுவேகென்று வந்தார்கள். குப்பு மாமாவையும் தாண்டி வீரபத்ரன் காலை எட்டிப் போட்டு வருகிறான். அவன் வந்த வேகத்தில் மகளைத் தராவிட்டால் காளிப்புள்ளெயின் மேல்சேலையைப் பிடித்துவிடுவான் போலிருந்தது. கால் வெடவெடவென்று நடுங்கியது காளிப்புள்ளெக்கு.

குப்பு மாமா திண்ணையில் உட்கார்த்து சொன்னார். "காளிப்புள்ளே, ஒன் நல்லதுக்குத்தான் இதெல்லாம். ஆம்பிளை இல்லாத வீடு வெளங்குமா! மகளை மறுக்காமக் குடுத்திரு. உம்மகன் மேஜராகிற வரை கணக்கு மணியத்தையும் வீரபத்திரன் பாத்துக்குவான். மூணு தாயில்லாப் பிள்ளைகள் அனாதையா நிக்குதுபா."

காளிப்புள்ளே நினைத்தாள், 'ஆஹா, ஒண்ணுக்கு ரெண்டாவுலெ மோசம் போகப்போறோம். மகள், மகன் ரெண்டு பேர் வாழ்க்கையையும் முழுகணும்னு வந்துட்டானே பாவி பரப்பான்.'

அவள் தலைகுனிந்து சொன்னாள். "ஆம்பிள இல்லாத வீடுனுதானே மாமா ஓங்களுக்கு எளக்காரமாப் போயி ஒரு வார்த்தை கூட சொல்லி விடாம வந்துட்டயே. நான் நாலையும் யோசிக்கணும். இப்ப எனக்குப் புத்தி பேதலிச்சிருக்கு. ஓடனே முடிவுசொல்ல ஏல்லை."

குப்பு மாமாவுக்கு வீரபத்ரன் ஒரு சைகை காட்டினான். அவர் எழுந்து தாம்பாளத்தை நீட்டி "வாங்கீக்க இதை" என்றார். தாம்பாளத்தில் தேங்காய், பழம், மஞ்சள், சேலை எல்லாம் நிரக்க இருந்தன. கண்ணீர் உகுத்தபடி நின்றுகொண்டிருந்த காளிப்புள்ளெயின் கையில் தாம்பாளத்தை வைத்துவிட்டு எல்லோரும் போய்விட்டனர். பெண்ணு கேட்டு வந்த கூட்டத்தில் ஒரு பொம்பிளை கூட இல்லாமல் நடந்து ஓலகத்திலே அதுதான் என்று வீடு வீடாய்ப் பேசிக்கொண்டார்கள். அதிலிருந்து ஏழு நாள் வரை மகள் முகத்தை திருப்பிப் பார்த்துவிட்டு, உயர்த்திப் பார்த்துவிட்டு சுவரில் முட்டித் தரையில் உருண்டு பெற்ற வயிற்றில் அடித்து அடித்து அழுதுகொண்டிருந்தாள். துக்க வீட்டிற்கு வருகிறவர்கள்

போலவே பொம்பிளைகள் வந்து காளிப்புள்ளையைக் கட்டிப்பிடித்து அழுதார்கள்.

கல்யாணத்தன்று முதல் ராத்திரியில் அறை வீட்டிற்குள்ளிருந்து கண்ணீரும் கம்பலையுமாய் மேல்மூச்சு கீழ்மூச்சு வாங்க வெளியே ஓடிவந்த மகள் யார் பிடிக்கும் அகப்படாமல் கண்மாயை நோக்கி ஓடினாள். காளிப்புள்ளைக்கு ஆவேசம் வந்து மகள் பின்னால் ஓடி எல்லோரையும் முந்தி ஓடி அவளைக் கரையில் பிடித்து நிறுத்திவிட்டாள். "விடு, நான் சாகப்போறேன். விடு, நான் சாகப்போறேன்" என்று மட்டும் சொல்லி அழுதாள் மகள். அவளை மடியில் படுக்கப் போட்டு இதமாய்ப் பேசி, தைரியம் சொல்லிக் கூட்டிவந்தாள் காளிப்புள்ளே. திரும்பி வந்தபோது வீரபத்ரன் ஊர்க் கோடியில் யார் வீட்டிற்குள்ளேயோ போய்ப் படுத்திருப்பதாய்க் கசமுசவென்று பேசிக்கொண்டார்கள்.

நடக்கிற எதையும் உள்வாங்கிக்கொள்ள முடியாமல் திகைத்துப்போய் மகன் திண்ணையில் உட்கார்ந்திருந்தான். திகைப்பு அதிகமாகும்போது தூங்கிவிடும் பழக்கம் வந்திருந்தது. ஒரு மாதம் கழித்து கணக்கு மணியம் வேலையை 'காளிப்புள்ளே மகன் மேஜராகும் வரை' என்ற நியதி சொல்லியும் வீரபத்ரனை இந்தக் குடும்பத்தில் ஒருவன் என்ற அறிவிப்போடும் வீரபத்ரனுக்குக் கொடுத்துவிட்டார்கள்.

அன்றைய தினத்து உச்சிவெயிலில்தான் மகள், மகன் எல்லோரும் நாசமாகிவிட்டதை எண்ணி ஊர்தாண்டி அத்து வானக்காட்டில் நின்ற உலகம்மா கோவில் படியில்போய் காளிப்புள்ளே உட்கார்ந்தாள். கருத்து எண்ணெய் பிசுக்கோடு நின்ற உலகம்மா சிலையை வெகுநேரம் வெறித்துப் பார்த்துவிட்டு உலகம்மாவையும் உலகத்துத் தெய்வங்களையும் இன்ன வார்த்தை என்றில்லாமல் திட்டினாள். "பூமி பிளக்க வேண்டும் வானம் இடிய வேண்டும்" என்றாள். "இதுக்கு மேல் இனி என்ன நடக்கணும் பூமி பிளக்க?" என்று வருவ மரங்களையும் வானக மரங்களையும் அண்ணாந்து பார்த்துக் கேட்டாள்.

அந்த நேரம் கொப்பும் கிளையுமாய் அடர்ந்த ஒரு வேப்ப மரத்திலிருந்து ஆள் உயரத்திற்கு பச்சைப் பாம்பு ஒன்று ஓணானைக் கவ்வியபடி பொத்தென்று பூமியில் விழுந்தது. சாண் தீளத்திலிருந்த ஓணான் அவ்வளவு பெரிய பாம்போடு கண்ணை உருட்டியபடி சண்டையிட்டது. பொறுக்க முடியாமல் காளிப்புள்ளே உடைந்த ஓர் அரைச் செங்கல்லை எடுத்து வீசினாள். பச்சைப் பாம்பு விறுவிறுவென்று அடுத்த இரை தேடி மரத்தின்

மேலேறிப்போய்விட்டது. தன் வீட்டுக் கதை உலகம் பூராவிலும் நடந்து கொண்டிருப்பதாகப்பட்டு ஒரு தீர்மானத்திற்கு வந்தவள், வீட்டிற்கு வந்ததும் மகளைச் சீவிச் சிங்காரித்தாள். அவள் காதில் யாருக்கும் கேட்காதபடிக்கு நிறையச் சொன்னாள்.

மூத்த குடியாள் விட்டுப்போன மக்கள் மூன்று பேரையும் பராமரிக்கவும் அவர்களுக்கு ஈடு கொடுக்கவும் படும் சிரமங்களையும் தொழுவத்தில் சாணி அள்ளி, காடு கரைக்குப் போய்வந்து அடுப்படியில் மகள் அல்லாடுவதையும் பார்த்து காளிப்புள்ளெக்கு மனசு காந்தலெடுத்தது. இந்த அலுப்பில் மகள் வெள்ளனமே அசந்து தூங்கிவிடுவதைப் பார்த்தாள். வீரபத்ரன் சாப்பிட்டுக் கை கழுவிய வாக்கில் எவளையாவது தேடிக்கொண்டு இருட்டில் நடந்தான்.

காளிப்புள்ளெ காலையில் இருள் பிரியுமுன் எழுந்து தன் வீட்டுத் தொழுவத்தைக் கூட்டிவிட்டு ஓடோடி வந்து மகள் வீட்டுத் தொழுவம் கூட்டி மூத்த குடியாள் மக்களுக்கு மகள் செய்ய வேண்டிய பணிவிடைகளைப் பார்த்து மகளை மயங்கவிடாமல் பார்த்துக்கொண்டாள். ஆசாரி வீட்டுக்குக் காளிப்புள்ளெ ஒரு நாள் போய்த் தன் காது தண்டட்டியைக் கழற்றிக் கொடுத்து தங்கத்தை உருக்கி மகளுக்குச் சங்கிலி செய்யச் சொன்னாள்.

பொழுது சாயும்போது தனியாக உட்கார்ந்து பசும்பாலில் எதையெல்லாமோ அரைத்துப்போட்டுக் குடிக்கவைத்து தெம்பாக்குவாள். அவளுக்கு உடனடியாக ஒரு பேத்தி வேண்டும். தான் வாழாதை, மகள் வாழாதைப் பேத்தி வாழவேண்டும்.

தன் வீட்டிற்கும் மகள் வீட்டிற்கும் காளிப்புள்ள பாடுபட்ட மணியமாயிருந்தாள். கையில் கம்பு, விளக்குமாறு, மம்பட்டி, இடுப்பில் கூடை என்று எதையாவது தூக்கிக்கொண்டு அலைந்தாள். என்ன சாப்பிட்டாள், எப்போது சாப்பிட்டாள், எங்கே சுருண்டு படுத்தாள், எப்போது எழுந்தாள் என்பதை ஊரால் அறியமுடியவில்லை. பொம்பிளைகள் உட்கார்ந்து கதை பேசும் இடங்களில் வலியப் பிடித்து காளிப்புள்ளெயையும் உட்கார்த்தி வைப்பார்கள். ஒரு சங்கதி கேட்டு மறு சங்கதி கேட்பதற்குள் உட்கார்ந்தபடி தூங்கிவிடுவாள்.

"பூ மாதிரி மேகம் சூரியனையும் தாங்கணும், சந்திரனையும் தாங்கணும்ன இப்படித்தான் நின்னுக்கிட்டும், உக்காந்துக்கிட்டும் தூங்கணும்" என்பாள் ஒருத்தி.

"பூ கல்லாகி, கல்லு பாறையாகிக் கிட்டிருக்கேத்தா" என்பாள் கேட்பவள், காளிப்புள்ளே உட்கார்ந்தபடி வாய் திறந்து தூங்குவதைப்

பார்த்து. ஆனால் காளிப்புள்ளெ நினைத்ததைச் சாதித்துவிட்டாள். மகள் உண்டாகியிருந்தாள். அப்போதிருந்து ஒரு பங்குக்கு ரெண்டு பங்கு வேலைகளை மகள் வீட்டில் பார்த்தாள். வீரபத்ரன் வீட்டிற்குள் வரும் நடைச்சத்தம் கேட்ட வினாடி போட்டது போட்டபடி கொல்லை வாசல் வழியாய் ஓடிப்போய்த் தன் வீட்டில் நிற்பாள்.

மகன் வளர்ந்துகொண்டிருந்தான். அவன் மீது காளிப்புள்ளெக்கு முதலிலிருந்தே நம்பிக்கை இல்லை. வீரபத்திரனை எதிர்க்கிற வலு அவனுக்கில்லை. வீரபத்ரனாய்ப் பார்த்து ஒதுங்கிக்கொண்டால்தான் உண்டு. தவிரவும் அவனுக்கு ஒரு கல்யாணமாகும். சொத்தை ஆள் ஒருத்தி வந்து நடுவீட்டில் உட்காரவாள். தன்னை என்ன செயக் காத்துக்கொண்டு எங்கே இருக்கிறாளோ என்பதாய் அவளுக்குத் தோன்றிக்கொண்டே இருந்தது.

மகள் நிலைமை அப்படியில்லை. இன்னும் நூறு படிகளில் அவளைக் தூக்கிச் சுமக்க வேண்டும். மகள் வயிறு பெருத்து உடம்பு சிறுத்துப் போனாள். ஒரு பக்கம் பூரிப்பு மறுபக்கம் நெஞ்சை அடைக்கிற பயம். பண்டுவம் பார்க்கும் திருவாயியை ஒரு நாளைக்கு ரெண்டு தடவையாவது பார்த்துக் கஞ்சி ஊற்றிக் கொடுப்பது, காசு கொடுப்பது மகளுக்கென்று செய்த பலகாரங்களில் கொஞ்சத்தைக் கொடுப்பது என்று திரிந்தாள்.

ஒரு நாள் பொழுது புலர்ந்து கொண்டிருந்தபோது மகள் ஒரு பெண் குழந்தையைப் பெற்றாள். அன்று வெளியே மழை மணமாய்ப் பெய்துகொண்டிருந்தது. அது பிரசவத்திற்கு ஏற்ற நாளில்லைதான். சொதசொதவென்று தரையும் துணிகளும் கூரை ஒழுக்கும் வருசத்தில் எப்போதோ ஊரில் பெய்யும் ஒரு மழை அல்லது இரண்டு மழைகளில் ஒன்றின்போது பேத்தி பிறந்ததில் குதூகலமாயிருந்தாள். வற்றி வரண்டு தேய்ந்துபோன ஊர்மக்களிடம் காளிப்புள்ளெ வீடு வீடாய்ப் போய்க் கருப்பட்டி கொடுத்துச் சொன்னாள். "எம் பேத்தி மழையைக் கூட்டிக்கிட்டு வந்திருக்காத்தா."

தன்னைப் போலவும் தன் வம்சம் போலவுமில்லாமல் பேத்தி பவுனில் செய்துபோட்டது போல் சிவப்பாய்க் கிடந்தாள். வெளியே போய்விட்டு உள்ளே வரும்போதெல்லாம் பேத்தியை உற்று உற்றுப் பார்த்துப் பூரித்தாள் காளிப்புள்ளெ. தன் உயிரே பேத்திதானென்று மனசில் வரித்துக்கொண்டாள்.

அரைகுறையாய் விளைந்த அத்தனையும் விற்று, பேத்திக்கு சங்கிலி செய்தாள். ஊரிலேயே முதன்முதலாய் வாசனை சோப் வாங்கி வந்து பேத்தி உடம்பில் தேய்த்து நுரையும் மணமும் பார்த்துச்

சிரித்தாள். பால்குடி மறந்ததும் தெற்கு நாட்டுப் பலகாரங்களாய்ச் செய்து முந்தியில் முடித்து வைத்துக்கொண்டே திரிவாள் பேத்தி விளையாடிக் கொண்டிருக்கும் இடங்களில்.

பேத்திக்குத் தன்னைப் போலவும் மகளைப் போலவும் காது வளர்த்தாள். ஆனால் காது வளர்ப்பது நாகரிகம் இல்லை என்றும் தோடும் டோலக்கும் போடுவது பக்கத்து ஊர்களின் பெண் பிள்ளைகளின் பழக்கமாகி வருவதைப் பேத்தி சொல்லி அழுத அடுத்த நாள் மருத்துவமனைப் பிடித்து வந்து வளர்த்த காதைத் தைத்துவிட்டாள்.

பச்சை குத்துகிறவன் நுழைந்ததும் முழங்கை மேல் மூன்று புள்ளிக் கோலம் இரண்டு பக்க ஓரங்களிலும் குத்தி நடுவில் பேத்தி பேரைக் குத்த வைத்தாள். காலையில் பேத்தி என்ன கேட்கிறாளோ அது ராத்திரிக்குள் வந்துவிடும்.

பேத்திக்கு ராஜகுமாரனைப் போல் அழகும் அஜானுபாகுவாகவும் ஒரு மாப்பிள்ளையை மனத்தில் நினைத்துக்கொண்டே இருந்தாள் காளிப்புள்ளெ. அவன் எல்லாவற்றிலும் சூரனாகவும் இந்தப் பக்கம் எங்கும் பார்த்தறியாத அழகாகவும் இருப்பானென்று நம்பினாள். தன் பேத்தியைப் போல் பேரழகி ஈரேழு பதினாறு உலகங்களிலும் இல்லை என்பது உண்மை என்பதால் வேறு மாதிரி மாப்பிள்ளை எப்படி அமையமுடியும் என்று மனத்தில் அடிக்கடி தர்க்கித்துக் கொள்வாள்.

வீரபத்திரனால் மகளுக்கு என்ன செய்யமுடியும் என்பது அவளுக்குத் தெரிந்திருந்தது. மூத்த குடியாள் மகள்களுக்குக் கல்யாணங்கள் முடியும்போது அவன் ஓட்டாண்டியாயிருப்பான். காளிப்புள்ளெ தன் குடும்பம் ஒரு கணக்கு மணியம் குடும்பம் என்பதை மறந்தாள். சொந்த வயல்வேலை முடிந்ததும் கூலி வேலைக்குப் போனாள்.

நாற்று நட களை எடுக்க, பருத்தி எடுக்க, கருது அதுக்க என்று வெயிலிலும் மழையிலும் குளித்து ஓர் இத்துப்போன சேலையோடு சதாகாலமும் வேலை பார்த்துக்கொண்டிருந்த நேரம், வீரபத்ரன் மூத்த குடியாள் மகள்களுக்குக் காம சோமாவென்று கல்யாணங்களை முடித்த கையோடு பத்து வீடு தள்ளி பர்மாவிலிருந்து வந்த ஒரு சீக்காளிக்கு மகளைப் பேசி முடித்துவிட்டான்.

வீரபத்ரன் ஒரு மூர்க்கன். கார்கோடகன். பேத்திக்கு ஊட்டிவிடலாம். அவள் மேல் உரிமை பாராட்டச் சட்டமில்லை. காக்காமுள் அடைந்த கானகத்தில் தான், மகள், இப்போது

கந்தர்வன் சிறுகதைகள் 329

பேத்தியும் நடப்பதாக நினைத்து ஒரு ராத்திரி முழுதும் அழுதாள். உட்கார்ந்து எழுந்தால் வேட்டியில் ரத்தம் பட்டிருக்கும் மூலவியாதி மாப்பிள்ளைக்கு. அவனுக்கு திடீர் திடீரென்று மயக்கம் வரும். மிளகாயைத் தீயில் சுட்டு மூக்கில் வைப்பார்கள் தெளிசி எழுவதற்கு.

பேத்தி கல்யாணம் முடிந்ததும் காளிப்புள்ளெ பலகாரம் சுட்டு விற்க ஆரம்பித்தாள். இடியாப்பம், முக்குழி இரண்டும் அதிகாலையில் சுடுவாள். முதல் ஈடு பேத்தி வீட்டிற்குப் போகும். மகனும் ஒரு ஈடு இடியாப்பம் தின்றுவிட்டுத் தெருவில் அரிவாளுடன் நின்று வீரபத்ரன் வீட்டைப் பார்த்து சத்தம் போட்டான். "நான் மேஜராயிட்டேன். கணக்கு மணியத்தைத் திருப்பித் தா" என்று. வீரபுத்ரனுக்கு அந்தக் கத்தல் எதுவும் ரோமத்திற்குக் கூட உறைக்கவில்லை.

ஒரு மீன்பிடி தகராறில் பத்து மைலுக்கப்பால் வீரபத்ரன் வெட்டப்பட்டு இறந்து போனபின் மகனுக்குக் கணக்கு மணியம் வேலையும் ஈடு தாடாய் ஒரு மனைவியும் கிடைத்தது. காளிப்புள்ளெ, அவளோடு விதவை மகள், சீக்காளி மனைவியாயொரு பேத்தி என்ற சுமைகளை மருமகள் கடுகத்தனையும் ஒத்துக்கொள்ளவில்லை.

காளிப்புள்ளெ மகளோடு தனியாக நின்று பலகாரஞ் சுட்டு விற்றுக் கொண்டிருந்தாள். பேத்திக்கு ஊட்டினாள். பேத்தி புருஷனுக்கும் ஊட்டினாள். அவளுக்குப் பெண் பிறப்பின் மீது சலிப்பு வந்தது. அவளுக்கு ஒரு பூட்டன் வேண்டும். அதற்காகப் பேத்தி புருஷனுக்கு நூறு வைத்தியம் பார்த்தாள். தெய்வங்களைக் கூப்பிட்டுத் திசை திசையாய்க் கும்பிட்டாள்; ஒரு பூட்டன் கேட்டு.

பேத்தி உண்டாகிவிட்டாள். பூட்டன் பிறந்து, அன்று பிரசவம் பார்த்த திருவாயிக்கு ஒரு முழு ரூபாயை வெற்றிலை பாக்கோடு கொடுத்தாள்.

பூட்டன் ஒவ்வொரு நாள் காலையிலும் உட்கார்ந்து எழுந்திருக்கையில் பின்னாலேயே போய் 'அதை' த் தொட்டு நாக்கில் வைத்து அவன் ஆரோக்யம் அறிந்தாள். பெரிய பானை நிறைய முறுக்கும் சின்னப் பானை நிறைய அதிரசமும் செய்துவைத்திருந்தாள் பூட்டன் நினைத்த நேரம் தின்னும்படி. ஒப்படிக்களங்களுக்கு மொச்சைப் பயறு, தட்டைப் பயறு அவித்துப் நெல்லுக்கு மாற்றாக விற்றாள். நெல்லைப் பகல் பூராவும் குத்தி அரிசியாக்கி அரிசியை ஊறவைத்து மறுபடி குத்தி மாவாக்கிக் காலைப் பலகாரத்திற்குத் தயார்செய்வாள்.

ஒருநாள் டவுனிலிருந்து போட்டோ பிடிக்கிறவர் வந்து இறங்கியிருந்தார். காசுள்ள வீடுகளில் "ஏத்த உறிஞ்சி" என்ற

கருத்தை மனத்தின் ஒரு மூலையில் வைத்துக்கொண்டு போட்டோ எடுத்தார்கள்.

காளிப்புள்ளெயிடம் பேத்தி சொன்னாள். "நம்ம எல்லாரும் சேந்தாப்ல நின்னு ஒரு போட்டோ எடுக்கணும்."

பத்து நாள் கழிந்து போட்டோ வந்ததும் காளிப்புள்ளெயிடம் கொடுத்தாள் பேத்தி. கையில் வாங்கிப் பார்த்த மாத்திரத்தில் சொன்னாள் காளிப்புள்ளெ "நான் காஞ்சு கருக்குழிச்சு இப்படியா இருக்கேன்?"

பேத்தி கோபமாய்க் காளிப்புள்ளெயைப் பார்த்தாள். "ஏன் கோவமாப் பாக்குறே?" என்றாள் காளிப்புள்ளே.

"பின்னே என்ன போட்டோ வந்ததும் நீ மொதல்ல எம் பூட்டனைப் பாக்கலை; என்னைப் பாக்கலை; அம்மாவைப் பாக்கலை; ஒன்னைத்தான் பாத்தே."

காளிப்புள்ளெ சொன்னாள், "அதுதான்னா, இது என்னடி மாயமாயிருக்கு. இந்தச் சனியனைக் கையிலெ வாங்கினதும் கண்ணு என்னைத்தாண்டி பாக்குது."

~

யாரோ ஒருவர்

மகளும் மாப்பிள்ளையும் இரட்டை இருக்கை சோபாவில் உட்கார்ந்திருந்தனர். சம்பந்தியும் இவரும் ஒற்றை சோபாக்களில் இருந்தனர். பெரியவர்களாயிருந்த ஆண்கள் நாற்காலிகளிலும், பெண்களும் குழந்தைகளும் ஜமக்காளத்தில் நெருக்கமாகவும் உட்கார்ந்திருந்தார்கள். இரண்டு மின்விசிறிகளிலிருந்தும் காற்று ஹால் முழுவதும் வீசிக்கொண்டிருந்தது. சென்னையில் வேலையாயிருக்கும் மகன் டிவியின் முன்னால் குனிந்திருந்தான்.

எல்லோரும் அவன் முதுகுப் பக்கத்தையே பார்த்துக் கொண்டிருந்தார்கள். புது சபாரி போட்டிருந்தான். அவன் மனைவி சரசரவெனும் பட்டுப் புடவையோடு ஓரத்தில் நின்றுகொண்டிருந்தாள். இந்த வீட்டிலும் சம்பந்தி வீட்டிலும் அனேகமான பேர்கள் கல்யாணத்திற்காக ஒன்றுக்கும் மேற்பட்ட புது உடை செட்கள் எடுத்திருப்பார்கள்போல: வீடியோ பார்க்க என்று பழைய உடைகளை மாற்றிப் புது உடைகளோடு உட்கார்ந்திருந்தார்கள்.

மகளும் மாப்பிள்ளையும் மணமேடையில் அணிந்திருந்ததற்குச் சற்றும் குறைவில்லாத அழகிய புது உடைகளில் இருந்தனர். மாப்பிள்ளையின் இடது கை கடிகாரத்திலும், வலது கை பிரேஸ்லெட்டிலும் ஒளியடித்தது. நெக்லஸ், சங்கிலி, வளையல்கள், மோதிரங்கள் என்று நகைகளுக்குள் பளீரென்று முத்துப்பல் காட்டிக்கொண்டிருந்தாள் மகள்.

கல்யாணம் முடிந்து இரண்டு முழு நாட்கள் போய்விட்டபோதும் பூவாசமும், சந்தன மணமும் வீடெங்கும் அலைந்தது. சிறு பிள்ளைகள் ஹூட்டியடிப்பதை நிறுத்த யாரும் முயற்சிக்கவில்லை. பிள்ளைகள் / பேரர்கள் சாம்ராஜ்யத்தில் இரண்டு சம்பந்திகளுக்கும் உட்கார சோபாக்கள் கிடைத்தே பெரிய விஷயம்.

இந்த சம்பந்தத்தை பேசிமுடித்த உடனேயே இவர் முதலில் ஓடியது மண்டபம் பிடிக்க, அடுத்துப் போனது வீடியோ கடைக்கு, இரண்டு இடங்களிலும் தேதியைச் சொல்லி முன்பணம் கொடுத்த பின்தான் மற்ற வேலைகளில் இறங்கினார். எவ்வளவு கறாராய்ப் பேசி வாக்குறுதிகள் வாங்கிக்கொண்டபோதும் நாள் தாமதமாகத்தான் வீடியோக்காரர் கேசட் தந்திருக்கிறார்.

மகன் கேசட்டைப் போட்டுவிட்டு வந்தான். இரண்டு வளையல் கரங்களின் 'வணக்கம்' என்ற கும்பிடோடு ஆரம்பித்தன வீடியோ காட்சிகள். போன தலைமுறைப் பெண்கள் பத்து நாட்களுக்கு உட்கார்ந்து பேசும் கல்யாண நிகழ்ச்சிகளைக் கூட்டிக்குறைக் முடியாமல் அப்படியே இப்போது பார்த்துவிடலாம்.

புதிதாக வண்ணமடித்த இவரது வீட்டின் சுற்றுச்சுவர், உள்ளே பாதி வளர்ந்து கொழுத்த பச்சையில் தென்னங்கன்றுகள், செம்பருத்திச் செடிகளின் நூற்றுக்கு மேற்பட்ட ரேடியோப் பூக்கள், பதியன்களில் செவேலென்று பந்து பந்தாய்ப் பூத்திருந்த ரோஜாப் பூக்கள், சலவைக் கல்லில் திண்ணை போலிருந்த சிட் அவுட், பளபளவென்று இரண்டாள் உயரத்துத் தேக்கங் கதவு இவைகளைத் தாண்டி ஆண்கள், பெண்கள், குழந்தைகளுக்குள் நிற்கும் மணமகளிடத்தில் சிறிது நேரம் நின்று திரும்பியது கேமிரா.

அப்புறம் பெட்டிகளோடும், தட்டுகளோடும் ஒவ்வொருவராய்க் கல்யாண மண்டபத்திற்குப் போகும் வேனில் ஏறுவதைக் காட்டியது. அடுத்த காட்சியில் எல்லோரும் கல்யாண மண்டப வாசலில் இறங்குகிறார்கள். குழந்தைகள் "அதோ நான் இதோ நீ" என்று கத்துகிறார்கள். இவர் ஒரு கைப்பை நிறையப் பணத்தோடும் மலை ஏற வேண்டிய கவலையோடும் தளர்வாய் இறங்கினார். வீடியோக்காரர் மாப்பிள்ளை வீட்டுக்காரர்கள் நின்றது, உட்கார்ந்தது, சிரித்தது என்று அவர்களைக் கௌரவமாக்கிப் படம் பிடித்திருந்தார். மாப்பிள்ளை அழைப்புக் காட்சிகள் வருமுன் அவருக்குத் தலை சுற்றும்படியான நினைவுகள் வந்தன.

"யானை வரப்போகிறதா / இல்லையா?" என்று கேட்டார் சம்பந்தி அழைப்பு கிளம்பு முன். "இங்கே யானை இல்லை, ஊர்க் கோவில்கள் எதிலும்" என்றார் இவர். "இல்லையென்றால் என்ன; வேறு ஊரிலிருந்து கொண்டுவந்திருக்கலாமே" என்பதுபோல் பேச்சு வளர்ந்தது. "எங்க வீட்டுக் கல்யாணங்கள் மூணுலெயும் யானை வந்துதான் மாப்பிள்ளை அழைப்பு நடந்திச்சு. என்னவோ போங்க. ஒண்ணும் சரியாவே இல்லை" என்றார் சம்பந்தி.

திறந்த காரில் ஏழெட்டுக் குழந்தைகள் சகிதம் மாப்பிள்ளை டையும் கோட்டுமாய் உட்கார்ந்து வந்தார். முன்னால் கேஸ் லைட்டுகள் சுமந்து நாலைந்து பேர் சென்றார்கள். ஒரு விவரமும் இல்லாமல் பக்கத்தில் வந்துகொண்டிருந்த பங்காளி ஒருவரிடம் கேட்டார். "எப்படிபா யானை மேலே ஏறி மாப்பிள்ளை வருவார்? அந்த அசைப்புக்கெல்லாம் ஆடி ஆடி உட்கார்ந்து வந்தா நல்லா இருக்காதே" பங்காளி சொன்னார். "இவ்வளவு பெரிய மனுசன் நீங்க, என்னென்ன சந்தேகமெல்லாம் வருது பாருங்க. யானை சும்மா முன்னே போகும். அது கழுத்தில் மணி தொங்கி டன் டன்னுனு தெருப்பூராவும் ஓசை கேக்கும். பின்னால் மாப்பிள்ளை இது மாதிரி காரிலே வருவாரு பெரிய வீட்டுக் கல்யாணங்களிலே இப்ப இதுதானே பழக்கம்." யானைக்குத் தீனி போடுகிற நிலைக்குப் போய்க்கொண்டிருக்கிறோம் என்று நினைத்து வயிறு கலங்கியது ஞாபகத்தில் வந்தது. அது இது என்று ஓடிவிட்டு அன்றிரவு விருந்து பக்கமாய் காமிரா போனது.

சம்பந்தம் பேசும்போது மாப்பிள்ளை அழைப்பன்று இரவுச் சிற்றுண்டியை 'டின்னர்' என்று பெயர் வைத்துச் சொன்னார் சம்பந்தி. சரி என்று சொல்லிவிட்டு வந்த சமையற்காரிடம் 'டின்னர்' என்றால் என்னென்ன போடவேண்டுமென்று கேட்டார். இவர் எப்போதோ சாப்பிடும் உணவு வகைகளையும், அதுவரை சாப்பிட்டே இராத உணவு வகைகளையும், சொல்லிக்கொண்டே வந்து 'ஐஸ்கிரீம்' என்ற வார்த்தையையும் சேர்த்தார். "ஐஸ்கிரீமா? இந்த ஊரில் அவ்வளவு ஐஸ்கிரீமுக்கு எங்கே போறது?" என்றார். இவர் சம்சாரம் பக்கத்தில் உட்கார்ந்துகொண்டு வெகு சாதாரணமாகச் சொன்னார். "ஏன் புள்ளை மெட்ராஸிலிருந்து கொண்டுவருவான். இல்லைனா ஏற்பாடு செய்வான்."

"பணம்?"

"நீங்கதான் கொடுக்கணும் அவ்வளவுக்கு அவன் எங்கெ போவான்."

கேசட்டில் காட்சிகள் ஓடின. நூறு நூறு கோப்பைகளில் ரொட்டித் துண்டு குத்தி ஐஸ்கிரீம் எல்லா மேசைகளிலும் இருந்தன. குழந்தைகள் தட்டிக்கொட்டி மிதித்து ஐஸ்கிரீமில் குளித்தன. யார் கன்னத்திலாவது பளாரென்று அறையத் தோன்றியது இவருக்கு.

டின்னர் முடிந்து மாப்பிள்ளை பூட்ஸ், டை, கோட், கோட்டில் ரோஜாப்பூ அணிந்து லண்டன் மாநகரில் நடந்து வருவதுபோல் நடந்துவந்தார். இந்த உடைகளைத் தைக்கப் போகும் சென்னைக்

கடையின் பெயரைச் சொல்லித் தையற் கூலியை மட்டும் கூறியபோது இவருக்கு மயக்கம் வந்திருந்தது. துணிகளுக்காகப் போடும் பணம் மிகப்பெரிய தொகையாக இருந்தது. இதேபோலத்தான் இவர் மகனும் அவன் திருமணத்தின்போது கோட்டையெல்லாம் அணிந்திருந்தான். மகனும், மாப்பிள்ளையும் பார்க்கும் உத்தியோகங்களையும், அலுவலகங்களையும் நினைத்துப் பார்த்தால் ஆயுசுக்கும் மறுபடி ஒருமுறை இவற்றை அணிய வாய்ப்பு இல்லை. ஆனால் இந்த உடைகளின் தரம், நிறம், எடுக்கப்போகும் ஜவுளிக் கடை பற்றி மாப்பிள்ளை வீட்டாரை விடவும் இவர் வீட்டு ஆட்களே அதிகமாய்ப் பேசிக்கொண்டு ஆடினார்கள். பலமணி நேரங்கள் வீட்டு ஹாலில் இதற்காக நடந்த வாதப் பிரதிவாதங்கள் இவர் ஞாபகத்தில் வந்தது. அன்றிரவு நிகழ்ச்சிகளை முடிக்குமுன் வீடியோக்காரர் மண்டப வாசல் பக்கம் உள்ள ஒவ்வொரு பகுதியையும் நிறுத்தி நிதானமாய்க் காண்பித்துக் கொண்டிருந்தார். மண்டப வெளிப்பகுதி முழுவதும் வண்ணமயமான மின்விளக்குகள், பந்தலிலும் வண்ண விளக்குகள் வெளியே மஞ்சள் பூ பூக்கும் ராட்சச மரங்கள்.

இரண்டிலும் குறுக வெட்டிய குரோட்டன்ஸ் வரிசை பூராவிலும் வண்ண விளக்குகள் நாலு வாழைமரங்கள் பெருத்த குலைகளோடும், பூக்களோடும் கட்டிக்கிடந்தன. வண்ண விளக்குகளுக்குள் சீரியல் லைட்காரனோடு நான்கு நாட்களில் மொத்தம் மூன்று மணி நேரத்திற்கு மேல் வாடகைப் பணம் குறித்துப் பேரம் பேசியிருப்பார். சீரியல் செட் இல்லையென்றால் என்ன கல்யாணம் என்பதுபோல் வீட்டில் எல்லோரும் பேசவும்தான் ஒத்துக்கொண்டு முன்பணம் கொடுத்தார்.

இனிமேல் கல்யாணக் காட்சிகள் வரப்போவதால் சிறிது இடைவெளி விட்டுப் பார்க்கலாம் என்பதாக சம்பந்தி அம்மாள் சொல்லிவிட்டு அடுக்களைப் பக்கம் திரும்பிப் பார்த்தார். அர்த்தம் புரிந்த இவர் வீட்டுப் பெண்கள் முந்தானைகளை இடுப்பில் செருகிக்கொண்டு வேலைகளில் இறங்கினார்கள். இனிப்பும் சுடச்சுட வடையும் டம்ளர்களில் காப்பியும் ஹாலுக்கு வந்தன. "உன்னை ரெண்டு இடத்திலெதாண்டா பார்த்தேன் இதுவரை. மாப்பிள்ளை அழைப்பப்ப எங்கே போனே?" என்று சம்பந்தி அவருடைய தம்பியைக் கேட்டார். தொடர்ந்து அதுவரை பார்த்த காட்சிகளில் 'நீ எப்படிக் குனிந்தாய், நான் எப்படி நிமிர்ந்தேன்' என்பதற்கான பேச்சுக்களோடும் பளீர் பளீரென்ற சிரிப்புச் சத்தங்களோடும் சாப்பிட்டார்கள்; காபி அருந்தினார்கள். இடைவேளை முடிந்து மறுபடி மகன் வந்து கேசட்டை ஓடவிட்டான்.

மண்டப வாசலில் அழகிய விரிப்போடு மேசை. அதன்மீது குவியலாய் ரோஜா பூக்கள், சந்தன பேலா, பன்னீர் செம்பு, கற்கண்டுத் தட்டு என்று வந்துகொண்டிருந்தன. பட்டு வேட்டி சட்டையில் இவரும் அகலமான சரிகை பார்டரில் பட்டுப் புடவையோடு சம்சாரமும் அந்த மேசையருகே நின்று வருகிறவர்களை இரண்டு கைகளையும் கூப்பி வரவேற்றுக் கொண்டிருக்கிறார்கள். ஆள்கள் வரவர இவருக்கு அவர்களைப் பற்றிய ஞாபகங்கள் வரத் துவங்கின.

பத்திரிக்கை அச்சடித்து வந்ததும் யார் யாருக்குப் பத்திரிக்கை கொடுக்க வேண்டும் என்று பேச வீட்டு ஹாலில் எல்லோரும் உட்கார்ந்தார்கள். இவர் அந்தக் காலத்தில் அவரோடு படித்தவர்கள், அவர் மேலே வர உதவியவர்கள் என்று பல பெயர்களைச் சொல்லிக்கொண்டு போனார். யார் முகத்திலும் உணர்ச்சியில்லை. எல்லா முகங்களும் வறளத் துவங்கின. நிறுத்திக்கொண்டார்.

மகன் சொன்னான், "இப்படிப் போனா எதாவது ஒரு மைதானத்திலெதான் கல்யாணத்தை நடத்தணும். இன்னைக்கு யார் நமக்கு முக்கியம், நாளைக்கு யார் நமக்கு வேணும்னு பாத்துப் பத்திரிக்கை கொடுத்தா நாம படிச்சவங்க." அவனை அதட்டுவது போன்ற குரலில் சம்சாரம் சொன்னார் "அப்படியெல்லாம் அப்பாட்ட முகத்திலடிச்சாப்ல சொல்லாதே. அவங்க பாவம்டா, ரொம்ப கீழேயிருந்து வந்தவங்க. இங்கெ பாருங்க. ஆயிரம் பேர் தயவினால நீங்க மேலே வந்திருப்பீங்க. இல்லைனு சொல்லலை. அவ்வளவு பேருக்கும் பத்திரிக்கை குடுத்துக்கிட்டு திரிஞ்சா உங்களைப் பைத்தியக்காரன்னு சொல்வாங்க. நான் சொல்றேன் வரிசையா பேர்களை எழுதுங்க."

பத்து நிமிடங்களில் இவருக்கு மூச்சுத்திணறியது. ஆள் ஆளுக்கு இவரை மரியாதையோடு மிதித்தெடுத்தார்கள். வீடுகளுக்குள் ஜனநாயகம் வந்துகொண்டிருப்பதாக நினைத்தார். அவர்கள் சொன்ன பெயர்களை மட்டும் எழுதிக்கொண்டு நிமிர்ந்தபோது பொருமல் இருந்தது மனசில். நகரத்தை ஆறு பிரிவுகளுக்கும் இந்தப் பெயர்களைக் கொண்டு பேர் எழுதிக்கொண்டிருந்தான் மகன். அவர் ஆரம்பத்தில் சொல்லி எழுதிக்கொள்ளாத பெயர்களைத் தாண்டி யாரோ ஒரு முக்கியமான ஆளுக்குப் பத்திரிக்கை கொடுக்க விடுபட்டிருப்பதாக நினைத்தார். பெயர்தான் வரவில்லை. மிகவும் அழுத்தமாக மனசிலிருந்து என்ன முயன்றும் பெயர் ஞாபகத்திற்கு வரவில்லை.

தினமும் காலை ஏழு மணிக்கெல்லாம் ஆட்டோ வந்துவிடும் இவரும் சம்சாரமும் பத்திரிகைக் கட்டோடு ஏறி உட்கார்வார்கள்

இவர்கள் போன வீடுகளெல்லாம் பெரிது பெரிதாயிருந்தன. சில வீடுகளில் கார்கள் நின்றன. அநேகமான வீடுகளில் முரடு முரடான இருசக்கர வண்டிகள் நின்றன. உட்கார்ந்த சோபா செட்கள் மெத்மெத்தென்றிருந்தன. சில வீடுகளில் குறைவாகவும் இனிமையாகவும் பேசினார்கள். உட்கார்ந்து எழும்பும் சில நிமிடங்களில் அழகிய தட்டுக்களில் பிஸ்கட்களும், பழரசமும் அல்லது காபியும் வழங்கினார்கள். சிலர் இந்தக் கல்யாணத் தேதியைக் குறிப்பிட்டு அதுவரை அன்றைய முகூர்த்தத்திற்குத் தங்கள் வீட்டில் பதினான்கு பத்திரிகைகள் வந்து கிடப்பதாகவும் யார் வீட்டுத் திருமணத்திற்குப் போவதென்று எப்படி முடிவெடுக்கப் போகிறோமோ என்று சிரித்தார்கள்.

ஒரு வீட்டில் தங்களுக்கு மிகவும் நெருங்கிய சொந்தக்காரரைச் சொல்லி அவர் வீட்டுத் திருமணம் கும்பகோணத்தில் அன்றைய தினத்தில் நடக்கவிருப்பதாகவும் "நீங்களும் கொடுத்திருக்கிறீர்கள். பார்க்கலாம்" என்பதாகவும் ஏதோ கடன் கேட்டுப்போய் நிற்பவனுக்குப் பதில் சொல்வதுபோல் சொன்னார்கள். சில வீடுகளில் இடுப்பு உயரத்திற்கு நாய்கள் குரைத்துப் பயங்கரப்படுத்தின. யாரோ ஒருவருக்கு விடுபட்டிருக்கிறதே என்று அவர் பெயரை ஞாபகப்படுத்திப் பார்த்துக்கொண்டே இவர் சம்சாரத்தோடு போய்க்கொண்டிருந்தார். இரண்டொரு வீடுகளில் மகளின் பெயரைச் சொல்லி "நல்ல பொண்ணு, நல்லா இருப்பா" என்று பத்திரிகையை வாங்கிக் கொண்டார்கள். "எங்கள் வீட்டுக் கல்யாணத்திற்கு நீங்கள் வரவேண்டும்" என்று சில வீடுகளில் சொன்னார்கள். மார்ச் மாதத்தில் அவர்கள் மகளுக்குக் திருமணமென்றும் "தேதியை நல்லா ஞாபகம் வைச்சுக்குங்க. பதினாலு, புதன்கிழமை, லீவு இல்லைன்னு சொல்லிடாதீங்க ஞாயிற்றுக்கிழமை முகூர்த்தத்திற்கு அந்த மாசத்திலே மண்டபம் கிடைக்கலெ" என்று ஒரு வாரத்தில் நடக்கப்போகும் இவர் வீட்டுக் கல்யாணத்தைப் புறங்கையால் தள்ளி அப்பால் வைத்துவிட்டு மூணு மாதங்கழித்து நடக்கப்போகும் தங்கள் வீட்டுக் கல்யாணத்தையும் மாப்பிள்ளையையும் அவர் வேலை பார்க்கும் பெங்களூரின் மகத்துவத்தையும் வாய் நிறையச் சொல்லிக் கொண்டேயிருந்தார்கள்.

வாசலில் வந்து ஆட்டோவில் ஏறும்வரை மாப்பிள்ளையின் அம்மா அங்கு வந்தபோது பெருந்தன்மையாய்ப் பேசியது, நாகரிகமாய் நின்றதையெல்லாம் சிரத்தையோடு சொல்லிக் கொண்டிருந்தார்கள். இவர் சம்சாரம் சிரமப்பட்டுத் தங்கள் வீட்டுக் கல்யாணம் குறித்து இரண்டு வார்த்தை சொல்லுமுன் அதைத்

கந்தர்வன் சிறுகதைகள் 337

தட்டிவிட்டுத் தங்கள் வீட்டுத் திருமணங் குறித்துப் பெருமை சொன்னார்கள். இவருக்கு மறுபடி மறுபடி அந்த யாரோ ஒரு விடுபட்ட ஆளை ஞாபகத்தில் தேடிக்கொண்டிருந்தார்.

பல வீடுகளில் பிள்ளைகள் புத்தகத்தில் கவிழ்ந்து படித்துக் கொண்டிருந்தார்கள். இல்லையென்றால் டிவி பார்த்துக் கொண்டிருந்தார்கள். 'வாங்க' என்றுகூடப் பிள்ளைகள் பேசவில்லை. இவர்கள் வந்ததால் வீட்டின் இயல்பு சிறிது நேரத்திற்கு மாறிப் போகப்போகிறதென்ற வருத்தம் வந்துவிட்ட பிள்ளைகளின் முகங்கள் அழகற்றிருந்தன. சிறு புன்னகையை மட்டும் சிந்திவிட்டு மொட்டை மாடிகளுக்குப் போய்விடுகிற பிள்ளைகள் பரவாயில்லை எனிற மாதிரி இருந்தது.

"வாங்க மாமா, வாங்க அத்தை" என்று பிள்ளைகள் கூப்பிட்ட வீடுகளில் இவருக்கு விழுந்து கிடக்கவேண்டும் போலவும், கன்னம் தடவி முதுகில் தட்டி "நல்லாயிரு, நல்லாயிரு" என்று நாலைந்து தடவை சொல்லிவிட்டு வரவேண்டும் போலிருக்கும். ஆனால் அப்படியெல்லாம் உணர்ச்சிவசப்படும் உரிமையை அவர் இழந்திருந்தார். குடும்ப முடிவுகளின்படி அல்லாமல் நடக்கும் எதுவும் குடும்பத்திற்கு நன்மையாய் முடிந்ததில்லை என்று பல தடவை நிருபணமாகிவிட்டது. அவர் அடக்கமாகவே சென்றார்.

கேசட் ஓடிக்கொண்டிருந்தது. ஆட்கள் மண்டபத்தின் படிகளில் ஏறும்போதே கேமிராவுக்காகப் புன்னகைத்து மிடுக்கானார்கள். நிறைய ஆண்கள் சபாரிகளிலும், பெண்கள் யோசித்துத் தேர்ந்த வண்ணப் பட்டுகளும் உடுத்தி வந்தார்கள். விதம் விதமான நெக்லஸ்கள், சங்கிலிகள், ஆரங்கள், முழங்கை வரை வளையல்கள் என்று தங்கக் குளுமைகளாகப் பலரும் வந்து இறங்கினார்கள். இரண்டொருவர் இடுப்பில் ஒட்டியாணமும் அணிந்து வந்தபோது இவர் சற்று மிரண்டு அவர்களை வணங்கினார்.

நாற்காலிகளில் உட்கார்ந்திருந்தவர்களைப் பார்த்து விசாரிக்க இவர் ஒவ்வொரு வரிசையாய்ப் போகும்போது கவனித்தார். குழுக்கள் பிரிந்து அடுத்த குழுவினரின் நகைகள், உடைகள் பற்றிய விவாதங்களை மெதுவான குரல்களில் நடத்திக்கொண்டிருந்தனர். சென்ற கல்யாணங்களில் நகையும் பட்டுமாகத் திமிரோடு வந்த சிலர் இப்போது நொடித்துப் பெருமூச்சுகளோடு உட்கார்ந்திருந்ததைப் பற்றி இளக்காரமான வார்த்தைகளைக் கேட்க முடிந்தது.

முனிசிபல் சேர்மன், கமிஷனர், தாசில்தார், ஜவுளிக்கடை முதலாளிகள், சர்க்கார் சிப்பந்திகள், சொந்தக்காரர்கள் என்று ஆட்கள்

வந்தமணியமாயிருந்த போதும் யாரோ ஒருவருக்குப் பத்திரிகை கொடுக்க விட்டுப்போன தவிப்புத் தொடர்ந்து கொண்டேயிருந்தது. வீடியோ கேசட் தொடர்ந்து ஓடிக்கொண்டிருந்தது. அகலமான மண்டப வாசலில் இவருக்கு மிக நெருங்கிய நண்பர் ஒருவர் ஆகிருதியான உடம்போடு வந்துகொண்டிருக்கிறார். இவர் கை கூப்பி வரவேற்கிறார். அவர் உடம்பு மறைவில் இன்னொரு வயதானவர் வருகிறார். இந்தக் கல்யாணக் கூட்டத்தில் அவர் முற்றிலும் வேற்றாளாகத் தெரிகிறார். ஒரு பழைய அரைக்கைச் சட்டை, நாலு முழ வேட்டி சட்டென்று காமிரா முன்னால் வரும்போது சட்டென்று மேல்துண்டை எடுத்து முகத்தை மறைத்துக்கொண்டு விறுவிறுவென்று மண்டபத்திற்குள் போகிறார்.

"அது யார், முகத்தை மூடிக்கிட்டுப்போறது?" என்றார் சம்பந்தி டிவியைப் பார்த்துக்கொண்டே அவர் யாரென்று இவருக்குத் தெரிந்துவிட்டது. பதில் எதுவும் எதுவும் சொல்லாமல் அடுத்தடுத்துத் தோன்றுபவர்களைப் பார்த்துக்கொண்டே உட்கார்ந்திருந்தார். ஆனால் அந்த முகங்கள் எதுவும் இவர் மனத்தில் ஒட்டவில்லை. துண்டால் முகம் மூடிய வயதான உருவமே மனத்தில் நின்றது. மண்டப வாசலிலிருந்து காட்சிகள் கல்யாண மேடைக்குப் போயின. சற்று நேரம் மணங்குளிர அவற்றைப் பார்த்தவரின் மனதில் மறுபடி அந்தத் துண்டு மூடிய வயதான உருவம் வந்தது.

அவரை மறுபடி பார்க்க வேண்டும்போல் தவிப்பு வந்தது. வேறு வேறு காட்சிகள் வீடியோவில் வர, கண்கள் கூட்டங்களுக்குள் அவரைத் தேடிக்கொண்டே இருந்தன. திருமண நிகழ்ச்சிகள் முடிந்து சாப்பாட்டுப் பந்தி தெரிந்தது. ஒவ்வொருவர் அப்பளம் உடைப்பதுவும் விரல் நுனியில் நாலைந்து சாதத்தை உதடுகளில் வைப்பதுவும் காட்சிகளாய் வந்தன. பின் வரிசையில் திடீரென்று அந்த ஆள் தெரிந்தார். பெருங்கவளங்களாய் உருட்டினார். ஆவேசமாய்ச் சாப்பிட்டுக்கொண்டிருந்தார். முற்றிலும் பாசாங்கற்றுச் சாப்பிட்டார். கண்கள் மட்டும் திரண்டு தெரிந்தன. அவரைத் தீரிக்கமாய்ப் பார்த்துவிட முயன்றபோது தோள் துண்டை எடுத்து முகத்தை மறைத்துக்கொண்டார்.

இவர் பதற்றமடைந்து கொண்டிருந்தார். சாப்பிடுவதைக் காட்டி முடிக்கும்வரை பொறுமை காட்ட முடியவில்லை. சோபா நுனிக்கு வந்துவிட்டார். மறுபடி காட்சிகள் மண்டப வாசலுக்கு வந்தன. இவரும் சம்சாரமும் நின்று கைகூப்பிப் பிரமுகர்களுக்கும், உறவினர்களுக்கும் விடை கொடுக்கிறார்கள். ரொம்ப பெரியவர்களுக்கு விடைகொடுக்க வீட்டு ஆள்கள் எல்லோருமே

கந்தர்வன் சிறுகதைகள் 339

நின்று தளுதளுக்கிறார்கள். சட்டென்று ஒருவரை ஒட்டிக்கொண்டு அந்த வயதான ஆள் வருகிறார். தாம்பூலப்பை வாங்கிச் கொள்ளவில்லை. யாரிடத்தும் கும்பிட்டு விடை கேட்கவில்லை. கேமிராவுக்கு நேராக வரும்போது சூரிய ஒளிக்காகத் துண்டை மறைப்பதுபோல் முகத்தை மறைத்துக்கொண்டு விடுவிடுவென்று வெளியே போய்விட்டார்.

இவர் எழுந்துபோய் ஒரு தம்ளர் நிறையக் குளிர்ந்த நீரை எடுத்துக் குடித்துவிட்டு வந்தமர்ந்தார். 'நல்லவேளை. அவரை யாரும் பிடிச்சு அடிக்கலை' என்று மனத்திற்குள் சொல்லிக்கொண்டார். இவருடைய தகப்பனார் இப்படிக் கல்யாண வீடுகளில் போய்ச் சாப்பிட்டு அடி உதை வாங்கியதாக அடிக்கடி சொல்லக் கேட்டிருக்கிறார். இந்த நிகழ்ச்சிக்குப் பின் யாரோ ஒருவருக்குக் கல்யாணப் பத்திரிகை கொடுக்க விட்டுப்போன உறுத்தல் இவருக்குப் போய்விட்டது.

தண்ணீர்

வெயில் குருரமாயடித்துவிட்டுத் தணியத் தொடங்கிய வேளை; பாசஞ்சர் ரயிலின் கூவல் வெகு தொலைவிலிருந்து அருவலாகக் கேட்டது. வல்லநேந்தல் தாண்டியதும் இஞ்ஜின் டிரைவர்கள் இப்படித்தான் ஒலி எழுப்புவார்கள். திண்ணைக்கு ஓடிவந்து, தூணைப் பிடித்துக்கொண்டு திரும்பிப் பார்த்தாள் இந்திரா. தூரத்தில் ரயில் வருவது மங்கலாகத் தெரிந்தது.

உள்ளே அம்மா 'பொட்டுத் தண்ணியில்லை' என்று ரயில் ஊதல் கேட்டு அனிச்சையாகச் சொல்லிக்கொண்டிருந்தது. ஐயா, சினை ஆட்டைப் பார்த்தபடி திண்ணையில் உட்கார்ந்திருந்தார். ஐயாவுக்கு எப்போதும் கணக்குத்தான். ஆடு குட்டிபோட... குட்டி பெருத்துக் குட்டிகள் போட்டுக் குபேரனாகும் கணக்கு.

இந்திரா குடத்தைத் தூக்கி இடுப்பில் வைத்துக்கொண்டு வாரியைத் தாண்டி ஓடினாள். மேட்டை எட்டும்போது ஏழெட்டுப் பெண்கள் இடுப்பில் குடங்களோடு ஓடிவந்து இந்திராவை முந்தப் பார்த்தார்கள். எல்லோரும் வாலிபப் பெண்கள். முந்துகிற பெண்களை பிந்துகிற பெண்கள் சடைகளைப் பிடித்து இழுத்தார்கள். கைகளைப் பிடித்து மடக்கினார்கள். அடுத்தவர் குடங்களைப் படபடவென்று கையால் அடித்தார்கள். சிரிப்பும் கனைப்புமாக ஓடினாலும் முந்துபவர்களைப் பார்த்து நொடிக்கொருமுறை கடுகடுவென்று கோபமானார்கள். அடுத்த நொடியில் முந்தும்போது சிரித்துக்கொண்டார்கள்.

மேட்டில் ஏறும்போது ஒருவரையொருவர் கீழே சறுக்கிவிடச் செய்தார்கள். "ஏய் செல்வி, இன்னொரு தடவை என்னை இழுத்து சறுக்கிவிட்டீனா இழுத்த கையை முறிச்சுப்புடுவேன்!" என்று ஒரு பெண் கத்தியது. சறுக்கிவிட்டதில் முழங்கையில் அரைத்து ரத்தம் தெரிந்தது. இரண்டு மூன்று குடங்களைத் தூக்கிக்கொண்டு மறுபடி

மேடு ஏறினார்கள். புயல் நுழைவது போல ரயில் நிலையத்துக்குள் பாய்ந்தார்கள். கிளித்தட்டு விளையாட்டில் தங்கள் இடங்களில் ஓடிவந்து நிற்கும் ஆட்களைப் போல் பிளாட்பார நுனியிலிருந்து கடைசி வரை இடைவெளிவிட்டு நின்றார்கள்.

இடம்பிடிக்க முடியாத பெண்கள் இங்கும் அங்கும் ஆலாகப் பறந்தார்கள். இடங்களைப் பிடித்துக்கொண்டுவிட்ட பெண்களிடம் கெஞ்சினார்கள். சில பூஞ்சையான பெண்கள் இடம் கிடைக்காததற்காக ஓரத்தில் நின்று அழுதார்கள். சில துடியான பெண்கள் இடம்பிடித்த பெண்களைத் தள்ளிவிட, அவர்களோ தங்கள் குடங்களாலேயே அடித்தார்கள். இரக்கமில்லாமல் விரட்டினார்கள். நேற்றோ, முந்தாநாளோ, போன சனிக்கிழமையோ தன்னை இதேபோல் விரட்டியது "நல்லா இருந்திச்சா?" என்றனர்.

இந்திரா இதில் படுகெட்டியான பெண். எல்லோருக்கும் முன்பாக இடம்பிடித்ததோடு மட்டுமில்லாமல், பதற்றமேயில்லாமல் அலட்சியமாக நிற்கிற அழகைப் பார்த்தால் ஐந்தாறு வருஷங்களா அதே இடத்தில் நிற்பது போல இருந்தது. இடம்பிடிக்க முடியாத பெண்கள் சுவர்களில் சாய்ந்துகொண்டு எகத்தாளம் பேசினார்கள். ஸ்டேஷன் மாஸ்டர் வெள்ளை உடைகளோடும் பச்சைக் கொடியோடும் வந்தவர் இந்த சச்சரவைப் பார்த்துவிட்டு, "ஒரு நாளைக்கு ஸ்குவார்டை வரச்சொல்லி எல்லோரையும் அள்ளிக்கிட்டுப் போயி ஜெயில்ல போடுறேன்!" என்றார். பெண்கள் இடுப்புக் குடங்களுக்குள் முகங்களைக் கவிழ்த்து வக்கணையாகச் சிரித்தார்கள்.

ரயில் சத்தம் நெருங்கிக் கொண்டிருக்கையில் இந்திராவைப் படீரென்று தள்ளிவிட்டு, அந்த இடத்தில் டெய்லர் மகள் ராணி நின்றுகொள்ள முயன்றாள். இந்திரா கொஞ்சம் தடுமாறிவிட்டு அவளை அலாக்காகத் தூக்கிப் போட்டுவிட்டு மறுபடி வந்து நின்றுவிட்டாள். கீழே விழுந்த டெய்லர் மகள் ஆங்காரமாக ஓடிவந்து இந்திராவின் தலைமுடியைப் பிடித்தாள். இந்திரா அவளைக் குடத்தால் முதுகில் அடித்தாள். அடிக்குப் பயந்து குனிகிறாளென்று நினைத்து நிமிர்ந்தவளுக்கு முழங்கையில் காரென்று வலித்தது. டெய்லர் மகள் கடித்துவிட்டாள். பல் பதிந்துவிட்டது. அவளைக் காலால் எத்திவிட்டாள் இந்திரா.

ரயில், காட்டுயானை பிளிறிக்கொண்டு வருவதுபோல் நிலையத்துக்குள் நுழைந்தது. பயணிகள் யாரும் இறங்கு முன்பாக இந்திரா குடத்தோடு பெட்டிக்குள் பாய்ந்தாள். முகம் கழுவும் பேரின் குழாயை அழுத்தி செம்பில் தண்ணீர் பிடித்தாள். செம்பு

பாதி நிறையுமுன் குடத்தில் ஊற்றினாள். ஊற்றிய வேகத்தில் மறுபடி செம்பில் பிடித்தாள்.

ரயில்களில் இந்த வசதியில்லை, அந்த வசதியில்லை என்று இந்திரா எதைப் பற்றியும் நினைத்ததில்லை. ஏனென்றால், ரயிலில் இதுவரை பயணமே செய்ததில்லை. ஆனால், திறந்தால் தண்ணீர் கொட்டுகிற மாதிரி ரயிலில் குழாயில்லை என்பது அவளது குறை.

உள்ளங்கையை வைத்து அழுத்திக்கொண்டு முகங் கழுவுபவர்களே சிரமப்பட வேண்டியிருக்கிறது. குடம் தண்ணீர் பிடிக்க வேண்டுபவள் எவ்வளவோ பாடுபட வேண்டியிருக்கிறது.

கதவைப் பிடித்துக்கொண்டு கழுத்தை வெளியே நீட்டிப் பார்த்தாள். அந்தக் கோடியில் சிவப்பு விளக்குதான் எரிந்தது. வேகம் வேகமாக அரைச்செம்பும் கால் செம்புமாகப் பிடித்துக் குடத்தில் ஊற்றிக்கொண்டிருந்தாள். இந்தக் குழாயில் தண்ணீர் சனியனும் விறுவிறுவென்று வந்துவிடாது; இந்தப் பீடைக் குடமும் நிறைந்து தொலைக்காது.

இதுதான் நாளை சாயந்திரம் வரை வீட்டுக்குக் குடிதண்ணீர் இதுவும் கிடையாதென்றால், பிலாப்பட்டிக்குப் போகவேண்டும் நல்ல தண்ணீருக்கு.

இந்த ஊரும் அக்கம்பக்கத்து ஊர்களும் உவடு அரித்துப் போய்விட்டன. ஊருக்குள் நாலு இடங்களில் கிணறு வெட்டிப் பார்த்தார்கள். உப்பென்றால் குடலை வாய்க்குக் கொண்டுவருகிற உப்பு கடல் தண்ணீரைவிட ஒருமடங்கு கூடுதலான உப்பு கிணற்றுத் தண்ணீரில் உப்பளம் போடலாம் என்றார்கள்.

எல்லா ஊர்களும் தீய்ந்து போய்விட்டன. பஸ்ஸில் போகும்போது கண்ணுக்கெட்டிய தூரம் வரை வயற்காடுகளில் பச்சை நிறத்தையே பார்க்க முடியாது. ஜனம் எதை தின்று வாழ்கிறது என்று இந்தப் பக்கத்தில் பயணம் செய்கிறவர்கள் அதிசயமாகப் பார்ப்பார்கள்.

எழவெடுத்த காற்று பகலென்றும் ராத்திரியென்றுமில்லாமல் பிசாசாயடிக்கும். தடுக்கத் தாவரங்கள் இல்லையென்று பள்ளிக்கூடத்து வாத்தியார் சொல்வார். காற்று சுற்றிச் சுற்றி அடிக்கும். வறண்ட காற்று, ரத்தத்தை உறிஞ்சும் காற்று என்பாள் பாட்டி. மணலை அள்ளித் தலைகளில் இறைக்கும் காற்று ஈரமில்லாத எருக்கிழங் காற்று.

எல்லா ஊரிலும் பருவ காலத்தில் மழை பெய்யும். புயல் வந்தால்தான் இந்தப் பக்கம் பூராவுக்கும் மழை. மழை பெய்வதில்லை.. பெய்தால் பேய் மழை! கண்மாய், ஊருணி

கந்தர்வன் சிறுகதைகள் 343

எல்லாம் உடைப்பெடுத்து வெள்ளம் போய் மூன்றாம் நாள் மறுபடி நீரில்லா பூமியாகக் கிடக்கும். ஆகாயத்துக்கும் பூமிக்கும் இந்த ஊர்ப் பக்கம் நிரந்தர பகை.

ஐயா காலத்தில் உலகம்மாள் கோயில் கிணறு மட்டும் நல்ல தண்ணீர்க் கிணறாக இருந்தது. ஏற்றம் வைத்து இறைப்பார்கள். அதிகாலை முதல் டின் கட்டி நாலைந்து இளவட்டங்கள் இறைத்துக்கொண்டே இருந்தார்கள். பெண்கள் தலையில் ஒரு குடம் இடுப்பில் ஒரு குடமென்று எடுத்துவந்தார்கள். ஜனங்கள் இலுப்பை மரத்துக்காய், கண்மாய்க் கரம்பை என்று தலை தேய்த்து ஜன்னி வருகிற மாதிரி சுகமாகக் குளித்தார்கள். சனிக்கிழமைகளில் வானவில்லாக எண்ணெயும் வாசனையாகச் சீயக்காயும் மிதக்கும், நந்தவனத்துக்குப் பாயும் தண்ணீரில்.

இப்போது எல்லாமே பூண்டற்றுப் போய்விட்டன. முல்லை மணந்த நந்தவனம் குட்டிச்சுவர்களில் சின்ன அடையாளங்களோடு பாழடைந்து கிடக்கிறது. கிணற்றில் முளையை வெட்டிப் போட்டிருக்கிறார்கள். மழை பெய்து குண்டுக்கால் நிறையும் வரை குடிக்கத் தண்ணீர் வேண்டிப் பெண்கள் குடங்களோடு பிலாப்பட்டிக்குப் போகிறார்கள்.

இங்கிருந்து வில்லனூர் தாண்டி, பொன்னனூர் தாண்டி பிலாப்பட்டி போகவேண்டும். வழி பூராவிலும் காட்டுக் கருவேல மரங்களைப் பார்க்கலாம். காக்காய் கத்துவதைக் கேட்கலாம். எதிர்ப்படுகிற ஆம்பிளைகள் முரட்டு மீசையோடு தெரிவார்கள். நிசப்தமான முள் காடுகளின் நடுவில் கரடுமுரடான ஆம்பிளைகள் கறுப்புக் கறுப்பாய் இருமுவது இந்திராவுக்குப் பீதியூட்டும். இரண்டு கண்மாய்கள், நான்கு ஊருணிகள் நஞ்சைகள், புஞ்சைகள் தாண்டிப் போகையில், எல்லாமே வெடித்து விரிவோடிக்கிடக்கும். இதில் இரண்டு சுடுகாடுகளைத் தாண்ட வேண்டும். கர்ப்பஸ்திரீகள் குடங்களோடு செல்கையில் மற்ற பெண்கள் ஓரங்களில் நடந்து சுடுகாட்டை மறைப்பார்களாம்.

மூணு மைல் தூரம் நடக்கவேண்டும் பிலாப்பட்டிக்கு. ஊருணிக்குப் பக்கமாயிருக்கிறது அந்த நல்ல தண்ணீர்க் கிணறு. ஊற ஊறத்தான் இறைக்க வேண்டும். மதியம் வரை பிலாப்பட்டி ஜனம் மட்டும் இறைத்துக்கொள்ளும் மதியத்துக்கு மேல் வெளியூர் ஆள்களுக்கு விடுவார்கள்.

வண்டித் தண்ணி, சைக்கிள் தண்ணி அப்புறம்தான் இடுப்புக் குடத்துக்கு, ஏழூர் பெண்கள் இளசும் கிழுமாகக் குடங்களை

வைத்துக்கொண்டு வானத்தையும் வையத்தையும் வைதுகொண்டு நிற்பார்கள். மாட்டாஸ்பத்திரி திண்ணைதான் இவ்வளவு ஜனத்துக்கும் நிழலிடம். காய்ந்து கருவாடாகக் கிடந்து, ஒரு சொட்டு சிந்தாமல் நடந்து ஊரர் திரும்பி, வீட்டுப் படியேறினால் பொழுது சாய்ந்துகொண்டிருக்கும்.

அம்மாதான் தினமும் பிலாப்பட்டிக்குப் போய் வந்துகொண்டிருந்தது. வயிற்றில் கட்டி வந்ததிலிருந்து இந்திரா குடத்தை எடுத்தாள். நாலு மாசத்துக்கு முன்தான் ரயில் நிலைய ஓரத்து வீடுகளில் இந்தப் பேச்சு வந்தது. "ஓலகம் பூராவும் தண்ணியில்லைன்னாலும் சரி, நாள் தவறாம ரயிலுக்கு மட்டும் எங்கெருந்தாவது கொண்டுவந்து ஊத்தி விட்டுருவான் பாரு" இப்படிப் பேசிப் பேசியே மூன்று மணிக்கு வரும் பாசஞ்சர் ரயிலைக் குறிவைத்துத் தண்ணீர் பிடிக்க ஆரம்பித்தார்கள்.

மூன்று மணி ரயிலுக்கு மதியம் பன்னிரண்டு மணிக்கே பெண்கள் வந்தார்கள். நிலையத்தின் இரண்டு வேப்பமரங்களினடியிலும் ஒரு சிமெண்டு பெஞ்சின் மீதும் அட்டவர்க்கமா உட்கார்ந்தார்கள். இடம்பிடிக்கும் தகராறுகள் இரண்டு மூன்று மணி நேரங்களுக்கு நடந்து ரயில் நிலையம் ஓர் இரைச்சலான முச்சந்தியானது. ஊர்க்கதை, உலகக் கதைகள் எல்லையில்லாமல் பேசப்பட்டன. இந்திரா இந்த நேரங்களில் அதிகமாகக் கனவு கண்டாள். உள்ளூரில் எவனுக்கும் கழுத்தை நீட்டிவிடக் கூடாதென்றும் பிலாப்பட்டி மாதிரி தண்ணீருள்ள ஊர்களிலிருந்து பெண் கேட்டு வருவது மாதிரி கனவு காண்பாள்.

பிலாப்பட்டிக்கு நடந்துபோய்த் தண்ணீர் தூக்கிவந்த ராத்திரிகளில், கால் வலியோடு விடிய விடியக் கிடந்திருக்கிறாள். நோவோ நோக்காடோ, பொம்பிளை பிலாப்பட்டி போயாக வேண்டும். தண்ணீர் கொண்டுவந்து சோறு பொங்க வேண்டும். குடிக்கக் கொடுக்க வேண்டும்.

இந்திரா மாதிரி அமைதியாக மற்ற பெண்கள் கனவு காணாமல், இடம்பிடிக்க அடிதடி சண்டைகளில் இறங்குவதையும் ரயில் நிலையமே அவர்கள் ஆதிக்கத்துக்குப் போய்க்கொண்டிருப்பதையும் ஸ்டேஷன் விரும்பவில்லை. சிப்பந்திகளைக் கொண்டு ஒருநாள் வீடு வரை விரட்டினார். அன்று ஒரு பொட்டுத் தண்ணீர்கூட ரயிலிருந்து யாராலும் கொண்டுபோக முடியவில்லை.

பாய்ண்ட்ஸ்மேன் பக்கத்து ஊர்க்காரர். அவரை வைத்துப் பேசித்தான் இந்த ஏற்பாடு. ரயில் வரும்போதுதான் வரவேண்டும். வந்து சத்தம் போடக்கூடாது. தண்ணீர் கொஞ்சம்தான் பிடிக்க

கந்தர்வன் சிறுகதைகள் 345

வேண்டும். இவற்றுக்குக் கட்டுப்பட்டு வருவதாகப் பேர்; சண்டை இன்னும் நாறிக்கொண்டுதான் இருக்கிறது. எந்தச் சண்டை எப்படி நடந்தாலும் இந்தப் பெண்களுக்கு ஆறாத ஆச்சரியம் ஒன்று உண்டு. தம் ஊர் தண்ணீரை விட ஒசத்தியான தண்ணீர் ரயில் குழாயில் வரும்போது, ஏன் சில ரயில் பயணிகள் வெள்ளை பாட்டில்களில் தண்ணீரைப் பதினைந்து ரூபாய்க்கும் இருபது ரூபாய்க்கும் வாங்கி வைத்துக்கொண்டு திரிகிறார்களென்று.

சாயங்காலங்களில் எப்போதாவது இந்திரா கடைத் தெருவுக்குப் போகும்போது, டீக்கடை வாசல்களில் பார்த்திருக்கிறாள். இடுப்பில் மல்லு வேட்டியும் தோளில் வல்ல வேட்டுமாக ஒரு கிலோ ரெண்டு கிலோ மீசைகளோடு கனம் கனமான ஆம்பிளைகள் வானத்தை வில்லாக வளைக்கப் போவதாகப் பேசினார்கள். எல்லா நேரங்களிலும் பிலாப்பட்டிக்குப் போகும்போதுகூட பெண்கள் அடுத்த வீட்டுச் சங்கதிகளைக் காது மூக்கு வைத்துப் பேசினார்கள். ஊருக்கு உப்புத் தண்ணீரை நல்ல தண்ணீராக்கும் மிஷின் மட்டும் வருகிற கூறையே காணோம்.

இந்திரா உள்ளங்கையை இன்னும் அழுத்திக்கொண்டிருந்தாள். தண்ணீர் சன்னமாக வந்தது குழாயில். பாதி குடம் கூட நிறைய வில்லை. இன்ஜினிலிருந்து ஊதல் ஒலி வந்தது. அம்மா 'சொட்டுத் தண்ணியில்லை' என்று முனகியது ஞாபகத்துக்கு வந்தது. சில நேரங்களில் இன்ஜினிலிருந்து ஊதல் ஒலி வந்தாலும் புறப்படத் தாமதமாகும். உள்ளங்கையில் ரத்தம் வரும்படி இன்னும் வேகமாகக் குழாயை அழுத்தினாள். ரயில் நகர்கிற மாதிரி இருந்தது. இன்னும் கொஞ்சம் மட்டிலும் பிடித்துக் குடத்தில் ஊற்றிவிட்டுக் குதித்துவிடலாம் என்று நினைத்துக்கொண்டே உள்ளங்கையை மேலும் அழுத்தினாள்.

ரயில் வேகம் அதிகரித்து பிளாட்பார முனை வருவது போலிருந்தது. படபடவென்று செம்பை எடுத்து, குடத்தைப் பாதையில் வைத்து விட்டுக் குதிக்கப் போனாள். முழங்கை வரை கண்ணாடி வளையல்கள் அணிந்த ஒரு வடக்கத்திப் பெண் ஓடிவந்து இவளை இழுத்து வண்டிக்குள் தள்ளிவிட்டுக் கோபமாகக் கத்தினாள். மொழி புரியவில்லையென்றாலும், 'தற்கொலை பண்ணிக் கொள்ளவா பார்த்தாய்?' என்கிற மாதிரி ஒலித்தது.

சினை ஆட்டைப் பார்த்தபடி போட்டுக்கொண்டிருந்த ஐயா காலாற கடைத் தெருவுக்குப் போனபோது, சின்னவன் ஓடிவந்து இரைத்துக் கொண்டே சொன்னான்; "ரயில் போயிருச்சு... அக்கா

இன்னும் வரலை." ஐயா ரொம்ப சாதாரணமாகச் சொன்னார், "எங்கெயாவது வாயளந்து கிட்டிருக்கும். போய் நல்லாப் பாருலெ"

"நல்லாப் பார்த்துட்டுத்தான் அம்மா சொல்லச் சொன்னுச்சு"

லேசான பதற்றத்துடன் வீடு வந்தவரிடம் அம்மா படபடவென்று சொன்னாள். "ஓடுங்க... அந்த ரயிலைப் பிடிங்க எம்மக அதிலெதான் போயிட்டா. அடுத்த டேசன்ல பிடிங்க போங்க" அண்ணன் வீடு, தம்பி வீடு, மச்சினன் வீடுகளிலிருந்து ஆட்கள் ஓடிவந்தார்கள். நாலைந்து பேர் சேரவும் வேட்டிகளை மடிதுக் கட்டிக்கொண்டு மெயின் ரோட்டுக்கு ஓடினார்கள் இரண்டு பஸ்கள் போய் மூன்றாவதாக வந்த ராமநாதபுரம் பஸ்ஸில் ஏறியும் ஏறாமலுமாக கண்டக்டரிடம் கத்தினார்கள். "பாசஞ்சர் ரயிலைப் பிடிப்பா..."

டிக்கெட் கொடுப்பதில் மும்முரமாயிருந்த கண்டக்டர், அதைச் சாதாரண முறையில் கேட்டுக்கொண்டு பதறாமலுமிருக்கவே ஐயாவின் மைத்துனர் பாய்ந்தார்... "பொண்ணு ரயிலோட போயிருச்சுனு நாங்க ஈரக்குலையைப் பிடிச்சுக்கிட்டுக் கத்துறோம். சிணுங்காமக் கேட்டுக்கிட்டு நிக்கிறீர். டிரைவர்ட்ட சொல்லுமய்யா, வேகமா ஓட்டச் சொல்லி..."

விவகாரம் வேண்டாமென்று கண்டக்டரும், "வேகமாய் போங்கண்ணே" என்று ஒப்புக்குச் சொல்லிவிட்டு டிக்கெட் கொடுத்துக் கொண்டிருந்தார். கும்பல், டிரைவரிடம் போய் கத்தியது. டிரைவர் விரட்டிக்கொண்டுபோய்ச் சேர்ந்தார்.

இவர்கள் போய்ச் சேர்ந்தபோது ராமநாதபுரம் ரயில் நிலையத்தில் ஈ எறும்புகூட இல்லை. ஸ்டேஷன் மாஸ்டரிலிருந்து ஒவ்வொருவரிடமாக விசாரித்தார்கள். "குடத்தோட ஒரு பொண்ணு எறங்குச்சா...?" என்று.

யாரும் பார்த்ததாக சொல்லவில்லை. போன ஆட்களில் குயுக்தியான ஒருவர் சொன்னார்; "புள்ளைட்ட டிக்கெட் இல்லைங்கிறதனாலெ யாருக்கும் தெரியாம ஒளிஞ்சு ஒளிஞ்சு வெளியே போயிருக்கும்யா."

ரயில் நிலையத்துக்கு வெளியே ஆட்டோ ஸ்டாண்ட், ரிக்‌ஷா ஸ்டாண்ட், சைக்கிள் கடை, பேக்கரி எல்லா இடங்களிலும் கேட்டார்கள். "குடத்தோட ஒரு பொண்ணு இந்தப் பக்கமா போச்சா?" என்று. ராமநாதபுரம் வடக்குத் தெருவில், அத்தை வண்டிக்காரத் தெருவில், சின்னம்மா வீடு, தெரிந்த வீடு, அறிந்த வீடு பூராவும் தேடிவிட்டு பஸ் ஸ்டாண்டுக்குப் போனார்கள். அந்த குயுக்திக்காரர் வெகு நம்பிக்கையாகச் சொன்னார். "புள்ளைட்ட

கந்தர்வன் சிறுகதைகள்

காசிருக்காது. இங்கெதான்யா நிக்கணும்... நம்மூர் ஆளுக யாரும் வருவாகளாண்ணு" பால் கடை, பழக் கடை, டிக்கடையென்று ராமநாதபுரத்தையே சல்லடை போட்டு சலித்துப் பார்த்துவிட்டுக் கவலையும் அசதியுமாக ஆட்கள் ஊர் திரும்பினார்கள்.

வீட்டு வாசலில் இவர்களை எதிர்பார்த்துக் காத்திருந்த கூட்டத்தில் ஒருவர் "மெட்ராஸுக்கே போயிருச்சோ புள்ளை" என்று சந்தேகம் எழுப்ப... ஐயா கத்தினார், "ஒன் கழுத்தைக் கடிச்சு மென்னுபுருவேன்; பேசாம இரு"

ஐயா கூடப் போய்த் திரும்பிய ஆள்களில் ஒருவர் கூட்டத்தின் கவலையைக் கவனித்துவிட்டுச் சொன்னார். "நாம அடுத்தடுத்த ஸ்டேஷன்களுக்குப் போய்ப் பார்த்திருக்கணும். எங்கெயாவது புள்ளை எறங்கித் தெசை தெரியாம நிக்குதாண்ணு... இங்கெ உக்காந்து என்ன செய்யிறது!"

அம்மாவுக்கு இந்தப் பேச்சுகளைக் கேட்டு குமட்டலும் மயக்கமுமாய் வந்தது. இந்தக் கூட்டத்தில் யாரும் எட்டமுடியாத யோசனைக்குப் போய் பொருமிக்கொண்டும் வாயில் முந்தானையை அழுத்திக்கொண்டும் சொன்னாள், "எம்புள்ளை எந்த ஊரு தண்டவாளத்திலெ விழுந்து கெடக்கே" அவளால் அடக்க முடியவில்லை. அவளை யாரும் பிடித்து அடக்கவும் முடியவில்லை.

ஆவேசம் வந்தவள் போல் ரயில் நிலையத்துக்கு ஓடினாள். பின்னாலேயே ஐயாவும் ஊர் ஜனமும் ஓடியது. பொழுது இருட்டிக்கொண்டு வந்தது. அம்மா தண்டவாளத்தின் ஓரத்திலேயே ஓட ஆரம்பித்தாள். பத்தடி ஓடியதும் ஐயா, அம்மாவைப் பிடித்து இழுத்து நிறுத்திவிட்டுக் கூர்ந்து பார்த்தார். தூரத்தில் ஓர் உருவம் தெரிந்தது. நெருங்க நெருங்க அம்மாதான் முதலில் கத்தினாள். "அந்தா, இந்திரா வருது."

இடுப்பில் தண்ணீர்க் குடத்தோடு இந்திரா. கூட்டத்தருகில் வந்தாள். அம்மா நிறை பூரிப்பில் விம்மிக்கொண்டு போய்க் குடத்தை வாங்கினாள். நிறைகுடம், சொட்டு சிந்தாமல் கொண்டு வந்துவிட்டாள். மகள் வந்துசேர்ந்ததில் மலர்ந்துபோய் ஐயா கேட்டார்... "பய மகளே... இதையும் சொமந்துக்கிட்டா வரணும்; இத்தனை மைலுக்கும்?"

இந்திரா சொன்னாள்... "ஊக்கும்.. நாளைக்கு வரை குடிக்க எங்கெ போறது?"

~

கவரி

தடித்த மூக்குக்கண்ணாடி வழியாக எதிரே அரவமற்றுக் கிடந்த சாலையை வெறித்துப் பார்த்துக்கொண்டிருந்தார் பென்ஷன் அதிகாரி. அவரது அறை வெகுவாக அழுக்கடைந்திருந்தது. முதுகுக்குப் பின்னிருந்த தடுப்புப் பலகையில் அவர் துறைக்குச் சம்பந்தமில்லாத குடும்பக் கட்டுப்பாடு சுவரொட்டி ஒன்று எந்தக் காலத்திலோ ஒட்டப்பட்டது நிறம் வெளிறி மொடமொடத்தது. அவரைச் சுற்றிப் பென்ஷன் பதிவேடுகள் உயரம் உயரமாய் அடுக்கப்பட்டிருந்தன. தூசு படிந்த கோப்புகளும் உறை பிரித்த தபால்களும் மேசை மீது அவரது மூக்கிற்கு வெகுசமீபத்தில் கிடந்தன.

மக்கிய காகித நெடியோடும் புழுக்கத்தோடும் மூடிய அறைக்குள் காலை பத்து மணியிலிருந்து கவனம் பிசகாது பென்ஷன் பட்டியல்களைச் சரிபார்த்துக் கையெழுத்திடுவார். பென்ஷனர்களும் அவருக்குக் கீழ் பணிபுரியும் சிப்பந்திகளும் தள்ளுகதவைத் திறந்துகொண்டு வருவார்கள். அவர்களிடம் மென்குரலில் பேசுவார். அவர் அறைக்குள் வரும் இவர்கள் யாராலும் அவர் உற்சாகம் அடைந்ததில்லை.

வாழ்க்கை நின்றுபோய்விட்டதாக பென்ஷனர்கள் நினைத்துக்கொண்டு உருகுவதும் கரைவதுமான வார்த்தைகளைப் பேசக் கேட்டு பென்ஷன் அதிகாரி வறண்டு போய்க்கொண்டிருந்தார். அவர் அறையில் உல்லாசமாய் யாதொன்றும் நடப்பதில்லை. ஆரோக்யம் கெட்டு பலஹீனமான உடம்புகளோடு பென்ஷனர்கள் வந்தார்கள். தாங்கள் பெற்ற பிள்ளைகளை எல்லோரும் குறை சொன்னார்கள். அவர்களைப் பற்றி விவரிக்கவும் சிலர் விரும்பவில்லை. சிலர் அவர்களைப் பற்றிப் பேச பயந்தார்கள்.

மதிய வெயில் உச்சத்திற்கு வரும்போது இந்த சோகங்களை வாங்கிய அறைக்குள் மூச்சு முட்டும். எல்லாமே அலுத்துவரும் அவர்

உத்தரவுப்படி தள்ளுகதவுகள் இரண்டையும் சணலால் இழுத்துக்கட்டி தினமும் மதிய வேளைகளில் திறந்துவைப்பார்.

அப்படி ஒரு மதிய வேளையில்தான் எதிரே கிடந்த சாலையை வெறித்துப் பார்த்துக்கொண்டிருந்தார். அறை வாசலுக்கு வெளியே நின்ற ஓதிய மர நிழலில் இரண்டு மாடுகள் அசை போட்டுக்கொண்டு படுத்துக் கிடந்தன. இவைகளைத் தாண்டி நீலவானம் அசைவற்றிருந்தது.

பகல் முழுவதும் கையெழுத்துப் போட்ட விரல்களில் சொடக்குப் போட்டபடி சாலையைப் பார்த்தார். யானைக் குட்டி ஓடுவதுபோல் மாருதி கார் ஒன்று போனது. வெகுநேரம் கழித்து ஒரு அம்பாசடர் கார் போனது. அடுத்தடுத்த கட்டங்களில் அவர் தரத்து அதிகாரிகளைப் பார்க்க இந்த கார்கள் போகின்றன. கனவான்கள் இறங்கி அறைகளில் வாசனை எழுப்புகிறார்கள்; கலகலப்பாக்குகிறார்கள். அவர்கள் கைவீச்சில் எவ்வளவு உயரமும் கைக்குள் வந்து மலர்ந்தபடி வெளியேறுகிறார்கள்.

இவர் அறைக்கு மிஞ்சிப்போனால் பென்ஷனர்களில் யாராவது ஒரிருவர் ஆட்டோவில் வருவார்கள். வந்து கை, கால் செயலிழந்ததையும் ஆட்டோவுக்கு ஐம்பது ரூபாய் செலவானதையும் மேல்மூச்சு கீழ்மூச்சு வாங்கச் சொல்வார்கள். மகன் வீடு மாறி மகள் வீட்டிற்குப் போகையில் முகவரி மாற்றக் கடிதம் தருவார்கள். சிலரை இரண்டு பேர் தாங்கிப் பிடித்து வருவார்கள். எப்போதாவது இளையவர்கள் இவரது அறைக்குள் வருவது தங்கள் தந்தை அல்லது தாயின் மரணங்களை அறிவிப்பதற்கே.

மரணம், நோய், வயோதிகம், பாசப் பிளவு எல்லாமே அவருக்கு மரத்துப் போய்விட்டன. தங்களைப் பொருட்படுத்தாத உலகத்தைப் பற்றி அவர்கள் சொன்ன ஏராளமான கதைகளால் அவருக்கு உலக நடப்புகளின்பால் பற்றுதல் குறைந்துகொண்டே இருக்கிறது.

மதியம் சாப்பிட்ட தயிர் சாதமும் ஊறுகாயும் ஏப்பத்தில் மூக்கிற்கு வந்து. வெயில் சாலையை உருக வைத்துக்கொண்டிருந்தது. ஓதிய மரங்கள் கல்லாலானவை போல அசைவற்று நின்றன. பியூன் வந்து சணலை அவிழ்த்துத் தள்ளுகதவை மூடுகிற நேரம்; வெகுதூரத்தில் ஒரு வேன் தெரிந்தது. பிரதான சாலையிலிருந்து இவரது அலுவலகச் சாலைக்குத் திரும்பியதும், இதுவரை இவர் பார்த்திராத வேன். ஆடம்பரமாகயிருந்தது அதன் வண்ணங்கள். அவர் ஆர்வத்தோடு பார்த்துக்கொண்டிருக்கையில் வேன் திரும்பி இவர் அறைக்கு நேராக நின்றது.

அவர் உணர்ச்சிவசப்பட்டுவிட்டார். தன் அறைக்கு முன் இப்படியொரு வாகனமா என்று. சிறிது நேரத்தில் ஓர் இளைஞன் அவரது அறை வாசலில் நின்று "உள்ளே வரலாமா?" என்று மென்மையான ஆங்கிலத்தில் கேட்டான். அதிகாரி நாற்காலியின் நுனியில் உட்கார்ந்திருந்தார். மகிழ்ச்சியும் புல்லரிப்புமாய்ச் சொன்னார். ஆங்கிலத்தில் "தயவுசெய்து உள்ளே வாருங்கள்."

அந்த இளைஞன் இந்தப் பகுதிகளில் பார்த்திராத மாதிரி டிஷர்ட் அணிந்திருந்தான். மூக்கு நீளமாகவும் மீசையில்லாமலும் சிவப்பாகவும் இருந்தான். இப்படிப்பட்ட வடிவில் யாரும் இதற்குமுன் அவர் அறைக்கு வந்ததில்லை. மேசை முன் மிகுந்த பணிவுடன் அவன் நின்றுகொண்டிருந்தான். அதிகாரி நாற்காலியைக் காட்டி "தயவுசெய்து உட்காருங்கள்" என்றார் ஆங்கிலத்தில். அவன் அருகே நாற்காலியை நாசுக்காக மறுத்துவிட்டு, கோப்புகள் வைப்பதற்காகப் போடப்பட்டிருந்த குட்டை பெஞ்சில் அடக்கமாக உட்கார்ந்தான். "சொல்லுங்கள்" என்றார் அதிகாரி.

"நாங்க டெல்லியிலிருந்து வர்றோம்."

அதிகாரி ஆச்சர்யப்பட்டுக் கேட்டார், "ஆனா தமிழ் நல்லாப் பேசுறீங்களே..."

"எங்களுக்கு இதுதான் சொந்த ஊர்."

"அடடே..."

"எங்க குடும்பத்திலேஒரு பிரச்னை அது தீர்றது உங்க வார்த்தையிலெதான் இருக்கு."

"சொல்லுங்க."

"எங்க அப்பா இந்த ஊர் கோர்ட்டிலே பெஞ்சு கிளார்க்கா இருந்துரிடையர் ஆனவர்."

"சரி"

"அவருக்கு இப்ப சில சந்தேகங்கள் வந்திருக்கு. இந்த ஊருக்கு வந்து இங்கேயுள்ள பென்ஷன் அதிகாரி வாயாலே சொன்னாத்தான் நம்புவேன்னு சொல்லிவிட்டார்."

தனக்கு இப்படியொரு அந்தஸ்து எதிர்பார்த்திராததால் மேலும் மேலும் அதிகாரி மகிழ்ச்சியோடும் ஆச்சர்யத்தோடும் "ம்..." என்றார்.

"அவரைக் கூட்டிவந்திருக்கேன். கூடவே எங்க அம்மாவும் வந்திருக்காங்க. பெரியவர் அடிக்கிற லூட்டியிலெ நாலு மாதமா எங்கயாருக்கும் நிம்மதியில்லை." அவன் அழுகிற குரலில் தழுதழுத்துச் சொன்னான்.

கந்தர்வன் சிறுகதைகள் 351

அதிகாரி அறை வாசலில் நின்ற வண்ணமான அவனைப் பார்த்துக்கொண்டே சொன்னார் "அவரைக் கூட்டி வாங்க."

இளைஞன் எழுந்து ஆங்கிலேய முறையில் தலை தாழ்த்தி வணங்கிவிட்டு வேனுக்குச் சென்றான். சிறிது நேரத்தில் தகப்பனரின் கையைப் பிடித்து அழைத்துவந்தான். இன்னொரு கையை அவர் மனைவி பிடித்திருந்தார். பெரியவர் குடைக் கம்பை ஊன்றிவந்தார். இரண்டு கைகளை இரண்டு பேர் பிடித்து வந்தபோதும் அவர்களை மீறி மீறிக் குடைக் கம்பை டக் டக்கென்று தரையில் ஊன்றி, தானே சுயமாய் யார் பிடியிலுமில்லாமல் நடந்துவருகிற மாதிரி வந்தார். மேசையருகே வந்ததும் "உட்காருங்கள்" என்றார் அதிகாரி.

வந்தவரின் இரண்டு கண்களும் முக்கால் பகுதிக்கு மூடியிருந்தது. ஓரங்களில் பீழை வடிந்திருந்தது. அந்த இளைஞன் "இவர்தான் என் அப்பா" என்றான். பெரியவர் படபடப்பாய் 'வணக்கம்' சொன்னார். அதிகாரி பதில் வணக்கம் சொல்லி முடிக்கு முன்பே பெரியவர் பேசத் துவங்கினார். "என் பேரு சாமிநாதன். நீங்கதானே பென்ஷன் அதிகாரி?"

"ஆமா"

"இவுங்கல்லாம் சேர்ந்து என்னை வேறு யார்ட்டயும் கூட்டிவரலையே. நீங்கதானே உண்மையாகவே பென்ஷன் அதிகாரி?"

அப்போதுதான் அதிகாரி கவனித்தார்; பெரியவருக்கு முழுமையாய்ப் பார்வை இல்லையென்று. அவர் சம்சாரம் சொன்னார், "இத்தனை தூரங்கள் உங்களை அழைச்சிட்டு வந்து ஏன் ஏமாத்தணும்? இதுதான் நம்ம ஊர். இவர்தான் பென்ஷன் அதிகாரி."

"சரி சரி நம்பறேன்... ஸார், நான் இந்த ஊர்லே பெஞ்ச் கிளார்க்கா இருந்து றிடையரானேன். ஆகியே இருபது வருசமாச்சு. எனக்கு இன்னும் பென்ஷன் வருதா? நிறுத்திட்டீங்களா?"

அந்த அம்மா சொன்னார், "பென்ஷன் இன்னும் வந்துக்கிட்டிருக்குனு நாங்க எவ்வளவு சொல்லியும் கேக்க மாட்டேங்காரு. நீங்க சொல்லுங்க."

"நீ குறுக்கெ பேசாதே. அவனையும் பேசச் சொல்லாதே. நானும் அதிகாரியும் நேருக்கு நேராப் பேசணும். எனக்கு முழு உண்மையும் தெரியணும்."

"உங்களுக்கு எந்தச் சந்தேகமும் வேண்டாம். உங்களுக்கு என்ன தெரிணுமோ அதைக் கேளுங்க. உங்க பென்ஷன் புத்தகம் இருக்கா?"

அந்த இளைஞன் அழுக்குப் பிசுபிசுப்போடு கூடிய பென்ஷன் புத்தகத்தைக் கொடுத்தான். பியூனை அழைத்து "கிளார்கை கூட்டி

வா" என்றார். கிளார்க் வந்ததும் பென்ஷன் புத்தகத்தைக் கொடுத்து "இந்த வால்யூமை எடுத்துக்கிட்டு வாங்க" என்றார்.

"நீங்க எனக்கு இன்னொரு சந்தேகத்தையும் தீர்த்துவைக்கணும்" என்று வேகம் வேகமாய் ஆரம்பித்தார் பெரியவர்.

"இருங்க, இதை முதல்ல முடிப்போம்" என்றார் அதிகாரி.

பெரியவர் பொறுமையிழந்து கையிலிருந்த குடைக்கம்பை தரையில் தட்டிக்கொண்டிருந்தார். அதிகாரிக்கு அது அவர் தலையில் தட்டுவது போலிருந்தது. "இப்படியெல்லாம் அதிகாரிகளின் அறையில் கம்பால் தட்டக்கூடாதென்று சொல்ல இரண்டொருமுறை முயன்று பிறகு வேண்டாமென்று நிறுத்திக்கொண்டார். நேரம் ஆக ஆகக் குடைக்கம்பால் தட்டும் சப்தம் அதிகமாகிக்கொண்டே போனபோது அவர் சம்சாரமும் மகனும்கூட அவரைத் தடுக்க முனைவதும் அவரிடம் பயங்கொண்டு நிறுத்திக்கொள்வதுமாய் இருந்தனர்.

குடைக்கம்புச் சத்தத்தில் அதிகாரி நிலைகுலைந்து கொண்டிருந்த போது பென்ஷன் வால்யூமை தூக்கிக்கொண்டு கிளார்க் வந்தார்.

"சொல்லுங்க இவருக்கு எவ்வளவு பென்ஷன் தொகை?"

"கே. சாமிநாதன், றிடையரான வருஷம் 1977"

பெரியவர் குடைக்கம்புத் தட்டலை நிறுத்திவிட்டுச் சொன்னார் "கரெக்ட்!"

"பென்ஷன் ஆயிரத்தி இருநூற்றி இருபது ரூபாய். அதிகாரி கேட்டார், "எந்த மாதம் வரை பென்ஷன் போயிருக்கு?"

"போன மாதம் வரை."

"போதுமா விவரங்கள்?"

பெரியவரின் முகம் மாறியது. கண்கள் மட்டும் மூடாமல் இருந்திருந்தால் மலர்ச்சியின் அளவு சரியாகத் தெரிந்திருக்கும். திடீரென்று மனம் மாறிக் கேட்டார். "இன்னும் எத்தனை வருஷத்துக்கு பென்ஷன் தருவீங்க?"

"அதுக்கு அளவில்லை."

"வருஷம் அதிகமாக அதிகமாகக் கொறைச்சுக் குடுப்பீங்களா?"

"இல்லை நூறு இருநூறு கூடத்தான் கொடுப்போம். நீங்க கோர்ட்டிலெ முக்கியமான பொறுப்பில் இருந்து றிடையராகி இருக்கீங்க. ஆயுளுக்கும் பென்ஷன் உண்டுங்கிறதிலெ ஏன் சந்தேகம் வரணும். கடைசி வரை பென்ஷன் உண்டு."

"ரொம்ப சந்தோஷம். உங்களை ரொம்ப சிரமப்படுத்திட்டேன். சாப்பாட்டுக்குக் கஷ்டப்பட்டுக்கிட்டு பெஞ்ச் கிளார்க்கா இருந்தப்ப நானும் சந்தோஷமாயிருந்தேன். அப்ப கையிலே பத்து ரூபாய் நோட்டுகளா பத்து பதினைஞ்சு கையிலே வாங்குவேன். அதுதான் சம்பளம். பசங்க ஒருவேளை ரெண்டுவேளை பட்டினியோட படிச்சாங்க அந்த சந்தோஷத்திலே ஆயிரத்தில் ஒரு பங்கைக்கூட இப்ப அனுபவிக்க முடியலை." படபடவென்று பேசிவிட்டு நன்றாகச் சாய்ந்து படுக்கையில் கிடப்பதுபோல் நாற்காலியில் சரிந்து கிடந்தார்.

அதிகாரி பதறிவிட்டார். அந்த அம்மாவுக்கும் மகனுக்கும் சங்கடமாகப் போய்விட்டது. உணர்ச்சிவசப்பட்டுப் பேசினாரென்றால் பெரியவர் இப்படி சரிந்து விடுவாரென்றும் பத்து நிமிடங் கழித்து தூக்கத்திலிருந்து எழுந்திருப்பது போல் எழுந்து உட்கார்ந்து விடுவாரென்றும் மகன் சொன்னான். ஓர் அதிகாரியின் அறைக்குள் தாங்கள் வந்ததிலிருந்து நாகரிக குறைவான நிகழ்ச்சிகள் நிறைய நடந்துவிட்டதற்காக அவன் வருத்தப்பட்டு அதிகாரியிடம் மீண்டும் மீண்டும் மன்னிப்பு கோரினான்.

அவன் சொன்னான். "நாங்க நாலு பேர் இவருக்குப் பிள்ளைகள், மூத்தவர் டெல்லியிலுள்ள கம்பெனியிலே ஜெனரல் மேனேஜராயிருக்கார். மாதம் நாப்பாதாயிரம் ரூபாய் சம்பளம். ரெண்டாயிரம் சதுர அடியிலே வீடு குடுத்திருக்காங்க. அதிலேதான் அம்மா அப்பால்லாம் இருக்காங்க. அவர் வீட்டிலே மூணு கார் நிக்குது. அடுத்தவர் ஸ்டேட்ஸிலே இருக்கார். மாசம் ஆனா அவர் அப்பாவுக்கு டாலர்களா அனுப்புவார். அடுத்தவர் ஒரு மஸ்கட்டிலே இருக்கிறார். மாதா மாதம் அவர் அப்பாவுக்கு ஏகப்பட்ட பணம் அனுப்புவார். நான் டெல்லியிலே கம்பெனியில் சேல்ஸ் ஆபீஸராயிருக்கேன். நானும் மாதமானா இவர்ட்ட பணம் குடுக்குறேன்.

"இவர் இந்த ஊரைக் காலி பண்ணிப் போனப்ப ஒரு ட்ரங்க் பெட்டி எடுத்து வந்தார். அது இப்ப துருப்பிடிச்சிருச்சு. இந்த ரூபாய்களையெல்லாம் அதிலே தூக்கி எறியறார். 'என் பென்ஷன் பணம் வந்துச்சா? அது எங்கே?'னு கேட்பார். எங்க மாமா ஒருத்தர் இவர் பென்ஷன் பணத்தை பேங்கிலேர்ந்து வாங்கி டெல்லிக்கு அனுப்புவார். அதை நாங்க இவர்ட்ட குடுத்தா 'நீங்கள்லாம் பொய் சொல்றீங்க. எல்லாரும் பணக்காரங்களாயிட்டீங்க. எங்கேயோ கொள்ளையடிச்சு லட்சம் லட்சமா சம்பாரிக்கிறீங்க. அதிலேருந்து கொஞ்சத்தை எடுத்து இதுதான் பென்ஷன் தொகையினு பொய் சொல்றீங்க. நானும் என் சம்சாரமும் எங்க காசிலே சாப்பிடலை.

எனக்கு பென்ஷன் வரத்து நின்றுபோயி ரொம்ப காலமாகுது'ன்றார். திடீர்னு ஒருநாள் காலையிலே சொல்றார், 'எனக்கு இனிமே ஒருவேளை சாப்பாடு போதும்'னு சொன்னது போலவே அவ்வளவு பெரிய சமையலாகிற வீட்டிலே இவர் ரெண்டு வேளையும் பட்டினி.

"அதோடு ஆனாப் பரவாயில்லை. அம்மாவை வேற துன்புறுத்த ஆரம்பிச்சுட்டார். பாத்ரூமுக்கு அவங்கதான் இவர கையைப் பிடிச்சு அழைச்சிட்டுப் போவாங்க. 'என்னைத் தொடாதே. நீ என் பணத்திலே சாப்பிடலை. யார் யாரோ பணத்தையும் நகையையும் ஒம்மேலே கொட்றாங்க. போய் அவங்களுக்குச் சேவகம் பண்ணு'னு தொட விடறதில்லை."

அதிகாரி அவன் சொல்வதை கண்கள் அகலக் கேட்டுக் கொண்டிருந்தார். எதிரில் பெரியவர் உணர்வற்றுச் சாய்ந்து கிடந்தார். அந்த அம்மா தைரியமாகவும் நிதானமாகவும் அவர் முகத்தையும் தேகத்தையும் பார்த்துக் கொண்டிருந்தவர் சொன்னார், "பிள்ளைகள் எல்லோரும் வெளியூர்களிலிருந்து டெல்லிக்கு வந்திருந்தப்ப கூடிப் பேசுனாங்க. டெல்லியிலிருந்து மெட்ராசுக்கும் அங்கெருந்து திருச்சிக்கும் ஃப்ளைட். திருச்சியிலிருந்து இங்கெ வர டூரிஸம் வேன். எல்லாத்தையும் ப்ளான் பண்ணி அனுப்பியிருக்காங்க. திரும்ப இன்னிக்கு ராத்திரிக்குள்ள ஃப்ளைட்ல டெல்லி போயிடுவோம். இவர பாக்கப் பிள்ளைகளுக்குச் சிக்கலை. சாப்பிட மாட்டேங்கிறார். யாரோடவும் சரியாப் பேச மாட்டேங்கிறார்னு இப்படி முடிவு பண்ணினாங்க. இந்த ஆயிரம் ரூபா சங்கதியை நிரூபிக்க முக்கால் லட்சம் செலவு ஆகும் போல."

சட்டென்று பெரியவர் சாய்மானத்திலிருந்து நிமிர்த்து உட்கார்ந்து மேசை மீது அழகாய் இரண்டு கைகளையும் வைத்துக்கொண்டு கேட்டார். "என்ன ஆச்சு?" அவன் சொன்னான், "பென்ஷன் பென்ஷன்."

"ஆமாமா, ரொம்ப சரி, பென்ஷன் வருது."

"ஊருக்குப் போனதும் மத்த ரெண்டு வேளையும் சாப்பிடணும்."

"உம்ம்..."

"எங்கே அதிகாரி?"

"சொல்லுங்க"

"எனக்குப் பின்னாடி இவளுக்கு பென்ஷன் தருவீங்களா?"

"ஆமா, தருவோம். குடும்ப பென்ஷன்"

"இவ ஆயுள் காலத்துக்கும் பென்ஷன் வரும்ல?"

"வரும், வரும்."

"வாடா போகலாம். நாங்க வர்றோம். செளந்தரம். இந்தா என் கையைப் பிடுச்சுக்கோ."

அந்த அம்மா மலர்ந்தபடி அவர் கையைப் பிடித்துக்கொண்டாள். குடைக்கம்பை ஊன்றி டக் டக் கென்று நடந்தார். நடை ரொம்பவும் நிமிர்ந்த நடையாய்த் தெரிந்தது அதிகாரிக்கு.

~

பைமாஷ்

கண்ணுச்சாமி பண்டிதருக்கு அறுபது வயது ஆனபோது சொந்தமாய் விவசாயம் பண்ணும் ஆசை வந்தது. மகன்கள், பேரன்களென்று குடும்பத்தில் நாலைந்து பேர் தழைத்துத் தெருக்களைப் பிரித்துக்கொண்டு சவரம் பண்ணவும் முடி வெட்டவும் போய்விடுகிறார்கள். அம்பலக்காரர், கல்லு வீட்டுக்காரர் என்று இரண்டொருவருக்கு கண்ணுச்சாமி பண்டிதர் வந்து முடி வெட்டி முகம் மழித்துக் கை நகம், கால் நகம் நறுக்கி விட்டபின் பசி எடுக்க ஒரு வைத்தியம், முதுகு வலிக்கு ஒரு வைத்தியம் என்று சொல்லிவிட்டுப் போனால்தான் திருப்திப்படுவார்கள். அந்த மாதிரி வீடுகளுக்கு மட்டும் தகரப் பெட்டியோடு எப்போதாவது போய்வருவார்.

கண்ணுச்சாமி பண்டிதருக்குப் பிடரிவரை தொங்கும் முடி வெள்ளை வெளேரென்றிருக்கும். கனத்த மீசை பஞ்சு பொதியாயிருக்கும். முன் கை ரோமங்களும் நரைத்துவிட்டன அவருக்குப் பிரதானமானது வைத்தியம். அவரைச் சுற்றி ஓலைப் பெட்டிகளில் வேர்கள், விதைகள், இருக்கும். சிற்றுரலும் குழவியும் கிடக்கும். நாடி பார்த்து வியாதி சொல்வார். பச்சிலை அரைப்பார். சாறு பிழிந்து எண்ணை கலப்பார். கொல்லையில் நின்று கொதிக்கும் வெயிலில் சூரணம் செய்வார்.

ஊரில் யார் இறந்தாலும் வாசலில் கால் கடுக்க நின்று பெட்டியோடு மயானம் போய் வாரிசுகளுக்கு மொட்டையடித்து விட்டு வீடு திரும்புவார். ஊர் வேலைகள் இவ்வளவுக்குமாக அவர் வீட்டுப் பெண்கள் இரவு ஆனதும் தெரு பிரித்து சட்டிகளோடு வாசல்களில் அடங்கிய குரலில் "ஆத்தா கஞ்சி" என்று நிற்பார்கள். அறுவடைக் காலத்தில் கண்ணுச்சாமி பண்டிதர் களங்களில் துண்டேந்தி நிற்பார். முக்கால்வாசி பேர் மரக்காலில் அளக்காமல்

படியாலும் அளக்காமல் ரெண்டு கையாலும் மூன்று நான்கு தடவை பச்சை நெல்லை அள்ளிப் போடுவார்கள். அதுதான் வருஷக் கூலி.

ஆனால் கண்ணுச்சாமி பண்டிதரின் இன்னொரு முகந்தான் குழந்தைகள் நன்கு அறிந்தது. அவர் நன்றாகப் பாடுவார். பாமரர் பாடும் பாட்டுகள்ல்ல அவை. புலவர்களும் பொறாமைப்படும்படி ஏனை மோனையோடு வரும் பாட்டுகள். வீட்டினுள் ஒரு மரப்பெட்டி நிறைய மருத்துவம் உள்பட பலவற்றைக் குறித்த சுவடிகள் வைத்திருந்தார். கண்மாய்க் கரையின் கடைக் கோடியிலிருக்கிறது காட்டுக் கோயில். கோயிலைச் சுற்றியுள்ள காட்டில் மூலிகைகள் அடர்ந்து கிடக்கும். கோயிலுக்குச் சற்று தூரத்தில் நிற்கும் உரிமைதான் பண்டிதருக்கு என்றாலும் அங்கு போய்விட்டாரென்றால் பாட்டு பிய்த்துக்கொண்டு வரும்.

புரட்டாசி வரை மழையில்லையென்றால் மழைச் சோறெடுத்துக் காட்டுக் கோயிலுக்குப் போவார்கள். கண்ணுச்சாமி பண்டிதர் பாடுவார்.

ஆலமர நிழலோடும்
அரச இலை இசையோடும்
அமர்ந்த நல் உலகம்மையே
மாரி வரம் வேண்டும்
மண் வாசம் வரவேண்டும்
கண்பார்க்கும் நில மெல்லாம்
கரும்பச்சையாக வேண்டும்.

அந்த நொடிகளில் அவர் யாரென்பதை ஊர் மறந்து மெய் சிலிர்க்கும். மறுநாளே மயிர் வெட்டச் சொல்லி ஆள் விடுவார்கள். ஒருநாள் ராத்திரி வேளையில் பல வீட்டுப் புளிச்ச கஞ்சியையும் ஒன்றாக்கிக் குடித்த வேளையில்தான் அவருக்கு அந்த ஆசை வந்தது. ரெங்கத்துக்காரர் பர்மாவுக்குப் புறப்பட்டுக்கொண்டிருந்தார். நாலைந்து நஞ்செய்கள் அவருக்கு 'ஒன்றைக் கேட்டுப் பார்க்கலாம். நாமே விவசாயம் பண்ணி அறுத்து வந்து ஒருநாள் ஒரு பொழுதாவது குடித்தால்தான் குடித்த கஞ்சி கூட்டில் சேரும்' என்று நினைத்தார். மறுநாள் பொழுது விடிந்தும் விடியாமலுமாய் ரெங்கத்துக்காரர் வீட்டு வாசலில் நின்று இரு கை ஏந்திக் கேட்டார் "நான் ஒரு தடவையாவது சொந்தமா வெவசாயம் பண்ண உத்தரவு தரணும். களத்துமேட்டிலேயே நீங்க சொல்லிட்டுப் போற நபர்கிட்ட ஓங்க பங்கைக் குடுத்துர்றேன்."

முதலில் நக்கலாய்ப் பார்த்துவிட்டு உள்ளே போகப் பார்த்தவர் கண்ணுச்சாமி பண்டிதரின் இளகிய குரலுக்கு விழுந்துவிட்டார்.

"குதிரை மடைச்செய்யை உழு. இங்க நிக்கிற என் மச்சினன்ட்ட பங்கு நெல்லை ஒப்படைக்கணும்."

அந்த வருஷம் நல்ல மழை. கண்மாய் உள்வாயில் வெகுதூரத்திற்கு வளர்ந்தும் அடர்ந்தும் கிடந்த கருவேல மரங்கள் உதிர்த்த உருண்டையான மஞ்சள் பூக்கள் அலை நுரையோடு கரைக்கு வந்து குறுமணலில் அலைந்தன. தான் சொந்தமாய் விவசாயம் செய்கிற வருசத்தில் மழை சரியான காலத்தில் பெய்தது குறித்து காட்டுக் கோயிலில் உலகம்மையை வாழ்த்தி முணுமுணுத்தார் பண்டிதர் குதூகலமாக.

ஏர்மாடு உள்ளவர்களிடம் ஏர் கேட்டுப் பிச்சை, விதை கேட்டும் பிச்சை என்று வீடுவீடாய்ப் போய் யாசகம் கேட்டு நின்றபோது, நிலத்தில் பயிர் பண்ணுவதற்குப் பதிலாய் ராத்திரியில் அவர் வீட்டுப் பெண்கள் போய் 'ஆத்தா கஞ்சி' என்று கேட்பதே கௌரவமாயிருப்பதாய்த் தோன்றியது. அவர் வீட்டுப் பெண்கள் மட்டுமே நின்று களை எடுத்தார்கள். தானே பயிருக்குள்ளும் தண்ணீருக்குள்ளும் நின்று உழுதுக்கொண்டும் பெண்களை உற்சாகப்படுத்திப் பேசிக்கொண்டும் பாடிக்கொண்டுமிருந்தார்.

மண்வெட்டியைத் தோளில் வைத்துக்கொண்டு தெருக்களில் ஒருதடவை நடந்து விட்டுத்தான் வயலுக்குப் போனார். தான் ஒரு விவசாயி ஆகியிருப்பதைத் தெரிந்துகொண்டார்களா மற்றவர்கள் என்பதை ஜாடையாகக் கவனிப்பார்.

வயலிலிருந்து திரும்பும்போது தேகம் பூராவும் வேர்வை முத்து முத்தாய் நிற்கும். சேரும் சகதியும் உரசி வந்த பயிரும் அவர் வேர்வைக் கொச்சையை அழுக்கி வேறு வாசம் தரும். பச்சை, கரும் பச்சையாகிப் பயிர் காற்றிலசையும்போது அவர் தன் தாத்தன் சொல்லி வைத்த பாட்டுகளை உப்போடை தாண்டிக் கேட்கும்படியாகவும் மேகங்கள் கலைவதை நிறுத்தி அமைதியாகும்படியாகவும் அசைந்தபடியும் அண்ணாந்தும் பாடினார்.

இடுப்பளவு பயிர் வளர வேண்டுமென்று ஆசைப்பட்டு அவ்விதமே வளர்ந்தபோது சின்னப் பிள்ளைபோல் பயிருக்குள் குத்தவைத்து நீருக்குள் உட்கார்ந்து வரப்பில் நின்ற பேரனிடம் தன் தலையே தெரியவில்லை என்று சொல்லக் கேட்டுக் குளிர்ந்தார். கதிர் பரிந்தபோது அதன் நீளமும் அடர்த்தியும் அடுத்தடுத்த வயல்களை விடப் பார்க்கச் செறிவாயிருப்பதறிந்து யாருக்கும் கேட்டு விடாதபடி மென்குரலில் பாடினார்.

கந்தர்வன் சிறுகதைகள் 359

கதிர் சாய்ந்து வருவதைக் கதிர் சரிந்து வருவதாகச் சொல்வார். மலை சரிவது மாதிரியும் மாடுகள் சரிவது மாதிரியுமாய் அந்த வயல் கதிர் சரிந்தது. இனி நாட்களை நகர்த்திக்கொண்டிருக்கக் கூடாதென்றும் ஒரு மழை விழுந்தாலும் சரிந்த கதிர்கள் முளைத்துவிடும் அபாயம் இருப்பதாகவும் தெரிந்தது. அறுப்பதற்கு ஆள் சொல்லிவிட்டுக் கணக்குப்பிள்ளை வீட்டிற்குப் போய்த் தகவல் சொன்னார். "நான் வந்து பைமாஷ் பார்த்தேன். இன்னும் அஞ்சாறு நாள் போகலாமே அறுப்புக்கு" என்றார் அவர். கண்ணுச்சாமி உடனே அறுக்க வேண்டியதை வலியுறுத்தி வாசலிலேயே வெகுநேரம் நின்ற பிறகு ஒரு சீட்டெழுதித் திண்ணையில் வைத்துவிட்டு உள்ளே போய்விட்டார் கணக்குப் பிள்ளை.

சீட்டை எடுத்துக்கொண்டு அவர் காலை எட்டிப் போட்டு நடந்து மதிய வாக்கில் நகரத்திற்குப் போனார். சமஸ்தானக் காரியாலயத்தில் இரண்டு மூன்று குமாஸ்தாக்கள் சாணித்தாளில் அச்சடித்த பாரங்களை ரெட்டை நூல் போட்டுத் தைத்த பேரேடுகளாக்கி அழுக்கடைந்த மேசைகள் மேல் வைத்துக்கொண்டு மைக்கூட்டிலிருந்து மை தொட்டுக் கண்களை இறுக்கிக் குனிந்தபடி எழுதிக்கொண்டிருந்தார்கள். கண்ணுச்சாமி பண்டிதரோடு இன்னும் பலர் அவர்கள் நிமிர்ந்து பார்க்கவேண்டும் என்பதற்காகத் தவமியற்றியபடி நின்றார்கள்.

தலையாரி ஒரு சாக்கு நிறைந்த சாமான்களைத் தலையில் சுமந்துவந்து ஒரு குமாஸ்தாவின் இருக்கைக்கருகில் இறக்கினார். பிறகு மடியிலிருந்து காலணாக் காசை எடுத்து மேசை மீது வைத்தார். "என்னடா இது ஒரே ஒரு சாக்கு நெறைஞ்ச மளிகை சாமான்களுக்கு ஒண்ணே முக்கா ரூபாய் ஆயிருச்சா?" என்றார் குமாஸ்தா. பக்கத்து குமாஸ்தா வெற்றிலைக் காம்பைக் கிள்ளியபடி சொன்னார், "வெலைவாசி எக்கண்டமா ஏறிக்கிட்டிருக்கு."

"மஹாராஜா குடுக்கிறது மாசம் பத்து ரூபாய் சம்பளம். மளிகைக்கே ஒண்ணே முக்கால் ஒடிருச்சு."

கண்ணுச்சாமி பண்டிதர் இந்த சம்பாஷனைகளில் பெரிதும் வெறுப்புற்றாலும் கல்போல் நின்றார். ஒவ்வொரு கிராமத்து பைமாஷ் ரிக்கார்டையும் புரட்டி சீட்டுகளில் எழுதிக் கொடுக்க ஆரம்பித்தபோது பொழுது சாயத் துவங்கிவிட்டது. வெற்றிலை குமாஸ்தா கண்ணுச்சாமி பண்டிதரின் ஊர் கேட்டு ஒரு நோட்டைப் புரட்டி சீட்டில் எழுதி பேஷ்கரிடம் கொடுக்கச் சொன்னார்.

"செல்லூர் கிராமம் ரெங்கத்துக்காரர் என்கிற ராமையாவுக்குச் சொந்தமான நஞ்சை குதிரை மடைச்செய் அளவு ஐந்தரை சென்ட் பயிர் நெல் வகை குருவக் களஞ்சியம் பாசம் சமஸ்தானத்திற்குச் சொந்தமான கண்மாய் நீர் விளைச்சல் பூரண விளைச்சல்" என்ற 'பைமாஷ்' விவரங்களடங்கிய சீட்டைப் படித்தபடி ஊருக்கு நடந்தார் பண்டிதர். நடுநிசியில் வீடு சேர்ந்து வெட்டிப் போட்ட மரம் போல் விழுந்து தூங்கினார்.

பேஷ்கார் விடியுமுன்னரே கிளம்பி கோட்டேந்தலுக்கு போயிருந்தார். அந்த ஊரையே நாவலூர் முதலாலி குத்தகைக்கு எடுத்து விட்டாராம். ஊரைக் கையகப்படுத்திக் கொடுக்க மேலாவிலிருந்து (அரண்மனையிலிருந்து) வந்த அதிகாரியுடன் பேஷ்காரும் கோட்டேந்தல் போயிருந்தார்கள்.

மடியில் சீட்டோடு கண்ணுச்சாமி பண்டிதர் கோட்டேந்தலுக்கு வேகுவேகென்று நடந்தார். கோட்டேந்தல் கண்மாயின் மேல்கரையில் ஆள் நடமாட்டம் அதிகமாயிருப்பதைப் போகும்போது பார்த்து விட்டார். நேராக அவர்களை நோக்கி நடந்தார். அரண்மனையும் அலங்காரங்களும் இல்லையே தவிர கண்மாய்க்குள் ஒரு தர்பார் நடந்துகொண்டிருந்தது.

கரைக்குக் கீழே புன்னை மரத்தடியில் வில்வண்டி நின்றிருந்தது. குஞ்சங்கள் கொம்புகளிலும் மணிகள் கழுத்துகளிலும் ஆடியபடி வடக்கத்தி மாடுகள் நின்றன. பனை மரங்களை எண்ணி ஒப்பிக்கும் வேலை துவங்கியிருந்தது. அரண்மனை அதிகாரி அந்த வெயில் வேளையிலும் வட்டத் தலைப்பாகை அணிந்திருந்தார். கழுத்தில் முத்து மாலை அணிந்து தோரணையாக நின்றுகொண்டிருந்தார். அவர் கண்களுக்கு எல்லோரும் பயந்தார்கள். அவற்றிலிருந்து அறிவும் அதிகாரமும் வெளிவந்து அந்தப் பிரதேசம் முழுமையிலும் வியாபித்திருந்தன.

பேஷ்கார் ஓடி ஓடி ஆட்களிடம் வேலை சொல்லியபடியிருந்தார். ஊர்ப் பெரிய மனிதர்கள் வெளுத்த உடை உடுத்தி பய்யமாய் ஒரு பக்கம் நின்றார்கள். கண்ணுச்சாமி பண்டிதர் கையில் சீட்டை வைத்துக்கொண்டு பேஷ்காரின் பார்வை படுகிற மாதிரியான இடங்களில் நின்று பார்க்க வைத்துவிட்டார். பேஷ்கார் கையால் சைகை செய்து காத்திருக்கச் சொன்னார்.

பனை மரங்கள் ஒரு வரிசையிலுமில்லை. முன் பின்னாகவும் குறுக்கு மறுக்காகவும் நின்றன. எந்தக் கொம்பாதி கொம்பனாலும் எண்ண முடியாதே, அரண்மனை என்ன செய்யப்போகிறதோ என்று

கவனித்தார். அதிகாரி ஏதோ சொன்னார். அடுத்த நொடியில் ஓர் ஆள் பனை மரத்திலேறிக் கொண்டிருந்தான். அந்த மரத்து ஓலைகள் முழுதையும் வெட்டினான் குருத்தை விடுத்து. கீழே விழுந்த ஓலைகளைக் கிழித்து மூன்று நான்கு கீற்றுகளைச் சேர்த்துக் கொடி முடைந்தார்கள்.

முடைந்த ஓலைக் கொடிகளைக் கொண்டு கண்மாயின் இந்தக் கரையிலிருந்து அந்தக் கரைவரை கோக்குமாக்காய் வளர்ந்து கிடந்த பனை மரங்களின் வயிறுகளில் பலரும் நின்று கட்டினார்கள். அதிகாரியும் பேஷ்காரும், ஒரு தடவை நடந்துபோய் எல்லா மரங்களிலும் கொடி கட்டி இருக்கிறதா என்று பார்த்துவிட்டு வந்ததும் ஆட்கள் போய்ப் பனை மரங்களிலிருந்து கொடிகளை அவிழ்த்துக்கொண்டு வந்து பேஷ்கார் முன்னிலையில் போட்டு எண்ணினார்கள். முன்னூற்றி இருபத்திரண்டு என்று குறித்துக் கொண்டார்கள். கண்ணுச்சாமி பண்டிதர் அரண்மனை மூளையின் அபார வீச்சில் விழுந்து போனார். ஒரு பாட்டுக் கூடப் பாட நினைத்தவர் வந்த வேலையை நினைத்து புத்தியை மாற்றிக்கொண்டார்.

நஞ்சை, புஞ்சை என்று கணக்குகளைத் துவங்குமுன் பேஷ்காரிடம் ஓடிப்போய் சமஸ்தான கார்யாலய சீட்டைக் கொடுத்தார். வாங்கி பேஷ்கார் படித்துக்கொண்டிருந்தபோது அரண்மனை அதிகாரி கேட்டார் "ஒப்படி (நெல் அடிப்பது) சீட்டா?"

"ஆம்"

"எந்த ஊரிலெ?"

"நம் ஊரிலெதான்"

"நாளைக்கே ஒப்படி நடக்கட்டும். நாமும் வர்றோம்"

கண்ணுச்சாமி பண்டிதருக்கு இது நல்லதற்கா, கெட்டதற்கா என்ற குழப்பமும் கவலையும் வந்தது. என்றாலும் அவர் ராஜ விசுவாசி. அரண்மனையிலிருந்தே வந்து தான் விவசாயம் செய்ததை அங்கீகரிக்கப் போகிறார்கள் என்பதும் அவர் நினைவில் வந்தது.

பேஷ்கார் தலையாட்டியதும் கண்ணுச்சாமி பண்டிதர் ஓட்டமும் நடையுமாய் ஊரைப் பார்த்து நடந்தார். களத்தைத் தயார்செய்ய வேண்டும். அறுவடைக்குச் சொன்ன ஆட்களிடம் 'நாளைக்கே' என்று சொல்ல வேண்டும். பிணையலுக்கு மாடுகள், வாய்க் கூடுகள், ஓலைக் கொடிகள் என்று பார்க்கவேண்டிய சோலிகள் தலைக்கு மேல் நின்று அவரை விரட்டின.

ரெங்கத்துக்காரர் பர்மா புறப்படுமுன் சொல்லிவிட்டுப் போன அவர் மைத்துனரிடம்தான் முதலில் சொன்னார். பூமி அவர்களுடையது. அவர்களுக்கு வாரம் அளக்க வேண்டும். அது முக்கியம். பண்டிதருக்கு நாணயப் பிசகு விவரந் தெரிந்த நாள் முதல் நிகழ்ந்ததில்லை.

ராத்திரி அவருக்குத் தூக்கம் பிடிக்கவில்லை. சிறு குழந்தை போல் அறுப்பதையும் கட்டுவதையும் அடிப்பதையும் தூற்றுவதையும் அளப்பதையும் அள்ளி வருவதையும் நினைத்து இரவைக் கழித்தார். அவர் மகன்களும் வீட்டுப் பெண்களும் இளகிப் போய் அவரைப் பார்த்தார்கள்.

கதிர்க் கட்டுகள் எல்லாம் தலைகளில் குதித்து சங்கீதம் பாடிக் களம் வந்து சேர மதியமாகிவிட்டது. கட்டுகள் அம்பாரமாய் உயர்ந்து கிடந்தன. அறுப்புக்கு வந்த ஆட்கள் அந்த நிழலிலேயே உட்கார்ந்து கஞ்சி குடிப்பதைப் பண்டிதர் பார்த்து நெகிழ்ந்தார்.

அடித்துப் பொலி தூற்றினார்கள். ஏழு எட்டடி நீளத்திற்கு நெல் பொலி நீண்டு கிடந்தது. காற்றில் பறந்த கருக்காயெச் சொளகால் (முறம்) வெட்டி ஓரம் தள்ளினார்கள். பொலியின் நீளம் பார்த்துப் பெருமூச்சு விட்டபடி பண்டிதர் நிமிர்ந்தபோது சாக்குகள், ஆட்கள் சகிதமாய் பேஷ்காரும் வட்டத் தலைப்பா அரண்மனைக்காரரும் தூரத்தில் வந்துகொண்டிருந்தார்கள்.

அருகில் வந்ததும் கண்ணுச்சாமி பண்டிதர் நெடுஞ்சாண் கிடையாய் விழுந்து வந்தவர்களை சேவித்தார். அரண்மனை, பொலியைக் கண்களால் அளந்துவிட்டு பேஷ்காரிடம் ஏதோ சொன்னது. பேஷ்கார் சத்தமாகக் கேட்டார் "டேய் வைக்கோலுக்கடியில் நெல் பதுங்கியிருக்கா?"

"இல்லைங்க சாமி"

"டேய் வைக்கோலைப் புரட்டிப் பாருங்கடா."

வந்த ஆட்கள் வைக்கோல் போரைச் சரித்தும் கலைத்தும் அடிவரை பார்த்துவிட்டு "இல்லை" என்றார்கள்.

பேஷ்கார் 'அரண்மனை'யை பயமாய்ப் பார்த்தார்.

"உம்" என்றது "அரண்மனை வந்த ஆட்களில் ஒருவன் நீளக் கயிறு கொண்டு நெல் பொலியின் நீளத்தை அளந்தான். பேஷ்கார் அந்த நீளத்தைப் படித்துப் பாதியாக்கிப் பொலியை மறுபடி அளந்து வலது பக்கப் பாதியை வெட்டினார் கையால் பாதி நெல் ராஜாவுக்கு என்று சட்டம்.

இப்போது 'அரண்மனை' நடந்து பொலி அருகில் வந்து "இன்னும் கொஞ்சம் சேர்த்து எடும். நம் வழிச் செலவுக்காகும்" என்றார். பாதிக்கு மேலும் ஒரு முழத்திற்குக் நெல்லை வெட்டி ஒதுக்கினார்.

பண்டிதருக்குக் குலையெல்லாம் நடுங்கியது. கண்மாய்த் தண்ணீர் பாயும் எந்த நிலத்தின் ஒப்படியின் போதும் பாதி நெல் அரண்மனைக் களஞ்சியத்திற்கு என்கிற சட்டம் அடிதண்டமாய் நடக்கிறது. சம்சாரிகள் ஒப்படி தினங்களில் பேய் பிசாசுகளைக் கண்டு அலறுவதுபோல் பேஷ்காரர்களையும் குதிரை வீரர்களையும் கண்டு நடுங்குவது கண்ணுச்சாமி பண்டிதருக்குத் தெரிந்ததுதான். ஆனால் தானும் தன் குடும்பமும் ஊருக்குச் செய்யும் சேவகம் காரணமாகச் சலுகை இருக்குமென்றும் அரண்மனை அதிகாரியே வந்திருப்பதால் இந்தச் சலுகை இன்னும் கூடுதலாக இருக்கும்; அநேகமாய் நெல் பூராவையும் வீட்டிற்குக் கொண்டுவந்து விடலாம் என்றும்தான் பயத்தையும் மீறியிருந்தது அவரிடம் நம்பிக்கை.

இந்த அதிரடியான 'அரண்மனை'யின் ஆணைகளால் பதறித் திரும்பியபோது நிலத்துக்காரரோடு ஆட்களும் சாக்குகளைச் சமத்தபடி வந்துகொண்டிருந்தார்கள். பேஷ்கார் வெட்டியது போக மீதி கிடந்த பொலியை அளந்து பாதியைத் தன் மைத்துனருக்காக வெட்டினார்.

பேஷ்காருடைய ஆட்கள் நெல்லை அள்ளிச் சாக்குகளில் கட்டிக் கொண்டிருந்தார்கள். ஒரு வண்டி வந்தது களஞ்சியத்திற்கு மூட்டைகளை ஏற்றிப் போக. நிலத்துக்காரரும் அவரது ஆட்களும் தங்கள் நெல்லைச் சாக்குகளில் அள்ளிக் கட்டிக்கொண்டிருந்தார்கள். மீதி கிடக்கும் நெல்லில் அறுத்த ஆள்களுக்கு, ஏர் தந்தவர்களுக்கு, கடலை பயறு விற்றவர்களுக்கெல்லாம் இனி அளக்க வேண்டும்.

பண்டிதர் நினைத்தார், அதற்கப்புறம் களத்தில் கிடக்கப் போகும் நெல்லை நாலைந்து கைகள் அள்ளி மகன் நீட்டும் துண்டில் போட்டால் எல்லாக் களங்களுக்கும் போய்வருகிற மாதிரியாகிவிடும். பண்டிதருக்கு ஆவேசம் வந்துவிட்டது. கை காலெல்லாம் நடுங்கின. களஞ்சியத்திற்குக் கொண்டு போவதற்காகப் பாரவண்டி புறப்படத் தயாராயிருந்தது.

பண்டிதர் வண்டிமுன் பாய்ந்து இரண்டு கைகளாலும் மறித்தார். யார் முன்னும் இதுவரை தொட்டறியாத தனது வெளுத்த மீசையை எல்லார் முன்னிலையிலும் முறுக்கியபடி பாடினார்.

பரத்த வயலாம் நரைத்த முடியாம்
ஸ்பமாஷுக்கு ரெண்டேடாம்.
எரிசு எரிக ஏடெல்லாம் எரிக
காட்டுக்கோவில் உலகம்மை நாச்சியே
கடிந்து வா விரைந்து வா
வா வா வா வா வா

பண்டிதர் வீட்டு ஆண்களும் பெண்களும் அவர் கைகளைப் பிடித்து இழுத்தனர். பாறைபோல் கைகளை விரித்தபடி திரும்பத் திரும்பப் பாடியபடி நின்றார். அவருடைய பலம் அசாத்தியமானதாய் இருந்தது. அவரை அசைக்க முடியவில்லை. பேஷ்கார், உள்ளூர்க்காரராதலால் நெளிந்தபடி களத்தில் இங்குமங்கும் திரிந்தார். 'அரண்மனை' உறுமியது, "வண்டி புறப்படலாம்."

வண்டிக்காரன் கைக் கயிறுகள் மாடுகளை இழுத்துப் பிடித்தபடி, வெகு நேரமிருக்கவே 'அரண்மனை' தன்னோடு வந்த ஒரு ஆளுக்குச் சைகை காட்டினார். மின்னல் போல் அவன் வண்டிப் பலகையில் ஏறிக்கொண்டு வண்டிக்காரனைத் தள்ளிவிட்டான். வெகுதூரத்தில் அவன் உருண்டு போனான்.

பண்டிதர் வண்டிமுன் குப்புறப்படுத்தபடி பாடிக் கொண்டேயிருந்தார்.

பரத்த வயலாம் நரைத்த முடியாம்
பைமாஷுக்கு ரெண்டேடாம்.

'அரண்மனை' 'உம்' என்று களமெல்லாம் குலுங்கும்படி குரல் கொடுத்தார். ஓடிவந்த பண்டிதர் வீட்டு ஆட்களை அரண்மனை ஆட்கள் அடித்து விரட்டியபடி இருக்க பாரவண்டியின் சக்கரங்கள் பண்டிதரின் கழுத்தில் ஒன்றும் காலில் ஒன்றுமாய் ஏறி இறங்கின.

அன்று நள்ளிரவில் கண்ணுச்சாமி பண்டிதரின் ஆவி அவர் வீட்டுத் திண்ணையில் பிரிந்தது. அந்தப் பாட்டு வரிகள் இன்னும் ஊர் ஜனங்களின் வாயிலிருக்கிறது. ஒவ்வொரு தை பதினெட்டன்றும் களத்துமேட்டில் ஊன்றியிருக்கும் கல்லுக்குப் பொங்கல் வைத்துப் பூசை நடக்கிறது.

~

உயிர்

ஓர் உச்சிவெயிலில் கடலோடித் திரும்பிய மீனவர் ஒருவர்தான் போட் ஜெட்டியில் அந்த சேதியைச் சொன்னார்; தீவில் ஒரு திமிங்கிலம் ஒதுங்கிக் கிடப்பதாக. சேதி கிராமத்தின் வழியாகச் செல்லும் பஸ்களிலும் லாரிகளிலும் நகரத்திற்கு அன்று மாலைக்குள் வந்துசேர்ந்துவிட்டது. நகரத்திலிருந்தும் வேறு எங்கிருந்தும் போட் ஜெட்டிக்கு பஸ்களில் வரவேண்டும். பிறகு முக்கால் மணி நேரப் படகுச் சவாரிக்குப் பின் தீவிற்குப் போகலாம் என்றார்கள்.

முதலில் சில ஆண்கள்தான் பஸ் பயணம், கடல் சவாரி, வெறித்துக் கிடக்கும் தீவு என்று பயத்தை மறைத்தபடி நண்பர் குழுமாய்ப் போய்ப் பார்த்துவிட்டு வந்தார்கள். வந்து அவர்கள் அளந்த அளப்பு மனைவி குழந்தைகளோடு இன்னொரு பயணம் என்றானது.

பத்திரிகைகளில் பெரிய செய்தியாகக் காலையிலும் மாலையிலும் வெளியிட்டார்கள். வானொலி தொலைக்காட்சியிலும் திமிங்கிலத்தைக் காட்டிப் பிள்ளைகள் ஒரே இரவில் "புறப்படு போகணும்" என்றார்கள். தகவல் என்னவென்றால் பஸ்களிலும் போட் ஜெட்டியிலும் நெரிசல் தாளவில்லையென்றும் மாருதி, சியல்லோ, 'டி' போர்டு கார்கள் பகல் முழுதும் போட் ஜெட்டி வாசலில் கிடக்கின்றன என்பதாகும்.

திமிங்கிலம் ஒதுங்கிய மூன்றாம் நாள்தான் அவன் குடும்பத்தோடு தீவுக்குப் பயணமானான். புறப்படுமுன் இரண்டு நாளாய்ப் பிள்ளைகள் விடிந்து எழுந்ததும் திமிங்கலம் குறித்துக் கூடிக் கூடி உட்கார்ந்து கற்பனையும் பேத்தல்களுமாய் வாயொழுகப் பேசித் திரிந்ததை அவள் அடிக்கடி பார்த்துவிட்டு வாய் பொத்தித் திரும்பிக்கொண்டு சிரித்து வைத்தாள். சிரிக்காமல் என்ன செய்வது? விடிகாலையில் உட்கார்ந்து இரண்டும் இப்படிப் பேசிக்கொண்டிருந்தால்.

"அது மேலெ ஏறி ஏறிப்போனா மேகத்தையே தொட்டிரலாம் தெரியுமா?"

"எனக்குத் தெரியுமே அதோட ஒரு கால் நம்ம ஊர் அளவு பெரிசு."

"எனக்குத் தெரியுமே நாமெல்லாம் பாத்தா இவ்ளுண்டு தூரம்தான் பாக்க முடியும். அது கண்ணாலெ பாத்துச்சுனா உலகமே தெரியும் தெரியுமா?"

"நாம இங்கெ உக்காந்திருக்கிறதெல்லாமா?"

"ஆமா அப்பா பேப்பர் படிக்கிறதெல்லாம் கூட."

"எனக்குத் தெரியுமே. ஆனா அதுக்கு ஒரு கண்ணுதான்."

"போடி ரெண்டு கண்ணு"

"எனக்குத் தெரியும் தெரியும்றியே, நீ எங்கே போய்ப் பாத்தெ?"

"என்னை மட்டும் சித்தி வீட்டுக்கு அனுப்பியிருந்தாங்க அப்பொ நீ வல்லியே. அன்னிக்கு ஒருநாள் அங்கெ வந்திச்சு நான் பாத்தேன்."

"புளுகாதெடா."

"நீதான் புளுகி"

"டிவெண்டி தௌசண்ட் வீக் அண்டர் தி சீ" என்று ஒன்பதாம் வகுப்பில் ஒரு நாண்டிடெய்ல் புத்தகத்தை இங்கிலீஷ் பாடமாக வைத்திருந்தார்கள். கடலுக்கடியில் அதுவரை இல்லாத பெரிய சைஸில் ஒரு ராட்சதத் திமிங்கிலம் திரிவதாகவும் அதனால் கடலின் ஒரு பிராந்தியம் முழுதும் மீனவர்களின் வலை அறுந்ததையும் படகுகள் கவிழ்ந்ததையும் நாவல் சொல்லிவரும். கடல் நம்பிகள் பீதி கொண்டு திரிந்தார்கள். திமிங்கிலம் அவ்வளவு பிரம்மாண்டமாகச் சொல்லப்படும்.

அந்தத் திமிங்கிலத்தை வேட்டையாடக் குறி பிசகாமல் உலகிலேயே சிறப்பாக ஈட்டி எறியும் பலசாலிகள் இருவரோடு ஆழ்கடலில் திமிங்கில வேட்டை நடக்கும். திமிங்கிலத்தையும் காண்பார்கள். ஈட்டி எறிந்ததும் 'டங்' என்று உலோகத்தின் மீது விழும் சத்தம் கேட்கும். அது முதன்முதலாக ரகசியமாய் செய்து விடப்பட்ட நீர்மூழ்கிக் கப்பல் என்ற மர்ம முடிச்சு நாவலில் அவிழும் இடம் அந்த வயதில் பரவசமாயிருந்தது. பிள்ளைகளிடம் அந்தக் கதையைச் சொன்னதும் நடுக்கடல், திமிங்கிலம், கடல் பயணம், பூதங்கள் உருவத்தில் ஈட்டி எறிபவர்கள் என்று இன்னும் அதிகக் கற்பனைகளோடு ஒன்றிடம் ஒன்று நிறைய பேத்திக்கொண்டிருந்தது. அவளும் இந்தக் கதை கேட்ட பின்னர் திமிங்கிலம் பற்றிப் போகும்போதும் வரும்போதும் ஏதாவது கேட்டாள்.

கந்தர்வன் சிறுகதைகள் 367

'கடலும் கிழவனும்' கதையை மறுநாள் ராத்திரி ஒன்பது மணிவாக்கில் சொன்னான். கிழவன் விடாப்பிடியாய் ராட்சத மீனோடு போராடியதை வெகுநேரம் சொல்லி முடித்ததும் பிள்ளைகள் கேட்டன "இப்பவே போவமா திமிங்கிலம் பாக்க?" என்று. அவளுக்கே அப்படி ஓர் ஆர்வம் வந்து முகத்தில் நின்றது.

போட் ஜெட்டியில் கூட்டம் மிகுதியாக நின்றது. சுற்றுலா ஸ்தலங்களுக்குப் போகிறவர்கள் கொண்டுசெல்லும் பொருள்கள் தின்பண்டங்களோடு நின்றார்கள். கேமிராக்கள் நிறையத் தெரிந்தன. பிரயாணிகள் படகு என்று ஒன்றிரண்டுதான் நின்றன. மற்றவை எல்லாமே மீன்பிடிப் படகுகள்தான். அநேகமான படகுகள் கடந்த இரண்டு நாட்களாய் மீன் பிடிக்கப் போகவில்லை. இருட்டும் வரை தீவுக்குப் பிரயாணிகலைக் கொண்டுவிட, கூட்டிவர நல்ல வருமானம். போட் ஜெட்டியில் அவனைக் கவர்ந்த விஷயம் ஒன்று. அந்தக் கருங்கல் மேடையிலிருந்து படகுக்குள் ஏற எவ்வளவு வில்லங்கமான ஆளுக்கும். வாயாடிக்கும், பலசாலிக்கும், சவடால்காரனுக்கும் இன்னொரு கை உதவியாகத் தேவைப்பட்டது. பிள்ளைகள் போட் ஜெட்டியின் மேடையில் நின்று நீல நெடுங்கடல் பார்த்துக் குதித்தன. அவளே கடல் பார்த்து அடக்க முடியாமல் பார்த்தபடி பேசினாள் அவனிடம்.

விசைப்படகின் முன்பக்கத்தில் அவன் குடும்பம் உட்கார்ந்து கொண்டது. கடலைக் கிழித்துக்கொண்டு படகு போவதைப் பார்க்க அதுதான் சரியான இடம் என்று சொல்லியபடி உட்கார்ந்தன பிள்ளைகள். அவர்களுக்கு முன்னாலும் பின்னாலும் படகுகள் வந்தால் பிள்ளைகள் ஆரவாரித்துக் கையசைத்தார்கள்.

படகில் உட்கார்ந்து பார்க்க கடல் ஒரே நிறத்தில் எல்லா இடங்களிலும் இல்லை. தூரம் விட்டு தூரத்தில் அழுத்தமான நீலத்தில் வாலம் வாலமாய்க் கிடந்தது கடல். மேலே வானத்தின் நிறமும் கீழே கடலின் நிறமும் ஒரே மாதிரியாக இருந்ததிலும் இரண்டு பிரம்மாண்டங்களை ஒரே நேரத்தில் பார்த்ததிலும் மனதுகள் எவ்விப் பறந்தன. பிள்ளைகள் ஒன்றிடம் ஒன்று என்றோ பார்த்த யானை பற்றிப் பேசியது. இன்னொன்று பதிலுக்கு சறுக்கலில் பார் விளையாடியதைப் பார்த்தபோது பயம் பயமாய் வந்ததைப் பற்றிப் பேசியது. அதிசயம் பார்த்து அனுபூதிக்கும் பிள்ளைகள் இப்படிப் பேசுவதைக் கேட்டு அவனுக்கு இப்போது பழகிவிட்டது.

படகு போகும் ஓரங்களில் ஆங்காங்கே மிதவைகள் கிடந்தன. தீவுக்குப் பாதை போட்டுவிட்டார்கள். ஒரு முழுக்கை நீள மீன்கள்

தூரத்தில் அவ்வப்போது வெட்டவெளிக்கு வந்துவிட்டுக் கடலுக்குள் பாயும் போதெல்லாம் பிள்ளைகள் கைதட்டின. மண்மேட்டில் தாவரங்கள் மங்கலாய் தெரிந்தது. "அதோ தீவு" என்றன பிள்ளைகள். அடுத்தவர்கள் காதில் விழாமல் அவள் அவனிடம் சொன்னாள். "இந்தப் புள்ளைக புண்ணியத்திலே ஒரு ஆசையிலே பாதி நிறைவேறுது இன்னிக்கு."

"என்னது?"

"வாழ்க்கையிலே ஒரு தடவையாவது வெளிநாட்டுக்குப் போய் வரணுமினு அசட்டு நெனப்பு அடிக்கடி வரும். நாலு பக்கமும் கடலா ஒரு மேட்டிலே எறங்குறப்பொ நெனச்சிக்க வேண்டியதுதான். இது ஒரு நாடுனு. கடல் தாண்டி வர்றோம்ல."

அவனைப் பார்க்கப் பாவமாகவும் சிரிப்பாகவும் இருந்தது. கடற்கரை, குளக்கரை போல மணற்பாங்காய் அழகாயிருந்தது. படகுத் துறைக்கருகில் கீழ்த்திசையில் ஒரு குடிசையும் அதில் கறுத்து மெலிந்த இரண்டு ஆட்களும் இருந்தனர். அவர்கள் படகுகளிலிருந்து இறங்கிப் போகும் ஆட்களை மிரட்சியோடு பார்த்துக்கொண்டு நின்றார்கள். அவர்களுக்கருகில் இரண்டு மெலிந்த செவல நாய்கள் நின்றுகொண்டிருந்தன.

குடிசைக்கு நேராகக் கடலுக்குள் கம்புகள் ஊன்றி செயற்கை முத்துகளை விளைவிக்கிறார்கள். நகரிலிருக்கும் ஒரு பெரிய நிறுவனம் அதை நடத்துகிறது. இரவு பகலாய் அதைப் பாதுகாக்க அந்தக் குடிசையும் மெலிந்த அந்த மனிதர்களும் நாய்களும் என்றார்கள்.

பிள்ளைகள் அவர்களை ஆச்சர்யத்தோடு பார்த்துவிட்டு ஒன்று கேட்டது "அப்பா ராத்திரி எல்லாம் இவுங்க மட்டும் இந்தத் தீவிலேயே இருந்துக்குவாங்களா?"

"ஆமா."

"பயமா இருக்காதா?"

"கூட நாய் இருக்கில்ல."

"நாயும் மெலிஞ்சு போயிருக்கு."

"தெனம் தெனம் வர்றவங்கள்லாம் போனப்புறம் திமிங்கிலமும் இவங்களும் மட்டும்தான் தீவிலே இருப்பாங்க ஏப்பா?"

"ஆமா ஆமா கீழே பாத்து நட"

தீவின் மறுபக்கம்தான் திமிங்கிலம் ஒதுங்கிக் கிடப்பதாகச் சொன்னார்கள். படகுகளில் இறங்கிக் குடும்பங்கள் முன்னும் பின்னும் போய்க்கொண்டிருந்தன. இளைஞர்கள் குழாம் அட்டகாசம்

பண்ணிக்கொண்டு வெகுபின்னால் வந்துகொண்டிருந்தது. தீவில் தாவரங்கள் எல்லாமே ஒரு தினுசாயிருந்தன. ஊரில் நீண்டு காய்க்கும் புடலை ஒரு சாணுக்குள் முடங்கிக் கிடந்தன. எந்தச் செடியின் இலையைப் பறித்து மென்றாலும் உப்புக் கரித்தது.

மக்கள் நடந்துபோன இந்த மூன்று நாட்களுக்குள் ஒற்றையடிப் பாதை உருவாகியிருந்தது. மித வெயிலும் அடர்ந்த புதர்களும் உடம்பையும் மனத்தையும் வேறாக்கின. நடந்துபோகையில் அவன் பிள்ளைகள் கூட வரும் பேச்சுக் கொடுத்து பல ஊர்ப் பிள்ளைகளோடு நெருங்கிக்கொண்டன. ஓடிப்பிடித்து, திரும்பப் பெற்றோரிடம் வந்து விழுந்து உற்சாகமாய் வந்தார்கள் பிள்ளைகள்.

வெகுதூரத்திலேயே தெரிந்தது. திமிங்கிலம் கரைமேல் வண்ணங்களில் ஜனங்கள் தெரிந்தார்கள். பிள்ளைகள் முன்னைவிடப் பாய்ச்சலில் போகவும் தொடர்ந்து அதே வேகத்தில் நடக்க சிரமமாயிருந்தது பெற்றோர்களுக்கு.

பனை மர நீளத்திலும் ஆல மர அகலத்திலும் திமிங்கிலம் கிடந்தது. யானையின் வெளிர் கறுப்பில் மேலுடம்பும் கீழே வெள்ளையாயும் கிடந்தது. வாய் தரையில் கிடந்தது. உடம்பு முழுதும் சமுத்திரத்திற்குள் வயிற்றுப் பகுதியிலிருந்து ரத்தம் கசிந்தது; கசிந்தது என்ன ஒழுகிக் கலந்துகொண்டிருந்தது சமுத்திரத்தில்.

கப்பலில் மோதி அடிபட்டிருக்க வேண்டும்; பாறையில் மோதி காயம் வாங்கி ஒதுங்கியிருக்க வேண்டும் என்று பலவாறாகப் பேசிக்கொண்டார்கள். அந்திம காலத்தில் மனிதர்கள் வாய் வழியாய் மூச்சுவிட்டு அவஸ்தைப்படுவதுபோல் திறந்து திறந்து மூடியது வாய். அவ்விதமான ஒவ்வொரு தடவையிலும் சிரசிலிருக்கும் பெரிய துவாரம் வழியாய்க் கடல்நீர் ஆகாயத்தில் பீய்ச்சியடித்தது. மூச்சுவிட்டு மூச்சிழுக்கும் போதெல்லாம் கடல் ஏறி இறங்கியது.

ரத்த ஒழுக்கைப் பார்க்கவும் திக்கித் திக்கி மூச்சுவிடுவதைப் பார்க்கவும் பரிதாபமாயிருந்தது. இதுவரை பார்த்தறியாத பெரிய ஜீவராசியின் மரணப் படுக்கை என்பதால் சுவாரஸ்யமாகவும் பார்த்தார்கள்.

திமிங்கில வாலுக்கு வெகுஅருகிலேயே வேர்க்கடலை, ஐஸ்கிரீம், தயிர்சாதம், குளிர்பானங்கள் விற்பனையாகிக் கொண்டிருந்தன. கடலுக்குள் போய்த் திமிங்கிலத்தின் தலையைப் பார்க்க விரும்பி இருக்கிறார்கள் பிள்ளைகள். தலை கிடந்த இடம் வெகுஆழம். விஷயம் அறிந்ததும் இரண்டு மூன்று சிறிய படகுகள் இதற்கென வந்துவிட்டன. பிள்ளைகளை ஏற்றித் திமிங்கிலத்தைச் சுற்றிக்காண்பித்து இறக்கிவிட்டுப் பணம் பெற்றுக்கொண்டார்கள்.

அவர்கள் போன சமயத்தில் மீன் துறை அதிகாரிகள் கடலுக்குள் வெகுதூரத்தில் ஒரு படகிலிருந்துகொண்டு திமிங்கில வாய்க்கு நேராக முரட்டு மீன்களைத் தூக்கி எறிந்தார்கள். அவை திமிங்கிலத்தின் திறந்த வாயருகே விழுந்தும் அவற்றை அது ஏறெடுத்தும் பார்க்கவில்லை. மூச்சு வாங்குவதையும் விடுவதையும் தவிர வேறு ஞாபகங்கள் அற்றுப்போய்க் கிடந்தது. சிரசின் வழி ஆகாயத்திற்குப் பீய்ச்சும் தண்ணீர் மட்டும் அந்தச் சூழ்நிலையிலும் அதன் கம்பீரத்தைக் காட்டிக்கொண்டிருந்தது.

கரை தாண்டி மணல்மேட்டில் சிறிய இலைகளடர்ந்த பேர் தெரியா செடிகள் தூசி அப்பிக் கிடந்தன. அங்கு போய் நிழல் தேடினார்கள். உடம்பில் கால்வாசிக்குக் கிடைத்த செடி நிழல்களில் ஏற்கனவே மக்கள் நின்றும் உட்கார்ந்தும் தூரத்தில் திமிங்கிலத்தின் ஓரத்தில் ஓடி ஓடிப் பார்த்துக்கொண்டிருந்த பிள்ளைகளை அதட்டிக்கொண்டிருந்தனர்.

கடல்நீரில் கால் நனைத்தபடி அவன் பிள்ளைகள் படுக்காகக் காத்திருந்தார்கள். படகு கிடைத்ததும் அவர்களைக் கைதட்டி அழைத்தனர். குறுகி வந்திருந்த வால் பகுதியிலிருந்து தொடங்கிப் பருத்து பிரிந்து வயிறு தாண்டிப் போய்க்கொண்டிருந்தது. கடல் மக்கள் எவ்வளவு பேர் இந்தப் பெரிய உருவத்திற்குப் பயந்து வால் சுருட்டி வாய் பொத்தி ஓடி ஒளிந்திருப்பார்கள். படகில் பல ஊர்ப் பிள்ளைகள் இருந்ததால் புதுப் புது விவரங்களைப் பரிமாறிக்கொண்டார்கள்.

அவர்களுக்கு முன்சென்ற படுக்காரர் படகை நிறுத்திப் பிள்ளைகளைத் திமிங்கலத்தின் மீது ஏற்றிவிட்டார். கையில் கோன் ஐஸ்கிரீமுடன் பிள்ளைகள் படுஉற்சாகமாய்த் திமிங்கிலத்தின் முதுகிலேறினர். முதுகின் மீது நின்று குதித்தனர். சறுக்கிக் கீழே போய் மேலே வந்தனர். ஐஸ்கிரீமைத் திமிங்கிலத்தின் கரிய தோலில் தடவினர்.

எவ்வளவு அதட்டியும் அவன் பிள்ளைகள் கேட்பதாயில்லை. அவைகளும் திமிங்கிலத்தின் மீதேறி விளையாண்டார்கள். ஐஸ் கிரீமால் தங்கள் பெயர்களைத் திமிங்கில முதுகில் இனிஷியலோடு எழுதினார்கள். எருமை மேய்க்கும் சிறுவர்கள் எருமை மீதமர்ந்து பக்கவாட்டில் எருமையின் வயிற்றைத் தட்டி விரைந்து நடக்கும்படி செய்வது போல் இவர்களும் திமிங்கில முதுகில் உட்கார்ந்து வயிற்றுக்கு எட்டிக் கையால் அடித்தார்கள்.

"என்ன வேகமா போக மாட்டேங்குதே"

கந்தர்வன் சிறுகதைகள்   371

"அதோ தெரியுது பார் இன்னொரு தீவு அங்கு போ" என்று கத்தினார்கள் திமிங்கிலத்திடம்.

கடலில் நீரோட்டம் ஆரம்பமாகியிருந்தது. மேற்கு நோக்கி ஆறு போல் ஓடிய நீரில் சிவப்பு கலந்திருந்தது. திமிங்கிலத்தின் வயிற்றிலிருந்து ஒழுகிய ரத்தம்தான். படகின் அடிப்பகுதியெல்லாம் சிவப்பாகி இருந்தது. கடல் வாசமும் ரத்த வாசமும் கலந்த கவிச்சி வாடை கரை வரை வீசியது.

திமிங்கில சவாரியை விட்டுப் பிரிய அவர்களுக்கு மனமில்லை. பிள்ளைகளைப் பிடிவாதமாக இறக்க வேண்டியிருந்தது. அவர்கள் கரைக்கு வந்த பின்னும் மேலும் மேலும் ஜனங்கள் பின்னோடு கடலில் இறங்கியபடி இருந்தார்கள். பிள்ளைகள் இப்போது ஐம்பது அறுபது பேர் திமிங்கில முதுகில் உட்கார்ந்து குதித்துக் கொண்டிருந்தார்கள்.

தயிர்சாதம் பொட்டலங்களை வாங்கிக்கொண்டு கரை ஓரச் சிறு நிழல்கள் தாண்டித் தீவின் உட்புறத்தில் வளர்ந்து கிடந்த தாழம் புதரடியில் உட்கார்ந்து சாப்பிட்டார்கள். பிள்ளைகள் தீவைச் சுற்றி வரவேண்டும் என்பதில் குறியாக நின்றார்கள். சாப்பிட்ட இலைகளைச் சுருட்டிக்கொண்டு எழுந்தபோது பார்த்தார்கள். பக்கத்துத் தாழம்புதர் நிழலில் பாட்டில் திறந்துவைத்து கமகமவென்று ஒரு கம்பெனி பத்துப் பேரோடு வட்டமாய் உட்கார்ந்திருந்தது.

பிள்ளைகளோடு தீவின் கிழக்குப் பக்கமாய்க் கரையில் கால் நனைத்தபடி வெயிலுக்குள் நடந்தார்கள் திமிங்கலம் பார்க்க வந்த இளைஞர்கள். பலர் அநேக இடங்களில் கடலுக்குள் நீந்தி விளையாடிக் கொண்டிருந்தார்கள். ஒரு சிலர் கடலுக்குள் தூரத்தில் நின்ற பாறைகள் வரை அவற்றின் மேலேறி நின்று அலை அடித்த நீரை உடம்புகளின் மீது வாங்கிக் கொண்டிருந்தார்கள்.

கடல் நுரை ஒன்றை அவன் பிள்ளைகளிடம் எடுத்துக் கொடுத்தான். அவன் சிறுவனாயிருந்தபோது சிலேட்டை அழிக்க அந்தக் காய்ந்த நுரையைப் பயன்படுத்தியதைச் சொன்னபோது பிள்ளைகள், அந்த ஒட்டு நுரையில் நிறைய கால்ஷியம் இருப்பதாகவும் வீட்டில் வளர்க்கும் லவ் பேஸுக்கு உண்ணக் கொடுக்கலாம் என்று சொல்லிப் பத்திரப்படுத்தினார்கள். கடல் அலைகளில் அடித்து வந்த பாசிகள், கடற்புல் என்று ஒதுங்கிக் கிடந்த தாவரங்களைச் சுகமாக மிதித்தபடி தீவையே வட்டமடித்து திமிங்கிலம் கிடந்த இடத்திற்கு வந்தார்கள்.

இன்னும் ஐம்பது அடி தூரம் இருக்கையில் அவர்கள் கண் முன்னே அந்தப் பிரதேசமே நடுக்கும்படி அது நிகழ்ந்துகொண்டிருந்தது.

ரத்தம் ஒழுகியவாறும் மூச்சு விடவும் சிரமப்பட்டுக்கொண்டிருந்த திமிங்கிலம் சரேலென்று உதறிக்கொண்டு வெகு உயரத்திற்கு எழுந்தது. திமிங்கிலத்தின் முதுகில் ஏறி விளையாடிக்கொண்டிருந்த பிள்ளைகள் சிதறி விழுந்து கரைநோக்கி நீந்தியும் ஓடியும் வந்தார்கள். படகுகள் கவிழ்ந்துவிட்டன. படகுக்காரர்கள் கரை நோக்கி நீந்தினார்கள் படகுகளைப் போட்டுவிட்டு படகுகளில், திமிங்கில முதுகில் உட்கார்ந்து விளையாடிக்கொண்டிருந்த பிள்ளைகளுக்காகக் காத்திருந்த பெற்றோர்கள் பதறியபடி கடலுக்குள் விழுந்து கரைக்கு வந்துகொண்டிருந்தார்கள்.

துணிந்த சில பேர் ஓடி கடலுக்குள் தடுமாறியவர்களைப் பிடித்து இழுத்து வந்தனர். திமிங்கிலம் அசைந்தபடி கிடந்தது. எல்லோரும் பீதியடையத் துவங்கினார்கள். அங்குமிங்கும் ஓடினார்கள். திமிங்கிலத் தலைவழி பீய்ச்சும் கடல்நீர் அதிக அளவிலிருந்தது. அடுத்த ஒரு தாவலுக்கு அது முயல்வதாகப் பட்டது. பெற்றோர்கள் பிள்ளைகளை வைதுகொண்டும் இழுத்துக்கொண்டும் தீவின் மறு பக்கமுள்ள படகுத் துறை நோக்கி ஓடினார்கள். திமிங்கிலம் திரும்பித் தீவுக்குள் விழுந்தால் "நாமெல்லாம் சட்னி" என்று சொல்லிக்கொண்டே ஓடினார் ஒருவர். கால் வலிக்க நடந்த அந்தத் தீவு இப்போது சின்ன நிலத் துண்டாகத் தெரிந்தது.

திமிங்கிலம் திரும்பித் தீவுக்குள் விழுந்தால் தீவு கடலுக்குள் போய்விடும் என்றார் ஒரு பெண். இன்னும் நிறைய ஜனங்களும் பெரு நிலமுமாக இருந்தால் இந்தப் பயம் வந்திருக்காது என்று தோன்றியது அவனுக்கு. கடைசியாய்த் திமிங்கிலத்தின் முதுகில் விளையாடி வெகுநேரம் வரை கீழே இறங்கமாட்டேனென்று பிடிவாதம் பிடித்த இரண்டு பிள்ளைகளை அவற்றின் அப்பா உடம்பு குன்றிப் போகும்படி அடித்தார். அவர்கள் எல்லோரும் முழுக்க நனைந்திருந்தார்கள்.

படகுத் துறையில் கூட்டம் ஒரு கட்டுக்குள் இல்லை. ஒருவரை ஒருவர் தள்ளிக்கொண்டும் மிதித்துக்கொண்டும் படகுகளில் ஏறினார்கள். படகுக்காரர்களின் எச்சரிக்கை மிரட்டல் எல்லாவற்றையும் மீறிப் படகுகளில் உட்கார்ந்துகொண்டு சீக்கிரம் புறப்படும்படி விரட்டினார்கள்.

படகுகள் திரும்பி வருவதற்காகக் காத்திருந்தபோது கடைசியாக வந்தவர்கள் சொன்னார்கள். "திமிங்கிலம் மறுபடி எவ்விப் பாஞ்சு மெல்ல மெல்லக் கடலுக்குள்ளே போய்க்கிட்டிருக்கு."

கந்தர்வன் சிறுகதைகள் 373

தூரத்தில் ஒருவர் ஓடி வந்துகொண்டிருப்பவர் சொன்னார். "அதெல்லாம் பொய். அது மெல்ல மெல்ல செத்துக்கிட்டிருக்கு."

அவள் முகம் வெளிறி நின்றாள். அடித்து பிடித்துப் படகில் ஏற எவ்வளவு முயன்றும் இரண்டாம் முறையாகவும் முடியவில்லை. இதற்குள் படகுத் துறையில் பெரும் அலைகளைடிக்கத் துவங்கி திமிங்கிலம் இந்தப் பக்கமாக வந்துகொண்டிருப்பதாகப் பிள்ளைகளோடு நின்றவர்கள் பயந்தபடி முனங்கத் துவங்கி இஷ்ட தெய்வங்களைக் கூப்பிட்டுத் திசை நோக்கி வணங்கினார்கள்.

அவர்கள் ஏறியதுதான் கடைசிப் படகு. தீவு வெறிச்சோடிக் கிடந்தது. அந்த ஒரு குடிசையும் இரண்டு மெலிந்த ஆட்களும் வற்றிய இரண்டு நாய்களும் மட்டும் அந்தப் படகை வெறித்துப் பார்த்துக்கொண்டு நின்றார்கள்.

~

ஒரு சீட்டுக்காரனுக்காக...

சைக்கிளில் வரும் யாராவது பிரேக் போட்டு நிறுத்தினால் சீட்டுக்காரன்தானோ என்கிற பயம் வந்தது. பத்து நாள் தவணை வாங்கியிருந்தார் என்றாலும் உட்கார்ந்தால், நடந்தால் அவன் பக்கத்தில் நின்று கழுத்தில் துண்டைப் போடப்போவதாக அரிச்சி. ராத்திரிகள் எப்போது வந்தது, எப்போது கலைந்தது என்றறியாத அற்ப தூக்கம்தான் அவருக்குக் கொஞ்ச நாளாகவே.

வண்டி விற்று மாடு விற்று புஞ்சையில் பாதியை விற்றும் கடன் தீரவில்லை. மகளுக்குக் கல்யாணம் பண்ணியது, சம்சாரத்திற்கு வைத்தியம் பார்த்தது, கிழவிக்குக் காரியம் செய்தது என்று பளார் பளாரென்று முதுகில் விழுந்தவை இந்தக் காலம் பூராவும் ஏராளம். இவருக்கென்றில்லை, ஊரே கந்தலாய்த்தான் கிடந்தது.

பகலில் பிள்ளைகள் தெருவில் விளையாடும்போது சத்தம் போட்டால் அந்தப் பக்கமாய்ப் போகும் யாரும் சொல்வார்கள். "ஊரு இருக்கிற செழிப்பிலே என்னடா பகுசி? சத்தம் போடாம வெளையாடுங்கடா" இவர் கணக்குப்படி நூறு தலைக்கட்டுகள் உள்ள இந்த ஊரில் பதினைந்து பெண்களுக்குக் கல்யாணம் ஆகவேண்டியிருக்கிறது. நகரத்தில் படித்துவிட்டுப் புளிய மரத்தடிகளில் பகல் பூராவும் ரம்மியாடும் இருபது பயல்களுக்கு வேலை கிடைக்கவில்லை. இவர்களையும் சேர்த்து முப்பது வாலிபப் பயல்கள் தப்புத் தண்டாவுக்காக அலைகிறார்கள்.

வெளியூர்களில் கட்டிக்கொடுத்த ஆறேழு பெண்கள் கைப் பிள்ளைகளோடு வாழாவெட்டியாக வந்து விறகு பொறுக்கிக் கொண்டும் சாணி அள்ளிக்கொண்டும் பொரிந்த முகங்களோடு திரிகிறார்கள். அரைப் பவுனிலிருந்து அய்யாயிரம் ரொக்கம் வரை பாக்கிக்காக வந்தவர்கள்.

உள்ளுருக்குள் யாரும் யாருக்கும் கைமாற்றுக் கொடுத்துக் கொள்ளும் நிலைமை போய்விட்டது. இருபது ரூபாயோ இரண்டு படி கம்போ அரைப்படி அரிசியோ ஒரு வீட்டிற்கு இன்னொரு வீடு கடன் பட்டுக் கிடந்தபோதுதான் டவுனிலிருந்து இந்த சீட்டுக்காரன் சைக்கிளில் வந்து ஊர் பூராவும் சீட்டுப் பிடித்தான்.

இவர் சீட்டுத் தொகையை வாங்கி நாலு மாதமாகிறது. தவணைத் தொகையென்று ஒரு ரூபாய் கூடக் கட்டவில்லை.

டீக்கடை வாசலில் நின்றபோது சீட்டுக்காரன் தூரத்தில் வருவது தெரிந்தது; பார்த்துவிட்டான்; ஒளிய முடியாது. இந்த வயதுக்கு அது உசிதமல்ல. தவிரவும் சீட்டுப் பணம் எடுத்துத் தவணை கட்டாத இன்னும் இரண்டு பேர் பக்கத்தில் நின்றுகொண்டிருந்தார்கள். அவர்கள் இவரை விடவும் பயந்து முகம் வெளிறி நின்றார்கள்.

மஞ்சள் வெயில் அடித்துக்கொண்டிருந்த அந்த வேளையில் அவன் வழக்கம்போல் பிரேக் போட்டு பெடலில் ஒரு காலும் பூமியில் ஒரு காலும் வைத்துக்கொண்டு கடுகடுவென்று பேசாமல் சைக்கிளில் போய்க்கொண்டே இவர்களைப் பார்த்துச் சொன்னான். "ஒலகம் அழியப்போகுதாம் ஐயாக்களா. சீக்கிரமா தவணைகளைக் குடுத்திருங்க."

அப்புறம் பேப்பரில் உலகம் அழியப்போவதாகத் தினமும் செய்திகள் வர ஆரம்பித்தன. அதிலிருந்து ஆட்டுக்கு வந்த சீக்கு, ரேஷன் அரிசி நாத்தம், புருஷன் பொண்டாட்டி சண்டை என்று பேசிக்கொண்டிருந்து விட்டு முடிக்கும்போது சொன்னார்கள். "எல்லாம் பத்து நாளைக்குத்தான். காலில் முள்குத்தி சலம் வைத்து விட்டதாகப் பையன்கள் மாமன்கார்ன்களிடம் சொன்னால் பதில் நக்கலாக வரும், "சாகுறதுக்குள்ளே ஆறிரும்டா மாப்பிள்ளை." இப்போது பதில் மாறிவந்தது. "இன்னும் பத்து நாள்ல புண்ணு மண்ணு எல்லாமே போயிரும்டா மாப்பிள்ளை, பொறுத்துக்க" என்றார்கள்.

உலகம் அழியப்போவது வெகு சுவாரஸ்மாயிருந்தது எல்லோருக்கும். புதன்கிழமை சந்தைக்கு வள்ளியூரில் கூடிய வெங்காய வியாபாரி, தேங்காய் வியாபாரி. பிளாஸ்டிக் சாமான் வியாபாரி, வல்லாரை, லேகியக்காரர் எல்லோரும் வாடிக்கையாளர்களிடம் சொன்னார்கள். "அடுத்த சந்தைக்கு ஒலகம் இருக்காது ஆத்தா." சொல்வதை ஏன் சிரித்துக்கொண்டும் கனைத்துக்கொண்டும் சொல்கிறோமென்பது பலருக்கும் தெரியவில்லை. இதுதான் கடைசி வியாபாரம் என்பதால் ரெண்டு வெங்காயம் அதிகமாய்த்

தரவில்லை வியாபாரி. மீதி விழுந்த ஜம்பது பைசாவை வாங்காமல் வரவில்லை கூடையோடு போனவர்கள்.

ஆனால் கட்டிக்கொடுத்து வெளியூர்போன சில பெண்கள் புருஷன் பிள்ளைகளோடு பஸ்ஸிலிருந்து இறங்கினார்கள். கேட்டதற்கு "கடைசி கடைசினு பெத்தவங்க, பொறந்தவங்களோட இருப்பமேனுதான்" என்றார்கள். பிள்ளைகளின் கேள்விகள்தான் இம்சையாயிருந்தன.

"நாமெல்லாம் செத்திருவோம்மா யார் புதைப்பாக?"

"தங்கம், வெள்ளி ரூபாயெல்லாம் தெரு பூராவும் கெடக்கும். எடுக்கத் தான் ஒருத்தரும் இருக்கமாட்டாங்க இல்லெ."

"பூ கருகிருமா, அப்படியே இருக்குமா?"

"குருவி கூடவா செத்துரும்?"

"கரப்பான்பூச்சி எதிலெயும் பொழச்சிக்கிரும்னு பாடத்திலே இருக்கே. கருமம், அதுமட்டும் பொழச்சு ஒலகம் பூரா வளர்ந்தா நல்லாவா இருக்கும்?"

"கடலுக்குள்ளெ கெடக்கிற மீனெல்லாம் என்னவாகும்."

பெரியவர்களிடமிருந்து குழந்தைகள் விலகினார்கள். பாத்திரம் விழுந்த ஓசையில் கூடப் பதறித் தூண்களைப் பிடித்துக்கொண்டார்கள். ஊர் நிசப்தமாய்க் கிடக்கும் உச்சிவேளைகளை துர்ச்சகுனமாக நினைத்துப் பயந்து நடுங்கினார்கள். சொப்பனம் பூராவிலும் கொடுந்தீயும், பெருவெள்ளமும், இடிபாடுகளும் ஆர்ப்பரிப்புகளும் வந்து பெற்றோர்களைக் கட்டிப்பிடித்துக்கொண்டு உறங்கினார்கள். விடிந்ததும் அவரவர் சொப்பனத்தில் கண்டதைப் பிள்ளைகள் மாநாட்டில் ரகஸ்ய குரலில் சொன்னார்கள். பெரியவர்கள் அந்தப் பக்கம் கடக்கையில் பேச்சை நிறுத்திக்கொண்டார்கள்.

பெரியவர்களுக்கு இன்னும் கிண்டல் போகவில்லை. வேகுவேகென்று பர்வதம் நடந்துவந்தவள் திண்ணையில் உட்கார்ந்திருந்த வைத்தியரிடம் சொன்னாள், "இதுக்கு வேப்பிலை ஒத்தடம் குடு. அதுக்கு செம்பருத்தி தின்னுன்னு வைத்தியம் சொல்லுவியாளேமா. ஒலகத்துக்கே நோவு வந்து போகப்போகுதாமல்; என்னமாவது வாயெ தொறந்து வைத்தியஞ் சொல்லக் கூடாதா?" சொல்லிவிட்டு அவிழ்த்துக்கொண்டு ஓடிய பசுவைப் பின்தொடர்ந்து ஓடிக்கொண்டிருந்தாள்.

"பச்சுப்பச்சுனு பாலகன்களோட ஒலகம் போகப்போறதிலெ எங்க வீட்டுக் கௌவிக்கு வருத்தமில்ல சின்னம்மா. மக வயதுப்

பேத்திக்குக் கல்யாணம் எப்படியும் இன்னும் பதினைஞ்சு வருசத்திலே வந்திரும்; பாத்துட்டுச் சாகணும்னு நெனச்சுக் கிட்டிருந்திச்சாம். மத்தியானம் ரெண்டு வாய் சாப்ட்டு வைச்சிருச்சு, சாகப் போறோமேனு சடவு" என்றாள் கிணற்றடியில் சரோஜா தண்ணீர் பானையை ஒரு தடவை முழங்காலில் வைத்துத் தலைக்குக் கொண்டுபோவதற்குள்.

இவருக்கு மிகுந்த திருப்தி உலகம் அழியப்போவதில். குதூகலமாகவே இருந்தார் வெளிப்படையாக "இருக்கிற கோழி குஞ்சுகளை அடிச்சுச் சாப்பிடுங்கப்பா. போறது போறோம் பங்காளிப் பகையை விட்டுட்டு ஓங்கண்ணன் வீட்டுக்கும் போப்பா. காயிதம் எழுதிப் போடும்மா மகனையும் வரச்சொல்லி" இப்படியாக ஊர் பூராவும் சொல்லிக்கொண்டிருந்தார்.

இனி அவர் கடைந்தேற எந்த வழியுமில்லை என்றபோதுதான் இந்த செய்தி வந்திருந்தது. அவர் இந்த உலகில் என்ன சாமர்த்தியம் பண்ணினாலும் சீட்டுக்காரனுக்குத் தவணைப் பணம் கட்டிக் கடைந்தேற முடியாதென்பது அவர் மனத்தில் நிச்சயமாகிவிட்டது.

முன்பெல்லாம் மாசியில் கதிர் அறுத்து ஆடி வரை அடுப்பெரிந்தது. அறுத்து அடிப்பது கடனுக்கென்றான பின் பிறவிப் பெருங்கடலில் நீந்தத் தெம்பற்றுப் போனார்.

சின்ன வயதிலிருந்து ஏதாவதொன்று இம்மாதிரி நேரங்களில் அவரைக் காப்பாற்றி வருவதாயெண்ணினார். பால்யத்தில் தூக்குச் சட்டியோடு அரியக்குடி பள்ளிக்கூடத்திற்குப் போய்வந்தார்; படித்து வந்தாரில்லை. புத்தி ஊர் மரங்களின் உச்சிகள், மாட்டு முதுகு, தூண்டில், என்று போனது. 'என் மகனை ஏன் அடித்தீர்?' என்று ஆசிரியரிடம் போய்ச் சண்டை போடுகிற அப்பாக்கள் இல்லை அப்போது, 'படிக்கலைனா தோலை உரிச்சிருங்க சாமி' என்று வாத்தியாரிடம் அய்யாமார்கள் சொல்லிவிட்டு வந்த காலம்.

அந்த வாத்தியாரும் உரிக்கத் தயாராகும் நாளில் 'மழை பெய்ய வேண்டும், ஓடு உடைந்து உள்ளே விழவேண்டும், வகுப்புக்குள் பாம்பு வரவேண்டும். பள்ளிக்கூடம் உள்ள தெருவில் வெட்டுக் குத்து விழவேண்டும்' என்று எண்ணுவார். கருகருவென்று இருட்டி மழைக்கூறு வர கையில் பிரம்போடு பாடம் கேட்க மறுப்பார் வாத்தியார்.

'கூட்டுறவு லோன் கட்டாததால் நாளைக்கு ஜப்தி' என்று உறுதியான தகவல் வந்ததும் பூகம்பம் வந்தால் பரவாயில்லை என்கிற பிரார்த்தனை வந்தது அவருக்கு. காலையில் முக்கியத்

தலைவர் சுட்டுக் கொல்லப்பட்டு போக்குவரத்து நின்றது. ஜப்தி தள்ளிப்போனது.

இனி ஏதாவது அதிசயம் நடந்தால்தான் பூவா கிடைக்கும் என்ற நிலை ஓர் ஆனி மாதத்தில் வந்தது. என்னமாவது நடக்கவேண்டுமேயென்று அவருக்கு மனம் அலைந்தது. அதிசயமாய் ஏழு நாள் அடைமழை பெய்தது. கண்மாய் உடைந்து ஊர் அடையாளம் மாறி மாடு கன்றுகள் வெள்ளத்தில் மிதந்தன. சம்சாரிகளுக்குப் பெரும் பாதகம். சம்சாரி மாதிரி இவர். அற்ப சேதாரம். ரெவின்யூ இன்ஸ்பெக்டர், தாசில்தார் எல்லாம் வந்து வெள்ள லோன் கொடுத்தார்கள்.

நிம்மதியாகப் பத்து நாள் வாழ்ந்தோம் என்று அவருக்கு நினைவு தெரிந்த காலத்திலிருந்து நிகழ்ந்ததில்லை. எதிலிருந்தாவது தப்பித்துக் கொண்டே இருக்கவும் அதற்காக எதை எதையோ வேண்டிக் கொண்டும் திரிந்ததற்கு உலகம் ஒரேயடியாய்த் தொலைந்து போவதில் மிகுந்த மகிழ்வு. 'இருந்து என்னத்தை கண்டோம்' என்று இப்போது பார்க்கிறவர்களிடம் எல்லாம் சொல்லிக்கொண்டிருந்தார்.

இங்கிருந்து பிழைக்க வெளியூர் போன எல்லோரும் ஊர் திரும்பியிருக்கவில்லை; கட்டிக்கொடுத்துப் போன சில பெண் பிள்ளைகள் உட்பட "அந்த ஊர்க செழிச்சுக் கொழிச்சுக் கெடக்கும்; ஒலகம் அழியக் கூடாதுன்னு நெனைக்கிறாக போல. பைத்தியக்காரங்க. அதுதான் பேப்பரில போட்டிருக்காளே போகப்போகுதுனு' என்றார் அவர்.

சீட்டுக்காரனிடமிருந்து தப்ப அவருக்கு இதுதான் கிடைத்திருந்தது. அவனோடு தானும் போவது பற்றி அவர் அவ்வளவாய்க் கவலை கொள்ளவில்லை. அவனிடம் பேசிக்கொண்டிருக்கும்போது பிறந்த நாளிலிருந்து எஜமானனாயிருக்கும் ஒருவனிடம் பேசும் பயம் இருந்தது சீட்டுப்பணம் எடுத்தவர்களுக்கு. அவன் மடக்கி மடக்கிப் பேசுவான். முகத்தில் சலனமற்ற கொடூரம் இருக்கும். வயது வித்தியாசம் பார்க்காமல் மட்டம் தட்டுவான். போகும்போது அடுத்த ஆளுக்கும் கேட்காமல் ரகஸ்யமாய் ஒரு கெட்ட வார்த்தை சொல்வான். அந்த நிமிடமே தூக்குப் போட்டுக்கொள்ளலாம் போல வரும். அவன் வரும் நேரம் ஒன்று அதிகாலையாயிருக்கும் அல்லது அந்தியாயிருக்கும். அவன் வந்துபோன பிறகுதான் மூச்சுவிடும் தைரியம் வரும், சீட்டெடுத்த ஆள்களுக்கு. சீட்டுக்காரன் சைக்கிளில் வருவது சில நாட்களாய் நின்றுபோயிருந்தது. "அழியப்போற ஒலகத்திலே வசூல் பண்ற பணத்தை என்ன பண்ணப் போறோம்னு

பய நெனச்சுட்டான் போல" என்று அவரும் மற்றவர்களும் வாய்விட்டுச் சிரித்துப் பேசிக்கொண்டார்கள்.

அன்று இரவு "இதுதான் கடைசி ராத்திரி" என்று ஊர்ப் பொதுவில் ஆடு உரித்தார்கள். வீடு வீட்டிற்குக் கோழி அடித்தார்கள். அவர் வீட்டில் மீதமிருந்த ஒரு கோழியையும் மடக்கிப் பிடித்தார். சம்சாரம் அவரைப் பார்த்துச் சிரித்து "இந்த ஒண்ணையாவது விட்டுவைக்கக் கூடாதா?" என்றாள்.

"ஒலகம் அழிஞ்ச பெறகு மருது வீட்டுக் கோழி ஒண்ணே ஒண்ணு மிஞ்சியிருந்தது்னு போட பேப்பர் இருக்காதுடி பைத்தியக்காரி" என்றார் அவர்.

இருட்டு கூடிக்கொண்டே வந்தபோது பிள்ளைகள் கூடிக் கூடிப் பேசினார்கள். ஒருவர் கையை மற்றொருவர் இறுக்கமாகப் பிடித்துக் கொண்டார்கள். படுக்கக் கூப்பிட்ட அம்மாக்களிடம் "நான் அப்புறமாத்தான் வருவேன்" என்று சொல்லிவிட்டு சிநேகிதிகளிடம் நெருக்கி உட்கார்ந்தார்கள். பெண்கள் கோவில் வாசலில் நின்றுவிட்டு வந்தார்கள்.

அவர் வீட்டு வாசல் புளிய மரத்தடியில் ஒரு வயது ஆட்களின் ஜமா கூடியது. அவரைப் போலவே நைந்துபோன ராமையா ஆனந்தமாயிருந்தார். ஒரு ரகசிய வசூல் நடத்தி சாராயத்தை இறக்கிருந்தார் வீட்டில். கொல்லையில் ஒரு ஆள் நின்று யார் கேட்டாலும் கிளாஸ்களில் ஊற்றிக் கொடுத்துக்கொண்டிருந்தார்.

இளைஞர்கள் உற்சாகமாய் ஊரை வலம் வந்துகொண்டிருந்தார்கள். உலகம் எப்படி அழியப்போகிறது என்பதைப் பார்த்து எல்லோரும் வாசலையும் தெருவையும் பார்த்துக்கொண்டிருந்தார்கள்.

எட்டு மணிக்கு மேல் சாராயம் ஊரின் குரலை மாற்றியது. வீடுகளில் இளகிய குரல்கள் கேட்டன. அவரும் ராமையா வீட்டுக் கொல்லைக்குப் போய்விட்டு இரண்டு ஆளாய்த் திரும்பி வந்தார். அவர் வீடு ஊர்க் கடைசியில் சாலை ஓரமாயிருந்தது. புளிய மரத்தடியில் வெட்டவெளியிலிருந்து இளங்குளிர் காற்று வீசிக்கொண்டிருந்தது. அட்னக்கால் போட்டு உட்கார்ந்தபடி ராமையா கேட்டார். "ராத்திரி பதினொரு மணிக்கா, பனிரெண்டு மணிக்கா?"

"ராத்திரி எப்ப வேணாவும் நடந்திரும்."

இவர்கள் கேள்வி கேட்டும் பதில் சொல்லியும் உட்கார்ந்த இடத்தைச் சுற்றிக் கூட்டமாய் ஆட்கள் நின்றுகொண்டிருந்தார்கள். ராமையாதான் ஆரம்பித்தார்.

"ஒரு பத்தாயிரம் வருசமிருக்குமா ஒலகம் உண்டாகி?"

"லச்சம் வருசத்துக்கு மேலே கணக்குப் போகுது சித்தப்பு"

"என்ன பிரயோஜனம் போ. எங்காலத்தோட ஒலகம் ஓயணும்னு இருந்திருக்கு. மாணிக்கம் குடுத்து வைச்சிருக்கணும்டா இதுக்கு."

"ஏசு வந்தாரு. காந்தி வந்தாரு. எல்லாரும் வதைப்பட்டுத் தானப்பா இந்தப் பூலோகத்திலிருந்து போயிருக்காக."

"சந்திரனுக்குப் போனான். குண்டு வெடிச்சான்னு என்னென்னமோ கண்டுபிடிச்சானுங்களே. எல்லாம் குளோசா?"

"மேல்வீட்டு வெண்ணை நாலாயிரம் வருசத்துக்கு இருக்கப்போற மாதிரி சம்பாதிச்சுக்கிட்டே போறானே. அவனும் குளோசப்பு."

"அது பெரிசில்லெ மருது. அந்தச் சீட்டுக்காரன் போகணும்டா. என்னமா கேக்குறான் தவணை கட்டலைனு. என் வயசென்ன அவன் வயசென்ன? என்னைக் கேட்டானடா ஒரு கேள்வி. அப்ப நெனைசேன்டா, இந்தப் பூமி பொளந்திராதானு. நான் நெனச்சது போல நடக்கப்போகுது."

"ஏப்பா பெரிய வெளிச்சமா பால் நெறத்திலே வருமா ஆகாயத்திலிருந்து?"

"வந்து மோதும்கிறாங்க. பூமி பொளந்திருமா அவிஞ்சிருமானு தெரியலை."

இவர் சம்சாரம் திண்ணையிலிருந்து கொண்டு சொன்னாள். "இப்படியா அவ வார்த்தைகளாச் சொல்லுவிய!"

"ஒஞ் சம்சாரம் என்ன பேசுது? ஒண்ணுமே நடக்காதுங்குதா?"

'அவ கெடக்கா கூறில்லாதவ!'

"ஏப்பா டி.வி. பொட்டி இருக்கிற வீட்டுக்கு ஆளனுப்பிப் பாரு. ஏதும் சேதி இருக்குதானு."

அந்தப் பக்கம் வந்த ஓர் இளைஞன் போதைக் குரலில் சொன்னான், "பிரதம மந்திரி நின்னிக்கிட்டிருக்காரு, ஜனாதிபதி உக்காந்துக்கிட்டிருக்காருனு நியூஸ் சொல்றாங்க. உண்மையை ஒருத்தனும் சொல்ல மாட்றானுங்க."

ஒரு பெரிசு எழுந்து வேட்டியை அவிழ்த்துக் கட்டிக்கொண்டே சொன்னார். "உண்மையைச் சொன்னா அது வந்து மோதி அழிறதுக்குள்ளே சனங்களே முட்டி மோதிக்கிட்டு அழிச்சிரு வாங்கனுதான் சீக்ரெட்டா வச்சிருக்காங்க."

கந்தர்வன் சிறுகதைகள்

"ஆனாலும் போகப்போறோமேனு அழுகை அழுகையா வருது மாமா"

"நீ ஒருத்தன் மட்டும் நான் ஒருத்தன் மட்டும்னா அழுகுறதுக்கு அர்த்தம் இருக்கு. நாம் ஒண்ணாவுல போகப்போறோம் ஏரொப்ளேன்ல."

எல்லோரும் வாய்விட்டுச் சிரித்தார்கள். எங்கெயோ ஒரு வேட்டுச் சத்தம் கேட்டது. எல்லோருக்கும் ஒருமுறை உடம்பு உதறியது. திரும்பிப் பார்த்தபோது தூரத்தில் ஒருவர் சொன்னார்.

"இளவட்டப் பயகதான் வேட்டெல்லாம் வாங்கி வச்சிருந்திருக்காங்க."

நேரம் போகப் போக ராமையா வீட்டுக் கொல்லைக்குப் போய்க் குடிக்க வேண்டியிருக்கவில்லை. புளிய மரத்தடிக்கே கிளாஸ்கள் வந்து இறங்கின. வீடு தாண்டிக் கிடந்த வயல்களின் அறுபட்ட தாள்கள் அறுக்காத கம்பந்தட்டைகளின் வாசனை குளிரோடு வந்தது புளிய மரத்தடிக்கு. நட்சத்திரங்கள் மினுக்கியும் மேகங்கள் அசைந்தும் தாலாட்டின. சப்தம் குறைந்துகொண்டே வந்தது. ஆடிக்கொண்டும் முகர்ந்துகொண்டும் அலைந்த நாய்கள் ஈறாக ஆங்காங்கே சுருண்டு கொண்டன.

சுள்ளென்ற வெயிலுக்குப் புளிய மரத்தடியிலிருந்து எழுந்தார் அவர். பெரிசுகள் இன்னமும் துணி விலகித் தூங்கிக் கிடந்தனர். பொதி பொதியாய் உதிர்ந்து கிடந்த புளியம் பூக்களை ஒதுக்கிக் கூட்டிவிட்டு வாசலில் பளிச்சென்று நின்று தண்ணீர் தெளித்துக் கொண்டிருந்தாள் சம்சாரம்.

அதுவரை காலையில் விளையாண்டறியாத பிள்ளைகள் அதி உற்சாகமாகக் கை கோத்து விளையாடி ஆரவாரித்தன. தலை வலித்து இவருக்கு கண்களைக் கசக்கிக்கொண்டு சாலையைப் பார்த்தார். தூரத்தில் சீட்டுக்காரன் சைக்கிளில் வந்துகொண்டிருந்தான்.

~

கொம்பன்

அதிகாலை மங்கலில் மாடுகள் படுத்துக் கிடந்தது வெள்ளை வேட்டிகளை விரித்துப் போட்டது போலிருந்தது. செவல்காட்டுப் பக்கமிருந்து வந்த காலைக் காற்றை உடம்பில் வாங்கியபடி மங்கலக்குடியார் மந்தையை நோட்டம் விட்டுக்கொண்டிருந்தார். விடிகாலைக் குளிர்ச்சிக்குச் சுகமாகக் கழுத்தை நீட்டிச் சில, பாரியான வயிறுகளை ஒரு பக்கமாய் முழுதும் சரித்துச் சில, நாலு கால்களையும் நீட்டி ஏகாந்தமாய்ச் சிலவை என்று கலக்கம் கலக்கமாகவும் அதி சுதந்திரமாகவும் படுத்திருந்தன மாடுகள்.

சிலது ரொம்ப சிநேகித்துடன் ரெண்டு ரெண்டாய் ஒட்டிப் படுத்துக் கிடந்தன. விடிந்துகொண்டிருப்பது தெரிந்து எழுந்திருக்கலாமா, வேண்டாமா என்ற நினைப்பு வந்ததும் சோம்பலோடு சிநேகித மாட்டிற்குச் சுகம் வரும்படி நாக்கால் நீவிக்கொண்டிருந்தன சிலவை. அவர் அண்ணாந்து ஆகாயத்தைப் பார்த்தார். அதன் கீழாக பூமியின் வாசம் நுகர்ந்து றெக்கை இல்லாப் பெரும் பெரும் பறவைகளைப் போல் அவை படுத்திருந்தன.

மங்கலக்குடியாரையும் அவருடன் மந்தைக்கு வந்திருந்த கீழத் தெரு ஆட்களையும் விட்டு விலகிய பண்ணையாள் கீழ்த்திசைக் குச்சிலுக்குள் போய் வேட்டியைப் போர்த்திப் படுத்துக்கிடந்த மந்தைக்காரனை எழுப்பினான். அவன் விழித்ததும் சொன்னான், "மங்கலக்குடியிலிருந்து வந்திருக்கோம். மொதலாளி நிக்கிறாரு."

மந்தைக்காரன் வேட்டி கட்டி இடுப்பில் துண்டு சுற்றிச் சாத்தி வைத்திருந்த சாட்டைக் கம்புடன் வெளியே வந்தான். அவன் இரவு வெகுநேரம் வரை நட்சத்திரங்களோடு பேசிக்கொண்டிருந்துவிட்டு நான்காம் ஜாமத்தில் தூங்கத் துவங்கியதால் கண்கள் சிறுத்தும் சிவந்தும் கிடந்தன. அங்கவஸ்திரத்தோடு நின்றுகொண்டிருந்த மங்கலக்குடியாரை மந்தைக்காரன் கும்பிட்டுச் சொன்னான்.

"ரெண்டு வருசத்துக்கு முந்தி ஐயா வந்தது."

"ஆமா இப்ப பாணி கரை கூடிருச்சு."

"அடுத்து ஒரு ஜோடி வேணும்ல" என்றான் பண்ணையாள். "அய்யா கன்னு (கன்று) பாக்கிறீயளா?" என்றான் மந்தைக்காரன். "ஆமா." என்றபடி தான் கூட்டிவந்த ஆட்களைப் பார்த்தார். அவர்கள் மந்தைக்காரனை முன்னே விட்டுப் பின்னே நுழைந்தார்கள் மந்தைக்குள். அறிமுகமற்றவர்கள் வீட்டிற்குள் நுழைகையில் வாரிச் சுருட்டி எழும் பெண்களைப்போல் முன்னங்கால்களைத் தாறுமாறாக மடக்கி அவசரம் அவசரமாய் மாடுகள் எழுந்தன. கிடேரிகள் பிஞ்சுக் கொம்புகளை வேகமாய் ஆட்டின. கிடாக்கள் பின்னங்கால்களைக் காற்றில் உதைத்தன.

எழுந்தவாக்கில் மாடுகள் வால்களைத் தூக்கிச் சாணி போட்டன. மூத்திரம் பெய்தன. மங்கலக்குடியார் மந்தையின் பக்கவாட்டில் போய்க் கிடாக்கன்றுகளின் ஆட்டத்தை உற்றுப்பார்த்தார். எங்கு பார்த்தாலும் கொம்புகளாய்த் தெரிந்தன. பண்ணையாளும் கீழத்தெரு ஆட்களும் மந்தைக்காரனோடு மந்தையின் முதுகுப் பகுதியில் மெல்ல மெல்ல முன்னேறிச் செல்கையில் மாடுகளின் அட்டகாசம் அதிகமாகிக்கொண்டிருந்தது.

அவருக்கு மந்தை மாடுகள்தான் பிடிக்கும் சந்தையில் நிற்கும் மாடுகள் சத்துக் கெட்டவை. மாடு குனிந்துவிடாமல் மூக்கணாங்கயிறு பிடித்து முகம் நிமிர்த்திப் பிடித்துக் கொண்டிருப்பார்கள் தரகர்கள். நெற்றிச் சுளிக்கு விபூதி பூசி மறைப்பார்கள். அரைக் கிழடும் வங்கிழடுமானவைகளை எண்ணெய் பூசிக் கண்ணை மயக்குவார்கள். மந்தை மாடுகள் தான்தோன்றிகள். தறிகெட்ட வளர்ப்பு. பூசணிக்காய் போல் மடுக்கள் சுமக்கும் பசுக்களிலிருந்து மனிதர்களுக்கு ஒரு சொட்டுப் பால்கூட பீச்சக் கூடாதென்பது மந்தையின் முதல் வேத விதி. எல்லாப் பாலும் கன்றுக்கு. பசுவும் கன்றும் கழுத்தில் கட்டும் உலகக் கயிறுகள் அறியா. பசு தேடித் தேடிப் போய் கன்றிடத்து நிற்கும் 'இன்னும் குடி இன்னும் குடி' என்று. நாக்கில் கன்றுடம்பு நக்கி மட்டும் வளர்ப்பதல்ல மந்தையில் கன்று வளர்ப்பு. கடல் போல் அமிர்தம் சொரியும் பசு, கன்றுக்கு.

மந்தையிலும் மேய்ச்சல் வெளியிலும் கன்றுகள் நடப்பதில்லை. இரவு பகலாய் எம்பிக் குதித்துத்தான் திரியும். பால் குடி மறக்கும் காலம். புலியின் நீளத்திற்கு இருக்கும். கொம்பு முளைக்கு முன்பே பசுக்களை விரட்ட ஆரம்பிக்கும். மந்தைக் காளைகள் எல்லாமே பொலிகாளைகள். நடந்து வரும்போதே 'இந்த உலகத்தை என்ன செய்யப் போகிறேன் பார்' என்பது போல் பூமியைத் தூசி பறக்க

விட்டுத்தான் நடப்பார்கள். சதா காலமும் பசு மூத்திரம் சுவைத்து மூஞ்சியை ஏழு கோணங்களில் வைத்து ரசாயனப் பரிசோதனை செய்வார்கள் சேர்க்கையின் நிமித்தம்.

செவல் அடிவார வார்ப்பகுதியான பதினேழு கிராமங்களுக்கு வெளியே வனமும் சுனைகளுமாயுள்ளன. புதர் புதராய்ப் புல் வளர்ந்து முழங்காலுக்குக் கிடக்கும். சிறு மழைக்கும் பனிக்கும் கூட அருகம்புல் புசுபுசுவென்று முளைத்துக் காற்றிலாடி மந்தையைக் கூப்பிடும். ஒரு வாய்க்கு ஒரு பிடி என்று மாடுகள் புல் மேய்ந்து செழித்தும் திமிர் பிடித்தும் திரியும். எலும்பு தெரியும் மாடு மந்தைக்குள் தெரிந்தால் ஊருக்குக் கொண்டுபோய் விடுவார்கள்.

மந்தை மேய்ப்பிற்காக திக்குக்கு ஒருவராக நாலு பேருண்டு. ஏழு நாட்களுக்கு ஒரு திசையிலேயே போய்த் திரும்பும் மந்தை. இராத் தங்கல் பதினேழு கிராமங்களுக்கு வெளியே காட்டும் பொட்டல்களில் நிகழும். பட்டி, கதவில்லை மந்தைக்கு. மந்தைக்காரனைக் கேட்டால் சொல்வான் திமிர்கொண்டதுக்குப் பேர்தான் மந்தை. ஆனா சத்தியத்துக்குக் கட்டுப்பட்டது.

ஊர்த் தொழுவங்களில் கட்டிகிடக்கும் மாடுகளைத் திருடிக்கொண்டு போவதும் தடம் பார்த்துப் போய்க் கண்டுபிடிப்பதும் மந்தையில் நேர்வதில்லை. ஈனும் நாளில் நஞ்சுக்கொடி வாசத்திற்கு வரும் நாய், நரிகளே மாட்டுக் கொம்புகளில் கிழிபடுவதால் எந்தச் சூரனும் மந்தை மாட்டைத் தொட்டுத் திருட முடியாது. கோட்டைச் சுவர்கள் கொம்புகள்.

மேடு தென்படும் இடங்களைக் கண்டால் மாடுகளுக்கு ஆவேசம் வரும். கொம்புகளால் மேட்டை குத்திக் குதறும். மேடுகள் சமாதிகளென்றாலும் விடாது.

கண்மாய்ப் பக்கம் மேயப் போய்விட்டு வந்தால் எல்லா மாட்டுக் கொம்புகளிலும் கரம்பை அப்பியிருக்கும். ஆளுயரக் கண்மாய்க்கரை மேடுகளைப் பார்த்த கோபம்.

பௌர்ணமி இரவுகளில் மந்தை பூராவிலும் கொம்புகளாய்க் கிடப்பதைப் பார்க்க வெகு அழகாயிருக்கும். அமாவாசை ராத்திரிகளில் கொம்புகள் தெரியாது. அன்று நாய் நரிகளின் மனசில் மட்டும் தெரியும் கடல் கடலாய்க் கொம்புகள்.

மங்கலக்குடியார் மந்தையின் வயிற்றுப் பக்கமாய் நடந்துகொண்டு மந்தைக்குள் நின்ற பண்ணையாளுக்கும் மற்றவர்களுக்கும் எது வாய்ப்பானது என்று அடையாளம் காட்டினார். வெகு நேரங்கழித்து அவர்கள் அவ்வளவு பேர்களும் பார்க்கயிறுகளைக் கழுத்துகளில்

கந்தர்வன் சிறுகதைகள் 385

கட்டி இழுத்து வந்த மாடுகள் போலும் கன்றுகளைப் போலும் இருந்தவைகளை அருகில் வைத்துப் பார்த்தார். பாலுக்கு நீலம் போட்டது போல் நிறம். பிறந்ததன் பின் முதன் முறையாகத் தங்கள் கழுத்துகளில் விழுந்த கயிறுகளோடு நின்றன அவை.

கண்கள் திருதிருவென்றும் உடம்புகள் திமிறிக்கொண்டும் அலை பாய்ந்தன. பாரக்கயிறுகளைப் பிடித்துக்கொண்டிருக்கும் கீழத் தெரு ஆட்கள் எவ்வளவு நேரத்திற்குத் தாக்கு பிடிப்பது என்பதுபோல் மாடுகளின் திமிர்தல்களுக்கு வளைந்து நெளிந்து கொண்டிருந்தார்கள். ஒரு சாண் உயரக் கொம்புகள் யாரையும் எதுவும் செய்துவிடுமென்பது போல் தலையில் விநாடிக்கொரு முறை பல திசைகளிலும் பாய்ந்துகொண்டிருந்தன. இப்படி ஒரு தேக்கம் இதுவரை அவைகளின் வலுத்த கால்களுக்கு ஏற்பட்டதில்லை. ஆபத்திலும் மகிழ்ச்சியிலும் நாலு கால் பாய்ச்சலில் ஓடியே வளர்ந்தவை. நகரமுடியாமல் நிறுத்தலுக்குட்பட்ட கால்கள் நடுங்கின.

மங்கலக்குடியார் இரண்டும் ஒரு ஜாதியாகவும் சமட்டத்திலும் சம நிறத்திலும் இருப்பதை நின்றும் சுற்றி வந்தும் குனிந்தும் குத்துக்கால் வைத்து உட்கார்ந்தும் பார்த்தார். வால்கள் ரொம்ப அழகாயிருந்தன. உருவிட வேண்டும் போலிருந்தது. பெண்களின் நீண்ட ஜடைகள் போல் தெரியும் வால்கள். உணர்ச்சிவயப்பட்டு உருவிடக் கைகளை நீட்டிவிட்டார். அவற்றின் கொம்புகளைப் பார்த்த மாத்திரத்தில் கைகளை இழுத்துக்கொண்டார்.

மாட்டு சாஸ்திரம் அறிந்தவர் மங்கலக்குடியார். மாட்டிற்கு வால் எதற்காக உண்டாகியிருந்தாலும் அவர் பொருட்டு அது ஒய்யாரத்திற்கே. திமிருக்குத் திமிர். கொம்புதான் ஆயுதம். மாடு மாதிரி சிலதுதான் தாய் வயிற்றில் பிறக்கும்போதே ஆயுதத்துடன் பிறக்கிறது. வளர வளர ஆயுதமும் கனத்து வலுவாக வளர்கிறது. மங்கலக்குடியார் ஒரு நிமிடம் கொம்புகளைக் கவனித்துவிட்டு மாடுகளின் காதுகளை கவனித்தார். சுருண்ட காட்டு இலைகள் போலிருந்த அவை எவ்விதக் குற்றமுமின்றி இருந்ததும் மீண்டும் வால்களைப் பார்த்தார். பூரான் சுளி இல்லை. நெற்றிகள் சின்ன சௌகுகளின் விஸ்தாரம்.

கழுத்துகளைக் கூர்ந்து பார்த்தார். தடிமனாயிருந்தன. நுகத்தடிகளின் வழியாக அவரது பழங்காலத்து வீட்டை அந்தக் கழுத்துகள்தான் இனி சுமந்து செல்லவேண்டும். எல்லாமே அவருக்குத் திருப்தி.

"நான் காளாங்குடிக்குப் போய் மாட்டுக்கான பணத்தை மந்தை முதலாளிட்ட ஒப்பிச்சுட்டு வாரேன். நீங்க பதனமா மாடுகளை வீடு கொண்டுபோய்ச் சேருங்க" என்றார்.

திசைக்கு ஒரு கயிற்றிழுத்து இழுபட்டார்கள் மாடு ஓட்டுபவர்கள். மந்தையின் மற்ற மாடுகள் மிரண்டு குதித்தன. இம்மாதிரி மாடு பிடித்துப் போகும் காலங்களில் நடப்பது போலவே மாடுகள் தங்களுக்குள் எவ்விதப் பகையுமின்றி கோபத்தில் அடுத்த மாட்டோடு மூர்க்கமாய் மோதின. மாடு ஓட்டுபவர்கள் இரண்டுக்கும் வாய்களைச் சுற்றி ஒரு கட்டுப்போட்டு அவை மந்தையைத் திரும்பிப் பார்க்கவிடாமல் செய்திருந்தார்கள். மந்தையை மறுபடி பார்த்துவிட்டால் இரண்டும் ரௌத்ரம் கொண்டு பாரக்கயிறுகளையும் அறுத்துக்கொண்டு ரத்த விளாரி எடுத்துத் திரும்பி மந்தைக்குள் ஓடிவிடும். விரட்டினால் மின்னலாய்ப் பாய்ந்து காட்டிற்குள் நுழைந்து காணாமற்போய்விடும்.

பத்தடி தூரத்திற்கு மாடுகளை நடத்த அரைமணியானது. பண்ணையாள் மற்றவர்களுக்குக் கூர் சொல்லிக் கொண்டிருந்தான். இழுவை பறியலாய்க் கிடக்கும் இதைப் பார்த்தபடி வடமேற்காகப் போகும் ஒத்தையடிப் பாதையில் மங்கலக்குடியார் நடக்க ஆரம்பித்தார்.

மதிய வேளையில் மங்கலக்குடியார் வீடு திரும்பையில் திண்ணையடி வேப்பமரத்தில் இரண்டும் அதே பாரக்கயிறுகளால் கட்டிக் கிடந்தன. பக்கத்தில் தொழுவம். தொழுவத்தில் கட்டப்பட்டு அசையாது கிடக்கும் மாடுகள். கூரைகள், சுவர்கள், வீடுகள், கூட்டமான ஜனங்கள் என்று பார்த்துப் பார்த்து மிரண்டும் அதிர்ந்தும் நின்றன. சுத்து வீட்டுப் பெண்கள் தங்கள் குழந்தைகளை அடக்கிக் கொண்டிருந்தார்கள் புது மாடுகளின் பக்கம் போகாமல். அப்படியும் ஒரு பையன் பாதுகாப்பாய்த் தூரத்தில் நின்று எறிந்த ஒரு கல் மாட்டின் முதுகில் விழுந்ததற்காக மரத்தையே ஒடித்துப் போடுவது போல் 'வாங்கடா கிட்ட' என்பதாகக் கொம்புகளை வீசிக் குதித்தது. வேம்புக் குளிரிச்சி அவற்றின் கொதிப்பை கிஞ்சிற்றும் குறைக்கவில்லை. சட்டியில் சோறு வாங்கித் தொழுவத்தில் உட்கார்ந்து பண்ணையாள் சாப்பிட்டுக் கொண்டிருக்கையில் மங்கலக்குடியார் சொன்னார். "தொழுவத்து மாடுகளை அவுத்து வேப்ப மரத்தடியில் விடு. பழகட்டும்."

தொழுவில் நின்ற மாடுகளை அவிழ்த்து வேப்ப மரத்திற்கு விட்ட போது மந்தை மாடுகள் அவைகளை வேறு ஏதோ ஐந்துக்களைக் கண்டுவிட்டது போல் முட்ட வந்தன. கண்களில்

ஒளி இழந்தும் உடம்புகளில் செயலிழந்தும் மெதுவாய் நடந்துவந்த தொழுமாடுகள் இளம் மாடுகளின் மிரட்டலுக்குப் பயந்து ஒதுங்கி ஆபத்தற்ற இடைவெளி விட்டு வெட்கமின்றி நின்றன.

இன்னும் ஒரு வாய் கூளம் (வைக்கோல்) கூடத் தின்னவில்லை. தொட்டியில் வைத்த தண்ணீரில் ஒரு சொட்டைக் கூடக் குடிக்கவில்லை. பண்ணையாளிடம் மங்கலக்குடியார் சொன்னார். "அந்தப் புல்லுக்கட்டிலயிருந்து கொஞ்சத்தை அதுக முன்னாடி ஒதறிப் போடுடா".

புல்லை உதறிப் போடுவதற்காக அவன் எவ்வளவு நயமாய்ப் பயமாய் போனபோதும் கயிற்றின் எல்லை வரை ஓடிவந்து கொம்பு தாழ்த்தி விரட்டின. ராத்திரியானதும் தெருக் கம்பங்களிலிருந்தும் வீடுகளிலிருந்தும் வந்த மின் ஒளி பார்த்து முரண்டிச் சத்தமிட்டன.

ரெண்டு நாளில் மிரட்சி குறைந்து புல் தின்னவும் தண்ணீர் குடிக்கவும் ஆரம்பித்தபோது ஒரு விடியற்காலையில் மங்கலக்குடியார் வீட்டிற்குள்ளிருந்து இரண்டு குட்டையான வெள்ளை கயிறுகளை எடுத்துவந்தார். விரல் தடிமனிலிருந்தன கயிறுகள். பண்ணையாள் போய்க் கீழத் தெரு ஆட்களைக் கூட்டிவந்திருந்தான். அவர்கள் கறுத்தும் வைரம் பாய்ந்த உடம்பினராகவும் இருந்தார்கள். அவர்களில் ஒருவராய் வந்த அம்மாசியின் கையில் முனை சீவிய பனை நார் ஒன்றிருந்தது.

அவர்கள் மந்தை மாடுகளை முன்னும் பின்னும் சென்று கூர்மையாய்ப் பார்த்துவிட்டு 'நல்ல ஜோடி' என்றார்கள். மங்கலக்குடியாருக்கு மேலும் காணி கரை சேரப்போவதாய் சொன்னார்கள். ஒரு மாட்டைப் பிரித்து மஞ்சனத்தி மரத்தில் கட்டினார்கள். ஐம்பதடி தூரத்து மஞ்சனத்தி மரத்தில் கட்டுவதற்குள் ஜனம் வடம் பிடித்து நடத்தும் எருது கட்டு திருவிழாவைப் பார்த்துவிட்டது. அவ்வளவு அமளி.

வேப்ப மரத்தடி மாட்டின் இரு பக்கங்களிலும் நாலு பேர் மெதுவாக வந்து மாட்டின் உடம்பை அழுக்கிப் பிடிக்க கொம்புகளை மட்டும் இரண்டு பேர் அழுத்திப் பிடித்து நிற்க, அம்மாசி கூர்நாவில் மங்கலக்குடியார் கொடுத்த கயிறைக் கோர்த்து மாட்டு மூக்கின் ஒரு துளையில் நுழைத்துக் குத்தினார். சவ்வு கிழிந்து மாடு முன் எப்போதும் இல்லாத கோபத்தில் திமிறியது. குதித்தது. பலவான்கள் தங்கள் உடல்பலத்தின் மூலம் மாட்டின் அசைவுகளைக் கட்டுப்படுத்தினார்கள். இந்த இடைவெளியில் அம்மாசி ஒரு துளையில் குத்திய நாரைக் கயிறோடு மறு துளை வழியாக இழுத்தார்.

மாட்டு மூக்கிலிருந்து ரத்தம் சொட்டியபோது அதன் கால்கள் ஆடின. வலியால் துடித்து எம்பியது. மூக்கில் பூரிய கயிறை இழுத்துக் கொம்பிற்குப் பக்கமாய் முடிச்சுப் போட்டார்கள். மங்கலக்குடியார் கொடுத்த இன்னொரு கயிறை அதன் கழுத்தில் கட்டினார்கள். மாடு சிறிது நேரம் துடித்துவிட்டு அசையாமல் நின்றது. இதேபோல் அடுத்த மாட்டுக்கும் மூக்குப் பூரி ரத்தம் சிந்தவிட்டுக் கழுத்துக் கயிறும் கட்டினார்கள்.

மறுபடி புல்லும் நீரும் மறுத்து நின்ற நிலையிலே நின்றன இரண்டும். பிள்ளைகள் கூடிநின்று மாடுகளின் அலங்காரம் பார்த்தார்கள். மங்கலக்குடியாரின் சம்சாரம் திருஷ்டி கழித்துவிட்டுப் போனார். கூட்டத்தை விரட்டினார். வெள்ளை மாட்டிற்கு மூக்கு மட்டும் கறுப்பாயிருப்பது கயிறு போட்ட பின்தான் பளிச்சென்று தெரிந்தது. மூக்கு மட்டும் ஏன் கறுப்பாய் படைக்கப்பட்டது என்பது குறித்துக் கம்பூன்றி வந்தவர்கள் கதைகள் சொன்னார்கள். ஆயினும் குழந்தைகளுக்குக் கொம்புகளின் வீம்பு திடீரெனக் குறைந்தது பற்றிச் சலிப்பானார்கள். அவர்களுக்கு வியப்பும் வருத்தமும் வந்தன.

மாடுகளால் கொம்புகளை அசைக்க முடியவில்லை. ஆட்ட முயன்ற போதெல்லாம் மூக்கிலிருந்து ரத்தம் சொட்டியது. ரத்தத்திற்காகப் படையெடுத்த ஈக்களைக்கூட முகம் ஆட்டி விரட்ட இயலவில்லை அவைகளால்.

ஒரு வாரத்திற்குள் புல் தின்ன, வைக்கோல் தின்ன என்று ஆரம்பித்தன. ஜோடி சேர்த்துக் கட்டினார்கள். ஊர் பழகி வந்துகொண்டிருந்தது அவைகளுக்கு. மூக்கணாங்கயிறோடும் கழுத்துக் கயிறோடும் சேர்த்து ஒரு நீளமான சாதா கயிறு போட்டுக் கட்டிவைத்தார்கள்.

மங்கலக்குடியார் ஒருநாள் ரொம்பப் பிரியமாக அருகில் போனார். மாடுகள் ஒன்றும் செய்யவில்லை. சற்றுத் தைரியம் வந்து மாட்டு நெற்றியைச் சொரிந்து விடக் கையை நீட்டியபோது மாடுகள் மிகுந்த கோபத்தோடு முட்டித் தள்ளியது. மக்சக்கரப்பட்டு விழுந்து எழுந்த மங்கலக்கடியாருக்குத் தொடையில் மிதமான காயம். தெரு ஜனம் வேடிக்கை பார்த்ததில் வெகுவெட்கம். தேவைக்கதிகமாக ரெண்டு நாள் சின்னக் குழந்தைகளிடம் கூடச் சிரித்தபடி திரிந்தார்.

மூன்றாம் நாள் புறஞ்சேரிக்குப் பண்ணையாள் போய் சேமறியை (காயடிப்பவன்) அழைத்து வந்தான். பண்ணையாள் இரண்டு மாடுகளையும் ஒட்டிக்கொண்டு சத்திரப் பொட்டலுக்குப் போனான். சேமாறி கவட்டைக் கட்டைபோடு பின்னால் வந்தான். கீழத் தெரு ஆட்கள் ஏற்கனவே பொட்டலுக்கு வந்திருந்தார்கள்.

கந்தர்வன் சிறுகதைகள்

முன் இரண்டு கால்களை இணைத்து ஒரு கட்டும் பின் இரண்டு கால்களை இணைத்து ஒரு கட்டும் போட்டார்கள். மெதுவாக மாட்டை விழுத்தாட்டினார்கள். நின்ற எல்லோரும் மண்டிபோட்டு மாட்டை அழுக்கிக் கொள்ள, சேமாரி கட்டையால் மாட்டின் ஜீவ விதையை நசுக்கினான். மாடு கால்களை வெட்டித் துடித்தது.

பின் அடுத்த மாட்டிற்கும் அவ்வாறே சுயிறு கட்டிப் படுக்கப் போட்டு சேமாரி விதை நகக்கினான். மாடுகளின் கண்களிலிருந்து நீர் வழிந்தது. தடுமாறி நடந்தன. அன்று மாலையே வேப்ப மரத்திலிருந்து இரண்டையும் அவிழ்த்துத் தொழுவத்திற்குக் கொண்டுபோய்க் கட்டினான் பண்ணையாள். தொழுவத்தில் அவன் சாப்பிடும் இடம் தள்ளிப்போனது.

இரண்டும் நின்ற நிலைதான். படுக்கவில்லை. புல், நீர் எதுவும் வாயில் படவில்லை. கண்களில் வடிந்த நீருக்கு ஈக்கள் வந்தன. சுற்றி நடக்கிற எல்லாமே மந்தமாயின. ஒரு வாரத்தில் மங்கலக்குடியார் மகனே மாடுகளை அவிழ்த்துத் தண்ணீர் காட்டினான். வைக்கோல் தின்ன ஆரம்பித்தன. புல் போட்டார்கள். தின்றன.

வல்லுநர்கள் வந்து ஆராய்ந்து எது வலதன், எது இடதனென்று முடிவு சொன்னார்கள். அவ்வாறே ஒரு சுபதினத்தில் இரண்டு மாடுகளையும் ஒரு தட்டு வண்டியில் பூட்டி, சாட்டையில் அடித்தும் சாட்டைக் கூப்பின் நுனி ஆணியால் புட்டங்களில் ரத்தம் வரக் குத்தியும் வசக்கினார்கள். வாலைப் பிடித்து முறுக்கினால் வேகம் போயின. அடிக்க அடிக்கத் தாங்கின. சுமந்தன இழுத்தன.

சேறும் சகதியுமாய்க் கிடந்த வயல்களில் வெயில், மழை அந்த சந்திகளில் கலப்பை இழுத்தன. உழவுத் தளையில் கொழுமுளை காலிலேறி வயல் நீர் ரத்தத்தால் சிவந்து ரத்தக் களறியானபோதும் கொம்புகளை அவை அசைக்கவில்லை. சத்திரப்பொட்டலுக்கு ஒருநாள் அவைகளைக் கொண்டுபோய் மல்லாத்திப்போட்டு காடம் அடிக்க வைத்தார் மங்கலக்குடியார்.

ஒருநாள் இருட்டில் காட்டுப்புஞ்சை அறுப்பாகி நெல் ஏற்றிய வண்டி இழுத்து வருகையில் அருகாக அந்த மந்தை மாடுகள் போனபோது அவைகளை வெகு மந்தமாய்ப் பார்த்துவிட்டு சாலையில் ஓடின சாட்டையடி வாங்கியபடி. அந்த வருடப் பொங்கலுக்கு நாலு நாள் முந்தி மங்கலக்குடியார் கையால் மாடுகளின் கொம்புகளை கூர்மையாகக் கத்தி கொண்டு சீவி அவருக்குப் பிடித்தமான வர்ணம் அடித்தார்.

~

மணியாடர்

ரயில் வந்துநின்றதும் பதினைந்துக்கு மேற்பட்ட பையன்கள் கலகலவென்று சிரித்துக்கொண்டும் உரத்துச் சத்தமிட்டும் உள்ளே ஏறினர். முன்பதிவில்லா பொதுப்பெட்டி அது. வெளியே அவளும் ஊரிலிருந்து வந்த தாய் தகப்பன்மார்களும் தங்கள் மகன்கள் பிடித்து உட்கார்ந்து கொண்ட இருக்கைகளின் பக்கமாக உள்ள ஜன்னல்களுக்கு ஓடினர். மகன் உட்கார்ந்திருந்த இருக்கை ஓரமாக ஓடிவந்து அவள் நின்றாள். அவனுக்குகில் பாண்ட் அணிந்து நகரத்து ஆள்போல் ஒருவர் உட்கார்ந்திருந்தார். அவரை ஏறிட்டுப் பார்த்துவிட்டு பயந்து நடுங்கினாள். அவனைப் பார்த்துக் கத்தினாள். "மச்சானைக் கூட்டியாந்து பக்கத்திலே உக்காத்தி வை."

"மச்சான் அங்கே உக்காந்திருச்சு, விடு" என்றான் அவன். அவள் மறுபடி மகனருகே உட்கார்ந்திருந்த வேற்றாளைக் கொடூரமாகப் பார்த்தாள். அவன் யாரோ, எவனோ; மகனை எதுவும் செய்துவிடுவான். கையை நீட்டிச் சத்தம் போட்டாள். "மச்சானைக் கூட்டியாந்து பக்கத்திலே உக்காத்து." அவன் எரிச்சலுடன் தன் பக்கத்தில் உட்கார்ந்திருந்த வேற்றாளைப் பார்த்தவாறு சொன்னான். "சும்மா இரு." மற்ற பையன்களின் தாய் தகப்பன்கள் முண்டியடித்துக்கொண்டு தங்கள் மகன்களைப் பார்த்து அழுதுகொண்டும் புலம்பிக்கொண்டும் இருந்தபோது அவர்களைத் தள்ளிக்கொண்டு உள்ளே உட்கார்ந்திருந்த கட்டையனைத் தேடினாள்.

கட்டையன் நாலு வரிசை தாண்டி அந்த ஓரத்தில் கால் மேல்கால் போட்டு உட்கார்ந்திருந்தான். ஒரு ஜன்னலோரம் தன் மகனைப் பார்த்து ஒருத்தி கெஞ்சியபடி சொன்னாள். "அன்பு, கையை ஜன்னலுக்கு வெளியே நீட்டக்கூடாதுப்பா." இன்னொருத்தி தன் மகனிடம் சொல்லிக்கொண்டிருந்தாள்... "வெற்றி, தெருக்கள்ள நடக்கிறப்ப பராக்குப் பாத்துக்கிட்டு நடக்கக்கூடாதுப்பா." ஒவ்வொரு

வார்த்தைக்கும் தாய்மார்கள் கேவினார்கள். பேய் பிடித்தவள் போல இவள் அவர்களை விலக்கிக்கொண்டு கட்டையனின் முகம் நோக்கிக் கத்தினாள். "கட்டையா... என் மகன்கிட்டப் போய் உக்காரு. வேற யாரோ சம்பந்தமில்லாத ஆளு உக்காந்திருக்கு அவன் பக்கத்திலெ."

கட்டையன் சொன்னான். "நான் இந்த உலகத்திலெ எந்த எடத்திலெ உக்காந்திருந்தாலும் எனக்குத் தெரியாம ஒருத்தன் இவங்களைத் தொடமுடியாது தெரிஞ்சிக்க..."

கட்டையனுக்குப் பன்னிரண்டு வயசிருக்கும்போது ஒருநாள் ராத்திரி நேரஞ்சென்று வந்ததற்காக அப்பன்காரர் செருப்பை எடுத்து அடித்து விட்டார். திண்ணையில் படுத்துக்கிடந்த கட்டையன் காலையில் இல்லை. ராமநாதபுரம், மண்டபம், கழுகி, மதுரை என்று சொந்த பந்தங்களின் வீடுகளிலெல்லாம் தேடிவிட்டுக் கோடாங்கி அடித்துப் பார்த்தும், கிளியனூர்ப் பெரிய கிழவியிடம் போய் வெற்றிலையில் மை தடவிப் பார்த்தும் துப்புத் துலக்கவில்லை. அதே கவலையில் அம்மாக்காரி சீக்குக் சிடந்தாள். வாசல் கதவைக் கழற்றி அவளைப் பிணமாகக் கிடத்தியபோது அது நூலாகக் கிடந்தது.

ரொம்ப வருஷம் கழித்து தபால்காரர் ஒரு மணியாடர் பாரத்தைக் கொண்டுவந்தார். அப்பன்காரரிடம் அதில் ஒரு கையெழுத்து வாங்கிக்கொண்டு ஐந்நூறு ரூபாயைக் கொடுத்துவிட்டுப் போனார். அடியில் 'அன்புள்ள அப்பாவுக்கு, நான் புனாவில் ஒரு எண்ணெய்க் கம்பெனியில் நல்ல வேலையிலிருக்கேன். விவரமாய்ப் பிற்பாடு கடிதம் போடுகிறேன். அம்மா சுகமா? கட்டையன்' என்று எழுதியிருந்தது.

அப்பன்காரன் மகனுக்குக் கடிதம் எழுதினார். அவன் ஞாபகமாக வேயிருந்து அம்மா செத்தது, ஆடு ஒன்று காணாமற் போனது. வீடு ஒழுகுவது, இருமல் நிற்காமலிருப்பது என்று எழுதிவிட்டுக் கேட்டிருந்தார். 'நல்ல வேலையென்றால் எவ்வளவு சம்பளம்?'

கட்டையனிடமிருந்து மாதா மாதம் ஐந்நூறு ரூபாய் மணியாடரில் வந்தேயொழிய ஒரு கடிதம்கூட அவனிடமிருந்து வரவில்லை. மணியாடர் என்று இந்த ஊருக்குக் கட்டையன் தகப்பனருக்கு மட்டும்தான் வந்தது. தபால்காரர் வந்துவிட்டுப் போனதும் அக்கம் பக்கத்து ஆட்கள் அவரிடம் பிரியமாகப் பேசினார்கள். சித்தப்பு, மாமா என்று அவரை உறவுமுறை சொல்லிக் கூப்பிடுவதில் ரொம்ப உரிமை தெரிந்தது, அவர் ஒழுகிக்கொண்டிருந்த கூரையைப் பிரித்துப் போட்டுப் புது ஓலை வேய்ந்தார். கட்டும் வேட்டி வெள்ளையாயிருந்தது. தெருவில் நடக்கும்போது நிமிர்ந்தாற் போலிருந்தது நடை.

பலரும் வந்து அவரிடம் கைமாற்று கேட்டார்கள். "நீயும் ஓம் புருஷனைவிட்டு ஓம் மகனை ராத்திரியில் செருப்பால அடிக்கச் சொல்லு. ஒனக்கும் மாசா மாசம் மணியாடர் வரும்" என்று பெண்கள் ஆற்றாமையாகப் பேசிக்கொண்டார்கள்.

ஒருநாள் காலை கட்டையன் வந்து வீட்டிலிறங்கினான். பளபள வென்று பாண்ட், சட்டை கூலிங்கிளாஸோடு ஆள் ரொம்ப வளர்ந் திருந்தான். மீசை நறுக்கியிருந்தது. தமிழை மிகுந்த சிக்கலோடு பேசினான். அடிக்கடி டீ குடித்தான். குடித்த பிறகு சந்துக்குள் ஒதுங்கி பீடி பிடித்துவிட்டு வந்தான். உதடுகள் அதிகமாகத் தடித்தும் கறுத்தும் இருந்தன. உடம்பு கோணல் மாணலாயிருந்தது. சட்டைப் பைக்குள்ளிருந்து கை வெளியில் வரும்போதெல்லாம் நூறு ரூபாய் நோட்டுகள் கத்தை கத்தையாக வந்தன.

வெயில் வந்ததும் விடலைப் பையன்களைக் கூட்டிக்கொண்டு கண்மாய்க்கரை, துவரங்காடு என்று திரிந்தான். இலுப்பை மரத்தடி குளிர்ந்த நிழலில் பயல்கள் சுற்றி உட்கார்ந்திருக்க... கட்டையன் புனாவின் தெருக்களைப் பற்றி, அண்ணாந்து பார்க்கும்படியான கட்டடங்கள் பற்றி, நொடிக்கு நூறு வாகனங்கள் பறப்பது பற்றி, அழகான பெண்கள் பற்றி என்று சொல்லிக்கொண்டிருந்தான். ஏழாப்பில் தோற்று, எட்டாப்பில் தோற்று, பத்தாப்பில் தோற்று, உழுகவும் மாடு மேய்க்கவும் சீட்டாடவும் என்று திரிந்த பயல்கள், "அப்புறம் சொல்லுண்ணே" என்று மேலும் மேலும் சொல்லும்படி கேட்டார்கள்.

கட்டையன் பயல்களிடம் கண்ணைச் சிமிட்டிக்கொண்டே கேட்டான்: "ரொம்ப ஆசையாயிருக்கில்ல அங்கே போக?"

"ஆமாண்ணே" என்றார்கள் பையன்கள்.

ஒரு சுற்று எல்லோரையும் பார்த்துவிட்டு "நீ வா, நீவா" என்று பதினைந்து பேரைச் சொன்னான். ராமசாமி கேட்டான். "அப்போ நான்..."

"நீயில்லை."

"எனக்கு அண்ணன் வயசாயிருச்சு உனக்கு."

"ஏம்ப்பா ஆனா என்ன?"

"எனக்குத் தம்பி வயசிருக்கிறவங்களைத்தான் கூட்டிவரச் சொன்னார் அவரு."

"எனக்கும் ஒந்தம்பி வயசுன்னு சொல்லியிருப்பா."

"ஓம் மீசை, ஓம் முகமெல்லாம் காட்டிக் குடுத்திரும். இந்தப் பயகளைப் பாரு. பால் வடியுது. இப்படி வடியணும்னு சொல்லிவிட்டிருக்காரு."

"என்னை மட்டும் விட்டுட்டுப் போயிராதியடா."

"அட, நீதான் இல்லைனு சொல்லிட்டேன்ல. மத்தவங்க கேளுங்கப்பா. உங்களைக் கூட்டிக்கிட்டு வரச்சொன்னவரு ஏஜெண்டுதான். முதலாளி பம்பாய்க்காரரு. ரெண்டு பேருமே சொல்லிப்பிட்டாங்க நான் புறப்படறப்ப, மீசையும் மொளைச்சிருக்கணும்; அது கறுப்பாவும் இருக்கக்கூடாது. அந்த வயசுப் பயகதான் வேணும்னுட்டாங்க. பயல்களுக்குனு தனியா வீடு பிடிச்சிருக்காரு ஏஜெண்டு சார். மூணு வேளை சாப்பாடு அவர் பொறுப்பு. வீட்டுக்கு மாசா மாசம் ஐந்நூறு ரூபா அனுப்பிருவாரு. உங்க கையிலெ செலவுக்கு நாப்பது அம்பது தருவாரு. என்ன வேணுமோ கேக்கலாம். இல்லைன்னு சொல்ல மாட்டாரு. மதுரைக்குப் பக்கத்துல ஒரு இத்துணுண்டு கிராமத்திலிருந்து போயி புனாவுல உக்காந்து வீடு, காரெல்லாம் வாங்கியிருக்காருனா பாத்துக்குங்களேன்."

"எப்ப வேலைக்குப் போகணும்? எப்ப விடுவாங்க... என்ன வேலை அதுண்ணே?" என்றான் ஒருவன்.

"எண்ணெய்க் கம்பெனி ஓரமாத்தாண்டா வீடு. வேலை பாக்கலாம். சாப்பிடலாம், படுக்கலாம். எல்லாம் அங்கனக்குள்ளெ அங்கெனதான். வேலைனு சொல்லணும்னா காலைல எட்டு மணிக்கெல்லாம் கம்பெனிக்குள்ள போயி மிஷினுக்கிட்ட நிக்கிற ஆளு, கோடவுன்ல நிக்கற ஆளுனு அதுகிட்ட கரெக்டா நின்னுரணும். மிஷினு ஓட ஆரம்பிச்சிட்டா மத்தியானம் ஒருமணி வரை திரும்பி யார்ட்டயும் ஒரு வார்த்தை பேசமுடியாது. அப்புறம் சாப்பாடு, ஒண்ணே முக்காலுக்கு. மறுபடி மிஷின் ஓட ஆரம்பிச்சுரும். நாம் அங்கெங்கெ நிப்போம், ராத்திரி ஏழ மணிக்கெல்லாம் முடிஞ்சுரும். அதை அதை அந்தந்த எடத்திலே வெச்சுட்டு எட்டு மணிக்குத் திரும்பி வீட்டுக்கு வந்தா அப்புறம் கொண்டாட்டம்தான். சாப்பிடலாம், ஆடலாம், பாடலாம். தூங்கலாம், ஒன்னை ஏன்னு யாரும் கேக்கமாட்டாங்க. காலையில வேலைக்கு வந்துரணும். அவ்வளவுதான்."

"அப்ப நானும் வரேண்டா" என்றான் ராமசாமி.

"சும்மா சும்மா கேக்காதெடா"

ராமசாமி வாடிப்போனான். மற்ற பயல்கள் பேச்சை சீக்கிரம் முடித்துக்கொண்டு வீடுகளுக்குக் கிளம்பினார்கள். அன்றைக்குச் சாயந்திரம் பயல்களைக் கூட்டிக்கொண்டு தாயார் தகப்பனார்கள் கட்டையன் வீட்டுக்கு வந்தார்கள்.

அவள்தான் எல்லோரையும் முந்திக்கொண்டு கட்டையனிடம் அழுதுகொண்டே சொன்னாள்; "ஒத்தைக்கு ஒத்தையா வளக்கிறேன்ப்பா. எம்புள்ளைய மட்டும் வேணாம்னு சொல்லிரு ராசா". கட்டையன் சொன்னான். "மாசா மாசம் ஐந்நூறு ரூபாய் வீடு தேடி வர்றது வேணாம்னா விடுங்க. இப்ப வெவசாயம் முடிஞ்சிருச்சு. இனி, ஆறு மாசத்துக்கு ஆகாயத்தைப் பார்த்துக்கிட்டு அவனையும் பட்டினி போட்டுக்கிட்டு நீங்களும் அழுது பொரண்டுகிட்டு கெடங்க. நானா வேணாங்கிறேன்." அவள் சொன்னாள், "எந்தம்பி ராமசாமி வர்றேங்கிறான்ல; அவனைக் கூட்டிக்கிட்டுப் போப்பா."

"அவனைக் கூட்டிக்கிட்டு போகமுடியாது. அவனுக்கு வயசாயிருச்சு."

ராமசாமி சொன்னான். "அக்கா, மகனோட நானும் போறதுனா சம்ம தம்னு சொல்லும். ஒருத்தருக்கொருத்தர் தொணையா போயிரலாம்..."

"நீ வரக்கூடாது. அவன் வந்தா வரட்டும். மத்தவங்கள்லாம் வியாழக் கிழமை மானாமதுரை ரயில்வே ஸ்டேஷனுக்கு வந்திரணும் அன்னிக்குப் பொறப்படுறோம்."

ஒரு தகப்பன் சொன்னார். "பசியோ, பட்டினியோ செல்லங்குடுத்து வளத்துட்டோம்ப்பா புள்ளைகளை. கட்டையா நீதான்தாயா தகப்பனா இருந்து பாத்துக்கணும்ப்பா." இன்னொரு அம்மா கேட்டாள்: "பாஷையும் தெரியாது. அந்த ஊருக்குப் பாதையும் தெரியாது. பாலகன்களை இப்படிக் கூட்டிக்கிட்டுப் போறியே. நெசமாவே மொதலாளி, மேஸ்திரினு யாரும் புள்ளைகளை அடிக்கக் கிடிக்க மாட்டேங்களே?"

"வேலை செய்யணும். அதுதான் முக்கியம். மணியாடர் சும்மாவா வரும்?"

அவள் மனம் சோர்ந்து கட்டையன் வீட்டிலிருந்து திரும்பையில் ஒரே ஆறுதல், மகன் வாய்க்கொரு தடவை 'மச்சான்' என்று கூப்பிட்டுக் கொண்டு கூடவே திரியும் சிதை மகனும் கூடப் போகிறான் என்பதே. ஆனாலும், அவளுக்கு ரெண்டு நாளாக ஆகாரம் செல்லவில்லை. ராத்திரிகளில் கெட்ட சொப்பனங்கண்டு எழுந்து மூலையில் உட்கார்ந்து அழுதாள். ஊரெல்லாம் கேட்ட அந்த நள்விரவு ஓலத்தின் நடுவிலும் அவன் பிடிவாதமாயிருந்தான். ரயிலடி வேண்டுமென்று.

இப்போது அவள் மறுபடியும் ஜென்ம எதிரியாக நின்ற ரயில் பெட்டியைப் பார்த்தாள். கட்டையனோ, 'மச்சான்'

எனப்படும். மகனின் சிநேகிதனோ அவளைப் பொருட்படுத்தாமல் உட்கார்ந்திருந்தார்கள். ரயில் புறப்பட இன்னும் சிறிது நேரமிருந்தது. மகனுக்குப் பக்கத்தில் உட்கார்ந்திருந்த நகரத்து ஆள் வெளியில் பையன்களின் தாய் தகப்பன்மார்களின் உருக்கத்தைக் கண்கொட்டாமல் பார்த்துக் கொண்டிருந்தார்.

அவளுக்கு மகன் பக்கத்தில் உட்கார்ந்திருந்த வேற்றான் பற்றி பயமும் பீதியும் வந்தது. அந்த ஆளை முறைத்துப் பார்த்துக்கொண்டே கத்தினாள். "மச்சானைக் கூட்டியா... கிட்டவந்து உக்காரச் சொல்லு..."

"ஒனக்குக் கிறுக்குப் பிடிச்சிருச்சு. எல்லாரும் நீ வெச்ச வேலை யாள்களா?" என்றான் மகன்.

அவள் விசும்பி அழ ஆரம்பித்தாள். தொண்டை அடைத்து மயக்கமாக வந்தது. விசில் சத்தம் வந்த ரயில் ஓர் அசைவு கொடுத்துவிட்டு நகர ஆரம்பித்தது மங்கலாய்த் தெரிந்தது.

மயக்கம் தெளிந்தபோது ரயில் போய்விட்டிருந்தது. ஏறிட்டுப் பார்த்தாள். வெகுதூரத்துக்குத் தண்டவாளங்கள் வளைந்து வளைந்து பூதங்களாகக் கிடந்தன. பக்கத்தில் நின்றவளின் தோளில் சாய்ந்துகொண்டு தண்டவாளத்தை வெறித்துப் பார்த்தவாறு சொன்னாள்.. "அக்கா நான் ஒரு பாதகத்தி. பச்சைப்புள்ளைய என்ன... ஏதுனு தெரியாத எடத்துக்கு ஏத்தி அனுப்பிட்டேன். நான் இனிமே எண்ணெய் தேச்சுக் குளிக்க மாட்டேன்க்கா. இந்த பாலகன்களைப் புழிஞ்சு வர்றதுதான்கா இனிமே எண்ணெய்."

ரயில் ஆற்றுப்பாலம் தாண்டியபோது அவனுக்குப் பக்கத்தில் உட்கார்ந்திருந்த வேற்றாள் தலையைச் சாய்த்துக் குறட்டை விட்டுக்கொண்டிருந்தார். கட்டையன் மூடிய கைக்குள்ளிருந்தி பையல்களிடம் எதையோ உருவிக் கொடுத்துக்கொண்டே வந்தான். சில பையன்கள் வாங்கிக்கொண்டார்கள். சிலர் மறுத்தார்கள். இவனிடம் வந்தபோது கட்டையன் சிரித்தபடி நீட்டியடி கையில் ஒரு பீடி இருந்தது.

~

அனுமர் காத்திருக்கிறார்

முக்காலம் என்பதாகக் காலத்தையும் பிரித்த அறிவின்படி இந்தக் கதையை மூன்றாகப் பிரித்து விவரிக்கப் போகிறேன். முந்தாநாள் மாலை வரை இன்று இந்த மருத்துவரின் அறை வாசலில் என்ற வரிசையில் கதை விரியும்.

முந்தாநாள் மாலை வரை...

சித்தம் கலங்கும் வெயில். பூமி பொறுபொறுத்துக் கிடந்தது. ஏப்ரல், மே மாதங்களில்தான் இந்தப் பிரதேசத்தின் அட்சரேகை. கடகரேகை, மகரரேகை, பூமத்தியரேகை பற்றியெல்லாம் நினைக்கத் தோன்றுகிறது. சூரியனுக்குப் பூமிமீது கோபம் வந்ததாகக் கற்பனை வருகிறது. இந்த மாதங்களின் ஏறுவெயிலே, மற்ற மாதங்களின் உச்சிவெயிலுக்குச் சமமாகிறது.

இறங்குவெயிலும் அனல்மயம். தார்ச் சாலைகளின் மேல் உருளும் சக்கரங்களில் உருகிய தார் ஒட்டிக்கொள்கிறது. தூரச் சாலைகளில் கானல் அலைகிறது. அனலிலே பயணம். அனலுக்குள் உண்பது, அனலுக்குள் இழைவது என்றாகிவிட்டது.

பகல் முழுதும் வாங்கிய வெயிலை, வீட்டுச் சுவர்கள் துவிலுதல் அடிவரை புதுக்கிக் கொள்கின்றன. இரவில் திருடர் பயத்தால் சாளரங்கள் மூடப்பட்டவுடன் சாளரங்கள் கணப்படுப்புகளாக ஆகிவிடுகின்றன. மின்விசிறிகள் நெருப்பை வாரிக் கொட்டுகின்றன. நிறுத்தினால், அதனினும் துயரம். அரசு உபயத்தில் வீடு இருண்டு, மின்விசிறி நின்று பிரளயத்தில் தடுமாறும் பீதி.

அலுவலகம் போகுமுன் போட்ட பனியன் ஐந்தாவது நிமிடத்தில் வேர்வையில் நனைந்ததானது, இரவு வந்து கழற்றும் போதிலும் காய்வதில்லை.

மரங்களைப் பார்க்கப் பொறாமையாயிருக்கிறது. அவை இந்த மாதங்களில்தான் வெயிலைக் கொஞ்சிக்கொண்டு, முசுமுசுவென்று தளிர்விடுகின்றன. இலைகள் நிறம் மாறுகின்றன.

மனித குமாரர்கள் இந்தக் காலத்தில் பசியற்றும் வயிற்றுப் பிணவும் வேனற் கொப்புளங்களுமாய்த் திரிகிறார்கள். இந்த வங்கோடையில் உட்காருவதற்கு முன்னோர்கள் வாக்குக் கொடுத்துப் போனார்கள். காலையில் கல், மாலையில் புல். மாறி உட்கார்ந்தால், அந்த இடத்தில் கட்டி உண்டாகி, மறுபடி எதிலும் சிறிது நாட்களுக்கு உட்கார முடியாமற் போகலாம் என்பதற்கு என் நண்பன் நவீனமான வெள்ளைக் களிம்பு தடவிக் கால் அகட்டி நடந்து திரிந்தது ஓர் உதாரணம்.

முந்தாநாள் மாலை...

மாலை சுமார் நாலு மணிக்கு வெயிலிலேயே வேர்க்கடலை வறுக்கலாம் என்கிற மாதிரி இருந்தது ஊர் நிலைமை. "இப்படி என்னிக்கும் வேர்வை வந்ததில்லைடா" என்று முதியவர்கள் இளையவர்களிடம் பினாத்திக்கொண்டிருந்த வேளையில் மேகத்தில் தீவு தீவாய் அழுக்குப் படர்ந்தது... கறுத்து வந்தது. தீவுகள் வேகவேகமாகச் சேர்ந்தன. மண் வாசமெடுத்தது. காற்று மூன்று மாத வேனல் மறந்து, முதன்முறையாக மெல்லிய பூங்காற்றாக வீசியது. பின்னர், பெருங்காற்றாகச் சுழன்றது.

வடகிழக்கிலும் வடமேற்கிலும் மின்னல்கள் கண் பறிக்கும் ஒளியோடு மேகத்தைப் பிளந்தன. இடிச் சத்தம் புது வீடு கட்டிக் குடிவந்தவர்களின் அடிவயிற்றில் இறங்கியது. அவர்கள் விதானம் பார்த்தபடி வெகுவாகப் பயந்தார்கள். மேகத்துக்குக் கோடி கோடி விரல்கள் முளைத்துப் பூமியைத் தொட்டன. தார்ச்சாலைகளில் புகை வந்தது. நீர் பெருகிச் சாலைகளில் பூ நதிகள் புரண்டன. தென்னை மரக்குழிகள் நிறைய முன்பே குளிர்காற்று ஒழுங்கற்று வீசியது.

அந்தப் பாழ் காற்றுக்குப் பயந்து மேகம் கோடி கோடி விரல்களையும் உள்ளிழுத்து மறைத்தது. இதனை அகாலத்தில் நிகழ்த்த வேண்டியும் சுருக்க வேண்டியும் நேர்ந்துபோனதில் மேகம் தன் தலைவலி போக்க, ஏழு வண்ணங்களில் தைலம் தடவி, சட்டென்று படுத்துக் கிடந்ததை அண்ணாந்து பார்த்தார்கள்.

இன்று மாலை இந்த மருத்துவரின் அறைவாசலில்...

இவ்விதமாகப் பெய்துபோன மழையை ரெண்டுங்கெட்டான் மழை என்று உதறினார்கள் ஊரார். பூமிக்கடியில் சேர்த்துவைத்த சூட்டைக் கிளப்பிவிட்டது இந்தச் சிறுமழை என்றனர். மனித

தேகங்களில் இந்தச் சூடு பரவியதன் விளைவாகக் காய்ச்சல், சளி, வயிற்றுப்போக்கு கண்டு மருத்துவர்களின் அறைவாசல்கள் முன் ஜனங்கள் குழுமினார்கள். காய்ச்சலால் வாயுலர்ந்து, கொதிக்கும் உடம்போடும் காந்தல் கண்ணோடும் அன்னம், நீர் மறந்து நானும் வாசல் முன் நின்றேன்.

இந்த மருத்துவமனை வாடகைக்கானது. மருத்துவர்கள் தத்தமக்கும் ஓர் அறை எடுத்தமர்ந்து வைத்தியம் பார்க்கிறார்கள்.

மருத்துவர்கள் எந்த மனித உறுப்பு குறித்துச் சிறப்புக் கல்வி பயின்று பட்டம் பெற்றார்களோ அல்லது எந்த உறுப்புக்கு மருத்துவம் பார்க்கிறார்களோ, அது குறித்த வண்ணப் படங்கள் தடுப்பு மொழிகளோடு அறைக்கதவுகள் துலங்குகின்றன. மூட்டு சம்பந்தப்பட்ட மருத்துவரின் கதவுப் படத்தில், ஒரு பெண் ஒருக்களித்துப் படுத்து முழங்காலைச் சற்று ஒடுக்கிப் படுத்திருந்தாள். நீட்டிப்படுத்தால் முதுகுவலி வரும் என்று ஒரு வாசகம்.

கண்ணாடி அணியாமல் இருசக்கர வாகனம் பயணம் வேண்டாம். தூசியிலிருந்து கண்களைக் காப்பாற்றுங்கள் என்று ஒரு வாசகம். ரொம்ப வருஷம் முன்னால் எழும்பூர் மருத்துவமனைக்குப் போனபோது, 'The first eye donor of the world is Kannappa Nayanar' என்று எழுதி வைத்திருந்த கூர்மை இப்போது ஞாபகத்தில் வருகிறது.

நான் நின்ற அறைவாசல் ஒரு எம்.டி. பட்டக்காரருடையது. அவர் பொதுவான வியாதிகளைப் பார்ப்பவர். ரத்த அழுத்தம், சர்க்கரை வியாதிகளுக்கு உணவுமுறை குறித்த வாசகங்களோடு உடம்பின் உள்பாகங்களை வண்ணங்களோடு விளக்கும் ஒரு நீளப் படமும் கதவில் ஒட்டப்பட்டிருந்தது.

என்னுடைய டோக்கன் எண் எட்டு. மருத்துவர் அப்போது மூன்றாம் எண் டோக்கன் கொண்டவரைப் பரீட்சை பண்ணிக்கொண்டிருந்தார். கதவு கால்வாசி திறந்திருந்தது. மருத்துவர் தன் சோதனைகளை முடித்த பின்னும் நோயாளி தொணதொணத்தபடி இருந்தார். மருந்துச் சீட்டு எழுத பல தடவைகளாய்க் குனிந்த மருத்துவரை, நோயாளி கொக்கி போட்டு இழுத்தார்.

மறுபடி வாய் திறக்கச் சொல்லி, நாக்கை நீட்டச் சொல்லி, ஸ்டெத் வைத்து என்று சோதனைகளாகச் செய்துகொண்டிருக்கையில், அவர் மனைவியும் மாமியாரோ, தாயாரோ ஒரு மூதாட்டியும் மேலும் கேள்விகள் பலவற்றை மருத்துவரின் இடப்புறமிருந்தும் வலப்புறமிருந்தும் கேட்க, வெளியே நின்ற நாலாம் எண் டோக்கன்காரப் பெண் பற்களை நறநறவென்று கடித்தார்.

கந்தர்வன் சிறுகதைகள் 399

"உள்ளே போனா வெளியுலகம் காணாமற் போயிருது சிலருக்கு. இன்னும் ஒருமணி நேரத்துக்கு வெளியே வரமாட்டாங்க, போ..." என்று தன் மகள்போல் வயதுள்ள பெண்ணிடம் முகம் சுருக்கிக் வைவிரித்து, விரக்தியின் விளிம்பில் முனகினார். ஐந்தாம் எண், ஆறாம் எண் டோக்கன்காரர்கள் கால்களை மாற்றி வைத்துக்கொண்டு நின்றும் கைகளால் சுவரைத் தள்ளிவிடுவது போல் குனிந்தும், பெருமூச்சுவிட்டார்கள்.

நான் திரும்பிப் பார்த்தபோது, இடது பக்க மூலையில் டை கட்டி, ஷூ அணிந்து, முழுக்கைச் சட்டையோடும் கையில் கனத்த ஒரு தோல்பையோடும் மருந்துப் பிரதிநிதி ஒருவர் நின்று கொண்டிருந்தார். மருத்துவரின் அறைக்குள் நுழைய வெகுநேரமாக முயன்றுகொண்டிருந்தார் போல. டோக்கன் வாங்கியிருக்கும் அந்தஸ்தில் அவரை அலாக்காக இடது மூலைக்கு மக்கள் தள்ளி இருந்திருக்கிறார்கள்.

அவர் அடிக்கடி பாண்ட் பைக்குள்ளிருந்து பெரிய கைக்குட்டை ஒன்றை எடுத்து முகத்தையும் கழுத்தையும் துடைத்தபடி இருந்தார். அவரும் உள்ளே போகவேண்டியவர் என்பதாக எவருமே நினைக்கவில்லை. கதவு எப்போது முழுதுமாகத் திறக்கும், அடுத்த டோக்கன்காரரான தாங்கள் எப்போது உள்ளே நுழையலாம் என்பதன்றி வேறு எதுவும் யாரும் அவர்களுக்கு முக்கியமாகப் படவில்லை.

நோயாளிகளும் அவர்களுடன் வந்தவர்களும் நல்ல உடை அணியாமலும் முகங்கள் லட்சணமாக இல்லாமலும் இருந்தார்கள். நோயும் அது தந்த வேதனைகளும் விளைவுகளும் அவர்கள் முகங்களைச் சொரசொரப்பாக்கி இருந்தன. அங்கு நின்ற முகங்களிலேயே களையான முகம் அந்த மருந்துப் பிரதிநிதிக்கு மட்டுமே இருந்தது. கொடும் புழுக்கத்திலும் உடை கலையாமலும் நிலைகுலையாமலும் நின்றார் அவர்.

மூன்றாம் எண் டோக்கன்காரர்கள் கதவைத் திறந்துகொண்டு வெளியில் வருமுன், இறங்கும் பயணிகளைத் தள்ளிக்கொண்டு பேருந்தில் ஏறும் பயணிகளையொப்ப நான்காம் எண் டோக்கன்னாரும் அவர் உறவுகளும் உள்ளே பாய்ந்தனர். கெஞ்சல் பார்வையோடும் பிச்சைப் பார்வையோடும் மருந்துப் பிரதிநிதி உள்ளே போக நின்றதை நாலாம் எண் டோக்கன்காரர்கள் கண்டுகொள்ளவில்லை.

அவர் இப்போது மூடியிருக்கும் அறைக் கதவின் மேல் வைத்த கண் பாங்காமல் பார்த்துக்கொண்டு நின்றார். வெகுநேரமாயிற்று.

முன்பு மூன்றாம் எண் டோக்கன்காரர்கள் உள்ளே வெகுநேரம். செலவிட்டதைப் பொறுமையிழந்து, சலிப்படைந்து சாபம் கொடுத்ததை மறந்து, அவர்களை விடவும் நாலாம் எண் டோக்கன்காரர்கள் அதிக நேரமெடுத்து மருத்துவரைக் குடைந்து கொண்டிருந்தார்கள்.

ஐந்தாம் எண் டோக்கன்காரர்கள் வெறுப்படைந்து முணுமுணுத்தபடி நிற்க, அந்த 'டை' கட்டிய மருந்துப் பிரதிநிதி தோள் கீழே இறங்கிவிடும் சுமையுள்ள தோல்பையுடன் உள்ளே விட அனுமதி கேட்கும் பார்வை யோடு நோயாளிகளிடம் இறைஞ்சினார். யாரும் அவரைச் சட்டை பண்ணவில்லை.

அவர்கள் இவ்விதம் அவரைக் குறித்து அலட்சியமாக நின்ற வேளையில், அவரின் மாண்புகளை என் மூளை ஞாபகத்துக்குக் கொண்டுவந்தது. இவர் யார்...? இவர் இதிகாச காலத்து அனுமர். இவர் பையிலிருப்பது இதுவோ, அதுவோ அல்ல. சஞ்சீவி பர்வதம். வேதியியல் தவச் சாலைகளிலும் பரண்டாலைகளிலும் தவமிருந்து வரமிருந்து பெற்றதை எலிகளுக்கும் குரங்குகளுக்கும் கொடுத்துக் குணமறிந்த பின், மானிட நோய்களுக்கு மாமருந்து ஏந்தி மருத்துவமனைகளிலும் மருந்துக் கடைகள் முன்பும் அனலபவர்.

மருத்துவர் வியாதி என்னவென்று சொல்லலாம். ஆனால், மருந்து இதோ... இந்த இளைய மகானிடம்தானிருக்கிறது.

வெயிலில் காய்ந்து, மழையில் நனைந்து, மருந்துப் பை சுமந்து, மருத்துவர்களின் அறைக்கதவுகள் முன் பல மணி நேரம் தியானித்து, எப்படியோ உள்ளே போய் மருத்துவர் முன் அமர்ந்து, விஞ்ஞான வார்த்தைகளாலும் மருத்துவ வாக்கியங்களாலும் ஐந்து நிமிடங்களுக்கு மிகாமலும் ஒலியும் மிகாமலும் அருவியாகக் கொட்டி நாலு மாதிரிப் பொட்டலங்கள், புட்டிகளைக் கொடுத்து வெளியேறும் கர்மசிரத்தைக்காரர்.

மருந்துகளைக் கண்டுபிடிப்பவர்கள், வியாதிகளைக் கண்டுபிடிப்பவர்கள் யாரையும்விட மருந்துகளைப் பரப்புபவர் பிரசாரம் பண்ணுபவர் புண்ணியவான். அலைச்சல்களால், ஏழு நாளில் குணமாக வேண்டிய நோய் ஒருநாளில் குணமாகலாம். காலம் கழியக் கழிய, இவர் நடந்து செய்யும் திருப்பணியால் ஒரே ஒரு மாத்திரையிலும் நிவாரணமாகலாம்.

இவரைப் பெற்றவர்கள், இவரோடு வாழ்பவர்கள் எல்லோரும் நிறைவாழ்வும் நிம்மதியும் பெற்றுத் திகழேவண்டும். எல்லோரும்தான் சம்பளம் வாங்குகிறார்கள். ஆயினும், இவர்

வாங்கும் சம்பளம் மனித குலத்தின் உயிரோடு இணைந்தது. இவரை நனைக்கும் வேர்வையும் மழையும் ஈரமில்லாதவை. இந்த அனுமர் சுமக்கும் பாரம், அதன் புனிதத்தின் காரணமாகக் கனமிழந்து போகக்கூடாது. இவர் இதயம் திறந்த படம் வரைந்தால், அங்கே ராமருக்குப் பதிலாக உலக மக்களையே ரவிவர்மா வரைந்து காட்டக்கூடும்.

ஏழாம் எண் டோக்கன்காரர்கள் வெளியே வந்ததும் அவர் நுழைந்துவிடாமல் உள்ளே பாய்ந்து, மருத்துவரின் வலது பக்க ஸ்டூலில் அமர்ந்து வேகவேகமாக என் வியாதியைச் சொன்னேன். எல்லோரையும் போல் நானும் வெகுநேரம் உள்ளே இருந்துவிட்டு, மிக மெதுவாக வெளியே வந்தபோது, முன்பு நான் நுழைந்த வேகத்தினும் பன்மடங்கு வேகமாக ஒன்பதாம் எண் டோக்கன்காரர் உள்ளே நுழைந்தார்.

படியிறங்கியபடியே பார்த்தபோது, களைப்பு மிகுதியில் பெஞ்சின் மேல் பொத்தென்று பையைப் போட்டுவிட்டு தானும் அமர்ந்து டையைத் தளர்த்திக் கொண்டிருந்தார் 'அனுமர்'.

~

வேண்டுதல்

அம்மா வம்பாடு பட்டுக்கொண்டிருந்தது எங்களை வளர்க்க. அப்பா மறைந்து ஒரு வருஷத்தில் வீடு துடைக்கப்பட்டு விட்டது. வெண்கலப் பாத்திரங்கள் மாரியாயி வீட்டில் அடுக்குக் கிடந்தன.

கிழக்கே பெரிய கொட்டாரத்திலிருந்து மேற்கே அய்யனார் கோவில் வரை தலையில் நார்ப்பெட்டி தூக்கி அம்மா சாணி பொறுக்கியது. படப்புக் கொல்லைகளின் குட்டிச்சுவர்களில் வட்டம் வட்டமாக எரு தட்டி காயவைத்தது. தனது நீளநீள விரல்கள் எருவில் பதிந்த அடையாளங் காண்பித்து அவ்வப்போது நிகழும் எருத் திருட்டுகளுக்குப் பின் அவைகளைப் பறித்துக்கொண்டு வந்துவிடும்.

நாற்புறங்களிலும் கல்வைத்து அதன்மேல் கனமான கம்புகளைப் பரப்பிக் காய்ந்த எருவை அரையாள் உயரத்திற்கு வட்டமாய் அடுக்கிக் குந்தாணிகள் உண்டாக்கும். மேலே ஓலைகள் பரப்பி அவற்றுக்கு மேல் கனத்த கற்கள் பரப்பி மழை இறங்காமல் பார்த்துக்கொள்ளும். விலைக்கு எரு வாங்க வருகிறவர்களிடம் அம்மா நிமிர்ந்து பேசாது. ஏதாவது வேலையைப் பார்த்துக்கொண்டே பேசும். அந்த அலட்சியம் எரு விலையை உயர்த்த உதவியதை அம்மா நுணுக்கமாய் அறிந்துவைத்திருந்தது.

கொல்லையில் காய்த்துப் பழுத்த பறங்கிப் பழங்களையும் பெரும் பூசணிக்காய்களையும் திண்ணை ஓர எரவாணம் பூராவிலும் உரி கட்டித் தொங்கவிடும். புரட்டாசி சனிக்கிழமைகள், ஆவணி ஞாயிற்றுக்கிழமைகள் அமாவாசை தினங்களில் இறக்கி நல்ல விலைக்குக் கடைகளில் விற்கும்.

இவைகளால் எல்லாம் எங்கள் எல்லார் வயிறுகளையும் நிரப்பிவிட முடியவில்லை. அம்மா நெல் கேட்டுத் தாய்வழிச்

சொந்த வீடுகள் இருக்கும் பணி வாசலுக்கு அடிக்கடி போகும். என்னைத் துணைக்கு வரச்சொல்லும்.

வடக்கே உலகம்மா கோவில் வரை இரண்டு பக்கங்களிலும் வயல்களுக்கூடேயுள்ள வண்டிப் பாதையில் நடக்க வேண்டும். அப்புறம் கண்மாய்க்கரை மேலே ரெண்டு பக்கமும் சப்பாத்திக்கள்ளி, பெரண்டை, பாம்பேறாக்கள்ளி, காட்டுக்கருவேலுக்கு நடுவில் ஒத்தையடிப் பாதையில் நடந்து வண்ணார் துறைக்கு நேராக இறங்கிக் கோடையில் காக்கை குருவியுமற்ற கண்மாய்க்குள் நடக்கவேண்டும். திடீரென வரும் ஒரு மைனாவின் குரல் யானைப் பிளிறல்போல் திடுக்கிட வைக்கும். ஒன்றுமற்ற வெளி முன்னும் பின்னும் என்கிற பொட்டலின் பயம் என்னவெனில் யாரும் சட்டென்று உதித்து முகத்திற்கு முன் அரிவாளை நீட்டப்போவது போலிருக்கும். ஓட்டமும் நடையுமாயிருக்கும் அம்மா முகத்தில் அத்தனை பயமும் தெரியும். நான் தொங்கு ஓட்டத்திலேயே பணிவாசல் வரை பின்னே ஓடுவேன்.

பணிவாசல் ஊருக்குள் போய்விட்டால் அம்மா முகம் பூத்துவிடும். சின்னம்மா வீடு, பெரியம்மா வீடு, சினனம்மாச்சி வீடு, பெரியம்மாச்சி வீடு என்று அம்மாவுக்குச் சொந்தக்கார வீடுகள் அம்மா தாழ்ந்து போனதாக நினைப்பதில்லை. "வா வா" என்று வாய் நிறையக் கூப்பிடுவார்கள். "ஏத்தா இந்த வெயில்ல கெடந்து வந்தே; பாலகனையும் கூட்டிக்கிட்டு" என்பார்கள்.

அம்மாவுக்கு இங்கே எல்லாரும் தாய்வழிச் சொந்தங்கள். மூன்று கிளை, நான்கு கிளை தாண்டியிருந்தாலும் தாய்வழிச் சொந்தங்கள் என்றால் கன்னத்தோடு கன்னம் வைத்து பாசம் காட்டுவார்கள் பெண்கள். அக்கா மகளை 'என் மக' என்று சொல்லி கைநீட்டி இழுத்துக்கொள்ளும்போதே அந்தச் சிறுபெண் கண் நனைந்து 'சின்னம்மா' என்று பாய்ந்து கவ்விக்கொள்ளும். பெண்கள் கிளைகளை விரித்துச் செல்வதும் சம்பந்தங்களுக்கு வழிகோலுவதும் தாய்வழிச் சொந்தங்களிடத்தில்தான். தகப்பன் வழி வீடுகள் பற்றி ஆயிரம் புராணிகள் பேசும் வாய்கள் தாய்வழிச் சொந்தங்களில் எவ்வளவு ஊனம் தெரிந்தாலும் கண்ணைக் காட்டியோ தொடையைத் திருகியோ உதடுகளை மூடவைத்து விடுவார்கள்.

இந்தச் சொந்தக்காரப் பெண்கள் அம்மா சின்ன வயசாயிருக்கையில் இங்குக் கூட்டிவந்து பத்து நாள், இருபது நாள் வைத்திருந்து கொஞ்சிவிட்டு விருப்பமில்லாமல் கொண்டுபோய் ஊரில் விடுவார்களாம். பணிவாசலில் விளையாடித் திரிந்த நாட்களையும் பிரதானமாகக் காமாச்சிப் பாட்டியின் திக்குமுக்காட்டும்

அன்பைப் பற்றியும் நூறு தடவைகளுக்கு மேல் அம்மா சொல்லி இருக்கிறது. எனக்கும் அந்த ஊரை ரொம்பப் பிடித்திருந்தது.

முளைக்கொட்டுத் திண்ணையில் குச்சியை ஊன்றி ஒரு கயிற்றால் சுற்றிவந்தால் ஒரு வட்டம் அடிக்கிற அளவுதான் ஊர் பொழுது இருட்டியதும் சாப்பாடு முடித்து முளைக்கொட்டுத் திண்ணை விளக்குக் கம்பத்தடியில் கழுவிய கையிலிருந்து கருவாட்டுக்குழம்பு வாசம் வந்தபடி பெண்கள் உட்கார்ந்து பேசுவதைப் பார்த்த படி இருக்கலாம். பிள்ளைகள் மணலில் குதூகலமாய் விளையாடுவார்கள். பத்துக் கொள்ளைக்காரர்கள் ஆயுதங்களோடு வந்தால் ஊர் தாங்காது. அவ்வளவு சின்ன ஊர் என்பதால் ஜாதி ஒற்றுமை ஜாஸ்தி. நல்லது கெட்டதுகளில் கைகளைக் கோத்து இறுக்கிக்கொள்வார்கள்.

ஊரில் அம்மாவுக்கு ரொம்பப் பிடித்த இடமான இடம் கண்மாய்க்கரை ஆலமரத்துப் பிள்ளையார். இந்தப் பகுதியில் எல்லா ஊர்களிலும் வேம்பு, கருவேல், பூவரசு மஞ்சனத்தி இவைதான் மரங்கள். இந்த ஊரில்நான் அபூர்வமாக ஆலமரம் சடைசடையாய் விழுகள். விழுகள் பிடித்துப் பிள்ளைகள் ஆடுவார்கள். கண்மாய் நிறைந்த காலங்களில் விழுது தொங்கிப்போய் நீரில் குதிக்கலாம்.

ஆலமரத்தடிப் பிள்ளையார் இரண்டு முழ உயரத்தில் கண்ணைக் குத்தும் கறுப்போடு கிழக்கே பார்த்து உட்கார்ந்திருக்கிறார். அரவமற்ற கண்மாய்க்கரையில் அம்மாவுக்குச் சிறுவயதில் என்னென்ன அச்சங்கள் வந்தனவோ, என்னென்ன சோதனைகள் வந்தனவோ, பிள்ளையாரைச் சரணடைந்திருக்கலாம். ஆலமர அழகுக்கும் நிறை கண்மாய் நேர்த்திக்கும் சடை தொங்கி விளையாடிய உற்சாகத்திற்கும் பிள்ளையார் சினேகிதமாயிருக்கலாம்.

அம்மா விரும்பியது எது நடந்தாலும் பணிவாசல் ஆலமரத்தடிப் பிள்ளையாருக்கு அடுத்த வெள்ளியே வடைமாலை சாற்றிப் பொங்கல் நடக்கும். அப்பா காலத்தில் ஜோடிமாடு வாங்கியபோது, விளைச்சலில் அதிகக் கண்டு முதல் கண்டபோது, பசுக்களில் ஒன்று கன்று போட்டபோது என்று சொல்லியபடி அடிக்கடி வரும் அம்மா பணிவாசலுக்கு.

எதிர்ப்படும் தாய்க்புள்ளைகளிடம் நாலு வார்த்தை பேசியபடியே அப்போதெல்லாம் நேராக இந்தக் கண்மாய்க்கு வரும். பிள்ளையாருக்கு எதிரில் பொங்கல் வைக்க என்று மூன்று கற்கள் கரிப்பட்டுக் கிடக்கும். கை எட்டும் தூரத்தில் கண்மாய் நீரெடுத்து அம்மா பொங்கலுக்கு ஆயத்தமாகும். நாங்கள் கரையோர மரங்களின் கீழ் சுள்ளி பொறுக்கி வருவோம். காய்ந்த சருகுகள் கொண்டுவருவோம்.

கந்தர்வன் சிறுகதைகள் 405

ஊரிலே வடை சுட்டுநூல் கோத்து மாலையாக்கிக் கொண்டு வந்திருக்கும் அம்மா, பொங்கல் வைக்கும்போது அம்மாவின் முதற்கிளையிலிருந்து ஆறாங்கிளை வரையுள்ள பெண்கள் சேர்ந்துவிடுவார்கள். பொங்கலை இறக்கியதும் அம்மா பிள்ளையாருக்கு முதலில் முல்லைப்பூ மாலை போடும். நந்தவனத்து முல்லை. வாசம் மூக்கைப் பிய்க்கும். அதன்மேல் அம்மா வடைமாலையைச் சாத்தும், வாசம் வடையும் முல்லையும் கலந்துவரும்.

இலை விரித்துப் பொங்கல் படைக்கும். தாய்வழியில் அம்மாவுக்கு அண்ணன் முறையுள்ள யாராவது ஒருவர் துண்டை இடுப்பில் கட்டியபடி தேங்காய் உடைப்பார். எதற்கென்று தெரியாமலும் காதில் விழுந்ததை மறுபடி விசாரித்தறிய விரும்பாமலும் அவரவரும் சொந்தத் தேவை கேட்டுக் கண்மூடிச் சாமி கும்பிடுவார்கள்.

அம்மா பூவரசு இலை பறிக்கச் சொல்லி எல்லோருக்கும் அதில் பொங்கலும் வடையும் வைத்துக் கொடுக்கும். எங்கள் பங்கு நிறையவே அம்மா கண்ணிலும் கையிலும் இருந்துகொண்டிருக்கும். வீடுவீடாய் உட்கார்ந்து பேசிவிட்டு வெகுநேரங் கழித்து ஊர் திரும்புவோம். காமாச்சி பாட்டி வீட்டில்தான் அம்மா அதிக நேரம் உட்காரும். அம்மாவிற்கு சின்னம்மாச்சி அது. அந்த நாளில் பத்து இருபது நாள் தங்க என்று அம்மா சிறுவயதில் வரும்போது வந்து இறங்குவது அந்த வீட்டில்தான். காமாச்சி பாட்டிக்கு அதிக வயதாகியிருந்தது. அதற்கு மட்டும் அம்மாகூட இரண்டு வடை வைத்துப் பொங்கல் வைத்துச் சாப்பிடச் சொல்லிப் பார்த்துவிட்டு வரும்.

அப்பா மறைவுக்குப் பின் வீட்டில் நல்லதாக எதுவும் நடக்கவில்லை. நிமிடத்திற்கு ஒரு நொம்பளம் என்று நைந்ததில் பணிவாசல் கண்மாய் ஆலமரம் பிள்ளையார் எல்லாம் நினைவிலில்லை. நெல் கேட்டு வருவதும் வாங்கிக்கொண்ட பின் படுத்த படுக்கையாய்க் கிடக்கும் காமாச்சி பாட்டியைப் பார்த்துவிட்டு ஊருக்குப் பாதை தேடுவதுமாயிருந்தது பிழைப்பு.

இந்தத் தடவை விடிந்தும் விடியாமலுமாய் அம்மா நார்ப்பெட்டியை எடுத்து இடுப்பில் வைத்தது. என்னைப் பின்னால் வரச்சொல்லிவிட்டு வேகுவேகென்று கண்மாய்க்குள் இறங்கி இறுக்கமும் மௌனமுமாய் நடந்தது. பணிவாசல் ஜனங்கள் பணக்காரர்களில்லை. ஒவ்வொரு தடவையும் அம்மாவுக்கு நெல் கொடுக்கும்போதும் கொடுத்த அளவுக்குப் பட்டினி கிடந்தார்கள். தன்மீதிருக்கும் பிரியத்திற்காக அவர்கள் பட்டினியை

ஏற்றுக்கொள்கிறார்கள் என்பது தெரிந்ததாலேயே பணிவாசலுக்கு நடக்கையில் அடைத்துப் போய் நடக்கும். ஒவ்வொரு வீட்டிலும் நார்ப்பெட்டியை வைத்து விட்டுக் கதவோரம் குனிந்தபடி நிற்கையிலும் அனுதாப வார்த்தைகளோடும் சில நேரம் அழுதபடியும் அம்மாவின் ரெண்டாங்களை, மூன்றாங்களை சின்னம்மா, பெரியம்மாக்கள் பெட்டியில் நெல் கொட்டுகையில் அவமானப்பட்டு உக்கி நிற்கும் அம்மா. இப்போதைய இறுக்கத்திற்குக் காரணம் அவ்விதமாய் மறுபடி வீடுகளில் உக்கிப் போய் நிற்க வேண்டுமே என்ற நினைவு வந்ததாயிருக்கலாம்.

ஆனால் மாறாக ஊருக்குள் நுழைகையில் நெல் கிடைக்கிற வீடுகளுக்குப் போகாமல் தெற்கே திரும்பி காமாச்சி பாட்டி வீட்டிற்கு நடந்தது. அந்தக் காலத்தில் காமாச்சி பாட்டி வீடு வெகுசீராக இருந்ததாம். அம்மா சிறுவயதில் வந்து தங்கியிருந்த நாட்களின்போது, அதிகாலையில் எழுப்பும்போதே பலகாரம் சுட்டு விற்கிற வீட்டிற்குப் போய், தூக்குச் சட்டி நிறைய குழிப் பணியாரமும் வாங்கி வந்துதான் எழுப்புமாம். அப்புறம் பதினி குடிக்க வேண்டும். முந்திய நாள் வைத்த குழம்பும் மீனும் தொட்டு, தட்டு நிறைய பழையது சாப்பிட வேண்டும்.

அம்மா முகத்தைப் பார்த்துக்கொண்டே இருக்குமாம் காமாட்சி பாட்டி. அப்படிப் பார்க்கிற நேரங்களிலெல்லாம் அம்மா சொல்லும், "என் கனியே என் செல்லமேனு சொல்லத் தெரியாம அதைப் பூராவும் முகத்திலே காட்டும் பாரு. அப்பி அம்மாச்சிப்பா அது. நான் விளையாடறதைப் பார்க்கும். நான் சிரிக்கிறதைப் பார்க்கும். என்னைப் பாத்துக்கிட்டே திரியும். தேடித் தேடி வந்து பாக்கும். நான் இந்தக் கோலமானதும் பச்சைத்தண்ணி பல்லில் படாம கெடந்திருக்கு மூணு நாளைக்கு" என்று சொல்லும் அம்மா.

காமாச்சி பாட்டி நடமாட்டமில்லாமலே மூன்று வருஷங்களாய்த் திண்ணையில் கிடக்கிறது. நெல் வாங்கித் திரும்பும்போது காமாச்சி பாட்டியைப் பார்ப்பதைக் கடைசியாக வைத்துக்கொள்ளும் அம்மா. முதலிலேயே பார்த்துவிட்டால் மனம் எதிலும் நிலைகொள்ளாது என்பதாலேயே கடைசியாய்ப் பார்த்துவரும். பாட்டி கெடக்கும் கெடையைப் பார்த்து நாலைந்து தடவை முந்தானையால் கண்ணீரைத் துடைத்தபடியும் பாட்டி கையைப் பிடித்தபடியும் கெட்டவாடைக்குள் உட்கார்ந்திருக்கும்.

அம்மா குனிந்து காமாட்சி பாட்டி வீட்டிற்குள் நுழைந்தபோ எப்போதும்போல் கெட்டவாசம் வந்தது. வருஷக்கணக்காய் அந்தக்

கெட்டவாசம் வந்தபடி இருக்கிறது. நாங்கள் போனதும் பாட்டி என்னை அருகில் கூப்பிட்டது. திண்ணையும் படுக்கையும்தான் பாட்டிக்குக் கழிவறையும். அருகில் போகமுடியவில்லை நாற்றம். போனதும் அணைத்துக்கொண்டது. அம்மா இந்தக் காட்சியைப் பார்த்து சத்தம் போட்டு அழுதது. பாட்டி சொன்னதில்தான் அம்மா மேலும் அழுதது.

"எனக்கு நடக்கத் தெம்பிருந்தா மக்கா உங்க எல்லாத்துக்கும் களை யெடுத்தாவது கஞ்சி ஊத்தியிருப்பேனே. இப்படி வீடு வீடா அலைய விட்டிருக்க மாட்டேனே."

பாட்டி பேசியபடி பருத்த உப்புக்கல்லைக் கடித்துக்கொண்டு பழைய சோறை நீராகாரத்திலிருந்து அரித்துத் தினத் தொடங்கியது. அம்மாவுக்குப் பொறுக்க முடியவில்லை. வீட்டிற்குள் எட்டிப் பார்த்தது. பாட்டியின் மருமகன், பேரன், பேத்தி யாரும் தட்டுப் படவில்லை.

அம்மா சத்தம் போட்டுச் சொன்னது, "முடியாத காலத்திலே பெரிய மனுசிக்குப் பழையதையா குடுப்பாக?" பாட்டி வீட்டிலுள்ளவர்கள் காதில் விழுந்துவிடுமோ என்று பயந்தபடி வாயை இரண்டு மூன்று தடவைகள் பொத்திக் காண்பித்தது. "யாருமில்லை" அம்மா சைகையில் தெரிவித்ததும் சொன்னது, "கடிச்சிக்கிறதுக்கு உப்புக்கல்லைக் குடுக்கிறா. வேற காய் கெழங்கு வெளியே வெளையிறதில்லையா?"

அம்மா மௌனமாயிருந்தது. பாட்டி புலம்பியது. "லேசா நடக்க முடிஞ்சாக்கூட அந்தச் சந்திலே ஒண்ணுக்கு ரெண்டுக்குப் போயிட்டு வந்திருவேனே. என்ன பாவஞ் செஞ்சேனோ. ஏழு சென்மத் தும்ப தொயரத்தை இப்பவே அனுபவிக்கிறேன்."

காமாச்சி பாட்டி அம்மா கைக்கு ஒண்ணரை முழத்திற்குச் சுருங்கி இருந்தது. வார்த்தைகள் மட்டும் முழுத் தெளிவோடு இருந்தன. பேசிமுடிக்கும் ஒவ்வொரு வேளையும் 'உஸ் அப்பாடா' தலையை அசைத்தபடிச் சாய்ந்துகொள்ளும். நெகிழ்ந்தபடி பாட்டி பேசியதைப் பார்த்துக்கொண்டிருந்த அம்மா சட்டென்று எழுந்தது. கிட்டப்போய் பாட்டியைச் சுற்றியிருந்த சேலை முக்கால்வாசிக்கு மேல் விலகிக் கிடந்ததை ஒழுங்கு பண்ணியது. விளக்குமாறை எடுத்துவந்து திண்ணையைக் கூட்டியது. என்னை வெளியே நிற்கச் சொல்லிவிட்டு ஒழுங்கு பண்ணிய சேலையை எடுத்துவிட்டு வேறு சேலையைச் சுற்றியதுபோல. நான் உள்ளே வரும்போது பாட்டிக்கு வேறு சேலை, அதுவும் பாங்கசம்தான். சுற்றியிருந்தது.

முடை நாற்றமெடுத்த பாட்டியின் துணிகளை ஐயரவின்றி அள்ளிப் பொட்டணம் கட்டியது அம்மா.

துணிப் பொட்டணத்தைத் தூக்கிக்கொண்டு போகும் வழியில் ஊரிலிருந்த ஒரே ஒரு சின்னக் கடையில் சோப்புக் கட்டியை வாங்கிக்கொண்டு கண்மாய்க்குப் போனது. துணிமூட்டையும் கெட்ட வாடையுமாய் அம்மா நடந்துவருவதைப் பார்த்து எதிர்ப்பட்டவர்கள் மெச்சிப் பேசிக்கொண்டிருந்ததைக் காதில் வாங்கிக்கொள்ளாதது மாதிரி போய் ஊறவைத்துத் துவைத்தது. பிழிந்த துணிகளைக் கரையில் வைத்துவிட்டுப் பிள்ளையார் முன் கண்மூடிக் கும்பிட்டு நின்றபின் ஈரத்துணிகளை அள்ளிக்கொண்டு போனது.

முற்றத்தில் காயப்போடுவதைப் பாட்டி பார்த்துக் கொண்டிருந்துவிட்டு, சைகை பண்ணிக் கூப்பிட்டது. காதடைத்த குரலில் கேட்டது. "கனகம்மா, மீன்குழம்பு வைச்சு சுடுசோறு பொங்கிக் கொண்டாறியா?" அம்மா வெகு திருப்தியோடும் ஆர்வத்தோடும் சொன்னது. "கொண்டு வரேன் அம்மாச்சி கொண்டுவர்றாப்பல ஆயிட்டேனே" என்று அழுதபடி புறப்பட்டது.

நார்ப்பெட்டியைத் தூக்கிக்கொண்டு நெல் வாங்கும் வீடுகளுக்குப் பறந்தது. சிறிது நேரத்தில் அனலாயடித்த வெயிலில் கழுத்து ஒடிகிற தலைபாரத்துடன் அம்மா பொட்டல்காட்டுக் கானலை மிதித் தெறிந்தபடி ஓடியது. பின்னால் ஓடி ஓடிப் பார்த்தும் அம்மாவுக்கும் எனக்கும் உள்ள இடைவெளி கூடிக்கொண்டேதான் போனது வீடு சேரும்வரை.

அம்மா மீன் கடையிலிருந்து தொண்டனும் சூடையுமாய் பாதி ஓலைப்பெட்டிக்கு வாங்கிவந்தது. விலை குறைவான மீன் வகைகள் இவைதான். குழம்பு வைத்துச் சோறு வடித்துத் தூக்குச் சட்டிகளில் நிரப்பியது. நிற்கவில்லை உட்காரவில்லை "புறப்படுப்பா" என்றது அம்மா. வெயில் கொஞ்சம் தாழ்ந்திருந்தது.

சப்பாணி கோவில் தாண்டி வண்டிப் பாதைக்குத் திரும்பியபோது அம்மா என்னிடம் சொன்னது "பாட்டி சீக்கிரம் போயிரணும்ப்பா. திண்ணை அம்புட்டு நாறுதே. வீட்டுக்குள்ளே இருக்கிறவுகளுக்கு எப்படி இருக்கும்? ஒரு நாளா ரெண்டு நாளா? வருசக் கணக்கா இம்சை அதுக்கும் இருக்கிறவுகளுக்கும். இன்னைக்கு நல்லா வயிறு குளிரச் சாப்பிடட்டும், எட்டி நட"

நாங்கள் பாட்டி வீட்டிற்குள் நுழைந்தபோது பாட்டியின் மருமகள் வந்திருந்தது. அதுவும் நல்ல பொம்பிளைதான். நாலு பக்கமும் வறுமை அதுக்கும் மருமகள் வந்து, அந்த மருமகள் மேல்

அது ஆயிரம் குறை சொல்லிக்கொண்டிருக்கும் நாங்கள் போகும் நேரமெல்லாம்.

"என்ன அம்மாச்சிக்கு மீன்குழம்போட வந்து எறங்குறியாக்கும்." என்று நக்கல் பேசியது. அம்மா சிரிப்போடு உள்ளேபோய் ஒரு ஈயத்தட்டைக் கழுவிக் கொண்டுவந்தது. காமாச்சி பாட்டி நாக்கை நீட்டியபடி உட்கார்ந்திருந்தது.

கெட்டவாடைக்கு ஊடே அம்மா தட்டில் கொஞ்சமாய் சோறு போட்டுவிட்டுக் குழம்பு ஊற்றப்போனபோது பாட்டியை நிமிர்ந்து பார்த்தது. பாட்டி முகத்தில் அதிருப்தி. அம்மா மறுபடி சோற்றை அள்ளித் தட்டில் நிறைத்தது. பாட்டி திருப்தியாய் தட்டிலேயே கண் வைத்துக்கொண்டு ஆடியது. குழம்பை ஊற்றி மீன்களை அள்ளிவைத்த அடுத்த நொடியில் பாட்டி சாப்பிட ஆரம்பித்துவிட்டது. கெட்டவாடை எங்கும் வீசிவருவதைச் சற்றும் சட்டை செய்யாமல் அம்மா குனிந்து சோற்றை அள்ளித் தட்டில் வைப்பதும் குழம்பு ஊற்றுவதும் மீன்களை அள்ளி வைப்பதுமாயிருந்தது.

பாட்டியின் கையைக் கழுவித் தட்டில்விட்டுத் தன் புடவையிலேயே துடைத்துவிட்டது அம்மா. மீதிச் சோற்றையும் மீன்குழம்பையும் பாட்டியின் மருமகளிடம் கொடுத்துவிட்டுக் கிளம்பும்போது கீழ்வயிறு மேலே வர மேல்வயிறு கீழே வர, பாட்டி அரை மயக்கத்தில் அம்மாவைப் பார்த்து இரண்டு கைகளையும் கூப்பிக் கும்பிட்டது. அம்மா ஓடிப்போய்க் கையை விலக்கிவிட்டுக் காலைத் தொட்டுக் கும்பிட்டுவிட்டு "வா போகலாம்" என்று கிளம்பியது. நாங்கள் இரண்டாம் முறையாய் வீடு சேர்கையில் பொழுது இருட்டிக்கொண்டிருந்தது.

அன்று அம்மா நிறைபட்டினி: நாங்கள் மட்டும் இருந்ததைப் பகிர்ந்து போட்டுச் சாப்பிட்டோம். மறுநாள் அந்தப் பக்கம் வந்த பணிவாசல் ஆள் சொன்னது "காமாச்சி கெழவிக்கு வயித்தாலும் வாயாலும் போய் ரொம்ப கெடக்கு." அடுத்த நாள் உயிர் பிரிந்த தகவல் வந்த பின்னரே, அம்மா என்னைக் கூட்டிக்கொண்டு பணிவாசல் போனது.

காமாச்சி பாட்டி காலமாகி முப்பது சென்றதும் ஒரு வெள்ளியன்று அம்மா வடை சுட்டது. பண்டார வீட்டிற்குப் போய் நந்தவனத்து முல்லைச்சரம் வாங்கியது. பச்சரிசி வெல்லம் பானை எடுத்துப் பணிவாசலுக்கு எங்களை அழைத்துக்கொண்டு போனது. வெகுநாளுக்குப்பின் கரை மரங்களடியில் சுள்ளிகள் பொறுக்கினோம்; சருகுகள் கொண்டு வந்தோம்.

பூவரசு இலைகளில் பொங்கலும் வடையும் இட்டபோது "என்ன விசேசம்? என்ன விசேசம்?" என்று கேட்ட எல்லோரிடத்திலும் அம்மா சொன்ன ஒரே பதில் "எல்லோரும் நல்லா இருக்கணும்னுதான்." அன்றும் அம்மா நிறைபட்டினியாய் வீடு வந்து படுத்துக்கிடந்தது.

அம்மா கடந்த நான்கு வருடங்களாய்ப் படுக்கையில் தானிருக்கிறது. காமாச்சி பாட்டிக்காக வேண்டுதல் வைத்து பணிவாசல் பிள்ளையாருக்குக், கொடுமையான வறுமையில் நேர்த்திக்கடன் ஆற்றிய அம்மாவுக்காகக் கேட்கவும் செய்யவும் யாருக்கிருக்கிறது தைரியம்?

~

பழையன கழிதலும்...

விருப்ப ஓய்வில் போகும் பதினெட்டுப் பேருக்கும் மாடியில் பார்ட்டி முடிந்து வந்து உட்கார்ந்ததிலிருந்து அவருக்கு மனம் பறந்தபடி இருந்தது. 'இது எப்படி சரி? இந்தப் பதினெட்டுப் பேரில் ஒருவருக்கு நாற்பத்து மூன்று வயதுதான் ஆகியிருக்கிறது. பார்ட்டியின்போது அந்தப் பதினெட்டுப் பேரும் மகிழ்ச்சியுடனிருந்தது கொடுமை. இன்று அவர்களுக்கு நிறையம் பணம் கிடைக்கலாம். ஆனால், நாளையிலிருந்தே இவர்கள் புருஷலட்சணம் இழப்பார்கள்...'

பார்ட்டியின்போது வங்கியில் பொறுப்புமிக்க ஒருவர், சீனியர்கள் வெளியேற வேண்டியிருப்பதையும் கணினிகள் உள்ளே வந்ததையும் நியாயப்படுத்திப் பேசியவர், 'பழையன கழிதலும் புதியன புகுதலும்' என்று இன்று நேற்றல்ல, ஆயிரம் ஆயிரம் ஆண்டுகளுக்கு முன்பே விதிக்கப்பட்டிருக்கிறதென்று சொல்லிவிட்டு மேலும் சொன்னார். "கணினிகள் புகுத்தப்படுகின்றன என்று பேசுகிறார்கள். பழைய பாடல்படி புதியன வருவதில்லை. புகுதலே சாத்தியம். புகுதல்... புகுத்தல் எல்லாம் ஒன்றுதான்" என்றும் சொன்னது இவருக்கு ஒவ்வவில்லை. படபட வென்று பேசுவதும் மேசை மேல் தேவையில்லாமல் அவ்வப்போது ஒலி குறைவாகத் தட்டுவதுமாயிருந்தார். அன்று ஒரு சில ஊர்களில் நாற்பது பேர், ஐம்பது பேரென்று விருப்ப ஓய்வில் போவதாகப் பேசிக்கொண்டார்கள். இவற்றால் அவர் மேலும் கோபமாகப் பேசினார்.

அவர் அந்த வங்கியில் ஓர் உதவி மேலாளர். படிப்பும் கனவுகளும் பெரிது பெரிதாயிருக்கும். எது பற்றி எழும் சந்தேகத்தையும் அவரிடம் நேரம் காலம் பார்க்காமல் வினவலாம். ஒரு சொல் அல்லது சிறிய வாக்கியத்தில் முழு பதிலும் வந்துவிழும். ஒரு குறிப்பிட்ட ஆங்கில தினசரிப் பத்திரிகையின் முகத்தில்தான் காலையில் விழிக்கமுடியும்

அவரால். படுக்கையிலிருந்து எழுந்ததும் இரண்டு மணி நேரத்துக்கு முகம் அதற்குள் கவிழ்ந்து கிடக்கும்.

"விருப்ப ஓய்வு வேண்டுமா?" என்று கேட்ட சுற்றறிக்கை அவருக்கும் வந்தபோது 'வேண்டாம்' என்று எழுதிக் கையெழுத்திட்டு அனுப்பினார் போன மாதம். அனுப்பிவிட்டு நினைத்தார், அப்பா ரிட்டயராகி ஹாலில் உட்கார்ந்திருக்கிறார். நானும் விருப்ப ஓய்வில் போனால் அப்பா சொல்லலாம். "எதுக்கு எல்லா ஃபேன்களும் ஓடணும்? ஹாலிலேயே நீயும் ஒரு ஈஸிசேரப் போட்டுப் படு. மகள் பிற்காலத்தில் சொல்லலாம்." எனக்கு விவரம் தெரிஞ்சு எங்கப்பா ஆபீஸுக்குப் போனதில்லை. அதுதான் துருப்பிடிச்சுக் கெடக்கார். மனைவி டீச்சர். தினமும் அவளைப் பள்ளியில் கொண்டுவிடும்போதும் கூட்டி வரும்போதும் அவளுடைய சக ஆசிரியைகள் தன்னை எவ்விதமான புகழாரங்களோடு வாழ்த்திப் பேசுவார்கள் என்பதை நினைத்து ஒரு பெருமூச்சுவிட்டார்.

இதுபோக, அவருடைய 'கார் கனவு' ஒன்றிருந்தது. அது அடிக்கடி மனத்தில் வந்துபோகும் கனவு. இன்னும் ஒரு பதவி உயர்வு வந்தவுடன் கார் வாங்குவதாக இருந்தார். சென்னைக்குப் போகும்போதெல்லாம் நகருக்கு வெளியே வெகுதூரத்தில் அமைக்கப்பட்டிருக்கும் ஒரு வெளிநாட்டுக் கார் கம்பெனியையும் உற்பத்தியாகி, அதன் வாயிலில் வரிசையில் நிறுத்தப்பட்டிருக்கும் நூற்றுக்கணக்கான கார்களையும் பார்த்து வைப்பார். தனக்கு நெருக்கமானவையாக அவற்றை மனத்தில் கொண்டு வாங்கவேண்டிய காரின் நிறம் வரை முடிவு செய்திருந்தார்.

இந்த கார் கனவும் வி.ஆர்.எஸ் என்கிற விருப்ப ஓய்வூச் சுற்றறிக்கையும் சேர்ந்து ஞாபகத்தில் வரும்போது, சக அதிகாரிகளிடம் சொல்வார் "கார் கம்பெனிகளை வரவமைச்சப்ப இங்கே என்ன திட்டம் இருந்திருக்கும்? நம்மைப்போல பாங்க் ஸ்டாஃப் எல்லாம் கார் வாங்குவோம்னுதானே சொல்லி கூட்டிவந்திருப்பாங்க. இப்ப நம்மையெல்லாம் வீட்டுக்கு விரட்டினா கார் கம்பெனிக்காரங்க திட்டங்கள்லாம் ஒத்தையா நிக்குது. இணைக்கவும் இழுக்கவும் கணினிகள் இல்லை."

ஓரிருவர் அவரைக் கூர்ந்து கேட்டார்கள். பலர், அவர் பேசுவதை வெறித்துப் பார்த்தார்கள். அவரவர்க்கும் மனத்தில் விதவிதமான குழப்பங்களும் திட்டங்களும் இருந்தன.

அவர் பொரிந்துகொட்டியவை எதுவரை எட்டியதோ பார்த்தி நடந்த மூன்றாம் நாளில் முதன்மை மேலாளர் அவரைத் தன் அறைக்கு வருமாறு சப்ஸ்டாஃபிடம் சொல்லியனுப்பினார். அவர்

அறைக்குள் போனதும் கணினியில் அச்செடுத்த பட்டியலை முதன்மை மேலாளர் அவரிடம் கொடுத்துச் சொன்னார் "இந்த லிஸ்ட்டில் உள்ள ஆள்கள் நம்ம பாங்குல கடன் வாங்கி நெறைய வருஷமாகுது. அசலையும் கட்டலை... வட்டியையும் கட்டலை அனுப்புற நோட்டீஸ்களை வாங்கி வெந்நீர் சுட வைக்கிறாங்க போல. நீங்க அவங்க கம்பெனிகளுக்கோ, கடைகளுக்கோ அல்லது வீடுகளுக்கோ போய் முடிஞ்ச வரை வசூல் பண்ணிக்கிட்டு வாங்க. இங்கேயும் உங்க பிராஞ்சில அவ்வளவு வேலை இல்லை. உங்க பிராஞ்சையும் சேத்து மிஸ்டர் ராமநாதன் பாத்துக்கிடுவார். ஆல் தி பெஸ்ட்" என்று முடித்துக்கொண்டார்.

இந்த ஏவலுக்கு என்ன மூலம் என்று யோசித்தபடி இனி எல்லாவற்றையும் எதிர்கொள்ள வேண்டியதுதான் என்று அவர் திடமானார்.

மறுநாள் காலையில் பட்டியலிலிருந்த முதல் ஆளின் முகவரி தேடி ஆட்டோவில் ஏறினார். விருப்ப ஓய்வில் போன பதினெட்டுப் பேரின் முகங்கள் மறுபடி மறுபடி மனதில் வந்தன. அவர் நினைத்தார், 'அவங்களால வீட்டுக்குள்ளேயும் இருக்கமுடியாது. வெளியிலும் நடக்கமுடியாது. வந்த பணத்துக்கு உறவுகளும் நட்புகளும் அதிர்ச்சி காரணங்கள் சொல்லிக் கை நீட்டும். அந்தப் பதினெட்டுப் பேர்ல ரெண்டு பேர் வியாபாரம் செய்யப் போறதாச் சொன்னாங்க. மாலை ஆறு மணிக்கு வீடு திரும்பிப் பழக்கம். வியாபாரம்னா நடுராத்திரி வரை இருந்து எல்லாம் மூடி கணக்குப் பார்த்து வீட்டுக்குப் போகணும். முடியுமா இவங்களுக்கு? உக்காந்த இடத்திலேயே சம்பாதிக்கிறேன் பாருனு எவ்வளவு பேர் வந்த பணத்தை நிதி நிறுவனங்கள்லயும் ஷேர் மார்க்கெட்டுகள்லயும் நிக்கிற பிசாசுகள்ட்ட தோக்கப் போறாங்களோ.'

ஆட்டோவிலிருந்து இறங்கி முகவரியைச் சரிபார்த்துக்கொண்டு நடந்தார். ஓர் ஓட்டு வீட்டின் தாழ்வாரத்தில் 'பாண்டியன் அச்சகம்' என்ற பெயர்ப்பலகை நிறமிழந்து செல்லரித்து ஆடியது. அதன் கீழ் ஓர் ஆடு தூணில் கட்டப்பட்டு வேப்பந்தழை தின்றுகொண்டிருந்தது. குடியிருப்பையும் அச்சகத்தையும் பின்னாலும் முன்னாலுமாக அமைத்துக்கொண்ட வீடு. அவர் 'பாண்டியன்' என்ற பெயரை வாசலில் நின்று பலமுறை கூப்பிட்ட பிறகு கொல்லைப் பக்கமிருந்து நடு வயதுக்காரர் ஒருவர் வந்தார். அவர் தனது வங்கியின் பெயரைச் சொல்லி அங்கிருந்து வருவதாகச் சொன்னதும் அந்த நபர் முகத்தில் எந்தவித உணர்வுமில்லாமல் 'வாங்க' என்றார்.

முன்பக்கத்து அறையில் பழைய டிரெடில் மெஷின் தொடு வாரற்றுக் கிடந்தது. சின்னச் சின்ன அறைகளைக் கொண்ட

புராக்கூண்டில் ஈய எழுத்துகளும் பக்கத்து மேசையில் உப கரணங்களும் இருந்தன. எழுத்துகளைக் கோத்து முன்னும் பின்னும் தட்டிக் கொட்டி நேர் பண்ணி அச்சிலேற்றி ஒவ்வொரு காகிதமாக அடித்து எடுக்கவேண்டிய சென்ற காலத்துக்கும் முந்தைய காலத்து பிரிண்டிங் மெஷின். மெஷின், எழுத்துகள் மேசை எல்லாமே தூசியடைந்து கிடந்தன. வெளவால் வாசம் வந்தது அறையில்.

அச்சகக்காரரிடம் அவர் செலுத்தவேண்டிய அசல் வட்டியைச் சேர்த்துச் சொன்னதும் முகம் வியர்த்துக் கை நடுங்கி பில் புக்கைத் தேடி எடுத்து அவர் முன்வைத்தார். ஒரு கல்யாணப் பத்திரிகை அச்சடித்ததற்கு ரூ. 260 க்கு பில் போட்டுக்கொடுத்து மாதங்களாகியிருந்தன. பாண்டியன் சொன்னார்.

"அடுத்த தெருவிலே ஆப்செட் இருக்கு, மூணாவது தெருவிலே 'மாடர்ன் பிரிண்டர்ஸ்'னு வெச்சிருக்கான். எல்லாரும் அந்த பிரஸ்களுக்குப் போயிடறாங்க. பழைய காலத்து ஆள் யாராவது இங்கே தெரியாத்தனமா வந்தாத்தான் உண்டு. மூணு மாசம் ரெண்டு மாசத்துக்கொரு தடவை யாராவது வர்றான். நான் எங்கேயிருந்து உங்க கடனைக் கட்டி முடிக்க. இதை வித்துட்டு உங்க பாக்கியைக் கட்டலாம்னு அலைஞ்சா 'இதை வாங்கி உன்னைப் போல நானும் லோல் படணுமா'னு கேக்கறாங்க. மெஷினையும் ஈய எழுத்துகளையும் எடைக்குத்தான் போடணும். இதை ஒரு மெஷின்னு நெனைச்சு சின்ன விலைக்குக் கூடக் கேக்க ஆளில்லை. நான் அந்தப் பக்கம் பொண்டாட்டி புள்ளைகள்ட்டயும் இந்தப் பக்கம் ஒங்கள்ட்டையும் மாட்டிக்கிட்டு முழிக்கிறேன்."

அவர் எல்லாவற்றையும் கேட்டுவிட்டு அந்த வீட்டை எல்லாப் பக்கங்களிலும் நோக்கினார். செங்கல் இல்லாமல் வெறும் மண்ணலான சுவர். தரை என்று பார்த்தால் மெஷின் வைத்திருக்கும் அளவுக்கு மட்டும் சிமெண்ட் போட்டிருந்து. வீட்டின் இரண்டாம் கட்டில் மூக்கு ஒழுகிய ஒரு பெண் குழந்தையும் நோஞ்சானான சிறுவனும் அந்த ரெண்டுங்கெட்டான் நேரத்தில் தட்டுகளில் பழைய சோற்றை அரிது தின்றுகொண்டிருந்தன. அச்சகக்காரரின் மனைவி உயிருக்கும் உடலுக்கும் சொந்தமில்லாமல் நைந்து விரக்தியாக நின்று வங்கிக்காரரின் நடமாட்டத்தைக் கவனித்துக் கொண்டிருந்தாள்.

அச்சக்காரர் சொன்னவற்றையும் தான் பார்வையிட்டவற்றையும் குறித்துக்கொண்டார். 'யாராவது ஒரு வாடிக்கையாளன் வரமாட்டானா' என்று தினமும் காலையில் அந்த அம்மா அறை வாசலில் ஊற்றி வைத்திருக்கும் தண்ணீர்ப் பானை மேல் இரக்கப்பட்டவராக வங்கிக்காரர் ஒரு டம்ளர் தண்ணீரைக் குடித்துவிட்டுப் புறப்பட்டார்.

கந்தர்வன் சிறுகதைகள் 415

வெயில் உச்சிக்கு வந்திருந்தது. ஆட்டோவில் இரண்டாவது ஆளின் முகவரி தேடிப் போய்க்கொண்டிருந்தார். ஒரு சந்தில் குடித்தண்ணீர் லாரி சாலையை மறித்து நின்றுகொண்டிருந்தது. பிளாஸ்டிக் குடங்களோடும் எவர்சில்வர் குடங்களோடும் ஜனங்கள் தங்கள் சுயத்தை மறந்து ஒரு குடம் தண்ணீர் அதிகம் வேண்டித் தங்களுக்குள் உரத்த குரலில் சண்டை போட்டுக்கொண்டிருந்தனர். இருபுறங்களிலும் போக்குவரத்து ஸ்தம்பித்து நின்றது. ஆட்டோவும் நின்றது. வங்கிக்காரர் நினைத்தார். 'குப்பையும் போகுது லாரியில், குடிதண்ணீரும் போகுது லாரியில். பழையன கழிதலும் புதியன புகுதலும் என்கிற லட்சணம் இதுதான் போல... குழாயில் வராமலே குடத்தில் வருகிற அதிசயம்.'

தண்ணீர் லாரி போனதும் ஆட்டோ புறப்பட்டது. யுத்தகளம் மாதிரி இருந்த இடம் சிறு அரவமுமின்றிக் கிடந்ததைப் பார்த்தபடி போனார். பிரதான கடைத்தெருவில் இரண்டாவது ஆளின் முகவரியில் இறங்கினார். 'செல்வி ஜெராக்ஸ்' என்ற கடைக்கதவு பாதி திறந்திருந்தது. அவர் உள்ளே தலையை நுழைத்துப் பார்த்தார் இருட்டாயிருந்தது. ஏராளமாகப் பத்திரிகைகள் தொங்கி அடுத்திருந்த பெட்டிக்கடைக்காரர் நிற்பதையே மறைத்துக் கொண்டிருந்தன. அங்குபோய் இந்த ஜெராக்ஸ் கடைக்காரர் எங்கே போயிருப்பார் என்று விசாரித்தார்.

நான்கு கடைகள் தாண்டியிருந்த ஒரு டீக்கடையைக் காட்டி 'அங்கேதான் பெரும்பாலும் உக்காந்திருப்பாரு' என்றார் பெட்டிக் கடைக்காரர். அவர் அங்கே போய் 'ராமமூர்த்தி' என்றதும் பெஞ்சில் உட்கார்ந்து உரக்கப் பேசிக்கொண்டிருந்த நாலைந்து பேரில் ஒருவர் எழுந்து, "நான்தான், என்ன வேணும்?" என்றார். அவர் தன் வங்கிப் பெயரைச் சொல்லி, அங்கிருந்து வத்திருப்பதாகச் சொன்னதும், "லோன் பாக்கி கேட்டு வந்திருக்காரு... இரு, வந்து மிச்சத்தைச் சொல்றேன்" என்று அதுவரை ஒருவரோடு நடந்துகொண்டிருந்த விவாதத்தை நிறுத்திவிட்டு வங்கிக்காரரோடு நடந்தார்.

ஜெராக்ஸ் கடைக்கு அவருடன் சென்று ஷட்டரை ஏற்றிவிட்டு பல்புகளை எரியவிட்டார். வங்கிக்காரர் நூலாம்படை படிந்து கிடந்த கடைச் சுவர்களையும் மெஷினையும் உற்றுப்பார்த்தார். கடைக்காரர் சொன்னார். "இந்த மெஷினைப் பாருங்க. கேக்கிற ஜெராக்ஸ் காப்பிகளைப் போட்டுக் குடுக்கக் கொஞ்ச நேரமாகும். இந்த மெயின் பஜார்ல பத்து கடைக்கு ஒரு கடை. ஜெராக்ஸ் கடை அந்தக் கடைகள்ல வெச்சிருக்கிற மெஷின்கள், எழுத்தை மாத்தி, அளவை மாத்தி எடுத்துக் குடுக்கிறதுக. சில கடைகள்ல ஒரு பக்கத்துக்கு 35 பைசானு போட்டுக் குடுக்கிறாங்க. இந்தப் பெரிய

மெஷின் புதுசா வந்திருக்கிற மெஷின்களை விட மூணு பங்கு ஜாஸ்தியா கரண்ட்டை இழுக்குது. எங்கிட்ட எவன் வருவான்? கடை வாடகைக்கும் கரண்ட் சார்ஜூக்கும் கந்துவட்டியில் கடன் வாங்கிக் கட்டிக்கிட்டிருக்கேன். இதை வித்துத் தொலைக்கலாம்னு பாத்தா எடைக்குத்தான் கேக்குறான்."

வங்கிக்காரர் இன்னொரு வெள்ளைத் தாளில் எண் 2 என்று போட்டு, குறிப்புகளை எழுதிக்கொண்டிருப்பதைப் பார்த்த கடைக்காரர் தன்னைப் பற்றி எதுவும் தப்பாக எழுதிவிடக்கூடாதே என்று பயந்துபோய்ச் சொன்னார், "எனக்கென்ன ஆசையா சார்; எங்கடையை விட்டுட்டுப் போய் டீக்கடையில் உக்காந்து வெட்டி அரசியல் பேச... வேற என்ன செய்யறதுன்னு தெரியலை. அதுதான் அங்கே போய் உக்காந்து பொழுதைக் கழிக்கிறேன்."

அவர் மேலும் குனிந்து எழுதிக்கொண்டிருந்தபோது ஜெராக்ஸ் கடைக்காரர் சுவரில் தளர்ந்து சாய்ந்தபடி சொன்னார். "எம்மக பேரு செல்வி. அது பேர்ல செல்வி ஜெராக்ஸ்னு வெச்சதினாலதான் கடனும் தரித்திரமுமா ஆயிடுச்சுனு பிள்ளையைப் போட்டு என் சம்சாரம் ஓயாம வையறாள். உலக நடப்பு அவளுக்கு எங்கே தெரியுது. இந்தக் கடையைக் காலி பண்ணிரலாம்னா கடன் வாங்கிட்டு தலை மறைவாயிட்டேனு பாங்க்லேருந்து கேஸ் போடுவாங்க இதுக்குள்ளே கெடக்கவும் முடியலை. விட்டு ஓடவும் முடியலை. புதுசு புதுசா மெஷின்க வரவேண்டியதுதான்.

"ஆனா பழசுகளை வெச்சுப் பொழைச்சுக்கிட்டிருந்த மனுஷங்களை என்ன செய்றதுனு ஒரு நியாயம் வேணாமா?

பழைய மனுஷன்லாம் வேண்டாம்னா இன்னிக்கு விஞ்ஞானம் போற போக்குக்கு முக்கால்வாசி பேர் இனி பழைய மனுஷங்களாத்தான் இருப்பாங்க. அவங்கள்லாம் மறுபடி பொழைக்கிற மாதிரி ஒங்களைப் போல அதிகாரிங்க ஏதாச்சம் செய்யணும். பழைய மனுஷங்க வேணாம்னு ஒரு முடிவெடுத்தா ஹிட்லர் அந்தக் காலத்துல செஞ்ச மாதிரி கும்பல கும்பலா லாரிகள்ல ஏத்திக் கட்டடங்கள்ல தள்ளி விஷவாயுவை விட்டுக் கொன்னுரலாம். இல்லைன்னா கடல் இருக்கு. ரொம்பப் பெரிசு. கப்பல்ல ஏத்தி பழைய மனுசங்களையெல்லாம் கொண்டுபோய் தள்ளிவிடலாம். இப்படி லோல்பட விடக்கூடாது சார்!"

அவர் எழுதுவதை நிறுத்திவிட்டு, 'நானும்தான் பழைய மனுஷனாயிட்டேன் போன வாரத்திலேருந்து. இவருக்கு சொன்னாப் புரியாது' என்று எண்ணியபடி ஆட்டோ பிடிக்கப்போனார்.

~

கந்தர்வன் சிறுகதைகள்

அப்பாவும் அம்மாவும்

'**வெ**ள்ளையனே வெளியேறு' இயக்கத்தின்போது. 'தேவகோட்டை சப்கோர்ட் எரிப்பு', அதற்கு முன் 'மதுரையில் அந்நியத் துணி எரிப்பு' என்று சுதந்திரப் போராட்டத்தின்போது நான்கு முறை அப்பா சிறைக்குப் போயிருக்கிறார். தென் தமிழ்நாட்டில் நடந்த போராட்டங்களில் அப்பா முன்வரிசையில் நின்றார். நண்டும், சிண்டுமாக நாங்கள் அப்பாவை எப்போதாவதுதான் பார்ப்போம்.

அப்பா ஊரைவிட்டுப் போய்ப் பத்து நாட்களுக்குப் மேலாகிவிட்டால் வாசலில் அரவம் கேட்கும்போதெல்லாம் அம்மா ஓடிவந்து பார்க்கும். அப்புறம் ராஜு சித்தப்பாவையும் மாமாவையும் சேர்த்து அப்பாவைத் தேடி அதிகாலைகளில் அனுப்பிவைக்கும். அவர்கள் கண்மாய்க்கரை ஏறும்வரை பின்வாசலில் உள்ள வாதநாராயண மரத்தடியில் நின்று பார்த்துக்கொண்டிருக்கும். அவர்கள் கண்மாய்க்குள் இறங்கி மூன்று கிராமங்களையும் இரண்டு குடியிருப்புகளையும் தாண்டி வளநாடு போவார்கள்.

வளநாட்டில் முருகையா பிள்ளை ஒற்றைக் கையோடு வெள்ளைக் காரனுக்கு எதிராய் அந்தப் பகுதி பூராவிலும் பிரயாணம் பண்ணிப் போர் நடத்துகிறார். அவருக்குத்தான் தெரியும் அப்பா எந்த ஊர்ச் சிறையிலிருக்கிறார், எவ்வளவு காலமாகும் வெளியில் வர என்று. அவரையும் உடனே பார்த்துவிட முடியாது. அவர் வீட்டிலேயே ராஜி சித்தப்பாவும் மாமாவும் தங்கியிப்பார்கள். அவர் எங்கிருந்தாவது நள்ளிரவில் வந்துசேர்வார்.

அவரிடம் தகவல் வாங்கியவுடன் அமாவாசை இருட்டென்றாலும் ராஜி சித்தப்பாவும் மாமாவும் ஊரை நோக்கி நடக்க ஆரம்பிப்பார்கள். நாய், நரி, பேய், பிசாசு, முள்காடு எதுவும் பொருட்டில்லாமல் நடப்பார்கள். அம்மாவின் அழுது வீங்கிய முகம் அவர்களை அப்படி நடக்க வைக்கும். 'அவிப்பூர் சிறையில்' 'வேலூர் சிறையில்' என்று

தகவல் சொல்லும்போது அம்மா மிரண்டபடி கேட்கும். "அந்த ஊர்க எந்தக் கடவுலெ கெடக்கு?"

அம்மா ரயில் பார்த்ததில்லை. அப்படி ஒன்று உண்டு என்றும் அதில் தான் தங்களைச் சிறைக்கு அழைத்துப் போவார்கள் என்றும் அப்பா சொல்லிக் குத்துமதிப்பாய் ரயில் பற்றிய சித்திரம் எழும்பியிருந்தது அம்மாவிடம். ஒவ்வொருமுறை தகவல் வரும்போதும் அலறும் ஊதல் சத்தத்தோடும் வெறி பிடித்தோடும் ராட்சசனாய் ரயிலை நினைத்து அதை சபிக்கும் அம்மா. சிறைகளைப் பற்றி அப்பா காட்டியிருந்த பொய் வடிவத்தை அம்மா அவர் எதிரிலேயே ஏக்க மறுத்துவிடும். அவை கொடூரமானவை என்பதே அம்மாவின் கணிப்பு. அப்பா ஊரிலிருந்தாலும் வீடு தங்கமாட்டார். 'வெள்ளைக்காரனை அனுப்பினாத்தானெ உக்காந்து கதை பேசமுடியும்' என்பார்.

அப்பா கூடப்பிறந்தவர்கள் நான்கு பேர். பெரியப்பா மூத்தவர். கணக்கு மிராசு அவருக்கு. அப்பாவுக்குக் குடும்ப நிர்வாகம் என்று பேர். கட்சி வேலைதான் பிரதானம். அடுத்த சித்தப்பா ரெங்கூனில் சம்பாத்யம் செய்தார். அதற்கடுத்த சித்தப்பா கொழும்பில் கடைசி கடை சித்தப்பா உள்ளூரில் அப்பாவுக்குத் துணையாக விவசாய வேலைகளாயிருந்தார். மைதானங்களைப் போல் பெரும் பெரும் நஞ்சை நிலங்களும் ஆய்க்குடியில் கண்ணுக்கெட்டிய தூரம் வரை புஞ்சைக் காடுகளும். கட்சி வேலைகளுக்கூடே அப்பா இந்த நிலங்களில் திரிந்து பெரும் மகசூல் எடுத்தார். வீட்டு நடுவேயுள்ள முற்றத்தில் விழும் தண்ணீர் சட்டென்று வாரியில் போய் விழுந்துவிடாது. வீட்டார் வீசி எறிந்த எச்சில் சோறு மேடுகளாய் உயர்ந்து தூம்பாக் குழியை அடைத்துக் கிடக்கும்.

பொங்கலன்று ஆய்க்குடியிலிருந்தும் சிணக்குளத்திலிருந்தும் குடியானவர்கள் சேங்கன்று ஆடு, பூசணிக்காய், பறங்கிக்காய், நார்ப்பெட்டிகளில் நெல், எள், கேப்பை, சாமை, மிளகாய் என்று வந்து இறக்குவார்கள். பெரிய வீட்டின் இடது உள்அறை தானியங்களும் காய்கறிகளும் குவிந்து களத்து வாசம் வரும். வெள்ளாமை விளைந்த காலங்களில் மச்சில் கொட்டி மாளாமல் மூட்டைகளாய் கட்டி இதே அறையில் வெகு உயரத்தில் அடுக்கிக் கிடக்கும். நாங்கள் ஒளிந்து விளையாட அந்த நெல் மூட்டை அட்டிகள் தோதாக இருக்கும்.

இந்த வீட்டுக்கு விழுந்த முதல் அடி பர்மா அடைபட்டது. யுத்தம் வெடித்த குண்டுகளுக்கூடாய் ரெங்கூன் சித்தப்பா காடுகளில்

கால்நடையாய் நடந்துவந்து ஊர் சேர்ந்தார். அடுத்த அடி, மழை தொடர்ந்து ஐந்தாண்டுகளாய்ப் பொய்த்தது. அப்பா மேல் எல்லோருக்கும் அதிருப்தி அதிகமாகியது.

பஞ்சம் கொடுமையாய்ப் பரவியிருந்தது. சத்திரத்தில் கஞ்சித் தொட்டி திறந்துவிட்டார்கள். கேப்பை மாவு, கம்ப மாவு, அரிசி, சோளம் எல்லாம் சேர்ந்த கஞ்சி. ஜாதி கெத்து பார்க்காத எல்லோரும் மாலை வேலைகளில் சட்டிகளோடு கஞ்சித் தொட்டி முன் நின்றார்கள். இவ்வளவு வளமையாய் வாழ்ந்த பெரிய குடும்பத்தில் குழந்தைகளுக்கும் அளவு சாப்பாடு என்ற துயரமான நாட்கள் ஒன்றில்தான் அப்பா அந்தக் காரியத்தை செய்தார்.

வீட்டுச் சேமிப்பில் தங்கம் வைரம் போல் வைத்திருந்த அரிசியில் ஐந்து பெரிய படிகளும் கம்பில் ஐந்து பெரிய படிகளும் அளந்து கொண்டுபோய்க் கஞ்சித் தொட்டிக்குத் தானம் கொடுத்தார். அம்மாவுக்கு அன்று நேர்ந்த துக்கம் மலையளவு. பெரியம்மா, சின்னம்மாக்கள் கூடிக்கூடி அப்பாவின் தானத்தை இகழ்ந்தார்கள். ஒரு சித்தி மண்ணை வாரித் தூற்றியதாகவும் கேள்வி.

அந்த மாதத்திலேயே அது நிகழ்ந்தது கொழும்பிலிருந்த சித்தப்பா திடுதிப்பென்று வந்தார். ஒருநாள் காலை வேளையில் திண்ணையில் அப்பா, பெரியப்பா, சித்தப்பாக்கள் எல்லோரும் ஒரு பக்கமாய் உட்கார்ந்திருக்க, பெரியாம்பிளைகள் நாலு பேர் எதிரில் அமர்ந்திருந்தனர். பாகப்பிரிவினைக்குப் பேச்சுகள் தொடங்கின. ஐந்து பேர் வீட்டு மனைவிகளும் கதவுகளில் காது வைத்து வீட்டிற்குள் உட்கார்ந்திருந்தனர். பிரியப்போகிற பயத்திலும் சோகத்திலும் குழந்தைகள் நின்றுகொண்டிருந்தனர்.

வெகுநாளைக்கு முன் பெரியப்பா மகளுக்குப் பொதுச் செலவில் திருமணம் நடந்திருந்தது. பஞ்சாயத்தார்கள் முதலில் அதைத் தூசிதட்டி எடுத்து சபையில் வைத்தபோது அப்பா சட்டென்று சொன்னார். "நாங்க எல்லோரும் நின்னு மனசோட செஞ்ச மங்களகாரியம் அது. இப்பவும் பொதுச் செலவுதான். பெரியவர் கணக்குக்கு அது போக வேணாம்."

அடுத்தது வீடு. நடுவில் ஒரு சுவர் வைத்து வீட்டை இரண்டு பாகங்களாகத்தான் பிரிக்கமுடியும் என்று முடிவானது. வடபுறத்தில் வீட்டிற்கு மூத்தவரும் (பெரியப்பாவும்) தென்புறத்தில் வீட்டிற்கு இளையவரும் (கடைசி சித்தப்பா) வசிப்பதாய் முடிவானபோது அம்மா உட்கார்ந்திருந்த தரை பாதாளத்திற்கு இறங்கியது. வீட்டின் முன்பக்கத்தறை எங்கள் உபயோகத்திலிருந்தது.

கொடிக்கயிறுகட்டி எங்கள் துணிகள் கிடக்கும். எங்கள் இரவுப் பசிக்கு வாழைப்பழ சீப்புகள் ஒன்றிரண்டு துணிகளுக்குள் மறைந்து கிடக்கும். கையடக்கமான ஒரு மரப்பெட்டியில் அம்மா சேமிப்பு இருக்கும். இந்தப் பூட்டிற்கான சாவி அம்மாவின் தாலிக் கயிற்றில் தொங்கும். அந்த அறையும் சில ரகசியங்களும் அம்மாவிடமிருந்து போகப்போகின்றன.

அப்பா குடும்பமும் ரெங்கூன் சித்தப்பா குடும்பமும் எதிரிலிருந்த மாட்டுக்கொட்டகையில் சுவரெழுப்பி வீடுகள் போலாக்கி வாழ்ந்து கொள்ள முடிவானது. கீழ் திண்ணை, மேல் திண்ணை, ஆள்பத்தி, பட்டசாலை, முற்றம் எல்லாம் போகப்போகிறது. நாலு ஜோடி மாடுகளும் பண்ணையாட்களும் இருந்து நாரடித்த இடத்திற்குக் குடி போகவேண்டும். அப்பாவும் புன்சிரிப்போடு ஏற்றுக்கொண்டார்.

கொழும்பு சித்தப்பா சொல்லிவிட்டார். "எனக்கு வீடு வேண்டாம். என் சம்பாத்தியத்தில் வாங்கின கழனி மங்கலம் வயல்களை எனக்குக் குடுத்துருங்க."

முன்னூறு பனைமரங்களோடு கூடிய செவற்காட்டுத் தோப்பு பெரியப்பாவுக்கு நூற்றுக்கும் மேற்பட்ட ஆடுகள் கொண்ட கிடையும் அவருக்கே. அப்பா சிறு எதிர்ப்பும் காட்டவில்லை என்பதல்ல அம்மாவின் கோபத்திற்குக் காரணம். இவைகள் முடிவான ஒவ்வொரு சமயமும் அப்பா குழந்தைச் சிரிப்போடு உட்கார்ந்திருந்ததைத்தான் அம்மாவால் சகிக்க முடியவில்லை. அப்பாவின் அந்தச் சிரிப்புக்குப் பிறகு மற்ற சகோதரர்கள் எதிர்வாதம் செய்ய சக்தியற்றவர்களாகிப் போனார்கள்.

மாட்டுக் கொட்டகைக்கு சுவரெழுப்பி குடி வந்ததும் எதிரில் கிடந்த சிறிய பொட்டலைச் சுற்றிக் குச்சி வேலி கட்ட வைத்தார் அப்பா. மேலே நாலு தென்னந்தட்டிகளைப் போட்டதும் குளுகுளுவென்றிருந்தது. அதன் கீழ் கயிற்றுக் கட்டிலைப் போட்டு உட்கார்ந்துகொண்டு கனகுத் தேவரிடம் சொன்ன ஒரு வாக்கியத்தைக் கேட்டு அம்மா மேலும் கோபமானது. "ஆஸ்ரமத்திலே இருக்கிற மாதிரி இப்பதான்யா, பிடுங்கல் இல்லாம நிம்மதியாயிருக்கு."

பஞ்சாயத்து போர்டு வந்தபோது அப்பாவால் அரசியலுக்குக் கொண்டுவரப்பட்ட ரைஸ்மில் முதலாளி பிரஸிடெண்டாகி விட்டார். அப்பாவுக்குப் பீஸாத்து மண்டலக் கட்சிக் கமிட்டி தலைவர் பதவி. "ஆட்சியிலே யார் வேண்ணா இருக்கலாம். கட்சிப் பதவியிலெதான் கூரான ஆள் இருக்கணும்" என்று கட்சி மேலவில் சொன்னதைக் குழந்தைச் சிரிப்போடு அப்பா ஏற்றுக்கொண்டார். பிஞ்சைக்

காடுகளை ஒவ்வொன்றாய் விற்று அரசியலையும் குடும்பத்தையும் நடத்திவந்தார். அப்பா உற்சாகமாய்ப் பேசும் எதையும் அம்மா விரக்தியோடு கேட்டது.

ஒரு தை மாதத்தில் எங்கள் உறவுமுறையான கண்ணம்மா பெரியம்மாவின் மகள் கமலாக்காவுக்குக் கல்யாணம் நடத்தது. மாப்பிள்ளை வீட்டார் நாலு வண்டிகளில் இளையாங்குடியிலிருந்து வந்து இறங்கி இருந்தார்கள். அது அந்திய சம்பந்தம். அந்தப் பெரியம்மா எப்போதும் அழுதபடியே திரிந்தது. அந்தப் பெரியப்பா இளம்வயதிலேயே இறந்துவிட்டார். படாத பாடுபட்டுப் பிள்ளைகளை வளர்த்திருந்தது. மாமியார்க் கொடுமை மாப்பிள்ளைக் கொடுமை என்று சொந்தத்தில் நடந்த கல்யாணங்களிலேயே கன்னத்தில் கை வைத்துக் கேட்கிறார் போலிருக்கையில் சொந்தமென்று யாருமில்லா ஊருக்கு மகளை அனுப்பப் போவது பற்றிப் புலம்பியபடித் திரிந்தது.

மாப்பிள்ளை வீட்டார் தங்கள் பெருமைகளைப் பேசியபடி இருந்தனர். தண்ணீரெடுக்கக் குளம், கிணறு தேடிப் போக வேண்டிய தில்லையென்றும் வீட்டிலேயே அடிபம்ப் இருப்பதாகவும் மாப்பிள்ளை வீட்டார் சொன்னது ஜனங்களிடையே பெருங்கற்பனைகளையும் விவாதங்களையும் ஏற்படுத்தியது. அவ்விதமான ஒரு கருவி மூலம் ஒவ்வொரு வீட்டு முற்றத்திலேயே தண்ணீர் எடுத்துக்கொள்ள முடியுமென்பதை அவர்கள் நம்பத் தயாராயில்லை. பொய் சொல்கிறார்களென்றும் மாப்பிள்ளை வீட்டாரை நம்பக்கூடாதென்றும் ஜனங்கள் பேசிக்கொண்டார்கள்.

அந்தப் பெரியம்மாவின் அண்ணன் குடும்பம்தான் கல்யாணத்தில் விசேசமானவர்களாய்த் தெரிந்தார்கள். அவர் திருச்சிக்குப் போய் அரிசி வியாபாரம் செய்து பிறகு பெரிய அரிசி மில் கட்டியிருந்தார். கல்யாணக் கூட்டத்தில் அவர்களே செழிப்பாகத் தெரிந்தார்கள். அவர் கட்டியிருந்த எட்டு முழ நைஸ் வேஷ்டியைப் போல் நாங்கள் அதற்குமுன் பார்த்ததேயில்லை. பெரிய வயிறும் செல்வத்தால் வெளிறிய நிறமுமாய் அவர் எங்கே உட்கார்ந்திருந்தாலும் போகிற வருகிறவர்கள் மரியாதை செய்தார்கள்.

அவர் சம்சாரம் நல்ல சிவப்பு. நிறைத்த சரீரம். சிவந்த உதடுகளில் ஒட்டிக் காய்ந்த வெற்றிலைக் காவியை விடிகாலை நேரங்களில் பார்க்க வெகு அழகாயிருந்தது. "சீதா சீதா" என்று கிழவிகள் அந்த அத்தையின் பின்னாலேயே சுற்றிக்கொண்டிருந்தனர்.

அந்த அத்தையிடமிருந்த நகைகள் ஊர் மொத்தமும் போட்டிருக்கும் நகைகளைவிட அதிகம் என்று பேசிக்கொண்டனர்.

மணவறையில் சீதா அத்தை சொன்னபடிதான் சடங்குகள் நடந்தன. கல்யாணப் பெண்ணை விடவும் முக்கியமாக சீதா அத்தைதான் பல நேரங்களில் தெரிந்தார்.

கமலாக்கா போல் அழகானவர்களுக்கு வெகு தாமதமாய்த்தான் கல்யாணம் நடக்கிறது. கமலாக்காவும் மாப்பிள்ளையும் முந்தானையும் மேல்துண்டும் முடிந்துவிடப்பட்டு நடந்து வருகையில் மாப்பிள்ளை ஒருபடி இறக்கமாகவே தெரித்தார்.

மூன்றாம் நாள் அதிகாலையில் நான்கு வண்டிகள் பூட்டப்பட்டுக் கல்யாண வீட்டு வாசலில் நின்றன. திண்ணையிலும் தெருவிலும் ஆட்கள் கூடிக் கூடிப் பேசிக்கொண்டிருந்தார்கள். எல்லார் முகங்களிலும் அச்சமும் கவலையும். வண்டிகளில் பூட்டியிருந்த மாடுகள் நிலைகொள்ளாமல் கால்களை உதைத்ததால் வண்டிக்காரர்கள் நடு மேக்காலைப் பிடித்தபடி 'ஹோ ஹோ' என்று அமர்த்திக் கொண்டிருந்தனர்.

ஐம்பதடி தூரத்தில் நடக்கிற இவை எதையும் பற்றி அறியாத அப்பா கயிற்றுக் கட்டிலில் உட்கார்ந்து முதல் நாள் பேப்பரைப் படித்துக்கொண்டிருந்தார். வெகு நேரங்கழித்து அந்தப் பெரியம்மா அழுது வீங்கிய முகத்தோடு கூட்டத்தை விலக்கிக்கொண்டு ஒத்தையாய் எங்கள் வீட்டிற்கு வந்தது. அப்பா முன்னால் நின்று அழுதபடி சொன்னது, "நாலு பவுன் சங்கிலி போடலைனு வண்டியோரமா நிக்கிறாளே மக. திரும்பிப் பாக்கக்கூடாதா?" கை கூப்பிக் கும்பிட்டது.

மந்தை போல் நிற்கும் கூட்டத்தையும் பூட்டிய வண்டிகள் தேக்கப்பட்டு நிற்பதையும் பார்த்து அப்பா உறைந்து போனார். தானும் ஆடாமல் தன் சதையும் ஆடாமல் அந்தப் பெரியம்மா கூடப்பிறந்தவர் நைஸ் எட்டுமுழ வேட்டியோடு திண்ணையில் ஆளோடு ஆளாய் உட்கார்ந்திருப்பதையும் பார்த்துக்கொண்டார். வீட்டிற்குள்ளே போய் அப்பா துண்டை எடுத்து மேலில் போட்டுக்கொண்டபோது அம்மா வீட்டிலில்லை. கூட்டத்தில்தான் எங்கேயோ நின்றிருக்கும்.

அப்பா விறுவிறுவென்று நடந்தார். கூட்டம் அப்பாவிற்கு வழிவிட்டது. திண்ணை மேலேறி நின்றுகொண்டு கேட்டார், "சம்மந்தி எங்கெ? இங்கெ கொஞ்சம் வாங்க." மாப்பிள்ளையின் அப்பா தென்புறத் திண்ணையில் அவர் வீட்டு ஆட்களோடு

கந்தர்வன் சிறுகதைகள் 423

உட்கார்ந்துகொண்டு "இங்கே இருக்கென். என்ன சங்கதினு அங்கெயிருந்தெ சொல்லுங்க. காதிலே விழும்."

அப்பா அவர் சொன்ன பதிலை அவமானமாய்க் கருதவில்லை. குழந்தைச் சிரிப்புடன் சொன்னார். "ஆயிரங்காலத்துப் பயிரை நாலு பவுன் சங்கிலியாலெ அழிச்சிர முடியாது. எங்க ஊர்க்காரங்க சொல்ற சொல்லு ஒண்ணொண்ணும் புள்ளை மேலே சத்தியம் மாதிரினு சவடால் பேச நான் வரலை. சீதா எங்கெ சீதா?"னு அந்தத் திருச்சிக்காரர் சம்சாரத்தின் பெயரைச் சொல்லிக் கூப்பிட்டார்.

"இந்தா. இங்கெ இருக்கண்ணேன்" என்றது அந்த அத்தை. அப்பா கட்டளையிடுங் குரலில் சொன்னார். "உங் கழுத்திலே கெடக்கிற ரெட்டை வடம் சங்கிலியைக் கழட்டிக் குடு. இன்னும் மூணு மாசத்திலே அதைத் திருப்பித் தர்றோம்."

அந்த அத்தை சுற்றி இருந்தவர்களைப் பரகு பரகென்று பார்த்துவிட்டு அப்பாவைப் பார்த்துச் சொன்னது. "என்னண்ணே திடீர்னு இப்டிக் கேட்டுட்டீய" அப்பா உறுதியாக நின்றார். "நீ குடு. நகைக்கு நான் உத்தரவாதம்."

பத்து நிமிடங் கழிந்துப் புருஷனைத் திட்டி, ஊரைத் திட்டி ஊழ்வினையைத் திட்டிவிட்டுக் கண்ணீர் முட்டிக்கொண்டு நிற்கக் கழுத்தில் கிடந்த சங்கிலியைக் கழற்றி வேறு யாரிடத்திலும் கொடுத்து விடாமல் தானே கொண்டுவந்து அப்பாவிடம் கொடுத்தது. அப்பா அந்தப் பெரியம்மாவைக் கூப்பிட்டு நகையைக் கொடுக்கும்போது சொன்னார், "இன்னும் ஒரு மாசத்திலே வீட்டோரத்துப் படையாரஞ் செய்யை வித்திருங்க. நகை உடனே திருப்பியாகணும்."

அடுத்த அரைமணி நேரத்தில் மாப்பிள்ளை வீட்டார் வண்டிகளில் ஏறினார்கள். தழுதழுத்தபடி கமலாக்கா அப்பாவைத் தேடிவந்து காலில் விழுந்து எழுந்து விம்மியபடி வண்டியேறியது.

காலையிலேயே வண்டிகட்டிப் போய்விட்டது. மூன்று மாதங்கழித்துப் பெண்ணும் மாப்பிள்ளையும் ஊருக்கு வருகிறார்கள். விருந்தாளிகள் வண்டியில் வருவது பயல்களுக்கு உற்சாகமானது. மதியத்திலிருந்தே நாராயணன் வீட்டு வேப்ப மரத்திலேறி சின்னக்கொட்டாரம் வரை பயல்கள் பார்த்தார்கள்; கமலாக்கா வரும் வண்டி வருகிறதா என்று.

முன்னெப்போதும் போலவே பொழுது அடைந்து கொண்டிருந்தபோது தான் வண்டிமணி சத்தம் கேட்டது. ஒருவனை முந்தி ஒருவன் என்று கூட்டமாய் ஓடி முனியசாமி கோயில் அருகே வண்டியைப் பிடித்தோம். பயல்கள் வண்டியைப் பிடித்துக்கொண்டு

ஓடிவருகிறார்கள் என்று தெரிந்தால் வண்டி ஓட்டிகள் மாட்டு வாலை முறுக்குவார்கள். பயல்களுக்கும் வண்டி ஓட்டிகளுக்குமிடையே பல தலைமுறைகளாய் இந்தப் போட்டி இருந்து வருகிறது. சில பையன்கள் விசை ஓட்டத்தில் தடுமாறி விழுந்துவிடுவார்கள். வண்டி ஓட்டிக்கு அதுதான் பெருமை.

இவ்வளவையும் தாண்டி வண்டித் தட்டில் கால் வைத்து அதை இதைப் பிடித்து நாங்கள் நான்கு பேர் எங்கள் தலைகளை வண்டிக்குள் நுழைத்து விட்டோம். விருந்தாளிகள் சம்மதித்தால் வைக்கோல் மேல் விரித்த ஜமுக்காளத்தில் மெத்தென்று உட்கார்ந்து வீடு வரை சுகப்பிரயாணம் கிடைக்கும்.

நான்கு பேர் தலைகளும் உள்ளே வந்தபோது கமலாக்கா என்னை இழுத்துத் தன் பக்கத்தில் உட்கார வைத்தது. என் தலைமுடியைக் கோதி விட்டது. கன்னத்தை உருவி அழும் குரலில் கேட்டது, "அப்பா நல்லா இருக்காகளா?" மாப்பிள்ளை புரிந்துகொண்டு கேட்டார். "அவர் மகனா?" கமலாக்கா "ஆம்" என்ற தலையசைத்தவுடன் அவர் என் தோள்மேல் கைபோட்டுப் புன்னகை செய்தார். கமலாக்காவைக் கணக்கமாய்ப் பார்த்தார்.

கமலாக்கா சந்தோஷமாயிருப்பது தெரிந்தது. எனக்கும் சந்தோஷமாயிருந்தது.

வீடு வந்து கமலாக்கா இறங்கியபோது பெண்களும் குழந்தைகளும் கூடிவிட்டார்கள். கமலாக்கா என் கையைப் பிடித்துக்கொண்டே தன் வீட்டிற்குள் நுழைந்தது. உள்ளே போயும் சிறிது நேரத்திற்கு என் கையை விடவில்லை. எனக்குப் பெருமையாகவும், கூச்சமாகவுமிருந்தது. அம்மாவைக் கூட்டத்தில் தேடினேன். அம்மா இல்லை. வீட்டிற்கு ஓடினேன். விளக்கைப் பார்த்துக்கொண்டு அம்மா வெறுமையாய் உட்கார்ந்திருந்தது. நான் கத்தினேன். "அம்மா கமலாக்கா வந்திருச்சு, கமலாக்கா வந்திருச்சு."

அம்மா திரும்பிப் பார்த்துவிட்டுச் சொன்னது, "கமலாக்கா வைக்க வந்திருச்சில்ல. இனி நமக்கு என்ன வேணும்? வேண்டியதில்லை. தகப்பனுக்குப் பிள்ளை தப்பாம ஆடுது தங்கு தங்குனு" சொல்லிவிட்டு எழுந்து கமலாக்கா வீட்டை நோக்கி நடக்க ஆரம்பித்தது அம்மா.

~

தாத்தாவும் பாட்டியும்

வீடு, கொல்லை, நஞ்சை, புஞ்சை என்று சொத்துகளைப் பிரித்த பின் பெரியாம்பிளைகளில் ஒருவர் கேட்டார். "கடைசிச் சங்கதிக்கு வருவோம். பெரிசுகளை என்ன செய்றது?"

அருவலாய் மனத்தில் ஒரு பக்கம் எல்லாருக்கும் இது ஓடிக் கொண்டிருந்தாலும் தெளிவாக என்ன செய்வதென்று தோன்றாததால், அப்பாவோடு சேர்ந்த அண்ணன் தம்பிகள் ஐந்து பேரும் ஒரு நிமிடம் முழித்தனர். சுதாரித்துக்கொண்டு பெரியப்பா சொன்னார். "கணக்கு மிராசு எனக்கு. தவிரவும் தம்பிக பெரிய மனசோட தோப்பு, 'கிடை'னு எனக்கு ஒதுக்கீட்டாக. அதனால் எனக்கு ஒரு கடமை இருக்கு. அம்மா எங்கூட இருக்கட்டும்."

அப்பா திடமாகச் சொன்னார். "இல்லெ. அம்மா எங்கூட இருக்கட்டும். ரெங்கூனிலிருந்து திரும்பி இருந்த சித்தப்பா, "காலத்துக்கும் அம்மா எங்கூட இருக்கட்டும்" என்றார். கொழும்பு சித்தப்பா சொன்னார். "நான் இந்தியாவுக்கு வர நெனைக்கிறப்ப அம்மா முகந்தான் முதல்ல ஞாபகத்துக்கு வரும். கடைசி காலத்திலே அம்மா எங்கூட இருக்கட்டும்."

பெரியாம்பிளைகள் ராசு சித்தப்பாவைப் பார்த்தார்கள். அவர்தான் கடைசி சித்தப்பா தாத்தா, அப்பத்தாவின் கடைசிப் பிள்ளை அவர். நறுங்கல் திரேகம். நாலு வார்த்தை விறுவிறுவென்று பேசவராது. அப்பா, சித்தப்பாக்களுக்கு எடுபிடியாகவே இருக்க நேர்ந்ததிலும் ராசு சித்தப்பாவின் திறமைக்குறைவின் காரணமாக எந்த ஒரு வேலையிலும் குறை நேர, அதன் காரணமாய்ச் சதாகாலமும் வந்துவிழுந்த அவர்களின் ஏளனப் பேச்சுகளாலும் வசவுகளாலும் நைந்துபோய் சொரணைக் குறைவாயிருந்தார்.

ஆறடி உயரத்தில் திருப்பாலைக்குடியிலிருந்து அவருக்கு வாழ்க்கைப்பட்ட சித்திக்குச் சற்றும் பொருத்தமில்லாதவர். சவலைகளாக நாலு பிள்ளைகள் ராசு சித்தப்பாவுக்கு, அந்தப் பஞ்ச காலத்தில் பாகம் பிரிந்து தனிமையில் சுயமாகக் காலூன்றி இந்த சித்தப்பா குடும்பம் எப்படி நிற்கப்போகிறது என்ற கவலை பஞ்சாயத்தார்களுக்கு விடி காலையிலிருந்தே இருந்து வந்தது. ஆனாலும் முறைக்குக் கேட்க வேண்டுமே என்று ராசு சித்தப்பாவிடம் கேட்டார்கள். "நீ என்ன சொல்றே?"

ராசு சித்தப்பா இப்படியான சபைகளில் குறிப்பாகக் கியாதிமிக்க தன் அண்ணண்மார் எல்லோரும் இருக்கும் சபைகளைக் கண்டு ஒளிந்துகொள்வார். நின்று பார்த்தறியார். நிமிர்ந்து ஒரு வார்த்தை பேசியறியார். உடல் நடுங்கியும் தடுமாறியும் தழுதழுத்தும் சொன்னார். "அம்மா என்கூட இருக்கட்டும்" பெரியாம்பிள்ளைகளில் ஒருவரான குப்புபிள்ளை கூடியிருந்தவர்களைப் பார்த்து இளக்காரமாகச் சொன்னார். "ஏதோ அவன் ஆசை சொல்றான்..."

சொத்து எவ்வளவு பெரிதானாலும் விட்டுக்கொடுத்த அண்ணன் தம்பிகளிடம் இன்னும் சில ஒற்றுமைகளைப் பஞ்சாயத்தார்கள் கண்டார்கள். அம்மா தன்னிடம் இருக்கட்டும் என்ற ஒருமித்துச் சொல்கிறார்கள் எல்லோரும். அப்பாவைப் பற்றிப் பேசாமல் ஒரு வாய்போலவே அஞ்சு வாயும் பேசாமல் மூடிக்கொள்கின்றன.

குப்புபிள்ளை கதவைத் திறந்துகொண்டு உள்ளே வந்தார். மருமகள்கள் கலவரத்தோடு அவரைப் பார்த்தனர். வெளி ஆம்பிளைகள் யாரும் திண்ணை தாண்டி வீட்டிற்குள் வருவதில்லை. மங்கிய கண்களில் அப்பத்தாவைத் தேடி வீடு நெடுங்கிலும் நடந்து அப்பத்தாவைக் கண்டார். "அக்கா... உங்க மகன்க எல்லோரும் அவங்கவங்க வீட்டுல தான் நீங்க இருக்கணும்கிறாங்க. இந்த ராக்கூட தன் கூடத்தான் நீங்க இருக்கணுங்கிறான். இப்ப நீங்கதான் சொல்லணும் யார் கூட இருக்க சம்மதம்னு."

அப்பத்தா முற்றத்தைப் பார்த்தபடி சொன்னார்.

"ராசுகூட..." பஞ்சாயத்தார்களும் அப்பா, பெரியப்பா, சித்தப்பாக்களும் சபையும் அதிர்ந்துபோயின அப்பத்தாவின் இந்த முடிவைக் கேட்டு. பாகப்பிரிவினை என்று ஆரம்பித்த நேரத்திலிருந்து அதுவரை விரக்தியிலிருந்த ராசு சித்தப்பா இப்போதுதான் புன்னகை செய்தார்.

அப்புறம் தாத்தா விஷயத்தை ஆரம்பித்தார்கள் பஞ்சாயத்தார்கள். அண்ணன் தம்பிகள் எல்லோரும் மௌனமாக இருந்தார்கள்.

ரெண்டு பேர் சிமெண்டுத் தரையைப் பார்த்தபடியும் ரெண்டு பேர் சுவரைப் பார்த்தபடியும் இருந்தனர். பெரியப்பா சொன்னார் "பொதுக் குடும்பத்திலே ஐயாவுக்கு ஆயிரம் வசதி பண்ணிக் குடுத்திருந்தோம். இந்தப் பஞ்ச காலத்திலே ஐயாவுக்கு அந்த வசதிகளைச் செஞ்சுக்குடுக்க யாரொருத்தராலெயும் தனியா முடியாது. ஆளுக்குக் கொஞ்ச நாள் ஐயாவைத் தாங்குறதுனு வேண்ணா முடிவுசெய்யலாம்."

தாத்தா, மேல்பக்கத் திண்ணையின் கோடியிலிருந்தவர் அரை குறையாய்க் கேட்டுவிட்டுச் செருமினார். குப்புபிள்ளை விடுவிடென்று நடந்துபோய்க் கேட்டார். "ஆளுக்குக் கொஞ்ச நாள் உங்களை வைச்சுக்கறேங்கிறாங்க உங்க மகன்க. சம்மதமா?" காதும் கண்ணும் தாத்தாவுக்கு மங்கலாகி வந்ததால் காதில் கை வைத்துக் கேட்டார் தாத்தா. பிறகு எதிரே இருந்த சாமிப் படங்களைப் பார்த்துச் சொன்னார். "நான் ஓடி ஆடி உண்டாக்கிய சொத்துக இதெல்லாம். இப்ப ஆண்டவன் சோதிக்கிறான்."

மறுநாள் எழுதிய பாகவஸ்திப் பத்திரத்தில் தாத்தா சம்பந்தப்பட்ட ஷரத்துக்கள் ஆராம் பக்கம் மற்றும் ஏழாம் பக்கங்களில் நிரம்பி இருத்தவைகளின் சுருக்கம் இது.

'தாத்தாவுக்குத் தன் மகள்களில் ஒருவர் ஒரு முழு மாதமும் சவரட்சினை நடக்கவேண்டும். காலையில் குளிக்க ஒரு தேக்ஸா நிறைய வெந்நீர் தரவேண்டும். காலைப் பலகாரம் ஐந்து இட்லிகள். மதியத்திற்குத் தைத்த இலையிலோ, வாழை இலையிலோ சுடுசோறும் குழம்பும் ஒரு கூட்டும் தவறாது பரிமாற வேண்டும். ராத்திரிக்கும் அதேபோல் சுடுசோறும் குழம்பும் கூட்டும். மேல்பக்கத் திண்ணையில் பூஜை சாமான்களோடு அவர் வாழ்நாள் பூராவும் இருந்து வரலாம். முதலில் மூத்தவர் வீட்டில் ஒரு மாதம் என்று தொடங்கி நாலு பேர் வீட்டிலும் அடுத்தடுத்தவர் வீடுகளில் சாப்பாடு சவரட்சினை நடக்கவேண்டும். ராசு சித்தப்பா வீட்டில் அப்பத்தா நிரந்தரமாய்த் தங்கப்போவதால் அங்கே தாத்தா போகவேண்டியதில்லை.'

தானியம், ரொக்கம் ஏதுமில்லாமல் வெயிலில் வெடித்துக் கிடந்த காடுகளைப் பிரித்துக்கொண்ட பாகப்பிரிவினை அது. நாலு ஜோடி மாடுகள் பண்ணையாட்கள் எல்லாம் போய் வெறுங்கையில் முழும் போட்டு வாழ்க்கை ஆகவேண்டும். பாதி ஊர் ஜனம் பஞ்சம் பிழைக்கத் தஞ்சாவூர் சீமைக்குப் போய்விட்டது. பழைய பெருமைகளால் இந்தக் குடும்பங்கள் வதங்கிச் சுருண்டுகொண்டு

இங்கேயே கிடந்தன. பெற்ற பிள்ளைகள் கதறவிட்டு தாத்தாவுக்குக் காலையில் இட்லி வைத்தார்கள்.

தாத்தாவின் கணக்கு மிராசைப் பெரியப்பா எடுத்துக்கொண்ட பின் தாத்தா தேவாரம், திருவாசகம் படித்தார். அமாவாசை தவிர்த்த எல்லா நாட்களிலும் மீன் குழம்போது சாப்பிட்டவர், சைவமானார். ஈட்டு மைலில் வாலிநோக்கத்திலிருந்து தககவென்று வந்து ஓலைப் பாய்களில் துள்ளும் மீன்கள் தாத்தாவுக்கு அருவருப்பாயின. ஊருக்கு வெளியே ஊருணிக் கரையோரத்தில் ஆலும், அரசும், வில்வமும், தங்கரளியும் வளர்ந்து மண்டிய சிவன் கோயிலில் மாலைப் பூஜைக்குத் தவறாமல் நின்றார்.

வெயிலுக்குள் என்னை அழைத்துக்கொண்டு திடல்கள் கழனிகள், கண்மாய் தாண்டிப் பொட்டல் நிலங்களில் அண்ணாந்து பார்த்த படி வெகுதூரம் நடந்தார் 'கிருஷ்ணசாமி' பார்க்க. கழுகுக்கும் 'கிருஷ்ணசாமி'க்கும் உள்ள வித்தியாசங்கள். சொல்வார் எனக்கு. 'கிருஷ்ணசாமி' பார்த்தால் கன்னத்தில் போட்டுக்கொண்டு பறவைக்கு நேர் கீழே பூமியில் நெடுஞ்சாண்கிடையாக விழுந்து கும்பிடுவார். 'கிருஷ்ணசாமி' பார்க்கத் துணை வந்ததற்காக ஒரு அணா நாணயம் தருவார்.

மகன்களில் யாருக்கு எத்தனை பிள்ளைகள் என்பதெல்லாம் கூடத் தாத்தாவுக்குத் தெரியாது. உடம்பெல்லாம் திருநீறு பூசித் திண்ணையில் இருபதுக்கு மேற்பட்ட சாமிப் படங்களை வைத்து சதா பூஜையிலிருந்தார். பொதுக் குடும்பத்திலிருந்த கடைசி மாதங்களில் ஒரு சமயம் அக்காவுக்குக் கடுமையான காய்ச்சல் டைபாய்டு என்றார்கள். இறங்கவே இல்லை. கல்யாணமாக வேண்டிய பெண். மொத்த குடும்பத்திற்கும் பிரியமான பெண் அவர். நிலைகுலைந்து போயிருந்தது குடும்பம். அப்பா உள்பட அநேகர் சாப்பிடவில்லை.

தாத்தா இதைப் பற்றியெல்லாம் எந்தப் பிரக்ஞையுமில்லாமல் பெரியப்பா, சித்தப்பாக்கள் யாராவது வருவது அல்லது திண்ணையில் உட்கார்ந்திருப்பது தெரிந்தால் 'தரிசனம் கண்டவர்க்கு மறுஜனனம் இல்லை' என்று ராகமாய்ப் பாடினார்.

அதற்கு அர்த்தம் எவ்வளவோ இருந்தும் அப்போதைக்கு அவர் பாடியதன் அர்த்தம் ஒன்றே ஒன்றுதான். "ஆருத்ரா தரிசனம் உத்தர கோசமங்கையில் நாளை நடைபெறுகிறது. வண்டி கட்டு. சந்தனக் காப்பைக் களைந்து ஒளிவீசும் மரகதச் சிலை பார்க்க வேண்டும்.

கச்சேரி கேட்டு வேடிக்கை பார்த்து வரவேண்டும் வண்டியைக் கட்டி என்னை அனுப்பிவை" என்பதே அது.

"பிள்ளைக்கு என்ன உடம்பு?" என்றுகூடக் கேட்காமல் இவ்விதம் அவர் திரும்பத் திரும்ப தரிசனம் கண்டவர்க்கு மறுஜனனம் இல்லை என்று பாடிக்கொண்டிருந்ததில் ரெங்கூன் சித்தப்பாவுக்குக் கோபம் வந்து பூஜை சாமான்களை எடுத்துத் தெருவில் எறிந்துவிட்டார். வீடு நொடித்துக்கொண்டிருந்தது. அவருக்கு உறைக்காததில் பெண்களுக்கு எரிச்சல். அவர்மேல் இம்மாதிரி நிறைய எரிச்சல்களின் 'போது' தான் தாத்தா வீடு வீடாய்ப் போய் அட்டவர்க்கமாய்ச் சாப்பிடும்படி பாகவஸ்திப் பத்திரம் எழுதப்பட்டது.

பஞ்சம் உச்சத்திற்குப் போனது. புல் என்பதும் அருகிப்போனது. கண்மாய் ஓரமாய்க் கரம்பையும், மணலுமான இடங்களில் முளைத்துக் கிடந்த 'கரடை'ச் சுரண்டி எடுத்துக் கால்நடைகளுக்குப் போட்டனர். குடிக்கத் தண்ணீரில்லாமல் கால்நடைகள் தரவைக் காடுகளில் செத்துக் கிடந்தன. அப்படியும் தாத்தாவின் மருமகள்கள் வெகுதொலைவு நடந்துபோய் நீர் வேட்டையாடி வந்து தாத்தாவின் தினசரி கோயிலுக்குத் தண்ணீர் சுமந்து வந்தார்கள்.

உள்ளங்கை அளவு உளுந்து போட்டு இட்லிக்கு மாவு அரைத்தார்கள். குழந்தைகளை அடித்து உதைத்து, அவர்களை வெளியில் கொண்டுபோய் மறைத்து தாத்தாவுக்கு இட்லி பரிமாறினார்கள். விறுவிறுவென்று சாப்பிட்டுவிட்டுத் திண்ணைக்குப் போகமாட்டார் தாத்தா. எல்லார் வயிறுகளும் எரியும்படி பாதி இட்லியைப் பியத்துக் காக்கைகளுக்கு எறிவார். கவலைகளும் கஷ்டங்களுமாய்த் திரியும் பெரியப்பா, சித்தப்பாக்கள் இந்தக் காட்சிகளைக் காணும் நேரங்களில் தாத்தாவுக்கு அழிசாபங்கள் கொடுத்தனர்.

வெகுநாள் உலகில் ஜீவித்து இந்தப் புண்ணியங்களை நிறையச் செய்ய வேண்டுமென்றோ என்னவோ மடியில் உரித்த வெங்காயங்களையும் வெல்லக் கட்டிகளையும் வைத்திருப்பார். வெங்காயத்தைக் கல்லில் நைந்துத் தின்பார். அவர் வெங்காயம், தின்பதைப் பார்த்த சித்தி ஒருநாள் ஜாடையாய்ச் சொன்னார், "ஊர் பூராவும் மணக்குது".

காய்ந்து கனல் பறக்கும் வேளைகளில் 'தாத்தாவைச் சாப்பிடக் கூப்பிடு' என்பார்கள். அம்மாவோ, சித்திகளோ, பேரன், பேத்திகள் திண்ணைக்கு ஓடிப்போய் சத்தம் போட்டு "தாத்தா சாப்பிட வாங்க" என்றால் "நான் தயார்" என்று வெகுநேரமாய் அந்தக்

குரலுக்காகக் காத்துக்கொண்டிருந்ததுபோல் அதே சத்த அளவில் கத்திச் சொல்லிவிட்டுத் திண்ணையிலிருந்து இறங்குவார். குடும்பக் கஷ்டம், ஊர்க் கஷ்டம், உலகக் கஷ்டம் எல்லாவற்றையும் நிராகரித்த வக்கிரச் சொற்றொடராகத் தாத்தாவின் 'நான் தயார்' என்பதாகப் பலரும் நினைத்தார்கள். அதனால் தாத்தாவுக்கு ஒரு பட்டப்பெயராக 'நான் தயார்' என்று கூறி, சிறுவர் முதல் மருமகள்கள் ஈறாகக் கிண்டல் செய்தனர்.

பாகப்பிரிவினைக்குப் பின் ராசு சித்தப்பா ஏதுமற்றுப்போனார். எடுத்த காரியம் எதுவும் விளங்கவில்லை. அந்தச் சித்தி பின்அறையின் மொத்த அகலத்திற்கும் நீட்டிப் படுத்துத் தூங்கியபடி இருந்தார். அந்த அறை, காற்றும் வெளிச்சமுமற்று எப்பொதும் இருளிலும் புழுக்கத்திலும் கிடந்தது. சவலைப் பிள்ளைகள் தாங்கள் பெய்த மூத்திரத்தையும் மலத்தையும் அள்ளித் தேய்த்து விளையாடின. அப்பத்தா ஓடி ஓடி அந்தப் பிள்ளைகளைக் கழுவிவிட்டுக் கொல்லைப் பக்கம் கூட்டிப்போவார். கொல்லையில் ஒரு வருஷ சாக்கடை, கன்னங்கரெலென்று கிடைநீராய் நாற்றமடித்துக் கிடக்கும். காலை எட்டிப் போட்டால் தாண்டிவிடலாம் ஓரமாய் வாதநாராயண மரம். அப்பத்தா அந்தப் பிள்ளைகளை வைத்துக்கொண்டு அதனடியிலேயே சாக்கடை நாற்றத்தைத் தாங்கிக்கொண்டு உட்கார்ந்திருப்பார்.

மதியமானால் ராசு சித்தப்பா பித்துப் பிடித்து அலைந்து காசு தேடுவார், அரிசி வாங்க. பொழுது அடைந்து வெறுங்கையோடு திரும்புவார். அப்பத்தாவுக்குச் சித்தப்பா முகத்தைப் பார்க்கவோ, ஆறுதல் சொல்லவோ தெரியாது. அவர் எந்த மகனின் முகம் பார்த்துப் பேசுவதையும் வெகுகாலம் முன்பே நிறுத்திவிட்டார். சித்தி பின்அறைக்குள் விளக்கேற்றி வைக்கவும் தெம்பற்று மயக்கமும் தூக்கமுமாய் இருக்கையில் அப்பத்தா உலை வைத்துக் கேப்பை மாவைப் போட்டுக் 'களி' கிண்டுவார். காலை, மதியம், ராத்திரி என்று மூன்று வேளைக்கும் அங்கே கேப்பையைக் கூழ் அல்லது கேப்பைக் களி அல்லது பட்டினி என்று ஆனது.

பிரிந்துபோன மற்ற வீடுகளில் உருட்டிப் புரட்டி எப்படியாவது மாலை வேளைக்கு அரிசி வாங்கிவிடுகிறார்கள். தெருபூராவும் வாசனை வரும்படி அந்த வீடுகளில் குழம்புக்குத் தாளிதம் நடக்கிறது. தட்டில் சாதம் போட்டு வைத்தவுடன் அப்பா சற்று நேரம் அதையே உற்றுப்பார்த்துவிட்டு என்னிடம் "போய் அப்பத்தாவைக் கூப்பிட்டுப் பார்" என்பார். அப்பத்தா புகையோடு மன்றாடியபடி சித்தப்பா வீட்டில் கேப்பைக் களி கிண்டிக் கொண்டிருப்பவர், நான் சாப்பிடக்

கூப்பிட்டதும் திரும்பிப் பார்த்து என் கன்னத்தைத் தடவிவிட்டு மறுபடி திரும்பிக்கொள்வார்.

பெரியப்பாவும் ரெங்கூன் சித்தப்பாவும் இவ்விதமே தங்கள் பிள்ளைகளை ஏவி அப்பத்தாவை தயவாய்க் கூப்பிட்டுப் பார்த்தார்கள், இரவில் சோறு சாப்பிட அப்பத்தாவின் பதில் மௌனம்தான். ஒருநாள் அப்பா தாயாருக்காகத் தூக்குகளில் சோறும் குழம்பும் கொடுத்தனுப்ப சொன்னார். அப்பத்தா என் கண் முன்பே அதை சித்தப்பா பிள்ளைகளுக்கு ஊட்டினார். மீதியை ராசு சித்தப்பாவுக்குப் பரிமாறினார். பிறகு களி தின்னிருக்கிறார்.

ராசு சித்தப்பாவை முன்னேற்றும்படியான நிலையில் ஒரு சகோதரர் நிலையுமில்லை. பஞ்சம் வந்ததும் பாகம் பிரித்ததும் சடசடவென நடந்து அவரவரும் ஒத்தையாய் பிடியற்று நிற்பது போலிருந்ததில் ராசு சித்தப்பாவுக்காக என்ன செய்துகொடுப்பது என்று யாருக்கும் தெரியவில்லை. அவரவர் மனையர் முன்வைக்கும் புதுப் புதுப் பிரச்சனைகளுக்கே பதில் தெரியாமல் முழித்தனர்.

அப்பத்தா கொல்லைச் சாக்கடைக்குப் பக்கத்து வாதநாராயண மரத்தடியில் நின்று இன்னொரு மரம்போல் ஆகிக்கொண்டிருந்தார். அவர் வாழ்க்கை, சித்தப்பா வீட்டுப் பின்கட்டும் கொல்லை வாதநாராயண மரத்தடியும் என்று ஆகிவிட்டது. வாசல் பக்கத்தில் அவர் தெரிவதே இல்லை. மற்ற மகன்கள் வீடுகளும் புழக்கமும் தெரு வாசலில்தான். கோட்டைக்குள்ளிருப்பது போலிருந்தார்.

இப்போது அப்பத்தாவைத் தேடி வாதநாராயண மரத்தடிக்குப் போனால், கேட்பார். "உங்கப்பா எங்கெ ஊரிலெயா?" என்று கேட்பார். வெகுதொலைவில் வேறொரு ஊரில் வேற்றால்போல் இருந்துகொண்டு கேட்பது போலிருக்கும். ராசு சித்தப்பாவின் பொருட்டு வாயுள்ளவர்கள், வகையுள்ளவர்களிடமிருந்து தானே அன்னியப்பட்டுக் கொண்டார். தன் பொருட்டு மற்ற மகன்கள், மருமகள்களிடையே வந்திருக்க வேண்டிய ஆயிரம் சண்டைகளை ஒரு மகா ஞானி போல் அவதானித்துத் தவிர்த்தார். மரத்தடிக்கு வந்த அந்த பிள்ளைகளின் கைகளையும் கால்களையும் உருவிவிடுவார். பேரன், பேத்திகளிடம் காட்டும் வாஞ்சையின் உச்சம் அது.

அப்பத்தாவுக்கு ஒருநாள் வயித்தால் போக ஆரம்பித்தது. கொல்லையிலேயே கிடந்தார். கருப்பன் வைத்தியர் உடனேயும், நாயுடு வைத்தியன் அன்று மாலையிலும் வந்து வைத்தியம் பார்த்தனர். சூரணங்கள், மூலிகைகள் என்று மாற்றி மாற்றிக்

கொடுத்தார்கள். வயிற்றுப்போக்கு நிற்கவில்லை. நாயுடு வைத்தியர் சொன்னார், "ஒரு வருசமும் கேப்பைக் கூழ்னா குடல் தாங்குமா?"

கருப்பன் வைத்தியர் சொன்னார், "கூழ், கூழ், கூழ். இப்பக் கூழாய்ப் போய்க்கிட்டிருக்காக…"

பின்கட்டிலிருந்து அப்பத்தாவை முன் பக்கத்தறைக்குக் கொண்டுவந்து போட்டார்கள். மருமகள்கள் மாற்றி மாற்றிப் பாய் கழுவினார்கள். பால் கஞ்சி, தயிர்க் கஞ்சி கொடுத்தார்கள். வாங்கிக் கொள்ளவில்லை.

கொழும்புக்குத் தந்தி கொடுத்தார்கள். கொழும்புச் சித்தப்பா போட் மெயிலில் வந்து இறங்கிக் கதறிக்கொண்டு வீட்டிற்குள் ஓடினார். இன்றுவரை பார்த்தறியாத ராட்சத உயரத்தில் ஹார்லிக்ஸ் பாட்டில்கள் வந்திறங்கின. கூடைகளில் அப்பத்தாவுக்காகக் கமலா ஆரஞ்சுப் பழங்கள் வந்து இறங்கின. நாங்கள் அப்போதுதான் ஆரஞ்சுப் பழத்தைப் பார்த்தோம்.

அப்பத்தாவின் வாயும் வயிறும் இவை எவற்றையும் உள்வாங்கவில்லை. பலநாள் பட்டினியும் கேப்பைக் கூழும் முதிர்ந்த வயதுக்கு ஒத்துவரவில்லை. ஒரு வாரங் கழித்து அப்பத்தா கண்ணை மூடினார். பழைய பொதுக்குடும்ப மரியாதைக்காகப் பக்கத்து கிராமங்களிலிருந்து பதினாலு செட் மேள வாத்தியக்காரர்கள் தெருவை நிறைத்தும் தெருவைத் தாண்டியும் அடித்தனர். ஊர் முழுக்கக் கேட்டது ஓலம்.

உடலை எடுக்க இன்னும் சில மணி நேரங்களிருந்தன. உள்ளே நடக்கும் ஒரு சடங்கிற்காக மரத்திலேறி வெள்ளை வீசி, தாரைப்பட்டை மேளதாளங்களை நிறுத்தினார்கள். நிசப்தமாயிருந்த அந்தவேளையில் யாரோ யாரையோ கூப்பிடுவதை, தன்னைத்தான் கூப்பிடுவதாக நினைத்து சாமி படங்களின் முன் உட்கார்ந்திருந்த தாத்தா "நான் தயார்" என்று சத்தங்கொடுத்தார் மதியச் சாப்பாட்டிற்கு.

~

பத்தினி ஓலம்

பஸ் நிலையத்தில் முக்கோண வடிவமாய்க் கிடந்த இருட்டுத் தரையில் அந்த ஆட்டோ நின்றது. வெளியூர்களுக்குப் போகும் சில நள்ளிரவு பஸ்கள் உள்விளக்குகளின் வெளிச்சத்தோடு நின்றன. ஆட்டோவிலிருந்து இறங்கிய இளைஞன் மெலிந்த குரலில் "நான் போய்ப் பார்த்துட்டு வந்தர்றேன்" என்று சொல்லிவிட்டு நடந்தான். நீளமாய்த் தரையில் நகர்ந்த அவன் நிழல், பயம் நிறைந்ததாயிருந்தது. ஆட்டோவிற்குள் நடுத்தர வயதில் நல்ல உடல் தோற்றத்தோடு ஒரு பெண் மயங்கிய நிலையில் சாய்ந்து கிடந்தாள்.

மயக்கத்தில் அந்தப் பெண் முனகிய வார்த்தைகள் தொடர்ப்பற்றுக் கேட்டன. தொன்மந்தொட்டுக் கேட்டுவரும் பெண்ணின் ஈனக் குரலாய் அமைதி புதைந்த பூமியின் மெல்லிருளில் கேட்டது. அவளுக்கருகில் ஆட்டோவின் அந்தக் கடைசியில் ஓர் இளம்பெண் கைப்பிள்ளையோடும் இறுக்க முகத்தோடும் உட்கார்ந்திருந்தாள்.

திரும்பிவந்த இளைஞன், "பஸ் ரெடியா நிக்குது" என்று ஆட்டோவிற்குள் குனிந்து பிள்ளைக்காரியிடம் சொல்லிவிட்டு ஆட்டோக்காரருக்குப் பணம் கொடுத்தான். அரை மயக்கமாயிருந்த அந்தப் பெண்ணிடம், "எழுந்திரு; பஸ்ஸுக்கு நடக்கணும்" என்று கைத்தாங்கலாயிறக்கி நிறுத்தினான். பிள்ளைக்காரி விருட்டென்று இறங்கி, அந்தப் பெண்ணின் இன்னொரு பக்கத்தில் நின்று தாங்கினாள்.

அந்தப் பெண் மயக்கத்தில் ஆடி ஆடி நடந்தபோதும் முனகிக் கொண்டேதான் இருந்தாள். அவள் தோள் சேலையைப் பிள்ளைக்காரி அடிக்கடி சரிசெய்தபடி நடந்துவந்தாள். ஆட்கள் நின்ற இடங்களில் பிள்ளைக்காரி வெகுவாகப் பயந்து, அந்தப் பெண்ணை நெருக்கிப் பிடித்து நடந்தாள். கைப்பிள்ளை, அவள் தோளில் இன்னும் தூங்கிக்கொண்டு வந்தது. கும்பகோணம் பஸ்ஸில் ஏறி மூன்று

பேர் உட்காரும் நீள இருக்கையில் அவர்கள் அமர்ந்தனர். அது டிரைவரின் இருக்கைக்குப் பின்னால் இரண்டாவது வரிசை இருக்கை. ஜன்னலோரமாய் பிள்ளைக்காரியும் நடுவில் அந்தப் பெண்ணும் இந்த ஓரமாய் இளைஞனும் உட்கார்ந்தனர். இந்தப் பெண் தலையை அண்ணாந்து இருக்கையில் சரிந்து முனங்கிக் கிடந்தாள். அடுத்த இருக்கை ஆட்களுக்கு அந்த முனகல்கள் தீனமாய்க் கேட்டன.

இளைஞனின் முகத்தில் பதற்றம் இருந்தது. காலடியில் வைத்த பைகளைத் தேவையின்றி அடிக்கடி குனிந்து சரிசெய்தான். பஸ்ஸிற்கு வெளியே நிலைய விளக்குகளின் வெளிச்சம்பட்ட இடம் தாண்டிக் கிடந்த இருளை வெறித்துப் பார்த்தான். பஸ் புறப்பட இன்னும் அரைமணி நேரம் இருக்கிறதென்பது எல்லையில்லாக் கால நீளமாயிருந்தது அவனுக்கு. அடிக்கடி அவனும் பிள்ளைக்காரியும் திரும்பி மிகவும் குனிந்து யார் காதிலும் விழாதபடி பேசி நிமிர்ந்தார்கள். மயங்கிய அந்தப் பெண்ணின் மடியருகில்தான் அவர்கள் பேசினார்களெனினும் அவள் இந்தப் பேச்சுகளில் சம்பந்தப்படாமல் முன்போலவே முனகிக் கிடந்தாள்.

பஸ்ஸின் எல்லா இருக்கைகளும் நிறைந்தன. கண்டக்டர் முன்பக்க வாயிலில் ஏறிவந்து டிக்கெட் கொடுக்கத் துவங்கியபோது இளைஞன் யாருக்கும் தெரிந்துவிடாதபடி சின்னப் பெருமூச்சுவிட்டான். சாய்ந்து முனகிக் கிடந்த பெண் முகத்தைத் தன் சிறு முதுகால் முடிந்த வரை மறைத்துக்கொண்டு பிள்ளைக்காரி முன் தள்ளி உட்கார்ந்திருந்தாள்.

கண்டக்டர் அருகில் வந்தபோது அவன், "கும்பகோணத்துக்கு மூணு டிக்கெட்" என்று கேட்டுப் பணம் கொடுத்தான். கண்டக்டர் வந்து திரிந்த சலசலப்பில் அந்தப் பெண்ணின் மயக்கம் லேசாய்த் தெளிந்து முனகல் சத்தம் சற்று கனமாய் வந்தது. கண்டக்டர் டிக்கெட் கொடுப்பதை நிறுத்தி ஒருமுறையும் சில்லறை கொடுப்பதை நிறுத்தி ஒருமுறையும் அந்தப் பெண்ணைக் கூர்ந்து பார்த்துவிட்டுப் போனவர், அடுத்தடுத்த வரிசைகளில் டிக்கெட் கொடுக்கும்போது தன் இடது காதை நீட்டி அந்தப் பெண்ணின் முனகலைக் கேட்டபடிச் சென்றார்.

கண்டக்டர் கவனிப்பதை இளைஞன் திரும்பிப் பார்த்துவிட்டு கவலையான தன் முகத்தை மாற்ற முகட்டைப் பார்த்தான். பஸ்ஸில் பயணிகள் ஏறும்போது நிகழும் அதிர்வு போலல்லாத மாதிரி அதிர்வை உடல் உணர்ந்தபோது டிரைவர் சீட்டில் வந்து உட்கார்ந்து கொண்டிருந்தார்.

பஸ் புறப்பட்டு வாசலுக்கு வந்தபோது பின்னால் திரும்பிப் பார்த்த இளைஞன் நடுவரிசைப் பக்கம் நின்றபடி கண்டக்டர்

தங்களைச் சில வினாடிகள் பார்த்துவிட்டுத் திரும்பிக்கொண்டதை கவனித்தான். இப்போது பிள்ளைக்காரியின் இடது தோளில் தலை சாய்த்து முனகியபடி கிடந்தாள் அந்தப் பெண். சிணுங்கிய குழந்தையைத் தட்டிக் கொடுத்துக்கொண்டே பிள்ளைக்காரி கண்களால் அவனுக்கு ஆறுதல் தெரிவித்தாள்.

அவன் பஸ் படிக்கட்டு வெளியைப் பார்த்தான். பஸ் வெளிச்சத்தில் சாலை ஓரத் தாவரங்கள் வேகம் வேகமாய்ப் பின்வாங்கிக் கொண்டிருந்தன. பஸ்ஸுக்குள் மற்ற விளக்குகள் அணைக்கப்பட்டு முழு நீளத்திற்கு நடு விளக்கு மட்டும் எரிந்துகொண்டிருந்தது. கண்டக்டர் அந்த விளக்குக் கீழ் நின்று கணக்கு சரிபார்த்துக்கொண்டிருந்தார். அந்த நேரம் மயக்கத்திலிருந்து தெளிந்தும் தெளியாமலுமாய்ச் சாய்ந்து கிடந்த அந்தப் பெண் முற்றாகக் கலைந்து கொண்டிருந்தாள். அவள் சட்டென்று எழுந்து தனக்குப் பின்னிருந்த பயணிகளைப் பார்க்கத் திரும்பினாள். இளைஞன் எழுந்து பரபரத்தபடி முரட்டுத்தனமாய் அவளை நிலைக்குக் கொண்டுவருவதற்காக அவள் தோள்களை அழுத்தி உட்காரவைக்க முயன்றான். பிள்ளைக்காரி கலவரப்பட்டுப் போய் அங்குமிங்கும் பார்த்தபடி எழுந்து நின்று அழுத பிள்ளையை அமர்த்திக்கொண்டும் அந்தப் பெண்ணைத் தோளில் தொட்டு உட்காரச் சொல்லியும் மன்றாடினாள்.

ஆனால் அவள் திமிறிக்கொண்டு கத்தினாள். "பாவிகளா பொய் சொல்லாதியடா. கண் அவிஞ்சிரும்டா. காளி கேப்பா ஓங்களை. வெட்டோடை கேப்பா ஓங்களை."

இளைஞன் தன் பலத்தால் அவள் தோளை அழுத்தி அமைதியாக்க முயன்றான். ஒருமுறை உட்கார்ந்தவள் எழுந்து டிரைவரின் முதுகு பார்த்துக் கத்தினாள். "இப்படித்தானே வந்தான். இந்த மாதிரித்தானே சட்டை போட்டிருந்தான். நான் அவனோட பேசக்கூட இல்லையே. அடேய் ஓங்களையெல்லாம் வெட்டோடை காளி கேப்பா."

இளைஞன் அவளைக் கீழே தள்ளி உட்காரவைத்தான். கண்டக்டர் ஒவ்வொரு முறையும் கணக்கை ஒதுக்கி வைத்துக் கழுத்தைச் சாய்த்துக் கூர் கண்களோடு பார்த்தார். அந்த இருக்கை நிசப்தமானதும் எதுவும் நடக்காததுபோல் கணக்கிற்குள் ஆழ்ந்தார்.

சிறிது நேர அமைதிக்குப் பின் அவள் எழுந்து டிரைவரின் முதுகு பார்த்துச் சொன்னாள், "நான் உத்தமிடா. நான் பத்தினிடா. என்னை அடிக்காதெ. ஏன் ரூமுக்குள்ளே என்னை அடைக்கிறே?"

இடைஞ்சலான அந்த இடத்திலும் அவள் துள்ளித் துள்ளிச் சொன்னாள். "நான் உத்தமிடா நான் பத்தினிடா..."

இளைஞன் மறுபடியும் அவளைக் கீழே தள்ள முயன்றான். அவள் அசுர பலத்தோடு நின்றாள். தோள் சேலை நழுவி விழுந்தது. என்ன முயன்றும் இளைஞனால் அவளை உட்காரவைக்க முடியவில்லை. அவன் கால்களை அகட்டி நின்றுகொண்டு பளார் பளாரென்று அவள் கன்னத்திலும் செவிலியிலும் அடித்தான். அவள் திமிரிக்கொண்டு சொன்னாள் "நீ என் கூடப்பொறந்த தம்பிடா அடிக்காதடா. நான் உத்தமி நான் பத்தினிடா" பிள்ளைக்காரி இருக்கையின் முன்பகுதியில் நகர்ந்துவந்து பீதியோடு அந்தப் பெண்ணையும் பயணிகளின் முகங்களையும் மாறி மாறிப் பார்த்தாள்.

பயணிகளுக்கு முதலில் இது வியப்பாக இருந்தது. டிக்கெட் வாங்கியவுடனேயே தூங்க யத்தனித்த பயணிகள் தலைகளை உயர்த்தி வேடிக்கை பார்த்தனர். டிரைவர் பஸ்ஸின் வேகத்தைக் குறைத்தபடி திரும்பிப் பார்த்தார்.

அந்தப் பெண் அந்த நேரம் டிரைவரைப் பார்த்து "அடேய் நிறுத்துடா. காரை ஓட்டாதே. நான் குதிச்சிருவேன். என்னை எங்கே கொண்டுபோறே? நான் உத்தமிடா, நான் பத்தினிடா" என்று நின்றுகொண்டும் ஆடிக்கொண்டும் கத்தினாள். இளைஞன் மீண்டும் மீண்டும் அவளை அடித்தான். பிள்ளைக்காரி ஒருகட்டத்தில் இளைஞனின் கையைப் பிடித்துத் தள்ளிவிட்டாள். இந்த அமளியில் கைக்குழந்தை வீறிட்டழுதது.

பயணிகள் எல்லோருக்கும் இது தொல்லையாகிவிட்டது. எல்லோரும் தங்களைப் பார்க்கிறார்கள் என்பதில் பதற்றம் அடைந்த இளைஞன் வேறு யாரையும் பார்க்காமலிருக்கக் கஷ்டப்பட்டான். குனிந்து பைக்குள்ளிருந்து இரண்டு மூன்று மாத்திரைகளைப் பிய்த்தெடுத்து அவள் வாயில் போட்டு பாட்டில் தண்ணீரை ஊற்ற முயன்றான். வாயில் போட்ட மாத்திரைகளை அந்தப் பெண் உடனேயே துப்பினாள். தண்ணீர் பாட்டிலைத் தட்டிவிட்டாள். முன்வரிசை ஆட்கள்மீது தண்ணீர் கொட்டியதில் எரிச்சல்பட்டு அவர்கள் சத்தம் போட்டார்கள்.

"ஏங்க, என்னைப் போட்டு அடிக்கறாங்களே. நீங்க மாடியிலே என்ன பண்றீங்க?" என்று அந்தப் பெண் ஓவென்று கதறினாள். கண்ணீர் மாலை மாலையாக ஓடியது. முதல் நாலைந்து வரிசைப் பயணிகள் இந்தச் சத்தத்தில் தூங்க முடியாமலும் வேறு எது குறித்தும் யோசிக்க முடியாமலும் ஆனதில் நிலையிழந்து வந்தார்கள்.

அந்தப் பெண் சற்று நேரத்திற்கு அமைதியானாள். இளைஞன் சகஜமானான். ஒரிருவரை நேராகப் பார்த்தான். அந்தப் பெண் பிள்ளைக்காரியிடம் கேட்டான், "என்ன ஊர் வரப்போகுது?"

"திருப்பத்தூர்."

"திருப்பத்தூர்லெதானெ ராமலெட்சுமியைக் குடுத்திருக்கு?"

"ஆமா."

இவ்வளவு ஞாபகமாகப் பேசியதில் இளைஞனுக்கும் அவன் மனைவியான பிள்ளைக்காரிக்கும் மிகுந்த திருப்தி. இதுதான் சமயமென்று அவன் சட்டைப் பைக்குள் வைத்திருந்த மாத்திரைகளைப் பிய்த்தெடுத்து அவள் வாயில் போட முயன்றான்.

அவள் கத்தினாள். "மாத்திரையைப் போட்டு என்னைச் சாகடிக்கப் பார்க்கிறே. நான் உத்தமிடா, நான் பத்தினிடா" டிரைவர் முதுகைப் பார்த்துச் சத்தம் போட்டாள். "இந்தா இதுமாதிரிதானே அவன் சட்டைப் போட்டுக் காலறைத் தூக்கிவிட்டிருந்தான். நான் அவங்கூடப் பேசவே இல்லையே. நான் உத்தமிடா. நான் பத்தினிடா." ஓவென்று அழ ஆரம்பித்தாள்.

டிரைவர் திரும்பிப் பார்த்தபோது அவள் அவரைப் பார்த்துக் கைநீட்டி, "நான் இவங்கூடப் பேசவே இல்லைடா. என்னை எங்கெ கொண்டுபோய்ச் சாகடிக்கப் பாக்குறெ" என்றாள். டிரைவர் பஸ்ஸை சட்டென்று விட்டுப் பிடித்தது போலிருந்தது. குதித்து விழுந்து ஓடியது.

இந்தச் சத்தம் வெகுநேரத்திற்குத் தொடர்ந்து வந்ததால் டிரைவர் சட்டென்று ஒரு புளிய மர ஓரமாய் வண்டியை நிறுத்திவிட்டு இருக்கையிலிருந்து எழுந்துவந்து இளைஞனிடம் சொன்னார், "மேலூர் லெருந்து உசுரை எடுக்குது சத்தம்."

இளைஞன் தலை குனிந்து நின்றான்.

"இப்படியெல்லாம் பஸ்லெ கூட்டிக்கிட்டு வரலாமாப்பா? அமைதியா உட்கார வை. அதோ பாரு மறுபடி அழ ஆரம்பிச்சிட்டாங்க" என்றார் டிரைவர். கண்டக்டர் ஒரு வார்த்தைகூட பேசாமல் நின்று அந்த மூவரையும் பார்த்தார். அப்படி ஒரு பார்வையை ஆயுசுக்கும் சந்தித்திருக்கமாட்டான் இளைஞன்.

அந்தக் கொடும் பார்வையின் நிமித்தம், நின்றுகொண்டிருந்த அந்தப் பெண்ணை இளைஞன் ஆவேசத்தோடு தாக்க ஆரம்பித்தான். இருக்கையில் ஏறி நின்றுகொண்டு பலம் முழுவதையும் அந்தப் பெண்ணின் தோள்களில் அழுத்தி அவளை உட்காரவைக்க

முயன்றான். சாதாரண மனுஷி போலன்றி அவள் அப்போது அரக்க பலத்தோடு நின்றாள். ஓர் இரவு வீணாவதிலும் தூக்கம் கெடுவதிலும் பயணிகள் எழுந்து நின்று எரிச்சல் காட்டினர்.

பயணிகளின் அவஸ்தையைப் புரிந்த டிரைவர், "அவுங்களை உக்காரவைப்பா எப்படியாச்சும்" என்று சொல்லியபடி வண்டியை எடுத்தார். மறுபடி மறுபடி எழுந்த கதறலை சட்டை பண்ணாமல் வண்டி ஓடிக்கெண்டிருந்தது. பிள்ளைக்காரியும் இளைஞனும் நிராதவராய் நின்ற அந்தப் பெண்ணை உட்காரவைக்க முயன்று கொண்டிருந்தனர்.

அந்தப் பெண்ணின் ஓலம் மறுபடி மறுபடி கேட்டது டிரைவருக்கு, "அதோ அவன் மாதிரிதான் சட்டை போட்டு வந்தான். நான் உத்தமிடா, நான் பத்தினிடா. என்னை எங்கெடா கொண்டுபோறீங்க?"

பஸ் புலிய மரங்களை விலக்கிக்கொண்டும் இருளடர்ந்த வயற் காடுகளைப் புறந்தள்ளியும் வேகமாய்ப் போய்க்கொண்டிருந்தது. அந்தப் பெண்ணின் ஓலத்தில் டிரைவர் ஸ்டியரிங்கில் தன் பிடியை நழுவவிடாமல் அடிக்கடி இறுக்கிப் பிடித்தார். பயணிகள் பொறுமை இழந்து நெளிந்தனர். இளைஞன் மேலும் மேலும் அந்தப் பெண்ணின் தலையிலும் கன்னத்திலும் இடுப்பிலும் அடித்தபடி இருந்தான்.

அடி வலுவாய் விழும்போதெல்லாம் அவள் அண்ணாந்து பார்த்துச் சொன்னாள். "நான் உத்தமிடா, பத்தினிடா நான் அவங்கூட ஒரு வார்த்தைகூடப் பேசலைடா." இளைஞன் அவளது தோளை அழுத்தி உட்காரவைக்க முயல்கையில் டிரைவரின் முதுகு பார்த்துக் கத்தினாள். "இந்தா இவன் மாதிரிதான் சட்டை போட்டிருந்தான்."

டிரைவரின் காதில் இது விழும்போதெல்லாம் நிதானம் தவறிப் பின் சரியாகிற மாதிரி தெரிந்தது பஸ் ஆட்டத்தில். இடப்பக்க இருக்கையிலிருந்து ஒருவர் எழுந்துபோய் கண்டக்டரிடம் கோபமாய் அந்தப் பெண்ணைக் காட்டிப் பேசினார். அவரைத் தொடர்ந்து நாலைந்து பேர் போய் கண்டக்டரிடத்திலும் டிரைவரிடத்திலும் அந்தப் பெண்ணைக் காட்டிப் பேசினார்கள்.

டிரைவர் ஓர் ஆலமரத்தடி பக்கம் பஸ்ஸை ஓரங்கட்டி நிறுத்தினார். இருக்கையை விட்டு எழுந்து இளைஞனை நோக்கி வந்தார். "எப்டியா வண்டி ஓட்றது? பேஸஞ்சர்களையெல்லாம் இப்டிக் கஷ்டப்படுத்தறியே" என்றார். கைப்பிள்ளைக்காரி கேவலப்பட்ட முகத்தோடு "எப்பவாச்சம் இப்டி ரத்தக் கொதிப்பு வந்து சத்தம் போடுவாக. மாத்திரை சாப்ட்டா சரியாயிருவாக. இன்னிக்கி என்னமோ மாத்திரை சாப்டமாட்றாக" என்றாள்.

பிள்ளைக்காரி இவ்விதம் சமாளித்துக் கொண்டிருக்கையில் அந்தப் பெண் எழுந்து டிரைவர் பக்கம் கையை நீட்டி, "இந்தா இவனை மாதிரிதான் சட்டை போட்டிருந்தான். நான் அவனோட ஒரு வார்த்தைகூடப் பேசலையே. நான் உத்தமிடா, நான் பத்தினிடா" பயணிகள் சிலர் கீழே இறங்கி கூடி கூடி பேசிக்கொண்டும் சிறுநீர் கழித்துக்கொண்டும் இருந்தனர்.

பஸ் கண்டக்டர் சொன்னார். இளைஞனைப் பார்த்து, "எங்களுக்குத் தெரியுமப்பா, இந்தப் பொம்பிளைக்கு என்ன வியாதினு. நீயும் ஓம் பொண்டாட்டியும் எங்களுக்குக் காது குத்தப் பாக்குறீங்க. இப்டியான ஒரு ஆளை ஒரு ராத்திரியிலே அதுவும் அம்பது அறுபது பேரு பிரச்னைகளோட பயணம் பண்ற ஒரு பஸ்ஸிலே கூட்டிக்கிட்டு வரலாமாப்பா?"

அவன் தடுமாறியபடி சொன்னான். "இன்னைக்குத்தான் இப்டி சத்தம்போடுது. நேத்து வரை இவ்வளவு பேசல." பயணிகளில் ஒரு விவரமானவர் முன்னே வந்து, "தம்பி அந்த மாத்திரையைக் குடுப்பா எங்கையிலே" என்று அவனிடமிருந்து மாத்திரையையும் தண்ணீர் பாட்டிலையும் வாங்கி அந்தப் பெண்ணிடம் "வாயைத் தெறம்மா. இந்த மாத்திரையை மட்டும் போட்டுக்க. பஸ் புறப்படுணும்ல" என்றார்.

அந்தப் பெண் நீட்டிய அவர் கையிலிருந்து மாத்திரையைத் தட்டி விட்டாள். தம்பியிடம் திரும்பி சத்தம் போட்டாள்.

"மாத்திரையைக் குடுத்து என்னைக் கொல்லப் பாக்குறே. அடேய், உன்னை நான் தூக்கி வளத்தவடா" சட்டென்று டிரைவர் பக்கம் திரும்பி "இந்தா இவனை மாதிரித்தான் சட்டையைப் போட்டு வந்தான் அவன். நான் ஒரு வார்த்தைகூடப் பேசலையே அவங்கிட்ட நான் உத்தமி. வெட்டோடை காளீ; நான் பத்தினி." ஓங்கி ஓங்கி மேல்மூச்சு கீழ் மூச்சு வாங்கக் கத்தினாள்.

டிரைவருக்கு நறநறவென்று வந்தது. அடக்கிக்கொண்டு இருக்கையில் போய் உட்கார்ந்து ஹாரன் அடித்தார். கீழே நின்ற பயணிகள் ஏறி உள்ளே வந்தனர். வண்டி புறப்பட்டு வெகுதூரம் போகும் போதும் இளைஞன் அந்தப் பெண்ணை இன்ன டம் என்று பாராமல் அடித்தபடியும் தோள்களை அழுத்தி உட்காரவைக்க முயன்றபடியும் இருந்தான். கலவரம் நிறைந்த மனத்தோடு பயணிகள் உட்கார்ந்திருந்தனர். நாலைந்து பெண்களே பஸ்ஸில் வந்தனர். அவர்கள்தான் அதிகமாய்க் கலங்கித் தெரிந்தார்கள்.

பஸ் புதுக்கோட்டை நகருக்குள் நுழைந்தது. இருளுக்குள் ஊர் மௌனமாய்க் கிடந்தது. ரயில் நிலையப் பக்கமாய்ச் சறுக்குப் பாதையில் டிரைவர் பஸ்ஸை நிலையத்திற்குக் கொண்டுவத்து நிறுத்திவிட்டுப் பின்னால் திரும்பினார். இப்போதும் அந்தப் பெண், "நான் உத்தமிடா; நான் பத்தினிடா" என்று நின்று ஓலமிடுவதும் இளைஞன் அவளை ஒழுங்குபடுத்தி உட்காரவைக்கத் தள்ளுமுள்ளு நடப்பதுமாகவே இருந்தது.

கண்டக்டரும் டிரைவரும் இளைஞன் அருகில் வந்தனர். கண்டக்டர் கொந்தளித்து வரும் தன் முகத்தையும் குரலையும் அடக்கியபடிச் சொன்னார், "நீங்க மூணு பேரும் கீழே எறங்குங்க. அப்புறந்தான் வண்டி புறப்படும். பேசஞ்சர்க வேற யாரும் எறங்க வேணாம். வண்டி உடனே புறப்படுது."

அவர்கள் பஸ் நிலையத்தின் அரை இருளில் நின்றனர். அழுத கைக் குழந்தை சூழலை பயமாக்கியது. தூரத்தில் ஒன்றிரண்டு பஸ்களும் கீழே சில பயணிகளும் நின்றபோதும் அவர்களுக்கு அனாதை மனநிலை வந்து புரட்டிக்கொண்டிருந்தது. வெளிச்சமும் சப்தமும் குறைந்த இடத்தில் முடியப்போகும் இரவோடு வெகுநேரம் மௌனமாக நின்றார்கள்.

இப்போது அந்தப் பெண்ணும் அமைதியாக நின்றாள். இளைஞன் நடந்தான். பிள்ளைக்காரி, "எங்கே போறீங்க?" என்றாள்.

"டாக்ஸி புடிக்க."

"பணம் இல்லையே."

"இருக்கிற பணத்தைக் கொடுப்போம். மீதியை ஊர்ல போய்க் குடுக்கணும்."

அந்தப் பெண் சாதாரணமாய்க் கேட்டாள். "இது எந்த ஊர்?"

"புதுக்கோட்டை"

அவன் டாக்ஸியோடு வந்தான். உள்ளே உட்கார்ந்ததும் இளைஞன் மாத்திரைகளை அந்தப் பெண்ணின் வாயில் போட்டான். பாட்டிலைத் திறந்து தண்ணீரை வாய்க்குள் ஊற்றினான். அவள் மாத்திரைகளை விழுங்கிவிட்டுப் பிள்ளைக்காரியின் தோள்மீது தலை சாய்த்துக் கண்ணை மூடினாள். கோட்டையும் கோவிலுமாய் ஒரு கிராமத்தை டாக்ஸி கடக்கையில் அவளிடமிருந்து தூங்கும் சத்தம் வந்தது.

~

பேசுகிறேன்

இனி அதிகம் பேசுவதில்லை என்று முடிவெடுக்க நிறையக் காரணங்கள் இருந்தன. புதியவர் யாரையும் சந்தித்துப் பேசுகையில் நான் எவ்வளவு பெரிய ஆள் என்பதையும் உடனேயும் முழுதாகவும் அவர் தெரிந்துகொண்டு விடவேண்டுமென்று நிறையப் பேசும்படி ஆகிவிடுகிறது. தனியாய் வந்ததும் 'அதைச் சொல்லியிருக்க வேண்டாம், இதை ஏன் சொன்னோம்' என்று தோன்றி வெட்கமாய் வருகிறது. நான்கு வயதுக் குழந்தை ரைம் சொல்லிக் காண்பிப்பது, இரண்டு வயதுக் குழந்தை டாட்டா சொல்லிக் காண்பிப்பது போல் தானும் தனக்குத் தெரிந்தவைகளையெல்லாம் சொல்லிக்காட்டியது போல் அசிங்கப் பாடாயிருக்கிறது.

நிறையப் பேசிவிட்டு நிமிர்கையில், இருந்த எல்லாவற்றையும் கொடுத்துவிட்டு ஏழையாய்ப் போன துயரம் வருகிறது. வீட்டுக்கு வருகிற யாரிடத்திலும் அதிகம் பேசி அவர் சென்ற மறுவிநாடியே துரும்பையோ தூசியையோ பார்ப்பது போல் அவள் என்னைப் பார்ப்பாள். மாலை வீடு வந்து அலுவலகத்தில் நடந்தவற்றை அவளிடம் சொல்லி வரும்போது பாதி கேட்டபடி அவள் அடுப்பில் எதையோ விட்டு வந்ததாகச் சொல்லி நகர்வது அவமானம். மகா அவமானம். வேற யாரையும்விட அவளுக்குத்தான் என் பேச்சு குறிந்து நிறையத் தெரியும். ஒரு நிகழ்வைப் பார்த்ததும் அல்லது நிகழ்த்தியதும் என்னைப் பார்த்துச் சொல்வாள், "இதை உடனே யாருகிட்டச் சொல்லலாம்னு அலையாதிய." தொலைபேசியில் பேசி விட்டு வந்ததும் கேட்பாள், "அவர் சாயங்காலம் வீட்டுக்கு வர்றாரா?"

"ஆமா"

"பாத்துப் பேசுங்க உக்காந்தது எந்திருச்சதயெல்லாமா சொல்லீரணும்?"

ஏன் இப்படி ஆகிவிடுகிறோம் என்று யோசித்ததில் தோன்றிய யாரோடு பேசும்போதும் உற்சாகம் வந்துவிடுகிறது. உற்சாகத்தின் உச்சமாய் போதை ஏற்பட, போதையில் பேசும்போது எதைப் பேசவேண்டும் எதோடு நிறுத்த வேண்டும் என்று கட்டுப்படுத்த முடியுமா என்ன? பலரையும் பார்க்கப் பொறாமையாயிருக்கும். எண்ணி நாலு வார்த்தைகள் பேசி நிறுத்திக்கொள்வார்கள். நீண்ட உரையாடல் என்று பெயர். நாமே பேசிக்கொண்டிருப்போம். நடுநடுவே அவர்கள் ஒரு வார்த்தை, இரண்டு வார்த்தைகள் பேசுவார்கள். ஒரு கட்டத்திற்கப்புறம் அந்த வார்த்தைகளும் வராது. 'அப்படியா' என்பதுபோல் கண்கள் விரியப் பார்ப்பதும் 'எப்டி எப்டி' என்பதுபோல் தாடை மேல் கீழாய் அசைவது என்பதாகவும் இருக்கும்.

இவ்விதம் குறைவாய்ப் பேசுபவர்கள் கபடர்களென்றும் அகங்காரர்களென்றும், அதிகம் பேசும் நாமே குழந்தை போல் கள்ளமில்லாத ஆள் என்று நினைத்ததும் போகப் போகத் தப்பாய்த் தெரிந்தது. அவர்களில் அநேகர் நம்மைவிடவும் நாலு பங்கு நல்லவர்களாய்த் தெரிந்தார்கள்.

அடக்கம் காரணமாகப் பலர் குறைவாகப் பேசுகிறார்கள் என்று நினைத்து வந்ததும் தவறாய்த் தெரிந்தது. அவர்களில் பலர் சாதாரண நேரப் பேச்சு தவிர்த்த அநேக நிலைகளில் அடங்காதவர்களாய்த் தெரிந்தார்கள். எப்படியோ பேசுவதற்கென்றே பிறந்துபோல் நான் மட்டுமே திரிவதாக ஏற்பட்ட முடிவு மட்டும் திடமாகிக் கொண்டுவந்தது.

மழை மறைவுப் பிரதேச கிராமம் ஒன்றில் பிறந்து வளர்ந்ததினால் இப்படி அதிகம் பேசும்படி ஆகியிருக்கலாம். ஆறு மாதம் விவசாயம், ஆறு மாதம் மாதம் திண்ணைகளிலும் வேப்ப மரத்தடிகளிலும். ஐப்பசி வரை மழையில்லையென்றால் ஆண்டு முழுதும் திண்ணைகளில். எவ்வளவு பேசவேண்டியதிருக்கும், எவ்வளவு பேசியிருப்பார்கள், எவ்வளவு கேட்டிருப்போம்.

அம்மா தன் கல்யாணத்தின்போது நடந்தவற்றை விலாவாரியாக எத்தனையாவது தடவையாகவோ ஒரு நிலா ராத்திரியில் பெண்கள் நடுவே சொல்லிக்கொண்டிருந்தது. ஒருகட்டத்தில் அம்மா சொன்னது, "மொத மத்தியானமே தட்டு வண்டியிலெ சடயனேரியிலிருந்து செல்லையா சித்தப்பாவும் தமயந்தி சின்னம்மாவும் மாணிக்கமும் வந்திறங்கினோங்க."

நான் ட்ரவுசரை ஏற்றி விட்டுக்கொண்டு இடைமறித்தேன். "மாணிக்கம் தான் வரலையே. காய்ச்சல்னு விட்டுவிட்டு வந்துட்டாகள்ல."

கந்தர்வன் சிறுகதைகள் 443

உட்கார்ந்திருந்த பெண்கள் திகைத்துவிட்டுக் கலகலவென்று சிரித்தார்கள். ஒருவர் கழுக்கமாய்க் கேட்டார். "ஒனக்கெப்படித் தெரியும்?"

"நான்தான் இருந்தெனே."

"ரங்கம்மா கல்யாணத்தன்னிக்கு நீ இருந்தியாக்கும்."

"ஆமா"

"ஆத்தாடி" என்று சொல்லியபடி வயிற்றைப் பிடித்தபடி சிரித்த பெண்களைப் பார்த்துச் சொன்னார் ராசம்பா பாட்டி. "அடியே சும்மா இருங்கடி. இவன்தாண்டி இவுக அம்மாவையும் அப்பாவையும் அறைக்குள்ள உக்கார வச்சதும் பால் பழம் குடுத்தான்."

ஒவ்வொரு சங்கதியும் மனப்பாடம் ஆகிற மாதிரி அத்தனை தடவை பேசி அத்தனை தடவையும் கேட்டு அதாவே ஆக்கி வைக்கிற நைச்சியமான பெண்களும் ஆண்களும் ஊரில்.

விவசாயம் என்றாலும் களை எடுத்தபடி நாற்று நட்டபடி வரப்பில் நின்றபடி பேசிக் கொண்டேதானிருந்தார்கள். எருவாட்டியில் நெருப்பு எடுத்து வரும்போது எதிர்ப்பட்ட பெண்ணிடம் பேசிக் கொண்டேயிருந்து ஒரு தீப்பிடித்து நெருப்பு தரையில் கொட்டி வேறு எரு எடுத்து வேறு வந்ததையெல்லாம் எவ்வளவு தடவை பார்த்த ஆள். நாற்காலியில் உட்கார்ந்து பக்கத்தாளிடம் பேசாமல் மேஜை மேல் கரிசனமாய் எழுதிக்கொண்டிருந்தவர்களுக்கா பிறந்தோம்.

மேஜையும் நாற்காலியும் இந்தத் தலைமுறையில்தான் வாய்த்திருக்கிறது. எத்தனை ஆயிரம் வருஷப் பேச்சை நேற்றுக் கிடைத்த நாற்காலியில் உட்கார்ந்ததும் முடிந்து வைத்துவிட முடியுமா என்ன? பேச்சென்றால் பேச்சு. எவ்வளவு பேசுவார்கள் ஊரில்.

பாம்பு வந்த வீட்டில் நாற்பது பேர் பாம்பு பார்க்க வந்தார்களென்றால் நாற்பது பேர்களும் தாங்கள் பாம்பு பார்த்த வயது நேரம், இடம் என்று சொல்லி முடிவுகளை ஒரு கதைக்காவது போல் திருத்தியோ திரித்தோ சொல்வார்கள். பேசுகிற எல்லோருமே கேட்கிறவர்களாகவும் இருப்பார்கள். நாற்பது பேரும் முந்தி முந்தி வந்து சொல்லக் கடைசி வரை கேட்டு கூட்டம் இனிதே முடியும், இவளைப் போல் பாதியில் அடுப்படிக்கு ஓடிவிட மாட்டார்கள்.

அப்போது சினிமா டி.வி, ரேடியோ கூடக் கிடையாது ஊரில் ருசி ருசியாய்ப் பேசுகிறவர் பின்னால் கூட்டம் கூடும். அப்படிப் பேசுகிறவர் எங்கு போனாலும் அவர் கூடவே சென்று கொண்டிருப்பவர்கள் என்று சிலர் இருப்பார்கள்.

ஊர் பூராவிலும் மாலை ஒருவேளைதான் சமையல். பொழுது சாயும்போது வீட்டு வாசல்களில் உட்கார்ந்து சாப்பிடுவார்கள். ரெண்டு கைகளாலும் சாப்பிடுவது போல் தெரியும், பசியில் சாப்பிடும் வேகம். கழுவிய கை காயுமுன் காரை வீட்டின் முன் பெண்கள் மகாசபை கூடும்.

இடித்துக்கொண்டுதான் உட்கார்வார்கள். கையை அடுத்தவர் தோள்மீது போட்டபடி பேச்சுக் கேட்டால்தான் அந்தப் பெண்களுக்குப் பிடித்தமாயிருக்கும். "ஓங்க வீட்ல என்ன கொழம்பு அக்கா?" என்று கேட்டால் "மீன் கொழம்பு" என்று சட்டென முடித்துவிடமாட்டார்கள். "எண்ணைக் கத்திரிக்காய் கொழம்புதான் வைப்போம்னு இருந்தேன். ஏன் மீன் வாங்கேன்னு ஓங்கத்தான் சொன்னாக..." என்று ஆரம்பித்து "கடைத் தெருவிலே அந்த மீன் கெடந்துச்சு இந்த மீன் கெடந்துச்சு என்று சொல்லிவந்து "பால் சுரா வாங்கி வந்தேன்" என்று சொல்லி "இத்தனை வருசத்திலே எத்தனையோ தடவை சுரா மீன் கொழம்பு வச்சிருக்கேன். நல்லா இருக்குனு உங்கத்தான் ஒருநாளும் சொன்னதில்லை. என்னமோ இன்னைக்கு அந்த உலகம்மா மழையைக் கொண்டுவரணும், உங்கத்தான் கொழம்பு நல்லாயிருக்குனுட்டாக" என்று முடியும்.

பாப்பம்மா வீடும் ராமாயி வீடும் வடகோடியில் அடுத்தடுத்து உள்ளன. இருவரும் கிரியும் பாம்பும். சண்டை வந்தால் எப்போது முடியுமென்று சொல்லமுடியாது. பேசிப் பேசி ஒய்ந்தது போல் தெரியும் உள்ளே போன பாப்பம்மாவுக்குப் புதிதாய் ஒரு பாய்ண்ட் தோன்றும். அரை மணி ஒய்வுக்குப் பின் அந்தப் புதிய பாண்ட்டோடு பேச்சு யுத்தம் துவங்கும். இரண்டு மணி நேரமான பிற்பாடும் பாய்ண்ட் கிடைத்தால் வாசலில் வந்து எடுத்துவிடுவார்கள். தோன்றிய எதையும் மனதில் வைத்துக்கொள்ளும் பழகமில்லை. ஊரில் யாருக்கும் தேடிப்போய்ப் பகிர்ந்துகொள்வார்கள். எதிரில் யாருமில்லையென்றாலும் மீனாச்சி அத்தை தனக்குத்தானே பேசிக்கொண்டிருக்கும் ஊரில் பிறந்து வளர்ந்தவன் நான். ட்ரவுசரை முடிந்தபடி நின்று நின்று கேட்ட பேச்சுகள் காதுகளில் விழுந்தபடி இருக்க எப்படிப் பேச்சுகளை சட் சட்டென்று முடிப்பது?

ஆனால் நவீன வாழ்க்கை சுருக்க பேச்சோடு இணைந்ததாகிவிட்டது. "வளவன்னு பேசாம சுருக்கமாச் சொல்லுங்க" என்கிறார் அதிகாரி, வீட்டில் அவள் நகரத்திலிருந்து படித்து வந்தவள், எதைச் சொல்ல முயன்றாலும் பாதியோடு 'போதும்' என்கிற மாதிரி முகத்தை மாற்றுகிறாள். இவற்றின் காரணமாக யாரிடத்தில் பேசினாலும்

கந்தர்வன் சிறுகதைகள் 445

அதிகப்படியாகப் பேசியது போலத் தோன்றி வீண் சஞ்சலம் வரும்படி ஆகிவிட்டது.

மனத்திற்குள் இதைப் பற்றித் தொடர்ந்து பெரும் விவாதம் நடத்தி இனி அதிகம் பேசுவதில்லை என்றும் முன்மாதிரியாக என் அலுவலக கர்வி ஒருவரை வரித்து அவர் போலவே சுருக்கமாய் கெத்தாய் பேசுவது, நடந்துகொள்வது என்றும் முடிவெடுத்து மூன்றாம் நாள் சென்னையில் கணினிப் பயிற்சிக்காகப் புறப்பட வேண்டி வந்தது.

துணிகளை எடுத்துப் பைக்குள் வைக்கும்போது மனத்துள் சென்னைக்குப் போய் யாரிடத்திலும் அதிகம் பேசக்கூடாதென்று திரும்பத் திரும்ப உறுதி எடுத்துக்கொண்டேன். அவளும் நிறையச் சொல்லிவிட்டாள். பேச்சை குறைங்க என்று.

பரங்கிமலை அருகில் வரும்போது வாசனை பவுடர் உற்பத்தி செய்யும் கம்பெனியிலிருந்து வாசம் பஸ்ஸுக்குள் வந்து எழுப்பிவிட்டது. இந்த பவுடர்தான் என் வீட்டில் உபயோகமாகிறது. இந்த பவுடர், நான் வாசிக்கும் பத்திரிகைகள், என் பதவி உயர்வுகளை நிர்ணயிக்கும் தலைமை அலுவலகம் எல்லாமே சென்னையில்தான். தெற்கே யார் உயர்வாக எதைச் செய்தாலும் அதை நிறுத்தப் பார்த்துத் தரம் நிர்ணயிக்கும் ஆயிரக்கணக்கானவர்கள் சென்னையில் தராசுகளோடு உலவுகிறார்கள். எனக்கு உற்சாகம் வந்துகொண்டிருந்தது.

சென்னை மாநகரம் எனக்கு எப்போதும் அதிசய நகரம். கடல், கட்டடங்கள், காசுப் புழக்கம் என்று பிரமாண்டமாய் விரியும் நகரம். அறிவிற் சிறந்தோர், அதிகாரிகள், கலைஞர்கள், சிரமப்பட்டு அணுகிப் பார்க்க வேண்டியவர்கள், மன சக்திக்கு அணுகவே முடியாதவர்கள், நாளிதழ்களிலும் வார இதழ்களிலும் பிரபலமாய் விளங்கப்படுகிறவர்கள் வாழ்கிற நகரம். ஓர் எளிய சாலையைக் கடக்கக்கூட சில நிமிடங்கள் காத்திருக்க வேண்டுமாறு பல்லாயிரமான வாகனங்கள். எட்டித் தொட்டுவிடலாம் போல் உயரத்தில் விமானம் பறக்கிற ஊர்.

உற்சாகம் பொங்கிக்கொண்டிருந்தது. பெசன்ட் நகர் அலுவலக வளாகத்தின் புல்வெளியில் பயிற்சிக்கு வந்தவர்கள் உட்கார்ந்திருந்தனர்.

இன்னும் உள்ளே போகவில்லை. மதுரையிலிருந்து முருகேசன் வந்திருந்தான். இருபது வருஷங்களுக்கு முன் சேலத்தில் அவனும் நானும் ஒரே அலுவலகத்தில் வேலை செய்தவர்கள். "என்ன முருகேசு எப்டி இருக்கே?" என்று கேட்டபோது குரல் தழுதழுத்தது.

உடனே உள்மனம் இவ்விதம் நெகிழ ஒரு காரணமுமில்லை. அவன் அசையாமல் 'வா' என்று ஒரு சொல்லோடு நிறுத்துகிறான் என்று எண்ணியது. ஆனால் வாய் அதை சட்டை பண்ணவில்லை "வீட்லெ எல்லாரும் நல்லா இருக்காங்களா?" என்றேன். அவன் தலையை ஆட்டினான். ஆட்டலின் அர்த்தம் "நல்லா இருக்காங்களாம்."

அவன் புல் தரையில் கால்களை நீட்டி உட்கார்ந்தபடி கேட்டான், "சொல்லு". இருபது வருஷங்களுக்கு முன்பும் நான்தான் சொல்லி வந்திருக்கிறேன். அவன் கேட்டுப் போயிருக்கிறான். பெற்ற பிள்ளைகள், கடனும் உடனுமாய்க் கட்டிய வீடு, கிடைத்த பதவி, மாறிய ஊர்கள், வந்த வியாதிகள் வரமாட்டேனென்கிற அதிர்ஷ்டம் என்று மலை மலையாய்ச் சொன்னேன். சொல்லிவிட்டுத் திரும்பிப் பார்த்தபோது அங்கிருந்த மற்றவர்கள் என் சுயசரிதையை உற்றுக் கேட்டுக்கொண்டிருப்பது தெரிந்தது.

சிலர் என் வாழ்க்கைக் குறிப்புகளின் மீது சந்தேகங்கள் கேட்டபோது மிகுந்த உற்சாகத்தோடு விளக்கங்கள் கொடுத்தேன். என் மலைப் பிரசங்கத்தில் மயங்கி ஒருவர் சொன்னார் அடுத்தவரிடம் "கம்ப்யூட்டர் போரடிக்குமேனு பயந்துபோய் வந்தேன். ஸார் இருக்காரு. பேசச் சொல்லிச் கேட்டுக்கிட்டிருக்கலாம்."

உச்சந்தலையில் குட்டு விழுந்தது போலிருந்தது. எல்லை தாண்டிப் போய்க்கொண்டிருந்த பேச்சு, முன்பு எடுத்துக்கொண்ட சபதத்திற்கு முற்றிலும் எதிரானது என்று என் உள்மனம் சொல்லியது. ஆனால் கிடைத்த ரசிகர்களைப் பார்த்ததும் தலைக்கு ஏறிய போதையில் மறுபடி பேச ஆரம்பித்தேன்.

எல்லோரும் எழுந்து உள்ளே செல்கையில் ஒருவர் தண்ணீர் பாட்டிலை மறந்து வைத்துவிட்டு நடந்தார். அவர் பையை மட்டும் எடுத்துக்கொண்டு நடப்பதையும் தண்ணீர் பாட்டில் புல் தரையில் கிடப்பதையும் மற்றவர்களும் பார்க்கிறார்கள். நான் ஓடிப்போய் தண்ணீர் பாட்டிலை எடுத்து அவரிடம் கொடுத்தேன். பெரிய அளவில் பேசி அணைத்துக் கொள்வாரென்று எதிர்பார்த்தேன் அவர் எனக்கு மட்டும் கேட்கும்படியான மெல்லிய குரலில் "தேங்க்ஸ்" என்று சொல்லிவிட்டு ஜாக்கிரதையாய்க் குனிந்துபடி பார்த்து ஏறினார்.

பயிற்சி வகுப்பு மும்முரமாயிருந்தபோது எனக்கு இது உறுத்தியது. 'ரொம்பப் பேசுகிறோமே. நான், நான் என்று முன்னால் தள்ளிக் கொண்டு நிற்கிறோமே' என வெட்கமாயிருந்தது. உடனேயே இன்னும் சிறிது நேரத்தில் வரப்போகும் இடைவேளையின்போது

என் பேச்சைக் கேட்க இந்தக் கூட்டத்தில் சிலர் இருக்கிறார்கள் என்ற நினைவு வந்து வெட்கத்தை விரட்டியது.

இடைவேளையின்போது கையில் தேநீர்க் கோப்பையுடன் ஒருவர் வந்து, "ஸார் ஏதாவது பேசுங்க. ட்ரெயினிங் நம்மை என்னவோ மாதிரி ஆக்கிக்கிட்டிருக்கு" என்றார். பேசினா ஏதாவது காசு போடுறேங்கிற மாதிரியும் அது காதில் கேட்டது. அந்த எதிர்ப்பை மிதித்தபடி நான் எதையோ சொல்லப்போவது போல் நின்றபோது கேட்பதற்கு அவருடன் இன்னும் மூன்று பேர் சேர்ந்தார்கள். சிறு கூட்டம் நடுவில் நான் பேசத் துவங்கினேன்.

உற்சாகம் பொங்க பேசிச் சென்றபோது குரல் உரத்துக்கொண்டே போனது. பெருஞ் சப்தமாய் என் காதுகளிலேயே வார்த்தைகள் பாறைகளில் மோதும் சமுத்திரப் பேரலைகளாய்த் தெறித்தன. சென்னை மாநகரமே அமைதியடைந்து என் குரல் மட்டும் உரத்துக் கேட்டது. திரும்பிப் பார்த்தேன். நாலைந்து பேர் ஏளனமாகப் பார்ப்பது போல் தெரிந்தது. அந்த ஏளனத்தை வெல்லவேண்டும் என்றும் சிறப்பாய் பேசவேண்டுமென்றும் நினைத்து எதை எதையோ ஞாபகத்திற்குக் கொண்டுவந்து பேசினேன்.

பேச்சு ஒருகட்டத்தில் நின்றது. எல்லோரும் மௌனமாயிருந்தார்கள். இவர்களை விட்டுவிட எனக்கு எல்லோரும் மனமில்லை. வேறு என்ன பேசுவதென்று யோசித்துப் பேசினேன். நின்றவுடன் மறுபடி ஒன்றைப் பேசுவதுமாயிருந்தேன். வாயில் நுரைத்தது. தொண்டை வறண்டது. முடித்துவிட்டுச் சுற்றிப் பார்த்தேன். என்னை அவர்கள் பரிதாபமாய்ப் பார்த்துக்கொண்டிருந்தார்கள்.

~

கல்லாதது...

ஆறே முக்கால் கோடி என்று போட்டால் எங்கே குறைத்து மதிப்பிட்டு விடுவார்களோ என்று அறுநூற்றி எழுபத்தைந்து லட்சங்கள் செலவில் கட்டப்பட்டிருக்கிறதாகப் பிரதான சாலையில் பலகை நட்டிருக்கிறார்கள். அந்த இடத்தில்தான் பேருந்துகள் நிற்கும். நாங்கள் அங்கு இறங்கி டீம் லைட்டுகளோடு உள்ள இரண்டு வாயில்கள், ஒரு திட்டி வாசல் இவற்றில் ஏதாவது ஒன்றின் வழியாக நடப்போம். பூங்காக்கள், நீரூற்று தாண்டி கலெக்டர் அலுவலகத்தைத் தொட சிறிது நேரம் கடக்க வேண்டும்.

இந்த மாவட்டம் சமீபத்தில் உதயமானது. கலெக்டர் அலுவலகம் முதல் சகல சர்க்கார் அலுவலகங்களையும் ஒரே இடத்தில் கொண்டு வருவதன் வேண்டி இருநூறு ஏக்கர் நிலம் சேர்ந்தாற்போல் நகருக்குள்ளேயோ அருகிலோ கிடைக்காததால் ஏழு கிலோமீட்டர் தாண்டி இங்கே கலெக்டர் அலுவலகம் கட்டப்பட்டிருக்கிறது. இந்த இடத்திற்கு வருமுன் நெல்வயல்கள், சோளக் காடுகள், புல்வெளிகள் வழியாகச் செல்லும் பேருந்துப் பயணம் சுற்றுலாவிற்கு ஒப்பாகும்.

கட்டிடத் தரை மார்பிளிலும், முகப்பு அரக்கு நிற கிரானெட்டுகளிலும் உயரம் மூன்று மாடிகளையும் இரண்டு மூலைகளில் லிப்ட் வசதிகளையும் கொண்டது. அகம்தான் இவ்விதம் புறம் முற்றிலும் மாறானது. சீட்டில் உட்கார்ந்து பார்த்தால் எதிரே குன்றுகளும் மரங்களும், திரும்பிப் பார்த்தால் வனத்தின் அடர்த்தியோடு தாவரங்கள். மின்சாரம் நிற்பது ஒரு பொருட்டல்ல. பரந்த வெளியிலிருந்து வரும் வெளிச்சமும் காற்றும் கூசவும் குளிரவும் வைக்கும். சவால் விடும் வேலைகள், அதிகாரிகளின் எச்சரிக்கைகள், பொதுமக்களின் கூப்பாடு என்று பகல் முழுதும் எத்தனை நடப்பினும் மாலையில் வீடு திரும்பப் பேருந்திற்காகப் பிரதான சாலைக்கு வந்து வாடாமல் வதங்காமல் ஊழியர்கள் நிற்பார்கள். காரணம் காடு, காடு ஈந்த பிழையற்ற பிராணவாயு.

திங்கட்கிழமைகளில் சகல துறைகளின் ஜீப்புகளும் ஒரு பெரிய அரைவட்டத்தில் வாகன நிறுத்தம் பகுதியில் நிற்கும். பொதுமக்கள் கைகளில் மனுக்களைச் சுருட்டியபடி நிற்பார்கள். பிரதான சாலையில் வடை, தேநீர் வியாபாரம் அமர்க்களப்படும். அன்று வரும் மக்களை ஆட்சியர் நேரில் சந்தித்துக் குறைகளைக் கேட்பார். அகன்று நீண்ட இரண்டாம் தளத்து மன்றக் கூடத்தின் இந்த நெட்டிலும் அந்த நெட்டிலுமாய் ஏராளமான அதிகாரிகள் உட்கார்ந்திருப்பார்கள். என் நண்பன் கந்தசாமி அலுவலத்திற்குள்ளே நடப்பவைகளையும் வெளியே நடப்பவைகளையும் தொடர்ந்து ஆய்வுசெய்து ஒன்றை இறுதியாக்கிப் பலர் மத்தியில் வாய்மொழி அறிக்கை வைப்பான்.

அப்படி அவன் வைத்த அறிக்கைகளில் ஒன்று இது. இரண்டு மூன்று முறை வந்து மனு கொடுத்தபடி இருந்த ஒரு கிராமத்துக்காரர் கடைசியாய் வந்தபோது கையில் மடித்து வைத்துக்கொண்டு வந்த சாக்கை ஒரு புதருக்குள் போட்டுவிட்டு மனு கொடுக்க உள்ளே போனார். மனு கொடுத்துவிட்டு வந்து அந்த சாக்கை எடுத்துக் கொண்டு போய் கலெக்டர் ஆபீஸ் பின்புறத்தில் சாண் உயரத்திற்கு வளர்ந்து கிடந்த புல்லைப் பிடுங்கி சாக்கு நிறையக் கட்டிக்கொண்டு போனார். "திங்கக்கிழமை வெள்ளை பேப்பரும் சாக்குப் பையுமாய்ப் போங்கடா. கலெக்டர் ஆபீஸ் பக்கம் நெறையாக் கெடக்கு" என்று புல்லைக் காட்டிப் பக்கத்தில் நின்ற ஆட்களிடம் பகடி பேசினாராம்.

ஆனால் எங்கள் துறையின் நிபுணத்துவம் பற்றி அவர் ஏதும் அறிந்திருக்கவில்லை. இந்தத் துறைதான் அரசாங்கத் துறைகளின் அத்துறை. கோப்புகள் என்பவைகளைக் கண்டுபிடித்ததும் வளர்ந்து வளர்ந்து எங்கும் பரவவிட்டதும் இந்தத் துறைதான். கோப்புகள் என்பவை சாதாரணமாகக் கையாளப்படும் வீட்டுப் பொருள்களல்ல. அவற்றைக் கோவில் பொருள்களைப் போல் கையாள கலெக்டர் ஆபீஸ் ஊழியர்களே அறிவார்கள். ஒரு கோப்புக்குள்ளேயே கரண்ட் ஃபைல் என்றும் நோட்ஃபைல் என்றும் பிரித்திருப்போம். குறிப்புகள் எழுதுகையில் அரசாங்க விதிகளையும் எங்கள் பொது அறிவையும் பயன்படுத்தித் தக்க ஆதாரங்களைக் காட்டி ஒரு முடிவை நிறுவுவோம்.

சிவப்பு மையால் எதை எழுதவேண்டும் நீல மையால் எதை எழுதவேண்டும், நோட் ஃபைலின் பக்கவாட்டில் பென்சிலால் எங்கெங்கே கோடு போட்டுப் பக்க எண்களைக் குறிக்க வேண்டும் என்பதை சீனியர்கள் கற்றுத் தருபோது குரு பக்தியோடு கற்றுத் தெளிவோம். கத்தரித்த சிறு காகிதத் துண்டுகளை நீட்டி நீட்டி அங்கங்கே கோப்பில் குண்டூசியால் குத்தி, பக்க எண்கள் குறிப்பது,

கோப்புக்கு அட்டை போடுவது, அதன் மேல் எந்தப் பொருள் குறித்த கோப்பு என்றும் முக்கியமாக அதன் எண்ணையும் என்ன வண்ண மைகளில் எழுதிவைப்பது என்பதைச் சொல்லித் தருவார்கள். கோப்பைச் சுற்றியுள்ள நாடாவை எவ்விதம் சுருக்கிட்டுக் கட்டுவது என்பது வரை இந்தத் துறை ஊழியரைப்போல் சிரத்தையோடும் அழகுணர்ச்சியோடும் வேறு யாராலும் செய்யமுடியாது.

உள்ளே இப்படியென்றால் ஃபீல்டில் இவர்களைப் போல் சாமர்த்தியமானவர்கள் வேறு யாரும் இருக்கமுடியாது. சீனியர்கள் சொல்லிவரும் பழைய நிகழ்ச்சிகளைக் கேட்கும் எவரும் மெய் சிலிர்ப்பர். வெள்ளைக்காரன் காலத்தில் ஒரு தாசில்தார் கிராமத்திற்கு முகாம் சென்றார். ரெவினியூ இன்ஸ்பெக்டர் அவரை இறக்கி அழைத்துச் செல்கையில் "இந்த ஊரில் எத்தனை கோழிக இருக்கு?" என்று கேட்டார். ரெவின்யூ இன்ஸ்பெக்டர் வினாடி தாமதமுமின்றிச் சொன்னாராம், "நானூத்திப் பதினஞ்சு." தாசில்தார் அவரைச் சோதிக்கும் பொருட்டு தன்கூட அழைத்து வந்திருந்த குமாஸ்தாவை அனுப்பி வீடு வீடாய்ப் போய்க் கணக்கெடுத்து ஊரில் எத்தனை கோழிகள் உள்ளன என்று துல்லியமாய்ச் சொல்லும்படி கேட்டாராம். மாலையில் அந்த குமாஸ்தா வந்து "நானூறு" என்றதும் "ஏன் கணக்குத் தப்பாகுது?" என்று தாசில்தார் கேட்டார். ரெவினியூ இன்ஸ்பெக்டர் சொன்னார். "ராத்திரி படுக்கப் போகுமுன்னே கணக்கெடுத்தப்ப நானூத்திப் பதினைஞ்சுதான் இருந்துச்சு. இன்னைக்கு சனிக்கிழமை எண்ணைக் குளியலாகிற வீடுகள்ள பதினைஞ்சு கோழிக அடிபட்டுக் குழம்புக்குப் போயிருச்சு. சேர்த்துப் பார்த்தாப் பதினைஞ்சு சரியாயிருக்கும்."

இப்படி அவர்கள் சாமர்த்தியம் சாமான்யமல்ல. அதே வெள்ளைக்காரன் காலத்தில் ஒரு டிபுடி கலெக்டர் வந்து ரெவின்யூ இன்ஸ்பெக்டரிடம் ஒரு புளிய மரத்தை அண்ணாந்து பார்த்தபடி "இதில் எத்தனை இலைகள் இருக்கு?" என்று கேட்டாராம், ரெவின்யூ இன்ஸ்பெக்டர் உடனே தரையில் உட்கார்ந்து தன் கைப்பையிலிருந்து வெள்ளைப் பேப்பரையும், சின்ன ரூல் தடியையும், பென்சிலையும் எடுத்தார். வெள்ளைப் பேப்பரில் ரூல் தடியை உருளவிட்டு சர்சர்ரென்று கோடுகள் போட ஆரம்பித்தார்.

"நான் என்ன கேட்டேன்? நீர் சட்டுனு கீழே உக்காந்து ரூல் போட்டுக் கிட்டிருக்கீர்?" என்றார் டிபுடி கலெக்டர். "இந்த மரத்திலே இப்ப எவ்வளவு இலை இருக்குங்கிறதோட போன மாசம் எவ்வளவு இலைக இருந்துச்சு. அதுக்கு முந்தின மாசம் எவ்வளவு இலைக இருந்திச்சுனு ஒரு குவார்ட்டர்லி ரிப்போர்ட்டா

கந்தர்வன் சிறுகதைகள் 451

குடுத்திறலாம்கிறதுக்காகக் கோடு போட்டுப் பத்தி பிரிக்கிறேன்," என்றாராம்.

கலெக்டர் ஆபிஸ் தாலுக்காபீஸ்காரர்களால் என்ன முடியாது? இருநூறு பேர்களுக்குப் பட்டா கொடுக்க வேண்டுமென்றாலும் ஓர் இரவுக்குள் எங்களுக்கு நிலம் கிடைக்கும் ரிக்கார்டுகள் கிடைக்கும். மறுநாள் காலையில் அமைச்சர் கையால் அத்தனையும் வழங்குவார். கிராமத்து ஆட்களுக்கு பஸ் எடுத்துக் கூட்டிவந்து டிக்கெட் சாப்பாடு வாங்கிப் போட்டு இந்தப் பக்கம், அந்தப் பக்கம் ஆள்கள் போய்விடாமல் ரெவின்யூ இன்ஸ்பெக்டர்களும், தலையாரிகளும் கண்காணித்து வரிசையாய் மேடை ஏற்றுவார்கள்.

மாவட்டத்தின் அசையும் பொருள்கள், அசையாப் பொருள்கள் என்று எதன் மீதும் கலெக்டர் ஆபிஸால் ஆதிக்கம் செலுத்தமுடியும். ஒருவருக்கு யார் தாய், தந்தை என்பதையும் அவருக்கு யார் யார் வாரிசுகள் என்பதையும் எங்கள் பேனாக்கள்தான் சான்று வழங்கும். அனுமதியில்லாமல் கட்டப்பட்ட மாளிகைகளை ஒரு தாசில்தாரின் விரல் சொடுக்கில் புல்டோசர்கள் தூசியாக்கும். நாலு பேர் கூடுவதை கலெக்டர் ஆபிஸ் கோப்பு ஒன்று '114 தடை' என்று அறிவித்துவிடும்.

இருந்தும் என்ன செய்ய? ஓர் அற்ப ஜீவ இனத்திற்கு கலெக்டர் ஆபீஸின் எந்த அதிகாரமும் மகோன்னதமும் தெரிந்திருக்கவில்லை. ஒருநாள் காலை ஊழியர்கள் அலுவலகத்திற்குள் நுழையப் போகையில் இரண்டாம் தளத்து ஸ்லாபில் கரிய நிறம்கொண்ட அற்பத் தேனீக்கள் கூடி ஒரு கூடுகட்ட முயன்றுகொண்டிருப்பதைப் பார்த்தார்கள். அவசரத்தில் உள்ளே போய்விட்டார்கள்.

மறுநாள் பார்க்கையில் தேன்கூடு பெரியதாகியிருந்தது. விர்விர்ரென்று தங்கள் கன்னங்களை உராய்ந்தபடி கூட்டுக்கும், காட்டுக்குமாகத் தேனீக்கள் பறப்பதைப் பார்த்தார்கள். ஒரு வாரத்தில் அரை ஆள் உயரத்தில் பிரம்மாண்ட பலாப்பழ வடிவத்தில் கருகருவென்று தேனீக்கள் மொய்க்கத் தேன்கூடு தொங்கியபடி இருந்தது. நானும் கந்தசாமியும் இதனால் அதிகம் பாதிக்கப்பட்டோம்.

நானும் அவனும் ஒரே பஸ்ஸில் தினமும் உட்கார்ந்து பேசியபடி வருகிறவர்கள். கந்தசாமி எம்.ஏ., தமிழ் இலக்கியம் படித்தவன், திணைகளைக் குறித்து எம்.ஃபில் பண்ணியவன். பேராசிரியர் வேலை கிடைக்காத எம். எஸ்.ஸி. எம்.ஃபில் ஒருவர். பி.எஸ்.சி., (அக்ரி) ஒருவர், இரண்டு பி.எஸ்.,கள் ஒரு ஹோமியோபதி டாக்டர் எல்லாம் குமாஸ்தா பரீட்சை எழுதி எங்கள் அலுவலத்திற்கு வந்திருக்கிறார்கள். இருக்கட்டும். கந்தசாமி தேன்கூட்டை அண்ணாந்து பார்த்தபடி சொன்னான். "இந்தத் தேனீக்கள் இந்தக் கட்டிடத்தைக் காடும்

காடு சார்ந்த இடமுமாப் பாக்குது. இதுகளுக்கு கவர்மெண்ட் கட்டிடம்னா என்ன, குறிப்பா கலெக்டர் ஆபிஸ் கட்டிடம்னா என்னனு தெரியவில்லை. என்ன தெனாவட்டாப் பறக்குதுக, அப்புறம் போய் உக்காந்துக்கிருதுக."

அதன்பின் காலையில் அலுவலத்திற்குள் நுழைகையில் ஊழியர்கள் நின்று சற்று நேரம் தேன்கூட்டைப் பார்த்து ஏதாவது பேசிவிட்டுச் சென்றார்கள். தேனீக்கள் எட்டுத் திக்கிலும் பறந்தபடி இருந்தன. வெகுதூரத்திற்குப் பறந்தும்கூட, காடுகளிலிருந்தும் தோட்டங்களிலிருந்தும் தேன் சேகரித்து வரும் பழகமுள்ளவையென்று ஒருவர் சொன்னது இன்னும் ஞாபகத்திலிருக்கிறது.

இம்மாதிரி காட்டுப் பகுதியில் கட்டும் தேன்கூட்டில் உயர்தரமான தேன் இருக்குமென்றும் தினமும் இந்தத் தேனைக் காலை வேளைகளில் எலுமிச்சஞ்சாறு கலந்து குடிக்க மேலும் இளமையோடு இருக்கலாம் என்று கந்தசாமி சொன்னான். ஆனானப்பட்ட ஆக்கிரமிப்புகளையெல்லாம் புல்டோசர்களை விட்டுக் குப்பையாக்கி வரும் அதிகாரிகள் யாரும் இந்தத் தேனீக்களின் ஆக்கிரமிப்பை ஏறெடுத்தும் பார்க்க மறுக்கிறார்கள்.

சபாரி உடைகளோடு வரும் அதிகாரிகள் வாசலின் நாலு மார்பின் படிகளிலும் தடதடவென்று ஓடுகிறார்கள். நிமிர்ந்து பார்ப்பதில்லை. கந்தசாமி சொன்னான் "வாசல்ல தேனீக்கள் கூடு கட்டியிருக்குனு அதிகாரிகிட்ட சொன்னா குறிப்பு எழுதி வைங்கம்பார். கிளார்க் குறிப்பெழுதி, ஹெட் கிளார்க் அவர் கருத்தை எழுதி சின்ன அதிகாரி, பெரிய அதிகாரினு அவரவரும் இந்தத் தேன்கூட்டை என்ன செய்றதுனு கருத்துக்கள் எழுதி கலெக்டர் ஓர் உத்தரவு போடறமாதிரி கோப்புத் தயாராகி எப்பொ இந்தக் கூட்டை கலைக்குறது."

ஆனால், ஒருநாள் காலையில் நடந்த நிகழ்ச்சியும் அது குறித்து ஹோமியோபதி டாக்டர் (தற்போது சட்டம் ஒழுங்கு சீட் கிளார்க்) சொன்னதும் தேன்கூடு பற்றிய ஆய்வைத் திசை திருப்பிவிட்டது. சனி, ஞாயிறு விடுமுறை முடிந்து திங்களன்று காலையில் அலுவலகம் போனபோது மெயின் ஹாலில் மூன்று பாம்புகள் படுத்திருந்ததைப் பார்த்து அலறினார்கள். மொத்த ஸ்டாஃபும் கூடியிருந்த அந்த நேரத்தில் "கலெக்டர் ஆபீஸுக்குள்ளேயே பாம்பு வந்திருச்சு" என்று எகத்தாளமாக ஒருவர் சொன்னார், ஹோமியோபதியர் சொன்னார். அப்போது "கலெக்டர் ஆபீஸ் இருக்கிற எடத்துக்குப் பாம்பு வரலை. பாம்பு இருக்கிற எடத்துக்கு நாம வந்திருக்கோம்.

கந்தர்வன் சிறுகதைகள் 453

எத்தனை ஆயிரம் வருஷமாவோ பாம்பும் பறவையும் பரம்பரையா வாழ்ந்துக்கிட்டிருக்கிற எடம் இது."

அன்றிலிருந்து கந்தசாமி இந்தத் தேனீக்கள் செய்வது ஆக்கிரமிப்பு என்கிற வாதத்தை நிறுத்தினான். தேன்கூட்டை எடுப்பது, பிழிவது, குடிப்பது என்கிற இடத்திற்கு வந்தோம். டீ குடித்துவிட்டு வந்து தேன்கூட்டைப் பார்த்தபடி கந்தசாமி நிறையப் பேசினான்.

"கீழேயிருந்து மேலே போக அவ்வளவு பெரிய ஏணிக்கு இந்தக் காட்டிலெ எங்கே போறது?" என்றான். தேன்கூடு இருக்கும் உயரத்தைக் கண்டு மலைத்தபடி கந்தசாமி ஒருநாள்.

"நாம ரெண்டு பேரும் மட்டும் நின்னு எடுத்திர முடியுமா?"

"எடுத்தா ஒரு குடம் தேன்"

"சாயங்காலம் எல்லோரும் வீட்டுக்குப்போனதும்."

"கூட்டைக் கலைச்சா தேனீக்க கலைக்கிறவனைக் கொட்டிக் கொதறிடுமாமே."

"நீ தேன்கூடு எடுத்தவனைப் பார்த்திருக்கியா?"

"இல்லெ"

"நானும் பார்க்கலெ. ஆனா எப்படியும் இந்தத் தேனை எடுத்திரணும்" "எப்டி?"

"லோக்கல் தாசில்தார்கிட்ட சொல்லி நாலு தலையாரிகளை வரச் சொல்லாம்."

"ஹெட்கிளார்க்குத் தெரியாம, பி.ஏக்குத் தெரியாம இது நடக்குமா?" "நம்ம மேட்டரா இல்லாம ஆபீஸ் மேட்டரா மாறிடும்."

"அப்டினே வைச்சுக்க. எந்தத் தலையாரியை மேல ஏத்திக் கடிவாங்க விடுறது?"

"சரி அது வேணாம். ஃபயர் சர்வீஸ்லே சொல்லி அவுங்க வந்து எடுக்கட்டும். அவுங்கக்கிட்ட ராட்சச ஏணிங்க இருக்கு. தேன் கடிக்காம இருக்க பெரிய பெரிய கோட்டு, தலை மூடி, முகமூடியெல்லாம் வைச்சிருக்காங்க. ஆபத்துனு தெரியிற வேலைகளுக்குனு அந்த டிபார்ட்மெண்டை செப்பரேட்டா வைச்சிருக்கோம்."

"அவங்க தேனீக்களைக் கலைக்கட்டும். தேன்கூட்டை எடுக்கட்டும். தேன் யாருக்கு? எங்க ரெண்டு பேருக்கும் ரெண்டு சொட்டு ஊத்துங்கனு தலையைச் சொறியிறதா?"

இவ்விதமான விவாதங்களை நானும் கந்தசாமியும் தொடர்ந்து நடத்தினோம். கூட்டை எடுக்க ஓர் அடி கூட எடுத்துவைக்கத் தெரியவில்லை.

ஒருநாள் அலுவலகம் வரும்போது பிரதான சாலையில் ஒருவர் இரண்டு டின்களோடு எண்ணை விற்பவர் போல உட்கார்ந்திருந்தார். பூங்காக்கள் நீரூற்று தாண்டி நடந்து படிகளில் காலை வைத்து அண்ணாந்து பார்க்கையில் தேன்கூடைக் காணோம். அந்த இடம் தீப்பிடித்துக் கரி படிந்து கிடந்தது. கீழே நிறைய தேனீக்கள் செத்துக் கிடந்தன. சில உயிரோடு துடித்தபடி கிடந்தன.

கந்தசாமி சொன்னான். "ரோட்ல உக்காந்திருந்தான் பாரு, ஒரு ஆளு ரெண்டு டின்களோட, அவன்தான் கூட்டை எடுத்திருப்பான். ரெண்டு டின்கள்ளெயும் தேன்."

அட்டெண்டன்ஸில் கையெழுத்துப் போடப் போகையில் நிறைய அதிகாரிகள் கைகளில் பெரும் பெருங்கோப்புகளோடு எங்களைக் கடந்து போய்க்கொண்டிருந்தனர். திட்டப் பணிகள் குறித்த ரெவ்யூ நடக்க இருந்தது அன்று. அதிகாரிகளின் முகங்கள் பதற்றத்தோடு தெரிந்தன. அவர்கள் அவசரம் அவசரமாக மேலும் விபரங்களைச் சின்ன அதிகாரிகளிடம் கேட்டு பதில் வாங்கிய படி விரைந்தார்கள். நானும் கந்தசாமியும் கையெழுத்துப் போட்டுவிட்டு சாலைக்கு வந்தோம். இந்த ஆள் பட்டைக்கோடு அண்டர்வேயர் தெரிய வேட்டியை மடித்துக்கட்டிக் குத்துக்கால் வைத்து உட்கார்ந்த படி கறுப்பு வெள்ளை நிறத்திலிருந்த தேனடையைப் பிழிந்து கொண்டிருந்தார்.

ஒன்றில் முக்கால் டின் தேனும், மற்றொன்றில் அழுக்கி வைத்த தேனடையுமிருந்தது. நடுவயதுக்காரரான அவரிடம் கந்தசாமி கேட்டான். "எந்த ஊர்?"

அவர் பயந்துவிட்டார். கந்தசாமியின் தோரணையும் எந்த ஊர் என்ற சாதாரண வார்த்தைகளுக்கு அவன் கொடுத்த ராஜ உச்சரிப்பும் சேர்ந்து அவன் முகத்திலிருந்த மூக்கு முழிகள் அகன்று கலெக்டர் ஆபீஸ் தெரிந்திருக்கிறது அந்த அழுக்கு வேட்டிக்காரருக்கு. ரெண்டு கைகளையும் நெஞ்சில் சேர்த்துக் கும்பிட்டபடி சொன்னார். "ஐயா எனக்கு செல்லூருங்க."

"ஆபீஸ்லெருந்த தேன்கூட்டை நீஙகதான் எடுத்ததா?"

மிகவும் பயந்து வார்த்தை பேசாமல் "ஆமாம்" என்று அர்த்தம் படும்படி தலையை ஆட்டினார். நான் இந்த இடத்தில் கந்தசாமி தோள்மீது கை பதித்து அவனை லகுவாக்கினேன். கந்தசாமி வெகுவாகப் புரிந்துகொண்டு இறுக்கத்தைத் தளர்த்திச் சொன்னான் அவரிடம். "நாங்க இத்தனை நாளா இவ்வளவு உயரத்துக்கு எங்கே ஏணி கிடைக்கும்னு தேடிக்கிட்டிருக்கோம். நீங்க இவ்வளவு பெரிய ஏணியை எங்கேயிருந்து கொண்டுவந்தீங்க, எப்படி எடுத்தீங்க?"

அவர் சகஜமானார். "அவ்வளவு பெரிய ஏணி எதுக்குங்க? ஒரு சின்ன ஏணிதான் கொண்டுவந்தேன். மேலே தண்ணித் தொட்டி இருக்குல அது வயித்திலே ஒரு கயிற்றைக் கட்டி இத்துணுண்டு ஏணியைக் கட்டித் தொங்கவிட்டு அதிலே எறங்கிக் கூடைக் கவ்வுனேன்." கந்தசாமி என்னைப் பார்த்துச் சொன்னான். "நாம கிழெயிருந்து மேலேங்குறோம். அவரு மேலேயிருந்து கீழேங்குறார். கண்டுபிடிச்சிருக்காரு பாரு."

அவர் சொன்னார், அதுதானுங்களே சுளுவு. நாலு படி எறங்கினா கூடு கைக்கு வந்திருதிலெ.'

கந்தசாமிக்கு முகமெல்லாம் பரவசம். மேலும் கேட்டான். "அது எப்படி கைக்கு வந்திரும். தேன்கூட்டைக் கலைச்சிருக்கீங்க. ஒண்ணும் கடிக்கலையா?"

அவர் சொன்னார், "என் உடம்பைப் பாருங்க. எங்கெயாவது கடிச்ச அடையாளமிருக்கா? ஏற்கெனவே அதுக பயந்த ஜீவனுங்க. காலையிலே நாலு மணி இருட்டிலெ கத்தையா காகிதங்களைச் சுருட்டி நெருப்பைக் காட்டினேன். பயந்து பறந்துதுங்க பலதும், விழுந்து செத்ததுங்க கொஞ்சம்."

கந்தசாமிக்கும் எனக்கும் அவர் அடக்கம் நிறைந்த வீரராகத் தெரிந்தார். நாங்கள் அலுவலகத்திற்குத் திரும்பும்போது கந்தசாமி பலதடவை சொன்னான். மேலிருந்து கீழாக வாய்விட்டுச் சிரித்தபடி அடுக்கினான். அழுக்கு வேட்டி, முழத்தில் ஏணி, டின்னில் மலைத்தேன்.

நான் என் சீட்டில் உட்கார்ந்து அதுவரை நடந்தவைகளை மறந்து விட்டு ஒரு சட்டவிரோத மரம் வெட்டு சம்பந்தமான முக்கிய கோப்பில் நீண்ட விவரணை எழுதிக் கொண்டிருந்தபோது 'சார்' என்ற சத்தங் கேட்டு நிமிர்ந்தேன். அந்தக் கிராமத்தாள் கையில் சர்பத் பாட்டில் நிறைய தேனோடு நின்றுகொண்டிருந்தார். ஹால் முனையில் பதினைந்து தேன் பாட்டில்கள் வரை அடுக்கியிருந்தது. "எழுபத்தைந்து ரூபா சார் ஒரு பாட்டில் வேணுமா?" என்றார்.

மனைவி வாயிலும் ஜவுளிக் கடைகளிலும் அடிக்கடி கேட்கிற சொற்றொடர் போல் 'தேன் கலரில்' மாசு மருவற்ற தேன் பாட்டில் என் மேசை மேலிருந்தது.

~

பதினாறு பெரியகருப்பன்

பெரியகருப்பன் பதினாறு வெள்ளாடுகள் வளர்த்தார். தெருமுக்கில் அவரது கூரைவீட்டுத் திண்ணை சாணி மெழுகிக் கிடக்கும். எதிரே ஆகாயத்துக்கு வளர்ந்து பெரும் பெருங்கிளைகளோடும் அடிமரத்தில் பிசினோடும் நிற்கும் வேப்பமரக்காற்றை வாங்கியபடிப் பார்த்தால், அருகிலுள்ள கட்டாந்தரையில் நீளநீளமான மொக்காங்கட்டைகளில் பதினாறு ஆடுகள் சின்னதும் பெரியதுமாகக் கட்டப்பட்டுக் கிடக்கும்.

பெரியகருப்பன் விடிகாலை ஆறு மணிக்கெல்லாம் கஞ்சி குடித்து, கக்கத்தில் ஒரு சாக்கோடு மொக்காங்கட்டைகளிலிருந்து பதினாறு ஆடுகளையும் தும்பு தெறித்து ஆளுயரக் கத்திக்கம்பை முதுகில் வைத்து, இரண்டு கைகளையும் பக்கவாட்டில் உள்ளே விட்டுத் தெருபூராவையும் நடக்கும் பரப்பாக்கிக் கிளம்புவார். பதினாறு ஆடுகளும் சத்தியத்துக்குக் கட்டுப்பட்டவை போல் பெரியகருப்பன் பின்னாலேயே நடக்கும். அவர் வேகமாக நடந்தால் வேகமா. அவர் மெள்ள நடந்தால் மெதுவாக, பதினாறும் ஒன்றுபோல் நடையில் அவர் பின்னால் நடக்கும்.

முதல் நாளிரவே அவர் மனத்தில் அடுத்த நாள் எங்கே மேய்ச்சல் என்பதை முடிவுசெய்திருப்பார். கோடைக் காலத்தில் பெரும்பாலும் கிழக்கில்தான் நடப்பார். வங்கோடையில், ஊரின் எந்தத் திசையிலும் அள்ளிக் குடிக்க ஒரு கைத் தண்ணீர் கைத் தண்ணீர் இருக்காது. 'தண்ணி இல்லாக் காடு' அவர் ஊரும் தாலுக்காவும் மாவட்டமும். ஐப்பசி, கார்த்திகையில் பெய்யும் மழைக்குக் கரைகளிலும் வரப்புகளிலும் தரவைக் காடுகளிலும் முளைத்த அடர்ந்த புல்லும் அறுந்த தாளும் தட்டையும் செடிகளும் கரிந்து வாசம் கொடுக்கும் கோடையில்.

பெரியகருப்பன் அவற்றுக்குள்ளும் பச்சைப் பிரதேசங்களைக் கண்டுபிடித்து வைத்திருப்பார். ஆடுகளோடு கண்மாய்க் கரை

மேலேயே நடப்பார். மேட்டு மடை தாண்டி, தாவுமடையும். தாண்டி. ஆள் அண்டா பூமிக்கு நடப்பார். ஒரு மழை பெய்தால்தான் ஆள்நட மாட்டம், ஏர் நடமாட்டமெல்லாம். அதுவரை மனுச் காத்தே இருக்காது. அங்கு, எங்குத் திரும்பினாலும் கானல் அலையடிக்கும். இந்தப் பூமி பூராவிலும் ஒரு மனுசனும் பதினாறு ஆடுகளும் மட்டும் என்கிற மாதிரி அனாந்திரமாகக் கரைமேல் நடக்க, ஒத்தையடிப் பாதையும் நின்றுபோகும். முள் அடைத்து, பாதை மறித்துக் கிடக்கும்.

பெரியகருப்பன் சட்டென்று கண்மாய் உள்வாய்க்குள் நடப்பார். சுற்றிலும் கருவேல மரங்களும் எருக்களையும் ஆவரஞ்செடிகளும் புதர்களும் மண்டிக் கிடக்கும் இடத்தில், வெட்டி வைத்த ஒரு முள்போத்தைத் தூக்கிப் பூப்போல அருகில் வைத்து உள்ளே குதிப்பார். உலகத்து ஜனம் பார்த்தறியா அபூர்வமான ஒரு கிடங்கில் பால் போல் கிடக்கும் தண்ணீர். கிடங்கைச் சுற்றி நாலாப்புறத்திலும் புல் கிடக்கும். பெரியகருப்பனைப் போலவே ஆடுகளுக்கும் சாமர்த்தியம் அதிகம் அரவமில்லாமல் உள்ளே போய்விடும.

ஒரு மாதமாக மேய்ச்சல் அந்தக் கிடங்கைச் சுற்றித்தான். முதல் நாள் வேண்டாமென்று விட்ட கட்டைப் புல்லை மறுநாள் பாதி தின்றுவிட்டு இனியும் அந்தக் கட்டையில் வாய்வைக்க வேண்டா மென்று அடுத்த அடி வைக்கும். விட்ட குச்சிப் புல்லை அடுத்த நாளைக்கு மறுபடி கடிக்கும். ஊரில் வேறு புல் இல்லை என்பதை ஆடுகளுக்கு உணர்த்தியிருப்பார் பெரியகருப்பன். என்ன பாஷையிலென்று மட்டும் யாரும் அறியார். திரும்பத் திரும்ப ஆடுகள் கடித்துக்கொண்டே இருக்கும். கொக்குகளின் நடமாட்டத்தை வைத்து, மறைந்து கிடக்கும் நீர்நிலைகளைக் கண்டுகொள்வார் பெரியகருப்பன்.

வெயில் கனத்து வந்ததும் ஆடுகள் பின்னால் வர, கண்மாய்க்கரைக்கு வருவார். கரைமேல் நிழலும் காற்றுமாயிருக்க, அவரும் ஆடுகளும் சற்றுக் களைப்பாறுவார்கள். பிறகு, முதுகுப் பக்கமிருந்து கத்திக் கம்பை எடுத்துப் பல கோணங்களில் வாகாக நின்று கொண்டு கரு வேலங்காய்களைக் கோதி வெட்டுவார். கீழே விழும் காய்களை ஆடுகள் வெகு ருசியாகச் சாப்பிடும்.

அடுத்து, உலகம்மா கோயில் வாசலில் பரந்து நிற்கும். மரங்களிலிருந்து தழை வெட்டிப் போடுவார். இடையிடையே உதிர்ந்த பனம் பழங்களையும் பொறுக்கி சாக்கில் போட்டுக்கொள்வார். ஆடுகளின் இரவு உணவுக்காகப் பனை மரமேறிப் பசும்பாளை வெட்டிக் கொள்வார்.

வெயில் உச்சியிலிருந்து மேற்கில் சாயத் துவங்கும்போதே ஆடுகள் சகிதமாக வீடு வருவார். பள்ளிக்கூடம் போகாத பிள்ளைகள் அவர் வரவுக்காக வேப்பமரத்தடியில் காத்து நிற்கும். பயல்களைப்

பார்த்து "என்னடா... இன்னிக்கு இம்புட்டுப் பேர் வந்திருக்கியே...?" என்று எல்லா நாட்களிலும் சொல்லியபடிதான் வீட்டுக்குள் போவார்.

ஒரு பயல் காற்றாடி கேட்பான். ஒருவன், நுங்கு குடித்த கோந்தைகளை வைத்துக்கொண்டு நிற்பான். களிமண் உருண்டையோடு ஒரு பயல் நிற்பான். அவர் சம்சாரம் கத்துவார் "கொஞ்சம் இருங்கடா. தாத்தா கஞ்சி குடிச்சிட்டு வரட்டும்."

உள்ளே போய்க் கஞ்சி குடித்துவிட்டு வந்தால், வேறு சில பயல்கள் பைகளிலும் துண்டுகளிலும் பனங்கொட்டைகள் கொண்டு வந்திருப்பார்கள்.

"நான் ஆறு..."

"நான் ஏழு..."

"நான் பதினொன்னு..." என்று பயல்கள், தாங்கள் கொண்டுவந்திருக்கும் பனங்கொட்டைகளையும் பனம்பழங்களையும் சொல்வார்கள்.

பெரியகருப்பன் வீட்டுத் தெற்குப் பக்கத் திண்ணைக்குக் கீழ் பனங்கொட்டைகளாகக் குவிந்து கிடக்கும். ஊருக்கு வெளியே பனமரங்கள் அதிகம். இதைத் தாண்டியுள்ள சின்ன ஊர்கள், பனமரங்களுக்குள்ளேதான் கிடக்கின்றன.

அங்கெல்லாம். ஜாக்கிரதையாக நடக்கவேண்டும். வெட்டாமல் விட்ட நுங்குகள் முற்றிப் பனம்பழங்களாகிக் கண்முன்னாலேயே பொத்பொத்தென்று விழும். காக்கை உட்கார்ந்தும் பனம் பழம் விழும். குருவி உட்கார்ந்து பனம்பழம் விழும். காற்று அடித்தாலும் விழும் பனம்பழம்.

ஊரிலுள்ள ஆண்களும் பெண்களும் பனங்கொட்டை ஒன்று கீழே கிடக்கப் பார்த்தாலும் எடுத்துவந்து, அவர்கள் வீட்டுப் பிள்ளைகளிடம் கொடுப்பார்கள். பயல்களும் காடுகளில் அலைந்து பனங்கொட்டை பொறுக்குவார்கள். பெரியகருப்பனிடம் ஆறேழு என்று கொண்டுசேர்ப்பார்கள். தீபாளியன்றும் பொங்கலன்றும்தான் அவற்றுக்குத் திருவிழா நாட்கள்.

பெரியகருப்பனுக்குப் பிள்ளைகள் இல்லை. இன்னார் இனியா ரென்றில்லாமல் ஊர்ப் பிள்ளைகள் எல்லார் மேலும் வாஞ்சையாயிருப்பார். பள்ளிக்கூடம் போகாத பயல்கள், அவர் வீட்டுத் திண்ணையிலும் வேப்பமரத்தடியிலுமே கிடப்பார்களென்றால், பள்ளிக் கூடம் போகிற பிள்ளைகள் பள்ளிக்கூடம் விட்டதும் பெரியகருப்பன் வீட்டுத் திண்ணைக்குத்தான் முதலில் ஓடிவருவார்கள்.

ஒருவன் காற்றாடி செய்துதரச் சொல்லிக் கேட்பான் அவரிடம். "புது ஓலை யார் வீட்டிலெடா கெடக்கு? என்று கேட்பார்.

"வடக்கு வீட்டிலெ..."

"ஒரு ஓலை கிழிச்சுக்கிட்டு வா..."

ஓலை வந்ததும் இறங்கிப்போய், ஒரு குச்சி ஒடிப்பார். ஒரு முள்ளை எடுப்பார். குச்சியில் முள்ளைக் குத்திவிட்டு, சூரிக் கத்தியை எடுத்து ஓலையிலிருந்து இரண்டு துண்டுகள் வெட்டுவார். முள்ளின் நுனி வழியாக இரண்டு ஓலை நறுக்குகளையும் நுழைத்து, மேலே ஓர் ஆட்டாம் புழுக்கையைச் சொருகுவார். காற்றுக்கு வேகமாகச் சுற்றும் காற்றாடி. பயல் கையில் காற்றாடி கொண்டு வேகமாக ஓட, ஓட காற்றாடியே கண்ணுக்குத் தெரியாத வேகத்தில் சுற்றும்.

ரெண்டு தெருச்சுத்தி அவன் மூச்சு இரைக்க நிற்கையில், அவர் ஒருவனுக்கு இரண்டு நுங்கு கோந்தைகளைச் சூரிக் கத்தியால் சைக்கிள் டயர் போல் குறுக்கும் நெடுக்குமாக வெட்டி, இரண்டுக்கும் நடுவில் குச்சி குத்தி, ஓலைப்பட்டை கட்டி நுனியிலொரு கயிறு கட்டி, வண்டி செய்து கொடுத்துக்கொண்டிருப்பார். பயல்களிடம் சம்பாஷணை நடத்திக்கொண்டே, விளையாட்டுக் கருவிகள் செய்வார்.

"என்னடா... உங்கப்பா, அம்மா சண்டை முடிஞ்சிருச்சா? பேசிக் கிட்டாங்களா...?"

"ஆமா... இன்னிக்குக் காலையிலே தூங்கி எந்திரிச்சதும் எங்கம்மா, அப்பாவைப் பார்த்துச் சிரிச்சிச்சு. அப்புறம் பேசிக்கிட்டாங்க..."

"ராத்திரியே பேசிக்கிட்டாங்கடா... ஒனக்குத் தெரியாது தூங்கியிருப்பே... இந்தா வண்டி... போய் விளையாடு..."

களிமண்ணில் பிள்ளையார் செய்தபடி கேட்பார் "இப்ப எதுக்குடா புள்ளையார்...? கம்மாய்க்குப் போய்க் களிமண் பிசைஞ்சு எடுத்தாந்திருக்கே...?"

"எனக்கு ஒரு சின்ன சைக்கிள் வேணும். எங்க வீட்ல 'போடா மூதேவி... சைக்கிள் ஒண்ணுதான் கொறைச்சல்'னு வையிறாங்க. நான் புள்ளையாரை வீட்டிலே வச்சு, ஒயாமக் கும்பிடப்போறேன்."

"அப்படிப் போடு...இந்தா புள்ளையாரு... இன்னும் இருவது வருமத்துக்காவது கும்பிடணும். சைக்கிள் வேணும்னு. போய்க் கும்பிடு..."

ஒரு பயலிடம் கேட்பார். "ஓங்க தாத்தாவும் அம்மாச்சியும் ஊர்லெருந்து வந்து ஏழெட்டு நாளாகும் போலிருக்கே... இன்னும் வாருக்குப் போகலையா...?"

"இல்லெ.. அவங்க போகமாட்டாங்க. இங்கெதான் எங்களோடேயே இருக்கப் போறாகளாம்."

"அட, சண்டாளத்தனமே... இந்தப் பூலோகத்திலெ வேற எடங்கெடக் கலையா, ஓங்க தாத்தாவுக்கும் அம்மாச்சிக்கும். ஆட்டுக்கே அரை அங்குலப் புல் இல்லெ..."

பொழுது சாய்கிற வேளையில், பயல்களை அப்படியே விட்டு விட்டு ஊரைச் சுற்றிவருவார். வறண்டுபோன யார் வீட்டுக் கொல்லையிலாவது பதினாறு ஆடுகளும் நிற்கும். இவர் போய் ஒரு சத்தம் கொடுப்பார். நிமிர்ந்து பார்த்து, அவர் பின்னால் அத்தனையும் நடக்கும். அவரைப்போல் பலரும் சத்தம் கொடுத்துப் பார்த்திருக்கிறார்கள். ஆடுகள் நிமிர்ந்து பார்த்ததில்லை.

ஆடுகள் வந்ததும் திண்ணையில் ஓலைப்பாய் விரித்து, முனையில் ஒரு சிறு கட்டையை வைப்பார். பனைமரத்திலிருந்து மதியம் வெட்டி வந்த பசும்பாளைகளை எடுப்பார். கீழே ஆடுகள் திண்ணையைப் பார்த்து அண்ணாந்தபடி நிற்கும். பெரியகருப்பன் சூரிக் கத்தியை எடுப்பார். இந்தப் பக்கம் பயல்கள் பத்து பேர் வேடிக்கை பார்க்க நிற்பார்கள்.

பாளையை வெட்டுமுன் சூரிக் கத்தியைத் தன் முழங்கையில் வைத்து மெள்ள இழுப்பார். கைரோமங்கள் சரிந்து, சின்னதாகப் பொட்டல் விழும். உற்சாகமாக இருந்தாரென்றால் பயல்களிடம் சொல்வார் "கத்தியை இப்படித்தான் பதம் பார்க்கணும்..."

பசும்பாளையைச் சூரிக் கத்தியால் கட்டைமீது வைத்து வெட்டுவார். சத்தமில்லாமல் வெட்டுகள் விழும். துண்டுகள் விழ விழ ஆடுகள் தலைநீட்டித் தின்னும். அவர் பாளை வெட்டும் அழகைப் பார்த்துப் பயல்கள் வாயூறி நிற்கையில், எப்போதாவது கேட்பார் ஒருவனிடம் "ராமநாதபுரத்திலே அல்வா விக்குமே, பாத்திருக்கியா...?"

"இல்லெ..."

"என்னடா ஆளு நீ... ஒங்கப்பாகிட்ட சொல்லிப் போய்ப் பாத்துட்டு வா... அதுமாதிரி இந்தப் பாளை வெட்டு. அல்வா கிண்டினதும் துண்டு துண்டா வெட்டுவாங்க. ஆடுகளுக்கெல்லாம் இந்தப் பாளை தாண்டா அல்வா துண்டுக..."

பயல்கள் ராத்திரி முளைகொட்டுத் திண்ணைமுன் செட் பிரித்து விளையாடும்போது ஒருதடவை போய் அவர்களோடு நிற்பார்.

அவர்களது விளையாட்டுச் சண்டைகளுக்காகச் சின்னச் சின்னப் பஞ்சாயத்துகள் நடத்துவார் அப்போது. அவரிடம் காற்றாடி செய்து

வாங்கியவர்கள், களிமண் பொம்மை செய்து வாங்கியவர்கள் காலப்போக்கில் பெரியவர்களாகி இருப்பார்கள்.

அவர்களது பிள்ளைகளுக்குக் காற்றாடி செய்துதருகிறார் இப்போது. குடும்பஸ்தர்களாகிவிட்ட பழைய பிள்ளைகள் ஒதுங்கிக் கொள்கிறார்கள். புதிய பிள்ளைகள் ஓடிவருகிறார்கள்.

ஆடுகள் விசயம் சற்று மாறுதலானது. பதினாறு ஆடுகளில் ஓர் ஆடு குட்டிகள் போட்டால் குட்டிகளைக் கணக்கிலெடுத்துக் கொண்டு ராமநாதபுரத்துக்குச் சொல்லி அனுப்புவார். கசாப்புக் கடைக்காரர் வந்து இரண்டு, மூன்று ஆடுகளைக் கதறக் கதற இழுத்துச் செல்லும்போது முகத்தைத் திருப்பியபடி அவசரமாக எங்கோ போவது போல் ஐயனார் கோயிலுக்குப் போய்த் தரையைப் பார்த்தபடி, உட்கார்ந்திருந்துவிட்டு வருவார். எண்ணிக்கை மறுபடி பதினாறு என்று சரியாக இருக்கும். எருதுகட்டுத் திருவிழாவுக்கு வரிபோட ஊர்க்கூட்டம் நடக்கையில், அவரை முறை சொல்லிக் கூப்பிடாத ஆட்கள் 'பதினாறு பெரிய கருப்பன்' என்றுதான் சொல்வார்கள்.

வருசத்தின் லட்சியம் பயல்களுக்குத் தீபாவளிதான். பலகாரம், புதுத் துணி, வெடி என்று ஊர்வாசம் மாறும். அந்த வாசத்துக்காகப் பையன்களும், சிறுமிகளும் வருசம் பூராவும் தவமிருப்பார்கள். ஆனால், தீபாவளியன்று காலையில் எண்ணெய்க் குளியலில் ஆரம்பித்து, மொத்த உற்சாகமும் வெயில் வந்த சிறிது நேரத்துக்கெல்லாம் வடிந்துவிடும். பெரியவர்கள், பயல்களிடம் அந்த நேரம் பார்த்துக் கேட்பார்கள் "என்னடா... தீவாளி தீவாளினு இம்புட்டு நாளா ஆடுனியளே... தீவாளி போயிருச்சா?"

"போயிருச்சு..."

"அந்தப் பாரு, சத்திரத்துப் பக்கமாய்ப் போகுது. இனிமே அடுத்த வருசத்துக்குதாண்டா தீவாளி. போங்க... போயி கையைக் காலை ஒடுக்கிக்கிட்டு உக்காருங்க..."

ஆனால், சாயங்காலம் மூலைவீட்டுப் பெரியகருப்பனோடு திரிந்து முடிந்த பிறகுதான் தீபாவளி முடிந்ததாகும். அன்று மாலையில் பெரியகருப்பனும் பயல்களும் அவர் வீட்டுத் திண்ணை ஓரமாகக் கிடக்கும் பனங்கொட்டைகளை அள்ளுவார்கள். அரைச் சாக்குக்கு அள்ளித் தோளில் வைத்துக்கொண்டு முதலில் அவர் நடப்பார். பயல்கள் விரித்த துண்டுகளில் அள்ளிய பனங்கொட்டைகளோடு இருவர் இருவராகப் பின்னால் வருவார்கள்.

பொதுக் குப்பைமேட்டில் இறக்குவார் மூட்டையை. பயல்களும் கொண்டுவந்து கொட்டுவார்கள். ஐப்பசி மழை வாங்கிக் குப்பைமேடு

பொதுபொதுவென்றிருக்கும். பெரியகருப்பன் குத்துக்கால் வைத்து உட்கார்ந்து குப்பைமேடு முழுதிலும் பனங்கொட்டைகளை ஊன்றுவார். பயல்கள் எடுத்தெடுத்துக் கொடுத்தபடி திரிவார்கள். சிரிப்பும் கும்மாளமுமாக அவ்வளவு பனங்கொட்டைகளையும் ஊன்றி முடிக்கப் பொழுது இருட்டிவிடும்.

கார்த்திகை, மார்கழி மாதங்களில் அந்தக் குப்பைமேட்டில் மாடுகள் மிதிக்காமலும் கொம்பால் கிளறாமலும் பார்த்துக்கொள்வார்கள் பையன்கள்.

"தாத்தா, பொங்கலுக்கு இன்னும் எம்புட்டு நாளிருக்கு...?" என்று தீபாவளி முடிந்த ஒரு வாரத்திலேயே பையன்கள் கேட்பார்கள்.

"இங்கே வந்த தீவாளி இன்னும் பயணம் போய்க்கிட்டே இருக்குடா. அதுபோய்ச் சேர்ந்து தகவல் சொல்லித்தானே. பொங்கல் புறப்பட்டுப் பயணமாகி வந்துசேரணும்."

"தீவாளி, பொங்கல் எல்லாம் எங்கெ தாத்தா தங்கியிருக்கு?"

"ஒரு கங்காணாத தீவிலெதாண்டா அம்புட்டுத் திருவிழாயும் ஒக்காந்திருக்கு. அங்கெருந்துதாண்டா ஒவ்வொண்ணா வந்துபோகணும்..."

"அந்தத் தீவு எங்கெ இருக்கு?"

"அங்கெல்லாம் மனுசன் போகமுடியாது. விடுடா."

பொங்கலன்று காலையில் கொடுவாய்க்கூடக் கழுவாமல் மூலை வீட்டில் நிற்பார்கள். பெரியகருப்பன், பயல்கள் புடைசூழப் பொதுக் குப்பைமேட்டுக்கு வருவார். மேடு இரவுப் பனி வாங்கி ஈரப்பதமாயிருக்கும். கிழக்கிலிருந்து அவர் தோண்டுவார். முதல் பனங்கிழங்கை எடுத்து மண் உதிர்த்துக் கையை உயர்த்தி எல்லோருக்கும் காண்பிப்பார். ஊன்றிய பனங்கொட்டைகள் பனங்கிழங்கான மாயம் கண்டு பயல்கள் குதியாட்டம் போடுவார்கள். மற்ற மூன்று திசைகளிலிருந்தும் பயல்கள் தோண்டி வருவார்கள்.

இரண்டு விரல்கடை கனத்துக்குப் பனங்கிழங்குகள் குவியும். சேரச் சேரப் புளியமரத்தடிக்குக் கொண்டபோவான் ஒருவன். கிழங்குகளை எடுத்து முடித்ததும் பெரியகருப்பன், புளிய மரத்தடி நிழலில் உட்கார்ந்து பனை ஓலைகளைக் கீற்றுக் கீற்றாகக் கிழிப்பார். கிழங்குகளை எண்ணி ஓலைக்கீற்றால் கட்டுவார். கட்டுகளாக்கி முடித்ததும் ஒவ்வொரு வீட்டுக்கும் ஒவ்வொரு கிழங்குக் கட்டைப் பயல்கள் ஓடி ஓடிக் கொடுப்பார்கள். பொங்கல் பானைக்கு முன் இந்தக் கிழங்குக் கட்டைத்தான் ஊர்ப் பெண்கள் வைப்பார்கள்.

போன வருசம் தீபாவளிக்கு ஒரு வாரம் முன் மழையுமில்லாமல் புல்லுமில்லாமல் மூன்று ஊர்கள் தாண்டிப்போய் மேயவிட்டு ஆடுகளைக் கூட்டிவந்தார் அவர். அந்த ஊர் வரை வந்திருந்த நோக்காட்டையும், ஆடுகளுக்கு இழுத்துக்கொண்டு வந்துவிட்டார். ஆடுகள் பதினாறும் இரண்டு நாட்களில் இறந்துபோயின. அந்தம்மா நாலு நாளாக ஒப்புச் சொல்லி அழுதபடி இருந்தது.

எப்படியானாலும் வெட்டுப்படப் போகிற ஆடுகள்தான். ஆனாலும் மரண வாடை அடித்தது. வீட்டினுள்ளேயும் கட்டாந்தரையிலும் வேப்ப மரத்தடியிலும். அவருடைய தினசரி வேலைகளே ஆடுகளோடும் பயல்களோடும்தான். அந்த நாட்களுக்கப்புறம் விடிந்து எழுந்ததும் என்ன செய்வதென்றறியாமல் திண்ணையிலேயே படுத்துவிட்டார். பயல்கள் சுற்றிச் சுற்றி வந்தார்கள். பனங்கொட்டைகள் திண்ணையடியில் குவிந்து கிடப்பதை அவர் திரும்பிக்கூடப் பார்க்கவில்லை.

தீபாவளியன்று கடனே என்று குளித்து, பெருக்கு ரெண்டு வாய் சாப்பிட்டுத் திண்ணையில் படுத்துவிட்டார். பயல்கள் கூடிக் கூடிப் பேசினார்கள். 'தாத்தா' என்று கூப்பிட்டால் சீவனே இல்லாமல் 'ஊம்' என்றார். அப்புறம் எதுவும் பேசத் தயங்கி, பயல்கள் பின் வாங்கினார்கள்.

மாலை ஆனபோதும் அவரிடம் சலனமில்லை. எழுந்திருப்பார், பொதுக் குப்பைமேட்டுக்கு வருவார், பனங்கொட்டை ஊன்றுவார் என்கிற மாதிரி சிறு அடையாளமும் தெரியவில்லை, படுத்திருந்தார். அவ்வப்போது புரண்டுகொள்வார்.

பொழுதும் சாய்ந்துவிட்டது. வீடுகளில் விளக்கேற்றினார்கள். தீபாவளி வாசம் ஊர் பூராவும் பரவிக் கிடந்தது. அவர் அரைத் தூக்கத்தில் இருந்த நேரம். ஓர் ஆட்டுக்குட்டியின் சத்தம் கேட்டு உடம்பு ஆடிப்போய் எழுந்து உட்கார்ந்தார். ஒரு பயல், ஆட்டுக்குட்டி ஒன்றை நெஞ்சில் அணைத்தபடி நின்றான். அவர்முன் குட்டியை நீட்டினான்.

"இன்னும் பயலுக ஆளுக்கொரு குட்டி கொண்டு வரான்ங்க... நான் கேட்டதும் எங்கம்மா குடுத்திருச்சு. போய் தாத்தாக்கிட்ட குடுனுச்சு" என்றான்.

பெரியகருப்பன் அவனையே உற்றுப் பார்த்தார். பூஞ்சிரிப்பு மாதிரி உடட்டில் தெரிந்தது. எழுந்துபோய் வெளியிலிருந்த தொட்டியில் முகங்கழுவினார். பனங்கொட்டைகளை அள்ளியபடி திரும்பினார். நிறைய பயல்கள் நெஞ்சில் அணைத்த ஆட்டுக்குட்டிகளோடு வந்து கொண்டிருந்தனர். எண்ணினால் பதினாறு இருக்கலாம்.

ஈ.ரம்

வந்தவர் இளைஞர். கதுப்புகளோடு கன்னங்களும், சிவந்த நிறத்திலுமாயிருந்தார். பொருந்திய நிறங்களில் முழுக்கைச் சட்டையும் பேண்ட்டும் அணிந்து நவீனமாயிருந்தார். கொடும் வெயிலுக்குள் கிடந்துவந்த அந்த இளைஞருக்கு அப்பாடா என்றிருந்தது. செயலாளர் அவருடைய இருக்கையில் இருந்தார். வேலைநிறுத்தம் நடந்துகொண்டிருந்த நான்காவது நாளில்தான் செயலாளரைப் பிடிக்க முடிந்தது.

தன்னை அறிமுகம் செய்துகொண்டதும் செயலாளர் அவரை உட்காரச் சொல்லிவிட்டுச் சொன்னார். "நீங்க நாலஞ்சு தடவை வந்து தேடிட்டீங்க போல. ஒவ்வொரு தடவையும் ஆபிஸுக்குள்ள நுழைஞ்சதும் சொல்வாங்க, இப்பத்தான் வந்துட்டுப் போனார்ணு; ஆபீஸ்கள், ஆலைகள் ஒவ்வொண்ணிலயும் பிரச்னைக. ஒண்ணு ஒஞ்சா இன்னொன்னு மொளைக்குது. அலைஞ்சிட்டுத் திரும்பினா ஓங்க மாதிரி யாராவது காத்திருந்திட்டுப் போயிருப்பீங்க. ரொம்ப வருத்தமாயிருக்கு."

வத்தவர் சொன்னார், "இன்னைக்காவது ஓங்களைப் பிடிக்க முடிஞ்சுதேனு சந்தோஷமாயிருக்கு. பண்ணையிலெ இன்னைக்கு நாலாவது நாளா ஸ்டிரைக் நடக்குது."

"மேலேயிருந்து எங்களுக்கும் சுற்றறிக்கை வந்திருக்கு உங்களுக்கு உதவச் சொல்லி. நான் நாளைக்குக் காலையிலேயே பண்ணைக்கு வந்திர்றேன்" என்றார் செயலாளர். வந்தவர் சிறிது நேரம் பேசிக் கொண்டிருந்துவிட்டு எழுந்து கைகுலுக்கிவிட்டுச் சென்றார்.

செயலாளருக்கு வந்தவரின் நடை, உடை, கைகுலுக்கல் எல்லாமே புதியதாயிருந்தன. நிறைய ஆங்கில வார்த்தைகளோடு அந்த இளைஞர் பேசியது, அந்த அலுவலகம் கேட்டிராத அபூர்வம்.

அன்று பூராவும் பல வேலைகளின் நடுவிலும் வந்தவரின் பேச்சும் முகமும் ஞாபகத்தில் வந்துகொண்டே இருந்தன.

நகரம் தாண்டி பசேலென்று விரிந்த வயல்கள், மேய்ச்சல் நிலங்களாய்க் கிடக்கும் தரிசுகள், யூக்கலிப்டஸ் காடுகள் தாண்டிக் கிராமங்களுக்குச் செல்லும் கிளைச்சாலை ஒன்றின் ஓரத்திலிருந்தது பண்ணை. வெகுதூரத்திற்குக் கம்பிகள் ஊடுருவிய கற்கம்பங்களுக்குள் வளைந்து கிடந்தது பண்ணை. எங்கும் மனித அரவமேயில்லை.

சாலை ஓரமாய் நிற்கும் சடை விழுந்த ஆலமரங்களிலும் பொந்து விழுந்த புளிய மரங்களிலும் ஏராளமான குரங்குகள் நிர்ப்பயமாய்க் குதித்து விளையாடின. வேலைநிறுத்த ஸ்தலங்களில் அவர் வந்திறங்கும் போது கேட்கும் இடி முழக்கங்கள், முகம் சிவந்து முஷ்டி உயரும் சொற்பொழிவுகள் ஏதுமில்லை. அவர் அதுவரை பார்த்தறியாத பறவைகள் நிசப்தத்தைக் கலைத்தபடி விட்டு விட்டுக் கூவின. பண்ணை வாசலுக்கெதிரே மண்டிக்கிடந்த காட்டுச்செடிகளும் கொடிகளும் மரங்களும் புதர்களும் தாவர வாசத்தைக் காற்றில் சேர்த்தன. அவரது நாசித் துவாரங்கள் சகமாய்க் காற்றை இழுத்தன. உடல் கனம் குறைந்து தெரிந்தது.

செயலாளருக்குச் சட்டென்று வேலைநிறுத்தம் பற்றிக் கவலை வந்து கேட்டைத் தாண்டி உள்ளே நடந்தார். பூஞ்செடிகளுக்கும் தேக்கு மரங்களுக்குமப்பால் நான்கு கற்கட்டிடங்களும் ஒரு கூரைக் கொட்டகையுமிருந்தன. கட்டிடத்தின் முன்னால் அன்றைக்கு வந்திருந்த அக்கவுண்டண்ட் நின்றுகொண்டிருந்தார். தான் வாசலுக்கு வந்து வரவேற்க முடியாமைக்கு வருத்தம் தெரிவித்தார். இன்னும் சற்று நேரத்தில் ஊழியர்கள் வந்துவிடுவார்களென்று கூறினார்.

செயலாளர் இதுவரை பண்ணைக்குள் வந்ததில்லை. பஸ்ஸில் போகும்போது, வரும்போது தூரத்திலிருந்து பார்த்ததுதான். கட்டிடங்களைக் கடந்துவந்து நின்று பார்த்தார். கண்பார்க்கும் கடைசி அடிநிலம் வரை பயிர்களும் கொடிகளுமாயிருந்தன. செயலாளரிடம் பண்ணையைப் பற்றி அக்கவுண்டண்ட் விரிவாகச் சொல்லிக்கொண்டிருந்தார். கடலை, உளுந்து, துவரை, மொச்சை என்று பயறு வகைகள், பருப்பு வகைகளுக்கான ஆராய்ச்சிப் பண்ணை அது.

விவசாய விஞ்ஞானிகள்தான் பண்ணையின் அதிகாரிகள். நிர்வாக வசதிக்காக மேனேஜர், சூப்பரண்டுகள், கேஷியர், அக்கவுண்டண்டுகள், கிளார்க்குகள் என்று நிறைய பேர் பணி செய்கிறார்கள். சம்பளம் போதாதென்றும் வேலைநிலைகளை

மேம்படுத்த வேண்டுமென்றும் கோரிப் பண்ணையின் தலைமை விஞ்ஞானி நீங்கலாக, சோதனைச் சாலை ஊழியர்கள் உள்பட எல்லோரும் வேலைநிறுத்தத்தில் இருப்பதாக அவர் விளக்கினார்.

"ஆனால் இந்தப் பண்ணையில் விவசாய வேலைகள் செய்யும் தொழிலாளர்களின் நிலைமை என்ன?" என்று வினவினார் செயலாளர்.

"அவுங்க எல்லோருமே தினக்கூலிகள். நாங்கள் அவங்களையும் இந்த வேலைநிறுத்தத்திலே இணைச்சுக்கிட்டோம்."

எல்லோரும் ஒன்றுபட்டதில் செயலாளருக்கு ரொம்ப திருப்தி. அவருக்குப் பண்ணையைச் சுற்றிக் காண்பிக்க அழைத்துப் போனார். "இது வெள்ளை மொச்சை. இது வெள்ளையில் பெரிய மொச்சை இது சிவப்பு மொச்சை. மொச்சையில் முக்கியமான ஒரு வகையைப் புதுசா அறிமுகப்படுத்தப் போறோம். அதுலே புரோட்டீன் அபரிமிதமாக இருக்கும். இதோ அந்த ஒட்டுச்செடிகள்." விரல் நீட்டிய இடத்தில் பசுமை பாலித்தீன் கட்டுகளோடு அசைந்துகொண்டிருந்தது. ஒரு பக்கம் விரல் விரலாய்த் தட்டைக் காய்கள் காய்த்துக் கிடந்தன. துவரை ஆளுயரம் வளர்ந்து காடாய் கிடந்தது. துவரங்காட்டிற்குள் ஒரு சைனியம் நுழைந்து ஒளிந்துகொள்ளலாம்.

ஓரங்களில் மஞ்சளும் சிவப்புமாய் துலுக்கமல்லிப் பூக்கள் பந்துகளாய் ஆடிக்கொண்டிருந்தன. அபூர்வமான குரோட்டன்ஸ் செடிகள் தடுப்புச் சுவர்களாய் நின்று வேறு வேறு பயறு வகைகளைப் பிரிக்கும் வேலிகளாய் நின்றன. செழித்துக் கொழித்த தென்னை மரங்கள் பூசணிக்காயளவு காய்களோடு வடபாகத்தில் நின்றன. செயலாளர் அண்ணாந்து அவைகளை ஆச்சரியமாய்ப் பார்த்தபோது அவர் சொன்னார், "இந்தப் பண்ணையிலே தேங்காய் உளுந்து, துவரை, மொச்சை எல்லாமே பெரிசு. எங்க சம்பளம் மட்டும்தான் சிறிசு." செயலாளர் இந்தப் பேச்சை வெகுவாக ரசித்து அவரை அன்போடு பார்த்தார்.

பண்ணைக்குள் வெகுதூரம் வந்துவிட்டது போலிருந்தது. முழுவதையும் சுற்றிப் பார்க்க ஒருநாள் காணாது என்று தெரிந்ததும் செயலாளர் "திரும்புவோம்" என்றார். இருவரும் நிர்வாகக் கட்டிட வாசலுக்கு வந்தபோது பதினைஞ்சு பேருக்கு மேல் வந்திருந்தனர். அவர்களில் ஒரே ஒருவர் மட்டும் விவசாயக் கோலத்திலிருந்தார், மற்றவர்கள் பேண்ட் போட்ட நிர்வாகப் பிரிவினர்.

அக்கவுண்டண்ட் அந்த அழுக்கு வேட்டிக்காரரிடம் கேட்டார், "எங்கே உங்காளுங்க யாரும் இன்னும் வரலை? டவுனிலெருந்து ஸார் நூறு வேலைகளைத் தள்ளிப் போட்டுட்டு நமக்காக

கந்தர்வன் சிறுகதைகள் 467

வந்திருக்காங்க." அவர் சொன்னார், "தெனம் இந்தத் தொந்தரவு பெரிசா போச்சுங்க. வீடு வீடாப் போய்க் கூப்பிட்டா அவுங்க சொல்றாங்க "வேலைனாதானெ பண்ணக்குப் போகணும்; வேலை இல்லைனா எனத்துக்கு வரணுங்கிறாங்க."

செயலாளர் அவர் தோள்மீது கை வைத்து "இது போராட்டம்; இதுக்குப் போகவேண்டியது நம்ம கடமைனு எடுத்துச் சொன்னீங்களா?" என்றார். "எவ்வளவு சொன்னாலும் அவங்களுக்குப் புரிஞ்சுத் தொலையமாட்டேங்குது. இப்ப மறுபடி வீடு வீடாப் போறேன்" என்று சொல்லிவிட்டு சைக்கிளில் ஏறிச் சென்றார்.

மாமரத்தடியில் செயலாளரைச் சுற்றி அலுவலர்கள் கூடிநின்றார்கள். தங்களுக்கு எந்தவிதமான சம்பளம் கொடுக்கிறார்கள்; என்ன மாதிரி வேலை வாங்குகிறார்கள் என்பதை ஆவேசமாக எடுத்துச் சொன்னார்கள். "இந்த அத்துவானக் காட்டிலெ வந்து பகப்பூராவும் வேலை செஞ்சுத் தேயுறோம் ஸார். வெளி உலகத்திலெ என்ன நடந்திச்சுனு ராத்திரி வீட்டுக்குப் போய் டி.வி பார்த்தாத்தான் தெரியுது. நாங்களா பேசிக்கிட்டாத்தான் சத்தம். மத்தபடி சத்தமே இருக்காது. பைத்தியம் பிடிக்கிறாப்பலெ அமைதி ஸார்."

"உங்க கஷ்டம் என்னன்னாவது உங்களுக்குத் தெரியுது. அதைக்கூட அறிஞ்சுக்கிற பக்குவம் இல்லாத கூலித் தொழிலாளிகளையும் உங்க போராட்டத்திலெ சேத்துக்கிட்டீங்களே, பெரிய சங்கதி அது" என்று சொல்லிவிட்டுச் செயலாளர் அவர்களின் முகங்களைக் கூர்மையாகப் பார்த்தார். பேசி ஓய்ந்த வேளைகளில் மைனாக்களின் கானம் கேட்டார். வண்டுகளின் கோரஸ் இசை கேட்டார். மரங்களும் செடிகளும் காற்றில் சலசலப்பதை கேட்டார். நகரத்து இரைச்சல்களிலிருந்தும் இம்சைகளிலிருந்தும் விடுபட்டு இங்கேயே கொஞ்ச காலம் உலாத்தித் திரியத் தோன்றியது அவருக்கு.

சுற்றுச்சுவர் வாசலுக்கருகேயுள்ள தேக்கு மரக் கூட்ட நிழலில் விவசாயத் தொழிலாளிகள் ஆணும் பெண்ணும் ஒவ்வொருவராய் வந்து கூடத் தொடங்கினார்கள். "இங்கெ வாங்க; மாமரத்து நெழலுக்கு வாங்க" என்று அக்கவுண்டண்ட் பலமுறை அழைத்தும் தொழிலாளிகள் அசைந்து கொடுக்கவில்லை. "மரியாதைக்காக அவங்க ஒதுங்கியே இருக்காங்க. நாமா போயி கையைக் கோர்த்தாக்கூட கூச்சப்பட்டுத் நெளியறாங்க" என்றார்.

கவலையோடு செயலாளர் சொன்னார், "ஆயிரம் ரெண்டாயிரம் வருச வேற்றுமை இல்லை இது. அதுக்கும் முந்தியது. மொதல்ல அப்பிடித்தான் இருக்கும். போகப்போக ஓங்கிட்டேயே வாதம்

பண்ற சக்தி அவங்களுக்கு வந்திரும். நீங்க கையை நீட்டிக்கிட்டே இருக்கணும்; வா வா வந்து சேந்துக்கணும்."

சுற்றுச்சுவர் வாசலுக்கு எல்லோரும் நடந்தார்கள். கிழக்கு மேற்காகக் கிடந்த தார்ச்சாலை 'ஹோ' வென்று வெறிச்சோடிக் கிடந்தது. தலைமுறைகளுக்கு முந்திய ஆலமரம் அரசமரம் வேங்கை மரங்கள் அடர்ந்த அந்த வெயில் வேளைக்கும் பூமி குளிர்ந்து கிடந்தது. அக்கவுண்டண்ட் பேண்ட் பையிலிருந்து எடுத்த காகிதத்தை இடதுகையில் பிடித்துக்கொண்டு வலதுகையை உயர்த்தி உயர்த்தி கோஷமிட்டார்.

செயலாளர் கூர்ந்து கவனித்தார். பெண்டகாரர்களால் மட்டுமே கோஷங்களைச் சரியாகத் திருப்பிச் சொல்ல முடிந்தது. ஆண் தொழிலாளிகள் உதட்டை அசைத்தார்கள். சிலர் தப்பாய்ச் சொன்னார்கள். அதற்காக அடுத்தாளைப் பார்த்து வெட்கப்பட்டார்கள். பெண் தொழிலாளிகளுக்கு அவை என்னவென்று புரியவில்லை. புன்சிரிப்பும் நாணமுமாய்க் கோஷம் போட்டவரை வேடிக்கை பார்த்தார்கள். சில பெண்கள் சிரிப்பை அடக்க சிரமப்பட்டு நெளிந்தார்கள் அக்கவுண்டண்ட்டின் வினோத கோலம் பார்த்து.

கோஷம் நீண்டுகொண்டே போகவும் பெண்கள் கசமுசவென்று பேசிக்கொள்ள ஆரம்பித்தார்கள். வெகுதூரத்திலிருந்து பேருந்து வரும் சத்தம் கேட்டதும் மேற்குப் பக்கம் திரும்பி சாலையைப் பார்த்தார்கள். பேருந்து அருகில் வந்து இப்படி ஒரு வனாந்திரத்தில் ஆர்ப்பாட்டம் நடைபெறுவதை ஆச்சரியமாய்ப் பார்த்துக் கையை ஆட்டிச் சென்றதை வாய்கள் திறந்தபடி பார்த்தார்கள். செயலாளர் இந்த ஒற்றுமையைப் பாராட்டியும் போராட்டம் எவ்வளவு நாள் தொடர்ந்தாலும் தைரியமாக நடத்தவேண்டுமென்றும் வாழ்த்தி பேசினார். அவர் பேசியதையும் பெண்கள் அதிசயமாகப் பார்த்தார்கள்.

அவரை வழியனுப்பி வைக்கையில் அக்கவுண்டண்ட் சொன்னார், "எல்லாமே இங்கெ தப்புத் தப்பா நடக்குது. மொதல்ல இந்த இடம். வேலைநிறுத்தம், ஆர்ப்பாட்டம்னு நடக்கிற எதுவும் உலகத்துக்குத் தெரியமுடியாத காடாப் போயிருச்சு. அப்புறம் இந்தப் பொம்பிளங்க. அவங்களை வழிக்குக் கொண்டுவர எவ்வளவு முயற்சி பண்ணினாலும் முடியலை. ஆர்ப்பாட்டம் நடக்குற நேரத்திலெதான் அடுப்பங்கரைச் சங்கதிகளைப் பேசுறாங்க. அப்பத்தான் குரங்கு குதிக்கிறதையும் ஓணான் ஓடுறதையெல்லாம்

பாப்பாங்க. நீங்க எவ்வளவு முக்கியமானதெல்லாம் பேசினீங்க. அப்பத்தான் அதுக வானத்தையும் பூமியையும் ஆராயுதுங்க."

செயலாளர் அக்கவண்டீன் முதுகைத் தட்டிக் கொடுத்துச் சொன்னார். "கவலைப்படாதீங்க. ஓங்க போராட்டம் முடியிற வரை நான் தெனமும் வாரேன். அந்தப் பெண்கள்ட்ட தொடர்ந்து பேசுவோம்."

மறுநாள் வாசலில் சொற்பொழிவு எதுவுமின்றி ஆர்ப்பாட்டத்தை முடித்துக்கொண்டதும் செயலாளர் எல்லோரையும் அழைத்துக் கொண்டு பண்ணையின் ஊடாக அடர்ந்த நிழல் கிடக்கும் ஆல மரத்தடிக்குப் போனார். அவர் உட்கார்ந்துகொண்டதும் எதிரில் எல்லோரையும் உட்காரும்படி சொன்னார்.

அவருக்கு மிகுந்த உற்சாகம். எதிரில் பேண்ட் போட்டவர்களும் நீர்க்காவி ஏறிய வேட்டிக்காரர்களும் சமமாக உட்கார்ந்திருந்தார்கள். பெண்கள் தயங்கித் தயங்கி உட்கார்த்தார்கள். ஆலமரத்தடியில் வெளிர் பச்சையாய்ப் புல் மண்டிக் கிடந்தது. எல்லோரும் அதன் மீதுதான் மெத்தென்று உட்கார்ந்திருந்தார்கள். தும்பைச் செடிகள் முயல் காதுகளோடும் பளீரென்ற வெள்ளைப் பூக்களோடும் புதர் போல் வளர்ந்திருந்தன. நந்தியாவட்டை செழித்துக் கிடந்தது. செயலாளர் கை நீட்டிப் பிடித்த பிடிக்குள் குத்து அருகம்புல். சுவாசம் முழுவதும் பயிர் வாசம்.

அவர் பேச ஆரம்பித்தார். "குழந்தை பிறக்கும்போது போராடிக் கொண்டுதான் தாயின் வயிற்றிலிருந்து வெளியே வருகிறது. கிழவராகி மரணத்தோடு போராடிக்கொண்டே மடிகிறார்கள். இடையிலுள்ள வாழ்க்கை முழுவதும் போராட்டம்தான். தூங்கும்போதுகூட சொப்பனத்தில் போராட்டமாய்த்தான் ராத்திரிகள் போகின்றன" என்று பொதுவாகப் பேசிக்கொண்டிருந்துவிட்டுப் பெண்கள் கூட்டத்தைச் சிறிது நேரம் உற்றுப்பார்த்தார்.

அவர்களைப் பார்த்துக்கொண்டே சொன்னார், "போராட வெக்கப்படக் கூடாது. நல்லது எதற்குமே வெக்கப்படக் கூடாது. பெண்கள் இப்போ எவ்வளோ முன்னேறிட்டாங்க. நகரத்திலே பல போராட்டங்கள்ள பெண்களே தலைமை தாங்குறாங்க. நீங்க கூலி வேலை செய்யும் பெண்கள்னு உங்களைக் குறைவா நெனைக்க வேணாம். உங்களைப் போல் வெகுநேரம் குனிந்து ஆம்பிளைகளால் நாற்று நடமுடியாது. களை எடுக்க முடியாது, கதிறுக்க முடியாது. விவசாய வளர்ச்சிக்கும் உற்பத்திக்கும் நீங்க முக்கியமானவங்கனு பெருமையோடு நெனக்கணும்."

பெண்களின் முகங்களில் லேசான புன்னகை வந்திருந்தது. வெகுகாலம் வெயில் வாங்கி வதங்கிய முகங்கள், செம்பட்டைத் தலைகள். அள்ளி முடிந்து சாயம் போன சேலைகளை உடுத்தியிருந்தார்கள். அவர்களிடம் இந்த லேசான புன்னகையைப் பார்த்ததிலேயே செயலாளர் உற்சாகமாகிச் சொன்னார். "போராட்டம் வெற்றிபெறும் வரை இந்த ஆலமரத்தடியில் தினமும் கூடிப் பேசுவோம். பெண்களுக்கு நான் இன்னும் சொல்லவேண்டியது ஏராளமிருக்கு."

அக்கவுண்டண்ட்டிற்கு மிகுந்த சந்தோஷம். "நாலு நாளைக்கு இது மாதிரி அரைமணி நேரம் பேசினீங்கனா போதும். பொம்பளைங்க நம்பள மாரி மாறிருவாங்க. பாவம் சார் அவங்க. எழுதப் படிக்கத் தெரியாது. இன்னைக்கு உலகம் கம்ப்யூட்டர், விண்வெளி, அணு குண்டுனு போய்க்கிட்டிருக்கு. இதுகளுக்குக் கூடை, மம்பட்டி, அருவாமனை, அடுப்பங்கரை தாண்டி ஒண்ணுந் தெரியாது."

செயலாளர் மறுநாள் ஆலமரத்தடிக் கூட்டத்தில் உலகத்தின் சிறந்த வீராங்கனைகள், பெண் விஞ்ஞானிகள், பெண் தலைவர்கள் பற்றிப் பேசினார். அன்று பெண்கள் சுவாரஸ்யமாய் அவற்றைக் கேட்டார்கள். முந்தைய தினத்தைப் போல் சலசலப்பில்லை; அண்ணாந்து ஆலங்கிளை பார்ப்பது, பறவைகள் எச்சமிட்டால் திட்டிக் கொண்டிருப்பது என்று எதுவுமில்லை.

அடுத்தடுத்த தினங்களில் உட்காருமுன் பெண்கள் ஆலமரத்தடியைச் சுத்தம் செய்தார்கள். ஒரு பானையில் தண்ணீர் கொண்டுவந்து வைத்தார்கள்.

பத்து நாளாகியிருக்கும். ஆலமரத்தடியில் கூட்டம் நடந்துகொண்டிருந்த ஒரு வெயில் வேளையில் அக்கவுண்டண்ட் பிரயாணக் களைப்போடும் தூக்கக் கண்களோடும் வந்துநின்றார். இவை தாண்டி முகத்தில் முன்பில்லாத மலர்ச்சி தெரிந்தது. தலைநகரத்தில் நடந்த முந்தைய நாள் பேச்சு வார்த்தையில் கலந்துகொண்டுவிட்டு வந்திருக்கிறார். கூட்டத்தைப் பார்த்ததும் பிரகாசமாகிச் சொன்னார், பேச்சுவார்த்தையில் ஓரளவு நமக்கு ஓரளவு நமக்கு வெற்றி கிடைத்திருக்கிறது. ஊழியர்களுக்குச் சம்பள உயர்வு தினக்கூலி உயர்வு, எல்லாம் அறிவிக்கப்பட்டுவிட்டன. ராத்திரி ரெண்டு மணிக்கு ஒப்பந்தம் கையெழுத்தானதும் பஸ் பிடிச்சு நேரா பண்ணைக்கு வர்றேன்.

சம்பள உயர்வும் கூலி உயர்வும் ஒருபுறம் மகிழ்ச்சியைத் தந்தாலும் செயலாளருக்கு வேறொன்றில்தான் திருப்தி. இந்த

நாட்களில் அவர் பெண்களிடம் நிறையப் பேச முடிந்தது. அவர்களது கூச்சத்தைப் போக்கியிருக்கிறார். அவர்களுக்கு நிறையக் கற்றுக் கொடுத்திருக்கிறார்.

மறுநாள் மாலை வெற்றிவிழாவை நடத்த பெரிய ஏற்பாடுகள் நடந்தன. விழாவிற்காக நீளக் கூரைக் கொட்டகை வெகுவாக மாற்றப்பட்டது. பண்ணைக் கருவிகளான மண்வெட்டிகள், கடப்பாறைகள், பிகாசுகள், கூடைகளையெல்லாம் ஓர் ஓரத்தில் தள்ளி வைத்துச் செம்மண் குப்பைகளையெல்லாம் கூட்டிச் சுத்தமாக்கினார்கள். சணலில் வண்ணக் காகிதங்களை ஒட்டி உத்தரங்களுக்கூடாகக் கட்டினார்கள். தலைவர்கள் உட்கார நாற்காலிகள் போட்டு மேஜைகள் வைத்து அவற்றின் மேல் விரிப்புகள் போட்டார்கள். பண்ணையில் அப்போது பறித்த பூக்களைச் சோதனைக் குடுவைகளில் வைத்து விழாவை வண்ணமும் மணமுமாக்கினார்கள்.

பண்ணைக்கருகில் உள்ள கிராமத்து டீக்கடைகளில் வடையும் மைதா கேக்கும் டீயும்தான் கிடைக்கும்; அலுவலர்கள் இரண்டு வைத்து கொடுக்க, நவீனமான காகிதத் தட்டுகளை வாங்கி வந்திருந்தார்கள். இதுவும் செயலாளருக்குப் புது அனுபவம். 'நடக்கட்டும்' என்று வந்து நாற்காலியில் உட்கார்ந்தார்.

அலுவலர்கள் காகிதத் தட்டுகளில் பிஸ்தாக் கேக்குகளையும் ஜாங்கிரிகளையும் வடைகளையும் வைத்து எடுத்து தர, தொழிலாளிகள் கொண்டுவந்து எல்லார் முன்னிலையிலும் வைத்துக் கொண்டிருந்தார்கள். பெண்கள் அப்போதும் தலைகூடச் சீவாமல் பரட்டையை அள்ளி முடிந்திருந்தார்கள். இப்போதும் பழைய சேலைகளாகத்தான் இருந்தன கட்டிக்கொண்டிருந்தவை.

தலைவர்கள் முன்னால் உள்ள தட்டுகளைப் பார்த்தபடி இருந்தார் செயலாளர். தான் முதலில் சாப்பிட்டுத் துவக்கி வைக்கவேண்டுமென்பது ஞாபகத்தில் வர கேக்கைப் பிட்டு வாயில் போட்டுக்கொண்டு "எல்லோரும் சாப்பிடுங்க" என்றார். வடக்குப் பக்கம் எல்லோரும் சாப்பிட ஆரம்பித்தார்கள். தெற்குப் பக்கம் உட்கார்ந்திருந்த பெண்கள் தட்டுகளையே உற்றுப் பார்த்துக்கொண்டிருந்தார்கள். முகங்கள் இறுக்கமாய்த் தெரிந்தன.

செயலாளர் இப்போது பெண்கள் பக்கம் திரும்பி "உம் சாப்பிடுங்க" என்று சிரித்தபடி, சொன்னார். அப்புறமும் பெண்கள் அவரைத் தொட்டுக்கூடப் பார்க்கவில்லை. கூட்டம் ஆரம்பித்துவிட்டது. பேண்ட் போட்ட ஊழியர்கள் பேசினார்கள்.

செயலாளர் பத்து நாட்களும் தொடர்ந்து வந்திருந்து சொன்ன பெரிய செய்திகள், சிறிய துணுக்குகள் என்று பலவற்றையும் ஞாபகப்படுத்திப் புகழ்ந்தார்கள்.

செயலாளர் பெண்களைச் சாப்பிட வைக்க என்ன செய்யலாம் என்ற ஆழ்ந்த யோசனையில் இருக்கையில் ஒரு பெண் தட்டிலிருந்த பலகாரங்களைத் தட்டோடு தன் முந்தானையில் கட்டி முடிந்தாள். அடுத்த ஐந்து நிமிடங்களில் ஐம்பது பெண்களும் தட்டிலிருந்தவைகளை அப்படியே அள்ளி முந்தானையில் முடிந்துகொண்டுவிட்டார்கள். புழுதியில் விளையாடும் பிள்ளைகள் ஞாபகம் வந்துவிட்டது பெண்களுக்கு என்று புரிந்துவிட்டது செயலாளருக்கு.

விழா முடிந்து கூட்டம் அப்படியே திரண்டு வந்தது தார்ச்சாலைக்கு செயலாளரை வழியனுப்ப.

தூரத்தில் பஸ் வரும் சத்தம் கேட்டதும் அக்கவுண்டண்ட் சொன்னார், "இந்தப் பத்து நாளும் நீங்க வந்து போராட்டத்தை வழிநடத்தினதுக்கு எல்லார் சார்பிலும் நன்றி. உங்கள்ட்ட இருந்து நாங்க நெறையக் கத்துக்கிட்டோம்."

செயலாளர் திரும்பிப் பெண்களின் பலகாரம் முடிந்த முந்தானைகளைப் பார்த்தபடி கண்கலங்கிச் சொன்னார், "நானுந்தான் ஒரு கண்கொள்ளாக்காட்சியைப் பார்த்துப் புதுசா சிலதை தெரிஞ்சுக்கிட்டு போறேன்."

அரைநிமிடம் மட்டுமே நின்ற பஸ்ஸின் படிகளிலேறிச் செயலாளர் உள்ளே போனார்.

~

இலக்குகள்

முதலில் இந்த நகரத்தைப் பற்றிச் சொல்லவேண்டும். இது ஓர் ஏற்றுமதி நகரம். சந்து பொந்துகளிலெல்லாம் தறிகளும் விசைத்தறிகளும் இரவு பகலாய் இயங்குகின்றன. இவை தவிர ஆயத்த ஆடை உற்பத்தியும், ஆடைகளில் பின்னல் அலங்காரங்களும் நகரின் பெரும் மில்களிலும் மாளிகைகளிலும் நிகழ்கின்றன. நகருக்குள் காலை எட்டரை மணிக்கு வந்துநிற்கும் பாஸஞ்சர் ரயிலில் தூக்குச் சட்டிகளோடு நசுங்கிய இளம்பெண்களும் மெலிந்த இளைஞர்களுமாய்ப் பல நூறு பேர் வந்து இறங்குவர். இரவு எட்டரைக்கு இந்த நகரிலிருந்து புறப்படும் பாஸஞ்சரில் அவர்கள் மேலும் துவண்டு கிராமங்களின் இருளில் போய் விழுகிறார்கள். சாலைகளில் சைக்கிள் கேரியர்களிலும் ஆட்டோக்களிலும் டெம்போக்களிலும் நெய்த துண்டுகளும் துப்பட்டிகளும் புதுவாசம் எழுப்பிப் போய்க்கொண்டேயிருக்கும்.

அடுத்து இந்த லாட்ஜைப் பற்றிச் சொல்லவேண்டும். மூன்று மாடிகளும் ஐம்பத்தாறு அறைகளும் கொண்ட லாட்ஜ் இது. மாத வாடகைக்கு மட்டும்தான். தெற்கு ஓர அறைகளின் ஜன்னல்களில் நின்று பார்த்தால் ரயில் நிலையப் பலகை வெகுஅருகில் தெரியும். அதனாலும் இது நகரில் முக்கிய லாட்ஜ்.

இந்தக் கதைக்கு நான் நான் முக்கியமானவன் இல்லையென்றாலும் பார்வையாளனாய் வருவதால் சின்னதாய் என்னைப் பற்றிச் சொல்லவேண்டும். நான் சொல்வதைவிட வானம் பொய்த்த ஒரு வருஷத்தில் கிராமத்திலிருந்து வந்து லாட்ஜில் என்னைப் பார்த்து என் தாய்மாமன் சொன்னதை அப்படியே இங்கே சொல்கிறேன், "ஒனக்கென்னப்பா மழை பெய்யலைனாலும் வெயிலடிக்கலைனாலும் சர்க்கார்ல ஒனக்குச் சம்பளம் குடுத்துருவாங்க."

விசைத்தறிகளும் ஆயத்த ஆடைகளும் ஏற்றுமதிகளுமாக இருக்கும் இந்த ஊரில் கண்ணுக்கு மறைவாய் சில அரசாங்க அலுவலகங்களும் இருப்பதால் நான் அதில் வேலை செய்யும் ஓர் ஆளாய் வந்திருக்கிறேன். உண்மையில் நான் இந்த ஊர் மற்றும் இந்த லாட்ஜ் கலாச்சாரத்திற்குப் பொருத்தமில்லாத ஆள்.

இப்போது கார்த்தியைப் பற்றிச் சொல்கிறேன். அவன் என் எதிர் அறைவாசி ஒரு கூரியர் நிறுவனத்தில் உதவி மேலாளர். துணிகளை ஏற்றுமதி செய்யும் முதலாளிகளிடமிருந்து பார்சல்களைப் பெற்று அவற்றை ஆகாய மார்க்கமாகவோ கடல் மார்க்கமாகவோ லாஸ்ஏஞ்சல்ஸிலும் லண்டனிலும் பாரிஸிலும் கொண்டுபோய் உத்தரவாதமாய்ச் சேர்க்கவேண்டிய கூரியர் கம்பெனியின் உதவி மேலாளர். அடிக்கடி 'கார்கோ' என்பார்கள் பேச்சில்.

இந்த கார்த்திக்கு இன்னும் திருமணமாகவில்லை. இளைஞன் என்ற வயதுக் காலம் முற்றிக்கொண்டு வருகிறது. அவன் பேசும் சரள மொழிக்காகவும் பழகும் சாமர்த்தியத்திற்காகவும் மூன்று கட்ட நேர்காணல்களின் முடிவில் இந்த வேலையைப் பெற்றானாம். அவன் என் அறைக்கு வந்து என்னிடம் பேசிக்கொண்டிருக்கும் அநேக தருணங்களில் 'செல்' மணியடிக்கும். சிகரெட் பிடித்தபடி எதிர் முனை நபருடன் அலட்டலாய்ப் பேச ஆரம்பிப்பான். அப்புறம் அன்னியோன்யமாகப் பேசுவான். போகப் போக சமாளித்துப் பேசுவான். அப்புறம் கெஞ்சலாய் வரும். இன்னின்ன தேதிகளில் முடிப்பதாக மிகத் திடமாக வாக்குறுதிகள் சொல்வான். குரலில் பதற்றம் அதிகரிக்கும்.

அவனது பதற்றத்தைத் தணிக்க மேலே சுழலும் மின்விசிறியால் இயலாது. உடம்பு வேர்த்தபடி இருக்கும். அவன் செல்போன் பேச்சை முடிக்கையில் புகைக்க இயலாமல் நின்றுபோன சிகரெட் விரலிடுக்கில் நீண்ட சாம்பலோடு இருக்கும். "அப்புறம், சர்க்கார் நண்பரே செல்லில் வீட்டுக்குப் பேசணுமா?" என்று கொடுப்பான் என்னிடம். அப்போதைய அவன் சிரிப்பும் என் கண்களை நேராகப் பார்த்துப் பேசுவதும் அவனது சாதுர்யமே தவிர யதார்த்தம் இல்லை என்பதாகத் தெரியும்.

ஏற்றுமதியாளர்களின் அலுவலகங்களுக்குச் சென்று ஆர்டர் பிடிக்கிறவன் அவன். மூன்று மாதங்களுக்கு இவ்வளவு தொகைக்கு ஆர்டர்களைப் பெறவேண்டுமென்ற இலக்கு உண்டு அவனுக்கு. சதாகாலமும் அவனுக்கும் லாட்ஜிலுள்ள பலருக்கும் அந்த இலக்கு

தான் ஞாபகத்திலிருக்கும். அவர்கள் அகராதியில் இலக்கு என்பது பல லட்சம் ரூபாய்கள்.

கார்த்தியின் தலைமை அலுவலகம் பம்பாயில் இருக்கிறது. இலக்கு பூர்த்தியாகிவிட்டால் அங்கிருந்து முறைப்படி இங்கேயுள்ள மேலாளரிடம் பேசுவார்கள். இலக்கில் குறைவென்றால் நேராகவே உதவி மேலாளரான கார்த்தியிடம் பம்பாய் அலுவலகம் செல்போனில் மிரட்டும். அம்மாதிரி அதிகாரிகள் கார்த்தியையும் விடத் திறமை சாலிகள் என்பதால் திணறுவான் கார்த்தி. ஆனால் லாட்ஜில் அவனுக்கு இந்தத் துறை நண்பர்கள் பலருண்டு. கார்த்தியின் கூரியர் அலுவலகம் போல் நகரில் நிறைய போட்டி கூரியர் அலுவலகங்கள் உண்டு. அவர்களுக்கும் தலைமை அலுவலகங்கள் பம்பாயிலோ கல்கத்தாவிலோ இருக்கின்றன.

கார்த்தி அவர்களோடு மனம்விட்டுப் பேசுவான். இலக்கு எவ்வளவு என்றும் எவ்வளவு முடிந்திருக்கிறது என்றும் வராந்தாவில் சத்தமாய்ப் போட்டி கூரியர் நிறுவன அதிகாரிகளிடம் வெள்ளந்தியாய்ப் பேச கேட்க ஆச்சர்யமாயிருக்கும். தனியாயிருந்த ஒருசமயம் அப்படி வெள்ளந்தியாய்ப் பழகுவதைப் பாராட்டியபோது அவன் சொன்னான், "அப்படி நான் பேசுறதெல்லாமே பச்சைப் பொய்கள்."

இலக்கில் நிறைய முடிந்திருந்தால் ஒன்றுமே! முடிக்கவில்லையென்றும், ஒன்றுமே முடிக்கவில்லையென்றால், நிறைய முடித்துவிட்டதாகவும் சொல்வது அவர்களைத் திசை திருப்ப உதவுமென்ற வணிக ரகஸ்யத்தைச் சொன்னான். அவன் மேலும் சொன்ன ஒன்று இதை விடவும் முக்கியம், "லாட்ஜில் என்னிடம் பேசும் மற்றவர்களும் தாங்கள் முடித்ததாகவோ முடிக்காததாகவோ டார்கெட் பத்திச் சொல்றதெல்லாம் பொய்களே."

"ஏய்யா பொய் சொல்றீங்க?" என்று கேட்டதற்கு அவன் சொன்னான், "எங்க தொழில் அப்டி. நாங்க கனவு காண்றதையே முடிக்கப் போறதாச் சொல்றோம். முடிச்ச மொத்தத்தைச் சேர்த்தாலும் கனவுக்குச் சம்பந்தமே இருக்காது. எப்டியோ எங்க வீடுகள்ல அடுப்புப் புகையுது."

பல ரூம்களில் பார்ட்டிகள் நடக்கும். இரண்டாவது ரவுண்டில்தான் காரணம் சொல்வார்கள். இவ்விதம் கார்த்தி ஓர் இரவு பார்ட்டி கொடுத்தான். இரண்டாவது ரவுண்டில் கூடச் சொல்லவில்லை பார்ட்டிக்கான காரணத்தை. மூன்றாவது ரவுண்டில் சொன்னான், "இன்னைக்கு ஒரு ஆர்டர் பிடிச்சேன்.

டென்லேக்ஸுக்கு பில் போடலாம்." நான்காவது ரவுண்டில்கூடச் சொல்லவில்லை யாரிடம் ஆர்டர் பிடித்தானென்று. ஒருவர் மட்டும் கடும் போதையிலும் கேட்டுக்கொண்டேயிருந்தார். "தி பெஸ்ட் ஹேண்ட் ஹூம்ஸா, லெட்சுமி டெக்ஸ்டைல்ஸா?" என்று.

கார்த்தி அவ்வளவு போதையிலும் சொன்னது, "பிடித்தேன், அதோடு விடுங்கள் சகோதரரே. நாளை காலையில் அந்த மகாகனம் பொருந்திய ஜி.எம். முகுக் தொலை பேசுவேன். அவர் காலடிகளில் இந்த ஆர்டரை சமர்ப்பிப்பேன். டார்கெட் முடிக்கலைனு முந்தாநாள் அவன் என்னை என்ன கேட்டான் தெரியுமா" அவன் வாய்விட்டு அழுதான்.

அந்த நண்பர் சொன்னார், "கார்த்தி உங்க கல்யாணத்தை சீக்கிரம் முடிச்சிடலாமே."

கார்த்தி சொன்னான், "என் இரண்டு தோள்களிலும் இரண்டு மலைகள் உள்ளன சகோதரரே. அவர்கள் என் இரண்டு தங்கைகள். மூத்த தங்கையின் திருமணத்திற்காக இதுவரை நான் சம்பாதித்திருப்பது முதல் நாள் செலவுக்கு மட்டும்தான். கடவுள் ஆபீஸ்லெயும் உதவ மாட்றார். குடும்பத்துக்கும் உதவமாட்றார்."

"ஆபீஸ்லெ உதவினாலே குடும்பத்துக்கு உதவினதாத்தான் அர்த்தம்."

அடுத்த மாதத்தில் ஒரு சனிக்கிழமை கார்த்தி என் அறைக்குள் நுழைந்தான், "அரசாங்கத்தாரே, இன்று உங்களுக்கு விடுமுறை நாளா?" என்றான்.

"ஆம்" என்றேன்.

கிண்டலாய் விசிலடித்துச் சொன்னான், "நீங்களெல்லாம் கடவுளின் பிள்ளைகள். வாரத்தில் ரெண்டு நாள் விடுமுறை. மெடிக்கல் லீவ், ஏர்ண்ட் லீவ், எக்ஸ்ட்ரா எக்ஸ்ட்ரா."

"இப்போ எங்களுக்கும் கஷ்டம் வந்துக்கிட்டிருக்கு."

"இல்லை, நீங்கள் கடவுளின் பிள்ளைகள். நாங்கள் சைத்தானின் பிள்ளைகள்."

"ஆனா இந்த செல்போன், இந்த டை, இந்த ஷூஸ் எல்லாம் ஐ.ஏ.எஸ் அதிகாரிகளே உபயோகிக்கிறதில்லை."

"சரி என்னை லாட்ஜிலே பாக்குறீங்க. பெரிய மதிப்போட பேசுறீங்க. இதுக்கெல்லாம் நானும் டை அணிந்த என் திருக்கூட்டமும் உங்களுக்கு நன்றி சொல்றோம். இன்னைக்கு ஒருநாள் என்னோட என் ஆபீஸ்க்கு வாங்க. லஞ்ச் எல்லாம் என் செலவு. என்

வண்டியிலெ பின்னாலெ உக்காந்து இன்னைக்குப் பூராவும் நான் போற எடெமெல்லாம் போயி... ப்ளீஸ்" என்றான்.

"சரி" என்றேன் மறுப்போ மறுயோசனையோ இன்றி.

கார்த்தி மகிழ்ந்து போனான், "அரைமணி நேரத்தில தயாராயிறேன். நீங்க ரெடியாயிருங்க" என்று சொல்லிக்கொண்டே தன் அறைக்குள் நுழைந்தான்.

டை, ஷூஸ், கருப்புக் கண்ணாடி, துளி கசங்காத உடை அணிந்து வந்தான் கார்த்தி. அவனுடைய இருசக்கர வாகனம் மிகப்பெரியது. அலுங்காமல் குலுங்காமல் என்னைப் பின்னால் வைத்துக்கொண்டு ஓட்டிப்போய் அவன் அலுவலக வாசலில் நிறுத்தினான். மண்தொட்டியில் கல்கொட்டி பிளாஸ்டிக் செடி வர வேற்பறையிலிருந்தது. ஒரு பெண் கணினி முன்னால் உட்கார்ந்து மௌஸை அழுத்திக்கொண்டிருந்தாள். இரண்டு ஆண்கள் சீருடையணிந்து அங்குமிங்கும் திரிந்தார்கள். என்னைத் தன் அறையில் உட்கார்த்திவிட்டுக் கண்ணாடி அறைக்குள்ளிருந்த மேலாளரிடம் பேசப் போனான்.

திரும்பிவந்து தொலைபேசியை எடுத்துப் பேச ஆரம்பித்தான். 'பெரியவர் வந்துட்டாருங்களா?' வரவில்லை என்ற பதில் வந்தது போலும் வைத்துவிட்டான். அடுத்து ஒரு எண்ணைப் போட்டுப் பேசினான். "இன்னைக்கு வரச் சொல்லியிருந்தார் மேடம் உங்க எம்.டி. எத்தனை மணிக்கு வந்தா ஃப்ரீயா இருப்பார். கொஞ்சம் கேட்டுச் சொல்லுங்க மேடம் ப்ளீஸ்" என்றான். ஒரு நிமிடம் காதிலேயே ரிஸிவரை வைத்துக்கொண்டிருந்தான். நல்ல பதில் வரவில்லை போல வைத்தான்.

அநேக தொலைபேசி எண்கள் அவன் விரல்களிலேயே பதிவாகியிருந்தன போலும். ஒரு டைரியையும் பார்க்காமலே போட்டுக் கொண்டிருந்தான். ஒரு எண்ணில் குழைந்தான், "எம்.டி வெளியே கான்ஃபிரன்ஸிலெ இருக்காரா? ப்ளீஸ், எந்த ஓட்டல்ல?" சிறிது நேரம் கழித்து "தேங்க்ஸ்" என்று சொல்லிவிட்டு வைத்தான். பரபரவென்றானான். இன்டர்காமில் நின்றுகொண்டே மேலாளரிடம் பேசினான் "ஃபீல்டுக்குப் போறேன்." மேஜை ட்ராயரிலிருந்து ஒரு சிறிய ஃபைலை எடுத்துப் பைக்குள் போட்டுத் தோளில் குறுக்குவெட்டாக அணிந்து "கெளம்பலாம்" என்று சொன்னபடியே வெளியே வந்தான்.

நான் பின்னால் உட்கார்ந்துகொள்ளவும் வண்டியை இயக்கினான். அந்த ஊரில் அவ்வளவு பெரிய ஓட்டல் இருப்பது எனக்கு அதுவரை

தெரியாது. கார்த்தி தினமும் வந்துபோகிறவன் போல் ஓட்டலில் நுழைந்தான். உதட்டுச் சாயம் பூசி வெண்ணையில் செய்தது போன்ற வரவேற்பாளினியிடம் சரளமாய் ஆங்கிலத்தில் பேசினான். அந்தப் பெண் முதலில் சிரித்துப் பேசியவர் கண்டிப்பாகப் பேசிவிட்டார், "ஸாரி கான்ஃப்ரன்ஸ் ஹாலுக்கு வெளியில காரிடார்ல நீங்க காத்திருந்து அவர் வெளியே வற்றப்ப பேசினா என்னைத்தான் தப்பு சொல்வாங்க, எட்டி அலோ பண்ணினேன்னு."

"சரி இங்கே வெய்ட் பண்ணிப் பாத்திடறேன். இது வழியாத்தானே போவார்."

"ஸாரி என்னை அவர் ஒரு மொறை மொறைப்பார். அவர் காஸ்ட்லி கஸ்டமர். அவர் மொறைக்கிறதை யாராவது போய் எங்க மேனேஜர்ட்ட போட்டுக் கொடுத்தா...." என்று சொல்லித் தன் கையால் கழுத்தை துண்டாக்குவது போல் சைகை செய்தார்.

"ப்ளீஸ்"

"என்ன அப்டி அர்ஜண்ட் மேட்டர்?"

"ஆர்டர் புக் பண்ணணும். இருபது லட்ச ரூபா கம்பெனிக்குக் கெடைக்கும். இந்த குவார்ட்டர் டார்கெட்டுக்கு குதிச்சுக் குதிச்சுப் பாக்குறேன். இன்னும் ஒரு புளியங்காய்கூடப் பறிக்கலை.'

அந்த வரவேற்பாளினி முகம் கனிவாகி வந்த நிலை மாறி சுதாரித்து "ஸாரி இங்கே வேணாம். கார்கிட்ட பேசுங்க. அவர் கார்லே ஏறியாகணும்ல ப்ளீஸ்" என்றார்.

"ப்ளீஸ்"

"ஸாரி"

அந்த வரவேற்பு முகப்பு குளிரூட்டப்பட்டிருந்தது. அதுவும் சலவைக்கல் தரையும் மார்கழி காலையை நினைவூட்டின. பிங்க் நிறத்தில் புஸ் புஸ் என்ற சோபாக்கள், நறுமணம், நிசப்தம் எதையும் நெடுநேரத்திற்கு அனுபவிக்க முடியவில்லை. சோபாவில் உட்கார்ந்திருந்த என்னை "வாங்க ஸார்" என்று கூப்பிட்டான் கார்த்தி.

வெளியே வந்தோம். அது ஒரு மூன்று நட்சத்திர ஓட்டல் என்றான் கார்த்தி. "உள்ளே போய் ஒரு காப்பி குடிக்கலாம். ஆனா அதுக்குள்ளே அவரு கான்ஃப்ரன்ஸிலிருந்து வந்து கார் ஏறிப்போயிட்டா எல்லாம் வீணாயிரும்" என்றான். அவர் காரை கார்த்தி தெரிந்துவைத்திருந்தான். அதற்கு நேர் எதிராக ஒரு விசிறி வாழை நிழலில் நின்றோம். நிழல் போதவில்லை. இதற்குள் வாசலில் நின்ற கூர்க்கா ஓடிவந்து அங்கே நிற்கக் கூடாதென்றான்.

கார்த்தியின் டை, ஷூ, பளபளக்கும் உடை எதுவும் கூர்க்காவின் மரியாதையைச் சம்பாதிக்கப் போதுமானவையாயில்லை. கார்த்தி பேசிய ஒவ்வொரு வாக்கியத்தையும் வாங்கிக்கொண்டு திரும்பத் திரும்ப எங்களுக்கு இட்ட கட்டளை ஒன்றே ஒன்றுதான் "ஜாவ் சாப்!"

உச்சிவெயில் தகதகவென்று விளாசியதில் பாதம் முதல் கழுத்து வரை இறுக்கிவைத்திருந்த அணிகளால் கார்த்தி வேர்வையில் நனைந்திருந்தான். நான் வெயிலில் நின்று வெகு காலமாகியிருந்ததால் என் சட்டையும் உடம்போடு ஒட்டிக் கிடந்தது. ஆனால் கூர்க்கா "ஜாவ் சாப்" சொல்வதை நிறுத்துவேயில்லை. எனக்கு அவமானமாயிருந்தது. கார்த்தி திடமாக இருந்தான். இதுபோல் ஆயிரம் அல்லது தினமும் இதுதான் என்பதுபோல் முகத்தில் மாறுதலே இல்லாமல் "வாங்க ஸார் வெளியே நிக்கலாம்" என்றான்.

"இதுமாதிரி ஒட்டல்ல எல்லாம் இப்டித்தான் இருக்குமா?" என்று கேட்டேன்.

"அப்டியெல்லாம் நெனைக்காதீங்க ஸார். லெட்சுமி டெக் ஒனருடைய குணத்துக்குத் தக்கபடி இவுங்கள்லாம் நடந்துக்குறாங்க. அவரைப் பிடிச்சாத்தான் ஸார் எனக்கு பம்ப்பர். ப்ளீஸ் வாங்க வெளியே நிக்கலாம்." பைக்கை தள்ளிக்கொண்டு நடந்தான். பித்தளை நெடுங்கதவுக்கு வெளியே பொட்டல்காடு. மரம் மட்டை எதுவுமில்லை. வெயில் எரித்தது. மனத்தை நெருடும்படி எதுவுமே நடக்காது போலவும் இப்போதோ, இன்னும் சில நிமிடங்களிலோ லெட்சுமி டெக் ஒனரைப் பார்த்து வேலையை முடித்துக்கொண்டு கிளம்பப்போவது போலவுமே கார்த்தி சளசளவென்று பேசினான்.

நான் அரை மயக்க நிலையில் நின்றுகொண்டிருந்ததைப் பார்த்து "ரொம்ப போரடிக்குதா ஸார்?. வேலை இன்னும் டென் மினிட்ஸ்லெ முடிஞ்சிரும். எந்த மழையிலெயும் எந்த வெயில்லயும் நான் பிரேயர் பண்ணுவேன் ஸார். அதனாலெ ரெண்டு அதனாலெ ரெண்டு பயன்கள். ஒண்ணு நமக்கு வெயிலோ மழையோ தெரியாமப் போயிருது. ரெண்டு நாம நெனைக்கிற வேலை நல்லபடியா முடிஞ்சிரும்" என்றான்.

நான் துவண்டுகொண்டிருந்தேன். சுமார் இரண்டரை மணிக்கு கார்த்தி சொன்னான், "லஞ்சை ஒட்டல்லெயே முடிச்சிக்கிட்டு அங்கெயே ரெஸ்ட் எடுப்பார்; இல்லைனா யார் கூடவாவது பிஸினஸ் பேசிக்கிட்டிருப்பாரு. எப்டியும் சாயங்காலம் ஆறு மணிக்கு க்ளப்புக்கு வருவார் ஸார். சிக்கெனப் பிடிக்கிறேன் பாருங்க. வாங்க போய் சாப்பிடுவோம்" என்று வண்டியை எடுத்தான்.

வசந்த பவனில் பதினைந்து ரூபாய்க்கு சாப்பாடு டிக்கட் எடுத்துக் கொண்டுபோய் உட்கார்ந்தபோது தூங்கி வழிந்தபடி இலைகளைப் போட்டார் சர்வர். சாப்பாடு செக்ஷன் முடியும் நேரம். நீர்ப்பாகமாயிருந்தது சாம்பார்.

அவன் அலுவலகத்திற்குத் திரும்பிப்போய் சீட்டில் உட்கார்ந்து தொலைபேசியோடு மல்லுக்கு நின்றான். "ராமஜெயம் - கோ மேனேஜர் நல்ல மூடிலெ இருக்கார். புடிச்சர்லாம்கிறார் சார் என்னுடைய நலம்விரும்பி ஒருத்தர் அந்த ஆபீஸ்லெ. என்னோட வர்றீங்களா இல்லை ரூமுக்குப் போறீங்களா?" என்றான். இதில் நான் பின்வாங்குவதாயில்லை. களைப்பை மறைத்து சிரித்தபடி சொன்னேன். "உங்களோடதான் ரூமுக்குத் திரும்புவேன் இன்னைக்கு எவ்வளு நேரமானாலும்."

ராமஜெயம் - கோவின் வரவேற்பு முகப்பு வெகு நவீனமாயிருந்தது. கமகமவென்று மணம். கொஞ்சம் அயர்ந்தால் வழுக்கிவிடும். வழுவழு தரை. இருக்கைகள் நாசுக்காகவும் புத்தம் புதிதாகவுமிருந்தன. லண்டனிலிருந்தும் பாரீஸிலிருந்தும் வருகிற பெரும் வியாபாரிகள் உட்காருவதற்குண்டானவை அவை என்றான் கார்த்தி. ஒருமணி நேரத்திற்கு மேல் அலுவலகத்திற்குள் அவரிடம் பேசி இவரிடம் பேசி மேனேஜரைப் பார்த்துவிட்டுத் திரும்பினான். "அடுத்த மாசம் வாங்க பார்க்கலாம்கிறார். விடுங்க இவரை. லெட்சுமி டெக் பாஸ் க்ளபுக்கு வர்ற நேரமாயிருச்சு. அதுதான் சார் பம்பர். இது ஃபுட்பால், அது கோலிக்குண்டு."

நாங்கள் க்ளப் வாசலில் இறங்கியபோது உள்ளே ஹாலிலும் அறைகளிலும் நடமாட்டம் தெரிந்தது. ஹால் மேஜைகளின் முன் பிரமுகர்கள் கையில் சீட்டுகளோடு உட்கார்ந்திருந்தனர். கூர்க்கா எங்களை உள்ளே விடவில்லை. வாசலில் நின்று உள்ளே நின்ற கார்களை நோட்டமிட்டு "அவர் இன்னும் வரலை" என்றான் கார்த்தி. "கார் உள்ளே நொழையிற நேரத்திலெ குறுக்கெ பாஞ்சு ஒரு சல்யூட். ஓகே ஓகேங்கணும் அவர். ஆபீஸ்லெ போய் ஆர்டரை வாங்கிட்டு நேரே அந்த த்ரீ ஸ்டார் ஓட்டல்" என்று சொல்லிக்கொண்டே உலாவினான் கார்த்தி. ஓர் இடத்தில் நிற்கமுடியவில்லை அவனால். நடந்துகொண்டும் பேசிக்கொண்டும் இருந்தான்.

பொழுது அடைகிற நேரத்தில் அந்த நீலமான வெள்ளைக் கார் க்ளபை நோக்கி வந்தது. கார்த்தி படபடப்பானான். டையை சரிப் படுத்தியபடி ஓடி இடப்புறம் சென்று வணங்கினான். வண்டி நின்றது. கார் கண்ணாடி இறங்கியது.

கந்தர்வன் சிறுகதைகள்

"ஸார் க்ளோபல் கூரியர்ஸ்."

"நோ சான்ஸ். எல்லா அக்ரிமெண்ட்ஸும் ரினியூ ஆகணும். அவங்க யாரும் இங்கே வரலை. அடுத்த வாரம் நானே ஈரோப் போறேன். ரெண்டு மாசங் கழிச்சு வாங்க."

கார்த்தி மறுபடி ஏதோ பேச வாய் திறந்தபோது கார் க்ளபுக்குள் நுழைந்துவிட்டது. லாட்ஜுக்குத் திரும்பும்போது முனைக்கடையில் டீ வாங்கிக் கொடுத்துவிட்டுச் சொன்னான் உற்சாகமாக, "நாளைக்கு கே.ஆர்.டெக்ஸ்டைல்ஸுக்குப் பொறி வைக்கணும். பிடிச்சாகணும் ஸார்"

அன்று இரவு லாட்ஜ் வராந்தாவில் கார்த்தியைச் சந்தித்தபோது "எப்டி ஸார் இருந்தது இன்னைக்குப் பால்? ஆனா நாளைக்குப் புடிக்கிறேன் ஸார் ஒரு பெரிய திமிங்கிலத்தை, ஸ்யூர்" என்றான்.

மறுநாள் காலையில் இரண்டு பால இளைஞர்கள் டை, ஷூ சகிதம் என் அறைக்குள் நுழைந்தனர். "ஸார் நாங்க ஹோம் அப்ளை யன்ஸ்லெருந்து வர்றோம்" என்று சொல்லிக்கொண்டே ப்ரெட் டோஸ்டர்கள், சின்ன ஹீட்டர்கள், மழைக் காலத்தில் வீட்டிற்குள் துணி காய வைக்கும் குடைகள் என்று பொருள்களைப் பரப்பினார்கள்.

"வேணாம்" என்றேன்.

"ப்ளீஸ் நீங்க இதிலே ஒரு பீஸ், அதிலே ஒரு பீஸ் வாங்கிக்கிங்க ஸார். ரொம்ப யூஸ்ஃபுல். மார்க்கெட் ரேட்ல இது நூற்றி அறுபது ரூபா. நாங்க நூத்திப் பத்து ரூபாய்க்குத் தர்றோம்."

"வேணாம்"

"ப்ளீஸ் ஸார்"

"வேணாம்"

"இந்த மாச டார்கெட்ல நாங்க கால்வாசிக்கூடப் பண்ணலை. இந்த வேலையும் போச்சுனா ரொம்ப கஷ்டமாயிடும் ஸார்."

"வேணாம். எதிர் ரூம்ல கேளுங்க" என்றேன். அவர்களை வெளியே அனுப்பும் அவசரத்தில்.

அவர்கள் எதிர் அறைக்கு விரக்தியோடு நடந்தார்கள். அது கார்த்தியின் அறை.

~

பொய்விதிகள்

வெளியூரில் வரும் இரவுகள் குழப்பமும் பயமுமாயிருக்கும் வயது. ரயில் நிலையத்தின் நீளம், கூரை, கர்டர்கள், முன்பு பார்த்தறியாத முகங்கள், அடங்கி ஒலிக்கும் குரல்கள், இருளில் தண்டவாளம் இவை மேலும் என்னை திடுக்திடுக்கென்று ட்ரவுசரை முடிந்துகொள்ள வைத்தன. நானும், அவரும் சிமிண்ட் பெஞ்சில் உட்கார்ந்திருந்தோம். சுற்றி யார் யார் நின்றுகொண்டிருந்தார்களென்று முழுதும் ஞாபகத்திலில்லை. ஆனால் எனக்குக் கொடுத்துவிடவென்று ஒரு வெள்ளைத் துணிப்பையை அம்மா வைத்திருந்ததும், போஸ் அண்ணன் என்னைப் பரிதாபமாகப் பார்த்துக்கொண்டு நின்றது மட்டும் நன்றாக ஞாபகத்தில் இருக்கின்றன.

அது என் முதல் ரயில் பயணம் என்பதால் எனக்குக் குறுகுறு வென்றிருந்தது. கிராமம் தாண்டி அதுவரை பார்த்தறியா ஜனங்கள் பற்றியும். ஊர்கள் பற்றியும். துண்டு துண்டாய் நிறைய கற்பனைகள், போஸண்ணன் விஷயம் தெரிந்ததிலிருந்து என் கையைப் பிடித்துக் கொண்டே திரிந்தது. சொந்தக்காரர் வீட்டுக் கல்யாணத்திற்கு கிராமத்திலிருந்து நிறைய பேர் வந்திருந்தோம். வந்த இடத்தில் என்னை மட்டும் பிரித்துக் கூட்டிப்போகிறார் 'அவர்.' அதற்குமுன் அவரும் அப்பாவும் எங்காவது பேசியிருந்திருக்கலாம் அல்லது கடிதப் போக்குவரத்து இருந்து இருக்கலாம். கல்யாணத்திற்குப் புறப்படும்போது என்னுடைய இன்னொரு ட்ரவுசர் சட்டையையும் எடுத்து அம்மா ஒரு பைக்குள் வைத்துக்கொண்டதற்கு அர்த்தம் கல்யாணத்தின்போதுதான் தெரிய ஆரம்பித்தது.

நான் 'அவர்' ஊருக்கு அவர் கடைகளில் வேலை பார்க்கப் போகிறேன். போஸண்ணனை விட்டு இதுவரை ஒருநாள் கூடப் பிரிந்ததில்லை. அண்ணனை நினைக்க நினைக்க நா வறண்டு வந்தது.

போஸண்ணன் எனக்கு சித்தப்பா மகன். அவருக்கு ஓர் அண்ணனும் எனக்கு ஓர் அண்ணனும் டவுன் பள்ளிக்கூடத்தில் பெரிய படிப்பு படிக்கிறார்கள். அப்பா, சித்தப்பாவுக்கு அவரவர் பங்கில் வந்த நஞ்செய்களை விற்று டவுன் படிப்பு நடக்கிறது மூத்தவர்களுக்கு. அதனால் அஞ்சாப்பு முடிஞ்சு மூணு வருசமாயும் போஸண்ணன் ஊர் சுற்றிக்கொண்டிருக்கிறது. நான்தான் அஞ்சாப்பு முடிந்தவுடனேயே கடை வேலைக்குப் புறப்பட்டுவிட்டேன்.

'அவருக்கு' என்னைப் பிடித்திருப்பதாகவும், போஸண்ணன் இப்போது வேண்டாமென்றும் சொல்லிவிட்டதாகப் பேசிக்கொண்டார்கள். 'அவர்' நெருங்கிய சொந்தக்காரர். தவிரவும் வெளியூர் கடையில் வேலை என்பதால் குடும்ப மரியாதை குறைந்துவிடாமல் மறைத்துக்கொள்ளும் என்பதாலும் எனக்கு அந்தப் பயணம் என்பதெல்லாம் தெரிய பல வருஷங்கள் ஆயின.

தலையில் வெளிச்சம் போட்டு பூதம்போல் தடதடவென ரயில் வந்தபோது நெஞ்சு அடித்துக்கொண்டது. போஸண்ணன் அழுது நான் பார்த்ததில்லை. அப்போது அழுதது. 'அவருக்குப்' பக்கத்தில் ரயிலுக்குள் பெஞ்சுமேல் உட்கார்ந்தேன். போஸண்ணன் தூரத்தில் அழுதபடியே நின்றது.

சொந்த பந்தங்களில் போஸண்ணன் வயதுக்காரர்கள் எல்லோருமே பெண்கள். சமைந்து வீட்டிற்குள் உட்கார்ந்து விட்டார்கள். துணையாக வேறு யாருமில்லை போஸண்ணனுக்கு. என்னையே சுற்றிச்சுற்றி வரும். எங்கு போனாலும் நான் வரவேண்டும் அதற்கு.

ஊரில் இரண்டு வீடுகளுக்குத் தினசரி பேப்பர் வரும். ஓசி வாங்கி தினமும் படித்துவிடும். வீட்டில் புஸ்தகங்கள் கிடந்தாலும் அட்டையிலிருந்து அட்டை வரை படித்துவிடும். படித்ததைப் பூராவும் எனக்குச் சொல்லும். காந்தி, நேருவெல்லாம் எப்படிப்பட்டவர்கள் என்று கதை கதையாய்ச் சொல்லும். இங்கிலாந்தில் நேரு படித்துக் கொண்டிருக்கும்போது கல்லூரியின் பதினாலு வாசல்களிலும் பதினாலு கார்கள் அவருக்காகக் காத்திருக்குமென்று சொல்லும். ஒரு வெள்ளை மாணவன் நேருவுக்கு முன்னால் சிகரெட் குடித்தான். நேரு கையில் சிகரெட் இல்லை. வெள்ளைக்காரன் முன்னாலே இந்தியாவுக்கு அவமானம் வந்துவிடக்கூடாதென நூறு ரூபாய் நோட்டைச் சுருட்டி சிகரெட்டைப் பற்றவைக்கிற மாதிரி பற்றவைத்துப் புகை ஊதினார் என்று சொல்லும்.

அதேவேகத்தில் கேட்கும். "நாம் குடிப்பமா?" பயந்துகொண்டு வேண்டாமென்பேன். ஒருநாள் கூட்டிக்கொண்டு மிளகாய்க் கொல்லைப் பக்கம் போனது. சுரைக்கொடி காய்ந்து கிடந்தது. சிகரெட் நீளத்திற்கு இரண்டை ஒடித்து என்னிடம் ஒன்றைக் கொடுத்து வாயில் வைத்துக்கொள்ளச் சொன்னது. அது ஒன்றை உதடுகளுக்கிடையில் சிகரெட் போல வைத்துக்கொண்டது. ட்ரவுசர் பையிலிருந்து தீப்பெட்டி எடுத்து இரண்டு மூன்று தடவை பற்றவைத்து இழுத்தது. வாயிலிருந்து புகை வந்தது. என்னையும் அதேபோல் குடிக்கவைக்க பட்டபாடு கொஞ்சமில்லை.

விளையாட்டு சீசன்களை போசண்ணன்தான் மாற்றும். பம்பரம் விளையாடி உச்சகட்டத்தில் எல்லோரும் சாட்டையும் கையுமாய் நிற்கையில் மரமேறி காக்கை முட்டை எடுத்துவந்து அதைத் துணியில் சுற்றிப் பந்து செய்யும். சுவரில் பனங்கோந்தை வைத்து நாலு பேர் ஒரு கட்சிக்கு என்று இரண்டு கட்சிகளாய்ப் பிரித்து விளையாட்டைத் துவக்கும்.

சட்டென்று அதை நிறுத்திவிட்டு கபடி, கிளித்தட்டு என்று மாற்றும். போசண்ணனுக்கு எப்போதும் வயிறு பசித்துக்கொண்டே இருக்கும். வீட்டில் குழம்பு வைக்க நேரமாகும் போல் தெரிந்தால் அதுவே வெங்காயம் நறுக்கி, கத்தரிக்காய் சுட்டு கொச்சு செய்து கொதிக்கக் கொதிக்க சாதம் போட்டுச் சாப்பிட்டுவிடும். நிறையச் சாப்பிடும். வெள்ளாமை விளைச்சல் அதிகம் இல்லாத காலத்தில் நொடித்துப்போன குடும்பமாய் நிற்கிறபோது போசண்ணனின் பசி சித்தப்பாவுக்குக் குரோதத்தை உண்டாக்கி விட்டது. தானே தட்டைக் கழுவிக்கொண்டு போசண்ணன் சம்மணம் போட்டு உட்காரும்போது அது சாப்பிடப் போவதைப் பார்க்கச் சகிக்காமல் சித்தப்பா எழுந்து வெளியே போய்விடுவார்.

சுற்றுவது என்பது மட்டும் போசண்ணனின் சின்ன பசி, பெரிய பசி, அகோரப் பசிகளின் அடிப்படையில் அமையும். எது எதுவெல்லாம் பசிக்கு ஆகும் என்பது அதோடு சுற்றப்போகையில் ஆச்சர்யமாய்த் தெரியும். ஐப்பசி, கார்த்திகையில் சொடக்குத் தக்காளிச் செடிகள் புஞ்சை வரப்புகளில் காடுபோல் அடர்ந்துக் கிடக்கும். பார்ப்பாற்றுப் போனால் மார்கழி, தையில் காய்ந்து போகும் சொடக்குத் தக்காளி, பழங்களாய்க் கிடக்கும் சுண்டைக்காய் கனத்தில் தித்திப்பாயிருக்கும். அவை எந்தெந்த திசைகளில் கிடக்கின்றன என்று போசண்ணனுக்குத் தெரியும். ரெண்டு கை நிறைய உரித்து வைத்துக்கொண்டு சுகமான மார்கழி வெயிலில் காட்டு வாசனையோடு தின்போம்.

கந்தர்வன் சிறுகதைகள் 485

போஸண்ணனுக்கு அப்புறம் நிறைய தங்கைகள், தம்பி கிடையாது. அதனால் என்னையே சொந்த தம்பியாக மனதில் வரித்துக்கொண்டது மாதிரி இருக்கும் அது நடந்துகொள்வது. ரெண்டு கட்சிகளாய்ப் பிரிந்து விளையாடும் எந்த விளையாட்டிலும் என்னைத் தன் கட்சியில் வைத்துக்கொள்ளும். கபடி விளையாட்டில் நான் எல்லையைத் தொட முயன்றிருப்பேன். தொட்டிருக்க மாட்டேன். ஆனால் தொட்டுவிட்டதாக எதிராளிகளிடம் வாதாடி அவர்களை அடிக்கப் போகும்.

"வா போவோம்" என்று மட்டும் கூப்பிடும். பனங்காட்டுக்கும் கூட்டிப் போய் காவல்காரர் வருகிறாரா என்று பார்க்கும்படி சொல்லிவிட்டுப் பனை ஏறி நுங்கு வெட்டும் வயிறு நிறையக் குடித்துவிட்டு வருவோம். "இன்னும் ரெண்டு குடிடா" என்று அங்கு சீவி வைக்கும்போது அது தாய் மாதிரி தெரியும்.

போஸண்ணன் கை ஆட்டியபோதும் அழுதபோதும் ஞாபகத்திற்கு இன்னும் அநேகம் தோன்றியிருக்கும். ஆனால் ரயிலின் ஆட்டத்தில் வெகுசீக்கிரம் தூங்கிவிட்டேன். நடு இரவில் ஓர் ஊரில் இறங்கி பஸ் நிலையத்திற்கு நடந்ததும் 'அவர்' ஊரில் போய் அவரோடு இறங்கியதும் பனிமூட்டம் போல்தான் தெரிகிறது.

அவருக்கு மூன்று கடைகள். பிரதானமானது மளிகைக்கடை. அடுத்து ஐவுளிக்கடை. அப்புறம் டீக்கடை. மூன்று கடை நடுவிலும் சிப்பந்திகள் போய்வர வாசல்கள் இருந்தன. நான் மளிகைக் கடையில் விடப்பட்டேன். நாள் முழுதும் சோம்பு, சீரகம், பூண்டு, வெங்காயம், சோப்பு, எண்ணெய் கலந்த நெடிகுள்ளே இருக்க மூச்சுத் திணறியது. ஐவுளிக்கடையில் புதுத் துணி வாசமும், டீக்கடையில் கிளாஸ் கழுவிய தண்ணீர் சாக்கடையாகி வந்த வாசனையும்தான் மாறி மாறிக் கிடைத்தன.

ஏழெட்டுக் கிராமங்களுக்கு நடுவில் இந்த ஊரில்தான் கடைகளிருந்தன. உள்ளூரிலும் நிறையத் தலைக்கட்டுகள். மலேயா போக்குவரத்தில் காசு புழங்கும் ஊர். எப்போதும் ஆள் வந்துகொண்டேயிருக்கும். பயறு வாங்க, பருப்பு வாங்க என்று. பொருள் மடிக்க செய்தித்தாளைக் கிழித்துக் கூம்பு செய்யும் வித்தையையும் மேலே சணல் பந்திலிருந்து தொங்கும் மெல்லிய சணலைப் பொட்டலத்தின் மேலும் கீழும் மாறி மாறிப் பக்கவாட்டுகளில் குப்பம் கட்டி முடிக்கும் வித்தையையும் கற்றுக்கொண்டபோது. அளவிலாத மகிழ்ச்சியிருந்தது.

கடையின் பெரியாள் (அவன்தான் வயதில் மூத்தவனாகவும், பெரிய சிட்டைகளுக்கு சாமான்கள் கட்டுபவனாகவும் கல்லாவைக் கையாளும் அதிகாரமுள்ளவனாகவும் தன் கட்டளைகளுக்கு மற்ற பையன்கள் உட்படும்படியாகவும் திகழ்பவன்) வாய் திறந்து அடிக்கடி பாராட்டியது எனக்கு உற்சாகமாயிருந்தது. 'அவர்' கடைக்குள் நின்று வியாபாரம் செய்யமாட்டார். வெளியே உட்கார்ந்து கண்காணிப்பார். அரசியல், விவசாயம் என்று இந்த வியாபாரத்திற்குச் சமமான வேலைகள் அவருக்கு வெளியே இருந்தன. ஜவுளிக் கடைப் பையன்களை அதிகமாகக் கவனித்தபடி இருப்பார்.

எப்போதென்று தெரியாது. பொட்டலம் கிழிந்து கீழே கொட்டினாலோ, வந்த ஆள் ஒரு ரூபாய் கொடுத்துவிட்டுப் பொய்யாக இரண்டு ரூபாய்க்கு மீதம் கேட்கும்போது நடக்கும் தகராறின்போதோ 'அவர்' கடைக்குள் தோன்றி என் உச்சந்தலையில் ஓங்கிக் குட்ட ஆரம்பித்தார். வருகிறவர்களிடம் அறிவோடு ஒரிரு வார்த்தை பேசுவதை 'அவர்' விரும்பவில்லை. "வாயை மூடிக்கிட்டு வியாபாரம் பண்ணு" என்று நான் பேசிய வாக்கியங்களின் போதும் வெளியிலிருந்து அதட்டுவார்.

டீக்கடையில்தான் எங்கள் எல்லோருக்கும் சாப்பாடு. கடைப் பையன்கள் நாங்கள் சாப்பிடும் முன் இரண்டு முன்நிகழ்வுகள் அத்தியாவசியமானவை. மளிகைக் கடையிலும் வாடிக்கையாளர் யாரும் நிற்கக் கூடாது. டீக்கடையிலும் சாப்பிடுபவர்களோ டீ குடிப்பவர்களோ காத்திருக்கக்கூடாது. வெறிச்சோடிய நேரங்களில்தான் போய்ச் சாப்பிடலாம் எல்லாமே ஆறிப்போனவை சூடாக யாதொன்றையும் சாப்பிட்டுப் பையன்கள் அறியார்.

ராத்திரி படுக்கை டீக்கடை பெஞ்சுகளிலும் வாசல் திண்ணைகளிலும். சிவகங்கையிலிருந்து வரும் கடைசி பஸ் இரவு ஒன்பது மணிக்கு வந்து கடைவாசலில் இரவுத் தங்கலுக்கு கிடக்கும். பஸ் முதலாளி 'அவருக்கு' வேண்டியவர். டிரைவரும், கண்டக்டரும் வீடுகளிலிருந்து கொண்டுவரும் டிபன் பாக்ஸ்களைப் பிரித்துச் சாப்பிடும் மணத்தில் மயங்குவோம். பஸ் சீட்டுகளிலோ சாகசத்திற்காக பஸ் கூரையிலோ கடைப் பையன்கள் பாய் விரித்துப் படுப்போம். அதெல்லாம் ஆபத்து என்று கண்டிக்க நாதியில்லை.

ஆனால் விடிகாலை ஐந்து மணிக்கு எழுந்திருக்க வேண்டும். இருட்டிலேயே நடந்துபோய் ஊருணியில் குளித்து அம்மை விழுந்தது போல் வடுக்களோடு கிடக்கும் அரக்கு நிறக் கல்லில் துணி துவைத்து வந்து நெற்றி நிறைய விபூதி பூசிக் கடை திறக்க

வேண்டும். இரவு உள்ளே எடுத்துவைத்த எண்ணெய் டின்களை எடுத்துவைத்து, வாழைப்பழத் தாரைத் தொங்கவிட்டு, கடை எடுப்பாயிருக்க பிஸ்கட் டின்கள், மிட்டாய் பாட்டில்களை அடுக்கி முடிக்கையில் வெளிச்சம் வந்திருக்கும் தெருவில்..

முதல் ஆள் வந்து எண்ணெய் கேட்டால் விரட்டிவிட வேண்டும். கடையில் இல்லாத பொருளைக் காலையில் வரும் முதல் ஆள் கேட்டால் 'இல்லை' என்று சொல்லாமல் கடையில் இருக்கும் ஒரு பொருளின் பெயர் சொல்லவேண்டும். போணி ஆகும் காசை கண்ணில் ஒற்றிக் கல்லாவில் போடவேண்டும். மாதக்கணக்கு வைத்திருப்பவர் முதலில் வந்தாலும் பத்து காசாவது வாங்கி போணி பண்ணிவிட்டுத்தான் ஐந்து ரூபாய்க்குப் பண்டம் கொடுக்கலாம்.

ஆள் யாரும் வந்திராதபோது மறைப்புக்குப் பின் போய் அரிசி மூடை, உளுந்து மூடை மேல் இருட்டில் உட்கார்ந்துகொள்வோம். அவருக்குத் தெரியாமல் வாழைப் பழங்களை உரித்துத் தின்றுவிட்டு துவரம் பருப்பு மூடைக்குப் பின்னோ, மைதா மூடைக்குப் பின்னோ போட்டு வைப்போம். 'அவர்' இல்லாதபோது காய்ந்த தோல்களை அள்ளி ட்ரவுசர் பைக்குள் திணித்துக் கொண்டுபோய் ஒண்ணுக்கிருக்கும் சாக்கில் உதறிவிட்டு வருவோம்.

நிறைய வியாபாரம் ஆகவேண்டுமென்று ஆசை வரும்படியாகவும், மொத்த சாமான்கள் வந்து இறங்குகிற அன்று உற்சாகம் பொங்கும் படியாகவும் 'அவர்' பையன்களை ஆக்கியிருந்தார். சாமான்களைப் பிரித்து சிட்டையோடு ஒத்துப் பார்க்கையிலேயே புது விலைகளைச் சொல்வார். குறித்துக் கொள்ள வேண்டும். எல்லாவற்றையும் தூக்கி அடுக்கி முடிப்பதற்குள் இரண்டு, மூன்று முறை டீ வரும். "வேர்வையைத் தொடச்சுக்கப்பா" என்று 'டா' என்றில்லாமல் 'பா' என்று அவர் சொல்லும் அந்த நேரங்களில் உச்சி குளிர்ந்து ஒன்பது ஆள் வேலைகளைச் செய்யும் உற்சாகம் வரும்.

ஒருநாள் காய்ச்சல் வந்தபோதுதான் பகலில் படுக்க இடமில்லை என்பது தெரிந்தது. டீக்கடைக்கு உள்ளே ஸ்டோர் ரூமில் வெங்காயம் விரித்ததை ஒதுக்கிவிட்டு வாழை இலைகட்டு வாசத்திற்குள் படுக்கவும் முடியாமல், உட்காரவும் முடியாமல் பிதற்றிக்கொண்டு கிடந்தேன். தீபாவளிக்கு முதல் நாள் கடையை விடிகாலை நாலரை மணிவரை திறந்துவைத்து கெடுபிடியாய் வியாபாரம் நடந்தது. 'அவர்' புதுத் துணியெல்லாம் எடுத்துக் கொடுத்திருந்தார்.

அன்று காலை ஏழு மணி வரை தூங்கிவிட்டு ஊருணிக்குப் போய் அவசரமில்லாமல் எண்ணெய் தேய்த்துக் குளித்துப் புதுத் துணி உடுத்திய பிறகு என்ன செய்வதென்று தெரியவில்லை. அன்றுதான் முதன்முதலாய்க் கடைகளை அடைத்திருந்தோம். வயதுப் பையன்களோடு விளையாட இயலவில்லை. விளையாடுவது சிறுபிள்ளைத்தனமாய்ப்பட்டது. 'அவர்' வீட்டில் பலகாரம் சாப்பிட்டுவிட்டு நடந்தேன் கிழக்குப் பார்த்து. நந்தவனமும் மடமும் ஆளரவமற்றுக் கிடந்தன. மடத்துத் திண்ணையில் படுத்ததும் ஊர் ஞாபகம் வந்தது. திண்ணை முழுக்கக் கண்ணீரோடு கிடந்தேன். எப்போது தூக்கம் வந்ததென்று தெரியவில்லை. விழித்துப் பார்த்த போது பொழுது அடைந்துகொண்டிருந்தது.

தீபாவளிக்குப் போன மளிகைக் கடை பெரிய ஆள் மறுநாள் வரவில்லை. மூன்றாம் நாள் தெரிந்துவிட்டது அவன் இனி வரப்போவதில்லையென்று. பையங்கள் இப்படித்தான் சொல்லிக் கொள்ளாமல் போய்விடுவார்கள். முழு எண்ணெய் டின்னை உடைத்து வாயில்லா டின்னில் ஊற்ற, முட்டைகளைப் புரட்டி இறக்கித் தையல் பிரிக்கவெல்லாம் சிறு பையன்களால் முடியாது.

'அவர்' இரண்டு நாட்களாய் எங்கோ போயிருந்தார். அடுத்த நாள் காலையில் எழுந்து குளிக்க துண்டை எடுத்துக் கொண்டிருக்கையில் 'நாகு' என்ற பழக்கமான குரல் கேட்டது. போஸண்ணன். 'அவர்' போய்க் கூட்டி வந்திருக்கிறார். கட்டிக்கொண்டு அழவேண்டும் போல் வந்தது. அழுதேவிட்டேன் "இனிமே நானும் இங்கேதான் அழாதே" என்றது.

குளிக்கப் போகையில் ஊர்க் கதை ஒவ்வொன்றாய்ச் சொல்லச் சொல்ல உச்சிக்குப் போகிற மாதிரி இருந்தது. போஸண்ணன் சொன்னவைகளில் ஒரு முக்கிய செய்தி 'எட்டாப்பு' வரை ஊரில் பள்ளிக்கூடம் வந்துவிட்டதாகவும் என்னுடன் படித்துவிட்டுத் தெருவில் திரிந்த பல பேர் ஆறாப்பில் சேர்ந்து படிக்கிறார்கள் என்பது.

"ஏண்ணே நீ சேரலை?" என்றேன்.

"போன வருசம் விட்ட நீயே சேரலை. நான் விட்டு மூணு வருசமாச்சு. இனிமே எங்கே போய்ப் படிக்க?"

அம்மை வடு கல்லில் கிழிந்து போகிற மாதிரி துணியை அடித்துக்கொண்டிருந்தேன் ஆவேசத்தோடு. போஸண்ணன் சொன்னது, "நீ என்ன நெனைக்கிறேன்னு தெரியும் எனக்கு. திருப்பிப் போய்ப் படிக்கணும்னுதானே..."

நான் பதில் பேசாமல் மேலும் வேகமாய்த் துணியை அடித்துத் துவம்சம் பண்ணிக்கொண்டிருந்தபோது போசண்ணன் சொன்னது, "ஊர்லே பஞ்சமப்பா. எங்க வீட்டுல சாப்பாடு ஒருவேளைதான். நான் சாப்பிடத் தட்டை எடுத்தேன்னா எங்கப்பா மூஞ்சி மூணு கோணலாப் போயிருது. நேத்து 'அவர்' வந்து கூப்பிட்டாரு. எங்கப்பா 'போ'னு சொல்லிட்டாரு."

ஊரில் பஞ்சம் என்பது என் அறிவில் அதிகம் எட்டவில்லை. சிநேகிதர்கள் எல்லார் முகங்களும் துவை கல் மேல் தெரிந்தன. ஈர ட்ரவுசரால் எல்லார் முகங்களையும் அடித்துத் துவைத்தேன். 'அவனுங்களுக்குத்தான் பஞ்சம்' என்று வாதம் புரிந்தது மனது.

போசண்ணன் வந்தது பெருந்தைரியத்தை ஏற்படுத்தியது. வேட்டி கட்ட ஆரம்பித்திருந்தது அண்ணன். ஆளில்லா நேரங்களில் வெளியே வெயிலும் வெறுமையுமாய் இருக்கும்போது ஊரைப் பற்றி, சொந்தக்காரர்கள் பற்றி, சிநேகிதர்கள் பற்றி வெளியூர்களுக்குப் பிழைக்க போனவர்கள் பற்றி கதை கதையாய்ச் சொல்லும். திடீரென்று என்னைக் குறுகுறுவென்று பார்த்துவிட்டுச் சொல்லும் "அங்கேதான் ஒண்ணுமில்லை. இங்கெயாவது நல்லா சாப்பிடு, எப்ப பார்த்தாலும் உர்ருனு இருக்கே."

என்னுடன் தகராறுக்கு வரும் யாரையும் அடிக்கப்போகும். ராத்திரி கடை அடைத்து முடித்ததும் வாடகை சைக்கிள் எடுத்து நிலவொளியில் சைக்கிள் ஓட்டக் கற்றுக்கொடுக்கும். இரவில் பஸ் கூரை மேல படுக்கக்கூடாதென்று சத்தம் போட்டு என்னை இறக்கிவிடும். அதுபோய் அங்கே படுத்துத் தூங்கும். ஒருநாள் ஒரு நிமிடத்திற்கு என் மேல் கோபம் காட்டத் தெரியாது போசண்ணனுக்கு. கோபமாயிருந்தால் அது பொய்க் கோபம் அன்பாய்ப் பேசினால் அத்தனையும் சத்தியம்.

போசண்ணன் என்னைப் பரிதாபமாய்ப் பார்க்கும் நேரம் காலையில் எட்டரை மணிக்கு. அந்நேரம்தான் அந்த ஊர்ப் பையன்கள் சைக்கிள்களில் உட்கார்ந்து அடுத்த ஊர் உயர்நிலைப் பள்ளிக்குப் போவார்கள். சைக்கிளை நிறுத்திவிட்டு கடையில் வந்து ஒரு குயர் நோட்டு வாங்குவார்கள். பேனாவுக்கு மை ஊற்றித் தர சில்லறையோடு நிற்பார்கள். தேய்த்த ட்ரவுசர்கள், சட்டைகள் அணிந்திருப்பார்கள். எண்ணெய்ப் பிசுக்கில்லா முகங்கள் களையாயிருக்கும்.

பார்க்கப் பார்க்க ஏக்கமும் அழுகையுமாய் வரும். அடுத்து சாமான் வாங்க வரும் ஆளிடம் எரிச்சல் காட்டுவேன். வம்பு வரும்.

'அவர்' வெளியே பெஞ்சில் உட்கார்ந்து கவனித்துவிட்டு ஓடிவந்து தலையில் குட்டுவார். அப்படியான ஒரு சமயத்தில் குட்டுவதற்கு பதிலாய் ஒரு கம்பால் தலையிலடித்தார். ரத்தம் வந்தது. காது வழி ஓடி சட்டை நனைந்துவிட்டது. போஸண்ணன்தான் என்னைவிட அதிகம் அழுதது.

அன்று தபாலாபீஸுக்குப் போய் ஒரு கார்டு வாங்கி அதில் 'அவர்' என்னைக் கம்பால் அடித்ததை எழுதி அப்பா முகவரியையும் எழுதிக்கொண்டு வந்து போஸண்ணனிடம் காட்டினேன். ஒவ்வொரு தடவை 'அவர்' அடிக்கும்போதும் கடிதம் எழுதிக்கொண்டிருந்தவன் அப்பாவிடமிருந்து ஒரு அசைவுமில்லை என்றதும் அடிக்காதிருந்த நாட்களில் கூட சிறு இடைவெளி விட்டு 'அவர்' அடிப்பதாகவும், அதனால் ஊருக்கு வந்து படிக்க வேண்டுமென்றும் சொல்லிக் கடிதங்கள் எழுதியபடி இருந்தேன். காகிதங்களில் எழுதி கவர் வாங்கி ஒட்டிப் போட்டேன். அந்த மாதிரி ஒரு கடிதத்தை போஸண்ணன் படித்துவிட்டுச் சொன்னது "கதை புஸ்தகம் படிக்கிற மாதிரி இருக்கு நீ காகிதம் எழுதுறது. பெரியாளானதும் கதை கிதையெல்லாம் எழுது."

பள்ளிக்கூடம் போகிற மாதிரியும் படித்துக்கொண்டே காடு மேடுகளில் அலைவது போலவும், சாப்பிடும்போதும் கையில் புஸ்தகத்தோடு உட்காருவதாகவும் தூக்கத்தில் சொப்பனங்கள் வந்தன. பள்ளிக்கூடப் பேய் என்னைப் பிடித்தாட்டியது. கல்லாவிலிருந்து காசெடுப்பது, போஸ்டாபீஸ் போவது, அம்பலக்காரர் வீட்டுப் பன்னீர்ப்பூ மரத்தடி செடி கொடி அடர்ந்து காடாயிருக்கும் இடத்தில் மறைவாய் உட்கார்ந்து கடிதம் எழுதுவது, பெட்டிக்குள் போடுவது, கனவு காண்பது என்று நாட்கள் நகர்ந்தன.

கடையில் சோம்பு, சீரக வாசனை அடிக்கவில்லை எனக்கு. புது புஸ்தகங்களின் வாசம் என் உடம்புக்குள்ளேயே உண்டாகி நாசிக்கு வந்த அதிசயம் நிகழ்ந்தபடி இருந்தது சதாகாலமும் நான் போஸண்ணனிடம் சொல்வேன். "நீயும் வந்திருண்ணே. பட்டினி கெடந்தாவது படிப்போம்." போஸண்ணன் பெருமூச்சு விடும். ஒன்றும் பேசாது.

கோடைக் காலத்தில் ஒருநாள் மாலை என் கூடப்பிறந்த அண்ணன் ஊரிலிருந்து வந்தார். 'அவரி'டம் ரெண்டு நிமிசம் பேசிவிட்டு என்னிடம் வந்து "உன்னைக் கூட்டிப்போக வந்திருக்கேன். காலையிலே கெளம்பணும், அப்பா ஒன்னைப் பள்ளிக்கூடத்திலே சேக்கப்போறாக. ஹெட் மாஸ்டர்ட்ட ஒனக்கு இங்கிலீஷ் தெரியும்னு

சொன்னதும் நேரெ ஏழாப்பிலெ சேத்துக்கிறேன், பையனைக் கொண்டாங்கனுட்டார். எம்புட்டுக் காகிதம்டா எழுதுவெ அப்பாவுக்கு இந்த வயசிலெ?" என்று சொன்னது.

நான் உண்மையில் இறக்கை முளைத்துப் பறந்தேன். போஸண்ணன் முகம் வாடிப்போனது. அன்று ராத்திரி அது சாப்பிடவில்லை. "எங்கப்பா ஒண்ணும் சொல்லிவிடலையா?" என்று கேட்டது. "இல்லை" என்றார் அண்ணன்.

"ஒண்ணுமே சொல்லலையா?" என்று மறுபடி கேட்டது போஸண்ணன்.

"வாயைத் தொறக்கலைடா ஓங்கப்பா."

அப்படியே சுருண்டு கொண்டது. நான்தான் அதை உலுக்கிக் கேட்டேன் "நம்ம ரெண்டு பேரும் ஒண்ணாவே திரிஞ்சோம். இங்கெ வரை ஒண்ணாகவே வந்துட்டோம். வா ஒண்ணாகவே ஊருக்குப் போய்ப் படிப்போம். ஒன் வயசு ஆளுங்களும் விட்டதைப் பிடிச்சு வந்து மாடு மாடா உக்காந்து படிக்கிறாங்களாமே."

போஸண்ணன் சொன்னது "இனிமே பசிதாங்க முடியாதுடா. ரொம்ப அனுபவிச்சிட்டேன் ஊர்லெ."

"அதெல்லாம் ஒண்ணுமில்லெ. நீ எனக்காக வா" என்று சொல்லி அழுததும் போஸண்ணன் குழம்பியது. வந்துவிடும்போல் ஒரு கட்டத்தில் தெரிந்தது.

விடியற்காலையில் 'அவரைக்' காணோம். சொந்தத்தில் விசுவாசமாயிருந்த ஓர் அருமையான வேலைக்காரனை விட மனமில்லை அவருக்கு. எங்கேயோ போய்விட்டார். அவர் வருவதற்காகக் காத்திருக்கவில்லை. ஏழு மணி பஸ்ஸுக்கே கிளம்பிவிட்டோம். நீயும் வாண்ணெ 'அவரும்' இல்லெ என்று நான் கூப்பிட்டபோது தயங்கித் தயங்கிச் சொன்னது 'நீ போ. பெரியாளா வா.'

அரிசியை எண்ணி உலையில் போட்ட பஞ்சத்தில் வீட்டார் எல்லோரும் முகந்திருப்பி வரவேற்ற ஒரு சிறுவனின் சோகத்தை மறக்கும்படி அந்த முதல் வருஷ கால் பரிட்சைப் பேப்பர்களைத் திருத்தி வகுப்பில் கொடுத்தபோது ஆசிரியர் சொன்னார். "இவன் எழுதின பரிட்சை பேப்பரெல்லாம் தீயா இருக்கு. கைவைக்க முடியலைடா." என் எல்லா வெறியையும் அந்தக் காகிதங்களில் வடித்திருந்தேன் போல.

பதவி உயர்வு வந்து ஒருவரும் போக மறுத்ததால் சொந்த மாவட்டத்திற்கே என்னைப் போட்டிருந்தார்கள். குடும்பத்தை விட்டு நான் மட்டும் போய்ப் பணியை ஒப்புக்கொண்டேன். கிராமத்திற்கு உடனடியாகப் போகமுடியவில்லை பணிகளுக்கிடையில். நான்காம் நாள் ஆய்வு நிமித்தம் ஊர் வழியாகச் சென்றுகொண்டிருந்தேன். கடைத் தெருவுக்குள் போகையில் இரண்டு பக்கமும் மாறி மாறிப் பார்த்தபடி போனேன்.

ஒரு டீக்கடை வாசலில் போஸண்ணன் யார் கூடவோ பேசியபடி நின்றுகொண்டிருந்தது. ஜீப் அதன் அருகே நின்றதும் வெகுஉற்சாகமாய் "வா வா" என்று ஓடிவந்தது. காண்ட்ராக்டர்களிடம் சீட்டு கம்பெனிகளில், கடைகளில் என்று வேலை பார்த்து எதிலும் நிலைகொள்ள முடியாமல் ஊருக்கே வந்து சேர்ந்துவிட்டது.

"நீ கூட்டிப்போய் வைத்தியம் பார்த்தியே. அதிலிருந்து எனக்குச் சுத்தமா வயித்துவலியே இல்லைப்பா. உங்கண்ணி இப்பவும் சொல்லிக்கிட்டிருக்கு." போஸண்ணனின் சுபாவம் அது. யாரோ ஒருவர் ஏதாவது ஓர் உதவியை போஸண்ணனுக்கு எப்போதோ செய்திருப்பார்கள். எத்தனை தடவை பார்த்தாலும் அந்த உதவிக்கு நன்றி சொல்லித்தான் பேச்சைத் துவக்கும்.

டீக்குக் காசு தர கேம்ப் கிளார்க் ஓடினார். அவரைத் தடுத்துவிட்டு போஸண்ணன் சட்டைப் பையிலிருந்து ரூபாயெடுத்துக் கொடுத்து விட்டு வாய் நிறையப் பேசியது. சட்டை ரொம்ப பழசாயிருந்து. போஸண்ணனை எப்போது பார்த்தாலும் வரும் அந்த எண்ணம் ஜீப் ஓரமாய் வந்த புளிய மரங்களுக்குள் தோன்றியபடி இருந்தது. "போஸண்ணன் அன்னைக்கு அந்தத் தயக்கத்தை ஒதைச்சுத் தள்ளி விட்டு எங்கூட வந்திருக்கலாம்".

~

காவடி

மாமா ஒரு பெரிய பெட்டியோடு பணிக்கர் வீட்டிற்கருகில் வரும் போதே பார்த்துவிட்டேன். "இந்தா, மாமா வந்திருச்சு" என்று கத்திக்கொண்டே வீட்டிற்குள் ஓடினேன். அம்மா கை வேலையைப் போட்டுவிட்டு வாசலில் வந்து அம்மாச்சி வீட்டிற்கு மாமா நடந்துபோவதைப் பெருமையாய்ப் பார்த்தது.

அம்மாவும் நானும் வீட்டிற்குள் நுழைகையில் அம்மாச்சி மாமாவுக்கு செம்பில் தண்ணீர் கொடுத்துக் கொண்டிருந்தது. அம்மாவைப் பார்த்ததும் மாமா, "கும்பிடுறேங்க்கா" என்றது. மாமா கும்பிடுவதைப் பார்த்து அம்மாவுக்குக் கண் கலங்கியது. மாமா ஊருக்குப் போகும் போதும் ஊரிலிருந்து வரும்போதும் அம்மாவுக்கு இப்படித்தான் கண் கலங்கும். பேச்சை மாற்ற மாமா என்னைத் தூக்கிப் பக்கத்தில் வைத்துக்கொண்டே "புள்ளை மெலிஞ்சிட்டாங்க்கா" என்றது. மாமா எப்போது ஊரிலிருந்து வந்தாலும் இப்படித்தான் சொல்லும்.

மாமா தண்ணீரைக் குடித்துவிட்டுச் செம்பை அம்மாச்சியிடம் கொடுத்தது. சட்டைப் பையிலிருந்து பெட்டிச் சாவியை எடுத்து அம்மாவிடம் கொடுத்தது. இந்த இடைப்பட்ட காலத்தில் மாமா சம்பாதித்த பணம், ஊருக்கு வரும்போது வாங்கிவந்த சாமான்கள் அந்தப் பெட்டிக்குள்ளிருக்கும். பெட்டியைத் திறந்து அம்மா அவற்றை என்ன செய்யநினைக்கிறதோ அப்படித்தான் எல்லாம் நடக்கும்.

"வந்தாச்சா?" என்று கேட்டுக்கொண்டே ராமலிங்க பண்டாரம் வந்தார். நெற்றி, கைகள், நெஞ்சு, வயிற்றிலெல்லாம் திருநீறு பூசியிருந்தார். "ஆளை இன்னும் காணமே; விரதம் ஆரம்பிக்கிறதுக்கு ஒரு நாள்தானே இருக்குனு அக்காவும் அம்மாவும் தவதாயப்பட்டுட்டாக" என்றார். பார்வதி அத்தை. சின்னப்

பாட்டி, தாயம்மா பெரியம்மா இன்னும் சின்னப் பயல்கள். பெண்களெல்லாம் திண்ணையில் கூடிவிட்டனர்.

"கிழக்காட்டுக்குப் போய்விட்டு வெயிலில் வேகுவேகென்று திரும்பி வந்துகொண்டிருந்த கனகு புலவர் வேர்வையைத் துடைத்துக்கொண்டே திண்ணையில் வந்து உட்கார்ந்தார். ராமலிங்க பண்டாரத்தின் மைத்துனர் கனகு புலவர். உடம்பு பூராவும் பாட்டு. அதனால் ஊரில் அவருக்கு மட்டும் புலவர் பட்டம். "இப்பவே கூட்டங் கூடிருச்சா?" என்றார். ஒரு வாரமாக அம்மாவும் அம்மாச்சியும் பண்டார வீட்டுக்குப் போய்வந்து கொண்டிருந்தார்கள். மாமாவுக்குக் காவடி எடுக்க வேண்டும்.

மாமா பிறந்த நாலு மாதத்தில் அதற்கு வயிற்றில் மாந்தம் வந்ததாம். சுத்துவட்ட வைத்தியர்கள் வந்து மருந்துகளோ கொடுத்தும் மாமா முழித்துப் பார்க்கவில்லை. மகனுக்காக அம்மாச்சி நாற்பத்திரண்டு நாள் பத்தியம் இருந்தது. பச்சை ஓலையில் பட்டை பிடித்து அதில் கொதிக்கக் கொதிக்க குருணைக் கஞ்சியை ஊற்றி ஆறவிட்டுக் குடித்ததாம் அம்மாச்சி. ஒருநாள் ராத்திரி அம்மாச்சி சொப்பனத்தில் கருப்பபிள்ளை மடத்து முருகன் வேலோடு வந்தது. விடிந்ததும் அம்மாச்சி நேர்ந்துகொண்டது. "என் மகன் வாலிபமாகி உன் சந்நிதிக்குக் காவடி எடுப்பான். பொறகுதான் கல்யாணங் காச்சி எல்லாம்" மூணாம் நாள் மாமா பட்டாசாலையில் தவழ்ந்து விளையாடுச்சாம்.

போன மாசம் மாமாவுக்குத் தனிக்கோடியாம்பிள்ளை மகள் கோமதியை சம்பந்தம் பேசினார்கள். அம்மாவும் அம்மாச்சியும் சொல்லி விட்டார்கள். "இது பொண்ணு, இது மாப்பிள்ளையனு மனம் மனஞ்சாச்சியா வச்சுக்கிருவோம். அவனுக்குக் கருப்பபிள்ளை மடத்துக்குக் காவடி எடுக்கிற நேத்திக் கடனிருக்கு. அதுக்கு முன்னாலெ கல்யாணம் காச்சினு பேசினாக்கூட தெய்வக் குத்தல் வந்திரும்."

ஆனால் பெண் பேசி வைத்திருப்பது ஊர் பூராவுக்கும் தெரியும். அம்மாச்சி காலைத் தரையிலெ பாவ விடமாட்டேனென்கின்றார் தனிக்கோடியாப்பிள்ளை. அம்மாச்சி மம்பட்டியை எடுத்தாலே தனிக்கோடியாப்பிள்ளைக்கு மூக்கு வேர்த்து ஓடிவந்து வாங்கிக் கொள்கிறார். "நீங்க எதுக்கு வயக்காட்டுக்கும் வரப்புக் காட்டுக்கும் போறீய? நாங்க இருக்கோமல இதுக்கெல்லாம்"னு வாங்கிக்கொண்டு வண்ணாஞ்செய்க்கும் பொட்டச்செய்க்கும் தண்ணி பாச்ச, உழுகனு ஓடிக்கிட்டேயிருக்கார். பலகாரம் சுட்டா, கறிக்குழம்பு வச்சா அம்மாச்சிக்கும் அம்மாவுக்கும் நிமிந்து போகும். தட்டுகள்ளயும்

சட்டிகள்லயும் வாங்கி வீட்டுக்குள்ள வச்சு. கூச்சம் நாச்சமாயிருப்பதாக அம்மாச்சி தனிக்கோடியாப்பிள்ளை சம்சாரத்திட்ட பலமுறை சொல்லியும் அவர்கள் விடுகிறதா இல்லே.

நாலு பேர் நிக்கிற இடத்திலெ என்ன பேசுறது ஏது பேசுறதுனு எப்பவுமே தாயம்மா பெரியம்மாவுக்குத் தெரியாது. மாமாவைச் சுத்தி அவ்வளவு ஜனம் கூடியிருக்கிற நேரத்திலெ தாயம்மா பெரியம்மா சொன்னது "ஏந்தா அப்டினா பதினாறு நாள் வெரதம். அங்குட்டுப் பதினோரு நாள் ஊர் ஊராச் சுத்தி வர. ஒருநாள் கருப்பபிள்ளை மடத்துக்குப் போயிக் காவடி செலுத்த. ரெண்டு மாசமாமுமாத்தா தம்பி கல்யாணத்துக்கு." அம்மா ஓடிவந்து தாயம்மா பெரியம்மா வாயைப் பொத்தியது. "அக்கா கடவுள் விசயம் இருக்கையிலெ கல்யாணத்தைப் பத்திப் பேசுறியே. கண்ணு அவிஞ்சிரும். சும்மா இரு."

தாயம்மா பெரியம்மா எங்க வீட்டுப் பொம்பிளை இல்லை. எனக்கு ஒண்ணுவிட்ட பெரியம்மா. "அவுகளெல்லாம் பொறுப்பில்லாமப் பேசுவாக" என்று அம்மா அடிக்கடி பல சொந்தக்காரப் பொம்பிள்ளைகளைப் பற்றிச் சொல்லும்.

"பேசிக்கிட்டிருங்க. நான் அத்தானைப் பாத்துட்டு வந்தார்றேன்" என்று சொல்லிவிட்டு மாமா என்னைக் கூட்டிக்கொண்டு எங்கள் வீட்டிற்கு வந்தது. அப்பா கதர் சட்டையோடு மேல்திண்ணையில் உட்கார்ந்து பேப்பர் படித்துக்கொண்டிருந்தார். கீழ்த்திண்ணையில் நின்று அடக்கமாய்ச் செருமியது. அய்யா நிமிர்ந்து பார்த்ததும் மாமா கையிரண்டையும் சேர்த்துக் கும்பிட்டது. அப்பா நிமிர்ந்து தலையசைத்தார்கள். மாமா கையைக் கட்டிக்கொண்டு நின்றது. 'எப்ப?' என்றார்கள் அப்பா. தலையைத் தாழ்த்தி பயந்து "இப்பத்தான் வந்தேன்" என்றது மாமா. அப்பா மறுபடி தலையாட்டவும் மாமா மெதுவாய் நடந்து வீடு திரும்பியது.

அப்பாவுக்கு மாமாதான் ஒரே மைத்துனன். ஆனால் பேச்சுவார்த்தை எப்போதும் இவ்வளவுதான். அப்பா முன் மாமா கை கட்டி நிற்கையில் பார்க்கப் பாவமாயிருக்கும்.

நாங்கள் திரும்பி அம்மாச்சி வீட்டிற்கு வந்தபோது இன்னும் நிறையக் கூட்டம் கூடியிருந்தது. காவடிக்கான களை கட்டி வந்தது வீட்டில். போன தடவைகளில் மாமாவைப் பார்த்த மாதிரியில்லாமல் வித்தியாசமாய்ப் பார்த்தார்கள் ஜனங்கள்.

தனிக்கோடியாப்பிள்ளையும் அவர் சம்சாரமும் வந்திருந்தார்கள் மாமாவைப் பார்க்க. அம்மாவுக்கும் அம்மாச்சிக்கும் அவர்கள்

அங்கு வந்தது கொஞ்சங்கூடப் பிடிக்கவில்லை. மாமாவுக்குக் காவடி எடுக்குமுன் கல்யாணத்தை ஞாபகப்படுத்துவது மாதிரி இருக்குமாம் அவர்கள் வந்தது.

ராமலிங்க பண்டாரம் சொன்னார், "நாளைக்குப் பொழுது விடிய குடில் கட்டுற வேலையை ஆரம்பிச்சிருணுங்கா. அப்பத்தான் மத்த வேலையெல்லாம் சாயங்காலத்துக்குள்ளே ஓடி அடையும்."

அம்மாச்சி சொன்னது. "செவக்காட்டிலேருந்து வந்த எறநூறு பனை ஓலை கெடக்கு. கொப்புங் குலையுமா இம்புட்டு மரம் நிக்குது பிஞ்சைத் தோட்டத்திலெ. வேணுங்கிற கம்புகளை வெட்டிக்கிரட்டும். மூக்கனை விடிய வரச்சொல்லிட்டேன். வெயில் வரதுக்குள்ளெ குடிலைக் கட்டிருவான். வெளியே பந்தலுக்குப் பனஞ்சட்டங்களும் முப்பது தென்னதட்டியும் பொட்டல்ல கெடக்கு. நீங்க பூசைக்கு வேண்டியதுகளை ஒண்ணுவிடாம வாங்கிருங்க" சொல்லிக்கொண்டே அம்மாவப் பார்த்தது. அம்மா முடிவுசெய்ய வேண்டிய விஷயம் அடுத்தது. யார் யாருக்கு எவ்வளவு ரூபாய் கொடுப்பது என்பதை அம்மாதான் முடிவுசெய்யும். அம்மா முகத்தைப் பார்த்துப் பார்த்துத்தான் அம்மாச்சி எந்த விசயத்தையும் பேசும். அம்மா முகம் மாறும்போதெல்லாம் அம்மாச்சி முடிவுகளும் படபடவென்று மாறும்.

அம்மா வீட்டிற்குள் போய் ராமலிங்க பண்டாரத்திடம் கொஞ்சம் ரூபாயையும் புலவரிடம் கொஞ்சம் ரூபாயையும் கொடுத்து விபரங்கள் சொன்னது. பிள்ளை குட்டிகளுக்கு ஏக சந்தோஷம். ஊரே இப்படித்தான். ஒரு வீட்டில் கல்யாணங் காட்சி காவடியென்றால் பிள்ளைகுட்டிகள் தாங்களாய்க் குதித்துக்கொள்ளும்.

காலையில் அம்மாச்சி வீட்டிற்குப் போனபோது மூக்கனும் இன்னும் மூன்று பேரும் குடில் கட்டிக்கொண்டிருந்தார்கள். பிள்ளைகுட்டிகள் பல்லுகூட விளக்காமல் கொடுவாயோடு ஓலைகளை எடுத்துக் கொடுப்பதும் கம்புகளை அள்ளிக்கொண்டு வருவதுமாயிருந்தன. ராமலிங்க பண்டாரம் ஒரு பக்கத்திலும் கனகு புலவர் இன்னொரு பக்கத்திலும் நின்று கார்வார் பார்த்துக் கொண்டிருந்தார்கள்.

குடில் கட்டி முடிந்ததும் பண்டாரம் சொன்னார். "நாத்தங்கால் காவலுக்கு, வெள்ளரிக் கொல்லையைப் பாத்துக்கிறப்ப, ஆட்டுக் கிடையைக் கவனிக்குறப்ப போடுறதுதான் குடில். முருகனைக் கூப்பிட்டு தம்பி பதினாறு பகல், பதினேழு ராத்திரிக்குத் தவமிருக்கிற இடம். இது பர்ணசாலை," மாமாவும் நானும் பர்ணசாலைக்குள்

கந்தர்வன் சிறுகதைகள் 497

போய் நின்றபோது குளுகுளு வென்றிருந்தது. புது மரம், புது ஓலை வாசம் சாலைக்குள் சுற்றிச் சுற்றி வந்தது.

பயல்கள் பர்ணகசாலையையும் வெளியே போட்ட தென்னந்தட்டிப் பந்தலையும் பார்த்துக் குதியாட்டம் போட்டுக்கொண்டிருந்தார்கள். ஆத்தாமார்களும் அப்புமார்களும் பிள்ளைகளை அதட்டி காடு கழனிக்கு விரட்டிக்கொண்டிருந்தார்கள்.

பண்டாரம் அம்மாவிடம் கேட்டார். "தம்பிக்கு இன்னைக்கு என்ன சாப்பாடு வகை?"

"மரக்கறிதான்"

"அதுதானே ஓங்களுக்குச் சொல்லவா வேணும்? நாளையிலேயிருந்துதான் விரதம் ஆரம்பிக்குதுன்னாலும் இன்னைக்கிலேயிருந்து வயித்திலெ வேற சங்கதி நொழைஞ்சிரக் கூடாது."

பர்ணகசாலைக்கு வெளியே இப்போது தென்னந்தட்டிப் பந்தலான இடத்தின் தரை, கட்டியும் முட்டியுமாய் வெயிலில் வெந்து கொண்டிருந்தது மாறி, கண்ணாடி போலச் சமமாகவும், கால் பாவ சுகமாகவும் இருந்ததில் உற்சாகமான புலவர் அம்மாவிடம், "இப்படி உக்காருங்க தங்கச்சி" என்று சொல்லிக்கொண்டே சம்மணம் போட்டுச் சௌகரியமாய் உட்கார்ந்தார். அம்மா கொஞ்சம் தள்ளி எதிரே உட்கார்ந்தது. பயல்கள் கொண்டாட்டமாய்ச் சுற்றிக் கூடி வாய் பார்த்து நின்றனர்.

"உள்ளுரு உறுமிமேளக்காரங்கெ மூணு செட்டாப் பிரிஞ்சிட்டாங்களே. நீங்க எந்த செட்டுக்குச் சொல்லியிருக்கிய?"

"மொதல்ல நாளைக்கு வெரதத்தை ஆரம்பிக்கிற வேலைகளைப் பாருங்கண்ணே நீங்க. பதினாறு நாள் கழிச்சி காவடி பூசை அன்னிக்கு சாமி வரவழைக்க ஏழு ஊரு மேளம் வரும். உள்ளூர் மேளம் பூராவுக்கும் சொல்லியாச்சு. ஒரு நிமிசங்கூடத் தாமதப்படாம சாமி வந்து எறங்கணும்."

புலவர் எதிரே கட்டியிருந்த பர்ணகசாலை அமைப்பையும் மேலே நிமிர்ந்து தென்னந்தட்டிப் பந்தலையும் கையால் தரையைத் தொட்டு மண்ணின் குளுமையையும் அனுபவித்த சமயம், தெற்கிலிருந்து வீசிய காற்றில் தோளில் கிடந்த துண்டு கன்னத்தில் உரசி, சுகம் கொடுத்ததை வைத்துச் சொன்னார். "கருப்பபிள்ளை மடத்து முருகன் இப்ப அங்கெ இல்லெ. இங்கெ வந்து சுத்த ஆரம்பிச்சிரிச்சு. ஒரு குறையுமில்லாம எல்லாம் நல்லபடியா நடக்கும்."

பர்ணகசாலையையும் தென்னந்தட்டிப் பந்தலையும் பார்க்க வந்தவர்களோடு பேசி, பேரி மாமாவுக்கு அலுத்து வந்தது. மாமாவின் சேக்காளியெல்லாம் ஊரைவிட்டு மலேசியா, சிங்கப்பூர் என்று பிழைக்கப் போய்விட்டார்கள். இருக்கிற இளவட்டங்களோடு மாமா அவ்வளவாய் வைத்துக் கொள்ளாது. "வாடா சத்திரத்துப் பக்கம் போவோம்" என்று கூட்டிக்கொண்டு போனது. நடுவில் நிறுத்தி ஒரு ரூபாயைக் கொடுத்து ஒரு சிகரெட்டும் தீப்பெட்டியும் யாருக்கும் தெரியாமல் வாங்கிவரச் சொன்னது.

"சிகரெட் யாருக்குனு கேட்டா என்ன சொல்வே?" என்றது மாமா.

நான் முழித்தேன். "எங்க வீட்டுக்கு யாரோ ஒருத்தர் பரமக்குடியிலிருந்து வந்திருக்காரு, அவருக்குனு சொல்லு" என்றது.

மாமா சத்திரத்துக்குப் பின்னால், உடைந்த செங்கல், ஒரு ஆள் உயரத்திற்குக் குவிந்து கிடந்த இடத்தில் போய் நின்று, முட்டிக்கொண்டு நின்ற ஒரு கல்லை நிலைக்குத்தலாய்ப் பார்த்துக்கொண்டே சிகரெட் குடித்தது. திரும்பி வரும்போது மாமா முளைக்கொட்டுத் திண்ணை வழியாக வந்தது. அந்த வழியிலிருக்கிறது தனிக்கோடியாப்பிள்ளை வீடு.

மாமா வருவதைத் தூரத்தில் பார்த்துவிட்டு அந்த அம்மா வாரிச் சுருட்டிக்கொண்டு எழுந்தது. அந்த வீட்டுக் கூட்டம் பூராவும் கோமதியைத் தவிர வாசலுக்கு வந்துவிட்டது. கோமதி முகம் மட்டும் ஜன்னலுக்குள் தெரிந்தது. மாமாவை எல்லோரும் பாசம் பொங்கப் பார்த்துக்கொண்டு நிற்கையில், தலையைக் குனிந்துகொண்டே வேகம் வேகமாய் நடந்தது மாமா. தனிக்கோடியாப்பிள்ளைக்கு அம்மாவைப் பற்றியும் அம்மாச்சியைப் பற்றியும் பயம் மட்டுமில்லையென்றால் மாமாவைத் தூக்கிக்கொண்டு வீட்டிற்கும் போயிருப்பார்.

மதியம் மாமாவிற்கு எங்கள் வீட்டில் சாப்பாடு. சாம்பார் ஊற்றும்போது அம்மா என்னிடம் கேட்டது, "ஏண்டா மாமாவைத் தனிக்கோடியாப்பிள்ளை வீட்டுப் பக்கம் கூட்டிக்கிட்டுப் போனே?"

நான் ஒரு மாதிரி முழித்துக்கொண்டிருக்கையில் சொன்னது "பெரியாளாயிட்டாங்கா இவன். வா சும்மா முளைக்கொட்டுத் திண்ணைப் பக்கமானு கூட்டிக்கிட்டு வந்துட்டான். அவுங்க வீட்டு வாசல்ல ஒரே கூட்டம். எனக்குச் சங்கடமா போயிருச்சு."

அம்மா என்னை விட்டுவிட்டு, குனிந்து சாப்பிட்டுக் கொண்டிருந்த மாமாவை அரைச் சிரிப்போடு கொஞ்ச நேரம் பார்த்துக்கொண்டிருந்து விட்டுச் சொன்னது, "பெரிய பெரிய சாமி

காரியமெல்லாம் இருக்குப்பா நாளையிலெயிருந்து. கையடக்கம், நாவடக்கம் மனசடக்கம்னு மூணைச் சொல்வாக, வெரத நாள்களுக்கு. கடவுள் விசயம்ப்பா. கண்ணு இந்தப் பக்கம் அந்தப் பக்கம் சாயக்கூடாது." சாம்பாருக்கு உப்புப் போடச் சொன்னதுதான் மாமா சொன்ன பதில்.

விடிந்ததும் அம்மாச்சி வீட்டிற்கு ராமலிங்க பண்டாரமும் புலவரும் ஓலைப் பெட்டிகளோடு வந்தார்கள். மாமாவை சட்டையைக் கழற்றச் சொல்லி வேஷ்டி துண்டோடு ஊருணிக்கு அழைத்துப் போனார்கள். அம்மாச்சியும் அம்மாவும் கிழக்கே பார்த்துக் கும்பிட்டு, சகுனம் பார்த்து அனுப்பினார்கள். சின்னப் பயல்கள் கூட்டமாக மாமா பின்னால் ஓடினார்கள்.

மாமாவை வேஷ்டியோடு குளிக்க வைத்தார்கள். துண்டைப் பிழிந்து துவட்டியும் துவட்டாமலுமாய் கரையேற்றினார் புலவர். இதற்குள் ஊருணிக்கரை மேலிருந்த முனியசாமி கோவிலில் பண்டாரம் பூசையைத் தொடங்கிவிட்டார். பயல்கள் எக்கிக் குதித்து மணியடித்தார்கள். முனியசாமி கோவில் முதற்படியில் மாமாவை நிற்கவைத்து சாமிக்குத் தீபாராதனை நடந்தது. கீழே நின்று சாமி கும்பிட்டால் வழக்கமாய்க் கும்பிடுவது போலத்தான். படிமேல் நின்று கும்பிட்டால் "சாமி நான் ஒரு முக்கிய காரியமா வந்திருக்கேன்" என்பதாக அர்த்தம். நோய் வந்தாலும், களவு கொடுத்தாலும், நேர்த்திக் கடன்றாலும் இப்படிப் படி மேலேற்றிப் பூசை நடக்கும். துண்டை இடுப்பில் கட்டி ஈர வேஷ்டியோடு பக்தி சிரத்தையாய் சாமி கும்பிட்டது மாமா.

பூசை முடிந்ததும் மாமாவை நேராகப் பர்ணசாலைக்குக் கூட்டிப் போனார்கள். வள்ளி தெய்வானையோடு முருகன் இருக்கும் படத்தின் முன்னால் மாமாவை நிறுத்தி, புலவர் பூசையைத் தொடங்கினார். நந்தவனத்தில் பறித்த பிச்சி, மல்லி, மரிக்கொழுந்து வைத்துக் கட்டிய மாலையை மாமா கழுத்தில் போடவும் அம்சமாக இருந்தது. மூன்று தடவை பூமியில் விழுந்து மாமா கும்பிட்டது. நெற்றி, கை, கழுத்தெல்லாம் திருநீறாய் நின்றது மாமா. பூ, ஊதுபத்தி, சாம்பிராணி, திருநீறு வாசனையில் கூடியிருந்த ஜனம் மயங்கி உருகிக் கும்பிட்டது.

மரத்தில் செய்த பெரிய பெரிய செருப்புகளைக் கொண்டுவந்து மாமா காலில் போட்டார் பண்டாரம். விரத நாட்களில் தோல் செருப்பு குற்றம். மாமா அதைப் போட்டு இரண்டடி நடக்கவும் ரொம்ப சிரமப்பட்டது. இலை போட்டு சத்துமா உருண்டைகளை அம்மா, மாமா முன்னால் வைத்தது. மதியம் வாழை இலை விரித்து

நீர் விளாவி மரக்கறி சாப்பாடு. ராத்திரியில் இலை போட்டுப் பலகாரம். மாமா மூன்று வேளையும் பர்ணசாலையில் பலரும் பார்க்க வாழை இலையிலேயே சாப்பிடுவது பற்றிப் பயல்களுக்கு ஆச்சர்யம். வாழை இலை இந்த ஊருக்கு அபூர்வம்.

பர்ணசாலைப் பக்கம் கன்னிப் பெண்கள் போகக் கூடாதென்று புலவர் சொன்னார். இந்தப் பதினாறு நாட்களிலும் மற்ற பெண்களும் எது எதற்கு வரவேண்டும் என்று பண்டாரம் சொல்ல, எல்லோரும் அதுதான் சரியென்றும் ரொம்ப தேவைப்பட்டால் மட்டும் வீட்டுப் பெண்கள் தவிர மற்ற பெண்கள் வரலாமென்றும் முடிவுசெய்தார்கள்.

ராத்திரி பூசை நடத்தி முருகனுக்குத் தீபாராதனை காட்டிவிட்டுத்தான் பண்டாரமும் புலவரும் இருட்டி வெகுநேரம் கழித்து வீடுகளுக்குப் போவார்கள். மாமாவுக்குப் படுக்க பாயும் கிடையாது. மேலே போட்ட துண்டை விரித்துப் படுக்கவேண்டும். தலைக்கு வைத்துக்கொள்ள புலவர் மனைக்கட்டையைக் கொண்டுவந்து போட்டிருந்தார்.

மாமாவை 'சாமி' என்று பண்டாரம் கூப்பிட்டார். விரதம் ஆரம்பித்த தினத்திலிருந்து ஊர் ஜனமும் மாமாவை 'சாமி' என்று தான் கூப்பிட்டது. அம்மாவும் அம்மாச்சியும் மட்டும் "முருகன் சாப்பிட்டிருச்சா? முருகன் தூங்கிருச்சா?" என்றார்கள்.

ராமலிங்க பண்டாரம் கோவில் விசேஷம், திருவிழா என்று இல்லாத நாட்களில் கொத்து வேலைக்குப் போவார். அதுவும் கிடைக்காத நாட்களில் திண்ணையில் படுத்தே கிடப்பார். புலவர் ஈத்து நின்ற ரெண்டு பொட்டை மாடுகளை இழுத்துக்கொண்டு உழுவுக்கும் அறுப்புக்கும் போவார். அம்மா ரெண்டு பேரிடத்திலும் விரதம் ஆரம்பிக்கும் முன்னரே சொல்லிவிட்டது, "ஓங்க ரெண்டு பேருக்கும் மொத்தமா என்ன செய்யணுமோ அதைக் குறையில்லாம செஞ்சிருவோம். விரதம் ஆரம்பிக்கிற நாளிலேயிருந்து கருப்பபிள்ளை மடத்துக்குக் காவடி போய்ச் சேரும் வரைக்கும் வய வரப்பு, கொத்து வேலைனு போகக்கூடாது. மூணு வேளையும் சாப்பாடு ஓங்க ரெண்டு பேருக்கும் எங்க வீட்டிலெ."

ராமலிங்க பண்டாரம் வீட்டிலும் கனகு புலவர் வீட்டிலும் காலையில் பழையதும் மத்தியானத்தில் கூழும்தான். மாமா விரதம் ஆரம்பித்ததிலிருந்து ரெண்டு பேருக்கும் காலையில் பலகாரம், மத்தியானம் சாம்பார் மோரோடு சாப்பாடு. ராத்திரிக்குப் பலகாரமோ சாப்பாடோ. ரெண்டு பேரும் விரத காலத்தை முக்கியமானதாக்க யோசனைகளாக அம்மாவிடம் சொல்லிக்கொண்டே இருந்தார்கள்.

பூசாரிகள் முன்னால், சில நேரம் ஒருமணி நேரத்திற்கும் மேலாக பூஜையில் உட்கார்ந்து வெகுநேரம் மூடிய கண்ணைத் திறக்காமல் உட்கார்ந்திருந்தது மாமா. ஒரு வெள்ளிக்கிழமை பூஜைக்கு ஊரில் முக்கியமானவர்களையெல்லாம் கூப்பிட வேண்டுமென்று பண்டாரம் சொல்ல, தனிக்கோடியாப்பிள்ளையும் வந்து பரணகசாலையில் உட்கார்ந்துவிட்டார். அம்மாவுக்குப் பொசுபொசு என்று வந்தது. மனம் ஓர்மைப்பட்டு விரதத்தில் மாமா உட்கார்ந்திருக்கும்போது இவர் வந்து எதையாவது ஞாபகப்படுத்தி விடுவாரோவென்று கோபம் கோபமாய்த் திரிந்தது.

விரதம் இருந்த நாட்கள் பூராவிலும் சூரிய ஒளி மாமா உடம்பில் படவில்லை. கத்தி, பிளேடு எதுவும் முகத்தைத் தொடவில்லை. நேரா நேரம் சாப்பாடு, நல்ல தூக்கமென்றிருந்ததில் மாமா உடம்பு புது நிறத்திற்கு வந்துவிட்டது. முகத்தில் ரோமமும் களையுமாய் யார் பார்த்தாலும் மரியாதையும் பிரியமும் வருகிற மாதிரி ஆகிவிட்டது.

விரதம் ஆரம்பித்ததிலிருந்து காகிதம் மேல் காகிதமாய்ப் போட்டுக் கொண்டிருந்தது அம்மா பாண்டி தாத்தாவுக்கு. அம்மாவுக்குத் தாய்மாமன் பாண்டி தாத்தா. பரந்த வயலில் சொத்துபத்தோடு இருக்கிறார். எள்ளடிப்பு நடந்து கொண்டிருப்பதாகவும் விரதம் முடிகிற நேரத்தில் வந்துவிடுவதாகவும் சொல்லியனுப்பி இருந்தார். விரதம் முடிய இரண்டு நாள் முந்தி பாண்டி தாத்தா வந்துவிட்டார்.

பாண்டி தாத்தா வெகுளி மாதிரி பேசுவார். ஆனால் பெரிய காரியக்காரர். பாண்டி தாத்தா வந்துசேர்ந்த நிமிஷத்திலிருந்து அம்மா தாத்தாவோடு பேசிவிட்டுத்தான் எதையும் முடிவுசெய்தது. பெத்த மகனைவிடவும் தாத்தாவுக்கு அம்மா மேல் பிரியம். பாண்டி தாத்தா வந்து பர்ணகசாலை முதல் ஊர்க் கோடிச் சத்திரம் வரை கலகலப்பாக்கிவிட்டார்.

காவடி கட்டுகிற அன்றைக்கு விடிகாலையிலேயே ஊர் ஜனம் பூராவும் குளித்து முழுகி ஊருணிக் கரை மேட்டிலிருந்த முனியசாமி கோவில் முன்னால் நின்றது. உள்ளூர் மேளங்களும் வெளியூர் மேளங்களுமாய்ப் பதினொரு செட் மேளங்கள் கரை மேல் வந்து இறங்கியிருந்தன. ஓர் ஆள் உயரத்திற்கிருந்த வாங்கூதிகளைப் பதினொரு பேர்கள் வரிசையில் நின்று அண்ணாந்து ஊதும்போது, யாரோ நம்மைத் தூக்கி ஆகாயத்திலெறிந்தது போலிருந்தது. மேளச் சத்தமும், உறுமிச் சத்தமும் ரெண்டு பேர் காதருகில் வாய் வைத்துப் பேசினாலும் கேட்க முடியாதபடி அதிர்ந்தது.

முனியசாமிக்கு சிவப்புத் துண்டு கட்டி வெகு விமரிசையாய் பூசை நடத்திக்கொண்டிருந்தார் ராமலிங்க பண்டாரம். கனகு புலவர் மாமாவைக் கூட்டிக்கொண்டு போய் ஊருணியில் குளிக்க வைத்தார். பூவரச மரத்தடியில் மாமாவுக்குத் தலை துவட்டி, காவி வேஷ்டியைத் தார்ப்பாச்சா வைத்துக் கட்டினார். தலையில் காவி வேடு; வயிற்றுக்குக் குறுக்காய்ப்போய் இரண்டு தோள்களின் வழியாகவும் வந்து முதுகில் குறுக்கு நெடுக்காய் முடியும் காவி முறுக்குகள்; தோளிலிருந்து மணிக்கட்டு வரை மூன்று இடங்களில் பூங்கங்கணம். மாமா மனுச மக்களிலிருந்து வெகுதூரத்திற்கு வித்தியாசப்பட்டு விநோதமாக நின்றது.

மாமாவைப் புது அலங்காரத்தோடு பூவரச மரத்தடியிலிருந்து கனகு புலவர் கோவில் மேடைக்கு அழைத்து வந்தபோது, பதினொரு செட் மேளமும் கெட்டி மேளம் கொட்டுவதுபோல் ஒரே தாளத்தில் காது பிய்ந்து போகும்படி அடித்தன. படிக்கட்டில் வந்து மாமா நின்றதும் கனகு புலவர் ஒவ்வொரு படியிலும் நிதானமாக ஏறி மேடை மீது நின்றார். ஆவலும் பயபக்தியுமாக எல்லோரும் பார்க்கக் காவடி கட்ட ஆரம்பித்தார் கனகு புலவர்.

ரெண்டு முழ நீளத்திற்கு உருண்டையான நடுத்தடியின் இரண்டு புறங்களிலும் முருகன் வேலோடும் மயிலோடும் நிற்கும்படியான சித்திரப் பலகைகளைச் சேர்த்தார். தடியின் இரண்டு முனைகளுக்கு நடுவில் ஒரு மூங்கில் தண்டை வளைத்துப் பொருத்தினார். ரெண்டு சாண் அகலத்தில் மயிலிறகுகள் வைத்து தைத்த அகலமான பச்சைத் துணியை மூங்கில் தண்டின்மேல் வளைவாய்க் கிடத்தித் தைத்ததும் காவடியாகி விட்டது. கீழே நின்ற ஜனம் பூர்த்தியான காவடியைப் பார்த்துக் கன்னத்தில் போட்டுக்கொண்டது; கும்பிட்டுக்கொண்டே நின்றது. காவடியிலிருந்த இரண்டு சித்திரப் பலகைகளின் மேல் சிறு பூமாலைகளைப் போடுவதும், உதிரிப்பூக்களால் மேல் பகுதி பூராவிலும் அலங்காரம் பண்ணுவதுமாயிருந்தார்.

தண்டின் மேல் திருநீறைத் தண்ணீரில் நனைத்து மூன்று விரல்பட அழகாயிட்டு, நடுவில் சந்தனம், குங்குமம் வைத்து அதன்மேல் அரை முழம் பூப் போட்டதும் காவடி தெய்வ வடிவமாய்த் தெரிந்தது. இதை முடித்துவிட்டு வந்த புலவர், பீமன் வைத்திருந்தது மாதிரி ஒரு 'கதை'யைத் தூக்கிக்கொண்டு போய் ஊருணித் தண்ணீரில் கழுவிக் கோவில் மேடைக்குக் கொண்டுவந்து அதன் வட்டத் தலையில் சந்தனம் குங்குமமிட்டுப் பூச்சுற்றி வைத்தார். நடுவில் சாமி அருள் வந்து ஆடப்போகும் இடும்பன் சாமிக்கு அது. சின்னப் பயல்கள் அதை வெகு ஆர்வமாய்ப் பார்த்தார்கள். யாராவது ஒரு

சின்னப் பயலுக்கு அருள் வந்தால் அவன்தான் இடும்பன் சாமி. மாமா முருகன் சாமி.

மாமா சலனமேயில்லாமல் படிமேல் நின்றுகொண்டிருந்தது. காவி உடையில் எப்போதுமில்லாத பிரகாசம் முகத்தில் தெரிவதாக வயசாளிகள் பேசிக்கொண்டனர். கோவில் மேடை தாண்டி இருபத்தொரு படிகளுக்கு மேல் முட்டுப் பாறையில் குடிகொண்ட முனியசாமி சிலைக்கு விசேஷ பூசை நடந்துகொண்டிருந்தது. பாண்டி தாத்தா அருகில் நின்று பூசைக்கு வேண்டியவைகளை எடுத்துப் பண்டாரத்திடம் கொடுத்துக்கொண்டிருந்தார். பொறுப்போடும் கவலையோடும் ஒவ்வொரு சிறு வேலையிலும் சடங்கிலும் அக்கறை காட்டி நின்றார். அப்பா வெகுதூரம் தள்ளிப் புளிய மரத்தடியில் நாலு பெரிய மனுசர்களோடு உட்கார்ந்து பஞ்சாயத்து போர்டு என்றால் என்னவென்றும் அதற்கு ஊரில் தேர்தல் வரப்போவது பற்றியும் விளக்கிக் சொல்லிக்கொண்டிருந்தார்.

அம்மாவும் அம்மாச்சியும் ஊருணியில் குளித்து ஈரச்சேலையோடு வந்துநின்றார்கள். சின்னப் பயல்கள் கூட்டம் கூட்டமாய்த் திரிந்தார்கள். கொட்டடிக்கும் இடங்களில், அடிப்பவர்கள் பம்பைத் தலைகளைத் தாழவிட்டும் உயரவிட்டும் அடவு பிடிப்பதுபோல், பயல்களும் இருக்கிற கொஞ்சம் தலைமயிரை உலுப்பித் தலை தாழ்ந்தும் உயர்ந்தும் ஆடினார்கள். சில பயல்கள் மாமாவுக்குச் செய்திருந்த அலங்காரத்தை இன்னும் ஆவென்று வாயைத் திறந்துகொண்டு பார்த்தவாறிருந்தார்கள். எருகட்டு, மதுக்குடம், குதிரை எடுப்பு, கல்யாண விசேஷங்களை விடவும் பயல்கள் சந்தோஷப்பட்டுத் திரிவது இந்த மாதிரி காவடி எடுப்புகளில்தான்.

மேலே ராமலிங்க பண்டாரம் ஒரு குத்து சூடத்தைத் தட்டில் கொட்டி தீபாராதனை காண்பித்தபோது, நேர்த்திக் கடனுக்காக வேப்ப மரத்தில் கட்டியிருந்த இருபதுக்கும் மேற்பட்ட பெரிய பெரிய மணிகளை வளர்ந்த பயல்கள் எக்கி எக்கி அடித்தார்கள். ஜனம் பக்தி சிரத்தையாய்க் கும்பிடுவதும், கீழே தரையில் விழுந்து எழுந்திருப்பதுமாயிருந்த நேரம், பாண்டி தாத்தா கோவில் மேடையில் நின்றுகொண்டிருந்த கனகு புலவருக்குச் சைகை காட்டினார்.

புலவர் பதிலுக்கு மேடையிலிருந்தபடி கொட்டுக்காரர்களுக்குச் சைகை காட்டவும், அங்கங்கே வட்டமாய்ச் சுற்றிச் சுற்றி மேளம் அடித்துக் கொண்டிருந்தவர்கள் கூட்டத்தை விலக்கி வந்து மாமாவைச் சுற்றி நின்று அடிக்க ஆரம்பித்தார்கள். ராமலிங்க பண்டாரம் சூடாராதனையோடும், கையில் மணியோடும் இருபத்தொரு படிகளில் இறங்கிவந்து, மேடைப் படிகளில் ஏறிக் காவடிக்குச்

சூடாராதனைக் காட்டினார். அவர் மகன் சின்னப் பண்டாரம் கொட்டானில் திருநீறோடு வந்துகொண்டிருந்தான்.

காவடிக்குச் சூடாராதனை காட்டிக்கொண்டிருந்தபோதே கிருஷ்ணக் கோனார் சம்சாரத்திற்கு ஆட்டம் வந்துவிட்டது. அந்தம்மாவின் கொழுந்தன் ஆயிரம் ரூபாயை வாங்கிக்கொண்டு கொஞ்ச நாள் கழிந்ததும் எப்ப வாங்கினேன் என்று கேட்டுவிட்டார். அதிலிருந்து ரெண்டு வருஷமாய் கோடாங்கி, செய்வினை, காசுவெட்டு என்று அந்த வீட்டில் இந்தப் பேச்சுகளாயிருக்கும். அந்த அம்மாவுக்கு சுடம் காட்டிய வாசனை வந்தாலே ஆட ஆரம்பித்துவிடும். எப்போதும் போல இப்போதும் "அடேய் அடேய்" என்று ஆட ஆரம்பித்ததும், கூட்டத்தை விட்டு விலக்கி அதை அரசமரத்துப் பக்கம் கூட்டிக்கொண்டு போனார்கள்.

ராமலிங்க பண்டாரம் காவடிக்குச் சூடாராதனை காட்டிவிட்டு வலது கை பூசை மணியை அடித்துக்கொண்டே ஒவ்வொரு படியாயிறங்கி வந்து, காவியும் களையுமாய் நின்ற மாமா முகத்திற்கு தீபாராதனை காட்டி மணி அடித்த அந்த விநாடியில், கனகு புலவரின் வெங்கலத் தொண்டையிலிருந்து வந்தது...

வண்ணமயில் முருகேசன் குற
வள்ளி பதம் பணி நேசன் – உயிர்
வரமே தரு கழுகாசல பதி
கோயிலின் வளநாள் மற
வாதே சொல்வேன் மாதே

கனகுப் புலவரின் பாட்டை அப்படியே வாங்கி பதினாலு நாதஸ்வரக்காரர்களும் வாசிக்க, உறுமியும் தப்பும் டமாரமும் செண்டையும் மேளமும் என்று எண்பதுக்கு மேற்பட்ட தோல் வாத்தியங்களின் சத்தம் தூர தூர கிராமங்களுக்கும், தெற்கே செவல் காட்டுக்கும் கேட்கிறாற்போல் கிடுகிடுத்தது. ஏழு வாங்கூதிகள் கிழக்கே பார்த்து ஓங்காரமிட்டன. ஊர் ஜனம் பரவசமாகவும் பயல்கள் மயிர்க் கூச்செறிந்தும் இதைப் பார்த்துக்கொண்டிருந்தார்கள். சின்னப் பண்டாரத்திடமிருந்து ராமலிங்க பண்டாரம் திருநீற்றுக் கொட்டானை வாங்கி மாமா நெற்றியில் பூசிய நேரம், இளவட்டங்கள் மாமாவைச் சுற்றி நின்று "வேல் மயில் வேல் மயில்" என்று உணர்ச்சிகரமாய் கத்தினார்கள். கொட்டுக்காரர்கள் மாமாவை இன்னும் நெருக்கி நின்று அடிக்க ஆரம்பித்தார்கள்.

மாமாவுக்கு அருள் வந்தால் ஆட ஆரம்பிக்கும் அல்லது ஓட ஆரம்பிக்கும் என்பதால், ஒரு பலசாலி இளவட்டம் மாமாவின்

கக்கத்தோடு வளைத்துக் கைகளைத் தோள் முனையில் கிடுக்கிப் பிடிப் போட்டுக்கொண்டார். மாமா மேல் முருகனை வரவழைக்க ஊர் ஜனம் பூராவும் வயது வித்தியாசமில்லாமல் "வேல் மயில் வேல் மயில்" என்று போட்ட சத்தம் ஊருணித் தண்ணீரையே கலங்கடித்துக் கொண்டிருந்தது.

அரைமணி நேரமானது. காதுப் பறை கிழிகிற மாதிரி கொட்டுச் சத்தம், ஊர் ஜனங்களின் உணர்ச்சிகரமான வேல் மயில் கோஷம், ராமலிங்க பண்டாரம் மாமாவின் முகத்திற்கு வெகுஅருகில் தொடர்ச்சியாய்க் காட்டிய சாம்பிராணிப் புகை, மாமா கைகளிலும் கழுத்திலும் இருந்த நந்தவனத்துப் பிச்சி, மருக்கொழுந்து, மல்லி வாசம் எல்லாம் சேர்ந்தும் மாமா அசையவில்லை. அம்மா முகம் வாடிப்போனது.

ஓடிப்போய் ஊருணியில் மறுபடி ஒருமுறை தண்ணீரில் முங்கி எழுந்து வந்து ஈரச் சேலையோடு மடியேந்தி மாமா முன்னால் அருள் பிச்சை கேட்டது. கனகு புலவர் காவடிச் சிந்தில் மெட்டு மாறி மெட்டு மாறி ஒவ்வொரு பாடலாய்ப் பாடினார். ராமலிங்க பண்டாரம் கொட்டானிலிருந்து திருநீறை அள்ளி மாமா முகத்தில் தண்ணீரை அடிப்பதுபோல் அடித்தார். மாமா முகம் பூராவும் வெள்ளை வெளேரென்று திருநீறோடு நின்றது. அவ்வப்போது மாமா அசைவது போலிருக்கும். ஆனால் மறுபடி கண்மூடி சலனமில்லாமல் நின்றுகொண்டிருக்கும்.

அம்மா கண்ணிலிருந்து தாரை தாரையாய்க் கண்ணீர் ஓடிக் கொண்டிருந்தது. "என்ன குத்தஞ் செஞ்சேன் முருகா? எங்களை இப்படி சோதிக்கலாமா?" என்று புலம்பிக்கொண்டே கண்ணீர் வடித்தது. இந்தச் சத்தங்களுக்கிடையே கூட்டத்தில் 'அடேய்.. அடேய்...' என்ற சத்தம் தனியாய்க் கேட்டது.

கூட்டம் பூராவும் அந்தப் பக்கம் ஆவலோடு திரும்ப, ராசாக்கண்ணுக்கு ஆவசம் வந்து ஆடிக்கொண்டிருந்தார். அம்மா ஓடி அவர் முன்னே போய் "சொல்லு முருகா, நாங்க என்ன தப்பிதம் பண்ணியிருந்தாலும் அபராதம் போடு; செலுத்திறேன்" என்று தழுதழுத்துச் சொல்லி அழுதது. அம்மா அழும்போதெல்லாம் நானும் அழுதுகொண்டிருந்தேன். பாண்டி தாத்தா "சும்மா இருடா, அம்மா முருகனைத்தான் கூப்பிடுது. நீ ஏண்டா அழறே?" என்று சொல்லிக்கொண்டிருந்தார்.

ராசாக்கண்ணு இங்கு திங்கென்று குதித்தார். வட்டம் போட்டுச் சுற்றிவந்தார். வாயில் நுரையாய் வந்தது. பேசிய மாதிரி வெளிவந்த

வார்த்தைகள் ஒன்றுக்கொன்று சம்பந்தமில்லாமல் இருந்தன. உளறலாக இருந்த அது யாருக்கும் புரியவில்லை. சில பேர் நம்பிக்கை வந்து, "நல்லாச் சொல்லு முருகா" என்றார்கள். ரெத்தினத்தேவர் கூர்ந்து ராசாக்கண்ணு குழறிக் குழறிப் பேசியதைக் கேட்டுவிட்டு அம்மாவிடம் சொன்னார், "வந்திருக்கிறது முருகனே இல்லை. இது வேற சங்கதி."

அம்மா ரெத்தினத்தேவர் முன்னால் பயபக்தியோடு கும்பிட்டு நின்றது. "மாமா, என்னையும் என் குடும்பத்தையும் காப்பாத்தணும்" ரெத்தினத்தேவரின் ஆறடி உயர உடம்பு அம்மா சொற்களில் நெகிழ்ந்ததை எல்லோரும் பார்த்தார்கள். ராசாக்கண்ணு பக்கம் திரும்பி, அவர் வாய்க்கு நேராய்க் காதைக் கொடுத்துக்கொண்டே அவர் ஆடியப்படி போகிற பக்கமெல்லாம் போனார். ஒருகட்டத்தில் நிறத்தி அம்மாவிடம் திரும்பிச் சொன்னார். "விரதம் இருந்த ஏழாம் நாள் ராத்திரி நடுச்சாமத்தில் தம்பி பர்ணசாலையை விட்டு வெளியே வரும்போது பண்ணத்தைப் பெரியகருப்பன் எதிர்ப்பட்டிருக்கு. தம்பி மரியாதை பண்ணாம திரும்பிருச்சுங்குது."

ராசாக்கண்ணோ வேறு யாருக்குமோ சாமி வந்தோ, பேய் பிசாசு வந்தோ உளறுவதை, ரெத்தினத்தேவர் புரிந்துகொண்டுதான் சொல்கிறாரா என்ற சந்தேகமே ஊரில் யாருக்கும் வருவதில்லை. கோடாங்கி அடிப்பவர்கள் சொல்லி வரும் பாஷை, அருள் வந்து நுரை தள்ளி நாலு வார்த்தை தமிழா தெலுங்கா என்று புரியாத எதற்கும் ரெத்தினத்தேவர் அர்த்தம் சொல்லிவிடுவார். அதை எல்லோரும் ஏற்றுக்கொள்வார்கள். சாமிகள், தேவதைகளென்று நாற்பத்து நான்கு தெய்வங்களின் வளமைகள் முறைகளைச் சொல்லத் தெரிந்தவர். சுற்று வட்டாரத்திலும் உள்ளூரிலும் திரியும் அறுபத்திரண்டு பேய் பிசாசுகளின் பெயர் பூர்வோத்திரம் தெரியும் அவருக்கு.

அம்மா சொன்னது, "எது நடந்திருந்தாலும் மன்னிக்கணும் சாமி. என்ன அபராதம்னு சொல்லு. விக்கக் கூடாததையெல்லாம் வித்தாவது கட்டுறோம்" தன் மார்பில் மயங்கிக் கிடந்த ராசாக்கண்ணுவை எழுப்பி கத்தினார் ரெத்தினத்தேவர். "சொல்லு, இப்ப சொல்லு. குத்தத்தை ஒத்துக்கிட்டாக. என்ன அபராதம்னு சொல்லு, சொல்லு, சொல்லு" என்று ஆடவைத்துக் குதிக்கவிட்டார். மறுபடி ராசாக்கண்ணு வாயில் நுரையோடு ரெண்டு வார்த்தை வந்தது. ரெத்தினத்தேவர் கையைக் காதில் வைத்துக் கூர்மையாய்க் கேட்டுவிட்டுச் சொன்னார், "ஒரு மஞ்சத்துணியிலெ பத்து பணத்தை முடிஞ்சி உண்டியல்லே போடு."

அம்மாவுக்குப் பதற்றம் எல்லாம் போய் சந்தோஷம் வந்தது. பொம்பிள்ளைகள் துணியைக் கிழித்து மஞ்சள் தடவினார்கள். சுருக்குப் பையிலிருந்து பத்து ரூபாயை அம்மா மடித்துக் கொடுத்தது. உண்டியலில் போட்டதும் மாமா முன்னால் மறுபடி கூட்டம் சேர்ந்தது. கொட்டுச் சத்தம், வாங்கூதி, எக்காள ஓசை, வேல் மயில் கோஷம் எல்லாம் எட்டுத் திசைகளிலும் ஒலிக்க மாமா அசையவேயில்லை.

மாமாவுக்குப் பக்கத்தில் நின்றுகொண்டிருந்த சிவபாதம் பிள்ளை மகன் அருணாசலம் திடீரென்று ஆட ஆரம்பித்தான். வெகுநேரத்திற்கு அவன் ஆட்டம் நிற்கவில்லை. ரெத்தினத்தேவர் அவனை அழுக்கிப் பிடித்துக் கேட்டார் "என்னன்னு சொல்லு?" அருணாசலம் சொன்னான். "நான்தான் இடும்பன் வந்திருக்கேன்."

சிவபாதம் பிள்ளையும் அவர் சம்சாரமும் ஊருணிக்கு ஓடிப்போய் குளித்து ஈரத்துணியோடு மகன் முன்னால் நெடுஞ்சாண்கிடையாகக் கும்பிட்டு எழுந்தார்கள். எனக்கு அதில் ரொம்ப வருத்தம். எனக்கு அருள் வந்து இடும்பன் சாமியாகிவிட வேண்டுமென்று எவ்வளவோ நினைத்து வைத்திருந்தேன். அருணாசலத்திற்கு உண்மையில் ஆவுசம் வந்ததா; சும்மா ஆடி இடும்பன் சாமியாகிவிட்டானா என்று தெரியவில்லை.

இடும்பன் சாமி தயாரானதும் அம்மாவுக்குக் கொஞ்சம் தைரியம் வந்தது. பாண்டி தாத்தாவிடம் ஏதோ சொன்னது. தாத்தா கொட்டுக்காரர்களிடம் உற்சாகமாகப் பேசவும் கொட்டுச் சத்தம் காதைப் பிய்த்தது. ராமலிங்க பண்டாரம் சாம்பிராணிப் புகையை மாமா முகத்திற்கு நேராகப் பிடித்தார். வலது கை பூசை மணியைச் சத்தமாக மாமா காதுக்கு வெகு பக்கத்தில் அடித்தார். இளவட்டங்கள் "வேல் மயில் வேல் மயில்" என்று மாமா காதுக்குள் குதித்துக் குறித்து கத்திக்கொண்டிருந்தபோது குதித்து மாமா லேசாய் அசைய ஆரம்பித்தது. சிலையை அசைத்துவிட்டால் எப்படி ஆடுமோ அப்படி இருந்தது. மாமா அசையத் துவங்கியது. அசைவு அதிகமாக ஆக அம்மாவுக்கு சந்தோசம். ஊர் ஜனம் உற்சாகமாய் "வேல் மயில் வேல் மயில்" என்று கத்தியது. பேய் பிடித்தவர்கள் போல் கொட்டுக்காரர்கள் ஆடியும் சுழன்றும் அடிக்க, மாமாவுக்கு ஆவுசம் வந்துவிட்டது ஆடத் துவங்கிய சிறிது நேரத்தில் குதிக்க ஆரம்பித்தது. கடை வாயில் நுரை வந்தது. பல்லை நறநறவென்று கடிக்கிற சந்தம் கேட்டது. இதில் நாக்கு கடிபட்டு ரத்தமும் வந்தது.

புலவர் கையில் பதனமாய் வைத்துக்கொண்டிருந்த காவடியைப் பறித்துத் தோளில் வைத்துக்கொண்டு மாமா திமிறி ஓட ஆரம்பித்தது.

அதன் தோளை வளைத்து இழுத்தபடியே இளவட்டங்கள் கூட ஓடவும், அம்மாவும் அம்மாச்சியும் சந்தோச மிகுந்து முனியசாமி சந்நிதிக்கு நேராக நெடுஞ்சாண்கிடையாக விழுந்து எழுந்தார்கள். முருகன் சாமிக்குப் பின்னால் இடும்பன் சாமி ஓடியது. சின்னப் பயல்கள் அருணாசலத்தின் பின்னால் ஏக்கத்தோடு ஓடினார்கள்.

கழுநீர்மங்கலக் கண்மாயோடு இளவட்டங்கள் சாமியோட்டத்தைத் திருப்பி வீட்டிற்குக் கொண்டுவர முயற்சித்தனர். தொங்கு ஓட்டமாய் வந்து சாமி வீட்டு வாசலில் நின்றது. அம்மாச்சி சாமி காலில் மஞ்சளைத் தடவிக் குடத்து தண்ணீரைக் கொட்டிக் கழுவியது. அம்மா ஆரத்தி எடுத்தது. முடிந்ததும் அம்மாவும் அம்மாச்சியும் சாமி முன்னால் விழுந்து கும்பிட்டார்கள். புலவர் நீட்டிய திருநீற்றுக் கொட்டானிலிருந்து விபூதியை எடுத்து அம்மா நெற்றியிலும் அம்மாச்சி நெற்றியிலும் பூசியது சாமி. பக்கத்தில் நின்ற இடும்பன் சாமி காலிலும் அம்மா மஞ்சள் தடவி, குடத்துத் தண்ணீர் விட்டுக் கழுவியது.

மாமா ஆடுவது இன்னும் நிற்கவில்லை. லேசான ஆட்டத்தோடே எல்லோருக்கும் விபூதி பூசியது. பயல்கள், பிறந்த குழந்தைகள், வயசாளிகளென்று எல்லோரும் நெருக்கியடித்துக்கொண்டு விபூதி பூசிக்கொண்டனர். வெகுநேரம் கழித்து ராமலிங்க பண்டாரம் சாம்பிராணிக் கரண்டி, சூடத்தட்டு, பூசை மணியோடு வந்தார். தடம் கொளுத்தி சாம்பிராணி போட்டு மாமா முகத்திற்கு நேராய்க் காட்டி மணியடித்ததும் அவுசமெல்லாம் அடங்கி நிலைக்கு வந்தது. "சாமி மலையேறிடுச்சு. இனி நாளை காலையிலெதான் எல்லாம்" என்று கனகு புலவர் எல்லோருக்கும் கேட்கும்படிச் சொன்னார்.

சாமியையும். இடும்பன் சாமியையும், மிகவும் பயபக்தியோடு ராமலிங்க பண்டாரம் கூட்டிக்கொண்டு பரணசாலைக்குள் போனார். புலவர் காவடியை வெகு கவனமாகவும், பக்தி சிரத்தையாகவும் எடுத்துக் கொண்டு உள்ளே போனார். ராமலிங்க பண்டாரம் முருகன் படத்திற்கு முன்னால் சூடாரதனை காட்டவும், புலவர் ஒரு சிறு பீடத்தின் மேல் காவடியை இறக்கி வைத்துக் கும்பிட்டார். காவடியை பூமியில் வைப்பதானாலும், பூமியிலிருந்து எடுப்பதானாலும் பூசை முடிந்துதான் செய்யவேண்டுமென்று உடனே தெரிந்துவிட்டது எல்லோருக்கும்.

மாமாவை உட்காரவைத்துக் கடிபட்ட நாக்கின் மேல் விபூதி இட்டார் பண்டாரம். இடும்பன் சாமியும் பக்கத்தில் உட்கார்ந்துகொண்டது. கருப்பட்டியும் புளியும் கரைத்த பானக்கம்

கொடுத்தார்கள் சாமிக்கு. ஒரு செம்பு நிறைய பானக்கம் குடித்து மாமா. வெளியே பந்தலில் ஓர் அண்டா நிறைய பானக்கம் கரைத்து ஜனங்களுக்குக் கொடுத்தார்கள். நா முந்தி நீ முந்தி என்று ஆள்கள் பாய்ந்து பாய்ந்து பல தடவை குடித்தார்கள். இனிப்பும் புளிப்புமாயிருந்த பானக்கம் பயல்களுக்கு ருசியாயிருந்தது. கால்மணி நேரத்தில் பயல்கள் வயிறு குட்டிப் பீப்பாய்களாகிவிட்டன. எங்கள் வீட்டுப் பானக்கம் குடிக்க நானே அடிபட்டு மிதிபட்டு வாங்கிக் குடிக்கும்படியானது.

கொட்டுக்காரர்கள் செட் செட்டாய் இன்னும் பந்தல் வாசலில் அடித்துக்கொண்டிருந்தார்கள். பயல்கள் பானக்கம் குடித்த சந்தோசத்தில் தாளத்துக்குத் தோதாய் ஆடிக்கொண்டிருந்தார்கள். காலையில் சாமி வந்ததற்குப் பிறகு மாமாவை இனி தொடமுடியாது, அதோடு பேசவும் முடியாது. அம்மா, அம்மாச்சி, பாண்டி தாத்தா எல்லோரும் ஆலாய்ப் பறந்துகொண்டிருந்தார்கள். நேற்று சாயங்காலம் முதல் சுத்துப் பக்கமிருந்து விருந்தாளிகள் வந்துகொண்டே இருந்தார்கள். வீட்டு ஆள்கள் சமைப்பதிலும், சாமி காரியம் பார்ப்பதிலுமாய் இருந்தார்கள்.

காலையில் மாமாவுக்கு சாமி வரவழைக்கையில் வீசிய, சாம்பிராணி, ஊதுபத்தி, திருநீற்று வாசனையும் புலவரும் பண்டாரமும் உருகிப் பாடிய பாடல்களும் பதினொரு செட் மேளச் சத்தமும் அவர்கள் பம்பத் தலைகளைச் சுழற்றி வட்டமாய் ஆடியதும் ஊர் ஜனம் ஆவேசமாய்க் கத்திய 'வேல் மயில்' ஒலியும் அடுத்து என்ன நடக்கும் என்று ஆவலும் கவலையுமாய் ஆள்கள் திரிந்ததும் பயல்கள் மனசில் 'பச்' சென்று ஒட்டிக்கொண்டன. தனியாகப் போயாவது இன்னும் அதிகமாய் ஆடிப் பாடித் திரிய வேண்டும் போல உடம்பு குதி போட்டுக்கொண்டிருந்தது. தென்னந்தட்டிப் பந்தலில் பயல்கள் கூட்டம் கூட்டமாய் நின்று அதையே பேசிக்கொண்டிருந்தார்கள்.

பந்தலுக்கப்பால் வெயில் கொடூரமாய்க் கொதித்துக் கொண்டிருந்தது. வீடுகளின் முன்னாலுள்ள வைக்கோல் போர்கள் தீக்குட்டைகளாய்த் தெரிந்தன. மத்தியான சாப்பாடு விருந்தாளிகளுக்குப் பந்தலுக்குள் குளுகுளுவென்ற நிழலில் நடந்தது. வாயில் எச்சில் ஊற சாப்பிடு கிறவர்களைக் கடைக்கண்ணால் பார்த்துக்கொண்டும், சங்கதி பேசிக் கொண்டுமிருந்த பயல்களைப் பாண்டி தாத்தா குறுகுறுவென்று கொஞ்ச நேரம் பார்த்தார். அப்புறம் சிரித்துக்கொண்டே சொன்னார். "ட்ரவுசர் போட்ட பெரிய மனுஷன்ங்க எல்லாம் உட்கார்ந்து சாப்பிடுங்கடா."

பயல்களுக்குக் கொண்டாட்டம் தாங்கமுடியவில்லை. ஒருந்தனோ டொருத்தன் தள்ளிப் பிடித்து உட்கார்ந்தார்கள். ஒருவன் சம்மணம் போட்ட கால் மேல் மேல் அடுத்தவன் சம்மணக் கால் விழுந்து கிடந்தது. ஒரு பயல் பாண்டி தாத்தாவிடம் கேட்டான், "ட்ரவுசர் போட்டவங்கள்லாம் பெரிய மனுசங்கன்னா வேட்டி கட்டினவங்கள்லாம் சின்ன மனுசங்களா தாத்தா?"

வேஷ்டி கட்டிச் சாப்பிட்டுக்கொண்டிருந்த விருந்தாளிகள் பக்கம் கையைக் காட்டினார். சைகையால் பயல்களிடம் வாயைப் பொத்த வைத்துவிட்டுச் சொன்னார். அப்புறம் ஒரு ஓலைப் பெட்டி நிறையச் சாத்தைத் தூக்கிக்கொண்டு வந்து பயல்கள் முன்னால் தந்துவிட்டுச் சொன்னார், "பன்னண்டு வயசு வரை தாண்டா எல்லாரும் பெரிய மனுசங்க" பயல்கள் வாய் திறந்து அடுத்த சொல் சொல்ல நினைக்கையில் தாத்தா சொன்னார் "அடேய் பேச்சை நிறுத்துங்கடா. வேலையை ஆரம்பிங்கடா."

வயிறு முட்டச் சாப்பிட்டுக்கொண்டிருந்த பயல்களுக்குப் பாண்டி தாத்தாவே நின்று பரிமாறினார். எல்லாப் பயலுக வீட்டிலும் மத்தியானம் கூழ்தான். தாத்தா முங்க முங்க பயல்கள் இலைகளில் சாம்பார் ஊற்றினார். திங்க திங்க கூட்டுக் கறி வைத்தார். பயல்கள் பாண்டி தாத்தா மேல் ரொம்பப் பிரியமாகி விட்டார்கள்.

சாப்பிட்டு முடிந்ததும் பயல்களுக்கு ஓர் இடத்தில் நிலைகொள்ளவில்லை. வெளியில் வந்து வேண்டுமென்றே ஓயாமல் ஏப்பம் விட்டு சாம்பார் வாசனை பிடித்தார்கள். அரையணா, ஓரணா என்று அவரவர் வீடுகளில் திருடிக்கொண்டு, சேரிக்குப் போய் எருமை சவ்வு வாங்கி வந்து கொட்டாங்குச்சிகளின் வாயில் ஒட்டினார்கள்.

காலையில் செட் செட்டாய்ப் பம்பத் தலைகளைச் சுழற்றி வட்டம் வட்டமாயடித்த உறுமி, தப்பு ஆட்டங்களைப் போல, சிறுசிறு குச்சிகளால் கொட்டாங்கச்சியில் தாளமடித்துப் பயல்கள் சுற்றிச் சுற்றி ஆடினார்கள். தாய் தகப்பன்மார்களுக்கு இது முதலில் சுவாரஸ்யமாயிருந்தது. அப்புறம் தங்கள் பிள்ளைகள் கீழ் ஜாதிக் காரர்களைப்போல் ஆடிக்கொண்டிருப்பது அசிங்கமாய் தெரிந்தது போல; கெட்ட வார்த்தைகள் சொல்லிப் பயல்களைக் கலைத்தார்கள்.

பயல்கள் கூட்டமாய்க் கீரைக் கொல்லைச் சுவர் மேல் வரிசையாய் ஏறி ஓடிப் புளியந்தோப்பு பக்கம் போனார்கள். உற்சாகத்தில் கால் சுடுவது உறைக்கவில்லை. நானும் பயல்களுடன் கூடவே போனதில் அவர்களுக்கு இன்னும் சந்தோசம். புளிய

மரத்திலேறி நாலைந்து கொப்புகளைப் பிடுங்கிப் போட்டார்கள். கம்புகளையும் மிளாறுகளையும் வைத்துக் காவடி செய்தார்கள். ஆவாரம்பூ, பூவரசம்பூ, அரளிப் பூக்களை வைத்துக் காவடியை அலங்கரித்தார்கள். ஒரு பயலுக்கு ஆவுசம் வந்தது போல ஆட, காவடியை அவன் தோளில் வைத்து 'வேல் மயில்,' 'வேல் மயில்' என்று சொல்லிக்கொண்டே கண்மாய்க்கரை வரை போய்த் திரும்பினோம்.

சாயங்காலமாகி வீட்டிற்குத் திரும்பியபோது அம்மா திட்டியது. பயல் களோடு சேர்ந்துபோனதை யாரோ சொல்லியிருக்கிறார்கள். அம்மா பக்கத்தில் நின்ற மேலக்கிடாரம் பெரியப்பா "உன்னை எங்கெல்லாம் தேடுறுதுடா. ஊருக்குப் போறவுகளுக்கெல்லாம் பதில் சொல்லி மாஞ்சு போச்சு" என்றது.

மாமா கைக் கங்கணம், தலை வேடெல்லாம் களைந்துவிட்டு காவி வேஷ்டி மட்டும் கட்டிப் பர்ணகசாலையில் உட்கார்ந்திருந்தது. என்னைப் பார்த்ததும் சைகை காட்டிப் பக்கத்தில் உட்கார வைத்துக் கொண்டது. இடும்பன் சாமி அருணாசலம் ஒரு மூலையில் அரைத் தூக்கத்தில் கிடந்தான். மாமாவுக்குக் கொடுக்கும் மரியாதையில் கால்வாசியாவது அவனுக்குக் கிடைத்துக் கொண்டிருந்தது.

பொழுது இருட்டிக்கொண்டிருந்தபோது அம்மா, அம்மாச்சி, பாண்டி தாத்தா மூன்று பேரும் வீட்டு உள்அறையில் உட்கார்ந்து பேசிக்கொண்டிருந்தனர். நான் நுழைந்ததும் அம்மா கதவைத் தாழ்ப்பாள் போடச் சொன்னது. பாண்டி தாத்தா சம்மணம் போட்டு உட்கார்ந்துகொண்டு "சொல்லுத்தா" என்றார். அம்மாச்சி ஒரு பெருமூச்சு விட்டு சௌகரியமாய் உட்கார்ந்து அம்மா வாயைப் பார்த்தது. அம்மா கண் கலங்கியபடிச் சொன்னது. "நம்மள்ல யார் செஞ்ச புண்ணியமோ தம்பிக்கு அருள் வந்து எல்லாம் நல்லபடியா ஆரம்பிச்சிருக்கு. இனிமே மாமாவுக்குத்தான் வேலை. நாளைக்கு காவடி ஊர்வலம் உள்ளூர்லெ. பத்து சாக்கும் ஒரு உண்டியலுமா புறப்படணும். எத்தனை மணிக்குனு பண்டாரம் சொல்லீட்டாரல?"

தாத்தா சொன்னார். "அதெல்லாம் நான் பாத்துக்கறேன். ராத்திரிக்கு உப்புமா ஆகுது. ஏத்தா, நாளையிலெருந்து பதினொரு நாளைக்கு உள்ளூரிலெயும் வெளியூர்கள்லெயும் சுத்திவந்து உண்டியல், தவசம், தானியம்னு சனங்கிட்டயிருந்து வாங்கப் போறோம். இந்த ஊர்லே ஒன் வீட்டோட சேத்து நாலு வீடுகள்ல மட்டுந்தான் மத்தியான சமையல். மத்த எல்லா சனங்களுக்கும் பதினொரு நாளைக்கு இங்கனெயே சாப்பாடு போட்டுற முடியுமா? சாப்பாடே போடாமலும் இருக்க முடியாதே?"

"அதுதான் மாமா சின்னப் புள்ளைக, பயலுகளுக்கும் ரொம்ப இல்லாத வீட்டு ஆம்பிளைகளுக்கும் போட்டுருங்க. பொம்பிளைகளுக்கு ரோசம் இருக்கும். மூணு நாள் பட்டினியானாலும் நாலு தடவை போய் கூப்பிட்டாத்தான் சாப்பிட வருவாக."

"சரி சாப்பாட்டு சங்கதியை சுருக்கமா முடிச்சிக்குருவோம்."

தாத்தா பேசி முடிக்கையில் அறைக் கதவை யாரோ தட்டுகிற சத்தம் கேட்டது. திறந்தால் சிவபாதம் பிள்ளையும் அவர் சம்சாரமும். அவர் மகன் இடும்பன் சாமியாகி விட்டதால் உரிமையோடு வந்திருக்கிறார். "என்ன நாளையிலேருந்து என்னென்ன செய்றதுனு யோசனை நடக்குது போல. நாங்களும் வந்து உட்காரலாமா?" என்றார்.

அம்மாவுக்கு முகம் கடுகடுவென்று வந்தது. "அதெல்லாம் ஒண்ணுமில்லை. என்ன கடல் கடந்தா போயிக் காவடி செலுத்தப் போறோம்? இந்தா இருக்கு கருப்புப்புள்ளை மடம். இதுக்குனு மெனக்கெட்டு எங்க பாண்டி மாமா பரத்த வயல்லெருந்து வந்து பாத்துக்கிறாக? வெட்டி முறிக்க வேற என்ன கெடக்கு! வாங்க பந்தலுக்குப் போவோம்"னு சிவபாதம் பிள்ளையையும் அவர் சம்சாரத்தையும் விரட்டிவிட்டது.

பந்தல் ஓரமாய் நாலு பேர் உப்புமா கிண்டிக் கொண்டிருந்தார்கள். பயல்கள் அடுப்பைச் சுற்றிச் சுற்றி வந்து வாசனை பிடித்துக் கொண்டிருந்தார்கள். பாண்டி தாத்தா பந்தலுக்குள் வந்ததும் பயல்கள் உச்சாயத்திற்கு ஆடி "தாத்தா வந்துட்டாக ஆள் வெலகு" என்று கத்தினர்கள். "பய புள்ளைகளா வேகட்டும். செத்தெ பொறுங்கடா" என்று பாண்டி தாத்தா சொன்னதும் தாத்தா கையைப் பிடித்துக் கொண்டும் காலைப் பிடித்துக்கொண்டும் தொங்கி, பயல்கள் செல்லங் கொஞ்சினார்கள்.

தாத்தாவுக்கும் சந்தோசம். "அடேய், இன்னும் பதினொரு நாளைக்கும் ட்ரவுர் போட்ட பயக, ட்ரவுசர் போடாத பயக, கவுன் போட்ட புள்ளைக, கவுன் போடாத புள்ளைக எல்லோருக்கும் நம்ம பந்தல்ல தாண்டா பருத்திக்கொட்டை புண்ணாக்கெல்லாம்" ஓவென்று சத்தம் போட்டுப் பயல்கள் சந்தோசத்தில் குதித்தார்கள். அப்போதிருந்து பயல்கள் பாண்டி தாத்தா பின்னாலேயே திரிந்தார்கள். தாத்தா சொன்ன வேலைகளையெல்லாம் ஓடி ஓடிச் செய்தார்கள். விறகு வண்டி வந்து நிற்கும். இறக்க ஆளிருக்காது தாத்தா சொல்வார். "எங்கெ நம்ம வானரப் பட்டாளம்?" காதில் விழுந்ததும் பயல்கள் பாய்ந்து இறக்குவார்கள்.

அமாவாசை முதல் பௌர்ணமி வரை எல்லா ராத்திரிகளிலும், இருட்டானாலும் வெளிச்சமானாலும் குப்புத்தேவர் வீட்டுக்கு முன்னால் தினசரி பெண்கள் மாநாடு நடக்கும். அன்று ராத்திரி அவ்வளவு அவசரத்திலும் அம்மா போய் உட்கார்ந்துகொண்டது. சிவபாதம் பிள்ளை சம்சாரத்திற்கு அம்மா மேல் ஏக்கோபம். 'நாங்களும் காவடிக்கார வீடுதான்' என்று ஒட்டிக்கொள்ள நடந்த வேலை அம்மாவிடம் பலிக்கவில்லை. "இந்த ஊர் பூராவும் இன்னும் இருபத்தெட்டு கிராமங்கள்லயும் சாமி பேர்ல வசூல் நடக்கப்போகுது. ஏன் சின்னப் பயல்களுக்கு மட்டும் சோறு? எங்களை மாதிரி ஒண்ணுமத்தவள்களுக்கு இல்லையாக்கும்?" என்றது.

அம்மா சொன்னது. "அப்படி கேளுத்தை. நம்ம என்ன கல்யாணமா நடத்துறோம்? எல்லாரும் வாங்க; சாப்பிட்டுப் போங்கன்னு சொல்ல. எம் புள்ளை மேலே சத்தியமா சொல்றேன். நாளையிலெருந்து வசுலாகிற தானியம், ரூபாய் எல்லாத்தையும் முருகன் சந்நிதி இருக்கிற கருப்பிள்ளை மடத்திலெதான் செலவழிப்போம். யாரோ சொல்லிட்டாங்கன்னு இங்கென அங்கென்னு செலவு பண்ண மாட்டோம்."

அம்மா கோபத்தைப் பார்த்து மத்த பொம்பிளைகள் கொஞ்சம் பயந்துபோனார்கள். "ஆத்தா விடு. அதுக்குப் பேசத் தெரியாது ஒலகம் நாலு வாய் சோறிலெயா இருக்கு. சாமி காரியம் முக்கியம்த்தா? நீ அதைப் பாரு. அண்ணன் ஊருகளுக்கெல்லாம் சொல்லிவிட்டாகளா?' என்று கேட்டது ஒரு பொம்பிளை. அண்ணன் என்றது அப்பாவை. அப்பாவுக்கு சுத்துப்பட்டு கிராமங்களில் ஏராளமான செல்வாக்கு. அம்மா சொன்னது. "தேதிப்படி நேரப்படி குறிச்சு ஊரு ஊருக்குச் சொல்லிவிட்டாக. நாளைக்கு மொத வீடு கண்ணாயிரஞ் சித்தப்பா வீடு. ஒரு ரூபா போட்டாலும் சித்தப்பா கை அதிர்ஷ்டம் அப்படி."

நடு நடுவில் அம்மா பந்தலுக்குப் போய்விட்டு வந்து மாநாட்டில் உட்கார்ந்துகொண்டது. காவடியைப் பத்திப் பொம்பளைகள் ஒவ்வொரு சங்கதியாய்ச் சொல்லி வந்தார்கள். குமரிப் பெண்கள் கிண்டல் பேச்சுகளாய்ப் பேசினார்கள். "சாமி வந்து எறங்க அம்புட்டு நேரமாச்சே, ஏன் தெரியுமா?" என்று ஒரு குமரி கேட்டது.

"தெரியும் தெரியும். எல்லாரும் 'வேல் மயில் வேல் மயில்'னு கத்துறது அவருக்கு 'கோமதி கோமதி'னு கேட்டிருக்கு. எப்படி முருகன் வந்து எறங்குவான்" என்றது இன்னொரு குமரி. தனிக்கோடியாப்பிள்ளை சம்சாரத்துக்கு இதைக் கேட்க வெகுசந்தோசம்.

மூணாந்தலைமுறை பெரியப்பத்தா கையை உசத்தி "அடியே பாத கத்திகளா. உங்களுக்கு நல்ல புருசன் கெடைக்க வேணாமா? தப்புத் தண்டாவா சாமி சங்கதிலெ பேசாதியடி" என்றது. ஆனால் இந்தக் குமரிகள் அடங்காதுகள். பெரியப்பத்தாவையே அந்தக் காலத்தில் அது புருசனோடு முதலில் சேர்ந்த நேரச் சங்கதிகளைச் சொல்லிச் சொல்லிக் கிண்டல் செய்வார்கள்.

அம்மா பந்தலிலிருந்து வந்து உட்கார்ந்ததும் இந்தக் கேலிகள் சட்டென்று அடங்கின. அந்த ராத்திரியில் பெரியப்பத்தாவும் கிழக்கு வீட்டுக் கிழவியும் தாங்கள் சிறுமிகளாயிருந்த காலத்தில் எடுத்த காவடிகளைப் பற்றிக் கதை கதையாய்ச் சொன்னார்கள். பெரியப்பத்தா காலை நீட்டி உட்கார்ந்துகொண்டு ஆரம்பித்தது. "வடக்கு வீட்டு சௌந்தரத்தோட அப்பா ராமநாதனுக்கு இப்படித்தான் காவடி எடுத்துக் கல்யாணம்னு நேத்திக்கடன். ஆத்தா இப்ப மாதிரியா அப்ப. முப்பத்திரண்டு நாள் விரதம். காலையிலெ சத்துமாகூட இல்லெ காவடிக்காரருக்கு. மதியம் ஒருவேளை சாப்பாடு. ராத்திரிக்குலங்கணம்.

"காவடி கட்டின அன்னிக்கு அவுகளுக்கு ஆவுசம் வந்து காவடியைப் பறிச்சுத் தோளிலே வைச்சுக்கிட்டு ஆகாயத்திலெ பறக்கிற மாதிரி போறாரு. அம்பது பேரு கட்டிப் புடிச்சும் அடக்க முடியலெ. ஓர்மனப் பட்டினாலெ அப்படி ஆவுசம் வந்திச்சு. சரி ஊர் ஊராச் சுத்தி முடிச்சு கருப்பபிள்ளை மடத்துக்குக் கௌம்பினாக. இந்த ராமலிங்க பண்டாரத்தோட தாத்தா சிவலிங்க பண்டாரம்னு பேரு. அவருதான் முன்னே நின்னு எல்லாக் காரியங்களையும் பாத்தாரு. மூணு வண்டி கட்டி சாமான் சட்டு ஏத்தி முன்னே போகுது. சிவலிங்க பண்டாரம் காவடியைத் தூக்கிக்கிட்டு பயபக்தியோட பின்னாலெ வர, ராமநாதன் அந்த முருகனா மாறி முன்னாலெ நடந்து போறாரு.

"மேலேயிருந்து நெலா வெளிச்சம் வந்ததும் வளநாட்டுக் கம்மாக் கரையிலே வண்டிகளை அவுத்துப் போட்டுக் காவடிக்குப் பூசை காட்டி எறக்கி வைச்சுக் காவல் போட்டுட்டு சனம் தூங்குது. நடுக்கூர் சாமத்திலெ முருகன் வள்ளி தெய்வானையோட ராமநாதன் சொப்பனத்திலெ வருது. பாத்துட்டு 'முருகா முருகா'னு கதறுறாரு இவரு. எப்பவும் அப்படித்தான். காவடி செலுத்துறதுக்கு மொத நாள் வளநாட்டுக் கம்மாக் கரையிலே சொப்பனத்திலே பயபக்தியா சுத்த பத்மா இருக்கிற காவடிக்காரர்களுக்கு மட்டும் முருகன் நேரிலெ வரும்.

கந்தர்வன் சிறுகதைகள் 515

"முருகனை நேரிலெ பாக்கவும் இவரு பதறி அழுக, முருகன் சிரிச்ச மொகமும் செந்தாமரைப் பூவுமா நிக்கிது. முருகன் சொன்னிச்சாம் இனி ஒனக்கு ஒரு கொறையுமில்லெ. விடியவும் வளநாடு ஊருக்குள்ளே போயி தெக்கே திரும்பி மூணாவது வீட்டு முன்னால சிவலிங்க பண்டாரத்தைப் போயி நிக்கச் சொல்லு. அந்த வீட்டெல சிகப்பினு ஒரு பொண்ணு செம்பிலெ பாலெ வைச்சுக்கிட்டு நிக்கும். அதைக் கொண்டுவந்து காவடியிலெ கட்டி என் சந்நிதிக்கு வான்னு சொன்ன வாக்கிலெ மறஞ்சிருச்சு.

"விடியக் காலம்பற குளிச்சுக் காரியம் பாத்து சிவலிங்க பண்டாரம் நம்மூர் ஆள்க நாலஞ்சு பேரோட வளநாடு ஊருக்குள்ளெ போயி சிகப்பி வீடு எதுனு, ஒரு பொண்ணுகிட்ட கேட்டாராம். அந்தப் பொண்ணு சிரிச்சுக்கிட்டே சொன்னுச்சாம். 'சிகப்பீகிட்டெயே கேக்கறீக சிகப்பி வீடு எதுனு இந்தாங்க பாலு'னு பளபளன்னு ஒரு பித்தளைச் செம்பு நிறையக் குடுத்துட்டு சொன்னுச்சாம் 'நடுக்கூர் சாமத்திலே முருகன், வள்ளி தெய்வானை என் சொப்பனத்திலே வந்து சர்வவேத மங்கலத்திலெருந்து காவடிக்குப் பால் கேட்டு வருவாக, செவலைப் பசுவிலெ பீச்சித் தயாரா வைனு சொல்லுச்சு.'

"சிவலிங்க பண்டாரத்துக்குப் புஞ்சிரிப்பு. அந்தப் பொண்ணு நெசமான பொண்ணில்லைங்கிறது அவருக்குத் தெரியும். வளநாட்டிலிருந்து ராமநாதனுக்கு ஆவுசம் வரவமைச்சு கருப்பபிள்ளை மடத்துக்குப் போராக. கோயில் வாசல்ல காவடியிலே இந்தப் பக்கம் ஒரு செம்பையும் அந்தப் பக்கம் ஒரு செம்பையும் கட்டி, சிகப்பி குடுத்திருந்த பாலை இதிலே பாதி அதிலெ பாதினு வளத்தினும் ஆவுசம் மூர்க்கமா வந்து சந்நிதியைப் பாத்து ஓடுனாரு.

"சந்நிதியிலே ஒரு நிமிசம் ஆடிட்டு பிரகாரம் சுத்தறாரு. நாப்பது பேரு முன்னும் பின்னுமா இழுத்தும் அடங்கலெ. கால் தரையிலே படலெ. மின்னலாப் போகுது சாமி. அப்பப் பிரகாரம் பூராவும் அந்த ரெண்டு கெரண்டைக் கால் வரை பால் ஓடுச்சாம்."

பெரியப்பத்தா சொல்லி முடித்ததும் கிழக்கு வீட்டுக் கெழவி சொன்னது. "ஆத்தா சொன்னது அத்தனையும் நெசம். என்ன காவடினு மொத நா ராத்திரி வளநாட்டுக் கம்மாயிலெதான் முடிவாகும். பணிக்க வீட்டு வேலாயுதத்துக்கு ரெங்கத்திலே (ரெங்கூனில்) செத்துப் போனரெ அவரு மகள்களையும் பேத்திகளையும்தானே ஒங்களுக்குத் தெரியும். இப்ப இருக்கிற எனக்கும் ஆத்தாவுக்குதான் அவரைத் தெரியும்.

"அவருக்குக் காவடியெடுத்து வளநாட்டுக் கம்மாக்கரையிலெ ராத்திரி படுத்துக் கெடக்கும்போது முருகன் சொப்பனத்திலெ வந்து 'மச்சக் காவடி எடு'னு சொலிட்டுப் போயிருச்சு. சிவலிங்க பண்டாரம் காலையிலெ குளிக்கக் கம்மாக் கரையிலெலருந்து உள்ளே எறங்கப் போறாரு. அப்ப பாரு. கரையிலெயும் தண்ணியிலெயுமா ஒரு பெரிய விறால் மீன் கெடக்கு. பாத்ததும் பண்டாரத்துக்குப் புஞ்சிரிப்பு 'சொல்லி வச்சு வெளையாடுதே முருகன்'னு. தூக்கிக் கிட்டு வந்து காவடிகிட்ட போட்டுட்டு குளிச்சுட்டு வந்தாரு.

"வேலாயுதத்துக்கு ஆவுசம் வரவமைச்சு இந்த மீனையும் தூக்கிக்கிட்டு வாசல்லெ கருப்பபிள்ளை மடத்துக்கு ஓடியிருக்காக. கோயில் பண்டாரத்துக்குக் கொழப்பம் வந்திருச்சு. காவடிக்கு ரெண்டு பக்கத்திலெயும் மச்சத்தைக் (மீன்) கட்டணுமே. ஒரு மச்சத்தைக் குடுத்திட்டு முருகா இது என்ன சோதனைன்னு நெனச்சுக்கிட்டே கோயில் வழக்கங்களைக் கேட்டிருக்காரு. அதிலெயும் ஆளுக்கொண்ணு சொல்ல, பண்டாரம் ஒரே முடிவா மீனை ரெண்டா வெட்டி காவடியிலெ இந்தப் பக்கம் பாதியையும் அந்தப் பக்கம் பாதியையும் கட்டிவிட்டாரு.

"பிரகாரத்தைச் சுத்தி வரும்போது வேலாயுதம் காவடியோடு கட்டுக் கடங்காம ஓடியிருக்காரு. அப்ப ரெண்டு பக்கத்திலேயும் பாதிப் பாதியா வெட்டிக் கட்டி வச்சிருந்த மச்சம் ஒண்ணாச் சேந்து ஒரே மீனாத் துள்ளி விழுந்துச்சாம்."

அம்மாவுக்கு இதையெல்லாம் கேக்க கேக்க கவலையாகிவிட்டது. தனிக்கோடியாப்பிள்ளை சம்சாரம்தான் தைரியம் சொன்னது. "நீ கவலைப்படாதே. எல்லாம் நல்லபடியா நடக்கும். நாங்கள்லாம் இல்லெ. நீ பந்தலுக்குப் போ."

சுத்திப் பொம்பளைகள் நின்று என்ன நடக்கிறதென்று எந்நேரமும் கவனித்துக்கொண்டிருப்பதாக அம்மா நினைத்து பயந்துகொண்டே தன் போக்கிலிருந்து அரை அடி கூடப் பிறழாமல் சென்றுகொண்டிருந்தது. அன்று ராத்திரி வரை பதினொரு செட் மேளங்களுக்கும் பலகாரம் போட்டு, கையில் ரூபாய் கொடுத்து பாண்டி தாத்தா அனுப்பிக் கொண்டிருந்தார். கட்டையன் மட்டும் அவன் ஆள்களோடு பதினாலு நாளைக்கும் கூட இருந்து கருப்பபிள்ளை மடத்துக்குப் போய்க் காவடி செலுத்தும் வரை இருப்பதாக ஏற்பாடு.

மறுநாள் காலையில் பண்டாரமும் புலவரும் பர்ணகசாலையில் பூசை நடத்திக்கொண்டிருந்தனர். கட்டையன் உறுமி, தப்பு செட்டோடு

வெளியில் நின்றுகொண்டிருந்தான். ஜனங்கள் கூடியிருந்தனர். பயல்கள் உள்ளேயும் வெளியேயுமாய்த் திரிந்து கொண்டிருந்தார்கள். மாமா தலையில் வேடும், கைகளில் பூக்கங்கனகளோடும் பண்டாரம் மணியடித்துக் கொண்டும் வெளியில் வந்த விநாடி தப்படிக்க ஆரம்பித்தான். சிறிது கழித்து புலவர் காவடிச் சிந்து பாடினார். திருநீறை அள்ளிப் பண்டாரம் மாமா முகத்தில் இறைத்தார்.

கொட்டுக்காரர்கள் மாமாவை விட்டுத் தள்ளிநின்று அடித்துக் கொண்டிருந்தார்கள். ரெத்தினத்தேவர் சைகை காண்பித்ததும் மாமாவுக்குப் பக்கத்தில் நின்று அடிக்க ஆரம்பித்தார்கள். கட்டையன் தப்பை மாமா காதுக்கு அடிப்பதும் இறக்குவதுமாயிருந்தான். கூடியிருந்தவர்கள் எல்லோரும் "வேல் மயில் வேல் மயிலே" என்று கத்தினார்கள். மாமா ஆட ஆரம்பித்தது. பத்து நிமிடங்களுக்கு மேல் ஆடவிட்டு சாமியை மலையேற விட்டார்கள்.

பாண்டி தாத்தா சத்தங் குடுத்தார். "கொட்டுக்காரங்க முன்னால் போங்கப்பா. சுப்பு உண்டியலை எடுத்துக்க. ரெண்டு பேரு சாக்கைத் தூக்குங்க. புலவரு பாட ஆரம்பிய்யா. மொத வீடு கண்ணாயிரம் பிள்ளை வீடு." தாத்தா எதுவுஞ் சொல்லாமலே பயல்கள் பட்டாளம் கொட்டுக்காரர்களுக்கும் முன்னால் ஆட்டம் போட்டுக்கொண்டு போனது.

கண்ணாயிரம் பிள்ளை சம்சாரம், மாமா காலில் ஒரு பந்தளவு அரைத்த மஞ்சளைத் தடவி, வெயிலில் தகதகவென்று மின்னிய ஒரு பித்தளைக் குடம் தண்ணீரை ஊற்றிக் கழுவியது. ரெண்டு பேரும் காலைத் தொட்டுக் கும்பிடவும், பண்டாரம் நீட்டிய திருநீற்றுக் கொட்டானிலிருந்து மாமா ரெண்டு பேர் நெற்றியிலும் திருநீறு பூசியது.

கண்ணாயிரம் பிள்ளை பத்து ரூபாயை உண்டியலில் போட்டதும் எல்லோருக்கும் ஆச்சரியம் 'பத்து ரூபாயா?' என்னும். முன்பே, திண்ணையில் சாத்தி வைத்திருந்த ஒரு மூட்டை நெல்லைத் தூக்கி மாமா முன்னால் போட்டார். பாண்டி தாத்தா ரொம்ப திருப்தியோடு வெற்றுச் சாக்கு ஒன்றைக் கொடுத்தார். பிள்ளை சொன்னார். "சாக்கும் சேத்துத்தான் சாமிக்கு."

அடுத்த வீடு ராசம்பா பெரியம்மா வீடு. பெரியம்மாவும் அது மகள் கண்ணத்தாவும் பானையில் தண்ணீரோடும் மஞ்சளோடும் காலில் மாமா எதிர்பார்த்து நின்றுகொண்டிருந்தார்கள்.

மஞ்சள் தடவி, குடம் தண்ணீரை ஊற்றிக் காலில் விழுந்து திருநீறு பூசிக்கொண்டார்கள். தெற்கே வெகுதூரத்திற்குத் தெருபூராவும்

தகதகவென்று பித்தளைக் குடங்களில் தண்ணீரும் மஞ்சளுமாய் ஈரத் தலைகளோடு வாசல்களில் பெண்கள் நின்றுகொண்டிருந்தார்கள். பணமும் தானியமும் வைத்துக்கொண்டு ஆம்பிளைகள் நின்றார்கள். கட்டையன் உச்சாயத்திற்குத் தப்படித்தான். காசும் தானியமும் அவன் வீட்டுக்கே வந்து விழுவதுபோல உண்டியலில் விழுந்த சமயங்களில் குதித்துக் குதித்து அடித்தான்.

பிள்ளைமார் தெரு, கள்ளர் தெரு, பணிக்கர் தெரு முடிந்து கோனார் தெருவுக்குப் போகு முன், இடப் பக்கம் உள்ளே தள்ளி அரிஜனக் குடியிருப்பு இருக்கிறது. அதைப் பாராமலே தாண்டிக்கொண்டு கட்டையன் தப்படித்துக்கொண்டு போனபோது ஒரு பயல் அரிஜனக் குடியிருப்பைக் காட்டி, "இங்கெ போகாமப் போரீய" என்று சொல்லவும், பாண்டி தாத்தா அவன் மண்டையில் ஒரு போடு போட்டார். "போடா போ. இவுக அப்பன் யார்டா?" என்று இன்னொரு பயலிடம் கேட்டார்.

மேற்கேயிருந்த வீடுகளில் பொம்பிளைகள் நெல்லிக் காயளவு மஞ்சளும், தகரக் குடங்களிலும் மண் பானைகளிலும் தண்ணீரும் வைத்துக்கொண்டு நின்றிருந்தார்கள். தவசம் சேரச் சேர வீட்டிற்கு மூடைகளில் போய்க்கொண்டிருந்தது. உண்டியல் கனத்துக்கொண்டே வந்தது.

முள்ளக் கொட்டுத் திண்ணை வழியாய்த் திரும்பி தனிக்கோடியாப்பிள்ளை வீட்டு வாசலில் போய் நின்றபோது, இளவட்டங்கள் சிரிப்பும் கிண்டலுமாய்ப் பேசிக்கொண்டார்கள். கோமதி முகம் ஜன்னலுக்குள் தெரிந்தது. மாமா குனிந்த தலை நிமிராமல் லேசான வெட்கத்தோடு நின்றுகொண்டிருந்தது. தனிக்கோடியாப்பிள்ளை சம்சாரம் மாமா காலில் மஞ்சளைத் தடவியபோது மாமா சற்று நடுங்கியது போலிருந்தது. தனிக்கோடியாப்பிள்ளை பத்து ரூபாய் நோட்டுக்கள் ஐந்தை எல்லோரும் பார்க்கும்படி எண்ணி உண்டியலில் போட்டார். பத்து மூடை நெல்லைத் தூக்கிப் பாண்டி தாத்தா முன்னால் போட்டார்.

உள்ளூர் சுத்தி முடித்து வீட்டிற்கு வந்து பார்க்கையில் நெல் அம்பாரமாய்க் குவிந்து கிடந்தது. இல்லாத ஜனங்கள் கொடுத்த. கேப்பை கம்பு கூட ஏறி விளையாடுமளவு குவிந்து கிடந்தது. உண்டியல் வாயைக் கட்டியிருந்த மஞ்சள் துணியை அவிழ்த்துப் பணத்தைக் கொட்டி அம்மாவும் பாண்டி தாத்தாவும் வெகுநேரம் எண்ணினார்கள். அந்த நேரத்தில் யார் உள்ளே வந்தாலும் "இந்தா வர்றேன்க்கா. திண்ணையில் செத்த அம்மாவோட பேசிக்கிட்டிருங்க"

கந்தர்வன் சிறுகதைகள்

என்று சொல்லிவிட்டு அவ்வளவையும் எண்ணிப் பெட்டிக்குள் வைத்தது.

அந்த இருட்டில் என்னைக் கையில் பிடிதுக்கொண்டு அம்மா ரெத்தினத்தேவர் வீட்டிற்குப் போனது. 'வாத்தா வா' என்று திண்ணைக்கு வந்தார் தேவர். அழுகிற மாதிரி அம்மா சொல்ல ஆரம்பித்தது. "மாமா நான் ஒண்ணு கேப்பேன், எது நெசம் எது பொய்யினு நீங்க சொல்லணும். பெரியப்பத்தாவும் பொம்பிளைகளும் பால்காவடி, மச்சக் காவடினு என்னென்னவோ சொல்றாக. இன்னார் வீட்லெ இன்ன பேர்ல உள்ள பொம்பினையிட்டப் போய்க் கேளுனு வளநாட்டுக் கம்மாக்கரையிலெ முருகன் சொப்பனத்திலெ வந்து சொல்லணும்ங்கிறாங்களே.'

ரெத்தினத்தேவர் சொன்னார், "அந்தப் பெரியப்பத்தாவுக்கு அம்மாச்சி ஒருத்தி இருந்தா. அவ சாகுற வரை என்ன சொன்னான்னா காவடிங்கிறது மரத்திலே செஞ்சு பண்டாரம் வந்து நின்னு கட்டறதில்லெ; ஆவுசம் வந்து ஆடிக்கிட்டிருக்கறப்ப ஆகாயத்திலெருந்து பூ அலங்காரத்தோட காவடி அவன் தோளிலே வந்து விழுகணும். அதுதான் அருள் வர்றதுன்னு சொல்லிக்கிட்டே செத்தா. அவ அப்படிச் சொன்னதிலெ பயந்து காவடி எடுத்த நாலு பேரு மடத்துக்கொல்லைக் கெணத்திலெ விழுந்து செத்தாக. உச்சத்துக்கு உபதேசம் பண்ணின அந்தப் பொம்பிளை செத்த அன்னிக்கு ஒரு கோடிச் சேலை எடுத்துப்போட ஒருத்தரும் தயாரில்லை. பாக்கவோ, பொணத்தைத் தொடவோ ஜனம் பயந்து நடுங்குச்சு. பழைய சேலையோடயேதான் பாடையிலெ ஏத்தினாக இப்ப இவ இதுகளெல்லாம் சொல்றாளாக்கும். இவளுக்கு என்ன கதி வருமோ? சரி, இதுக்கா இந்த இருட்டிலெ வந்தெ. நீ போத்தா. நான் பாத்துக்கறேன். எனக்கு வெவரம் தெரிஞ்சு இந்த ஊர்லெருந்து இருவத்தோரு காவடி போயிருக்கு கருப்பபிள்ளை மடத்துக்கு. அதெல்லாம் எப்படிப் போச்சோ அப்படியே தம்பி காவடியும் போய்ச் சேரும். நீ சாப்ட்டியா ஆத்தா."

"இனிமேத்தான் மாமா"

"சின்னவுகளும்" என்று என் தலையைத் தடவிக் கேட்டார். சுகமாயிருந்தது.

"அவனுந்தான்.'

"மொதல்ல போய் சாப்டுங்க. அப்பு எங்கெ போனாக. ஆளையே காணோம்."

அம்மா கேவிக்கொண்டே சொன்னது. "ஆனாலும் மாமா என்னை அவுக இப்டி ஒத்தையிலே விட்ரக்கூடாது. பரமக்குடியிலே மீட்டிங்காம். இங்கே இம்புட்டும் நடக்குது. நேத்துப் போனவுக என்னைக்கு வருவாகளோ!"

"அப்படிச் சொல்லப்படாதுத்தா. இன்னைக்கு உள்ளுரிலெ வீடு வீடாக் காவடி போனபோது, காசையும் தவசதியையும் ஜனங்க கொட்டிளாகளே யாராலெத்தா? எல்லாம் அப்பு மேலெ ஊர் சனம் வச்சிருக்கிற மரியாதையிலெ. நாளையிலெருந்து கிராமம் கிராமமாப் போறச்செயும் இப்படித்தான் காசும் நெல்லும் குவியப்போகுது. எல்லா கிராமத்துப் பெரியாளுகளும் அப்புகிட்ட அப்டி ஒரு மரியாதை வச்சிருக்காகள்ல. அப்புக்கு சில்லா பூராவும் ஆயிரம் சோலி. நாங்கள்லாம் எதுக்கு இருக்கோம்?"

அப்பு என்றுதான் ரெத்தினத்தேவர் அப்பாவை மரியாதையாகச் சொல்வது வழக்கம். ரெத்தினத்தேவர் வீட்டிலிருந்து திரும்பும்போது அம்மா சந்தோஷமாயிருப்பது மாதிரி இருந்தது.

மறுநாள் காலையில் ஆவுசம் வரவழைத்து மலையேற வைத்து பண்டாரம் காவடி சுமக்க பந்துக்கள் மற்றவர்களென்று பதினாறு பேரோடு மாமா காவியும் கங்கணமுமாய் முன்னால் நடந்தது. பின்னால் கட்டுக் காலிச் சாக்குகளோடு ஒரு மொட்டை வண்டி போனது. வண்டியில் முளைக் கம்பைப் பிடித்துக்கொண்டு நானும் ரெண்டு வயசாளிகளும் உட்கார்ந்து போனோம். அப்பாவை வைத்து ஊர் ஊருக்கு மரியாதை ஜாஸ்தியாயிருந்தது. வெயில் கடுமையாயிருந்தது. புஞ்சைகளில் அறுக்காமல் விட்ட கேப்ப தட்டைகளும் கம்பந்தட்டைகளும் வெளிறிக் கிடந்தன. எல்லோருக்கும் கால் சுட்டுப் பொசுக்கியது போல. உடை மர நிழல்களிலும் கருவேல மர நிழல்களிலும் நின்று காலை ஆற்றிக்கொண்டு நடந்தனர். கிடாரத்தில் பெருமாள் சேர்வை ஏற்பாட்டில் மத்தியானம் தடுபுலான சாப்பாடு. மூட்டை மூட்டையாய் நெல் வண்டியிலேறியது. உண்டியல் கனக்க, முதல் நாளே நாலு கிராமங்களுக்குப் போய், இருட்டி ஊர் வந்துசேர்ந்தோம்.

ராத்திரி அறைக் கதவைச் சாத்திக்கொண்டு பாண்டி தாத்தாவும் அம்மாவும் ரூபாய்களை எண்ணினார்கள். மேலும் மேலும் காலிச் சாக்குகளை வாங்கி நெல்லை அளந்து மூட்டைகளில் தைத்து அடுக்கினார்கள், ஒரு வெள்ளிக்கிழமை பார்த்து சின்னப் பிள்ளைகளோடு சேர்த்து பெரியாள்களுக்கும் மத்தியானம் சாம்பார் வைத்துப் பாயாசத்தோடு தென்னந்தட்டிப் பந்தலில் சாப்பாடு போட்டார்கள்.

"பொம்பிளைகள் வாய்களை அடைக்க இப்படி ஒரு நாளைக்கு சோறு போடுறாளாக்கும். ஒவ்வொண்ணும் திட்டம் போட்டுல்லத்தா நடக்குது; அதுவும் சாமியை முன்னால வச்சுக்கிட்டு" என்று அம்மாவைப் பற்றி ஒருநாள் ராத்திரி பொம்பிளைகள் மாநாட்டில் பேசிக்கொண்டார்கள். ஆனால் கருப்பபிள்ளை மடத்து முருகன் துடியான தெய்வமென்றும் பல உதாரணங்களைக் காட்டியும் பேசிக்கொண்டார்கள். "நெல்லுங் காசும் குமியுதாத்தா அவ வீட்டிலெ. கொட்ட எடமில்லை நெல்லை; குமிக்க எடமில்லை காசெ" கவி மாதிரித்தான் இருக்கும் சில பொம்பிளைகள் பேச்சே. "ஆனா சனங்க குடுத்த காசிலெ கருப்பபிள்ளை மடத்திலெருந்து திரும்பி வீட்டுக்கு வந்துச்சுனா கண்ணு அவிஞ்சு போயிடும் பாத்துக்க" என்றது ஒரு பொம்பிளை.

நான் அங்கே நிற்பதை பார்த்துவிட்டுப் பொம்பிளைகள் சைகை காட்டி நிறுத்திக்கொண்டார்கள். பேச்சை மாற்றிக் கருப்பபிள்ளை மடத்தைப் பற்றி ஆள் மாற்றி ஆள் பேசினார்கள். கோயிலைச் சுற்றி நிறைய மயில்கள் திரியுமாம். கோயில் தாண்டி நடந்தால் கம்மாக் கரையிலும் வயக்காட்டிலும் மயில்கள் கூட்டம் கூட்டமாய்த் திரியுமென்றார்கள்.

முருகன் எங்கெல்லாம் இருக்கிறாரோ அங்கெல்லாம் மயில்கள் இருக்குமாம். "மயில்தானே முருகனுக்கு வாகனம்" என்றது ஓர் ஆள்.

"இந்த ஊர்லெ ஏங்க்கா காக்கா மட்டும் பறக்குது? மயிலெ இல்லெ."

"கருப்பணசாமிக்கும் சப்பாணிக்கும் காக்காவே போதுமாம்."

"முருகன் கோயில் சிவன் கோயில்னு ஒண்ணு உண்டா?"

"இருந்தா மூணு வேளையும் போயி பெரியம்மா பூசை காட்டிருமாக்கும். ஆத்தா விடு."

ஆனால் எனக்கு அதிலிருந்து மயில்கள் ஞாபகம் ஜாஸ்தியாகிவிட்டது. ஒரு விரல் தண்டி மயிலிறகைச் சந்திரனிடம் வாங்குவதற்கு அவனிடம் கெஞ்சிய கெஞ்சும் அவன் ரொம்ப விஞ்சிக்கொண்டே தங்கத்தைத் தானமாகக் கொடுப்பதுபோல கொடுத்ததும் ஞாபகத்திற்கு வந்தது. பாடப் புத்தகத்தில் மயில் படம் போட்டிருந்தது. ஆனால் ஒரு பயல் 'உ'னாவை இப்படி நீட்டி, இதற்கு ரெண்டு கால் போட்டால் இதுதான் மயிலென்றும் எங்களுக்குப் புல்லரித்துப்போனது. வளர்ந்து பெரியானாகி எப்போதோ பார்க்க போகிறோமென்றிருந்த மயிலை இன்னும்

நாலு நாளில் பார்க்கப் போவதை நினைத்து நினைத்து மனசும் காலும் துள்ளின.

பயல்களிடம் கருப்பபிள்ளை மடத்து மயில்களைப் பற்றிச் சொல்வதும் என்னைச் சுற்றிச் சுற்றி வந்தார்கள். ஒரு சாக்கு நிறைய மயிலிறகு கொண்டுவரப் பார்க்கிறேன். முடியாவிட்டால் ஒரு பை நிறையக் கொண்டுவந்து ஆளுக்கு நாலைந்து தருவதாகச் சொன்னேன். "என்னால மயிலைப் பிடிக்க முடியலென்னா பாண்டி தாத்தாகிட்ட சொல்லி நாலஞ்சு மயில்களையாவது பிடிச்சு இறகு கொண்டு வந்துர்றேன்" என்று சொன்னதும் பயல்களுக்குச் சந்தோஷம்.

அன்றிரவு அப்பா பரமக்குடியிலிருந்து வந்தவர் "என்னடா ஓம் மாமன் நல்ல ஆடுறானா?" என்று கேட்டுவிட்டு அம்மாவிடம் காவடி விசயங்களை ஒப்புக்காகக் கேட்டுப் படுக்கப் போய்விட்டார். போகும்போது சொன்னார், "கருப்பபிள்ளை மடத்துக்கு நான் வரலை. ரெத்தினத்தேவர் இருந்து எல்லாத்தையும் பாத்துக்குவார்." அம்மா தலையைக் குனிந்தபடி மெதுவாகத் தனக்குள் சொல்வது போல் சொன்னது, "எனக்கு என்னைக்கோ தெரியும் நீங்க வரமாட்டியன்னு."

மறுநாள் மதியம் சம்முக நாடாரைப் பாண்டி தாத்தா கூட்டிக்கொண்டு வந்தார். அவரைக் கூட்டிக்கொண்டு போய் அடுக்கியிருந்த நெல் மூட்டைகளை அம்மா காண்பித்தது. "கருக்காய் கிருக்காயெல்லாமில்லாம புடைச்சு சுத்தமா சனங்க குடுத்தது. அந்தா கம்பு, அது கேப்பை மூட்டை இதையெல்லாம் வித்து ரூபாயாக்கித்தான் காவடிச் செலவுகளை முடிக்கணும். ஒவ்வொண்ணுக்கா வெலை சொல்லுங்க" என்றது அம்மா. "நெல்லுல பலது கலந்திருக்கு" என்றார் சம்முக நாடார். சாயங்காலம் ஆனது பேரம் படிய. ராத்திரி நிறைய ரூபாய் நோட்டுக்களைக் கொடுத்துவிட்டு, தவச மூட்டைகளை ஆள்களனுப்பித் தூக்கிக்கொண்டு போனார்.

தென்னந்தட்டிப் பந்தலில் கட்டுச் சோறாக்கும் வேலை மும்முரமாய் நடந்துகொண்டிருந்தது. ஒரு பெரிய தேக்சாவில் சோறு கிண்டியபோது பாதி ஊருக்கு மணத்தது. ராமலிங்க பண்டாரமும் புலவரும் ரெத்தினத்தேவரும் கூடிக் கூடிப் பேசிக்கொண்டிருந்தார்கள்.

அம்மாவும் தாத்தாவும் வீடு வீடாய்ப் போய் கருப்ப பிள்ளை மடத்துக்குக் கூட நடக்க ஆள்களைக் கூப்பிட்டுக் கொண்டிருந்தார்கள். நாலு கூட்டு வண்டிகள் பந்தலுக்கு முன்னால் நின்றன. விடியற்காலையில் வெயில் வரும் முன்பே புறப்படவேண்டுமென்று

கந்தர்வன் சிறுகதைகள் 523

பேசிக்கொண்டார்கள். "மயிலிறகை மட்டும் மறந்துராதே" என்று பயல்கள் அடிக்கொரு தரம் என்னிடம் சொல்லிக்கொண்டிருந்தார்கள்.

ராத்திரி பூராவும் கருப்பிள்ளை மடத்துக் கோயிலும் வீதிகளும் சொப்பனத்தில் வந்தன. ராஜ மயில் மாதிரி ஒன்றின் மேல் முருகன் கருப்பிள்ளை மடத்துக்கு மேல் பறந்து சுற்றிச் சுற்றி வந்தார். அவ்வளவு அழகான முகத்தை வெளியில் எங்கேயும் பார்த்ததில்லை. அம்மா எப்போது படுத்தது, எழுந்தது என்று தெரியவில்லை. 'எழுந்திருடா' என்று இருள் பிரியும் நேரத்தில் எழுப்பியது.

ஊரே குளித்து ஈரத்தலையோடு வந்து தென்னந்தட்டிப் பந்தலில் நின்றது. மாமாவுக்கு ஆவுசம் வரவழைக்கப் புலவர் பாடியதும், பண்டாரம் தீபாராதனை காட்டியதும், கட்டையன் செட் தப்படிச்சதும் அன்று அருமையாயிருந்தது. பிரிந்து முடியப்போகிற இரக்கம் இருந்தது. "வேல் மயில் வேல் மயில்" என்று கூவிய ஊர் சனக்கூட முந்தைய நாட்களில் கூப்பாடு போட்டது போலல்லாமல் இசையோடு மெதுவாய்ச் சொன்னது போலிருந்தது. சாமியை மலையேற வைத்து கிழக்கே பார்த்து நடக்க வைத்தார்கள். ஊர் எல்லை வரை ஏராளமான ஆள்கள் நடந்துவந்தார்கள். வண்ணாஞ் செய் வந்ததும் மற்றவர்கள் நின்றுகொள்ள, நாங்கள் இருபத்தஞ்சு பேர் வரை கருப்பிள்ளை மடத்துக்குப் பயணம் தொடர்ந்தோம். ஊர் எல்லையில் பயல்கள் எங்களோடு வரவும் முடியாமல், ஊருக்குள் போகக் காலும் வராமல் பாண்டி தாத்தாவைப் பார்த்துக்கொண்டே நின்றது ரொம்ப பாவமாயிருந்தது.

நானும் ரெண்டு வயசாளிகளும் வண்டியில் உட்கார்ந்திருந்தோம். மற்ற எல்லோரும் வண்டிகளுக்குப் பின்னால் நடந்துவந்தார்கள். புலவர் காவடிச்சிந்து பாடி வந்ததை நிறுத்தியதும், லெச்சுமி அத்தை நாகநாதர் மேல் பாட்டுப் பாடி வந்தது. கொஞ்ச தூரம் போனதும் அதற்கு இளைப்பு வந்து நிறுத்திக்கொண்டது. மௌனமாகவே நடந்துபோவது சப்பென்று தோன்றியிருக்கும் போல. 'மேல் மயில் வேல் மயில்' என்று நாலைந்து பேர் கொஞ்ச தூரத்திற்குச் சத்தங் கொடுத்துப் பார்த்தனர். ரெத்தினத்தேவர் எவ்வளவோ உற்சாகப்படுத்திப் பேசி பார்த்தும் ஆள்கள் அரவமில்லாமல் நடந்துகொண்டிருந்தனர்.

மாமா ஏறுவெயிலில் காவியும் கங்கணமுமாய்த் தளர் நடையாய் வந்தது. உடம்பு பூராவும் வேர்வை வடிந்துகொண்டிருந்தது. கானல் அலையாயடித்துக் கொண்டிருந்தது. வயல் காடு முடிந்து பொட்டல் காட்டில் கத்தாழையும் கள்ளியுமாயிருந்த வங்காட்டில் நடக்கையில் ஒருத்தர், காயில் தைத்த முள்ளைப் பிடுங்கி எறியக்

குனிந்து நிமிர்ந்தவர் சொன்னார், "அந்தா தூரத்திலெ ஒரு கூட்டம் வர்ற மாதிரி தெரியுது."

ஊர் எல்லை தாண்டியதுமே எனக்கு உற்சாகம் குறைந்துவிட்டது. நடந்துவருகிற ஆள்கள், பண்டாரம், புலவர் எல்லோருமே மனசில் கவலையோ, பொறுப்போ இல்லாமல் கண்டபடிச் சிரித்துக்கொண்டு வந்தது ஒரு மாதிரியாயிருந்தது.

விரதம் இருந்த பதினாலு நாட்களும் காவடி கட்டிப் பதினொரு நாட்களும் எல்லோரும் இறுக்கமாக இருந்தார்கள். சாமி பேச்சு தவிர வேறு பேச்சில்லாமலிருந்தது.

கொஞ்ச நேரத்தில் வடக்கேயிருந்து வண்டிகளும் ஆட்களுமாய் அந்தக் கூட்டம் எங்களோடு வந்து சேர்ந்துகொண்டது. இதம்பாடலிலிருந்து கருப்பபிள்ளை மடத்துக்குப் போகிற காவடி அது. இரண்டு கூட்டமும் சேர்ந்ததும் அந்தந்த ஊரில் மிளகாய்க் கொல்லைகள் பூத்தது, காய்த்தது, நோக்காடு வந்தது என்ற சங்கதிகளாய்ப் பேசிக்கொண்டு வந்தனர்.

வெயில் உச்சிக்குப் போய்க்கொண்டிருந்தபோது "முருகா ரொம்பப் பசிக்குதப்பா" என்று ஆகாயத்தைப் பார்த்து ராசு மாமா சொல்ல, எல்லோரும் சிரித்துவிட்டனர். தூரத்தில் தெரிந்த ஓர் ஊருணியைக் காட்டி வண்டிகளை அங்கு நிறுத்தும்படி ரெத்தினதேவர் சொன்னார். வெள்ளை வெளேரென்று கால் ஊருணிக்குத் தண்ணீர் கிடந்தது. கரை மேல் வேப்ப மரங்களும் பூவரசு மரங்களும் சோலையாய் நின்றன. மரத்தடிகளில் நிறைய ஆள்கள் தெரிந்தார்கள்.

சாப்பிடுவதற்காக இதம்பாடல்காரர்கள் ஒரு பக்கமாகவும் நாங்கள் ஒரு பக்கமாகவும் ஒதுங்கிக்கொண்டு நடக்கையில் ஏழெட்டுக் காவடிக்காரர்கள் ஏற்கெனவே எந்தெந்த ஊரிலிருந்தோ வந்து மரத்தடிகளில் சாப்பிட்டுக்கொண்டும், படுத்துத் தூங்கிக் கொண்டு மிருந்தனர். பாண்டி தாத்தா ஒரு பெரிய வேப்ப மரத்தடியில் நின்று "நம்ம ஆள்களெல்லாம் இங்கிட்டு வாங்க" என்று ஆள்கள் சிதைந்து விடாமலிருக்க சத்தங் கொடுத்தார். வண்டிகளை அவிழ்த்துத் தண்ணி காட்ட ஊருணிக்குள் இறக்கினார்கள் வண்டிக்காரர்கள்.

ஆள்கள் ஊருணிக்குள் இறங்கி முகத்தில் தண்ணீரை வாரி அடித்துக்கொண்டார்கள். இரண்டு கைகளிலும் அள்ளிக் குடித்து விட்டு "தேங்காத் தண்ணியா இருக்குடா முருகா" என்று மேலே பாத்துச் சொன்னார் முனியசாமி சித்தப்பா. வண்டிகளிலிருந்து கட்டுச் சோற்றுப் பெட்டிகளை இறக்கும் இடத்தில் அம்மா

நின்று ஆள்களை ஏவிக்கொண்டிருந்தது. கட்டையன் இடுப்பில் அரிவாளைச் சொருகிக்கொண்டு, பக்கத்தில் நின்ற பனை மரத்தில் விறுவிறுவென்று ஏறி ஏழெட்டு ஓலைகளை வெட்டிப் போட்டுவிட்டு இறங்கினான்.

ரெண்டு பேர் ஓலைகளை வகுந்து போடப் போட, அவரவரும் பட்டை பிடித்துக்கொண்டார்கள். அம்மாவும் அம்மாச்சியும் அகப்பைகளில் கட்டுச் சோற்றை அள்ளி அள்ளிப் பட்டைகளில் வைத்தனர். கழுத்து வரை எல்லோரும் சாப்பிட்டிருப்பார்கள். துவையலும், புளிக்கறியும் ஓலைப்பட்டை வாசத்தோடு அப்படி ஒரு ருசியாயிருந்தது.

இளவட்டங்கள் ஒவ்வொரு மரத்தடிக்கும் போய் அங்கு தங்கிக் கிடந்த காவடிக்காரர்களோடு பேசிவிட்டு வந்து அந்தக் கதை களாகப் பேசினார்கள். வெயில் தாழக் கிளம்பினால் போதும்; வளநாடு பக்கத்தில் தானிருக்கிறது என்று பேசிக்கொண்டார்கள். ஊருணியிலிருந்து வந்த குளிர்ந்த காத்தும் வேப்பமரத்து நிழலும் கழுத்து முட்டிய கட்டுச்சோறும் சேர்ந்ததில் ஆள்கள் தூங்கத் தொடங்கினார்கள்.

பாண்டி தாத்தாவும் அம்மாவும் எல்லோரையும் எழுப்பியபோது, 'நேரமாயிருச்சோ' என்று சொல்லிக்கொண்டே எழுந்தார்கள். 'வேல் மயில் வேல் மயில்' என்று தூக்கத்திலிருந்து எழுந்தவர்கள் தூங்கிக்கொண்டிருந்தவர்களை எழுப்பினார்கள். சில காவடிக்காரர்கள் முன்னாடி புறப்பட்டுப் போய்க் கொண்டிருப்பதைப் பார்த்து அம்மா "சீக்கிரம், சீக்கிரம்" என்று சொல்லிக்கொண்டே இந்தப் பக்கமும் அந்தப் பக்கமுமாய்ப் போய் வந்துகொண்டிருந்தது.

வண்டிகளைப் பூட்டி முன்னால் விட்டு மாமாவைப் பின்னால் நிறுத்தி ஆள்கள் நடக்க ஆரம்பித்தார்கள். ஊரிலும் மற்ற இடங்களிலும் காணிக்கை கேட்டுப் போனபோது, பண்டாரமும் புலவரும் காவடியை வைப்பதிலும் எடுப்பதிலும் காட்டிய பயபக்தியான நடவடிக்கைகள் இப்போதில்லை. சற்றுக் கவனமாக மட்டும் எடுத்துக்கொண்டு பின்னால் நடந்தனர், புலவர் ஒரு காவடிச் சிந்தில் பேருக்குப் பாதியை மட்டும் பாடிவிட்டு நிறுத்திக்கொண்டார். சனங்கள் பொரணி பேசிக்கொண்டு நடந்தனர் மாமா முகம் ரொம்ப சோர்ந்து தெரிந்தது. அங்கங்கே பல ஊர் காவடிக்காரர்களும் சேர்ந்துகொண்டதில் யார் யார் எங்கே வருகிறார்கள் என்று தெரியவில்லை.

பொழுது மங்கலாகும்போது வளநாட்டுக் கண்மாயைத் தொட்டுவிட்டோம். கண்மாயைச் சுற்றி நூறுக்கும் மேற்பட்ட வண்டிகளை காவடிக்காரர்கள் போட்டுவிட்டு அவிழ்த்துப் உட்கார்ந்திருந்தார்கள். கரை மேலேறிப் பார்த்தபோது நாலா பக்கமிருந்து இன்னும் காவடிக்காரர்கள் வண்டிகள் முன்னே வர வந்துகொண்டிருப்பது தெரிந்தது. எங்க ஊர் ஆள்கள், தெரிந்த ஊர் ஆள்களோடு ஓடி ஓடிப்போய் பேசிக் கொண்டிருந்தார்கள். 'விதை நெல் கிடைக்குமா?' என்று ஒருத்தர் எல்லா இடங்களிலும் கேட்டுக்கொண்டே திரிந்தார். மகளுக்கு மாப்பிள்ளை விசயமாய் தங்கள் சாதி ஆள்களாயுள்ள ஊர்க்காரர்களிடம் வெகு கவனமாகவும் நிதானமாகவும் விசாரித்துக் கொண்டிருந்தார் ஒருத்தர்.

'இடத்னை' மட்டும் வைத்துக்கொண்டிருக்கும் ஒருந்தர் 'வலதன்' கிடைக்குமா எந்த ஊரிலாவது என்று விசாரித்துக் கொண்டே போனார். ஒத்தை மாடு அதுவும் நாம் கேட்கிற உயரத்தில் வலதனாகவே கிடைப்பது மஹா கஷ்டம். அந்த ஆள் கண்மாயெல்லை வரை போய்க் கேட்டுக்கொண்டே திரிந்தார்.

மாமா தலைக்கு ஒரு பொட்டணத்தை வைத்துக்கொண்டு படுத்துக்கொண்டது. அம்மா, பாண்டி தாத்தா, ரெத்தின்தேவர் மட்டும் எங்கேயும் போகவில்லை. உட்கார்ந்து அடுத்து ஆகவேண்டியவைகளைப் பற்றிப் பேசிக்கொண்டே இருந்தார்கள். நான் மாமாவுக்குப் பக்கத்தில் உட்கார்த்து ஆகாயத்தைப் பார்த்துக் கொண்டிருந்துவிட்டுச் சொன்னேன். "மாமா! நிலா ஓடுது" அம்மா சத்தம் போட்டது. "அடேய் ஒனக்கு எத்தனை தடவை சொல்றது நாளைக்கு மத்தியானம் வரை மாமானு கூப்பிடாதேனு. சாமீனு கூப்பிடு."

ஆண்கள் வந்துசேர்ந்ததும் வண்டியில் கிடந்த பனை ஓலைகளை எடுத்து பட்டை பிடித்தனர். எங்கே பார்த்தாலும் சாப்பிடுகிற சத்தமும் "போதும் போதும்" என்ற குரல்களும் "இன்னும் கொஞ்சம் வை" என்று. குரல்களும் கண்மாய்க்கரை பூராவுமிருந்து வந்தது. எங்கும் கட்டுச் சோற்று வாசனை.

அம்மாவும் அம்மாச்சியும் கட்டுச் சோற்றை அள்ளி ஓலைப்பட்டைகளில் வைத்துக்கொண்டே போனார்கள். கண்மாய்க்கரையடியில் பெட்ரோமாக்ஸ் விளக்குகளை வைத்துக்கொண்டு நாலைந்து கடைகள் போட்டிருந்தார்கள். அம்மா ரூபாய் கொடுத்துவிட்டு பாண்டி தாத்தா போய் மேல் துண்டு நிறைய ஒரு கடை யிலிருந்து வடை வாங்கிக்கொண்டு வந்து, ஒவ்வொரு பட்டையிலும் வடையைப் போட்டுவிட்டுப் போனார். சாப்பிட்டு

கந்தர்வன் சிறுகதைகள் 527

முடித்ததும் அம்மாவும் அம்மாச்சியும் பிரியமாக விசாரித்தார்கள். "திருப்தியா சாப்பிட்டியாப்பா? திருப்தியா சாப்டியலா சித்தப்பா?" என்று.

அங்கே இங்கே என்று சுற்றிச் சுற்றி வந்துவிட்டு ஆள்கள் படுக்க வெகுநேரமானது. ஒரு வண்டிக்கடியில் நான் அம்மாவுக்குப் பக்கத்தில் படுத்திருந்தேன். இன்னொரு வண்டியடியில் மாமா படுத்திருந்தது. அருணாசலம் இடும்பன் சாமி ஒரு மரியாதையுமில்லாமல் வெட்ட வெளியில் ஆள்களோடு படுத்துக்கிடந்தான்.

இருள் பிரியும் நேரம் எல்லோரும் எழுந்துவிட்டோம். கண்மாய்க்குள் ஏற்கெனவே ஏராளமாய் குளித்துக்கொண்டிருந்தார்கள். பாண்டி தாத்தா ஆள்களை துரிதப்படுத்திக் கொண்டிருந்தார். ரெத்தினத்தேவர்தான் முதலில் இறங்கிக் குளித்தார். பண்டாரமும் புலவரும் பேருக்கு ஒரு பாட்டுப் பாடிக்கொண்டே சிரிப்பும் கனைப்புமாய் மாமாவைக் கூட்டிக்கொண்டு போய்க் குளிக்க விட்டனர். கட்டையன் வாத்தியங்களோடு தயாராயிருந்தான். அங்கங்கே கொட்டடித்து ஆவுசம் வரவழைக்கிற சத்தங்கள் கேட்டன.

மாமாவுக்குப் பண்டாரமும் புலவரும் கச்சம் வைத்து காவி வேட்டி கட்டிவிட்டார்கள். பிரிகளும் வேடும் கங்கணங்களும் கட்டி மாமாவை அலங்கரித்தனர். "இனி எந்தப் பிறவியிலே இந்த மாதிரி காவடி எடுப்பும் அலங்காரமும் நடக்குமோ? இன்னைக்குக் கடைசி நாள். ஜொலிக்கணும் புலவரே அலங்காரம்" என்று பண்டாரம் சொல்லிக்கொண்டே பூசைக்கான வேலைகளில் திரிந்தார்.

அலங்காரம் முடிந்து மாமா ஜெகஜோதியாய் நின்றது. இடும்பன் சாமி பக்கத்தில் நின்றான். கட்டையன் செட் தப்படித்தார். பண்டாரம் சாம்பிராணிப் புகையை மாமா முகத்திற்கு ரொம்ப கிட்டப்போய்க் காண்பித்தார். எல்லோரும் "வேல் மயில் வேல் மயில்' என்று கத்திக் கொண்டிருந்தோம். அம்மாவும் அம்மாச்சியும் குளித்து ஈரச் சேலையோடு மாமா முன்னால் மடியேந்தி நின்றார்கள். ரெத்தினத்தேவர் மாமாவின் காதருகிலும் வாயருகிலும் அசைந்தவாறு உற்சாகப்படுத்திக் கொண்டிருந்தார்.

மாமா ஆடியது. ஐந்து நிமிடம் ஆடிய பிறகு வாயில் நுரையும் நாலு வார்த்தையும் வந்தன. ரெத்தினத்தேவர் "ராமாயியா?" என்று கேட்க மாமா "ஆமா" என்பதுபோல் தலையாட்டி விட்டு புலவர் தோளில் சரிந்தது. "எல்லோரும் அப்படி அப்டியே இருங்க. நான் ஊருக்குள்ளே போய் ராமாயி வீட்லெ பால் வாங்கிக்கிட்டு வந்துர்றேன். எங்கூட ஒருத்தர் வந்தா போதும்" என்றார் ரெத்தினத்தேவர். இந்த

அதிசயத்தைப் பார்க்க வேண்டுமென்ற எண்ணத்திலேயே பல பேர் வந்திருந்தார்கள். நான் முந்தி நீ முந்தி என்று ரெத்தினத்தேவரோடு போவதற்காக ஓடிவந்தார்கள்.

ரெத்தினத்தேவர் முகத்தைக் கடுகடுவென்று வைத்துக்கொண்டு "நீங்க மட்டும் வாங்க" என்று பாண்டி தாத்தாவைப் பார்த்துச் சொன்னார். ரொம்ப பேருக்கு முகம் ஒரு மாதிரியாகிவிட்டது. சாமி சங்கதியில் நெசம் பொய் பத்தி பேச எல்லோருக்கும் பயம் அதைவிட ரெத்தினத்தேவர் வாய்க்கு அதிகம் பயந்தார்கள் "தீஞ்சு போவெ நீ" என்று ரெத்தினத்தேவர் யாரையாவது பார்த்தும் சொல்ல. அவன் நாளா வட்டத்தில் நல்லாயிருந்ததில்லை.

ரெத்தினத்தேவரும் பாண்டி தாத்தாவும் அம்மா கொடுத்த ஒரு செம்போடு நடக்கையில் நான் ஓடிப்போய் பாண்டி தாத்தா கையைப் பிடித்துக்கொண்டேன். நான் வருவதை ரெத்தினத்தேவர் ஒரு பொருட்டாயெடுத்துக் கொள்ளவில்லை. "நீ எதுக்குடா?" என்று தாத்தாவின் சொல்லைச் சட்டை செய்யாமல் அவர் மணிக்கட்டைக் கெட்டியாகப் பிடித்துத் தொங்கிக்கொண்டே நடந்தேன்.

நாலைந்து வீடுகள் வரிசையாயிருந்த ஒரு தெருவில் காவடிக்காரர்கள் செம்புகளோடு ஒவ்வொரு வீட்டு வாசலிலும் நின்றுகொண்டிருந்தார்கள். ரெத்தினத்தேவர் யாரிடமும் எதையும் விசாரிக்காமல், ஒரு வீட்டு வாசலில் காவடிக்காரர்களோடு சேர்ந்து நின்றுகொண்டார். நாங்களும் அவருக்குப் பக்கத்தில் நின்றோம். பத்து நிமிடங் கழித்து நாங்கள் நின்ற வீட்டு வாசலில் ஒரு முக்கால் கிழவி தலையைக் கூட அள்ளி முடியாமல் நெற்றியில் ஒரு பொட்டுத் திருநீறு கூட இல்லாமல் ஒரு செம்போடு வாசலுக்கு வந்தது. சாப்பாட்டுக்கே அன்றாடம் கஷ்டப்படுகிற வீடுபோல இருந்தது. திண்ணையிலிருந்த இரண்டு தூண்களும் ஓட்டு வாட்டச் சட்டங்களும் உளுத்துமாவாய்க் கொட்டியிருந்தன.

நின்றுகொண்டிருந்த பதினைந்து பேரிடத்திலும் என்ன ஏது என்று கூடக் கேட்காமல் ஒரு சிரங்கை பாலை வரிசையாய் ஊற்றிவிட்டு "இன்னைக்குச் சாயாக் கடைக்குக் காலைப் பால் இல்லைனு போய்ச் சொல்லிவிட்டு வந்திருடா" என்று ஒரு சின்னப் பையனிடம் சொல்லிக்கொண்டே எழுந்து உள்ளே போனது. அடங்கின சோகம் அதன் முகத்திலிருந்தது. ஒவ்வொரு வீட்டு வாசலிலும் காத்திருந்து பால் வாங்கி வந்தவர்கள் முகங்களும் பாண்டி தாத்தா முகம் போல் சுரத்தி இல்லாமலிருந்தது. நாங்கள் கண்மாய்க் கரைக்குப் போனதும் ரெத்தினத்தேவர் ரொம்ப உற்சாகமாகச் சொன்னார். "முருகன் அருள் வாக்குப்படி ராமாயிங்கிற பொம்பிளை வந்து பால் ஊத்துச்சு"

என்றார். அம்மாவும் அம்மாச்சியும் ஆகாயத்தைப் பார்த்து 'முருகா' என்று சொல்லிக் கண் கலங்கினார்கள்.

பல ஊர்க்காரர்களும் கண்மாயை விட்டுக் கருப்பபிள்ளை மடத்தை நோக்கிப் போய்க்கொண்டிருக்க ரெத்தினத்தேவர் காவடியைக் கிளப்ப வேகப்படுத்தினார். வண்டிகளைப் பூட்டி நாங்கள் கிளம்பும்போது வெயில் சுள்ளென்று அடித்துக்கொண்டிருந்தது. ஊர் எல்லையில் நிறுத்தி, கட்டையன் செட் தப்படித்தது. புலவர் காவடிச் சிந்து பாடினார். காவடியின் இரண்டு பங்கங்களிலும் இரண்டு செம்புகளைப் பண்டாரம் இறுகக் கட்டியதும் ரெத்தினத்தேவர் அந்தப் பாலைக் கொண்டுவந்து இரண்டு செம்புகளிலும் கொஞ்சம் கொஞ்சம் ஊற்றினார்.

"கடைசி கடைசினு சாமி வருது. கட்டையா வேகமா அடி" என்று ரெத்தினத்தேவர் சொல்ல, கட்டையன் செட் காது பியூம்படி அடிக்க ஆரம்பித்தது. சுற்றி எங்கு பார்த்தாலும் சாமி வரவழைக்க தப்பு சத்தமும் மேள சத்தமும் சுய நினைவையே இழக்கும்படி இருந்தது. 'வேல் மயில் வேல் மயில்' என்கிற குரல் சுத்துப்புறம் பூராவுமிருந்து ஆகாயம் வரை போனது.

மாமா ஆட ஆரம்பித்துக் காவடியை வாங்கிக்கொண்டு கெதியாய் ஓட ஆரம்பித்தது. ரெத்தினத்தேவர் மாமாவின் தோளில் தொங்கியபடி ஓடிக்கொண்டிருந்தார். அம்மாவும் அம்மாச்சியும் இன்னும் ஈரப் புடவையை மாற்றவில்லை. அதோடேயே அவர்களும் ஊர் ஜனமும் ஓடினார்கள். எங்களுக்கு முன்னாலும் பின்னாலும் பல ஊர்க் காவடிக்காரர்கள் ஓடிக்கொண்டும் ஓடியாந்து கொண்டுமிருந்தார்கள்.

அந்தந்த ஊர் ஆள்களால் அந்தந்த ஊர்க் காவடிகளோடு தொடர்ந்து ஓடிவர முடியவில்லை. ஓடுகிற ஆள்கள் யார் காலிலாவது மிதித்துக்கொண்டு வெறியோடு ஓடினார்கள். கோயில் வாசலில் சற்று நிறுத்தி மாமாவை இடப்புறமாக வழிப்படுத்தினார் ரெத்தினத்தேவர். கட்டையன் செட் அத்தனை நாள் ஓங்கி ஓங்கி அடித்தவர்கள் ஒதுங்கிக்கொண்டார்கள். கொட்டிக்கிற வேறு வேறு ஊர்க்காரர்களும் கோயில் வாசலில் ஒதுங்கி நின்றார்கள். அவர்கள் கோயிலுக்குள் நுழையக்கூடாது. ஒதுங்கிய அந்தக் கூட்டமே பெருங்கூட்டமாக இருந்தது.

கடைசி ஆச்சர்யமும் கிட்டவில்லை. பிரகாரம் சுற்றி வரும்போது செம்பில் ஊற்றிய பால் அப்படியே தானிருந்தது. பொங்கி வரவில்லை. ஒவ்வொரு பொட்டு சிந்தி கிடந்ததைத் தவிர பிரகாரத்தில் ஈரமே இல்லை.

530 கந்தர்வன் சிறுகதைகள்

மூன்று முறை சுற்றிவந்து சந்நிதி முன்னால் தீபாராதனை பார்க்கவும் சாமி மலையேறிவிட்டது. அம்மா நாலஞ்சு நோட்டுகளையும், கை நிறைய சில்லரைக் காசுகளையும் அள்ளி உண்டியலில் போட்டது. கண்ணை மூடி சந்நிதி முன்னால் வெகுநேரம் நின்றது அம்மா. ரெத்தினத்தேவர் "சரி சரி வாங்க" என்றார். பொம்பிளைகளுக்கு இது ஒரு வழக்கம். சாமி கும்பிடுவதைத் தாங்களாக முடித்துக்கொண்டதாக இருக்கக்கூடாது. யாராவது ஒருவர் அந்தப் பழியை ஏற்றுக்கொள்ள வேண்டும். காவடியை இறக்கி சந்நிதி முன்னால் மூன்று முறை வைத்து எடுத்தார் பண்டாரம்.

மாமா நெடுஞ்சாண்கிடையாகக் கும்பிட்டு எழுந்ததும் விபூதி பூசிக் கொண்டது. கோயிலை விட்டு வெளியே வந்தபோது அம்மா, அம்மாச்சி, பாண்டி தாத்தா, மாமா எல்லோருக்கும் கடலைக் கடந்து வந்தது போலிருந்தது. எந்தப் பக்கம் பார்த்தாலும் வண்டிகளை அவிழ்த்துப் போட்டிருந்தார்கள். எங்கள் வண்டிகள் கிடந்த இடத் திற்குப் போனதும், அம்மாவும் அம்மாச்சியும் முதல் வேலையாக ஈரச் சேலைகளை மாற்றி வேறு சேலைகளை கட்டிக்கொண்டு வந்தார்கள்.

பொம்பிளைகள் அடுப்பு வைக்க ஆயத்தம் செய்துகொண்டிருந்தபோது ஆம்பிளைகள் சுள்ளி பொறுக்கப் போனார்கள். ஓர் அடுப்பில் பொங்கலும் இன்னொரு அடுப்பில் சமையலும் நடந்துகொண்டிருந்தது. பலகாரக் கடைகளும் பலூன் கடைகளும் எங்கும் தெரிந்தன. வளையல் கடை, பூக்கடை, பாத்திரக்கடை, துணிக்கடைகள் சின்னக் குச்சில்களிலும் குடைகளுக்குள்ளும் போட்டிருந்தார்கள்.

ஆனால் இன்னும் நான் ஒரு மயிலையும் பார்க்கவில்லை. பாண்டி தாத்தாவை அரிக்கத் துவங்கினேன். அனத்தல் தாங்காமல் தாத்தா என்னோடு வண்டிகளைத் தாண்டி வயல் பக்கம் வந்தார். முதலில் ஒரு மயிலைப் பார்த்துவந்த சந்தோசத்தில் காவடி சங்கதிகளெல்லாம் மறந்துபோனது. ஆங்காங்கே ஒன்றிரண்டு மயில்கள். அப்புறம் ஒரு மயில் கூட்டத்தையே வாயில் ஈ போவது தெரியாமல் பார்த்தேன்.

மயிலிறகு வேண்டுமென்று கேட்டபோது தாத்தா பக்குவமாய்ச் சொன்னார். "வேண்டாம்டா. சாமி வாகனம்டா மயிலே சாமி தாண்டா, மயில் சாமின்னு கேட்டதில்லெ."

ஒரு பை நிறைய மயிலிறகு கொண்டுவருவதாய்ப் பயல்களிடம் சொல்லிவிட்டு வந்ததே திரும்பத் திரும்ப ஞாபகத்தில் வந்து

தேம்பித் தேம்பி அழ ஆரம்பித்தேன். தாத்தா வயல் காட்டில் குனிந்து குனிந்து தேடி ஒரு விரல் தண்டி மயிலிறகைக் கொண்டுவந்து கொடுத்தார்.

மாமா வண்டியடியில் படுத்திருந்ததைக் கூட்டிப்போய் மொட்டை போட்டு முகம் மழித்துக் குளிக்க வைத்துக் கூட்டி வந்தார் பண்டாரம். ஒரு மாசத்துத் தாடி மீசை போய் மாமா மளுக்கென்றிருந்தது. அவரவர் குடும்பங்களுக்காக அந்தக் காலத்திலிருந்து நேந்த நேத்திக்கடன்களை ஊர் ஆள்கள் செய்து முடித்துவிட்டு வந்தார்கள். ரெத்தினத்தேவரும் பாண்டி தாத்தாவும் ஒரு கட்டு வாழை இலையை வாங்கிவந்து போட்டார்கள். இடும்பன் சாமி அருணாசலத்துக்கு வாழை இலை என்றால் ரொம்பப் பிரியம்.

இன்னும் ஒரு வாழை மரத்தைக் கூட அவன் பார்த்ததில்லை. அவனென்ன பயல்கள் யாரும் பார்த்ததில்லை. ஆனால் அந்த மரம் வானம் வரை வளரும் என்றும், எங்கேயோ அதை அவன் ஒரு தடவை பார்த்ததாகவும் கதை கதையாய்ச் சொல்வான். வாழை இலைக்கட்டு கிடக்கும் கல்யாண வீடுகளில் வாழை இலை நறுக்கும் இடங்களில் போய் நின்று வாசனை பிடித்துக்கொண்டே இருப்பான்.

அவன் மட்டுமில்லை. பெரியாள்களே வாழை இலைக்கட்டைப் பார்த்துக் கேட்டார்கள். "அப்டிப் போடு; வாழையிலை சாப்பாடா இன்னக்கி" என்றார்கள். பொங்கலும் சாப்பாடும் வயிறு நிறைய வந்திருந்த ஆள்களுக்குப் போட்டது அம்மா.

"வெயில் தாழக் கிளம்பினா போதும். கட்டையன் ஆளுக இன்னைக்கோ நாளைக்கோ நடந்துவருவாங்க. நாம எல்லோருமே நாலு வண்டிகள்லயும் நெருக்கி உக்காந்து ராத்திரிக்க ஊருக்குப் போயிரலாம்" என்றார் பாண்டி தாத்தா. சாப்பிட்டு முடிந்ததும் ஒரு வேப்ப மரத்தடியில் பாண்டி தாத்தாவைப் பக்கத்தில் உட்கார வைத்துக்கொண்டு ஒவ்வொருத்தருக்காய் பணங்களைக் கொடுத்து அம்மா. பண்டாரம், புலவர், கட்டையன் எல்லோருக்கும் கொடுத்து முடித்ததும் பொம்பிளைகளைக் கூட்டிக்கொண்டு போய் ரப்பர் வளையல், கண்ணாடி வளையல்கள் வாங்கிக் கொடுத்தது. அந்தப் பொம்பிளைகளின் மகள், பேத்திகளுக்குப் பலூன்களும் கிலு கிலுப்பைகளும் வாங்கிக் கொடுத்தது அம்மா.

கடைசியாய் பாண்டி தாத்தாவிடம் இன்னுமிருக்கிற ரூவாயோட 'வாங்க மாமா எங்கூட' என்று சொல்லிக்கொண்டே பாத்திரக் கடைக்குள் போனது அம்மா. அண்டாக்கள், சர்வக்குடங்கள், சர்வப்பானை, பட்டனஞ்சட்டி என்று பாதி வண்டிக்கு

பாத்திரங்களை அடுக்கி விட்டுச் சொன்னது அம்மா, "சாமி காசு சல்லிக் காசுகூட வீடு திரும்பக் கூடாதுனு சாஸ்திரம்"

நாங்கள் ஊர் போய்ச்சேர நடுசாமமாகிவிட்டது. வீட்டு வாசலில் மாமாவுக்கு ஆரத்தி எடுத்தார்கள். எல்லோருக்கும் சாப்பாடு தயாராயிருந்ததால் தென்னந்தட்டிப் பந்தலில் சாப்பாடு நடந்தது. நடராஜன் செட்டியார் வீட்டிற்குப் புறப்பட்டபோது மாமா அவர் காதில் என்னவோ சொன்னது. நடராஜன் செட்டியார், தெரு முக்கில் ஒரு பலசரக்குக் கடை வைத்திருந்தார்.

எல்லோரும் காவடியழுகு, கருப்பபிள்ளை மடத்தழகெல்லாம் பேசி கலைந்து போனபின் நடராஜன் செட்டியார் வந்து மாமா கைக்குள் எதையோ திணித்துவிட்டுப் போனார். மாமா உள்ளே போய் வெகு நாளைக்குப் பின் சட்டைப் போட்டுக்கொண்டு 'வாடா' என்று என்னைக் கூட்டிக்கொண்டு குத்துக்கல் பள்ளி பக்கம் போனது. புளியமரத்துக்குப் பின்னால் நின்று மாமா சட்டைப் பையிலிருந்து சிகரெட்டை எடுத்துப் பற்றவைத்து சுகமாயிழுத்து நெடுநேரம் குடித்துவிட்டு வந்தது.

மறுநாள் மாமா திண்ணையில் காலை ஆட்டிக்கொண்டு உட்கார்ந் திருந்தது. அம்மாவும் அம்மாச்சியும் வருகிறவர்களுக்கெல்லாம் விபூதி பிரசாதம் கொடுத்து முடித்து, ஆளில்லாத நேரமாய்ப் பார்த்துக் கதவோரமாய் உட்கார்ந்துகொண்டார்கள். அம்மா மாமாவிடம் சொன்னது. "ஏப்பா தனிக்கோடியாப்பிள்ளை காலையிலேயே வந்துட்டாரு. எச்செலவும் போட்டு அவரே கல்யாணம் பண்ணி வைக்கிறாராம். தேதி கேக்கிறாரு. என்ன சொல்ல?"

மாமா மொட்டைத் தலையைத் தடவி மீசை இருந்த இடத்தை தொட்டுப் பார்த்துவிட்டுச் சொன்னது, "மொட்டைத் தலையோடயா கல்யாணம்? முடி வளரட்டும். அப்புறம் காயிதம் எழுதுறேன். நான் நாளைக்கு விழுப்புரம் போறேன். பொழப்பு அப்படியே கிடக்கு" அதற்குள் யாரோ வரவே திருநீறு கொடுக்க அம்மா உள்ளே போனது.

"திருநீறு வாசம் போகவே இந்த வீட்டுக்கு ரெண்டு மாசம் வேணும்க்கா" என்றது மாமா.

~

வெள்ளைப் பேய்

நான் எதிர்பார்க்கவில்லை உத்தியோகம் பார்க்கப்போகும் முதல் அலுவலகம் இப்படியொரு பழங்கால சத்திரம் போலிருக்குமென்று. செயிண்ட் ஜார்ஜ் கோட்டையில் அமைச்சர்கள் பிரமுகர்களின் கார்கள், ஜனங்கள், சட்டமன்றம் உள்ளிட்ட தலைமைச் செயலகக் கட்டிடம் தாண்டி நான்கு பக்கங்களிலும் சங்கிலி கோத்த ராணுவ மைதானத்தின் இடது மூலையிலிருந்தது, அலுவலகம். மரத்தாலான பழைய படிகளில் மாடி ஏறிப்போனதும் ஆவென்று வாயைத் திறந்துவிட்டேன். ஒவ்வொரு ஹாலிலும் இருபதுக்கு மேற்பட்ட செக்ஷன்கள் இருந்தன. முந்நூறு பேர் வரை வேலை செய்வார்களென்று தோன்றியது. மைதானம் மைதானமாய் ஹால்கள், மேசைகள், நாற்காலிகள், பீரோக்கள், ஃபைல்கள் எல்லாம் இல்லையென்றால் பந்து விளையாடலாம்.

கீழே தொல்பொருள் துறை அலுவலகம் இருந்தது. பழைய சிலைகளும் கல்வெட்டுகளும் வாசல் வரை கிடந்தன. இதை 'கிளைவ் பில்டிங்' என்றார்கள்.

நியமனக் கடிதத்தை செக்ஷூனில் கொடுத்த போதும், தலைமை அதிகாரியைச் சந்திக்க அவர் அறை வாசலில் நின்றபோதும், என்னை முறைத்தப்படியும் உச்சி முதல் உள்ளங்கால் வரை ஓர் அற்பப் பிராணியைப்போல் பார்த்தபடியும் ஓர் ஆள் திரிந்தான். அவனை 'தாழு தாழு' என்று ஊழியர்கள் அழைத்தனர். அவன் பெயர் தாமோதரனென்றும், அந்த அலுவலகத்தில் அவன் கடைநிலை ஊழியரென்றும் அதற்கும் மேல் அவன் அங்கு ஒரு செல்லப்பிள்ளை என்பதையும் பிற்பாடு அறிந்துகொண்டேன்.

மதியத்திற்கு மேலானது, எனக்கு ஓர் இருக்கை ஒதுக்க. மேசை நாற்காலியில் தூசி தட்டி உட்கார்ந்து நிமிர்ந்தபோது அடுத்த சீட்டருகே கிடந்த ஸ்டூலில் அவன் அமர்ந்திருந்தான்.

அவன் என்னையே பார்த்துக்கொண்டிருந்தான், வெறுப்போடு. கண்காணிப்பாளரிடம் வேலை கற்றுக்கொள்ளும்போது அவன் அவர் நாற்காலியின் தலைப் பகுதியைப் பிடித்தபடி என்னையே பார்த்தான். நான் புரியாமல் இரண்டாம் முறை சந்தேகம் கேட்டபோது அவன் தேவையில்லாமல் செறுமினான். கற்றல் முடிந்து நான் இருக்கையில் அமர்ந்தபோது சத்தமாய்க் காறித் துப்பினான், வெளி ஓரத்தில் போய்.

மறுநாள் நான் முனைப்பாகத் தபால்களைப் பதிந்துகொண்டிருந்த போது அவன் என்னருகில் வந்துநின்று என்னை உற்றுப்பார்த்தபடி இருந்தான். நான் நிமிர்ந்து பார்த்தபோது கேட்டான்

"எந்த ஊர்?"

"ராமதாதபுரம்"

"பக்கத்தால கிராமமா?"

"ஆமா"

"உழுது முடிச்சிட்டு வந்தீங்களா, அப்படியே போட்டுட்டு வந்தீங்களா?"

"காலேஜ் முடிச்சு கமிஷன் சர்வீஸ் கமிஷன் பாஸ் பண்ணி வந்திருக்கேன். அங்கிட்டுத் தள்ளிக்க."

"அங்கிட்டு, இங்கிட்டு இதெல்லாம் ஓங்க ஊரு தமிளா? நல்ல கோராமைடா."

நான் அவனைப் பார்த்து சிரித்தபடி இருக்கையில் அவன் சொன்னான். "மெட்ராஸே கலீஜாயிடுச்சு. மானங் கண்ணியா வந்து குமியிராங்கபா, ராமநாதபுரம், திருநெல்வேலி, உசிலம்பட்டி ஜனங்க. ஏங்க மின்னாடி எப்பனாச்சும் மெட்ராஸ் பார்த்திருக்கீங்களா?"

"ம்..."

"செத்த காலேஜ், உயிர் காலேஜ், மெரினா பீச் இந்தக் கோட்டையெல்லாம் பாத்துக்குனு போனீங்க. அதுதான் பாத்துட்டீங்கள்ள... அப்புறம் ஏன் மெட்ராசுக்கு வந்தீங்க?"

"வேலைக்கு"

"அங்கெயே எங்கனாச்சும் தாலுகாபீஸ், பஞ்சாயத்து போர்டு ஆபீஸ் பாத்து ஒக்கார வேண்டிதானே. இங்கே ஏங்க எல்லாரும் தபதபனு ஓடிவரீங்க. இது என்னா ஊர் தெரியுமா?"

"மெட்ராஸ்"

"ஆங் மெட்ராஸ், யாரு வாந்த எடம் தெரியுமா இது? வெள்ளைக்காரங்க வாந்த சிட்டி. ராமநாதபுரத்திலே யார்னாச்சும்

கந்தர்வன் சிறுகதைகள் 535

கோட்டுப் போட்டுப் பாத்திருக்கீங்களா. டைனா இன்னானு தெரியுமா? இது இன்னா பில்டிங்? கிளைவ் பில்டிங். இது கிளைவ் டான்ஸிஸ் ஹால். அது கிளைவ் ஆபீஸ். ராமநாதபுரத் தாளுங்கல்லாம் ஒக்கார்ற எடமாங்க இது?

"என்ன செய்யலாம். ஒரு ஆடர் குடு. ஊருக்குப் போறேன்."

"ஆங்... இந்த பில்டிங்லே தொரைகளும் தொரைசானிகளும் எப்படிலாம் இருந்தாங்க. என்னா இங்கிலீஷ். இன்னும் இந்த சொவர்கள்ள இருக்குமா அத்தினி இங்கிலீஷும்."

"ஒனக்கெப்டி தெரியும்? நீ வெள்ளைக்காரண்ட்ட வேலை பாத்தியா?" சிரித்தபடி கேட்டேன்.

"என் தாத்தா துபாஷ்.துபாஷ்னா இன்னா தெரிமா? தொரை பேசற இங்கிலீஷை அப்படியே வாங்கி மூளையிலே அத்தைத் தமிள்ல மாத்தி வாயிலே சொல்லணும். அதுபோல உங்க மாதிரி ஆளுங்க பேசுற தமிளை வாங்கி மூளையிலே அத்தை மாத்தி தொரைட்ட இங்கிலீஷ்ல சொல்லணும். ராமநாதபுரத்தாளுங்க இப்டி, சொல்லுவீங்களா? என் தாத்தா பெரிய மூளைக்காரரு. தலையிலே டர்பன் கட்டி கோட் போட்டுத்தான் வெளியே வருவாராம்." 'ச்சீ மூதேவி' என்று சொல்லி இடது கையில் மூன்று தடவை எதையோ விரட்டினான். ஒரு நேரம் இகழ்ச்சி பேசிவிட்டு மறு நேரம் அன்பாய்ப் பேசவும் தெரிந்திருக்கிறது. இந்தக் கலவையும் 'ச்சீ மூதேவி' என்று சொல்லி பத்து நிமிடத்திற்கொருமுறை பேயோட்டுவதும் சேர்ந்து எல்லோருக்கும் அவனைப் பிடிக்க வைத்திருக்கிறது.

அன்று மதியம் கேட்டான், "சாப்பாடு ஓட்டல்லயா?"

"ஆமா"

"ஆறுமுகம் மெஸ்ஸில சாப்பிடுங்க. ஒங்கூரோ திருநெல்வேலியோ - சவுத் பக்க ஆளுங்க அவன். கொழம்பு கறியெல்லாம் டேஸ்ட்டா வைக்கிறான். உண்மையைச் சொல்லுங்க. நீங்கள்லாம் கொழம்பு வெச்சு சாப்புற ஆளங்களா? கெழங்குதானே திம்பீங்க. இந்த ஆறுமுகம் கொழம்பு கறியெல்லாம் வைக்க எப்டியோ கத்திருக்கான்."

எனக்குக் கோவம் வரப்போகிற நேரத்தில் சொன்னான். "வாங்க ஆறுமுகம் மெஸ்ஸைக் காட்றேன். ஓங்க ஊரைச் சொன்னீங்கனா 'அண்ணேம்'பான், ஆறுமுகம். அது என்னாங்க... அண்ணே?"

"அது எங்க ஊர்ப் பக்கம் அதிகமாய் பொழங்கிற வார்த்தை. தெரியாத ஆள்களையும் சொந்த சுருத்து போலக் கூப்பிடுறது அண்ணேனு."

"சொந்தம் சரி அது என்னா சுருத்து?"

"அதெல்லாம் உனக்கு சொன்னாலும் புரியாது."

"ஏ அப்பா இதெல்லாம் லண்டன் பாரீஸ் வார்த்தை மாதிரி என்னா தெனவட்டா சொல்றீங்க. நல்ல மதுரை ஆளுங்கபா."

"இல்லே நான் ராமநாதபுரம்"

"ஆங் ...நீங்க எல்லாமே ஒண்ணுதாம்பா. அதோ இருக்கு பாரு ஆறுமுகம் மெஸ்ஸு, அண்ணே அண்ணேனு போங்க."

அவன் போய்விட்டான். அவன் செய்தது பெரிய உபகாரம் ஊர்ப் பக்கம் சாப்பிடுவது போலிருந்தது, ருசியும் உபசரணையும், சாப்பிட்ட இலையை எடுக்கச் சொன்னார். ஆறுமுகம். இன்னும் ஊர்க் கலாச்சாரத்தில் ஊன்றி நிற்கிறார். இந்த வளாகம் பூராவிலும் நிறைய ராமநாதபுரம் மதுரை ஆட்கள் இருப்பார்கள்.

ரெண்டு நாள் கழித்து ஓர் அபூர்வ காட்சியைப் பார்த்தேன். ரெங்கநாதன் சூப்பரெண்டு பக்கத்தில் உள்ள நாற்காலியிலில் தாழு உட்கார்ந்திருந்தான். அந்த சூப்பரெண்ட் நாற்பது கிலோவுக்குள் தான் நிலுவையில் வருவார். வயிறும் முதுகும் ஒட்டிக் கிடக்கும். நெற்றியில் பளீரென்று நாமம். அவர்தான் அலுவலகத்திற்கே கிங். தலையணை தலைணையான விதிப் புத்தங்கள் எல்லாம் அவருக்குத் தலைகீழ்ப் பாடம். அதிகாரிகளே அவரைத் தங்கள் அறைக்குக் கூப்பிட மாட்டார்கள். அந்த வழியாக எதற்கோ போவதுபோல் தங்கள் அறைகளிலிருந்து வந்து விதிகளில் தெளிவுபெற்று போவார்கள். தலைமை அதிகாரி மட்டுமே தன் அறைக்குக் கூப்பிடுவார், அதுவும் எப்போதாவது.

நாலடி தள்ளித்தான் எல்லோரும் நின்று அவரிடம் பேசுவார்கள். ஒரு பார்வையில் கர்ஜிக்கிற சிங்கத்தை ஒடுங்க வைப்பார். அவர் பக்கத்தில் கிடந்த நாற்காலியில் தாழு உட்கார்ந்து "நீங்க ஒரு பைத்தியம்" என்று சொல்லிக்கொண்டிருந்தான். அதை அவர் தன் உடம்பு முழுவதும் வாங்கி முகம் நிறைந்த சிரிப்போடு ஃபைல் ஒன்றில் குறிப்பெழுதியபடி இருந்தார். தாழு நடுவில் 'சீ...மூதேவி' என்று இடது கையால் இந்தப் பக்கம் திரும்பி விரட்டிவிட்டு மறுபடி அவரைப் பார்த்து "நீங்க ஒரு பைத்தியம்" என்று சொன்னபடி அவர் எழுதிக்கொண்டிருந்த ஃபைலை மூடினான்.

அவர் அப்படியே போட்டுவிட்டு சிரித்தபடி சாய்ந்து உட்கார்ந்து 'நீதான் பைத்தியம் போ' என்றார். அவன் அவர் வயிற்றில் செல்லமாய் குத்திக் குத்தி விளையாடினான். ஐந்து நிமிடங்கள் கழித்து அவன் எழுந்து போனான். நான் ஒருவனே

இதை அதிர்ந்துபோய்ப் பார்த்தேன். ஐம்பது பேருக்கு மேல் வேலை பார்க்கும் அந்த ஹாலில் யாரும் அதை ஓர் அதிசயமாய்ப் பார்க்கவில்லை. அது அன்றாடக் காட்சி போல.

இன்னொரு நாள் அவர் பக்கத்தில் உட்கார்ந்து தாழு மேசை மேல் அவர் கைக்கெட்டும் தூரத்தில் அடுக்கிவைக்கப் பட்டிருந்த மேனுவல்களையும், "இதெல்லாம் யார் எழுதினது ஓங் தாத்தாவா?"

"ஓங் தாத்தாவா?"

"வெள்ளைக்காரன் யாரோ, வெள்ளைக்காரன். பணத்தை என்ன மொறையிலே வசூல் பண்ணணும், எப்படி செலவு பண்ணணும்; எப்டி அதுக்கு கணக்கு வெய்க்கணும்; எப்டி கெவர்மண்டை ரன் பண்ணணும்னு அவன் எழுதி வெய்ச்சது. இதெல்லாம் புதுசா நீங்க ஒண்ணும் எழுதலை. அமெண்ட் மெண்ட்களாப் போட்டு பிளடி இண்டியனாக்கிட்டீங்க. சீமூதேவி" என்று இடது புறந்திரும்பி கையை விரட்டினான்.

"ஒன்னை வெள்ளைக்காரப் பிசாசு பிடிச்சது போகவே மாட்டுது. போ, போ, போடா. எனக்கு நெறைய வேலை இருக்கு" அவர் அப்படி சரிந்து உட்கார்ந்து, எழுதிய விரல்களில் சொடக்கு முறித்தபடி சொன்னது, இன்னும் ஏதாவது சொல்லு என்பதாகத் தெரிந்தது.

அலுவலகம் பூராவிலிருந்து வரும் கோப்புகளுக்காக மண்டை உடைக்கும். ஆயிரக்கணக்கில் பின்னிக் கிடக்கும் விதிகளில் ஒன்றைக் கண்டு தெளிந்த குறிப்பெழுதிக் களைக்கும் மூளைக்கும் உடம்புக்கும் மணிக்கொரு தடவை அவருக்கு அவன் தேவைப்பட்டான். தாழுவோடு பேச எல்லோருக்கும் பிடித்திருந்தது. அவன் வந்து அருகில் உட்கார்ந்தால் அது தனக்குக் கிடைக்கப்போகும் பெரும் சந்தோஷம் என்பதோடு சிறு கௌரவம் என்பதாகவும் பலரும் நினைத்தார்கள். திருநெல்வேலிக்காரர் ஒருவர் செக்க்ஷனிலிருந்தார். அவரோடு தாழு அதிகமாய் விளையாடுவான். அவரிடம் "பெறவென்ன"ங்கிறதெல்லாம் தமிளா? ஓங்கூர்ல பொடலங்காய் மட்டுத்தான் வெளையுதா? தமிளை இவ்ளோ நீட்டமா இளுக்குறீங்க." என்றான். அவர் வாசல் பக்கம் கையைக் காட்டி, "தோ வர்றாருடா காந்தி கம்போட. ஒன்னையும் வெள்ளைக்காரனையும் அந்தால போட்டுச் சாத்த." என்றார்.

"ரொம்ப மோசம்ங்க அந்தாளு. நாட்டைக் குட்டி சொவராக்கிட்டுப் போய்ட்டாரு. வெள்ளைக்காரன் எப்டி டிஸிப்ளினா வெச்சிருந்தான், நாட்டை. இந்தாளு அவனைப் போ போனு

பைத்தியம் பிடிச்சு, சட்டை போடாம வேஷ்டியையக்கூட முழுசா கட்டாம நாட்டுப் புறத்தானாட்டம் அலைஞ்சாரு."

"தப்புத்தான்டா. வெள்ளைக்காரன் இருந்திருக்கணும். ஆபீஸ் டயத்திலே நீ ஜி.பி. ஒன் சூப்பரெண்ட் வயதிலே குத்தி வெளை யாடுற இன்டிஸிப்ளினுக்கு நடுஹால்ல ஒன்னைச் சுட்டுப் பொசுக்கியிருப்பான்."

"இன்னா சொல்லுங்க. காந்தி மோசம்ங்க. வெள்ளைக்காரன் மெட்ராஸை விட்டுப் போனதினால்தான் அது என்ன ஊரு... தூத்துக்குடி, புளியங்குடி ஆளுங்கல்லாம் வந்து தர்பார் நடத்தறீங்க. அது என்ன குடி குடிணு உங்க ஊர்ப் பேரெல்லாம் இருக்குங்க. என்ன குடிப்பீங்க. கஞ்சி குடிப்பீங்களா. கள்ளு குடிப்பீங்களா?"

"தாமோதரா. நாங்க ரத்தங் குடிக்கிறவங்கடா?"

"சீமூதேவி' என்ற சொல்லியபடியும் இடது புறந்திரும்பி விசிரியபடியும் நகர்ந்துவிட்டான்.

யாரிடம் வந்து உட்கார்வான் என்பதும் எந்த நிலையில் அவரிடமிருந்து நகர்வான் என்பதும் திடும் திடுமென்று நிகழும். பேச்சு, பாதியில் இருக்கையிலேயே ஓடிவிடுவான்.

ஒருநாள் சாயங்காலம் நாலு மணிக்கு நெடுநேரம் வேலை செய்த அலுப்பில் எழுந்து கிளைவ் பில்டிங்குக்குப் பின்புறமாய் நடந்தேன். வெளவால் பறக்குமோ என்பது போன்ற பழமையான ராணுவ குடியிருப்புகள் நிறமிழந்து காரை பெயர்ந்து அமைதியாய்க் கிடந்தன. குகைப் பாதைக்கு இடது புறமிருந்த மிலிடரி கேண்டனில் டீ குடித்து விட்டு மேலும் நடந்தேன். அந்த இடத்திற்கும் நவீனமாய்ப் போய் நெரிசலில் கிடக்கும் சென்னைக்கும் சம்பந்தமில்லை. அது ஒரு குறுங்காடு. பறவைகள், கூடும் குஞ்சுமாய் சுகவாசம் நடத்தின. கோட்டைக்குள் இப்படி ஓர் இடம் இருப்பது எல்லோர்க்கும் தெரியாது போல.

அடர்நிழலும் நிசப்தமும் அச்சத்தைத் தந்தன. ஒரு புதருக்குப் பின் தாழு நின்று இடது கையால் விரட்டியபடி 'சீ மூதேவி' என்று மனித சஞ்சாரமற்ற வெளியில் நிர்ப்பயமாய் விரட்டிக்கொண்டிருந்தான். தாழுவைப் பார்க்க பயமாயிருந்தது. பின் நகர்ந்து ஓட்டமும் நடையுமாய் வந்து இருக்கையில் உட்கார்ந்தேன். ஒருமணி நேரம் கழித்து தாழு கண்ணில் பட்டான். நான் புதர்ப் பக்கம் தாழுவைப் பார்த்ததை செக்கூஷனில் சொன்னபோது பக்கத்து சீட்கார் சொன்னார், "கப்பல்ல எல்லா வெள்ளைக்காரனும் போயிடலை. சில பேர்

இன்னும் இங்கே ஒளிஞ்சிருக்காங்கன்னு தாழு சொல்வானே நீங்க கேட்டதில்லையா? அவங்களைத்தான் புதர்கள்ல தேடியிருப்பான்."

இன்னொரு நாள் மதியம் ஆறுமுகம் மெஸ்ஸில் சாப்பிட்டுவிட்டுக் கூட்டம் பார்க்க கோட்டை வாசல் பக்கம் வந்தபோது முதலமைச்சர் காரும் அதற்கு முன்னால் சைரனடித்தபடி போலீஸ் ஜீப்பும் வெகுவேகமாய் வெளியேறின. பின்னால் அமைச்சர்களின் கார்கள் சர்சர்ரென்று வெளியேறின. கூட்டம் அந்த இடத்தில் முட்டிக்கொண்டு நின்றது. யாரையும் மிரள வைக்கும் தருணம், அது. சீருடையிலும் சாதா உடையிலும் போலீஸ் எங்கும் தென்பட்டார்கள். கூட்டத்திலிருந்து விலகி ஒற்றையாய் வெறிகொண்டு இதைப் பார்த்துக்கொண்டிருந்தான் தாழு.

நான் அவனிடம் நெருங்கியதும் கத்தினான். "சி.எம். நீங்க. மினிஸ்டர்லாம் நீங்க. வேஷ்டி வேஷ்டியாகக் கட்டிட்டு வந்திங்க மெட்ராஸைக் ஓங்க கைக்குள்ளார வைச்சுப் பொத்தி எடுத்துக்கிட்டீங்க. எப்டி இருந்த கோட்டை? அந்தப் பக்கம் மியூசியம் இருக்கே. போ. போய்ப் பாரு. ராவ் பகதூர் திவான் பகதூர்கள்லாம் கோச் வண்டியிலே வந்துபோன இடம். நாசமா போய்க்கிட்டிருக்கு." அவன் அங்கு நின்று எம்.எல்.ஏக்களை, மந்திரிகளை தங்கள் ஊர்க்காரர்களென்று உரிமை கொண்டாடி எளிமைப்படுத்தி ஜனங்கள் பேசியதை விரக்தியுடன் பார்த்துவிட்டு என்னிடம் சொன்னான். "ஓட்டுப் போட்டா யார் வாணா மந்திரியாகலாமா? நல்ல சொதந்திரம்ப்பா ஓங்க சொதந்திரம்."

காலை பத்து மணிக்கு பேருந்திலிருந்து இறங்கி வருகைப் பதிவேடு அவசரத்தில் வேகமாய் நடந்து வந்துகொண்டிருந்தோம். தாழு கிளைவ் பில்டிங் வாசலில் பத்தடி தள்ளி நின்று வெறித்துப் பார்த்தபடி இருந்தான். அவனுக்கு வருகைப் பதிவேட்டுப் பயமில்லை. அதிகாரி பயமுமில்லை. உள்ளே பலரும் தாழு வெளிவாசலில் நின்று கட்டடத்தை வெறி பிடித்தவன்போல் பார்த்துக்கொண்டு நிற்பதையும் வருகிற போகிற ஊழியர்களைக் கோபமாகப் பார்ப்பதாகவும் பேசிக் கொண்டார்கள். பதினொரு மணிக்குத் தென்பட்டான். ரெங்கநாதன் சூப்பரெண்ட் கேட்டதற்குச் சொன்னான். "பில்டிங் பாழடைஞ்சு வருது. எண்ணிட்டேன்; சுவர்லே பதினாலு எடங்கள்ல ஆலஞ்செடி மொளைச்சிருச்சு. எல்லாம் மரமாவே வளந்திரும் போல இருக்கு. பில்டிங்கை நெனைச்சா கவலையா வருது.

அன்று மாலை தென்கோடிப் பக்கம் நின்று என்னை அழைத்தான். அங்கு என்னை நிறுத்தி கீழே இன்னும் தெற்காக விரல் நீட்டிச் சொன்னான் "அதோ பாரு. அது குதிரை லாயம். எப்டியான குதிரை தெரிமா ஒண்ணெண்ணும்?"

"நீ பாத்தியா?"

"தாத்தா சொல்லீருக்கார். போட்டோக்கலாம் ஊட்ல கெடக்குங்கிறேன்."

நான் இன்னும் தள்ளிப் பார்வையை வீசியதைப் பார்த்துவிட்டுச் சொன்னான், "அது சோல்ஜர்ஸ் பேர்க்ஸ்."

சொக்கிப்போய் அவர்களைக் கண்முன் கொண்டுவந்து லயித்தான். அப்புறம் சொன்னான் "அதோ பாரு ஆள் ஒசர இரும்பு. அடுப்பு கரிப்பிடுச்சிப் போயி. அது சாய்ல் நோட்களை எரிக்கிற அடுப்பு. இங்கெதான் மின்னெ ரிஸ்ர்வ் பேங்கே இருந்திச்சு. எல்லாத் தடயமும் அழிஞ்சு போய் கிட்டே இருக்கு. நீங்கள்ளாம் ராமநாதபுரம் சோம நாதபுரத்தில் இருந்தெல்லாம் வந்து இருக்கிற ஒண்ணு ரெண்டையும் அழிச்சிருங்க."

"நான் இந்த ஆபிஸ்லே வேலை பாத்து சம்பளம் வாங்க வந்தேன். இதையெல்லாம் அழிக்கிறது என் வேலை இல்லை".

அவன் என் சொல்லைக் காதில் வாங்கிக் கொள்ளாமல் நகர்ந்துவிட்டான்.

ஒரு மாலையில் அவன் என் சீட்டருகே வந்து நான் எழுதுவதைத் தீவிரமாக உற்றுப் பார்த்தவன், "இது இங்கிலிஷா?" என்றான். 'ஆமா'

"இது ஒங்கையெழுத்தா? கொயந்தை கிறுக்கிறாப்பல இருக்கு. இங்கே வா."

எப்போது 'வாங்க' என்பான் எப்போது 'வா' என்பான் என்று தெரியாது. மரியாதைக் குறைவு இரண்டிலுமே இருந்ததால் நான் அவற்றைப் பொருட்படுத்துவதில்லை.

அந்நேரம் வேலை நெருக்கடி எதுவுமில்லாததால் அவனோடு எழுந்து நடந்தேன். கீழே இறங்கி எதிரிலிருந்த சரச்சுக்கு அழைத்துச் சொன்றான். உள்ளே கூட்டிப்போய்ச் சொன்னான், "ரொம்ப பழைய சர்ச் இது, பாரு உயரத்தை பாரு தரையை" என்று ஒவ்வொன்றாய்ச் சொல்லி வந்தவன், என் கையைப் பிடித்து இழுத்துப்போய் ஒரு பீடத்தருகில் நிறுத்தினான். கழுத்து உயரத்திற்குப் பீடம். அதில் ஒரு கண்ணாடிப் பெட்டிக்குள் க்ளைவ் கால அன்றாட அரசாங்க நடப்புகள் குறிக்கப்பட்ட கையெழுத்துப் புத்தகம்

விரித்து வைக்கப்பட்டிருந்தது. சித்திரம் சித்திரமாய் எழுத்துகள். ஒரு அடித்தல் திருத்தல் இல்லை அவன் சொன்னான், "ஒவ்வொரு நாளும் ஒவ்வொரு பக்கத்தைத் தெறந்து வைப்பாங்க. நாளைக்கு வேற பக்கம் வரும். லண்டன்லேர்ந்து வந்தாங்க இவங்கள்லா இந்தக் கோட்டைக்கு. நீங்க ராமநாதபுரத்திலிருந்து வந்திருக்கீங்க." "சீமூதேவி" என்று இடது கையால் விரட்டினான்.

திரும்பி வரும்போது என்னை நிறுத்தி மேலுங் கீழும் பார்த்து "ஏங்க நீங்க இவ்ளோ செவப்பாயிருக்கீங்க. உங்களுக்கெல்லாம் இப்டி ஒரு கலர் நல்ல தமாஷ்பா?"

அந்த வருடக் கார்த்திகையில் அடைமழை பெய்தது. பில்டிங்கில் சீதளம் அதிகமாயிருந்தது. சுவர்களும் கூரையும் பொதுபொதுவென்றாகி மக்கிய வாசம் வந்தது. அநேகமான பேர்கள் ஸ்வெட்டர்களோடும் மஃப்ளர்களோடும் அடர்குளிருக்குள் உட்கார்ந்திருந்தார்கள்.

அடைமழையின் நான்காம் நாள் மதியம் ஒரு மணிக்கு மாடி ஹாலுக்குள் அணை திறந்து போல் வட மூலையிலிருந்து மழைத் தண்ணீர் மட மடவென்று ஓடிவந்தது. பாதிப் பேர் சாப்பாட்டிலிருந்தார்கள். தரையில் அடுக்கிக் கிடந்த பெரும் பெரும் பதிவேடுகளையும் 'காச் மூச்' சென்று கூக்குரல்களோடு அள்ளி மேசைகளின் மேலும் பீரோக்களின் மேலும் வைத்துக்கொண்டிருந்தார்கள். தலைமை அதிகாரியே கெண்டைக் காலுக்கு மேல் ஓடிய தண்ணீரில் நனைந்த படி ஒரு ஃபைல் கட்டைத் தூக்கி பீரோ மேல் நிற்பவரிடம் கொடுத்துக் கொண்டிருந்தார். தாழு தனியாகக் கத்தினான்: "பில்டிங்கை எவனும் ரிப்பேர் பண்ண மாட்டேன்டாங்க. எல்லாத்துக்கும் தண்ட சம்பளம். பத்து வருஷமா ஒரு இஞ்சினியர்கூட வரலை. எல்லாம் ஏமாத்து. துட்டுப் பிடுங்கிக."

தாழு, கோப்புகளைப் பத்திரப்படுத்த ஓர் உதவியும் செய்யவில்லை. கட்டடத்தைப் பத்திரப்படுத்தும் பேச்சாய்ப் பேசிக்கொண்டிருந்தான். கடைநிலை ஊழியர்களைப் போல் ஓடி ஆடியும் குனிந்து நிமிர்ந்தும் கண்காணிப்பாளர்கள், எழுத்தர்கள், அதிகாரிகள் தண்ணீரோடு போராடிக்கொண்டிருந்தபோது தாழுவின் இந்தக் கத்தல் எல்லோர்க்கும் எரிச்சலாயிருந்தது. அன்றுதான் முதன்முறையாக ரெங்கநாதன் சூப்பரெண்ட், ஒரு கொடுரமான பார்வையைத் தாழு மேல் வீசினார். அவரும் ஒரு ரேக்கின் கீழ் தட்டிலிருந்த பதிவேடுகளைத் தோளில் சுமந்து நின்றார். அவர் ரொம்பவும் நனைந்து போயிருந்தார்.

தீயணைப்புத் துறையினர் ஓடி ஓடி வேலை பார்த்து மொட்டை மாடி உடைப்பை மணல் மூட்டைகள் கொணர்ந்து அடைத்தனர். ஒரு வாரம் ஆனது, அவரவர்க்கு ஆவணங்கள் அவரவர்க்கு கிடைக்கவும் தரை முழுதும் காயவும். அப்போதே எழுதி மேலே போய்விட்டது லட்சங்கள் செலவானாலும் வேறு கட்டடம் ஒன்றை வாடகைக்குப் பிடித்து அலுவலகத்தை மாற்ற வேண்டுமென்று.

தாமு புலம்பிக்கொண்டிருந்தான், பில்டிங் நாசமாகி வருவது பற்றி. பில்டிங்கின் கம்பீரமான இடங்கள், தூண்கள் எல்லாவற்றிலும் நின்று நின்று பார்த்தான்; அண்ணாந்து பார்த்தான்; சுவர் இடுக்குகளில் வளர்ந்த ஆலஞ்செடிகளைத் தாறுமாறாய்ப் பிடுங்கி எறிந்தான்.

'உயிருக்காபத்தான நிலையில் ஓர் அலுவலகம்' என்று பத்திரிகைகள் செய்தி எழுதின. பதினைந்தாம் நாளே நாங்கள் மின்ட் பக்கம் எழும்பியிருந்த ஒரு தனியாரின் நவீனமான நான்கு மாடிக் கட்டிடத்திற்குக் குடியேற ஏற்பாடுகள் நடந்தன. கிளைவ் பில்டிங்கிலிருந்து கோப்புகள், ரேக்குகள், மேசைகள், நாற்காலிகள், பீரோக்கள் எல்லாவற்றையும் வரிசையாய் நின்ற லாரிகளில் ஏற்றினார்கள். ஊழியர்கள் அனைவரும் கூட இருந்து உதவி செய்யும்படி ஆணை இருந்தது.

எல்லாவற்றையும் ஏற்றி முடிக்கும்போது மாலை இருட்டத் தொடங்கிவிட்டது. ரெங்கநாதன் சூப்பரெண்ட் தெற்கு மூலையிருந்து முப்பது பேருக்கு மேல் சூழ ஏதேனும் கோப்பு, கடிதங்கள் விடுபட்டுக் கிடக்கிறதா என்று ஒவ்வொரு ஹாலையும் மூலையையும் உற்றுப் பார்த்து ஆய்வு செய்தபடி வந்தார். வடகோடிக்கு வந்தவர், திரும்பி நின்று ஹால்களைப் பார்த்துச் சொன்னார் "நான் பல ராத்திரி இங்கே தங்கி வேலை பார்த்திருக்கேன். அப்பல்லாம் பீரோக்களும் ஃபைல்களும் தொணையாயிருந்திருக்கும்போல, பயமில்லை. இப்ப ஒண்ணுமில்லையா. தூங்க இந்த ஹால்க ஒனு கெடக்கு. பயமாயிருக்குப்பா. வாங்க வாங்க போகலாம்" என்றார். தாமு ஒருவன் மட்டும் நடுஹாலில் நின்றுகொண்டிருந்ததைப் பார்த்துவிட்டு நாங்கள் லாரிகளிலும் வேன்களிலும் ஏறிப் போய்விட்டோம்.

மறுநாள் மின்ட் அலுவலகத்திற்குத் தாமு வந்தான். மிகுந்த சோர்வாய்த் திரித்தான். பாதி நேரம் காணாமற் போய்விடுவான். ரெங்கநாதன் சூப்பரெண்டிடம் விளையாட்டுப் பேச்சில்லை. மூன்று மாதங்களானபோது வங்காள விரிகுடாவில் உண்டான புயல் காரணமாய் சென்னையில் ஏராளமாய் மழை பெய்த ஓர்

கந்தர்வன் சிறுகதைகள் 543

இரவில் கிளைவ் பில்டிங் இடிந்து தரைமட்டமாகிவிட்டது. மின்ட் அலுவலகத்தில் மறுநாள் தகவல் வந்து கூடிக் கூடிப் பேசினோம்.

அன்று தாமு, வேலைக்கு வரவில்லை. மறுநாள் அவன் உறவினர்கள் வந்து விசாரித்தபோது தெரிந்தது, அவன் வீட்டிற்கும் வரவில்லை என்று.

ஒரு வாரங் கழித்து தாமுவின் மனைவி வந்தார். வெளிறிப் போயிருந்தார். கைத்தாங்கலாக அவர் அண்ணனும் உறவினர்களும் அழைத்து வந்தார்கள். ரெங்கநாதன் சூப்பரெண்டிடம் அவர்கள் பல விஷயங்களைச் சொன்னார்கள். சித்தூர், நெல்லூர், ரேணிகுண்டா வரை அவர்களுக்குச் சொந்தக்காரர்கள் இருக்கும் ஊர்களுக்கெல்லாம் ஆள்களை அனுப்பி பார்த்துவிட்டதாகவும் எங்கும் தாமு பற்றித் தகவல் கிடைக்கவில்லை என்றும் சொன்னார்கள். போகும்போது அந்த அம்மா, ரெங்கநாதன் சூப்பரெண்டிடம் கேட்டார்: "அந்த இடிஞ்ச பில்டிங் கட்டிகளை எப்பொ அள்ளுவாங்க?"

"ஏன் அதெல்லாம் கேக்..." என்று கேட்க வந்ததைக் கேட்காமல் பாதியில் நிறுத்திக்கொண்டு மௌனமாய்க் குனிந்து கிடந்தார், சூப்பரெண்ட்.

~

அவரும் பாவம்...

வரவேற்பறை ஓரமாகக் கிடந்த நீள பெஞ்சில் மதியம் இரண்டு மணியிலிருந்து இவன் உட்கார்ந்திருந்தான். இவன் உட்கார்ந்து அரைமணி, ஒரு மணிக்குப் பின் என்று மற்ற மூன்று பேரும் வந்து சேர்ந்துகொண்டனர். நான்கு பேருமே படத்தின் உதவி இயக்குநர்கள். இந்த வரவேற்பறைக்கப்பால் போர்ட்டிகோவிலும் காம்பௌண்டுக்கு வெளியேயும் படக் கம்பெனியின் மற்ற ஊழியர்கள் வெகுநேரமாகக் காத்து நின்றிருந்தனர்.

கிழக்கு தி.நகரின் உள்ளடங்கிய தெரு ஒன்றில் இந்தப் படக் கம்பெனி இயங்குகிறது. அந்த வாடகைக் கட்டடத்துக்கு வெளியே மாநகரத்திலும் அதைத் தாண்டிப் பரவிக் கிடக்கும் தமிழ் நிலம் முழுவதிலும், மறுநாள் கொண்டாடப்போகும் தீபாவளிப் பண்டிகைக் கான தயாரிப்புகளில் மக்கள் பணத்தை இறைத்தபடி அலைந்தார்கள். இவன் வந்து உட்கார்ந்ததிலிருந்து தீபாவளிக்கு முதல் நாள் பையன்கள் கொசுறுகளாய் வெடிக்கும் வெடிச் சத்தம் கேட்டபடி இருந்தது.

மணி ஐந்தாகியிருந்தது. இவன் உட்கார்ந்த இடத்திலிருந்து பார்த்தால் புரொடக்க்ஷன் மானேஜர் அறை தெரியும். கடந்த மூன்று மணி நேரமாக இவன் அந்த அறை வாசலில் தொங்கும் திரைச்சீலையையே உற்றுப்பார்த்தபடி இருந்தான். திரைச்சீலை காற்றில் அசைகிற நேரங் களில் கூட இவன் நிமிர்ந்து உட்கார்ந்து அழைப்பு குரலுக்காகக் காதைக் கூராக்கியபடி பார்க்கிறான். ஒருமுறை மட்டுமே காஷியர் வெளியில் வந்தார். தலையைத் திருப்பியபடி டாய்லெட் பக்கம் போய்விட்டு, அறைக்குள் புகுந்துகொண்டார். இரண்டு மாதச் சம்பள பாக்கியும் தீபாவளிப் பணமும் தரவேண்டும்.

எங்கிருந்தாவது பணம் வரவேண்டும். இங்கே நின்றும் உட்கார்ந்தும் காத்திருக்கிற எல்லோருக்கும் தெரியும்,

இப்போதைக்குப் பணம் உள்ளே இல்லை என்று. யாராவது அதைக் கொண்டுவந்து புரொடக்ஷன் அறைக்குள்ளிருக்கும் காஷியரிடம் கொடுக்கவேண்டும். அவ்விதப் போக்குவரத்து அந்த அறைவாசலில் நிகழ்ந்தால்தான் நாளைக்கு இவனுக்கும் இங்கே கூடியிருப்பவர்களுக்கும் தீபாவளி. ஆனால், இதுவரை யாரும் வரவில்லை. வந்து உள்ளே போகவில்லை. அப்படி வரப்போகிறவரின் கையில் ஒரு பையும் பைக்குள் பணமும் நிழல் நிழலாக மனசில் வந்துபோனபடி இருந்தது. அந்த லெதர் பையின் நிறம்கூட அரக்குக் கலராய் மனசில் தென்பட்டபடி இருந்தது.

கடந்த ஒரு மாதத்தில் அவள் இவனோடு மூன்று தடவைக்குமேல் எஸ்.டி.டி. பூத் வழியாக பண்டிகைகளுக்கு வருவது, வாங்குவது பற்றிப் பேசினாள். அவளுக்கும் இவனுக்கும் தொலைபேசியில் பேசுவது ஒன்றும் சாதாரண வேலையல்ல. அவள் குழந்தையைத் தூக்கிக் கொண்டு அதிகாலை ஆறு மணிக்கு நாலு தெரு கடந்து வந்து எஸ்.டி.டி. பூத்தில் பேசவேண்டும். இவனும் இவனொடொத்தவர்களும் தங்கியிருக்கும் அறைக்குப் பத்து வீடு தள்ளியிருக்கும் ஒரு மெஸ்ஸுக்கு போன் வரும். அவர்கள் ஆளனுப்பி சொல்லி இவன் போய் நிற்கவேண்டும்.

இரண்டாம் முறையாக அவள் தொடர்புகொண்டு பேசவேண்டும். மெஸ் முதலாளி மற்றும் வேலையாட்கள் முன்பாக இவனால் எல்லாவற்றையும் பேசமுடியாது. இன்ன தேதியில் பணம் வரும், இன்னின்னவற்றைப் பண்டிகைக்கு வாங்கி வருகிறேன் என்று வெளிப்படையாகப் பேசுவதில் சிக்கல். அந்த மெஸ்ஸில் சாப்பிட்டுவிட்டு நீ நோட்டுப் புத்தகத்தில் ஏழெட்டுப் பக்கங்களுக்கு எழுதி வைத்துப் பணம் தராமல் பாக்கியிருந்தது. ஒருவரை ஒளித்துதான் இன்னொருவருக்கு அமுதளிப்பதும் அருள் பாலிப்பதும் சாத்தியம். அப்போதும் சங்கேத மொழிகளில் அவளிடம் தான் எப்படியும் வந்துவிடுவதாகவும் எப்போது வரமுடியுமென்பது தன் கையிலில்லை என்பதால் தீபாளியன்று விடிகாலையில்கூட வரலாம் என்பதாகவும் சொல்லியிருந்தான்.

வெறுமை தட்ட ஆரம்பித்து மூன்று மாதங்களாகின்றன. பொள்ளாச்சிப் பக்கம் நீரோடும் ஆறும் வயல்களும் தென்னந்தோப்பும் ஒரு பழங்காலத்து வீடுமாயிருந்த ஊரில் யூனிட் மொத்தமும் படப்பிடிப்பில் இயங்கிக் கொண்டிருந்தபோது நிகழ்ந்துவிட்டது அது. அன்று காலையிலிருந்தே இயக்குநருகில் போயோ அவரை சற்றுத்தள்ளி அழைத்துப் போயோ புரொடக்ஷனிலிருந்து வந்து நாலைந்து முறை யார் காதிலும் விழாமல் பேசினார்கள்.

மாலை மூன்று மணி சுமாருக்கு இதமான வெயிலடித்தபோதும், புரொடக்ஷனிலிருந்து வந்த ஒருவர் தூரத்திலிருந்தே சமிக்ஞை செய்ததும் இயக்குனர் 'பேக் அப்' சொல்லிவிட்டார்.

அன்றிலிருந்து அழுக்குப் படிந்து அப்புறம் பாசி படர்ந்துவிட்டது எல்லாவற்றிலும். படப்பிடிப்பு நிற்கப் பணம்தான் காரணம் என்று எல்லோருக்கும் தெரிந்துவிட்டது. இன்றைக்குச் சரியாகும். நாளைக்குச் சரியாகும், என்று கம்பெனி வாசலில் காலையில் வந்துநின்று மாலையில் கலைந்துபோவதாகக் காலம் போய்க்கொண்டிருந்தது. போன வாரம் இயக்குனர் சொன்னார்...
"எல்லாம் இப்படிக் கெடக்கே, ஊருக்குப் போயி ஒரு வாரம் இருந்து தீபாவளியையும் முடிச்சுக்கிட்டு வரலாம்ணு யாரும் கௌம்பிடாதீங்க. எந்த நிமிஷமும் நிலைமை சரியாகலாம். புரொட்யூஸர் கோயம்புத்தூர் போயிருக்கார். ஃபைனான்ஸோடதான் வருவார். 'ஆரம்பிங்கனு' அவர் வாயிலிருந்து ஒரு வார்த்தை வந்ததுனா போட்ட சட்டையோட பொள்ளாச்சிக்குப் பொறப்படணும். அப்படி தீபாவளி வரை சரியா கலைனா உங்களுக்கெல்லாம் எப்படியாவது புரட்டிப் பணம் தரச் சொல்லியிருக்கேன், புரொட்யூஸர்ட்ட. தருவாரு. இந்தப் படம் சாதாரண படம் இல்லய்யா. சில்வர் ஜுப்ளி, கோல்டன் ஜுப்ளினு கலக்கும்."

மணி ஆறாகிவிட்டது. வெளிச்சம் குறைந்து வரும் காம்பௌண்டைப் பார்க்க பயமாயிருந்தது. பகலில் ஒன்றிரண்டு பையன்கள் விட்ட கொசுறு வெடிச் சத்தம் போலில்லை இப்போது. சத்தம் தாறு மாறாகக் கேட்டது. நான்கு மணிக்குப் பணம் கிடைத்திருந்தால் என்னென்னவற்றை எங்கெங்கே போய் வாங்குவது, எங்கே நின்று ஊருக்கு பஸ் பிடிப்பது என்று நினைத்து வைத்திருந்தது நாலரைக்கு வேறு இடங்களாயின மனதில். ஐந்து மணிக்கு அவை அருகாமை இடங்களாக மாறியிருந்தன. இப்போது ஆறு மணிக்கு மிகவும் அருகாமையிலுள்ள கடைகளை நினைத்தபடி உட்கார்ந்திருந்தான்.

இப்போதே பஸ்ஸில் ஏகக் கூட்டமிருக்கும். எல்லாம் வரிசையாக எப்படி நடக்குமென்று நினைத்து நினைத்து, அது மழுங்கி எல்லாமே ஒருவழியாக நடந்துமுடிந்து, பஸ் படிகளில் ஏறி உள்ளே போகப்போவது மட்டுமே நகராத நினைவாக நின்றுகொண்டது. காத்திருந்த மற்ற மூவரும் திருமணமாகாதவர்கள். இங்கே பணம் தரவில்லையென்றால் கூட சென்னையிலேயே அவர்கள் இருந்துவிடலாம். அல்லது, பஸ்ஸுக்கு மட்டுமே காசு புரட்டி ஊர் போகலாம்.

கந்தர்வன் சிறுகதைகள் 547

இவனுக்கு அப்படியல்ல நிலைமை. அம்மாவுக்கு, மனைவிக்கு, குழந்தைக்குத் துணிகள் எடுத்தாக வேண்டும். முதல் தீபாவளியோடு மாமனார் வீட்டில் உதறிக்கொண்டார்கள். தவிரவும், இவன் வீட்டைவிடவும் இயலாத வீடு அவர்களுடையது. கல்யாணம் பண்ணியிருக்கக் கூடாதென்று நாளொன்றுக்கு நாலு தடவை அவள் முகம் ஞாபகத்தில் வருகிறது. ஆறு தடவையோ அறுபது தடவையோ குழந்தை முகம் வெகு அருகில் வருகிறது.

மணி ஏழாகிவிட்டது. நான்கு பேரில் யாரும் எழுந்து டீ குடிக்கவும் வெளியே போகவில்லை. அந்த இடைப்பட்ட நேரத்தில் அதிசயங்கள் நிகழ்ந்து முடிந்துவிட்டால் எல்லாம் விரயமாகிவிடும். மேலும், சினிமா தொழிலுக்கு வந்து இம்மாதிரி காத்துக்கொண்டு வருடக் கணக்கில் உட்கார்ந்திருக்கப் பழகியிருந்தார்கள். அவ்விதம் காத்திருக்கும் நேரங்களிலெல்லாம் ஒரு கனவுதான் திரும்பத் திரும்ப வரும்.

ஓர்ரு இரவு ஒரே இரவில் தான் டைரக்ட் பண்ணிய படம் அள்ளி எறிந்து அமோகமாக ஓடி, மேலும் ஓடும் என்றறிந்து வரும் வெறிபிடித்து எக்களிப்பு. பூக்களில் நடந்து தங்கத்தை அள்ளிப் போட்டபடி ஒரு நீள காரில் உட்கார்வது.. உட்கார்வது... உட்கார்வது என்ற கனவு. இணைப்பாக நல்ல நிலையிலிருக்கையில், உலகம் வியக்க ஒரு கலைப் படம் பண்ணுவது.

இப்போது காத்திருப்பது தாற்காலிகமானது. ஆனால், அதைத்தான் பாறைக் கனத்திலும், பேயுருவிலும் அந்தத் திரைச்சீலையில் உணர்ந்தான். மற்ற மூவரும் அவ்வப்போது பேசிக்கொண்டனர். ரகு ரொம்ப அறிவாளி. அவன் என்ன பேசினாலும் இயக்குநர் குறித்து வைத்துக்கொள்ளச் சொல்வார். எங்காவது வசனத்தில் பயன்படுமென்று! தெறித்தாற்போலவோ ஞானம் செறிந்தோ பேசும் அவன் சொன்னான்.. "இவன் பாவம்டா, அவ பாவம்டானு வசனம் சொல்லிக் குடுத்திருக்கோம். ஆங்கிள் பார்த்து இவன் பாவத்தையும் அவ பாவத்தையும் விஷுவலாக்கியிருக்கோம். இப்ப நாம உக்காந்திருக்கமே, இதுதான் அசல் பாவம். இப்ப எந்த ஆங்கிள்ள நம்மளப் படம் எடுத்தாலும் ஒரே டேக்கில ஓகே ஆயிடும்!"

புரொட்யூசர் கோவையிலிருக்கிறார், சென்னைக்கு வந்துவிட்டார், மதுரையில் ஒரு பார்ட்டியைப் பார்க்கப் போயிருக்கிறார் என்று யூனிட்டில் எல்லோரும் பேசிக்கொள்ளும்போது இவனுக்கு அவர்

மீது எரிச்சல் கடுமையாக வரும். காசுக்கு ஏற்பாடு செய்ய ஏலாத ஆட்களுக்கெதற்கு புரொட்யூசர் ஆசை வரவேண்டுமென்று.

வாடகை தரமுடியாமல் எத்தனை அறைகளில் மாறி மாறித் தங்குவது! எந்த நண்பனையும் சந்தித்த பத்து நிமிடங்களுக்குள் கடன் கேட்க வைத்தவர் இந்த புரொட்யூசர். மெஸ்ஸிலிருந்து போன் வந்திருக்கிறது என்ற சேதியோடு எவனாவது வந்தால் எமன் வந்ததுபோல் திகில் வருகிறது. ஒவ்வொரு சமயத்திலும் அவள் போனில் அழுது பேசியிருந்தால் கூட சமாதானமாயிருக்கும். அழுவதற்கு முந்தைய கலங்கள் குரல். கரகரவென்று நெஞ்சை அறுக்கும் குரல். அதன்பிறகும் கனவும் கற்பனையுமான ட்ராக்குவிலும் அறைகளிலும் இயக்குநரிடம் புதிது புதிதாக எதையாவது மென்குரலில் சொல்லி, நல்ல பெயர் வாங்கவேண்டும்.

மணி எட்டாகிவிட்டது. புரொட்யூசர் தன் வாழ்க்கையில் அதிகமாகவே விளையாடுவதாக மனம் எரிந்தது இவனுக்கு. இனி அவர் வந்து, கொடுத்து, அதை இதை வாங்கி பஸ் பிடித்துப் போய் அதிகாலையில் அமர்ந்து, எண்ணெய் தேய்த்துக்கொள்ளவும், அவள் அள்ள முடியாமலும் கொள்ள முடியாமலும் சுவர் பக்கம் திரும்பி சிரித்துக்கொள்வதை அனுபவிக்க முடியுமா? கால்கள் கிடுகிடுவென ஆட ஆரம்பித்தன. ரகுதான் மறுபடி மௌனத்தைக் கலைத்து மெதுவாகச் சொன்னான்... "நரகாசுரன்கிற ராட்சசன் உண்மையில் வாழ்ந்திருக்க முடியாது. இம்சை பண்ற சில ஆள்களைத்தான் சிம்பாலிக்காகக் காட்டி அவங்களை அழிச்சிட்டாகப் பண்டிகை கொண்டாடத் தொடங்கி இருப்பாங்க..." இதை கேட்டு மற்ற மூவரும் பயந்து சுற்றுமுற்றும் பார்த்து வாயை மூடிக்கொண்டிருக்க ரகுவுக்கு சைகை காட்டினர்.

ஆனாலும், அடிக்கிற குளிருக்கு இந்த எண்ணங்கள் இதமாக இருந்தன. அப்போதுதான் அந்த ஆச்சரியம் நிகழ்ந்தது. போர்ட்டிகோவில் கார் வந்துநின்றது. அதிலிருந்து புரொட்யூசர் இறங்கி, காத்திருக்கும் ஆட்களை நோட்டம் விட்டபடி வந்தார். கரண்ட் வந்து மாதிரியும் கடவுள் வந்தது மாதிரியும் இருந்தது. அங்கங்கே நின்றவர்களும், இந்த நீளபெஞ்சில் இருந்த நால்வரும், பக்தி சிரத்தையோடு கும்பிட்டு எழுந்து நின்றார்கள்.

இவனுக்குச் சந்தேகம், கற்பனையில் அடிக்கொருதரம் வந்த அந்த அரக்கு கலர் லெதர் பை அவர் கையிலில்லை. புரொட்யூசர் முகமும் அவ்வளவு காந்தியாயில்லை. வறண்ட புன்னகையோடு உள்ளே போய்விட்டார். அப்புறம் வாசல் திரைச்சீலை சலனமற்றுக்

கிடந்தது. ஏதாவது ஓர் அற்புதம் நிகழ்ந்துவிடுமென்று ஆந்தி ஆந்திப் பார்த்தான். சாத்தியப்பாடாய் எதுவுமில்லை என்று பத்து நிமிடங்களில் தெரியவும், இன்னொரு உதவி இயக்குநர் ராஜா சொன்னான்... "தண்ணி இல்லைனு தெரிஞ்சே மரம் வைக்கிறாங்கடா. இன்னிக்குச் செத்தோம் போ!" எல்லாம் மெதுகுரலில்தான் புலம்பினான்.

அரைமணிக்கு அப்புறம் கவலை படர்ந்த அதே வறண்ட புன்னகையோடு அலுவலக அறையிலிருந்து புரொட்யூசர் வெளியில் வந்து காரிலேறினார். கதை முடிந்ததா, தொடருமா என்று தெரியவில்லை யூனிட் மனிதர் அலுவலக அறைக்குள் போய்த் தைரியமாகப் பேசிவிட்டு வந்து சுவரில் சாய்ந்து கால்களை அகற்றிபடி சௌகரியமாக நின்றார். இதன் அர்த்தம்கதை தொடர்கிறதென்பது.

மணி ஒன்பதாகியது. படப்பிடிப்பு காலங்களில் அனுபவித்த எந்த கஷ்டமும் இப்போது சாதாரணமாகத் தெரிந்தது. விடிந்தால் தீபாவளி. இன்னும் சில மணி நேரமே மிச்சமிருக்கும் நிலையில் இருநூறு முந்நூறு ஐந்நூறு கிலோமீட்டர் தாண்டியெல்லாம் உட்கார்ந்திருக்கிற ஆட்களுக்கு இதுவரை காட்சியாக அமைத்திராத வில்லனாகத் தெரிந்தார் புரொட்யூசர். உட்கார முடியாமல் நீளபெஞ்ச் ஆட்கள் இருவர் எழுந்து வரவேற்பறைக்குள் நடந்தபடி இருந்தனர்.

ஒன்பதரை மணிக்குக் கார் வந்து போர்ட்டிகோவில் நின்று புரொட்யூசர் சற்றுக் கலகலப்பாக இறங்கி நடந்துவந்தார். ஆனாலும் தளர்ந்த நடைதான். கையில் பை. ஆச்சரியம். இவன் கனவில் அடிக்கொரு தரம் வந்த அரக்கு கலர் பை. படபடப்பு அதிகமாகியது.

யுகங்களாகக் கழிந்தன அடுத்த பதினைந்து நிமிடங்களும். சினிமா கம்பெனிகளில் இந்த சீனியாரிட்டி முறை சாப்பாட்டிலிருந்து சகலத்திலும் முழுமையாகக் கடைப்பிடிக்கப்படும். ஆபீஸ் பையன் திரை விலக்கி வெளிவந்து, உதவி இயக்குநர் வரிசையில் முதலாமவரை அழைத்தான். அவன் போய்வந்து மறுநிமிடம், இவன் பெயர் அழைக்கப்பட்டது.

புரொட்யூசரே ஒரு கவரை இவனிடம் கொடுத்தார். கவலையோடு கேட்டார். "இனிமே பஸ் பிடிச்சு ஊருக்குப் போயிரலாமா?"

இவன் தலையை ஆட்டினான். கவர் கனமே இல்லாமலிருந்தது பட படப்பை உண்டாக்கியது. ஓட்டமும் நடையுமாக வெளியே வந்து கவரைப் பிரித்துப் பார்த்தால் எல்லாம் ஐந்நூறு ரூபாய்

நோட்டுகள். எண்ணிப் பார்த்து திருப்தியடைத்தான். ஆட்டோ பிடித்து பாண்டி பஜாரில் இறங்கினான்.

பதினொன்றரை மணிக்கு பேராவூரணி பஸ்ஸைப் பிடித்தான். புடவைகள், நைட்டி, கவுன், பாண்ட், சட்டை, ஸ்வீட், பட்டாசு என்று ஆறு கேரி பேகுகள் கையில். வலது கை மேல் கம்பியைப் பிடித்திருந்தது. ஒரு காலை வைக்க மட்டுமே கீழே இடமிருந்தது. நெரிசல்.

விடிந்தால் ஐப்பசி குளிரில் இறங்கி, அவள் கைக்குள் எல்லாவற்றையும் வைத்துவிட்டுக் குழந்தையை மேலே தூக்கிப்போட்டுப் பிடிக்கப் போவதை நினைத்தான். மனம் இலகுவானது.

புரொட்யூசர் வந்ததும் போனதும், மறுபடி வந்ததும், கவரைத் தந்து விட்டுக் கவலையோடு கேட்டதும் ஞாபகத்தில் வந்தது.

'அவரும் பாவம்' என்று மனத்தில் தோன்றியது.